இந்திய சீனப் போர்

நெவில் மாக்ஸ்வெல்

மூத்த பத்திரிகையாளர், எழுத்தாளர். லண்டனில் பிறந்த (1926) ஆஸ்திரேலியர்.

1955ம் ஆண்டு 'தி டைம்ஸ்' இதழின் போர் நிருபராகப் பணியில் சேர்ந்த மாக்ஸ்வெல், நான்காண்டுகளுக்குப் பிறகு தெற்காசிய நிருபராக புது டெல்லியில் பணியமர்த்தப்பட்டார். காபூல் முதல் கிழக்கு பாகிஸ்தான் வரை; காட்மாண்டு முதல் சிலோன் வரை விரிவாகப் பயணங்கள் மேற்கொண்டு பதிவுகள் செய்திருக்கிறார். 1962 போரின்போது புது டெல்லியில் இருந்தபடி கள நிலவரங்களை உடனுக்குடன் எழுதி வந்தார் மாக்ஸ்வெல். 1967ம் ஆண்டு லண்டன் பல்கலைக்கழகத்தின் School of Oriental and African Studies பிரிவில் இணைந்து இந்திய சீனப் போர் நூலை எழுத ஆரம்பித்தார். 1970ம் ஆண்டு ஆங்கிலத்தில் இந்நூல் வெளிவந்தது. இந்நூலின் அதிகாரபூர்வ தமிழாக்கம் முதல்முதலாக இப்போது வெளிவருகிறது.

ஜனனி ரமேஷ்

இருபத்தைந்து ஆண்டுகளாக எழுத்துப் பணியில் ஈடுபட்டுவரும் ஜனனி ரமேஷ் ஒரு தேர்ந்த மொழிபெயர்ப்பாளரும்கூட. ஜூலியஸ் சீஸர், முசோலினி உள்ளிட்டோரின் வாழ்க்கை வரலாற்று நூல்களை எழுதியிருக்கிறார். குழந்தைகளுக்கான கதைகளும் மொழிபெயர்ப்புகளும் வெள்வந்துள்ளன. இவருடைய சமீபத்திய மொழிபெயர்ப்பு நூல், 'இந்திய அரசியல் வரலாறு: சுதந்தரத்துக்குப் பிறகு'.

இந்திய சீனப் போர்

நெவில் மாக்ஸ்வெல்

தமிழில்: ஜனனி ரமேஷ்

கிழக்கு

இந்திய சீனப் போர்

India Cheena Por

Neville Maxwell ©

Originally Published in English as *India's China War.*

First Edition: July 2017

416 Pages

ISBN 978-81-8493-792-3

Kizhakku 1003

Kizhakku Pathippagam

177/103, First Floor,

Ambal's Building, Lloyds Road,

Royapettah, Chennai 600 014.

Ph: +91-44-4200-9603

Email : support@nhm.in

Website : www.nhm.in

kizhakkupathippagam

kizhakku_nhm

Kizhakku Pathippagam is an imprint of New Horizon Media Private Limited.

“

இந்தக் கிராமமோ அந்தக் கிராமமோ, இந்தச் சிறிய நிலப்பரப்போ அந்தச் சிறிய நிலப்பரப்போ, அது நமது எல்லைக்குள் இருக்கிறதா அல்லது அவர்களது எல்லைக்குள் இருக்கிறதா என்பதுதான் முக்கியப் பிரச்னை. இது போன்ற சிறு தகராறுகள், இரு பெரிய நாடுகள் அல்லது இரு சிறு நாடுகளுக்கு இடையே ஏற்படுவது அபத்தம். இந்தப் பக்கமோ அந்தப் பக்கமோ, இன்னும் குறிப்பாக யாருமே வசிக்காத உயர்ந்த மலைகளின் மீதுள்ள இரண்டு மைல் பரப்பளவுள்ள பகுதி யாருக்குச் சொந்தம் என்று முடிவெடுக்கச் சண்டையில் ஈடுபடத் தேவையில்லை. ஆனால் தேசத்தின் கௌரவம், கண்ணியம், பெருமை ஆகியவை உள்ளடங்கி இருப்பின், அதை வெறும் இரு மைல் பரப்பரளவுள்ள பகுதி என்று ஒதுக்கித் தள்ளிவிட முடியாது. அது நாட்டின் மானம் மற்றும் சுய மரியாதை தொடர்பானவை என்பதாலேயே இவ்வாறு நடைபெறுகிறது என்பதைப் புரிந்து கொள்ளவேண்டும்.

”

ஜவாஹர்லால் நேரு
மக்களவை, செப்டெம்பர் *4, 1959*

உள்ளே

வரைபடங்கள்

முன்னுரை

இருபதாம் நூற்றாண்டு மத்தியில் சர்வதேச உறவுகளில் மிக முக்கியமாக விவாதிக்கப்பட்ட விஷயங்களுள் இந்திய-சீன எல்லைப் பிரச்னை குறிப்பிடத்தக்கது. ஆசியாவின் மிகப் பெரிய, புதிய இரு குடியரசுகளான அவை உலகின் அதிக மக்கள் தொகை கொண்ட நாடுகளாகவும் இருந்தன. எதிரெதிரான அரசியல் கருத்துகளைக் கொண்டபோதிலும் பரஸ்பர நல்லெண்ணத்தின் அடிப்படையில் அந்த இரு நாடுகளும் இணைந்து செயல்படத் தீர்மானித்திருந்தது போல் தோன்றியது. அப்படியான ஒரு நிலையில் அவை தேவையற்ற, பயன்பாடற்ற, மக்கள் நடமாட்டமற்ற பகுதிக்காகப் போரில் ஈடுபட்டன. குறுகிய காலமே நீடித்த அந்த எல்லைப் போர் கடுமையானதாக இருந்தது. அந்தப் போர் உலக விவகாரங்களில் இந்தியாவின் பங்களிப்பையும் கௌரவத்தையும் வெகுவாகக் கீழிறக்கியது.

ஜவாஹர்லால் நேரு வடிவமைத்த இந்திய அயலுறவுக் கொள்கையின் மிக முக்கியமான அம்சம் சீனாவுடனான நட்புறவு. அன்றைய உலகம் கம்யூனிஸ நாடுகள், கம்யூனிஸ எதிர்ப்பு நாடுகள் என மிகத் தெளிவாக இரண்டாகப் பிரிந்துகிடந்தது. நேரு இந்த இரண்டில் எந்தவொன்றுடனும் அணி சேராமல் விலகி நின்றார். ராணுவத்தில் சுயசார்பு, வெளியுறவுக் கொள்கையில் சுதந்தரமான செயல்பாடு, பொருளாதார வளர்ச்சி ஆகியவை சாத்தியப்பட சீனாவுடனான நட்பும் வடக்கு எல்லையில் அமைதியும் அவசியமென முழுமையாக நம்பினார். ஆனால் சீனாவுடனான எதிர்பாராத வடக்கு எல்லைப் பிரச்னை, எல்லைப் பகுதியில் ஏராளமான படைகளைக்

குவித்தாகவேண்டிய சூழல் போன்றவையெல்லாம் நேருவின் கொள்கைகளுக்குப் பெரும் பின்னடைவை ஏற்படுத்தின. அதோடு நேருவின் அரசியல் செல்வாக்கும் வலுவிழந்துபோனது.

எல்லைப் பிரச்னையும் அதன் உச்சகட்டமாக நடந்த போரும் சீனாவின் ஆதிக்க எண்ணத்தையும் எல்லைகளை விரிவுபடுத்தவேண்டு மென்னும் ஆணவப் போக்கையும் உறுதிப்படுத்தின. அடுத்த பத்தாண்டுகளில் சீனா - சோவியத் யூனியன் எல்லைப் பிரச்னை தீவிரமடைந்தது. அந்த ஒரு பெரும் தேசங்களும் போரைநோக்கி நகர்ந்தன. ஏற்கனவே இந்தியாவுடனான எல்லைப் பிரச்னையில் சீனாவின் நடத்தையைப் பார்த்திருந்த உலக நாடுகள், சோவியத் யூனியன் புதிதாக முன்வைக்கும் குற்றச்சாட்டுகளைத் தயக்கமின்றி ஏற்றுக்கொண்டன. அதோடு, எல்லைப் பிரச்னை விவகாரங்களில் சீனாவுக்குச் சரியான பதிலடி சோவியத் மூலம் கிடைக்கும் என்றுகூட எதிர்பார்த்தன. நாடுகளுக்கு இடையேயான தகராறுகளில் இந்திய - சீனப் பிரச்னை அளவுக்கு முழுமையாக ஆவணப்படுத்தப்படுத்தப் பட்டது வேறெதுவும் இல்லை. இரு நாடுகளும் தங்கள் பக்க நியாயங்களை விரிவாகவும் மீண்டும் மீண்டும் எடுத்துக் கூறியுள்ளன. இருந்தும் அந்தப் பிரச்னைக்கான காரணங்கள் புரியாதவண்ணமே இருக்கின்றன. ஒரு சிலர் மட்டுமே அவற்றை நடுநிலையோடு ஆராய்ந்து பார்க்க முன்வருகிறார்கள். இந்தக் காரணங்களால் இந்தப் பிரச்னைபோல் தவறாகப் புரிந்துகொள்ளப்பட்ட வேறெதுவும் இல்லை என்பதும் உண்மை.

1959 ஆகஸ்ட் இறுதியில் 'தி டைம்ஸ்' நாளிதழின் செய்தியாளராகப் பொறுப்பேற்றுக்கொண்டேன் (மூல நூலாசிரியர் மேக்ஸ்வெல்). அதற்குச் சில நாள்களுக்கு முன்புதான் இந்திய - சீன எல்லையில் லாங்ஜு பகுதியில் துப்பாக்கிச் சண்டை நடந்துமுடிந்திருந்தது. அதுதான் சீன - இந்திய எல்லையில் நடந்த முதல் ஆயுத மோதல். இதனைத் தொடர்ந்து அடுத்த மூன்றாண்டுகள், இந்தியா - சீனா போர் முடிந்த பின்னரும், எல்லைத் தகராறு காரணமாக ஏற்பட்ட அனைத்து நிகழ்வுகளையும் எழுதி அனுப்புவதே எனது பணியானது.

1964-ல் நேருவின் மரணத்தைத் தொடர்ந்து ஒரு புத்தகம் எழுதத் தீர்மானித்தேன். இந்தியா - சீனா பிரச்னையை அந்தப் புத்தகத்தின் ஒரு பகுதியாக வெளியிட எண்ணியிருந்தேன். நான் செய்திகளாகச் சேகரித்து அனுப்பியவற்றையெல்லாம் அப்படியே தொகுத்து ஆங்காங்கே சரி செய்து அந்தப் பகுதியை எழுதிமுடித்துவிடலாம் என்றுதான் முதலில் நினைத்தேன். ஆனால், இரு அரசுகளும் தத்தம் நிலைகளை உறுதிப்படுத்தப் பரிமாறிக்கொண்ட ஆவணங்கள்,

வாக்குவாதங்கள், வெளியிட்ட அதிகாரபூர்வ ஆய்வறிக்கைகள் ஆகியவற்றைப் பார்த்தபோது விரிவான முழுமையான, அடிப்படை யான ஆய்வு அவசியமென உணர்ந்துகொண்டேன். அதன் பலனாக உருவானதே இந்தப் புத்தகம். எனினும் புது தில்லி இந்த பிரச்னையை எதிர்கொண்ட விதம் உணர்ந்த விதம் ஆகியவை பற்றிய என் அனுபவம் சார்ந்த புரிதலே இந்தப் புத்தகத்தின் உந்துசக்தியாக நீடித்தது. இந்தப் பிரச்னை சார்ந்து செயல்பட்ட ஆளுமைகள், அவர்களின் மனநிலைகள், சில நேரங்களில் அவர்களின் தனிப்பட்ட உணர்வுநிலைகள் இவையெல்லாமே இரு நாட்டு அரசியலிலும் எதிரொலித்தன. இந்த இடத்தில்தான் ஒரு பத்திரிகையாளருக்குச் சில சாதகங்கள் இருக்கின்றன. ஓர் ஆய்வாளர் என்றால் நடந்து முடிந்த விஷயத்தைப் பற்றி எழுதப்பட்டிருப்பவற்றைப் படித்து மட்டுமே ஒரு தீர்மானத்துக்கு வரமுடியும். அந்தப் பதிவுகளில் சம்பந்தப் பட்டவர்களின் சிரிப்பொலியோ கோபமோ பெருமித உணர்வோ அவமான உணர்வோ பதிவாகியிராது. அந்தவகையில் செய்தியாளர் கள் அதிர்ஷ்டசாலிகளே.

1967-ல் இந்தியாவை விட்டுப் புறப்படும்வரை இந்தப் பிரச்னையில் நேரடியாக ஈடுபட்ட அரசியல்வாதிகள், அமைச்சர்கள் மற்றும் ராணுவ அதிகாரிகளைப் பலமுறை பேட்டி கண்டேன். லண்டனிலுள்ள ஓரியண்டல் மற்றும் ஆப்பிரிக்க ஆய்வகப் பள்ளிக்கு மூத்த ஆராய்ச்சியாளராக என் ஆய்வை முடித்து இந்தப் புத்தகத்தை எழுத வருகை தந்தபோது வரலாற்றுப் பின்னணியில் இந்த விஷயத்தை முன்வைக்க விரும்பினேன்: 20-ம் நூற்றாண்டின் மத்திய காலத்து இரு மிகப் பெரிய ஆசிய சக்திகளுக்கு இடையேயான மோதலாக மட்டுமல்லாமல் இமயமலையைச் சுற்றி நூற்று ஐம்பது ஆண்டுகளாகத் தொடரும் அரசியல், ராணுவ மற்றும் அயலுறவுச் செயல்பாடுகளின் தொடர்ச்சியாகவும் பார்த்தேன். 1960-களில் வரலாற்று ஆசிரியர்களும், ஆய்வாளர்களும் இமயமலைப் பிராந்தியம் மற்றும் அதனை ஒட்டிய எல்லைகள் குறித்து விரிவாக எழுதியிருக்கிறார்கள். இந்தப் புத்தகத்தின் முதல் பகுதியில் அவற்றையே பெரிதும் நான் பயன்படுத்தியிருக்கிறேன். அவை இந்தப் பிரச்னைக்குரிய எல்லைகளின் வரலாற்றை விரிவாக முன்வைக்கின்றன. பின்னர் நடந்தவற்றைப் புரிந்துகொள்ள அந்த வரலாறைத் தெரிந்துகொள்வது மிகவும் அவசியமாகும்.

முடிந்தவரை காலரீதியாகத் தொகுப்பதுதான் நோக்கமென்றாலும் பல்வேறு பகுதிகளில் சில இடைக் கலப்புகள் இருக்கக்கூடும். ஓர் அத்தியாயத்தில் சுருக்கமாகச் சொல்லப்பட்டிருந்த ஒரு செய்தி இன்னொன்றில் விரிவாகவும், ஒரு கோணத்தில் சொல்லப்

பட்டிருக்கும் ஒரு தகவல் பிறிதொரு அத்தியாயத்தில், மற்றொருவர் கோணத்தில், எதிர்மறையாகவும் காணப்படும். குறிப்பாக, இதில் இடம் பெற்றுள்ள 'தி வியூ ஃப்ரம் பீகிங்' என்னும் அத்தியாயம் சீன அரசின் பார்வையில் இந்தப் பிரச்னையை அணுகுகிறது. அதற்கு முந்தைய இரண்டு அத்தியாயங்களில் சொல்லப்பட்ட நிகழ்வுகளை அது தொட்டுச் செல்கிறது. இது அவசியம் என்று நான் கருதியதற்குக் காரணம் இந்தியா - சீனா போர் குறித்து இதுவரை வந்த நூல்கள் அனைத்துமே இந்தியாவின் கோணத்திலிருந்து அணுகப்பட்டவை என்பதால்தான். 'சீனாவின் கருத்தையும் நாம் கவனத்தில் கொள்ள வேண்டும். ஆனால் இந்தியர்களை ஒப்புக்கொள்ளவைப்பது கடினம்' என்று ஆங்கிலேயர் ஒருவர் கூறியதையும் இங்கே பதிவு செய்ய விரும்புகிறேன்.

முடிந்தவரை ஒவ்வொரு செய்தியையும் உரிய மேற்கோள்களுடன் ஆதாரப்பூர்வமாக விவரித்தாலும், எல்லைப் போர் மற்றும் அதற்கு முந்தைய முன்னேற்பாடுகள் தொடர்பானவற்றை விவரிக்கும்போது அதுவரை அச்சில் ஏறாத கோப்புகள், அரசு வெளியிடாத அறிக்கைகள் ஆகியவற்றை அடிப்படையாகக் கொண்டே எழுதியுள்ளேன். முழுத் தொகுப்பாக அந்தத் தகவல்கள் வெளியாக இதுவே சரியான தருணம் என்றும் நான் அவற்றை நேர்மையாக எழுதுவேன் என்றும் நம்பியதால் அனுமதி அளித்தனர். எனக்கு உதவியவர்கள் பெயர்களை நிச்சயமாக என்னால் வெளியிடமுடியாது. எவற்றில் இருந்து அந்தத் தகவல்களை எடுத்து எழுதியிருக்கிறேன் என்றும் என்னால் சொல்ல முடியாது. அவர்களுக்கு எனது மனமார்ந்த நன்றிகளைத் தெரிவித்துக் கொள்கிறேன்; அவர்கள் வருத்தப்படமாட்டார்கள் என்றும் நம்புகிறேன்.

சுதந்திரத்துக்குப் பிந்தைய இந்திய ராணுவம் குறித்த ஆய்வுகளை மேற்கொண்ட டி.ஆர்.மன்கேகருக்கும் அச்சில் வராத பல கோப்பு களைக் காண அனுமதி வழங்கப்பட்டிருந்தது. அவர் பதிவு செய்த விஷயங்களை என் நூலில் மேற்கோள் காட்டியிருக்கிறேன். அதற்கு அனுமதி தந்த அவருக்குப் பெரிதும் கடன்பட்டுள்ளேன்.

இரு நாடுகளுக்கு இடையே பிரச்னை ஏற்படுவதற்கான காரணியை நான் புரிந்துகொள்ள முயற்சி செய்து ஓரளவு வெற்றியும் பெற்றுள்ளேன். புது டெல்லிக்கும் பீகிங்குக்கும் இடையேயான தவறான புரிதலே சில நேரங்களில் யுத்தத்துக்கு வழிவகுத்திருக்கிறது. மிகவும் தவறாகப் புரிந்துகொள்ளப்பட்டிருக்கும் ஒரு சரித்திர நிகழ்வை (அது நடைபெற்றபோது நானும் தவறாகவே புரிந்து கொண்டிருந்தேன்) விரிவாகவும் தெளிவு ஏற்படும் வகையிலும் பதிவு செய்யவேண்டும் என்பதே என் நோக்கம். யாரையும் குற்றம் சொல்ல

விரும்பவில்லை. இருவரும் பரஸ்பரம் ஏற்பட்ட காயங்களுக்கு ஏற்ப நடந்துகொண்டிருக்கிறார்கள். பிரச்னையை அது மேலும் தீவிர மாக்கவே செய்திருக்கிறது.

இரண்டு நாடுகளுக்கு இடையேயான பிரச்னை குறித்துப் புத்தகம் எழுதும்போது இரு தரப்பிலிருந்தும் முழுமையான தகவல்கள் தாராளமாகக் கிடைக்கவேண்டும். ஆனால், எனக்குக் கிடைத்த தகவல்கள் பெரும்பாலும் இந்தியத் தரப்பிலிருந்துதான். சீனா விடமிருந்து எனக்கு எந்த அதிகாரப்பூர்வ விவரமும் கிடைக்கவில்லை. சமன்பாடற்ற இந்நிலையைத் தவிர்க்க முடியவில்லை. உலக நாடுகளில் இந்தியாவைப்போன்று அரசியல் விவகாரங்களில் ஒளிவு மறைவற்ற நாடு வேறெதுவுமில்லை என்பதை என்னால் உறுதியாகக் கூறமுடியும். இந்தியாவின் அந்த ஒளிவு மறைவற்ற தன்மை இந்தப் புத்தகத்துக்குப் பெரிதும் உதவியிருக்கிறது. ஆனால், இந்த ஒளிவு மறைவில்லாத்தன்மையால் இந்திய அரசுக்குச் சிறிது நெருக்கடியும் ஏற்பட்டிருக்கிறது. பொதுவெளியில் சொல்லப்பட்டவற்றுக்கும் மறைவான செயல்பாடுகளுக்கும் இடையிலான இடைவெளியை ஆராய்ந்தால் எந்தவொரு நாட்டுக்குமே தர்மசங்கடமான நிலையே ஏற்படும். நேரு சொல்லியதாகப் பதிவு செய்யப்பட்டிருப்பவை மலை போல் இருக்கின்றன. அதில் முரண்பாடுகள் இருக்க நிச்சயம் நிறைய வாய்ப்புகள் உண்டு.

இதற்கு நேர் மாறானது சீன மக்கள் குடியரசு. சீனாவைப் போன்று இரும்புத்திரை போர்த்தி ரகசியமாக இயங்கும் நாட்டை உலகில் வேறெங்கும் காண இயலாது. எனக்குக் கிடைத்த தகவல்கள் அனைத்தும் ஏற்கெனவே எல்லோருக்கும் தெரிந்தவைதான். ஆனால், அதுவே வழக்கத்துக்கு மாறாக முழுமையாகவே இருக்கிறது. எனினும் இந்திய தரப்பு ஆவணங்களில் வெளிப்படக்கூடிய சில தயக்கமான விஷயங்கள், தகவல் பிழைகள், மாறுபட்ட கருத்துகள் (பிரிவுகள்), ஏய்ப்புகள் இவை எல்லாவற்றையும் சீனா மறைத்தே வெளியிட்டிருக்கிறது. இந்திய அரசு ஆவணங்களைப் பார்க்க எனக்குக் கிடைத்த அனுமதியும் அணுக்கமும் சீன ஆவணங்களைப் பார்க்கவும் கிடைத்திருந்தால், இப்போது தோன்றுவதுபோல் சீன அரசின் கொள்கைகள் ஒற்றைப் படைத்தன்மையும் முழுக்கவும் அரசு சார்ந்தாகவும் இல்லாமல் இருந்திருக்கும் என்பது எனது அனுமானம். எதிர்காலத்தில் இந்த விஷயங்கள் குறித்து ஆய்வு மேற்கொள்ளப் போகிறவர்களுக்கு சீனத் தரப்பிலிருந்தும் முழுமையான ஒத்துழைப்பும் ஆவணங்களும் ஒருவேளை கிடைத்தால், தற்போதைய சமன்பாடற்ற நிலையையும் தவறான புரிதலையும் சரி செய்ய உதவுமென்று நம்புகிறேன்.

இந்த நூலை எழுத சற்றேறக்குறைய இரு ஆண்டுகள் ஆய்வு தேவைப் பட்டது. என்னை ஊக்குவித்துத் தேவையான ஆலோசனைகளை வழங்கிய லண்டன் பல்கலைக்கழக ஓரியண்டல் மற்றும் ஆப்பிரிக்க ஆய்வுப் பிரிவு இயக்குனர் பேராசிரியர் சி ஹெச் ஃபிலிப்ஸுக்கு எனது தனிப்பட்ட நன்றிகள். இந்தப் புத்தகம் தொடர்பாகப் பல்வேறு ஆலோசனைகள் வழங்கி உற்சாகப்படுத்திய ரொனால்ட் செகல்; இந்தப் புத்தகத்துடன் முழுவதுமாக முரண்படுவோம் என்று நன்கு தெரிந்தநிலையிலும் குன்றாத உற்சாகம் தந்த டாக்டர் எஸ் கோபால்; கையெழுத்துப் பிரதியை விரிவாக வாசித்து ஆலோசனை சொன்ன பேராசிரியர் மைக்கேல் ப்ரீச்சர், கையெழுத்துப் பிரதியைப் படித்துப் பார்த்து உதவியதோடு அக்சாய் சின் பற்றி அவர் எழுதிய கட்டுரையை மேற்கோள்காட்ட அனுமதித்த அலஸ்டைர் லாம்ப்; தனது உள்ளுணர்வு மூலம் கிடைத்த விஷய ஞானத்துடன் இந்த நிகழ்வுகளில் இருந்த சில தவறுகள்பற்றி எடுத்துச் சொன்ன பேராசிரியர் ஜான் கென்னத் கெல்ப்ரைத்; தனது படைப்பான ஹிமாலயன் ஃப்ராண்டியர்ஸில் இருந்து சில புதிய தகவல்களை எடுத்துப் பயன்படுத்த அனுமதித்த டோரோதி உட்மேன்; பெட்வீன் த லைன்ஸ் என்ற தனது புத்தகத்தை முன்கூட்டியே படிக்கக்கொடுத்த குல்தீப் நய்யார்; எனது முன்னுரையைப் படித்துக் கருத்துகள் சொன்ன பேராசிரியர் ராபர்ட் ஹட்டன்பேக்; இந்தப் போர் தொடர்பான சீனப் பார்வை பற்றி நான் எழுதிய பாகத்தைப் படித்துக் கருத்துகள் சொன்ன 'தி சைனா க்வாட்டர்லி'யின் ஆசிரியர் டேவிட் வில்சன், தி டைம்ஸ் பத்திரிகையும் தூரக் கிழக்கு நாட்டு விஷயங்கள் தொடர்பாக தனித்திறமை பெற்ற நிபுணர் ரிச்சர்ட் ஹாரிஸ்; சீன இந்திய பிரச்னை தொடர்பான தனது வெளியிடப்படாத ஹார்வர்டு ஆய்வுக் கட்டுரையை மேற்கோள் காட்ட அனுமதி தந்த ஜான் அட்டிஸ் ஆகியோருக்கு நன்றிகள் பல. வரைபடங்களைத் தந்து உதவிய டி.ஆர்.பேக்கருக்கு நன்றி. நீண்டகாலமாக எனது எழுத்தின் மீது மிகுந்த ஆர்வமும் அக்கறையும் கொண்டிருக்கும் கிரஹாம் சி க்ரீன் தந்த உற்சாகம் அளப்பரியது. நிறைவாக, இறுதி வரைவைப் படித்து கருத்துகள் சொன்ன டாக்டர் ஏ.பி.ரூபினுக்கும் எனது நன்றிகள்.

குறைகள் அல்லது தவறான புரிதலுக்கு நான் மட்டுமே பொறுப்பு.

சாம்ராஜ்ஜியத்தின் எல்லைகள்

ஒரு வரலாற்று அறிமுகம்

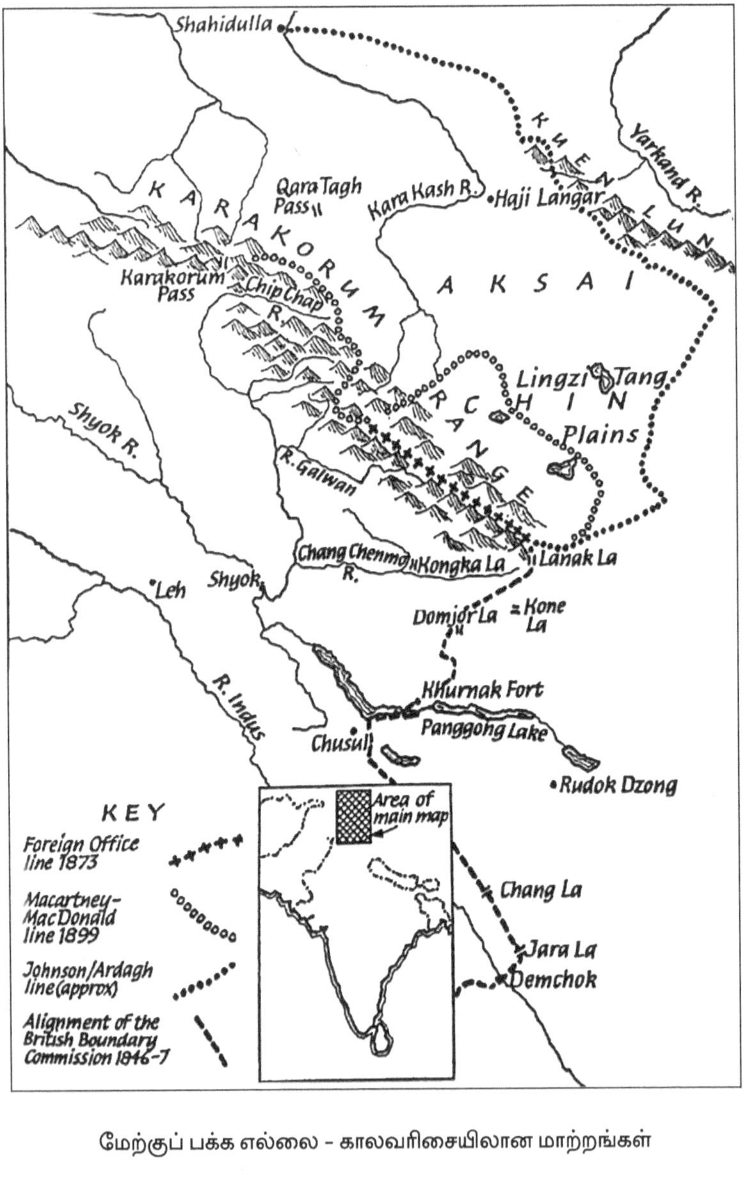

மேற்குப் பக்க எல்லை - காலவரிசையிலான மாற்றங்கள்

மேற்குப் பிராந்தியம்

அதிகாரத்தின் அடிப்படை அம்சங்களை வைத்துப் பார்க்கும்போது ஒவ்வொரு சாம்ராஜ்ஜியமும் ஆட்சி விரிவாக்கக் காலகட்டங்களில் தனது எல்லைகளை விரிவுபடுத்தும் முயற்சிகளில் தீவிரமாக ஈடுபடுவது வழக்கமான விஷயம்தான்; வலுவான அண்டை நாடுகள் ஆட்சேபிக்கும்வரை அல்லது மலை, கடல் போன்ற பௌதிகத் தடைகள் ஏற்படும்வரை அல்லது தனது ஆதிக்க விரிவாக்க சக்தி மட்டுப்படும்வரை ஒவ்வொரு நாடும் இதைத் தொடர்ந்து மேற்கொள்ளும். அப்படியாக, 18 மற்றும் 19 ஆம் நூற்றாண்டுகளில் பிரிட்டிஷ் சாம்ராஜ்யம் இந்தியா முழுவதும் பரவி இந்திய தீபகற்பகத்தின் வடக்கு எல்லையான பிரமாண்ட இமயமலைத் தொடர்வரை விரிந்து சென்றது. அங்கு இன்னொரு பெரும் சாம்ராஜ்ஜியமான சீனாவை எதிர்கொள்ள நேர்ந்தது.

ஆனால், அந்த எல்லைப் பிராந்தியத்தின் மத்திய பகுதிகளில் சிறு சிறு நாடுகள் இருந்தன. அவை அந்த எல்லைப் பகுதிகளில் ஆதிக்கத்துக்காகப் போரிட்டு வந்தன. இன்றளவும் அது தொடரவே செய்கிறது. வட மேற்கு மற்றும் வட கிழக்கு எல்லைப் பகுதிகளில் மோதலைத் தவிர்க்க உதவும் இடை மண்டலமாக எந்தச் சிறு நாடும் இல்லை. எனவே, பிரிட்டிஷ் அரசு அந்த எல்லைகளில் சீனாவுடன் எந்த மோதலும் ஏற்படாமல் இருக்கத் தெளிவாக வரையறுக்கப்பட்ட எல்லைகள் இருந்தாகவேண்டும் என்று முடிவெடுத்தது. ஆனால் பிரிட்டிஷ் அரசால் அதைச் சாதிக்க இயலவில்லை. அந்தத் தோல்வியே 1960களில் இந்திய - சீன எல்லைப் போருக்கு வழிவகுத்தது.

~

விரிவடைந்துவரும் பிரிட்டிஷ் சாம்ராஜ்ஜியத்தின் எல்லையானது வட மேற்கிலுள்ள ஹிந்துகுஷ் மற்றும் காரகோரம் மலைத்தொடர்களை நெருங்கிய அதேவேளையில் அதே பகுதிகளை நோக்கி தனது ஆதிக்கத்தை நிலைநிறுத்த ரஷ்யாவும் மறு பக்கத்திலிருந்து முன்னேறி வந்தது. ஓர் ஆக்கிரமிப்பு இன்னொரு ஆக்கிரமிப்புக்கான அவசியத்தை ஏற்படுத்தும் என்ற அம்சமே இரு நாட்டு விஸ்தரிப்புகளுக்கும் அடிப்படைக் காரணமாக இருந்தது.

தமது தேச விரிவாக்கத்துக்கு ரஷ்யா கீழ்க்கண்ட காரணத்தைச் சொன்னது:

> ஏராளமான பாதி காட்டுமிராண்டி நிலையில் இருக்கும் பழங்குடி பகுதிகளோடு தொடர்பு கொள்ளவேண்டிய நிலையில் ரஷ்யா இருக்கிறது. அவர்கள் ரஷ்ய சாம்ராஜ்ஜியத்தின் பாதுகாப்புக்கும் வளமான வாழ்க்கைக்கும் நிரந்தர இடையூறை ஏற்படுத்தி வருகிறார்கள். இப்படியான சூழலில் ரஷ்ய எல்லைப் பகுதியில் அமைதியை நிலைநிறுத்த ஒரே வழி அந்தப் பழங்குடிப் பகுதிகளை ரஷ்யக் கட்டுப்பாட்டுக்குள் கொண்டுவருவதுதான். இப்படிச் செய்து முடித்ததும் வேறொரு பிரச்னை உடனே எழுகிறது. நாகரிகமயமாக்கப்படும் பழங்குடிகளுக்கு அவர்களுக்கு அப்பால் இருக்கும் பழங்குடிகளிடமிருந்து எதிர்ப்புகள் வருகின்றன. இதனால் அவர்களைக் கட்டுக்குள் கொண்டுவர நம் ராணுவத்தை அங்கும் தகுந்த பாதுகாப்புடன் நிறுத்த வேண்டிய தேவை வருகிறது.

மிகச் சுருக்கமாகவும் நியாயப்படுத்தும் தொனியிலும் ஆங்கிலேயர் ஒருவர் தமது சாம்ராஜ்ஜிய விரிவாக்கம் பற்றிப் பின்னர் சொன்னது: ‘தனது எல்லைப்பகுதிகளில் வாழும் நாகரிகமற்ற சமூகத்தை வென்றடக்குவது நாகரிக மனிதர்களின் இயல்பான குணமே’.

விரிவாக்கச் செயல்பாடுகள் சார்ந்து இரு சாம்ராஜ்யங்களுக்கும் ஒரேவிதமான நிர்பந்தமே இருந்தபோதிலும், அடுத்தவரின் ஊடுரு வலை நியாயமற்ற செயலாகவே கருதினர். இரு நாடுகளும் இது சார்ந்து மோதிக்கொள்ளநேரும் என்ற எதிர்ப்பின் காரணமாக செயிண்ட் பீட்டர்ஸ்பர்கும் லண்டனும் ஓர் எல்லைக் கோட்பாட்டை உருவாக்கிக்கொண்டன.

பிரிட்டிஷார் இது தொடர்பாக மிகவும் அடிப்படையான நிலையான கொள்கையொன்றை உருவாக்கிக்கொண்டனர்: முடிந்தவரை இந்தியப் பகுதிகளிலும் அரசியல்ரீதியாகக் கொதிநிலையில் இருக்கும் அதன் நகரங்களிலும் ரஷ்யா தடம் பதிக்காமல் பார்த்துக்கொள்ள வேண்டும் என்பதே பிரிட்டனின் அடிப்படை நோக்கமாக இருந்தது. ஆனால், இந்தக் கொள்கையானது லண்டனிலும் இந்தியாவிலும் அதிகாரத்தில் இருந்தவர்களுக்கு ஏற்பவும் மூன்றாவது சக்தியான சீனாவுக்கு அவர்கள் என்ன முக்கியத்துவம் தருகிறார்கள் என்பதைப்

பொறுத்தும் மாறி மாறி அமைந்தது. எல்லைக் கொள்கைகளை வகுப்பதில் இரு முக்கியக் குழுக்கள் வெவ்வேறு கருத்துகளைக் கொண்டிருந்தன.

ரஷ்யா இந்திய எல்லைகளை நெருக்கவே முடியாதவகையில் பிரிட்டிஷ் படைகள் தாமாகவே இந்திய எல்லைப் பகுதிகளைத் தாண்டிச்சென்று ரஷ்யாவை அந்தப் பகுதியிலேயே தடுத்து நிறுத்த வேண்டும் என்பது தீவிரவாதப் பிரிவின் கருத்து. இதற்கு மாறாக மிதவாதப் பிரிவோ அப்படியான தொலைதூரப் பகுதிகளில் தமது படைகளை நிறுத்துவதில் இருக்கும் சிரமத்தையும் பொருளாதாரச் செலவுகளையும் கருத்தில் கொண்டு வேறொரு வழியைச் சொன்னது.

அதாவது பிரிட்டிஷாரின் எல்லை என்பது உறுதியாகப் பாதுகாக்க முடிந்ததாக இருக்கவேண்டும். பிரிட்டிஷ் சிங்கத்துக்கும் ரஷ்யக் கரடிக்கும் இடையிலான மோதலைத் தடுக்க இரண்டுக்கும் நடுவே வேறொரு விலங்கைக் கொண்டுவந்து நிறுத்தவேண்டும் என்று கூறியது. அப்படியான மூன்றாம் நபர் நாடுகளாக ஆஃப்கானிஸ்தான், குட்டி ராஜ்ஜியமான ஹன்ஸா ஆகியவற்றில் ஏதேனும் ஒன்றை அப்படி இருக்கச் செய்யலாம்.

ஆனால், பிரிட்டன் மற்றும் ரஷ்ய நாடுகளுக்கு ஒரு நூற்றாண்டுக்கு முன்பாகவே அந்தப் பகுதிகளில் தங்கள் ஆதிக்கத்தை சீனா நிலை நிறுத்திக்கொண்டிருக்கிறது. எனவே, சீனாவை அந்த விஷயத்தில் உதவும்படிக் கேட்டுக்கொள்ளவேண்டும் என்று மிதவாத பிரிட்டிஷார் கருதினார்கள். ஆனால் பிரிட்டிஷாருக்கு அந்த முயற்சியில் தோல்வியே கிடைத்தது. ஏகாதிபத்தியங்களுடனான எல்லை ஒப்பந்தங்கள் என்பவை கத்தி முனையில் நடப்பதைப் போன்றது. எந்த நேரத்திலும் சீனாவின் பகுதிகள் ஏகாதிபத்திய நாட்டால் ஆக்கிரமிக்கப்பட்டு விடக்கூடும் என்ற பாடத்தை ரஷ்யாவுடனான அனுபவத்தில் சீனா தெரிந்து கொண்டிருந்தது. எனவே பிரிட்டனுடன் பொது எல்லையைப் பகிர்ந்துகொள்வதில் சீனா ஆர்வம் காட்டவில்லை.

வட மேற்குப்பகுதி சார்ந்த பிரிட்டிஷ் எல்லைக் கோட்பாடானது லண்டனிலும் இந்தியாவிலும் அதிகாரத்தில் இருந்த தீவிர மற்றும் மிதவாதப் போக்குகளுக்கு ஏற்ப மாறி மாறி அமைந்தது. ஆனால், இந்த இரண்டு பிரிவினரும் தெளிவான எல்லை ஒன்றை உருவாக்கியாகவேண்டும் என்பதில் ஒருமித்த கருத்துக் கொண்டிருந்தனர். இப்படியான எல்லைக்கோடென்பது நவீன கால அரசுகளின் முக்கிய அம்சமாகும். அதற்கு முந்தைய காலகட்டத்தில் இப்படியொன்று இருந்திருக்கவில்லை. அப்போதெல்லாம் ஒரு நாட்டின் எல்லையென்பது ஆளரவமற்ற பகுதியில் சென்று முடிவதாக இருக்கும். இரு நாடுகளுக்கு இடையிலான எல்லை

என்பது இரு நாடுகளிலும் மக்கள் வசிக்கும் பகுதிகள் ஒன்றை ஒன்று தொட்டுக் கொண்டிருப்பதாக இருக்காது. இரு நாடுகளுக்கும் இடையில் யாருக்கும் சொந்தமில்லாத இடை மண்டலம் ஒன்று இருக்கும். இவ்விதமான எல்லைப் பகுதிதான் பழங்கால நாடுகளின் இயல்பான பெரிதும் வழக்கமான அம்சமாக இருக்கும்.

'ஒன்றுக்கொன்று தொட்டுக்கொண்டிருக்கும் வகையில் இரு நாடுகளைப் பிரிக்கும் பொது எல்லைக்கோடு என்பது பண்டைய காலங்களில் காணப்படாத நவீன கருதுகோளாகும். ஆசிய நாடுகளில் ஐரோப்பியர்களின் அழுத்தம் காரணமாக இருபதாம் நூற்றாண்டின் தொடக்கத்தில்தான் இப்படியான எல்லைக்கோடுகள் உருவாக்கப் பட்டன அதற்கு முன்புவரை ஆசிய நாடுகளில் அப்படியான பொது எல்லைக்கோடு இருந்திருக்கவே இல்லை' என்கிறார் கர்சன் பிரபு. நம்பகத்தன்மை இல்லாத சீனா கடைசிவரை பிரிட்டனின் அழுத்தத்தைத் தொடர்ந்து எதிர்த்து அல்லது தவிர்த்துவந்தது. எனவே இருபதாம் நூற்றாண்டின் மத்தியில் இந்தியாவும் சீனாவும் சுதந்தர நாடுகளாக ஆனபோது, இமயமலையின் ஆள் நடமாட்டம் இல்லாத பகுதிகளே இந்தியாவையும் சீனாவையும் பிரிக்கும் பிராந்தியங்களாக இருந்தன. இந்தப் பிராந்தியங்களைத் தெளிவான எல்லைக் கோடு களாக்கும் முயற்சிகளில் தோல்வியே கிடைத்தது. அதனாலேயே இரு நாடுகளுக்கும் இடையில் சண்டை மூண்டது.

19 ஆம் நூற்றாண்டில் வட மேற்குப் பகுதியில் இருந்த சீனாவுடனான எல்லைமீது பிரிட்டிஷாரின் கவனம் அவ்வளவாகக் குவிந்திருக்க வில்லை. ஆஃப்கானிஸ்தானுடனான எல்லை மீதும் அதற்கு அப்பால் இருந்ததாக நம்பப்பட்ட ரஷ்ய அபாயம் குறித்துமே பிரிட்டிஷாரின் கவனம் குவிந்திருந்தது. எல்லை தொடர்பான அரசாங்கக் கொள்கைகள் தீவிர போக்காளர்கள், மிதவாதப் போக்காளர்களால் மாறி மாறி மேற்கொள்ளப்பட்டன. மிதவாதப் போக்கு கொண்டவர்களைப் பொறுத்தவரையில் 'நமது (பிரிட்டிஷ்) சாம்ராஜ்ஜியத்தின் இயற்கை யான கடக்க முடியாத எல்லை' சிந்து நதி. 1849-ல் சீக்கிய ராஜ்ஜியத்தை வென்று பஞ்சாபை இணைத்துக்கொண்ட பிறகு கைபர் கணவாய் வாசல் வரை தனது அதிகாரத்தை பிரிட்டன் விரிவுபடுத்திக்கொண்டது. ஏகாதிபத்திய உந்துதலின்படி காபூல், அதையும் தாண்டி ஹீராத் வரையிலும் கூட பிரிட்டிஷ் சாம்ராஜ்ஜியம் தன் கண்ணைப் பதிக்க ஆரம்பித்தது.

இது குறித்துத் தீவிர போக்காளரான கர்சன் பிரபு கூறுகையில் 'இந்தியா ஒரு கோட்டையைப்போல் மூன்று பக்கம் கடல்களாலும், ஒரு பக்கம் மலைகளாலும் சூழப்பட்டுள்ளது. ஒருவகையில், கடக்கவே முடியாத அந்த மலைகளைத் தாண்டி உள்ள பிரதேசத்தின் மீது நாங்கள் ஆதிக்கம் செலுத்த எண்ணவில்லை. அதே சமயம் அந்தப் பகுதியை

எங்கள் எதிரிகள் கைப்பற்றுவதையும் நாங்கள் விரும்பவில்லை. எங்கள் கூட்டாளிகள் அல்லது நண்பர்கள் வசம் அந்த இடம் இருப்பதில் எங்களுக்கு ஆட்சேபணை ஏதுமில்லை. ஆனால் எங்கள் எதிரிகள் அங்கே ஊடுருவத் தொடங்கினால் நாங்கள் நிச்சயம் வேடிக்கை பார்த்துக் கொண்டிருக்கமாட்டோம். ஏனெனில் இன்று இல்லாவிட்டாலும், என்றேனும் ஒரு நாள் அது எங்கள் பாதுகாப்புக்கே பிரச்னையாகும்... அப்பால் உள்ள பகுதிகளைப் புறக்கணித்து இந்தியப் பகுதிகளில் மட்டுமே பாதுகாப்பை பலப்படுத்தும் ஒரு படைத்தளபதி தொலைநோக்குப் பார்வையற்றவராகவே இருப்பார்' என்றார்.

1880-ல் ஆஃப்கானிஸ்தானைக் கைப்பற்ற லண்டன் மேற்கொண்ட முயற்சிகள் சிக்கல்களுக்கே, குறிப்பாக இரு போர்களுக்கு வழிவகுத்தன. முதலாவது அதிக எண்ணிக்கையில் ராணுவத்தைக் குவிக்கவும் அதைப் பராமரிக்கக் கடுமையான செலவுகளையும் மேற்கொள்ள வேண்டியதாயிற்று. இருந்தும் எதிர்பார்த்ததுபோல் வலுவான, நட்பார்ந்த சுதந்தரமான ஒரு தேசத்தை அங்கு உருவாக்க முடியவில்லை. எனவே தீவிரப் போக்காளர்களுக்குப் பின்னடைவு ஏற்பட்டது. மிதவாதிகள் முன்னுக்கு வந்தனர். மோதலைத் தவிர்க்க உதவும் இடை மண்டலமாக ஆஃப்கானிஸ்தான் இருக்கவேண்டும் என்று வைட்தால் சொன்னார்.

காந்தகாரில் இருந்த பிரிட்டனின் படை பின்வாங்கிக்கொள்ளப்பட்டு இமய மலையின் இந்தப் பக்கத்துக்கு நகர்த்தப்பட்டது. ஆஃப்கானிஸ்தானை வலுப்பெறச் செய்யவேண்டும். ரஷ்யா மற்றும் பெர்சியாவுடனான ஆஃப்கானிஸ்தானின் எல்லைப் பிரச்னையைத் தீர்க்கவேண்டும். அதன் பிறகு பிரிட்டிஷாருக்கும் ஆஃப்கானியர் களுக்கும் இடையிலான எல்லைப் பிரச்னையை சுமுகமாகத் தீர்க்க வேண்டும் என்று தீர்மானிக்கப்பட்டது. ஆனால், அது அவ்வளவு எளிதாக இருக்கவில்லை.

இமய மலை அடிவாரத்தையொட்டிய பகுதிகளில் மட்டுமே பிரிட்டனின் நிர்வாகம் செல்லுபடியானது. அதைத் தாண்டிய பகுதிகள் குழப்பமும் கூச்சலும் நிரம்பியதாகவே இருந்தது. அங்கிருந்த போர்க்குணம் மிகுந்த பதான் இனத்தைச் சமாளிப்பது பெரும் செலவை இழுப்பதாகவும் முடியாததாகவும் இருந்தது. ஆனால் ஆஃப்கன் அரசு அந்தப் பழங்குடிகள் தமது குடிமகன்களே என்று சொன்னார்கள். அவர்களை ஓரளவுக்குக் கட்டுக்குள் வைத்திருக்கவும் அவர்களால் முடிந்தது.

கர்சன் பிரபுவின் கோட்பாட்டின்படிப் பார்த்தால், ஆஃப்கானியர்கள் அந்தப் பழங்குடிப் பகுதிகளில் இருந்தபடியே இந்தப் பக்கம் ஊடுருவி வந்து பெஷாவர் மற்றும் சிந்து பகுதிகளை எப்போது

வேண்டுமானாலும் தாக்கிவிடமுடியும். எனவே, அந்த பதான் பகுதிகள் மீதான ஆஃப்கானிஸ்தானின் உரிமையை முடிந்தவரை அப்புறப்படுத்தியாகவேண்டும் என்று பிரிட்டன் முடிவு செய்தது. இமயமலையின் உச்சிப்பகுதிகளில் பிரிட்டிஷ் அரசு ஒரு எல்லைக் கோட்டை வரைந்தது. 1893-ல் ஆஃப்கன் அமீர் அந்த எல்லைக் கோட்டை ஒப்புக்கொண்டு ஓர் ஒப்பந்தத்தில் கையெழுத்திட்டார். ட்யூரண்ட் என்னும் ஆங்கிலேயர் அந்த எல்லைக்கோட்டை நிர்ணயிக்க உதவியதால் 'ட்யூரண்ட் எல்லைக் கோடு' என்று அவரது பெயரே சூட்டப்பட்டது.

ஆஃப்கானியர்கள் அந்த எல்லைக்கோட்டை பிரிட்டிஷ் பகுதியில் இருந்து 'யாரும் வரக்கூடாது' என்று சொல்லும் ஒருவழிப்பாதை அறிவிப்புப் பலகை போலவே கருதினர்; தங்கள் விருப்பப்படி பதான் பழங்குடிகளுடனான உறவைப் பேணிவந்தார்கள். ட்யூரண்ட் எல்லைக்கோட்டுப் பகுதிக்குத் தங்கள் நிர்வாகத்தை விரிவுபடுத்த பிரிட்டிஷ் அப்போதைக்கு விரும்பியிருக்கவில்லை. அந்த எல்லைக் கோட்டை ஆஃப்கானியர் பதான் பகுதிகளில் வெளிப்படையாக ஆதிக்கம் செலுத்துவதைத் தடுக்க உதவும் ஒரு யுக்தியாகவே பார்த்தார்கள். தமது அதிகாரத்தை அங்கு விரிவுபடுத்துவதற்கான வாய்ப்பாகப் பார்க்கவில்லை.

டியூரண்ட் எல்லைக்கோடு உண்மையில் வலுவான எல்லைக்கோடு அல்ல. ராணுவரீதியாகவும், பூகோளரீதியாகவும், இனவரைவியல் ரீதியாகவும் அது தர்க்க நியாயமற்ற ஒரு கோடு. எனினும் அது பிரிட்டிஷாரின் நோக்கத்தைப் பூர்த்திசெய்தது. பிரிட்டிஷ் நிர்வாகத்தின் நடைமுறை எல்லைகளுள்ளாகவே நடந்துகொள்ளும் படி ஆஃப்கானியர்கள் அந்த ஒப்பந்தத்தின் மூலம் கட்டுப்படுத்தப் பட்டிருந்தனர். மேலும் அந்த டியூரண்ட் எல்லைக்கோடு ஆஃப்கானிய அரசு பழங்குடிப் பகுதிகளில் கூடுதல் ஆதிக்கம் செலுத்தினால் அதைத் தட்டிக்கேட்கும் அதிகாரத்தை பிரிட்டனுக்கு வழங்கியது.

பிரிட்டிஷ் இந்தியா மற்றும் ரஷ்ய நாடுகளுக்கு இடைப்பட்ட மோதல் தவிர்க்கும் மண்டலமாக (Buffer) ஆஃப்கானிஸ்தான் இருக்க ரஷ்யா எந்த எதிர்ப்பும் தெரிவிக்கவில்லை. இந்தியாவில் பிரிட்டிஷாரின் ஆட்சி முடிவுக்கு வருவதுவரை பதான் பிரிவினர் பிரிட்டிஷாருக்கு இடையூறாக இருந்துவந்தபோதிலும், ட்யூரண்ட் எல்லைக்கோட்டுக்கு எந்தப் பாதிப்பும் ஏற்படவில்லை. 1500 மைல் நீளமான இந்த எல்லைக்கோடு தெளிவான வரையறைகளுடன் 'கேப்டன் ஹென்றி மெக்மொகன்' மூலம் பின்னர் வரையப்பட்டது. மிகக் கடினமான அந்தப் பணியைத் திறம்படச் செய்த அவர் 1893-ல் காபூலுக்குச் சென்ற ட்யூரண்ட் குழுவில் இடம் பெற்றிருந்தார். அவரைப்பற்றி இந்நூலில் பின்னர் விரிவாக இடம் பெறும்.

வடமேற்கு எல்லையில் பதான்களால் 19-ம் நூற்றாண்டில் பிரிட்டிஷாருக்குப் பெரும் நெருக்கடிகள் தரப்பட்டன. அதுபோலவே வடக்கே காஷ்மீர் பிராந்தியத்தில் சின்கியாங், திபெத் வழியாகச் சென்ற எல்லைக்கோடுகள் பிரிட்டனிலும் இந்தியாவிலும் இருந்த ஆட்சியாளர்கள், அதிகாரவர்க்கத்தினரின் கவனத்தை அவ்வப்போது ஈர்த்துக்கொண்டிருந்தது.

1846-ல் சீக்கியர்களுடன் நடந்த முதல் போரில் கிடைத்த வெற்றிக் கனிகளில் ஒன்றாக காஷ்மீர் பிரிட்டன் வசம் வந்துவிட்டது. இருப்பினும் காஷ்மீரைத் தன்னுடன் இணைத்துக்கொள்ளாமல் பிரிட்டன் அதை 'வடக்கு எல்லையின் பாதுகாவலராக' நியமித்தது. பிரிட்டிஷ் இந்தியாவுடன் இணைத்துக்கொண்டால் செலவும் பொறுப்பும் அதிகமாகும் என்ற காரணத்தால் பிரிட்டன் அப்படி முடிவெடுத்தது (காஷ்மீரை இணைத்துக்கொள்வதில் மகுடத்தை அணிந்துகொள்ளும் பெருமை இல்லை. மாறாக அது தலையை அழுத்தும் முள் கிரீடம் என்று கருதினார் கவர்னர் - ஜெனரல்). அதனடிப்படையில் உள்ளூர் தோக்ரா சமூகத்தைச் சேர்ந்த குலாப் சிங்கை ஜம்முவின் ஆளுநராக பிரிட்டிஷ் அரசு நியமித்தது. இவர் ஏற்கனவே சீக்கியர்கள் ஆட்சியில் ஆளுநராக இருந்தவர்தான். சீக்கியர்களின் தோல்வியைத் தொடர்ந்து பிரிட்டிஷ் ஆதரவாளராக மாறியதால், அதற்குப் பரிசாக அவருக்கு பிரிட்டிஷ் அரசு ஆளுநர் பதவியை வழங்கியது.

அப்படியாக, பிரிட்டிஷ் அரசு ஜம்மு - காஷ்மீர் என்ற பெயரில் புதிய மாநிலத்தை உருவாக்கியது. முஸ்லிம்கள் அதிகம் வாழும் பகுதியில் இந்து மன்னரை நியமித்து இரு பிரிவினருக்கு இடையே கசப்பின் விதையை விதைத்தது. அப்படியாக எல்லை சார்ந்த விழிப்பு உணர்வு மிகுந்த கர்சன் பிரபு, 'இமயத்தின் இதயத்துக்குள் பிரிட்டிஷ் சாம்ராஜ்ஜியத்தின் எல்லையை நீட்டித்துக் கொண்டுசென்றோம்' என்று குறிப்பிட்டிருக்கிறார்.

இப்படி ஒன்று நடப்பதற்கு பிரிட்டிஷ் அரசுக்கும் சீக்கியர்களுக்கும் இடையேயான அமிர்தசரஸ் ஒப்பந்தம் காரணமாக அமைந்தது. பிரிட்டனின் தயவில், நிர்வாகம் செய்ய வேண்டிய நிலைக்கு குலாப் சிங் தள்ளப்பட்டார். பெரிய அளவில் இல்லாவிட்டாலும், தன்னால் இயன்ற அளவுக்கு, குலாப் சிங்கும் அண்டைப்பகுதிகளை வளைத்துக் கொள்வதில் அக்கறையுள்ளவரே. சில வருடங்கள் முன்னதாக அவ்வாறு அவர் கைப்பற்றிய பகுதிதான் லடாக். கடல் மட்டத்தில் இருந்து 12000 அடி உயரத்தில் சிந்து நதி தீர மேல் பள்ளத்தாக்கில் அமைந்துள்ள சிறிய நாடு லடாக். 10 ஆம் நூற்றாண்டுவரை திபெத்தின் ஒரு பகுதியாக இருந்த அது, பிறகு தனி ராஜ்ஜியமாகப் பிரிந்துசென்றது.

14 ஆம் நூற்றாண்டில் இஸ்லாமிய ஆக்கிரமிப்பு அலை லடாக்கை நெருங்கியது. அப்போது தோற்றுப் பின்வாங்கினா லும், மீண்டும் 16 ஆம் நூற்றாண்டில் பெரும் படையுடன் வந்து தோற்கடித்து மொகலாய சாம்ராஜ்யத்துடன் அதை இணைத்துக் கொண்டது. மொகலாய சாம்ராஜ்யத்தின் வீழ்ச்சியைத் தொடர்ந்து லடாக் மீண்டும் சுதந்திர நாடானது. ஆனாலும் பௌத்த நாடென்பதாலும், திபெத்தின் கலாசார, அரசியல் செல்வாக்குட்பட்டு இருந்ததாலும் வலிமையான ஆக்கிரமிப்பு சக்திகள் வேறு ஏதும் இல்லாததாலும், லடாக்கும் அந்தப் பீடபூமியில் இருந்த பிற சிறிய நாடுகளைப்போலவே 19 ஆம் நூற்றாண்டில் திபெத்தின் அங்கமாகவே கருதப்பட்டது. இந்த நாடுகள் அனைத்துமே லாஸா அரசுக்கு ஒருவகையில் கட்டுப் பட்டவையாகவே இருந்தன. அந்த அரசு வெளியில் இருந்து ஆளும் தலாய் லாமாவுக்குக் கட்டுப்பட்டதாகவும் லாமா மடாலய அமைப்பின் மூலம் நிர்வகிக்கப்படுவதாகவும் இருந்தது. இந்தக் காலகட்டத்தில் சீனாவின் கட்டுப்பாட்டில் திபெத் இருந்தது குறிப்பிடத்தக்கது.

பஞ்சாபை ஆண்ட சீக்கிய மன்னர்களுடைய பிரதிநிதியாக தான் இருந்து ஆளும் நோக்கில் 1834-ல் குலாப் சிங் படையெடுத்துச் சென்று லடாக்கை ஆக்கிரமித்தார். அதோடு நிறுத்தாமல் லாஸாவை பீகிங்குக்கு பணியாமல் லாகூருக்கு விசுவாசமாக நடக்கும்படிச் செய்தார். 1841 வசந்த காலத்தில் தோக்ரா படைகள் புனித ஏரிகளான ராகஸ் தல், மானசரோவர் உள்பட திபெத்தின் பெரும்பாலான பகுதிகளைக் கைப்பற்றின. இதன் மூலம் காஷ்மீரக் கம்பளங்களுக் கான மூலப்பொருளான கம்பளி கிடைக்கும் திபெத்தியப் பகுதிகள் சீக்கிய அரசின் கட்டுப்பாட்டுக்கு வந்தன. இந்துஸ்தானின் பிரமாண்ட மலை அரண்களைத் தாண்டி மேற்கொள்ளப்பட்ட இந்தப் படையெடுப்பை இந்திய வரலாற்றாசிரியர்கள் வெகுவாகப் புகழ்ந்துள்ளனர். ஆனால், தோக்ரா படைத்தளபதி குளிர்காலத்திலும் திபெத்தின் உட்பகுதிகளுக்குள் படையெடுத்து செல்லும் தவறான முடிவை குலாப் சிங் எடுத்தார். இதனால் 12000அடி உயரத்தில் பனியால் சூழப்பட்டு ஆயிரக்கணக்கில் வீரர்கள் மடிந்தனர். திபெத்தியர்கள் முன்னேறி வந்து லடாக்கை விடுவித்துக்கொண்டனர். ஆனால், குலாப் சிங்கின் புதிய படைகள் வந்து சேர்ந்ததையடுத்து லே பகுதிக்கு முன்பாக நடந்த போரில் திபெத்தியர்கள் தோற்றனர்.

இப்படியாக, இரு தரப்பும் சரி சமமான வெற்றிகளைப் பெற்றிருந்ததால் 1842-ல் இரு தரப்பினரும் அடுத்தவருடைய எல்லையை மதிக்க வேண்டும் என்று ஒரு சமாதான உடன்படிக்கை செய்துகொண்டனர். ஆனால், அந்த ஒப்பந்தம் எல்லை என்று எதையும் தெளிவாக வரையறுக்கவில்லை. 'முற்காலத்தில் வழக்கில் இருந்த எல்லை களை' மதித்து நடக்கவேண்டும் என்று பொத்தாம் பொதுவாகவே

குறிப்பிட்டது. இப்படியான தெளிவான எல்லை குறிப்பிடப் படாததில் இருந்து ஒரு விஷயம் தெரியவருகிறது. இருவருடைய ஆட்சிப் பகுதிகளும் அக்கம் பக்கம் இருந்தபோதிலும் ஒன்றையொன்று தொட்டுக்கொண்டிருக்கவில்லை. ஒருவர் இன்னொருவர் மீது படையெடுத்துச் செல்வதென்றால் ஆளற்ற மலைப்பகுதிகளைக் கடந்து சென்றாகவேண்டும். இரு தரப்புக்குமே தமது எல்லை எது என்பது குறித்த உத்தேசமான புரிதல்தான் இருந்தது. ஆனால் இரு ஆட்சிப் பகுதிகளும் தனித்தனியே பிரிக்கப்பட்டு இருந்ததால் ஒரு பொதுவான எல்லைக்கோடு அவசியமாக இருந்திருக்கவும் இல்லை. அல்லது இரு தரப்புக்கும் பூகோள அறிவு மிகவும் குறைவென்பதால் அவை அப்படித் தெளிவாக வரையறுக்கப்பட்டிருக்கவும் முடியாது.

குலாப் சிங்கின் பாதியில் முடிந்த படையெடுப்பை பிரிட்டிஷ் அரசு தீவிரமாகப் பரிசீலித்தது. சீக்கியர்கள் தமது பகுதியைத் தாக்கியது பிரிட்டிஷாரின் தூண்டுதலின் பேரில்தான் இருக்கும் என்று சீனா பிரிட்டிஷ் இந்தியப் பகுதிகள் மீது பதில் தாக்குதல் தொடுக்கக்கூடும் என்று பிரிட்டன் நினைத்தது. 1846-ல் ஜம்மு-காஷ்மீர் மன்னராக குலாப் சிங்கை பிரிட்டிஷ் அரசுதான் நியமித்திருந்தது. சூறையாடல் மீதான ஆசையினாலும் பழிவாங்க வேண்டும் என்ற எண்ணத்தினாலும் குலாப் சிங் மீண்டும் திபெத்தின் மீது படையெடுத்தால் நம் நிலைமை சிக்கலாகிவிடும் என்று பிரிட்டன் யோசித்தது. எனவே, பிரிட்டிஷாரின் சம்மதமின்றி குலாப் சிங் எந்தப் படையெடுப்பையும் மேற்கொள்ளக்கூடாதென்று அமிர்தசரஸ் ஒப்பந்தத்தில் குறிப்பிட்டது. இதனைத் தொடர்ந்து திபெத்துக்கும் லடாக்குக்கும் இடையே தெளிவான எல்லைக்கோடு வகுக்க முன்வந்தது. இதன் மூலம் கிழக்குப் பகுதியில் எழும் அனைத்து பிரச்னைகளுக்கும் காரணமான நிச்சயமற்ற எல்லை என்ற விஷயத்துக்குத் தீர்வு கிடைக்குமென பிரிட்டிஷ் எதிர்பார்த்தது.

உத்தேசிக்கப்பட்டிருக்கும் எல்லைக்கோடு குறித்து சீன அரசுக்கு பிரிட்டிஷ் அரசு தெரிவித்தது. அதோடு லாஸா மற்றும் சீனாவின் சம்மதத்தைப் பெற இரு தரப்புக்கும் கடிதம் எழுதியது. ஆனால் சீனத் தலைநகர் பீகிங்கில், பிரிட்டிஷ் தூதரகம் இல்லாத காரணத்தினால் உடனடியாக அவர்களுடன் தொடர்புகொள்ளவோ பதில் பெறவோ இயலவில்லை. பதில் என்று சொல்லத் தகுந்தவகையில் சீன வைஸ்ராயிடமிருந்து கிடைத்த தகவல் என்னவென்றால், திபெத்துக்கும் லடாக்குக்கும் இடையிலான எல்லைக்கோடானது மிகவும் தெளிவாகவே வரையறுக்கப்பட்டிருக்கிறது. எனவே, அந்தப் பழைய எல்லைக்கோட்டை அப்படியே பின்பற்றுவோம். அதைத் திருத்தியமைக்க எந்த முயற்சியும் எடுக்காமல் இருப்பதே நல்லது என்று சொல்லப்பட்டது. இருந்தும் சீன அரசு புதிய எல்லைக்கோடு

வகுக்கும் நாளில் தனது குழுவை அனுப்பிவைக்கும் என்றும் அந்த சீன அதிகாரி மூலம் பிரிட்டிஷாருக்குத் தகவல் கிடைத்தது. ஆனால், உறுதியளித்தபடி சீன அரசு எந்தக் குழுவையும் அனுப்பி வைக்கவில்லை. அதுமட்டுமல்லாமல் பிரிட்டிஷ் அரசு அதிகாரிகள் எல்லைக்கோட்டை வரையறுக்க வந்த தினத்தன்று திபெத்தியர்கள் பெருந்திரளாகக் கூடித் தங்கள் எதிர்ப்பைப் பதிவும் செய்தனர்.

சம்பந்தப்பட்ட இரு நாடுகள் ஒப்புக்கொள்ளும் விதத்தில்தான் எல்லைகள் வரையறுக்கப்படமுடியும். இரு நாட்டு அரசுகளின் கூட்டுறவால்தான் அது சாத்தியமாகும். சீனர்களோ திபெத்தியர்களோ யாரும் ஒத்துழைக்கவில்லையென்பதால் 1846-ல் பிரிட்டிஷார் வகுத்த திபெத்-லடாக் எல்லைக்கோடு அங்கீகாரம் பெறவில்லை. ஆனால் பிரிட்டிஷ் அரசு அந்த எல்லைக்கோட்டை வகுத்த முக்கிய நோக்கம் குலாப் சிங் எல்லை தாண்டி திபெத்தின் மீது படையெடுத்து அதன் காரணமாகச் சீனாவின் கோபத்தைக் கிளறக் கூடாது என்பதுதான். அதை அவர்கள் தாமாகவே முன்னெடுத்தனர். அதன்படி, எல்லைப் பகுதியை மீண்டும் ஆய்வு செய்து எல்லைக்கோட்டை வரைய பிரிட்டிஷ் அரசு தனது அதிகாரிகளுக்கு உத்தரவிட்டது. 'ஆள் நடமாற்ற எல்லையோ மக்கள் வசிக்கும் எல்லையோ அல்ல... மிகத் தெளிவான நன்கு வரையறுக்கப்பட்ட ஓர் எல்லையே தேவை' என்பதை மனதில் வைத்துக்கொள்ளும்படித் தன் அதிகாரிகளுக்கு பிரிட்டிஷ் அரசு உத்தரவிட்டது. அதாவது, எல்லைக்கோடாக உள்ளூர் மக்கள் எதைச் சொல்கிறார்கள், எது அங்கு வழக்கில் இருக்கிறது (அப்படித் தெளிவாக எதுவும் இல்லை) என்பதை மட்டுமல்லாமல் அதிகாரிகள் தமது ஆய்வின் மூலம் நடைமுறை எல்லைக்கோடு எதுவாக இருக்கவேண்டும் என்று சுயமாக ஒரு முடிவை எடுக்கவேண்டும் என்பதே அந்த உத்தரவின் பொருள்.

1846 - 1847-ல் ஆய்வு செய்து பேன்காங் ஏரிக்குச் சற்று வடக்கில் ஆரம்பித்து ஸ்பிடி ஆறு வரையான பகுதியை எல்லைக்கோடாக வரையறுத்தனர். ஆனால், அந்த இடத்தோடு நின்றுவிட்டனர். வடக்குப் பக்கம் பேங்காங் ஏரி மற்றும் காரகோரம் கணவாய்க்கு இடைப்பட்ட பிரமாண்ட நிலப்பரப்பானது 'மனிதர்கள் நடமாட்ட மற்ற பகுதி. எனவே வடகிழக்குப் பகுதியில் திபெத்தின் எல்லையைத் தெளிவாக வரையறுப்பது சாத்தியமில்லை' என்று ஆய்வுக்குழுவில் இருந்த ஒரு ஆணையர் கருத்துத் தெரிவித்தார். ஆனால் அன்றைக்கு எதற்கும் பயன்படாத பகுதி என்றும், யாரும் சண்டை போட மாட்டார்கள் என்றும் ஒதுக்கப்பட்ட பிரமாண்ட நிலப்பரப்புதான், சுமார் நூறு வருடங்களுக்குப் பிறகு இந்திய - சீன எல்லைப் பிரச்னையின் அடிப்படைக் காரணமாக விளங்கப்போகிறது என்று அப்போது யார்தான் நினைத்திருக்கக்கூடும்.

பேன்காங் ஏரிக்கும் காரகோரம் கணவாய்க்கும் இடைப்பட்ட அகண்ட இடைவெளியை ஒருங்கிணைத்து டபிள்யூ ஹெச் ஜான்சன் ஓர் எல்லையை உருவாக்கினார். 1865-ல் கோடான் என்ற இடத்துக்கு வருகைதந்த அவர், கடல் மட்டத்தில் இருந்து 17,000 அடி உயரத்தில் உள்ள அக்சாய் சின் வழியாக என்ற இடத்தை அடைந்தார். அக்சாய் சின் என்றால் 'வெள்ளைக் கற்கள் நிறைந்த பாலைவனம்' என்று பொருள். பனிப்புயலும் கடுங்குளிரும் நிறைந்த பகுதி என்பதால் எந்தப் பயிரும் விளையாது என்பதுடன் மனிதர்கள் வாழவே முடியாத இடமாகும். ஆனால், இந்தப் பகுதிதான் இருபதாம் நூற்றாண்டில் இந்தியக் குடியரசுக்கும் சீன மக்கள் குடியரசுக்கும் இடையே பெரும் போருக்குக் காரணமானது.

ஆனால், தீவனங்களோ தங்குமிட வசதிகளோ எதுவும் இல்லாத, உயிரைக் குடிக்கும் பனிக்காற்று வீசும் கொடூரமான அந்த மலைப்பரப்பினூடாகத்தான் பல ஆயிரம் ஆண்டுகளுக்கு முன்பு வரலாற்றுச் சிறப்புமிக்க வர்த்தகம் நடைபெற்று வந்தது. ஆம். அதுதான் எல்லைகள் தாண்டி சீனாவையும் ஏனைய நாடுகளையும் இணைத்த பட்டுப் பாதை (Silk Route). கோடைக் காலத்தில்தான் பட்டு, உப்பு, கம்பளி, உள்ளிட பொருட்களுடன் இந்தப் பாதை வழியே அண்டை நாடுகளுடன் வர்த்தகம் நடைபெறும். பொருட்களைச் சுமக்கப் பனிப் பிரதேசங்களில் மட்டுமே காணப்படும் யாக் போன்ற விலங்குகள் பயன்படுத்தப்படும். அந்தப் பகுதியின் மிகக் குறுகிய கோடைக்காலங்களில் மதியவேளைகளில் பனி மலைகள் ஒரு சில மணி நேரங்கள் மட்டுமே உருகிக் கிடைக்கும் நீரைக்கொண்டு அந்தப் பயணங்கள் மேற்கொள்ளப்படும்.

அக்சாய் சின் மற்றும் காரகோரம் கணவாய்க்கு வடக்கே உள்ள பெரும் பகுதியை ஆய்வு செய்த ஜான்சன் அவற்றை காஷ்மீருக்கு உள்ளடங்கிய பகுதிகளாகக் காட்டும் வரைபடத்தை 1868-ல் வெளியிட்டார். காஷ்மீர மன்னரின் சாம்ராஜ்ஜிய விரிவாக்க நோக்கங் களைப் பூர்த்தி செய்யும் வகையில் அந்த எல்லை வரையப் பட்டிருப்பதாகச் சொல்லப்பட்டது. இதனைத் தொடர்ந்து காஷ்மீரின் ஆணையராக லடாக்கில் ஜான்சன் நியமிக்கப்படவே, காஷ்மீர் மன்னருக்கும் (குலாப் சிங் மகன்) ஜான்சனுக்கும் இடையே ஏதோ எழுதப்படாத ஒப்பந்தம் நிலவுவதாக மற்ற ஆங்கிலேயர்கள் சந்தேகப் பட்டனர். எனவே, ஜான்சன் வகுத்த எல்லைக்கோட்டை அவர்கள் அப்போது ஏற்றுக்கொள்ளவில்லை.

எனக்கு இருப்பதைவிடக் கூடுதலாக காஷ்மீர் மஹாராஜாவுக்கு சாஹிதுல்லா பகுதியில் (காரக்கோரம் மலையிடைப் பாதைக்கு வடக்கே) எந்த அதிகாரமும் கிடையாது என்று ஒரு ஆங்கிலேயர்

சொன்னார். காஷ்மீர் மகாராஜாவுக்கு என்றுமே அந்தப் பகுதியின் மீது எந்த அதிகாரமும் கிடையாது. அவருக்கு ஒரு அடி நிலம்கூடச் சொந்தமாக இல்லாத பகுதியை (அங்கு வசிப்பவர்கள் எல்லாம் வேறொரு நாட்டுக் குடிமக்கள்) நமது வரைபடங்கள் அவருடைய ராஜ்ஜியத்துடன் இணைத்துக் காட்டுவதைப் பார்க்கும்போது ஆச்சரியமாக இருக்கிறது என்று இன்னொருவர் கூறினார். அங்கு சென்று வந்த இன்னொருவர், காரக்கோரம் மலைத்தொடருக்குக் கிழக்கே, காரக்கோரம் மலையிடைப் பகுதியில் இருந்து தொடங்கி சாஞ்சென்மோ ஆறு வரையிலுமான பகுதியை காஷ்மீர மஹாராஜாவின் ஆட்சிப் பகுதியின் எல்லையாக நிச்சயமாக வரையறுக்கலாம் என்று இன்னொருவர் சொன்னார்.

இப்படிப் பல்வேறு கருத்துகள் கூறப்பட்டாலும் ஜான்சன் வரைந்த எல்லைக்கோட்டின்படியே பிரிட்டிஷ் அரசு வெளியிட்ட வரைபடத்தில் காஷ்மீர் பகுதிகள் குறிக்கப்பட்டன. 1868-லும் அதன் பிறகும் வெளியான பல வரைபடங்கள், ஜான்சனின் வரைபடத்தை ஒட்டியே வெளியாயின. 1860-களில் பிரிட்டிஷாரின் எல்லைக் கோட்பாடென்பது, கவர்னர் ஜெனரல் சொன்னதுபோல் காஷ்மீர் மன்னர் (குலாப் சிங்கின் மகன்) விஷயத்தில் 'வெளிப்படையான நல்லெண்ணத்துடனும் மிகக் கடுமையான சகிப்புணர்வுடனும்' செயல்படுவதாக இருந்தது. இந்தக் காரணத்தினால்தான் ஜான்சன் வரைந்த எல்லைக்கோட்டுக்கு பிரிட்டிஷ் அரசு அங்கீகாரம் கொடுத்திருக்கிறது.

இந்தியாவுக்கும் மத்திய ஆசியாவுக்கும் இடையே வர்த்தகத்தை வெகுவாக அதிகரித்துவிடமுடியும் என்ற பூதாகரமான நம்பிக்கையே பிரிட்டிஷ் எல்லைக் கொள்கைகளில் முக்கிய அங்கம் வகித்தது. சீனாவின் மேற்குப்பகுதிகளில் நடந்த கலகங்களும் முக்கிய பங்காற்றியது. 1866-ல் சீனாவின் வடக்குப் பகுதியான கஷ்காரியாவில் யாகூப் பேக் தலைமையில் புரட்சி வெடித்து அது தனி நாடானது. சீனாவை எதிர்த்து வெற்றி பெற்றிருந்த அவர் பிரிட்டிஷ் அரசுடன் வர்த்தக ரீதியான நல்லுறவை வளர்த்துக் கொள்ள தீவிர ஆர்வம் காட்டினார். இந்தியத் தேயிலைக்கும், பிரிட்டிஷ் தயாரிப்புகளுக்கும் ஓர் எல்லையற்ற சந்தை கிடைத்துவிட்டதாகவே லண்டனிலும் இந்தியாவிலும் மகிழ்ச்சி பொங்கியது.

இதனிடையில் தாஷ்கண்டை ஏற்கெனவே கைப்பற்றியிருந்த ரஷ்யா கோக்காண்ட் பகுதியைக் கைப்பற்றத் திட்டமிட்டிருந்தது. யாகூப்பின் ஆட்சிப் பகுதியில் இருந்த வர்த்தக வாய்ப்புகளை ரஷ்யாவும் பெரிதும் விரும்பியது. மேலும் காரக்கோரம் மலைப் பகுதி, குவேன் லேன் போன்றவை பிரிட்டிஷாருக்கு பாதகமாக அமையும் என்றும் எதிர்பார்த்தது. பின்னால் நடந்த விஷயங்கள் அவர்களுடைய யூகம்

சரி என்றே நிரூபித்தன. கஷ்காரியா பகுதியில் வர்த்தகரீதியாகவும் அரசியல்ரீதியாகவும் செல்வாக்கு செலுத்தவேண்டும் என்ற எதிர்பார்ப்புகள், ரஷ்யா அந்தப் பகுதியில் கால் ஊன்றிவிடுமோ என்ற பயம் போன்றவை அடுத்த பதினைந்து ஆண்டுகளுக்கு குறைந்தும் அதிகரித்தும் வந்தன.

சாஞ்சென்மோ பள்ளத்தாக்கு வரை புதிய வர்த்தகப் பாதை அமைத்து விடலாம் என்று 1870களில் பிரிட்டன் வெகுவாக நம்பவும் செய்தது. ஆனால், மத்திய ஆசிய அரசியல் களத்தில் யாகூப் பேக்கின் ஆட்சி சீனாவைக் கட்டுப்படுத்த உதவும் ஒன்றாக நிரந்தரமாக இருக்கும் என்ற பிரிட்டிஷாரின் நம்பிக்கை விரைவிலேயே பொய்த்துப்போனது. சீனா யாகூப் பேக்கின் ஆட்சியை வீழ்த்தி 1877-ல் கஷ்காரியாவை மீட்டெடுத்தது. பீகிங்கின் கையைவிட்டுப் போய்விட்டதாக பிரிட்டிஷார் நினைத்த அந்தப் பகுதிக்கு சின்கியாங் என்று பெயரிட்டது.

இந்தக் காலகட்டத்தில் கஷ்காரியா பிராந்தியத்தில் வர்த்தக, அரசியல் செல்வாக்கு செலுத்துவது தொடர்பாக ரஷ்யாவுடனான போட்டியே பிரிட்டிஷாரின் எல்லைக் கோட்பாட்டைத் தீர்மானித்தது. உண்மை யான எல்லை என்னவாக இருக்கும் என்பது குறித்து எந்தப் பெரிய அக்கறையும் இல்லாமல் ரஷ்யாவுடனான போட்டியைச் சமாளிப்பதே நோக்கமாக இருந்தது. எனினும், காரகோரம் மலைத்தொடர் வழியாக சாஞ்சென்மோ பள்ளத்தாக்கு தொடங்கி காரகோரம் மலையிடைப்பாதை வரையான எல்லையை பிரிட்டன் ஏற்கவே செய்தது. 1873-ல் லண்டனில் இருந்த 'இந்தியா ஆஃபீஸ்' இந்த அடிப்படையில் ஒரு வரைபடத்தையும் தயாரித்தது. ஆனால், ரஷ்யப் படைகளின் தொடர் முன்னேற்றத்தைப் பார்த்தபோது, 'உலகின் முதல் பொது எல்லைக்கோடாக காரக்கோரம் மலைத் தொடரே பழம் பெரும் இங்கிலாந்துக்கும் புனித ரஷ்யாவுக்கும் இடையில் அமையப் போகிறது' என்ற நிலை உருவானது. இது எல்லைக் கோட்பாட்டு விஷயத்தில் தீவிரப் போக்கைக் கடைப்பிடிப்பவர்களின் எண்ணங் களுக்கு உத்வேகத்தைத் தந்தது.

அதே 1873-ல் ஆள் அரவமற்ற பிரம்மாண்ட நிலப்பரப்பான அக்சாய் சின்னை உள்ளிழுக்கும் நோக்கில் காரகோரத்திலிருந்து குன் லுன் மலைத் தொடர்வரை (அதுதான் யாகூப் பேக்கின் தென் எல்லையாக இருந்தது) காஷ்மீருக்கான எல்லையை விரிவுபடுத்தவேண்டும் என்றொரு கருத்து அவர்களில் ஒருவரால் முன்வைக்கப்பட்டது. ஆனால், இந்த இடத்தில் மிதவாதிகளில் குரலே மிகுதியாக இருந்தது. யாரும் எளிதில் அடைய முடியாத இடம் அக்சாய் சின்; அந்த எல்லையைத் தக்கவைப்பது மிகவும் சிரமம்; அதோடு ரஷ்யாவின் தாக்குதலுக்கு இந்தியா ஆளாக நேரும் என்ற மிகை பயமும் காரணங்களாகச் சொல்லப்பட்டன.

மத்திய ஆசியாவில் ரஷ்யாவுடன் பொது எல்லைக்கோடு இருப்பது ஆபத்தானது என்பது பிரிட்டிஷாரின் கொள்கைதான். ஆனால், ரஷ்யாவும் அப்படியே நினைத்தது. மோதலைத் தவிர்க்கும் வகையிலான இடை மண்டலம் எதுவும் இல்லாமல் பொது எல்லைக் கோடு இருந்தால் ரஷ்யா மெள்ள இந்தியாவுக்குள் நுழைந்துவிடும் என்று பிரிட்டிஷ் படைவீரர்கள் அவர்களுடைய எஜமானர்களிடம் எச்சரிக்கை விடுத்தனர். அதே நேரத்தில் 20 ஆயிரம் அடி உயரத்தில் இருக்கும் பாமிர் மலைப்பகுதி வழியாக பிரிட்டிஷார் ரஷ்யாவைத் தாக்கிவிடக்கூடும் என்று ரஷ்ய வீரர்கள் கவலை தெரிவித்தனர். இந்த இரு நாடுகளுமே இந்திய கவர்னர் ஜெனரலுக்கு லண்டன் பத்தாண்டு களுக்கு முன்னர் தந்த ஓர் அறிவுரையைக் கேட்டு நடந்திருந்தால் மிகவும் பயனுள்ளதாக இருந்திருக்கும் : நீங்கள் படை வீரர்கள் சொல்வதைஅளவுக்கு அதிகமாக நம்புகிறீர்கள். நீங்கள் ஒருபோதும் நிபுணர்களை நம்பாதீர்கள். நீங்கள் மருத்துவர்களை முழுவதுமாக நம்பினால் எதுவுமே சுகாதாரமில்லை என்றே சொல்வீர்கள். கோட்பாட்டாளர்களை நம்பினால் யாருமே வெகுளிகள் அல்ல என்றே சொல்வீர்கள். படைவீரர்களை நம்பினால் எதுவுமே பாதுகாப்பானதல்ல என்றே சொல்வீர்கள்.

பிரிட்டனும் ரஷ்யாவும் தங்களுக்கு இடையே மோதலைத் தவிர்க்கும் இடைமண்டலமாக ஒரு பகுதியை நிர்ணயித்துக் கொள்வதுடன், அதில் இரு நாடுகளும் ஆதிக்கம் செலுத்தக் கூடாது என்றும் 1895 பாமிர் ஒப்பந்தத்தின் கீழ் கையெழுத்திட்டன. அப்படியான மிக மெல்லிய இடை மண்டலப் பகுதியை ஆஃப்கானிஸ்தானுக்கு சொந்தமானதாக அங்கீகரித்தனர். இது சீனாவின் மேற்கு எல்லையுடன் சென்று முட்டியது. அவர்கள் இந்த ஒப்பந்தத்தில் பங்கெடுக்க மறுத்துவிட்டனர். எனவே, சீனாவைச் சம்மதிக்க வைத்து இடை மண்டலப் பகுதியில் எந்தவொரு இடைவெளியும் இல்லாமல் பார்த்துக்கொண்டாக வேண்டும். ரஷ்யாவோ, பிரிட்டிஷ் படையோ மோதலுக்குப் போகாமல் பார்த்துக்கொள்ளவேண்டும் என்று பிரிட்டிஷார் தீர்மானித்தனர். 1899-ல் அப்போதைய வைஸ்ராய் லான்ஸ்டோன் பிரபு பிரிட்டிஷ் அரசுக்கு எழுதிய கடிதம் பின்வருமாறு:-

'காரகோரம் மற்றும் குன் லூன் பகுதிகளுக்கு இடையேயான பகுதி ஆள் நடமாட்டமற்ற, எளிதில் அணுக முடியாத, வாழ்வதற்குத் தகுதியற்ற இடமாகும். ஒருவேளை இந்தப் பகுதியின் மீது சீனா ஆர்வம் செலுத்தினால் அதை ஊக்கப்படுத்துவதுதான் புத்திசாலித் தனமாகும். இன்னும் சொல்லப்போனால் கஷ்கர் - யார்க்கண்ட் பகுதி முழுவதையும்கூட சீனா எடுத்துக்கொள்ள அனுமதிக்கலாம். இந்தப் பகுதிகளைச் சீனாவுக்கு விட்டுத் தருவதால் நமக்கு எந்த இழப்பும் இல்லை. சீனாவை இந்தப் பகுதியில் மேலும் பலப்படுத்துவதால்,

ரஷ்யா நம்மை நோக்கி முன்னேறுவதைத் தடுக்கும் பாதுகாப்பு அரணாகவும் அது விளங்கும்' என்றார்.

கஷ்கரியா / சிங்கியாங் பகுதிகளை மீண்டும் கைப்பற்றிய சில காலம்கழித்து சீனா யாகூப் பேக் செய்ததுபோலவே, குன் லுன் மலைப்பகுதியையே தனது தென் எல்லையாக வைத்துக்கொண்டது. புதிதாகக் கைப்பற்றியிருக்கும் பகுதியில் தனது செல்வாக்கை அதிகரித்தல் கிழக்குப் பகுதியில் ரஷ்ய ஊடுருவலைத் தடுத்து நிறுத்துதல், முடிந்த பகுதிகளில் ரஷ்யாவைப் பின்னுக்குச் செல்ல வைத்தல் போன்ற செயல்களில் மூழ்கியது. 1860 ஒப்பந்தம் மூலம் மத்திய ஆசியாவின் பெரும்பான்மைப் பகுதிகளை ரஷ்யாவிடம் சீனா இழந்திருந்தது. சீனாவுக்கு எதிரான யாகூப் பேக்கின் புரட்சியை ரஷ்யா தனக்குச் சாதகமாகப் பயன்படுத்திக்கொண்டு மேலும் பல பகுதிகளை ஆக்கிரமித்துக் கொண்டது. எல்லையோரத்தில் நிலவிய பதற்றத்தைத் தடுக்கவே அந்தப் பகுதிகளைக் கைப்பற்றியதாகவும், மத்திய ஆசியாவில் சீனா தனது ஆதிக்கத்தை நிலை நாட்டியதும் அந்தப் பகுதிகளை சீனா திரும்பப் பெற்றுக்கொள்ளலாம் என்றும் ரஷ்யா தெரிவித்தது.

ஆனால், அப்படியான ஒரு சூழல் வந்தபோது ரஷ்யா தான் கொடுத்த வாக்கில் இருந்து பின்வாங்க முயன்றது. இதே காலகட்டத்தில் சீனாவின் தூரக் கிழக்குப் பகுதிகளில் ரஷ்யா தனது ஆக்கிரமிப்புகளை விரிவுபடுத்திக்கொண்டே சென்றது. அமூர் நதியின் வடக்கு மற்றும் அதன் கிளை நதியான உசூரியின் கிழக்கே உள்ள பகுதியைக் கைப்பற்றி விளாடிவாஸ்டாக் என்னும் புதிய துறைமுக நகரை உருவாக்கியது. இதன் மூலம் ஜப்பான் கடலுடன் சீனாவுக்கு இருந்த தொடர்பு முற்றிலுமாகத் துண்டிக்கப்பட்டது. 1858-ல் ஐகுன் ஒப்பந்தம், 1860-ல் பீகிங் ஒப்பந்தம் ஆகியவற்றின் மூலம் சீனா மேற்கூறிய மிகப் பெரிய இழப்புகளை வேறு வழியின்றி ஏற்றுக் கொண்டது. வலுவாக இல்லாத நிலையில் எல்லை தொடர்பான பேச்சுவார்த்தைகளில் பங்கேற்பதால் இழப்புகளே ஏற்படும் என்பதை சீனா உணர்ந்துகொண்டது. 1950களின் மத்திம காலம்வரை சீனா எல்லைப்பிரச்னையில் நடந்துகொண்ட விதத்துக்கும் இந்தப் புரிதல்தான் காரணம்.

1880களில் பிரிட்டனும், ரஷ்யாவும் தங்கள் ஆதிக்கத்தை நிலை நிறுத்தப் போட்டி போட்டுக் கொண்டிருக்கும் தெற்குப் பகுதியின் மீது தனது கவனத்தைத் திருப்பியது. சீனாவின் உரிமை கோரல்களின் கோட்பாட்டுரீதியிலான நியாயங்களைப் பரிசீலிக்கவும், அந்தப் பகுதிகளி அவர்கள் எடுத்துக்கொள்ளவும், 1890-ல் கேப்டன் யங்ஹஸ்பண்ட் (இவர்தான் 14 ஆண்டுகள் கழித்து லா ஹாசா பகுதியின் மீது படையெடுத்தார்) பேச்சுவார்த்தை நடத்த அனுப்பி

வைக்கப்பட்டார். காரகோரம் மலைத் தொடர் மற்றும் சிந்து - தாரிம் நதிப்படுகைக்கு இடைப்பட்ட பகுதி வழியாகத் தனது எல்லைக்கோடு செல்வதாக சீனா தனது நிலைப்பாட்டை அவரிடம் விளக்கியது. மேலும் தனது உரிமையை உறுதிப்படுத்தும் வகையில் காரகோரம் மலையிடைப் பாதைக்கு அருகில் 'சீன எல்லை தொடங்குகிறது' என்ற அறிவிப்புப் பலகையையும் 1892-ல் நிறுவியது. சீனாவின் இச்செயலை பிரிட்டிஷ் அரசு வரவேற்றது. காரக்கோரம் மலைத் தொடருக்கு அப்பால் இருக்கும் ஆள் நடமாட்டமற்ற பகுதிகளை சீனாவுக்குச் சாதகமாக வரையறுப்பதில் தமக்கு சம்மதமே என்று தெரிவித்தனர்.

காரகோரம் மலையிடைப்பாதை இவ்வாறாக இந்திய-சீன எல்லையின் ஒரு முக்கிய பகுதியாக இரு தரப்பு சம்மதத்துடன் வரையறுக்கப்பட்டது. ஆனால், அந்த மலையிடைப் பாதையின் இரு பக்கத்துப் பகுதிகள் சார்ந்து தெளிவாக வரையறுக்க முடியவில்லை. (காரக்கோரம் கணவாய்க்கும் ஆஃப்கானிஸ்தானுக்கும் இடையிலான பகுதி பற்றி இந்த எல்லைக் கோட்டு வரையறை எதுவும் சொல்லவில்லை. சீனாவுக்கும் பாகிஸ்தானுக்கும் இடையில் 1963-ல் போடப்பட்ட ஓர் ஒப்பந்தம் இதுபற்றிச் சுருக்கமாகப் பேசுகிறது).

1891-92-ல் தெற்குப் பகுதி முழுவதையும் இன்னும் விரிவாக ஆய்வு செய்ய லீ யுவான் பிங் என்னும் அதிகாரியை சீனா அனுப்பி வைத்தது. காரகாஷ் நதியைக் கடந்து ஹஜி லங்கார் வரையும், பின்னர், அக்சாய் சின்னைக் கடந்து சாஞ்சென்மோ ஆற்றை அடைந்தார். அவர் ஒரு பயணியே தவிர ஆய்வாளர் இல்லை. அவருடைய பயணக் குறிப்புகள் மேலோட்டமானவையே. இருப்பினும் காஷ்கர் பகுதியில் பிரிட்டிஷ் பிரதிநிதியாக இருந்த ஜார்ஜ் மெக்கார்ட்னி என்னும் ஆங்கிலேயர் இவரது அறிக்கையின் நம்பகத்தன்மையைச் சந்தேகிக்கவில்லை.

1890 வாக்கில் காரக்கோரம் மலையிடைப் பாதையிலிருந்து சாஞ்சென்மோ வரையான பகுதி குறித்த ஓரளவுக்கு நல்ல புரிதல் ஏற்பட்டுவிட்டிருந்தது. 1896-ல் காரகோரம் கணவாய் மற்றும் சாஞ்சென்மோ ஆறு ஆகியவற்றுக்கு இடைப்பட்ட அக்சாய் சின் பகுதி தங்களின் கட்டுப்பாட்டுக்குள் உள்ள பகுதியென பிரிட்டிஷ் அதிகாரி மெக்கார்ட்னியிடம் சீனா தெரிவித்தது. ஆனால் டபிள்யூ ஹெச் ஜான்சன் முன்பு ஆய்வு செய்து தயாரித்த வரைபடத்தை சமர்ப்பித்து அக்சாய் சின் பிரிட்டிஷ் இந்தியாவின் பகுதி என்று மெக்கார்டனி மறுப்புத் தெரிவித்தார். அந்த வரைபடத்தை சீனா ஏற்க மறுத்து அக்சாய் சின் தமக்கே சொந்தம் என்று சொன்னது (அப்போது சீனாவில் இருந்த ரஷ்ய பிரதிநிதியிடம் சீன அரசு அந்த வரைபடத்தைக் காட்டியிருக்கும். அவர் சீனாவுக்கு இதனால் ஏற்படும் இழப்பு குறித்துச் சுட்டிக்காட்டியிருப்பார் என்று தோன்றுகிறது).

பிரிட்டிஷ் அரசிடம் சமர்ப்பித்த அறிக்கையில் மெக்கார்ட்னி அக்சாய் சின்னின் ஒரு பாதி சீனாவுக்கும் மற்றொரு பாதி பிரிட்டிஷ் அரசுக்கும் சொந்தமாக இருக்கும் போலிருக்கிறது என்று பதிவு செய்திருந்தார். பிரிட்டிஷ் உளவுத் துறை இது குறித்த ஆய்வுகளை மேற்கொண்டு மெக்கார்ட்னியின் கூற்று சரியானதுதான் என்று உறுதிப்படுத்தியது.

இதனிடையில் தீவிரப் போக்கு கொண்ட பிரிவைச் சேர்ந்த பிரிட்டிஷ் இந்தியாவின் மேஜர் ஜெனரலும், பின்னாளில் பிரிட்டிஷ் ஜெனரல் ஸ்டாஃப் ராணுவ நுண்ணறிவுப் பிரிவு இயக்குனராகப் பதவி உயர்வு பெற்ற சர் ஜான் ஆர்டக், 1865-ல் ஜான்சன் வரைபடத்தின்படி அக்சாய் சின் மட்டுமின்றி அதனைச் சுற்றியுள்ள அனைத்துப் பகுதிகளையும் பிரிட்டன் தனது கட்டுப்பாட்டுக்குள் கொண்டு வரவேண்டும். அப்போதுதான் இந்தியா மீது ரஷ்ய ஊடுருவுவதைத் தடுக்கமுடியும் என்று 1897 ஜனவரி1-ல் பிரிட்டிஷ் அரசிடம் விரிவான அறிக்கை சமர்ப்பித்தார். அந்தக் கோரிக்கை அப்போது ஏற்கப்படவில்லை. ஆனால், எல்லைக் கோட்பாட்டு விஷயத்தில் அந்தப் பார்வை வெகுவாகத் தாக்கம் செலுத்தியே வந்தது.

சீனா பலம் குறைந்த நாடு என்பதால், 'ரஷ்யா இந்தியாவின் எல்லையை நோக்கி மிகுந்த ஆர்வத்துடன் முன்னேறி வருகிறது. இந்நிலையில் இந்தியாவின் வடக்கு எல்லைக்கும் ரஷ்யாவுக்கும் இடையில் மோதல் தவிர்க்கும் இடை மண்டலமாக சீனாவால் இருக்கமுடியாது' என்பதுதான் அர்டாக்கின் வாதம். சின்கியாங்கின் கிழக்குப் பக்கம் இருக்கும் பகுதிகளைத் தன்னுடன் இணைத்துக் கொண்டு, தென் திசையில் எவ்வளவு முடியுமோ அவ்வளவு பகுதிகளை ஆக்கிரமிக்க ரஷ்யா முயற்சி செய்யும் என்றும் அவர் முன்வைத்தார்.

காரகோரம் மலைத்தொடரை பிரிட்டிஷார் இந்தியாவின் வட கிழக்குப் பகுதியில் இருக்கும் இயற்கை அரணாகக் கருதுகிறார்கள். அது நன்கு வரையறுக்கப்பட்டதாகவும் எளிதில் கடக்க முடியாததாகவும் இரு பக்கத்து மனிதர்களைத் தெளிவாகப் பிரித்து வைப்பதாகவும் இருப்பது உண்மைதான். ஆனால், அந்த மலைத் தொடரின் பிரமாண்டம், கடல் மட்டத்தில் இருந்து அதிக உயரத்தில் இருப்பது, எளிதில் போய்வர முடியாத தன்மை, வெகு குறைவான மக்களே வசிக்கும் நிலை போன்ற காரணங்களால் அங்கு என்ன நடக்கிறது என்பதைத் தொடர்ந்து கண்காணிப்பது மிகவும் கடினம். பாதுகாப்பு தொடர்பாகத் தேவைப்படும் நடவடிக்கைகள், எதிரிகள் அங்கு நடமாடுகிறார்களா என்பதைக் கண்காணிக்கும் வசதி போன்றவையெல்லாம் வடக்கு மலைச் சரிவில் நாம் இருந்தபடிக் கண்காணித்துவர முடிந்தால்தான் சாத்தியம். எனவே பிரிட்டிஷாரின் எல்லைக் கொள்கை என்பது, 'எதிரிகள் அந்த இடத்தை ஆக்கிரமித்து விட முடியாதவகையில் நம் கட்டுப்பாட்டுக்குள் வைத்திருப்பதே ராஜ தந்திரம்' என்றும் தெரிவித்திருந்தார்.

தனது அறிக்கையில், காரக்கோரத்தின் வடக்குப் பகுதியில் குயென் லுன்னையும் உள்ளடக்கிய மலைத் தொடரையே எல்லையாகக் குறித்துக்கொடுத்திருந்தார். அவர் வகுத்த எல்லையின்படி, அக்சாய் சின்னை மட்டுமல்லாமல் யார்கண்ட், காரகாஷ் நதி ஆகியவையும் இந்தியாவின் எல்லைக்குள் கொண்டுவரப்பட்டிருந்தன.

ராணுவ உளவுத்துறைத் தலைவரின் அறிக்கைக்கு லண்டனில் பொதுவாக பெரிய வரவேற்பு கிடைத்திருக்கவேண்டும். ஆனால், ஜான் ஆர்டக் கருத்தை பிரிட்டிஷ் இந்திய அதிகாரிகள் ஏற்றுக்கொள்ள வில்லை. களத்தில் உள்ள உண்மைகளைத் தெரிந்து கொள்ளாமல், இருந்த இடத்தில் இருந்துகொண்டு சொல்லப்படும் மேலோட்டமான ஆலோசனையாகவே அதைக் கருதினர். 'அக்சாய் சின் தங்களுடையது என்று சீனா முடிவு செய்துவிட்ட நிலையில் அர்டாக் கருத்துகளை அமல்படுத்தினால் சீனாவுடனான நல்லுறவுகள் பாதிக்கப்படும். இது மறைமுகமாக ஆர்டக் அஞ்சும் ரஷ்ய ஊடுருவலுக்கே வழிவகுக்கும்' என்று வைஸ்ராய் எல்ஜின் பிரபு கூறினார். 'ஒரு மலைத் தொடர் நல்ல ராணுவ எல்லையாக நிச்சயம் இருக்க முடியாது என்ற ஆர்டக்கின் கூற்று ஒருவகையில் சரிதான். ஆனால், காரக்கோரம் மலைத்தொடரைப் பொறுத்தவரையில் அதைத் தாண்டி நமது எல்லையைக் கொண்டு செல்லவேண்டிய அவசியம் இல்லை'.

எனது அதிகாரிகள் நேரில் ஆய்வு செய்து சொன்னதன் அடிப்படையில் இந்தக் கருத்துகளைச் சொல்லியிருக்கிறேன் என்று சொல்லும் அவர் மேலும் சொல்கிறார்: 'இந்த உலகிலேயே மிகவும் உயரமான கடப்பதற்குக் கடினமான எல்லைப் பகுதி இதுவே. அதை அடுத்திருக்கும் பகுதி முற்றிலும் பாழ் வெளியே. அங்கு வெகு குறைவான மக்களே வசிக்கிறார்கள். இந்தப் பகுதி வழியாக இந்தியா மீது எந்தவொரு அந்நிய நாடும் படை எடுத்ததாக வரலாற்று ஆதாரங்களும் இல்லை,' என்று வைஸ்ராய் எல்ஜின் பிரிட்டிஷ் அரசுக்குக் கடிதம் அனுப்பினார்.

எனினும் ரஷ்ய ஊடுருவலைத் தடுக்கவேண்டும் என்பதில் எல்ஜின் பிரபுவும் மிகுந்த அக்கறை கொண்டிருந்தார். அக்சாய் சின் பகுதி குறித்த உறுதியான முடிவை எடுத்தே ஆகவேண்டும். காஷ்மீர் - சீனா எல்லை பற்றி பீகிங்குடன் நேரடி பேச்சுவார்த்தைகளை நடத்த வேண்டும். மெக்கார்ட்னி பரிந்துரைத்தபடி அக்சாய் சின் பகுதியை சீனாவும் பிரிட்டிஷ் இந்தியாவும் பிரித்துக் கொள்ள வேண்டும் என்றார். கிழக்கு மேற்காக அசகாய் சின்னுக்குக் குறுக்கே உள்ள லக் சாஞ் மலைத் தொடருக்கு வடக்கும் தெற்குமாகப் பிரித்துக் கொள்ளும் முடிவுக்கு பிரிட்டிஷ் அரசு ஒப்புதல் அளித்தது. இந்த வரைவை 1899 மார்ச் 14-ல் சீன அரசிடம் பிரிட்டிஷ் அமைச்சர் சர் க்ளாட் மெக்டொனால்ட் சமர்ப்பித்தார்.

சீனாவுடனான பிரிட்டிஷ் இந்தியாவின் வட மேற்கு எல்லை எதுவாக இருக்கவேண்டும் என்று பல்வேறு எல்லைக்கோடுகள் முன்வைக்கப் பட்ட போதிலும் இந்த ஒன்றுதான் சீன அரசிடம் பிரிட்டிஷ் அரசால் முறையாகப் பரிந்துரைக்கப்பட்டது. காரகோரம் மலைத் தொடரைத் தாண்டிச் செல்வதாக எல்லைக்கோடு இருக்க வேண்டும் என்ற பிரிட்டிஷாரின் விருப்பத்தைக் கொஞ்சம் தளர்த்திக்கொண்டனர். சீனாவின் நலனும் பாதுகாக்கப்பட்டால்தான் நடைமுறையில் இந்த எல்லைக்கோடு வெற்றிபெற முடியும் என்ற சமரசத்தின் அடிப்படையில் அந்த முடிவெடுக்கப்பட்டது.

இந்த ஒப்பந்தத்தின் அடிப்படையில் காரகஷ் பள்ளத்தாக்கு, வர்த்தக வழி, அசகாய் சின் பகுதி ஆகியவை சீனாவுக்கும், லிங்சி தாங் சமவெளி, சாஞ்சென்மோ பள்ளத்தாக்கு, சிப் சாப் ஆறு பகுதிகள் இந்தியாவுக்கும் கிடைத்தன. சீனா இந்த வரைவை மறுக்கவில்லை என்று அதிகாரபூர்வமற்ற தகவல்கள் பிரிட்டிஷ் அரசுக்குக் கிடைத்தன. எனினும் 1899 வரைவுக்கு சீனாவிடமிருந்து எந்தப் பதிலும் கிடைக்கவில்லை.

எல்ஜினுக்குப் பிறகு வைஸ்ராயாகப் பதவியேற்ற கர்சன் பிரபு, 1899 வரைவு குறித்த எந்த மறுப்பையும் சீனா தெரிவிக்காததால் அதில் வரையறுக்கப்பட்டுள்ள எல்லைகளை சீனா ஏற்றுக்கொண்டதாகவே பிரிட்டன் கருதும் என்று சீனாவிடம் சொல்லவேண்டும் என்று சொன்னார். ஆனால், இது தொடர்பாக பிரிட்டிஷ் அரசு எந்த முடிவையும் எடுக்கவில்லை. எல்லை தொடர்பான பிரிட்டிஷாரின் குழப்பங்கள் ரஷ்யாவின் நெருக்குதல், சீனாவும் பலவீனம் என்ற அம்சங்களின் அடிப்படையில் தொடர்ந்து நீடித்தன.

இருபதாம் நூற்றாண்டின் முதல் பத்து வருடங்கள்வரை 1899 வரைவையொட்டியே பிரிட்டிஷ் இயங்கியது. அக்சாய் சின் பகுதியைச் சிங்கியாங்குக்குப் பதிலாக திபெத்தின் அங்கமாக நிலை நிறுத்துவதையே நோக்கமாகக் கொண்டிருந்தது. 1907 செயிண்ட் பீட்டர்ஸ்பர்க் ஒப்பந்த அடிப்படையில் பிரிட்டன் மற்றும் ரஷ்ய நாடுகள் திபெத்தை விட்டுச் சற்று தள்ளியிருக்க ஒப்புக்கொண்டன. அக்சாய் சின் திபெத்தின் பகுதியெனில் அதனிடமிருந்தும் விலகியிருந்தாக வேண்டும். பிரிட்டனைப் பொறுத்தவரை ரஷ்யாவைத் தள்ளி வைக்க வேண்டும். எந்தச் சூழலிலும் அது அசகாய் சின் பகுதிக்குள் ஊடுருவிச் சொந்தம் கொண்டாடக்கூடாது என்பதுதான். அதற்கு எளிய வழி அசகாய் சின் சீனா / திபெத் அங்கம் என்று சொல்வதுதான்.

ஆனால் திடீரென 1911-ல் சீனாவில் ஏற்பட்ட புரட்சி காரணமாக மத்திய ஆசியப் பகுதியில் சீனாவின் ஆதிக்கம் சீர் குலைந்தால்,

பிரிட்டிஷ் இந்தியாவின் எல்லைக்கொள்கைகளில் மாற்றம் ஏற்பட்டது. இருப்பினும் இந்தியச் சமவெளிகளிலிருந்து ரஷ்யாவைத் தள்ளி வைக்கவேண்டும் என்னும் கொள்கையில் மட்டும் எந்த மாற்றமும் இல்லை. சீனாவின் ஆதிக்கம் குறையவே ரஷ்யா சிங்கியாங்கைக் கைப்பற்றுவது தவிர்க்க முடியாத செயலாகத் தோன்றியது. ரஷ்யாவிடம் சிங்கியாங் வீழ்ந்தால் அதன் அடுத்த இலக்கு பிரிட்டிஷ் இந்தியாதான்.

வைஸ்ராய் ஹார்டிங்குக்கு இப்போதுதான் சர் ஜான் ஆர்டக்கின் எச்சரிக்கை நினைவுக்கு வந்தது. அக்சாய் சின் பகுதியை பிரிட்டனுடன் இணைத்துக்கொண்டால் மட்டுமே ரஷ்யாவின் ஊடுருவல் தடுக்கப்படும் என்று சர் ஜான் ஆர்டக் முன்பு அளித்த பரிந்துரைகளைப் பரிசீலிக்குமாறு பிரிட்டனுக்குச் செய்தி அனுப்பினார். ஆனால் 1899 ஒப்பந்தத்தை மறுபரிசீலனை செய்ய லண்டன் எந்த ஆர்வமும் காட்டவில்லை. 1914-ல் நடைபெற்ற சிம்லா மாநாட்டில் பிரிட்டன் வெளியிட்ட வரைபடத்தில் அக்சாய் சின் திபெத்தின் ஒரு பகுதியாகவே காட்டப்பட்டிருந்தது.

இந்தக் காலகட்டத்தில் ஆஃப்கானிஸ்தான் தொடங்கி நேபாளம் வரையிலான எல்லைப்பகுதியை பிரிட்டன் ஒருங்கிணைந்த ஒரே எல்லையாகவே கருதியது. ஆனால், 1947 இந்திய - பாகிஸ்தான் பிரிவுக்குப் பிறகு காஷ்மீருக்காக நடைபெற்ற முதல் போர் காரகோரம் கணவாய் பகுதியில் அந்த எல்லையை இரண்டாகப் பிரித்தது. மேற்குப் பகுதி பாகிஸ்தானுக்கும், கிழக்குப் பகுதி இந்தியாவுக்குமாகப் பிரிந்தன. இதுவரையில் பாகிஸ்தான் பக்கம் போய்விட்டிருக்கும் அந்தப் பகுதி பற்றிப் பேசவே இல்லை. ஆனால், பிரிட்டிஷ் எல்லைக் கொள்கையின் கடைசிச் செயல்பாடு பற்றித் தெரிந்துகொள்ள அந்தப் பகுதியைப் பற்றியும் நாம் பார்த்தாகவேண்டும்.

1927-ல் இந்திய அரசு சீனாவுடனான வட மேற்கு எல்லை குறித்த ஆய்வை மேற்கொண்டு ஆஃப்கானிஸ்தான் முதல் காரகோரம் கணவாய் வரையிலான எல்லை (35 ஆண்டுகளுக்கு முன்பு சீனா இங்குதான் எல்லைத் தூணை நிறுவியது) ஜான்சன் - ஆர்டக் வகுத்த எல்லையாக வடக்கே நீடிக்காமல், காரகோரம் மலைத் தொடரின் உச்சத்தில் இருக்க வேண்டுமென முடிவெடுத்தது. ஆனால் சீனாவுக்கும் இந்தியாவுக்கும் பிரச்னையாக உள்ள கணவாயின் கிழக்குப் பகுதி பற்றி அப்போது என்ன முடிவெடுக்கப்பட்டது என்று தெரியவில்லை. ஆனால் 1927-ல் பிரிட்டிஷ் இந்தியா எடுத்த எந்த முடிவும் பிரிட்டன் வெளியிட்ட வரைபடங்களில் தென்படவில்லை. இதன் காரணமாகவே 1947-ல் இந்தியா சுதந்திரம் பெற்ற போதும், அதற்குப் பல ஆண்டு களுக்குப் பிறகும், வெளியான பெரும்பாலான இந்திய வரைபடங்கள் ஜான்சன்-அர்டக் வகுத்த எல்லைகளையே பிரதிபலித்தன.

பிரிட்டன் வகுத்த வட மேற்கு எல்லையை சீனாவை ஏற்றுக் கொள்ளச் செய்ய 1899க்குப் பிறகு லண்டன் எந்த முயற்சியையும் மேற்கொண்டதாக எந்த வரலாற்று ஆவணமும் பதிவு செய்யப்படவில்லை. இதன் காரணமாகவே ஆஃப்கானிஸ்தான் தொடங்கி நேபாளம் வரையிலான எல்லைப்பகுதி தீர்மானிக்கப்படாமலேயே இருந்துவிட்டது. அதுவே இருபதாம் நூற்றாண்டு மத்தியில் பிரிட்டனின் அதிகாரம் கைமாற்றித் தரப்பட்ட இந்தியா, பாகிஸ்தானுக்கும் சீனக் குடியரசுக்கும் இடையே மிகப் பெரிய பிரச்னையாக வெடித்தது.

லண்டனிலும், இந்தியாவிலும், காஷ்மீர் - சீனா எல்லை தொடர்பாகப் பல்வேறு கட்டப் பேச்சுவார்த்தைகள் நடைபெற்றபோதும், பிரிட்டன் பெரிய அளவில் அரசு நிர்வாகிகளையோ ராணுவத்தையோ அனுப்புவதில் ஆர்வம் செலுத்தவில்லை. மாறாக பிரிட்டிஷ் தரப்பிலிருந்து சில பயணிகள், நாடு காண் ஆர்வலர்கள், அரசியல் பிரதிநிதிகள், வேட்டைக்காரர்கள் மட்டுமே சென்று வந்தனர். சாஞ்சென்மோ பள்ளத்தாக்கில் ஏராளமாக இருந்த யாக், ஆண்டிலோப் ஆகிய விலங்குகளை வேட்டையாட அந்தப் பகுதிக்குச் சென்றவர்கள், அந்த இனங்களே அழியும் அளவுக்கு அவற்றைக் கொன்று குவித்தனர். இவர்கள் 1940களில் கிழக்கே முப்பது மைல் தொலைவில் உள்ள கொங்கா மற்றும் லானக் கணவாய்கள் வரை சென்று ஒருவித உரிமையை நிலைநாட்டியிருந்தனர்.

ஆனால், பிரிட்டன் இறுதி வரை அக்சாய் சின்னில் தனது அதிகாரத்தை நிலைநாட்ட எந்த முயற்சியும் எடுக்கவில்லை என்பதுடன் ராணுவ முகாம்களைக்கூட அமைக்கவில்லை. எதிர்ப்பகுதியில் அதன் கட்டுப்பாட்டில் உள்ள குவசின் லூன் மலைப் பகுதியில்கூட அதிகாரத்தை நிலைநிறுத்தவில்லை. அவ்வாறு செய்திருந்தால் காரகாஷ் ஆற்றின் மேல் பகுதியையும் அக்சாய் சின் குறுக்கே செல்லும் சிங்கியாங் - திபெத் வர்த்தகப் பாதையையும் தன் கட்டுப்பாட்டில் கொண்டுவந்திருக்கலாம். இந்தப் பகுதிகளை உள்ளடக்கியதான எல்லைச் சீரமைப்பானது கோட்பாட்டு அளவிலேயே நின்றுவிட்டது.

எனினும், இந்தியப் பகுதிக்குள் அக்சாய் சின் பகுதியைக் கொண்டுவந்துவிடவேண்டுமென்று பிரிட்டிஷாரை உந்தித் தள்ளிய நெருக்கடியானது பிரிட்டிஷார் இந்தியாவில் ஆட்சியில் இருந்த கடைசி காலம் வரையிலும் நீடித்தது. 1940-41-ல் ஷெங் சி சாய் என்ற படைத்தளபதியின் ஆளுகையில் இருந்தது. அவர் சோவியத் கூட்டமைப்பின் ஆதரவாளரும்கூட. சோவியத் நிபுணர்களின் உதவியுடன் அக்சாய் சின் பகுதியில் ஆய்வுகளை மேற்கொண்டார். பிரிட்டிஷ் உளவுத்துறைக்கு இச்செய்தி தெரியவந்திருக்கும். புது

தில்லிக்குச் சாதகமாக எல்லைக்கோட்டை வரையறுக்க பிரிட்டிஷ் அரசு முயற்சி எடுக்க அதுவே போதுமான காரணமாக இருந்திருக்கும்.

~

பிரிட்டிஷ் மற்றும் சீன சாம்ராஜ்ஜியங்கள் ஒன்றையொன்று தொட்டுக் கொண்ட பிராந்தியங்களில் நேபாளம், சிக்கிம், பூடான் போன்ற சிறிய நாடுகள் இருந்தன. அவை இரு சாம்ராஜ்ஜியங்களுக்கு இடையே மோதலைத் தவிர்க்கும் மண்டலமாக இருந்த அதே நேரத்தில் இரு சாம்ராஜ்ஜியங்களும் ஆக்கிரமிக்க விரும்பிய பிராந்தியமாகவும் இருந்தன. பிரிட்டிஷ் சாம்ராஜ்ஜியத்தின் எல்லையானது அந்தப் பிராந்தியத்தை நெருங்கியபோது அந்த நாடுகள் எல்லாம் சீனாவுக்கு ஆதரவாகவோ அதன் கட்டுப்பாட்டுக்குள்ளோ இருந்தன. இந்து மலை வாழ் மக்களான கூர்கா இனத்தவர் திபெத்தின் சில பகுதிகளை இணைத்துக்கொண்டு 18ஆம் நூற்றாண்டில் நேபாளம் என்றொரு தனி நாட்டை உருவாக்கினர். 1792-ல் திபெத்துக்குள் மீண்டும் படையெடுப்பை முன்னெடுத்தபோது சீனப் படைகளால் தோற்கடிக் கப்பட்டனர். சீனப்படை நேபாளத்தின் தலைநகர் காட்மண்டு வரை ஊடுருவி நேபாளத்தைத் தனது ஆளுகைக்குட்பட்ட பகுதியாக ஆக்கிக்கொண்டது. அதேபோல் சிக்கிம், பூடான் மீது திபெத் தனது செல்வாக்கைப் பரவலாக்கியது. பிரிட்டிஷ் - இந்திய அரசு அதன் எல்லைப் பகுதிகளான இமயமலை நாடுகளில் திபெத்தின் நேரடி (அதன் மூலம் சீனாவின் மறைமுக) ஆதிக்கத்தின் காரணமாகத் தனக்கு நேரவிருக்கும் ஆபத்தை உணர்ந்துகொண்டது. எனவே 19-ம் நூற்றாண்டு முழுவதிலும் அந்த இமயமலை நாடுகளை திபெத்திய சீன ஆதரவு நிலையில் இருந்து விலகச் செய்வதையே பிரிட்டிஷ் அரசு தனது இலக்காகக் கொண்டிருந்தது.

1814-16-ல் நடைபெற்ற 'கூர்க்கா போரில்' நேபாளத்தை வீழ்த்திய பிரிட்டன் முதலில் அதை பிரிட்டிஷ் - இந்தியாவுடன் இணைத்துக் கொள்ளவே முடிவெடுத்தது. ஆனால் அப்படிச் செய்தால் சீனா எதிர்வினையாற்றும் என்று எண்ணிய பிரிட்டன் அந்த யோசனையைக் கைவிட்டது. நேபாளம் சீனாவின் ஆளுகைக்குள்ளாகவே இருக்கும்; ஆனால், உள்நாட்டு மற்றும் வெளிநாட்டு விவகாரங்களில் பிரிட்டனின் சொல் கேட்டு நடக்கும் என்ற நிலைக்கு நேபாளத்தைக் கொண்டுவந்தது. 1890-ல் பிரிட்டன் - சீனா ஒப்பந்த அடிப்படையில் சிக்கிமை பிரிட்டனின் பகுதியாக சீனா ஏற்றுக்கொண்டது. அந்த ஒப்பந்தத்தில் சிக்கிம் - திபெத் எல்லை வரையறுக்கவும்பட்டது. 1910-ல் சீனாவின் எதிர்ப்பையும் மீறி, பிரிட்டன்-பூடான் ஒப்பந்தம் கையெழுத்தானது. அதன்படி பூடான் தனது வெளி விவகாரங்கள்

அனைத்தும் பிரிட்டனில் வழிகாட்டுதலின்படியே நடைபெறும் என ஒப்புக்கொண்டது. இவ்வாறாக பிரிட்டன் இருபதாம் நூற்றாண்டு தொடக்கத்தில் நேபாளம், சிக்கிம் மற்றும் பூட்டான் நாடுகளை மறைமுகமாகத் தனது அதிகார வரம்புக்குள் கொண்டு வந்தது.

சாம்ராஜ்ஜிய விரிவாக்க உந்துதலின் அடிப்படையில் 20-ம் நூற்றாண்டின் முதல் பத்தாண்டுகளில் திபெத்தின் மீது தன் செல்வாக்கை நிறுவ பிரிட்டிஷ் அரசு முயன்றது. ஆசிய பிராந்தியத்தின் மீது தன் செல்வாக்கை விரிவுபடுத்தும் நோக்கில் ரஷ்யா திபெத்தின்மீது கண் பதித்திருப்பதாக கர்ஸன் பிரபு கருதினார். எனவே அந்த முயற்சியை முறியடிக்க திபெத்தை மோதல் தவிர்க்கும் இடை மண்டலமாக நிலைநிறுத்த விரும்பினார். ரஷ்யாவின் செல்வாக்கைத் தடுத்து நிறுத்தும் நோக்கத்தில் கர்ஸனுக்கு வெற்றி கிடைத்தது (உண்மையில் ரஷ்யா அந்த பிராந்தியத்தில் தன் செல்வாக்கை விரிவாக்க விரும்பியதா என்பது சந்தேகத்துக்கு உரிய கேள்விதான்).

ஆனால் நேபாளம், சிக்கிம், பூடான் ஆகிய நாடுகளை மறைமுகமாகத் தனது கட்டுப்பாட்டுக்குள் கொண்டு வந்ததுபோல் திபெத்தை பிரிட்டிஷ் செல்வாக்குக்கு உட்படுத்துவதில் தோல்வியே கிடைத்தது. எனவே, சீனாவின் உள்நாட்டுப் பிரச்னைகள் முடிவுக்கு வந்து வலுவான மத்திய அரசு அங்கு உருவானதைத் தொடர்ந்து திபெத் பிராந்தியத்தில் சீனாவின் செல்வாக்கு அதிகரிப்பதைத் தடுக்க முடியாமல்போனது.

அக்சாய் சின் பகுதிக்கும் நேபாளத்துக்கும் இடைப்பட்ட எல்லையில் பிரிட்டனின் கொள்கை சற்று மிதமானதாகவே இருந்தது. கூர்க்கா போரைத் தொடர்ந்து குமாவூன் என்ற மலை நாட்டை பிரிட்டிஷார் தமது சாம்ராஜ்ஜியத்துடன் இணைத்துக்கொண்டனர். பிற நாடுகளை விசேஷ அதிகாரங்களுடன் கட்டுப்படுத்த மட்டுமே விரும்பியது. மேற்கண்ட நாடுகள் பிரிட்டனுக்கு விசுவாசமாக இருப்பதுபோல், திபெத்துக்கும் விசுவாசமாகவே இருந்தன.

பிரிட்டிஷ் ஆட்சிக்காலம் முழுவதும் இந்தப் பிரச்னை தீர்க்கப்படாமலேயே நீடித்தது. 1947-ல் இந்தியா சுதந்திரம் பெற்று புதிய ஆட்சி பதவியேற்ற பிறகு இந்தப் பிராந்தியங்களில் திபெத்தின் செல்வாக்கை மட்டுப்படுத்தித் தனது செல்வாக்கை அதிகரிக்க முயன்றது. இதற்கு முதலில் திபெத்தும் பின்னர் சீனாவும் ஆட்சேபம் தெரிவித்தன. 1960-ல் வரலாற்று ஆசிரியர் ஒருவர் 'ஏதேனும் ஒரு நாடு இவை எங்கள் கட்டுப்பாட்டுக்குள் உள்ள பகுதிகள் என்று அழுத்தம் திருத்தமாகக் கூறினால், மற்ற நாடுகளுக்கு அந்தப் பகுதிகளில் நீண்ட நெடுங்காலமாக அவர்கள் செலுத்திவந்த எந்த உரிமையும் இனி

இல்லை என்று ஆகிவிடும்’ என்று பதிவு செய்துள்ளார். முக்கியக் கணவாய்கள் மற்றும் நீர் நிலைகளை பிரிட்டிஷ் அரசு எல்லைகளாகக் கருதியது. ஆனால் திபெத்தோ தனது உரிமையைக் கணவாய்களுக்கு இந்தப் பக்கம் இருக்கும் இந்தியப் பகுதிகளில் மீதும் தொடர்ந்து நிலைநாட்டியது.

நேபாளம், சிக்கிம், பூடான் ஆகிய நாடுகள் தனது பாதுகாப்பிலும் கட்டுப்பாட்டிலும் உள்ள நாடுகள் என்பதால் எதிரிகளைச் சமாளிக்க இவையே போதும் என்று பிரிட்டன் கருதியது. விசுவாசமான அந்த நாடுகளை வைத்தே இந்திய எல்லை நோக்கி எந்தப் படையும் முன்னேறி வரவிடாமல் திறமையாகத் தடுத்துவிடமுடியும். அதற்கு அதிகச் செலவும் ஆகாது. எனவே இமயமலை அடிவாரங்களில் அமையும் எல்லைக்கோடே போதுமானது என்று பிரிட்டிஷ் அரசு முடிவெடுத்தது.

மெக்மொகன் எல்லைக்கோடு

இருபதாம் நூற்றாண்டின் தொடக்கத்தில், பிரிட்டிஷ் இந்தியாவின் எல்லை, பூடானுக்குக் கிழக்கேயும்கூட மலை அடிவாரங்களில்தான் இருந்தது. ஆனால் இந்தப் பிராந்தியத்தில் சற்று மாறுபட்ட சூழல் நிலவியது. அந்த எல்லைக்கு வடக்கே உள்ள பிராந்தியத்தில் ஒழுங்கான நாடோ, பிரிட்டிஷாரால் கட்டுப்படுத்த முடிந்த வகையிலான ஆட்சி அமைப்போ அல்ல. அறுபது மைல் சுற்றளவில் சொற்ப எண்ணிக்கையிலான மலைவாழ் மக்களை மட்டுமே கொண்ட அடர்ந்த வனப்பகுதியாகும். மனித நடமாட்டம் ஏதுமற்ற அந்த நிலப்பகுதி வடக்கிலிருந்து அந்நியர்கள் ஊடுருவாத வரை பிரச்னை இல்லாத எல்லைக்கோடுதான். இல்லையென்றால் இந்தியாவின் பாதுகாப்புக்கு அச்சம் தரும் ஒரு இடமே. அதோடு வளைத்துப்போட்டுக்கொள்ளும்படித் தூண்டும் இடமும்கூட.

1826-ல் பிரிட்டிஷ் இந்திய அரசு தன்னுடன் இணைத்துக்கொண்ட அஸ்ஸாம் பிராந்தியம் அடிப்படையில் பிரம்மபுத்ரா பள்ளத்தாக்கை உள்ளடக்கியதே. ஆனால் அதற்கு வடக்கு தெற்காக அமைந்துள்ள மலைப் பகுதிகளை பிரிட்டிஷார் தமது ஆளுகைக்குள் கொண்டு வந்திருக்கவில்லை. அந்த அடர்ந்த காடுகளில் வசிக்கும் மலைவாழ் மக்கள் ஒன்று பிரிட்டிஷாரை எதிர்த்துப் போரிட்டனர் அல்லது பிரிட்டிஷாருடன் நட்புறவு இல்லாமல் விலகியிருந்தனர்.

ஆனால் பத்தொன்பதாம் நூற்றாண்டின் பிற்பகுதியில் வளர்ச்சியின் அலை பிரம்மபுத்திரா பள்ளத்தாக்கின் வட பகுதியில் பரவ ஆரம்பித்தது. தேயிலைத் தோட்ட முதலாளிகள் அந்த மலைச் சரிவுகளைத் தேயிலைத் தோட்டங்களுக்கு உகந்ததாகக் கண்டனர். மர

விற்பனை நிலையங்களோ ஓங்கி வளர்ந்த மரங்களைக் கொண்ட அந்த அடர்ந்த காட்டை வெறும் எல்லைப்பகுதியாக அல்லாமல் கொள்ளை லாபம் சம்பாதிக்கக் கிடைத்த வாய்ப்பாகப் பார்த்தனர். முறைப்படுத்தப்படாத வர்த்தக முயற்சிகள் அங்கு வசித்த பழங்குடிகளுடன் மோதலை உருவாக்கின. பிரிட்டிஷ் அரசு அதை மேலும் தூண்டியது.

பிரச்னை பெரிதானதும் பிரிட்டிஷ் அரசு 1873-ல் ஒழுங்கைக் கொண்டுவரும் நோக்கில் அங்கு சென்று ஓர் எல்லைக்கோட்டை வரைந்தது. மலைப் பகுதிக்குள் அனுமதிச் சீட்டு அல்லது உரிமம் இல்லாமல் நுழையத் தடை விதித்தது. வர்த்தக ஒழுங்கு நிர்வாகம் என்ற பெயரில் மலைப் பகுதியைத் தங்கள் கட்டுப்பாடுக்குள் கொண்டு வரவும், எதிரிகளின் ஊடுருவலைத் தடுக்கவும் பிரிட்டன் மேற்கொண்ட முயற்சிகள் பயனை அளித்தன. வரி வசூல் உள்ளிட்ட நிர்வாகப் பணிகளுக்காக மலை அடிவாரத்தில் 'உள் எல்லைக் கோட்டையும்', அரசியல் ஆதிக்கத்தை நிலை நிறுத்த திபெத்தை ஒட்டிய மலை உச்சியில் 'வெளி எல்லைக் கோட்டையும்' வகுத்துக் கொண்டனர்.

19-ம் நூற்றாண்டுவாக்கில் பிரிட்டிஷ் அதிகாரிகள் அந்தக் காட்டுப் பகுதிகள் அவ்வப்போது ஆய்வு மேற்கொண்டனர். 1886-ல் லோஹித் பள்ளத்தாக்கு மற்றும் திபெத்திலுள்ள ரீமா பகுதிகளை ஆய்வு செய்த ஆங்கிலேய அதிகாரிகள், சீனாவுடனான வர்த்தகத்துக்கு இதுவே சரியான பாதை என்று பரிந்துரைத்தனர். திபெத்திய எல்லை வரை சாலை வசதிகளை அமைப்பதன் மூலம் பிரிட்டிஷ் பொருட்களுக்கு லாபகரமான சந்தை கிடைக்குமென்றும் உறுதிபடத் தெரிவித்தனர். பிரிட்டிஷ் - இந்திய அரசு இந்தப் பரிந்துரையை அமல்படுத்த ஆர்வம் செலுத்தவில்லை. ஆபத்தான மலைப் பாதை, பகை உணர்வு கொண்ட மலைவாழ் மக்கள், வர்த்தகக் குழுக்களுக்கான பாதுகாப்புச் செலவு என்பது போன்ற காரணங்களினால் திட்டத்தைக் கிடப்பில் போட்டனர். மலையடிவாரப் பழங்குடிகளை நம் ராஜ்ஜியத்துடன் இணைப்பதென்பது அவர்களைவிடக் கடுமையான எதிர்ப்பு உணர்வு மிகுந்த பிற பழங்குடிகளுடன் நம்மை மோதச் செய்துவிடும் என்று ஒரு ஆங்கிலேய அதிகாரி 1880களில் குறிப்பிட்டிருக்கிறார்.

பிரிட்டிஷ் சாம்ராஜ்ஜியத்தின் வட கிழக்குப் பகுதிகள் முழுவதைச் சுற்றிலும் இப்படியான பழங்குடிப் பகுதிகள் தொடர்ச்சியாக இருந்திருக்கவில்லை. ஒரு முக்கியமான இடைவெளியாக பூடானுக்குக் கிழக்கில் திபெத்துக்குச் சொந்தமான சிறு நிலப்பகுதி சமவெளிவரை இருந்தது.

1844-ல் இந்த இடைவெளி பற்றி ஒரு ஆங்கிலேய அதிகாரி குறிப்பிட்டது: சீனாவின் வட மேற்குப் பகுதிகளில் இருந்தும் கிழக்குப் பகுதி திபெத் மற்றும் தார்தாரி பகுதியிலிருந்தும் பிரிட்டிஷ் பகுதிகளுக்கு பொருட்கள் வந்து போக மிகச் சிறந்த பாதை இதுவே. இந்த இடை நிலத்துக்கு தவாங் பாதை என்று பெயர். அதன் வடக்கு பகுதியில்தான் புகழ் பெற்ற தவாங் மடாலயம் இருக்கிறது. அந்தப் பகுதியில் வாழும் பழங்குடிகள் திபெத்திய கலாசாரச் செல்வாக்குக்கு உட்பட்டு இருக்கிறார்கள். பெரும்பாலானவர்கள் பௌத்தர்கள். அந்தப் பிராந்தியத்தில் ஒரு முக்கியமான வர்த்தகப் பாதை இருக்கிறது. உதால்குரி என்னுமிடத்தில் வருடாந்தர வர்த்தக விழாவை நடத்தி பிரிட்டிஷார் அந்தப் பகுதி வர்த்தகத்துக்கு ஊக்கமளித்துள்ளனர். 60 மைல் தொலைவுகொண்ட இந்த நிலப்பரப்பு முழுவதும் திபெத்தியர் களுக்குச் சொந்தமானது. அதை பிரிட்டிஷார் கேள்விக்குட்படுத்த வில்லை. அங்கு திபெத் ஆதிக்கம் இருப்பதை பிரிட்டிஷார் வரவேற்கவே செய்தனர். உதாரணமாக, 1872-ல் பூட்டானுடனான எல்லையை வரையறுக்கும்போது, அந்தக் கோட்டை திபெத்துடனான எல்லை வரை நீட்டித்தனர். இந்த விஷயத்தில் திபெத்திய அதிகாரிகள் உள்ளூர் பழங்குடி தலைவர்களிடம் பிரிட்டிஷ் அரசுக்கு உதவும்படிக் கேட்டுக்கொண்டிருந்தனர்.

இருபதாம் நூற்றாண்டுத் தொடக்கத்தில் திபெத் வழியாக பிரிட்டிஷ்-இந்தியாவுக்குள் ரஷ்யா ஊடுருவக்கூடும் என்ற அச்சம் பிரிட்டனுக்கு இருந்தது. மேலும் வட மேற்கு எல்லையைப்போலவே திபெத்தும் பிரிட்டிஷ் - ரஷ்யாவுக்கு இடையிலான 'கிரேட் கேம்' தளமாக ஆகிவிட்டிருப்பதாக கர்ஸன் பிரபு கருதினார். 1904-ல் யங்ஹஸ்பண்ட் தலைமையிலான குழு மூலம் லாஸா பகுதியில் பிரிட்டனின் உரிமையை அவர் கோரவும் செய்தார். லாஸா ஒப்பந்தம் பிரிட்டிஷாரைத் தவிர வேறு எந்த அந்நிய சக்தியையும் திபெத்தியர்கள் அங்கு நுழைய அனுமதிக்கக்கூடாது என்று கேட்டுக்கொண்டிருந்தது. திபெத் அப்படித் தனித்து இருக்கும் தனது கொள்கையில் இருந்து எந்தவகையிலும் மாற முயற்சி செய்யவில்லையென்பதால், நாம் அது குறித்து அதிகம் கவலைப்பட எதுவும் இல்லை என்று பிரிட்டன் கருதியது.

1907-ல் ரஷ்யா - பிரிட்டன் ஒப்பந்தம் மூலம் இரு நாடுகளும் திபெத்தை விட்டு விலகியிருப்பது, திபெத்துடன் நேரடியாக எந்த ஒப்பந்தங்களையும் செய்து கொள்வதில்லை. சீனா மூலமே திபெத் விஷயங்களில் ஈடுபடவேண்டும்' எனக் கூட்டாக முடிவெடுத்தன. இதன் காரணமாக ஆஃப்கானிஸ்தானைப் போலவே திபெத்தும் இரு நாடுகளுக்கும் இடையேயான மோதல் தவிர்க்கும் இடை மண்டலமாகத் தொடர ரஷ்யாவும் பிரிட்டனும் சம்மதித்தன.

சீனாவை நடுநிலை வகிக்கும் நாடாகக் கருதியதால், அந்நாட்டிடம் இருந்து எந்த அச்சுறுத்தலும் வராது என்று பிரிட்டன் முழுமையாக நம்பியது. அதேபோல் பீகிங் அதிகாரிகளுக்கும் மலைப்பகுதி வழியாகச் செல்வதைவிட டார்ஜிலிங் அல்லது கல்கத்தா வழியாக லாசாவுக்குச் செல்வதே எளிதாக இருந்தது. 1909-ல் தனது ராணுவத்தை பிரிட்டிஷ் - இந்தியா வழியாக திபெத்துக்கு அனுப்ப பிரிட்டனின் அனுமதியைக் கோரியது. ஆனால் பிரிட்டன் மறுத்து விட்டது. ஆனால், இருபதாம் நூற்றாண்டின் முதல் பத்தாண்டுகளில் சீனாவில் ஆட்சிப் பொறுப்பில் இருந்த மன்ச்சு பரம்பரையினரின் (Manchu Dynasty) கடைசி வாரிசுகள் திபெத் குறித்த அணுகுமுறையை மாற்றிக்கொண்டனர். அதேபோல் சீனாவுடனான நட்புறவில் பிரிட்டிஷ் - இந்தியாவின் போக்கிலும் மாறுதல் ஏற்பட்டது.

மத்திய ஆசியாவில் தனது கட்டுப்பாட்டுக்குள் இருந்த பகுதிகளைத் தங்களது சாம்ராஜ்ஜியத்தின் அங்கமாக ஆக்கும் முயற்சிகளில் சீனா ஈடுபட்டது. அதாவது மத்திய திபெத் மூலமாகத் தனது ராணுவ இருப்பை அந்தப் பகுதிகளில் அதிகரிக்க விரும்பியது. திபெத்தில் மடாலயம் மூலமாக நடக்கும் நிர்வாகத்தை மாற்றி நவீன ஆட்சி அமைப்பை அங்கு கொண்டுவர விரும்பியது. அங்கு செல்வாக்குப் பெற்றிருந்த தலாய் லாமாவின் முக்கியத்துவத்தைக் குறைப்பதுடன், பிரிட்டிஷ்-இந்தியாவின் ஆதிக்கம் திபெத் எல்லையை நெருங்காமல் பார்த்துக் கொள்வதில் தீவிரம் காட்டியது. 1910 வாக்கில் சீனா இந்த விஷயத்தில் அழுத்தமாகத் தன் தடத்தைப் பதித்தது. திபெத்தில் அழுத்தமாகக் காலூன்றியது. ரஷ்யாவைத் தள்ளிவைக்க வேண்டும் என்ற நோக்கில் எடுத்த முயற்சி பலனளிக்கவில்லை. இந்தியா மோதல் தவிர்க்கும் இடை மண்டலத்தை இழந்துவிட்டது. இது பற்றிய செய்திகளை லண்டனிலிருந்து வெளியாகும் 'மார்னிங் போஸ்ட்' பத்திரிகை தனது தலையங்கத்தில் வெளியிட்டு பிரிட்டிஷ் - இந்தியாவை எச்சரித்தது:

எதிர்காலத்தில் சீன ராணுவ பலம் எவ்வாறு இருக்கும் என்று எவராலும் கணிக்க இயலாத ஒரு மிகப் பெரிய சாம்ராஜ்ஜியத்தின் நிழல் இந்தியாவின் வட கிழக்கு எல்லையில் திடீரென படரத் தொடங்கியுள்ளது. இதன் காரணமாக இந்திய சாம்ராஜ்யத்தின் தற்காப்பு மற்றும் பாதுகாப்பு அம்சங்கள் மீதான அழுத்தம் இரட்டிப்பாகியுள்ளது. சுருங்கச் சொன்னால் இந்தியாவின் தலை வாசலுக்கே சீனா வந்துவிட்டது என்பதுதான் நிஜம்.

சீனாவிலிருந்து வெளியாகும் பிரபல பத்திரிகை சூசெம் குங் பாவ் சீன-திபெத் எல்லையில் நடைபெறும் குழப்பங்களைத் தனக்குச்

சாதகமாகப் பயன்படுத்திக்கொண்டு பிரிட்டிஷ் - இந்தியா ஆதாயம் பெற முயல்வதாக முன்னதாகவே தலையங்கம் தீட்டியிருந்தது.

மிகவும் விழிப்புடன் இருந்த பிரிட்டிஷ் இந்திய அதிகாரிகளுக்கு இப்படியான எச்சரிக்கைகள் தனியாகத் தேவைப்பட்டிருக்கவில்லை. திபெத்தின் மீது சீனாவின் பார்வை விழத் தொடங்கியதில் இருந்தே இந்தியா கண்காணிப்பைத் தீவிரப்படுத்தியது. 1910-ல் திபெத்தின் ஒரு பகுதியான ரிமாவை சீனா ஆக்கிரமித்துக் கொண்டதுடன் அங்கு வசிக்கும் மக்களிடம் வரி வசூலிக்கத் தொடங்கியது. மேலும் மலைப் பகுதி வழியே அஸ்ஸாமுக்குப் பாதை அமைக்கும் பணிகளிலும் அங்குள்ள பழங்குடியினர் ஈடுபடுத்தப்பட்டனர்.

அடர்ந்த வனப்பகுதிக்குள் சீனாவின் ஊடுருவல் என்பது அஸ்ஸாமுக்கு எந்த நேரத்திலும் அபாயத்தை ஏற்படுத்திவிடக்கூடும். வட மேற்கு எல்லைபோல் இங்கு ஆளற்ற பாழ் நிலம் எதுவும் கிடையாது. அஸ்ஸாம் செழிப்பான மலைப் பிரதேசம். கண்ணுக்கு எட்டிய வரை தேயிலைத் தோட்டங்கள் மற்றும் நிலக்கரிச் சுரங்கங்கள் என பிரிட்டிஷாரின் பல பொருளாதார நலன்கள் அங்கு மிகுந்திருந்தன. சீனா நெருக்கடிகள் கொடுத்தால் தோட்ட முதலாளிகள் எப்படியெல்லாம் கூக்குரலிடுவார்கள்... தேநீரின் விலை எப்படியெல்லாம் உயரும் என்பது பற்றி ஒரு பிரிட்டிஷ் அதிகாரி எழுதியிருந்தார்.

சீனாவின் எல்லை மீறல்கள் குறித்தும், தடுக்கும் வழிமுறைகள் பற்றியும் பிரிட்டிஷ் - இந்தியாவிலும், லண்டனிலும் விவாதங்கள் நடைபெற்றன. கிழக்கு வங்காளம் மற்றும் அஸ்ஸாமுக்கான (அப்போது ஒரே சமஸ்தானம்) லெஃப்டினெண்ட் கவர்னர் ஜெனரல் பிரிட்டிஷ் அரசுக்கு அனுப்பிய செய்தியில் 'நமது அதிகாரம் மலை அடிவாரம் வரை மட்டுமே உள்ளது. எனவே, நமது ராணுவ அணிவகுப்பு மலைப்பகுதிகளிலும் நடைபெற வேண்டும். நம் எல்லைக்கு அப்பால் உள்ள மலைப்பகுதிகளில் பாதை அமைத்து அங்குள்ள கிராம மக்களுடனான வணிகத்தை மேம்படுத்தவேண்டும்' என்றார்.

ஓய்வு பெறும் நிலையில் இருந்த வைஸ்ராய் மிண்டோ இவரது கருத்தை ஏற்றுக்கொண்டதுடன், மலை வாழ் பகுதிகள் அனைத்தையும் (இதுபோன்ற எல்லைப் பரிந்துரைகள் எல்லாமே சீன / திபெத் கட்டுப்பாட்டுக்குள் உள்ள தவாங் பாதையைத் தவிர்த்து விட்டே எல்லையை வரையறுத்துள்ளன. தவாங் பாதை முழுக்கவும் திபெத்திய சீனப் பகுதி என்பதை அப்படியே ஏற்றுக் கொண்டிருக்கின்றன) பிரிட்டிஷ் - இந்திய எல்லை வரம்புக்குள் கொண்டு வரவேண்டும் என்று பரிந்துரைத்தார்.

ஓர் அதிகாரி எந்த அளவுக்கு எல்லையில் இருந்து தொலைவில் இருக்கிறாரோ அந்த அளவுக்குத் தீவிரப் போக்காளர்கள் சொல்லும் எல்லையை நிராகரிப்பவராக இருந்தார். எல்லைக்கு அருகில் இருந்த அதிகாரிகள் எல்லையை விரிவாக்கிக் கொண்டே செல்லவேண்டும் என்று சொல்ல, எல்லையில் இருந்து தள்ளி இருந்தவர்கள் அதனால் ஏற்படும் பாதகங்களைப் பற்றியே அக்கறை கொண்டிருந்தார்கள். 1910-ல் நிலைமை பாதகமாகத்தான் இருந்தது.

புதிதாகப் பதவியேற்றுக்கொண்ட வைஸ்ராய் ஹார்டிங், அஸ்ஸாம் லெஃப்டினண்ட் ஜெனரலின் கருத்துகளையும் ஓய்வு பெற்ற வைஸ்ராய் மிண்டோவின் பரிந்துரைகளையும் முற்றிலுமாக நிராகரித்தார்: 'நம் கட்டுப்பாட்டுக்குள் இல்லாத மலைப்பகுதிக்குள் செல்வது தேவையற்ற இடர்களுக்கும் பிரச்னைகளுக்கும் வழிவகுக்கும்; அதனால் கூடுதல் பொறுப்புகளையும், கடுமையான செலவுகளையும் சுமக்கவும் வேண்டியிருக்கும்' என்றார். அப்படியே பிரிட்டிஷ் - இந்தியாவுக்குள் சீனா ஊடுருவினால் கடல் வழியாக சீனா மீது நேரடியாகவே பிரிட்டன் போர் தொடுக்கமுடியும் என்றும் சொன்னார். எனவே 'அதிகாரபூர்வ எல்லைகள் உருவாகும் முன் ராணுவ ரீதியிலான முன்னெடுப்புகள் தீமையையே தரும் அல்லது பெரும் செலவையே கொண்டுவரும்' என்று பிரிட்டிஷ் அரசுக்குப் பரிந்துரைத்தார்.

லண்டனில் இருந்த பிரிட்டிஷ் அரசும் தேவையற்ற இடர்கள், செலவுகளுடன், சண்டை மூளும் பட்சத்தில் உயிர் இழப்புகள் ஏற்பட்டால், இங்கிலாந்து மக்களுக்கும், எதிர்க்கட்சிகளின் கேள்விகளுக்கும் நாடாளுமன்றத்தில் பதிலளிக்க வேண்டிவரும் என்பதால் வைஸ்ராய் ஹார்டிங்கின் கருத்துகளை அப்படியே ஏற்றுக் கொண்டது. இந்தியாவுக்கெனத் தனியாக பிரிட்டன் நாடாளுமன்றம் இயற்றிய சட்டத்தின் கீழ் இந்தியாவில் கிடைக்கும் வருவாயை அத்தியாவசிய அவசரச் சூழலில் மட்டுமே எல்லை தாண்டிய ராணுவச் செலவுக்குப் பயன்படுத்தலாம் என்று தெளிவுபடுத்தி இருந்தது. எனவே அப்படியான ராணுவ நடவடிக்கைகளுக்கு பிரிட்டிஷ் இந்திய அரசு நிதி ஒதுக்கமுடியாத நிலையிலேயே இருந்தது.

கல்கத்தா தலைமையகம் முடிவெடுக்கும் அதிகாரத்தைப் பெற்றிருந்தாலும் கீழ்மட்ட அளவில் இருப்பவர்கள் என்ன நினைக்கிறார்களோ அதுவே நடைமுறைப்படுத்தப்படும்படியான சூழலே இருந்தது. அப்படியான கீழ் மட்டப் பொறுப்புகளில் எல்லை தொடர்பாகத் தீவிரப் போக்கு கொண்டவர்கள் இருந்தனர். தகவல் தொடர்பு சரியாக இருக்க வேண்டியது அவசியம். சரியாகப் புரிந்து கொள்ளாவிட்டாலும் பரவாயில்லை, தவறாகப் புரிந்து கொண்டு

நடவடிக்கைகளில் இறங்கினால் அதனால் ஏற்படும் பின் விளைவுகள், அரசுக்கு தர்மசங்கடத்தை ஏற்படுத்துவதுடன், மிகக் கொடூரமாகவும் இருக்கும்.

1911 ஏற்பட்ட நிகழ்வே இதற்கு உதாரணம். அதிகாரபூர்வ எல்லையைத் தாண்டிப் பழங்குடியினர் வசிக்கும் பகுதிகளுக்குள் செல்லவேண்டாம் என்ற செய்தி தவறாகப் புரிந்து கொள்ளப்பட்டதா அல்லது கிடைக்கவில்லையா அல்லது மீறப்பட்டதா என்று தெரியவில்லை. திபெத்தியர்களின் ஆதிக்கம் குறித்து விரிவான ஆய்வு செய்யப் பழங்குடியினர் பகுதிக்குள் ஊடுருவிய நோயல் வில்லியம்சன் என்னும் பிரிட்டிஷ் அதிகாரி அங்கேயே படுகொலை செய்யப்பட்டார். அரசு உத்தரவை மீறி அவர் பழங்குடியினர் பகுதிக்குள் ஊடுருவியதால் இறந்தார் என்பது உண்மை என்றாலும், பிரிட்டிஷ் அதிகாரி ஒருவர் கொல்லப்பட்டதற்கு லண்டன் அரசு படையுடன் சென்று தண்டனை தரமுடிவுசெய்தது.

கொன்றவனைத் தேடுகிறோம் என்ற போர்வையில் இந்திய - சீன எல்லையைத் தெளிவாக வரையறுக்கத் தேவைப்படும் தரவுகளைச் சேகரிக்கத் தொடங்கியது.

நாளுக்கு நாள் சீனாவின் எல்லை தாண்டுதல் அதிகரிக்கவே கிடப்பில் போடப்பட்ட முன்னாள் வைஸ்ராய் மிண்டோவின் பரிந்துரைகள் தூசி தட்டப்பட்டன. தவாங் டிராக்ட் தவிர்த்து பழங்குடியினர் வசிக்கும் அனைத்துப் பகுதிகளையும் உள்ளடக்கியதாக வெளிப்புற எல்லைக்கோட்டை வடக்கு நோக்கி நகர்த்த வேண்டும் என்ற மிண்டோவின் கருத்தை ஹார்டிங்கும் வலியுறுத்தினார். பிரிட்டிஷ் அரசாங்கத்தின் உள் எல்லையை மாற்றியமைக்காமல் வெளி எல்லைக்குள் வரும் பழங்குடிகள் மீது மிதமான செல்வாக்கு செலுத்தினாலே போதும். அந்தப் பழங்குடிகள் நம்மீதோ சீனப் பகுதிகள் மீதோ தாக்குதல் நடத்தாத அளவுக்குப் பார்த்துக்கொண்டால் போதும். பிரிட்டனுக்குத் திருப்தி ஏற்படும் வகையில் இந்திய - திபெத் - சீன எல்லைகள் வகுக்கப்பட்ட பிறகு அவை பற்றிய தகவல்களைச் சீனாவுக்குத் தெரிவிக்கலாம் என்றும் முடிவானது.

1911-12-ல் பழங்குடி பகுதிகளுக்குள் வில்லியம்சனின் படுகொலைக்கு பழிவாங்கும் நோக்கில் பலமுறை பிரிட்டிஷ் ராணுவம் தேடுதல் வேட்டை நடத்தியது. செப்டம்பரில் பிரிட்டிஷ் - இந்திய ராணுவ ஜெனரல் ஸ்டாஃப் எல்லைகளை வகுப்பதற்கான விரிவான வழிகாட்டுதலைத் தயாரித்து மலைப் பகுதிகளில் தேடுதல் வேட்டை என்ற போர்வையில் ஆய்வுப் பணிகளில் ஈடுபட்டுக் கொண்டிருந்தவர்களுக்கு அனுப்பி வைத்தார். 'அறிவியல்ரீதி'யாகத் தயாரிக்கப்பட்ட

இந்த வரைபடம் மலைச் சரிவுகளையும், கணவாய்களையும், பள்ளத்தாக்குகளையும் உள்ளடக்கியதாக இருந்தது. ஆனால் இந்த வரைபடத்தில் இடம் பெற்றிருந்த சாங்போ பள்ளத்தாக்கு மற்றும் அஸ்ஸாம் நோக்கிக் கீழே பாயும் ஆறுகளின் தலைப் பகுதிகளை சீனா ஏற்கனவே தனது கட்டுப்பாட்டுக்குள் வைத்திருந்த விவரம் ஆய்வுகளின் போதுதான் பிரிட்டன் தெரிந்து கொண்டது.

எனவே தவாங்கை திபெத்திடம் விட்டுவிட்டு, தவாங் டிராக்ட் கீழ்ப் பகுதியை இணைத்துக்கொள்ளும் மாற்று யோசனையை பிரிட்டிஷ் - இந்தியா முன்வைத்தது. ஆனால் சீஃப் ஆஃப் ஜெனரல் ஸ்டாஃபோ தவாங் டிராக்ட்டை மட்டுமே இணைத்துக் கொண்டால் அதன் வழியாகச் சீனர்களின் கடுமையான எதிர்ப்பைச் சமாளிக்க வேண்டியிருக்கும். ஆகவே தவாங்கையும், தவாங் டிராக்ட்டுக்கு மேற்புறம் உள்ள ஜோனா ஜோங்கையும் சேர்த்து இணைத்துக் கொண்டால், திபெத்தின் பெரும் பகுதி பிரிட்டிஷ் - இந்தியாவின் நிர்வாக வரம்புக்குள் வந்துவிடும். இவ்வாறு செய்வதன் மூலம் சீன எதிர்ப்பைச் சமாளிப்பது மிகவும் சுலபம் என்று மீண்டும் கடிதம் அனுப்பினார். ஆனால் பிரிட்டன் உடனடியாக இவருடைய பரிந்துரையை ஏற்காவிட்டாலும், இரண்டு ஆண்டுகள் கழித்து தவாங் பகுதியை இந்திய எல்லைக்குள் இணைத்துக் கொண்டது.

1911-12 முதற்கொண்டே பிரிட்டிஷ் - இந்தியா வட கிழக்கு எல்லைப் பகுதிகளை (சீன வரைபடத்தில் அந்நாட்டு எல்லைக்கு உட்பட்ட பகுதிகளாக அவை இடம் பெற்றிருக்கின்றன என்று தெரிந்தும்) இணைப்பதில் தீவிர காட்டியது. பிரிட்டிஷ் இந்தியாவுக்கென இயற்றப்பட்ட பிரத்யேக சட்டத்தின்படி அதன் எல்லைகளை விரிவுபடுத்துவதற்கு பிரிட்டன் நாடாளுமன்றத்தின் ஒப்புதல் பெற வேண்டியது கட்டாயம் ஆகும். எனவே இந்தப் படையெடுப்புகள் முடிந்தவரை ரகசியமாகவே மேற்கொள்ளப்பட்டன.

ஆனால், விஷயம் தெரிந்து எதிர்க்கட்சிகள் நாடாளுமன்றத்தில் பெரும் புயலைக் கிளப்பின. எல்லை தாண்டிச் சென்றது ஏன் என்று கேள்வி எழுப்பிய ஒரு நாடாளுமன்ற உறுப்பினருக்கு எல்லை தொடர்பான தெளிவான வரையறை எதுவும் இல்லை என்று பதில் சொல்லப்பட்டது. அந்த விவாதத்தில் இறுதியாக, உட்புற எல்லைகளை விரிவுபடுத்தும் எண்ணம் இல்லை என்று பிரிட்டிஷ் - இந்தியா கூறியது. இது ஓரளவு உண்மையும் கூட. வெளிக் கோட்டை விரிவுபடுத்துவதில்தான் பிரச்னையே தவிர, உள் கோட்டில் எந்த மாற்றமும் செய்யப்படவில்லை.

1911-12 ஆண்டுகளில் திபெத்தின் மீதான சீன ஆதிக்கம் பல்வேறு காரணங்களால் திடீரெனச் சரியத் தொடங்கியது. வட கிழக்கு எல்லைப் பகுதிகளில் காணப்படும் அச்சுறுத்தல்களைத் தடுக்கத் தேவையான நடவடிக்கைகளை எடுக்க இதுவே சிறந்த தருணம் என்றும், இந்த வாய்ப்பை நழுவ விட்டால் திபெத்தின் மீது மீண்டும் சீனா ஆதிக்கம் செலுத்துவதைத் தடுக்க இயலாமல் போய்விடும் என்றும் வைஸ்ராய் ஹார்டிங் பிரிட்டனுக்குத் தகவல் அனுப்பினார். 1907 பிரிட்டன் - ரஷ்யா இடையே ஓர் ஒப்பந்தம் செய்துகொள்ளப் பட்டது. அதன் மூலம் திபெத்தை இரு நாடுகளுக்கும் இடையேயான மோதல் தவிர்க்கும் இடை மண்டலமாக அவை அங்கீகரித்தன.

இப்போது பிரிட்டன் - சீனாவுக்கு இடையிலான மோதல் தவிர்க்கும் மண்டலமாகவும் திபெத்தையே இருக்கச் செய்யவேண்டும் என்று பிரிட்டன் முடிவுசெய்தது. இதை நடைமுறைப்படுத்த சிம்லாவில் 1913 ஆம் ஆண்டு பிரிட்டன் - சீனா - திபெத் கலந்து கொள்ளும் முத்தரப்புப் பேச்சுவார்த்தைக்கு ஏற்பாடு செய்தது. சீனா விருப்ப மில்லாமல் இறுக்கத்துடன் கலந்துகொள்ள, திபெத் மகிழ்ச்சியுடன் பங்கேற்றது. இந்தியாவின் வடகிழக்கு எல்லைகளை வரையறுப்பது குறைந்தபட்சம் லண்டனைப் பொறுத்தவரையில் பேச்சுவார்த்தை யின் முக்கிய நோக்கங்களில் ஒன்றாக இருந்திருக்கவில்லை.

திபெத் பெயரளவில் சீனாவின் கண்காணிப்பில் தன்னாட்சி பெற்ற பகுதியாக இருக்கும் அதேநேரத்தில் உண்மையில் பிரிட்டிஷ்- இந்தியாவைச் சார்ந்திருக்க வேண்டும்; ஒருபக்கம் ரஷ்யாவையும் மறுபக்கம் சீனாவையும் விலக்கி வைக்கும் ஓர் அரசமைப்பு அங்கு நிலவவேண்டும் என்பதே பிரிட்டனின் விருப்பமாகும். இதற்கிடையே மத்திய ஆசியாவில் பிரிட்டன் மற்றும் ரஷ்ய வல்லரசுகளுக்கு இடையேயான உறவுகள் சிக்கலாயின. குறிப்பாக ஆஃப்கானிஸ்தான், திபெத், மங்கோலியப் பகுதிகள் மீது இருவருக்கும் இடையே நிலவிய பனிப்போர் இன்னும் தீவிரமடைந்தது.

1907-ல் கையெழுத்தான பிரிட்டன்-ரஷ்ய ஒப்பந்தம் திபெத்துடன் சீனா மூலமாக அல்லாமல் பிரிட்டன் எந்தவித நேரடி உறவு கொள்வதை யும் திபெத்தின் பகுதியைத் தன்னுடன் இணைத்துக்கொள்வதையும் தடுத்தது. எனவே திபெத்தின் பகுதியை பிரிட்டன் நேரடியாக திபெத்துடன் ஒப்பந்தம் செய்து கைப்பற்ற முயற்சி செய்தால் அது ரஷ்யாவுடனான ஒப்பந்தத்தை மீறியதாகிவிடும். எனவே, அதை மிகவும் கவனமாகவும் ரகசியமாகவுமே செய்தாகவேண்டியிருக்கும்.

சீனாவுக்கும் திபெத்துக்கும் இடையே நிலவிய பதற்றத்தைத் தடுக்கச் சிம்லா கருத்தரங்கைக் கருவியாகப் பயன்படுத்த விரும்பிய பிரிட்டிஷ்

- இந்தியா 'நேர்மையான தரகராக' செயல்படப்போவதாக பிரிட்டன் நாடாளுமன்றத்தில் தெரிவித்தது. இருப்பினும் சிம்லா கருத்தரங்கு எதிர்பார்த்த வெற்றியைத் தரவில்லை. திபெத்துக்குக் கூடுதல் அதிகாரம் கிடைக்கச்செய்ய முயன்றதாகவும், சீனா அசைந்து கொடுக்காததால் எந்த முடிவும் எட்டப்படாமல் கருத்தரங்கு தோல்வி அடைந்ததாகவும் பிரிட்டன் நாடாளுமன்றத்துக்குப் பின்னர் கடிதம் அனுப்பியது.

சிம்லா கருத்தரங்கம் தன்னளவில் மிகவும் விரிவாகப் பேசப்பட வேண்டிய ஒன்று. அயல் நாட்டு விவகாரத்தில் மிகவும் சிக்கலான முன்னெடுப்பு, அதிகாரப் போட்டி, முதல் உலகப் போர் தொடங்க இருந்த சமயத்தில் மலை நகரங்களின் ராணியான சிம்லாவில் நடந்த மிக முக்கியமான ரகசிய நடவடிக்கை எனப் பலவகைகளில் அந்த கருத்தரங்கு தனியாகப் பார்க்கப்படவேண்டிய ஒன்று.

இந்தக் கருத்தரங்கத்தில் பிரிட்டிஷ் குழுவுக்குத் தலைமை தாங்கியவர் மெக்மோகன். இவர்தான் இருபது ஆண்டுகளுக்கு முன்பு இளம் ராணுவ கேப்டனாக ட்யூரண்டுடன் காபூலுக்குப் பயணித்து 'ட்யூரண்ட் எல்லைக் கோடு' உருவாக உதவியவர். அதே கேப்டன் மெக்மோகன் தான், இப்போது பிரிட்டிஷ் - இந்தியாவுக்கான வெளியுறவுச் செயலராகப் பதவி உயர்வு பெற்ற சர் ஹென்றி மெக்மோகன். 'பொறுப்பின் உலையில் உருக்கி எடுக்கப்பட்டு சுய சிந்தனையின் பட்டறைக் கல்லால் வடிவமைக்கப்பட்ட எல்லை வடிவமைப்புக் குழு' பற்றி கர்ஸன் சொன்னபோது ஹென்றி மெக்மோகன் போன்ற ஒரு நேர்மையான அதிகாரியை மனதில் கொண்டுதான் பேசியிருக்க வேண்டும். எல்லை வரையறுக்கும் பணி என்பது விஞ்ஞானத் துல்லியத்துடன் செய்யவேண்டிய பணி அல்ல... அது ஒரு கலை. நெகிழ்ந்து கொடுக்கக்கூடியதாகவும் வளைத்து எடுக்க முடிந்ததாகவும் இருக்கவேண்டும் என்று மெக்மோகன் உணர்ந்திருந்தார்.

மங்கோலிய விஷயத்தில் சீனாவும் ரஷ்யாவும் 'உள்' மற்றும் 'வெளி' மங்கோலியா என இரு மண்டலங்களாகப் பிரித்ததுபோல், திபெத்தையும் இரண்டு மண்டலங்களாகப் பிரிக்க வேண்டுமெனச் சீனாவிடம் பிரிட்டன் அந்தக் கருத்தரங்கில் வற்புறுத்தியது. முழு திபெத்தின் மீதான சீனாவின் உரிமையை அங்கீகரித்தாலும், 'வெளி திபெத்' பகுதிகளில் சீனாவுக்கு எந்த அதிகாரமும் இல்லை என்று பிரிட்டன் சொன்னது. இதன் மூலம் பிரிட்டிஷ் - இந்திய எல்லையை சீனா நெருங்காமல் கண்காணிக்க முடியும் என்பது பிரிட்டன் திட்டம். சீனர்கள் அந்தக் கோரிக்கையை ஏற்கவில்லை. அதேநேரம் அதை ஒரேயடியாக நிராகரிக்கவும் இல்லை. பலவீன நிலையில் இருந்ததால் தான் அந்தக் கருத்தரங்குக்கே வந்திருந்தார்கள். பிரிட்டன் மற்றும்

மெக்மெஹனின் நயமான ராஜ தந்திர நடவடிக்கைகளே சீனாவைக் கட்டிப்போட்டிருந்தன.

கல்கத்தாவில் இருந்த சீன பிரதிநிதியான லூ ஹுயிங் சி இதுபற்றிச் சுருக்கமாகச் சொன்னது: எங்கள் நாடு மிகவும் பலவீனமான நிலையில் இருக்கிறது. எங்கள் வெளியுறவுகள் மிகவும் சிக்கலானதாக இருக்கிறது. எங்கள் நிதி நிலைமையும் மோசமாக இருக்கிறது. இருந்தும் சீனாவைப் பொறுத்தவரையில் திபெத் மிக மிக முக்கிய மான பகுதி. எந்தவொரு விட்டுக்கொடுத்தலுக்கும் இடமே இல்லை.

சீனத் தரப்பில் சிம்லாவுக்கு வந்திருந்தவர் சென் இ-ஃபேன் (அல்லது இவான் சென்). லண்டனில் பல ஆண்டுகள் பணியில் இருந்த நல்ல அனுபவம் பெற்றவர். கல்கத்தாவில் சீனா கவுன்சல் ஆகவும் லாஸவில் சீன வைஸ்ராயாகவும் தன்னைச் சொல்லிக் கொண்டவர் (பிரிட்டிஷார் அவரை எழுத்தர் பதவியில் இருப்பவராக மட்டுமே மதித்தது). ஆனால், லூ சி மிகச் சிறந்த அரசியல் நிபுணர். பீகிங் அரசுக்கு அவர் எப்போதும் சொன்ன ஆலோசனை : எதையும் விட்டுக் கொடுக்க வேண்டாம். ஆனால், அவர் அனுப்பிய எல்லா ரகசியச் செய்திகளும் அவருக்கு சிம்லாவில் இருந்து வந்து சேர்ந்த எல்லா செய்திகளும் பிரிட்டிஷ் அரசால் தொடர்ந்து கண்காணிக்கப்பட்டன. இதனால் பிரிட்டிஷாருக்கு சிம்லா கருத்தரங்கில் எதிர் தரப்பின் நிலைப்பாடு மட்டுமல்ல தமது நிலைப்பாடாக எதிர் தரப்புக்கு என்னவெல்லாம் தெரியுமென்பதும் தெரிந்திருந்தது.

இரண்டு மண்டலங்களாகப் பிரிக்கவேண்டும் என்ற கோரிக்கையை ஏற்க சீனா பெரிதும் தயங்கியது. சீனாவில் இருந்து திபெத்தை அல்லது திபெத்தின் பெரும்பகுதியைப் பிரிப்பதே பிரிட்டனின் நோக்கம் என்பது சீனாவுக்கு நன்கு புரிந்திருந்தது. ஆனால், நேரடியாக அதை எதிர்க்காமல், எப்படியாகப் பிரிக்கவேண்டும் என்பதில் கருத்து வித்தியாசம் இருப்பதுபோல் காட்டிக்கொண்டது. இந்த விஷயத்தில் ஒரு தீர்மானம் எடுக்க முடியாமல் பேச்சுவார்த்தை முறிந்தது.

ஏப் 1914-ல் மெக்மொகன் சீனப் பிரதிநிதி இவான் சென்னை அந்த ஒப்பந்தத்தில் கையெழுத்திடும்படி ஒப்புக்கொள்ளச் செய்திருந்தார். ஆனால் அவரோ நான் இடுவது இறுதி ஒப்புதல் கையெழுத்து அல்ல. சம்பிரதாயமான முதல் நிலை கையொப்பம் மட்டுமே என்று சொல்லியே கையெழுத்திட்டார். ஆனால், சீன அரசு இந்தச் செயலுக்குக்கூட இவானைக் கடுமையாகக் கண்டித்து எச்சரித்ததுடன் அவரது செய்கையை ஏற்றுக்கொள்ள மறுத்து அறிவிப்பு வெளியிட்டது. இவானின் செயலை சீனா அங்கீகரிக்கவில்லை என்று தெரிந்ததும்

பிரிட்டன் அந்த ஒப்பந்தத்தையே பின்னர் ரத்து செய்துவிட்டது (ரஷ்யாவுடன் கலந்தாலோசித்த பிறகு).

திபெத் குறித்த ஒப்பந்தத்தை சீனா ஏற்றுக்கொள்ளும் பட்சத்தில் மட்டுமே பிரிட்டிஷ் இந்தியா-சீனா-திபெத் ஆகிய மூன்றும் கையெழுத்திடும் ஒப்பந்தமாக இருக்கவேண்டும் என்றும், திபெத்துடன் தனியாக எந்த ஒப்பந்தமும் செய்துகொள்ளவேண்டாம் என்றும் மெக்மெஹனுக்கு லண்டன் தந்தி அனுப்பியிருந்தது. ஆனால் அந்தத் தந்தி உரிய நேரத்தில் மெக்மெஹனுக்குக் கிடைக்கவில்லை (அந்தத் தந்தி அனுப்பிய நாளில் லண்டன் தலைமையகத்தில் எந்தவொரு மூத்த அதிகாரியும் உணவு இடைவேளைக்கு முன்பாக அன்று அலுவலகத்துக்கு வந்திருக்கவில்லை).

ஒப்பந்தத்தில் சில திருத்தங்களைச் செய்து மெக்மெஹனும் திபெத் பிரதிநிதியும் அதில் கையெழுத்திட்டனர். திபெத்துடன் ஒப்பந்தம் கையெழுத்திடப் போகிறோம் என்ற தகவல் மட்டுமே சீனப் பிரதிநிதிக்குச் சொல்லப்பட்டது. அவரை அடுத்த அறைக்குப் போகச் சொல்லிவிட்டு பிரிட்டிஷ் தரப்பும் திபெத் தரப்பும் கையெழுத் திட்டன. அதிலுள்ள முக்கிய அம்சங்கள் எதுவும் சீனாவுக்குத் தெரிவிக்கப்படவில்லை. அந்த ஒப்பந்தம் பல ஆண்டுகளுக்கு வெளியிடப்படவும் இல்லை.

முத்தரப்பு ஒப்பந்தமாக நிறைவு பெற்றிருக்க வேண்டிய சிம்லா கருத்தரங்கம் இரு தரப்பினர் ஒரு ரகசிய ஒப்பந்தத்தை வெளிப்படை யாகக் கையெழுத்திடும் வகையில் நடந்துமுடிந்தது. ஒப்பந்த வரைவின் ஒரு பகுதி மூவராலும் கையெழுத்திடப்பட்டிருந்தது. இன்னொரு பகுதி இரு தரப்பால் மட்டுமே கையெழுத்திடப்பட்டது. வரைபடம் மூவராலும் கையெழுத்திடப்பட்டது. இதில் சீனா கையெழுத்திடாததால் பிரிட்டிஷ் - இந்தியாவும், திபெத்தும் செய்து கொண்ட ஒப்பந்தத்தை ஏற்றுக்கொள்ளாததுடன், எந்த வகையிலும் தன்னைக் கட்டுப்படுத்தாது என்றும் அறிவித்தது.

இதன் காரணமாகவே 1950களில் திபெத்தின் மீதான ஆக்கிரமிப்பு சீனாவுக்கு எளிதாகிப் போனது. 'ஒப்பந்தத்தில் சீனாவைக் கையெழுத் திட நிர்பந்தித்து அதை முத்தரப்பாக மாற்றியிருக்கவேண்டும். அந்த வகையில் எனக்குத் தோல்விதான்' என்று மெக்மொகன் வருத்தத்துடன் லண்டனுக்கு அனுப்பிய இறுதி அறிக்கையில் எழுதினார். பிரிட்டிஷ் இந்தியா அளவுக்கு அதிகமாக திபெத்துக்குச் சாதகமாக நடந்து கொள்ள முயன்றதால்தான் சிம்லா மாநாடு தோல்வி அடைந்தது என்று லண்டனும் பின்னர் 1915-ல் அறிக்கை வெளியிட்டது. இரண்டாவதாக சீனாவும் சிம்லா மாநாட்டில் அப்படி ஒரு ஒப்பந்தம்

ரகசியமாகக் கையெழுதிடப்பட்டது என்பதை ஏற்றுக்கொள்ள வில்லை.

1914 பிப்ரவரி - மார்ச்சில் மெக்மோகன் பரிந்துரைப்படி திபெத் - அஸ்ஸாம் எல்லை குறித்து பிரிட்டிஷ் - இந்தியாவும், திபெத்தும் டெல்லியில் சந்தித்து விவாதித்தன. முந்தைய சிம்லா ஒப்பந்தத்தில் கையெழுத்திடாததால் சீனா கூட்டத்துக்கு அழைக்கப்படவில்லை. அடுத்த இருபது ஆண்டுகள் வரையில் பிரிட்டிஷ் இந்தியா - திபெத் செய்து கொண்ட ஒப்பந்தம் குறித்த விவரங்கள் வெளியிடப்படாமல் ரகசியமாகப் பாதுகாக்கப்பட்டது. அந்த ஒப்பந்தம் ஆங்கிலேயர்-சீனர் *1906*-ல் செய்துகொண்ட உடன்படிக்கையை மட்டுமல்ல; *1907*-ல் பிரிட்டன் ரஷ்யா செய்துகொண்ட உடன்படிக்கையையும் மீறிச் செய்யப்பட்டிருந்தது.

பிரிட்டிஷ் என்னதான் முன்னெச்சரிக்கை நடவடிக்கைகள் எடுத்திருந்த போதிலும் சீனத் தரப்புக்கு தில்லியில் பிரிட்டிஷார் திபெத்தியர் களுடன் நடத்திய பேச்சுவார்த்தைகள் குறித்துத் தெரிந்திருக்கும் என்றே தோன்றுகிறது. எனினும் பிரிட்டனுக்கும் திபெத்துக்கும் இடையில் தனியாகச் செய்துகொள்ளப்படும் எந்தவொரு ஒப்பந்தத்தையும் ஏற்கமாட்டோம் என்று மட்டுமே தொடர்ந்து சொல்லி வந்தார்கள். வேறு எதுவும் தெரிந்ததாகக் காட்டிக்கொள்ளவில்லை.

அக் *1913* ஒப்பந்தவரைவில் தவாங் டிராக்ட் முழுவதும் திபெத்திடம் இருப்பதை பிரிட்டன் ஏற்றுக்கொள்ளவேண்டும் என்று மெக்மோகன் குறிப்பிட்டிருக்கிறார். நவம்பர் பேச்சுவார்த்தையில், தவாங்குக்குத் தென் கிழக்கே இருபது மைல் தொலைவில் சே லா கணவாய் வழியே எல்லைக்கோடு செல்லவேண்டும் என்றார்.

பிப்ரவரி பேச்சுவார்த்தையில் தவாங்குக்கு வடக்கே பன்னிரு மைல் தொலைவில் வரும்படி பிரிட்டன் தெரிவித்தது. இது சீஃப் ஆஃப் ஜெனரல் ஸ்டாஃப் சொன்னதைவிடக் குறைவான எல்லைதான். இருந்தும் இதன் மூலம் திபெத்தின் இரண்டாயிரம் சதுர மைல் பரப்பளவு பிரிட்டிஷ் - இந்தியாவின் கட்டுப்பாட்டுக்குள் வருவதால், அபாயகரமான தவாங் டிராக்ட் துண்டிக்கப்படும். திபெத்துடனான வர்த்தகம் எளிதாவதுடன், தவாங் மடாலயமும் நம் கட்டுப் பாட்டுக்குள் வரும். இதனால் அந்தப் பகுதியில் திபெத் அதிகாரிகள் கொடுத்துவரும் நெருக்கடிகளில் இருந்து விடுதலை கிடைக்கும் என்று மெக்மோகன் லண்டனுக்குக் கடிதம் அனுப்பினார். எல்லை தொடர்பான பேச்சுவார்த்தைகள் பற்றி முழு விவரங்களையும் மெக்மோகன் லண்டனுக்கு அனுப்பிய கடிதத்தில் தெரிவிக்க வில்லை. எனவே, தவாங் டிராக்டை பிரிட்டிஷாருக்குத் தாரைவார்க்க

திபெத்தியர்கள் எப்படி முன்வந்தார்கள் என்பது பற்றி எதுவும் தெரிந்துகொள்ளமுடியவில்லை.

பின்னர் நடந்த விஷயங்களில் இருந்து என்ன தெரியவருகிற தென்றால், சீனாவுடனான எல்லை மற்றும் சுய ஆட்சி அந்தஸ்து போன்ற விஷயங்களில் பிரிட்டன் திபெத்துக்கு சாதகமான முடிவை சீனாவுடன் பேசிப் பெற்றுத் தரும் என்ற நம்பிக்கையில் பிரிட்டனுக்குத் தந்த விலையாக அது இருக்கும் என்று தோன்றுகிறது. பிரிட்டனால் அப்படிச் சாதகமாக எதையும் செய்துதர முடியவில்லை யென்றால் அந்த ஒப்பந்தத்தை ரத்து செய்துகொண்டுவிடலாம் என்று அது நினைத்திருக்கும். ஆனால், திபெத்திய அதிகாரிகள் இப்படி தவாங் டிராக்டை விட்டுக்கொடுத்ததை திபெத் அரசு கடிந்து கொண்டது.

இந்த எல்லை வரைவை முடிந்தவரை துல்லியமாகத் தயாரிக்க மெக்மெஹனுக்கு திபெத்தின் பயணிக்க முடியாத பள்ளத்தாக்கு களுக்கும் பனி படர்ந்த மலை உச்சிகளுக்கும் முந்தைய இரண்டு ஆண்டுகளில் சென்று சேகரிக்கப்பட்ட தரவுகள் பெரிதும் உதவின. கடைசி நிமிடம்வரை அந்த வரைபடத்தை அவர் செழுமைப்படுத்திக் கொண்டிருந்தார். கேப்டன் எஃப்.எம்.பெய்லி இந்த விஷயத்தில் பெரிதும் உதவினார்.

சிம்லா மாநாடு தொடங்கிய நேரத்தில் பெய்லி திபெத்துக்குள் சாகசப் பயணம் ஒன்றை மேற்கொண்டிருந்தார். மேற்கு திசையில் சாங்போ பள்ளத்தாக்கு வழியாகவும் பிறகு தெற்கு திசையில் தவாங் வரையிலு மான பழங்குடி பகுதிகள் வழியாகவும் பயணம் மேற்கொண்டு துல்லியமான தகவல்களைச் சேகரித்திருந்தார். அவர் சேகரித்துத் தந்த தகவல்கள்தான் 50 ஆண்டுகள் கழித்துப் பின்னாளில் இந்திய சீன எல்லை பிரச்னை வெடித்தபோது முக்கிய தரவுகளாக இருந்து உதவின. பெய்லி தன்னுடைய ஆய்வை முடித்துக்கொண்டு கல்கத்தா திரும்பியபோது மெக்மெஹனிடமிருந்து சிம்லாவுக்கு வரும்படிச் சொல்லி தந்தி வந்தது. தவாங் பற்றி பெய்லி தந்த துல்லியமான தகவல்களின் அடிப்படையில் மெக்மொகன் அந்த எல்லையை மிகத் துல்லியமாக வரைந்துமுடித்தார்.

இரண்டு வரைபடங்களில் (ஒரு மைலுக்கு எட்டு இன்ச்கள்) எல்லைக் கோடுகள் தீட்டப்பட்டன. 1914 மார்ச் 24 மற்றும் 25-ல் மெக்மெஹனும் திபெத்தியப் பிரதிநிதியும் இது குறித்த கடிதங்களைப் பரிமாறிக் கொண்டனர். ஆனால் அக்கடிதங்களில் புதிய எல்லை பற்றி வார்த்தை அளவிலான விளக்கங்களோ அந்த எல்லைக்கோடுகள் அப்படி வரையப்பட்டதற்கான காரணங்களோ கொள்கைகளோ

விளக்கப்படவில்லை. இவற்றின் நகல்களை திபெத்தும் பிரிட்டனும் வைத்துக்கொண்டன.

இந்த மெக்மொகன் எல்லைக்கோடு உண்மையில் என்ன செய்திருக்கிறதென்றால் எல்லையை வடக்குப் பக்கம் சுமார் 60 மைல்கள் நகர்த்திக்கொண்டு சென்றிருக்கிறது. அதாவது மலையடி வாரத்தில் இருந்து அஸ்ஸாம் இமயமலைகளின் முகடுகளுக்குக் கொண்டு சென்றிருக்கிறது. தென் திசையில் பாயும் சாங்போ-பிரம்மபுத்திரா உட்பட பல்வேறு நதிகளை வெட்டிச் செல்வதாக அது அமைந்திருந்ததால், உண்மையில் அது நீராலான எல்லையை (நதிப்படுகையை) மையமாகக் கொண்டிருக்கவில்லை. பின்னாளில் அது தொடர்பாகத்தான் பிரச்னை எழுந்தது. திபெத் பீடபூமியின் விளிம்புவரையில் எல்லை நீளமாக நேராகச் செல்கிறது. திபெத்தியர்கள் உயர்ந்த பீடபூமிக்குக் கீழான சதுப்பு நிலப் பள்ளத்தாக்குகளில் அதிகம் வசிக்கவில்லை. இந்தச் சூழலுக்கு நேர்மாறாக, மேற்குப் பக்கத்தில் தவாங் டிராக்டை வெட்டிச் செல்லும் அந்தப் பகுதி அதிக மக்கள் வசிப்பதாகவும் முழுக்க முழுக்க திபெத்திய கலாசாரத்தால் மூழ்கடிக்கப்பட்ட பகுதியாகவும் இருந்தது.

இருபது ஆண்டுகளுக்கு முன்பு ஆஃப்கன் எல்லையில் பிரிட்டனுக்காக ட்யூரண்ட் செய்த பணியைத் தற்போது திபெத் எல்லையில் மெக்மொகன் செய்துள்ளார். அதாவது, பழங்குடிப் பகுதியையொட்டிய யாருமற்ற நிலப்பகுதியை பிரிட்டிஷ் இந்தியாவின் அங்கமாக எல்லைக்கோட்டை வரையறுத்தார். ஆஃப்கனியர்கள் ட்யூரண்ட் எல்லைக்கோட்டை எப்படி எடுத்துக் கொண்டார்களோ அதுபோலவே திபெத்தியர்கள் மெக்மொகன் கோட்டை எடுத்துக்கொண்டனர். அதாவது அந்தக் கோட்டினால் திபெத்தியரைவிட பிரிட்டிஷாருக்கே அதிகப் பாதிப்பு என்று கருதினர்.

தவாங் டிராக்ட் பகுதியில் வரி வசூலிக்கும் உரிமை அவர்கள் வசமே இருக்கும் என்று மெக்மொகன் தெரிவித்தார். லண்டனுக்கு அவர் அனுப்பிய அறிக்கையில் இருந்து என்ன தெரியவருகிறதென்றால், அந்த எல்லையானது எதிர்காலத்தில் விரிவான தகவல்கள் கிடைக்கும் போது திபெத்தியர்களின் நலன் சார்ந்து மறுபரிசீலனைக்கு உரியதே என்று சொல்கிறது. சிம்லா மாநாடு பற்றிக் குறிப்பிட்ட வரலாற்றாசிரியர் மெக்மொகன் எல்லைக்கோடு ஒருவகையில் தற்காலிகமானது, பரீட்சார்த்தமானது என்று குறிப்பிட்டிருக்கிறார்.

சில பகுதிகளை பிரிட்டிஷ் இந்தியாவுக்குக் கொடுப்பதன் மூலம் சீனாவிடமிருந்து முடிந்த அளவுக்கு விடுதலையும் திருப்திகரமான எல்லை வரைவும் பிரிட்டிஷ் உதவியுடன் பெற்றுக்கொள்ளமுடியும்

என்று திபெத் நம்பியது. ஆனால் எதிர்பார்த்ததுபோல் பிரிட்டிஷ் இந்தியா எதுவும் செய்துதராததால் மெக்மொகன் எல்லைக்கோட்டு வரைவில் தங்களுக்கு ஒப்புதல் இல்லை என்று திபெத்தும் பின்வாங்கியது.

1914 க்குப் பிறகு மெக்மொகன் எல்லைக்கோடு என்ன ஆனது என்றும் பார்ப்பதற்கு முன்பாகத் தோல்வி அடைந்த சிம்லா ஒப்பந்தம் பற்றிப் பார்ப்போம். பிரிட்டிஷ் இந்தியா - திபெத் எல்லை என்ற விஷயம் கடைசி வரை முத்தரப்பு விவாத நிகழ்ச்சி நிரலில் இடம் பெறவில்லை. அது பற்றிய விவரமும் சீனாவிடம் தெரிவிக்கப்பட வில்லை. வரைவு ஒப்பந்தத்துடன் இணைக்கப்பட்டுள்ள வரைபடத்தில் 'உள் திபெத்' மற்றும் 'வெளி திபெத்' என இரு மண்டலங்களாகப் பிரிக்கப்பட்டிருந்தது. திபெத்தின் எல்லை சிவப்பிலும், அதன் இரு மண்டலங்களுக்கு இடையேயான எல்லைகள் நீல வண்ணத்திலும் தீட்டப்பட்டிருந்தன. வரைபடத்தில் காணப்பட்ட திபெத் - சீன எல்லைக் கோடு மெக்மொகன் திபெத்துடன் செய்து கொண்ட ஒப்பந்தத்தின் அடிப்படையில் இருக்கவே சீனா அதிர்ச்சி அடைந்தது. திபெத் மண்டலப்பிரிவுகளுக்கு ஒப்புக்கொண்டு சீனா கையெழுத்திட்டால் அது மெக்மொகன் பரிந்துரைத்த எல்லைக் கோடுகளையும் ஒப்புக் கொண்டதாகக் கருதப்படும் என்பதால் சீனா மாநாட்டில் எதிர்ப்பு தெரிவித்தது. மெக்மொகன் பரிந்துரைத்த திபெத் மண்டலப் பிரிவினை, எல்லைக்கோடு ஆகியவற்றைச் சீனா ஏற்றுக் கொள்ளாததால் சிம்லா மாநாடு தோல்வி அடைந்தது. ஆனால், சர் ஹென்றி மெக்மெஹனின் ராஜதந்திரச் செயல்பாடுகள் சீனா அந்த ஒப்பந்தத்தை ஏற்றுக்கொண்டதாகப் பின்னாளில் பேசப்படக் காரணமாக அமைந்தது.

தோல்வி அடைந்த சிம்லா மாநாடு பாதியில் முடிந்த அடுத்த சில வாரங்களிலேயே முதலாம் உலகப் போர் வெடித்தது. இதன் காரணமாக வடக்கு எல்லைக் கொள்கை லண்டன் மற்றும் டெல்லி அரசுகளின் கவனத்தில் இருந்து தூர விலகியது. 1914-ல் தவாங் பகுதிக்கு விஜயம் செய்த பிரிட்டிஷ் அதிகாரி லண்டனுக்கு அனுப்பிய செய்தியில் 'சீனா தன் உள் நாட்டுப் பிரச்னைகளில் இருந்து வெளியேறிப் பலம்பெற்றால் திபெத்திய எல்லை முக்கியத்துவம் நிறைந்ததாக ஆகும். எனவே அங்கு நிரந்தரமாகப் புறக் காவல் நிலையத்தை அமைக்கவேண்டும்' என்று பரிந்துரைத்திருந்தார். ஆனால், அந்தப் பரிந்துரைகள் திபெத்திலிருந்து தில்லிக்குக்கூட அனுப்பப்படவில்லை.

இந்த நெருக்கடியான நேரத்தில் எல்லைப் பகுதியில் அதிரடியான எந்தச் செயலையும் இந்திய அரசு விரும்பாது என்பது அவருடைய

மேலதிகாரிகளுக்குத் தெரிந்திருந்தது. 'ஒன்றரை வருடம் பல்வேறு கட்டங்களில் பேச்சுவார்த்தை நடத்தியும் தனது முயற்சிகளுக்கு அரசு எந்த ஊக்கமோ ஆதரவோ அளிக்கவில்லை என்ற வருத்தத்தில் மெக்மொகன் டெல்லியில் இருந்து விடுப்பில் லண்டன் திரும்பினார். பிறகு அவர் எகிப்துக்கான பிரிட்டிஷ் ஹைகமிஷனராக நியமிக்கப் பட்டார். 'சீனத் தரப்பு என்ற ஒன்றும் உண்டு என்பதை இந்தியாவில் இருக்கும் யாருக்கும் சொல்லிப் புரியவைப்பது மிகவும் கடினமாகவே இருந்தது' என்று அப்போது மெக்மெஹனை லண்டனில் சந்தித்த ஒரு சக அதிகாரி குறிப்பிட்டிருக்கிறார்.

திபெத் விஷயத்தில் முத்தரப்புப் பேச்சுவார்த்தைக்கு சீனா முன்வர வேண்டும்; இல்லையென்றால், சீன ஆளுகைக்குள் தன்னாட்சி பெற்ற அமைப்பாக திபெத்தை அங்கீகரிக்கும். திபெத்துடனான விஷயங்களை அதன் பிறகு அந்த அடிப்படையில் பிரிட்டன் அணுகும் என்று பிரிட்டன் மிரட்டியது. சீனா முற்றாக மறுப்புத் தெரிவிக்கவும் இல்லை. அதேநேரம் அதை ஏற்றுக்கொள்ளவும் இல்லை. இன்றைய தேதியில் ராணுவ உதவி என்று நாம் சொல்லக் கூடியவகையிலான உதவிகளை அதாவது ஆயுதங்கள், தளவாடங்கள், ராணுவப் பயிற்சி போன்றவற்றை பிரிட்டன் திபெத்துக்கு வழங்கத் தொடங்கியது. இருப்பினும் திபெத் மீது சீனாவுக்கு இருந்த அதிகாரத்தை ரஷ்யா, சீனா, திபெத் ஆகியவற்றுடன் செய்துகொண்ட ஒப்பந்தங்கள் மூலம் ஏற்கெனவே பிரிட்டன் உறுதிப்படுத்தி இருந்ததால் அதில் கைவைத்துச் சிக்கலை அதிகமாக்க பிரிட்டன் விரும்பவில்லை. மேலும் சிம்லா ஒப்பந்தத்தின் வரைவு, அந்த முதல் வரைவையே ஏற்றுக்கொண்டதாக பிரிட்டன்-திபெத் செய்துகொண்ட ரகசிய ஒப்பந்தம், அஸ்ஸாம்-திபெத் எல்லை குறித்து பிரிட்டன்-திபெத் ரகசியமாகப் பரிமாறிக்கொண்ட கடிதங்கள் என எதையுமே பிரிட்டன் அதிகாரபூர்வமாக வெளியிடவேயில்லை.

1929-ல் அட்சிஷன் ட்ரீடீஸ் என்ற அதிகாரபூர்வமான அறிக்கை சிம்லா மாநாடு பற்றிக் கீழ்க்கண்ட அறிக்கையை வெளியிட்டது:

> *'1913-ல் பிரிட்டிஷ் இந்தியா, சீனா, திபெத் பிரதிநிதிகள் இந்தியாவில் சந்தித்து சீன திபெத் எல்லை பற்றி விவாதித்தனர். 1914 இது தொடர்பான முத்தரப்பு ஒப்பந்தவரைவில் சீனப் பிரதிநிதி முதல் நிலைக் கையெழுத்தைமட்டுமே பதிவு செய்தார். ஆனால், சீன அரசு அவரைக் கடுமையாகக் கண்டித்து ஒப்பந்த வரைவை அங்கீகரிக்க மறுத்ததுடன் இறுதிக் கையெழுத்தை இட அவரை அனுமதிக்கவில்லை'.*

1928-ல் இந்திய அரசின் வெளியுறவுச் செயலர், அட்டிசன்ஸ் ட்ரீட்டீகளில் இருந்த விடுபடல்கள் மற்றும் திபெத்துடன் பிரிட்டன் செய்துகொண்ட ரகசிய ஒப்பந்தம் ஆகியவை பற்றி விளக்கம் கொடுத்தார்: இந்த ஆவணங்கள் வெளியிடப்பட்டால், முத்தரப்புப் பேச்சுவார்த்தைபற்றியும் அதில் இடம்பெற்ற ரகசிய முன்னெடுப்புகள் பற்றியும் சுருக்கமாகக் குறிப்பிட்டாக வேண்டிவரும். அந்த ஒப்பந்தம் குறித்த ஆவணங்கள் சீனா அதைக் கவனத்தில் எடுத்துக்கொள்ளும்படிச் செய்யும். பிரிட்டிஷ் எதிர்ப்புப் பிரசாரத்துக்கு கூடுதல் வலுவும் சேர்த்துவிடும். எனவே அவற்றை வெளியிடாதது சரியே என்று குறிப்பிட்டிருந்தார்.

மெக்மோகன் எல்லைக்கோட்டைப் பொறுத்தவரையில் அந்தக் கடிதம் பயனற்ற ஒன்று. பர்மாவிலுள்ள பிரிட்டிஷ் அதிகாரிகளுக்கு பிரிட்டிஷ் இந்திய - திபெத் ஒப்பந்தம் பற்றித் தெரிவிக்கப்பட்டது (அது அவர்கள் சம்பந்தப்பட்டதும்கூட). ஆனால், அஸ்ஸாமிலுள்ள அதிகாரிகளுக்கு அது பற்றிய விவரங்கள் கூறப்படாததால் அவர்கள் தமது எல்லை மலையடிவாரத்தில்தான் உள்ளது என்று நம்பிக் கொண்டிருந்தனர். தவாங் ட்ராக்ட் திபெத்தின் கட்டுப்பாட்டிலேயே தொடர்ந்து இருந்தது. சிம்லா ஒப்பந்தம் நடைபெற்ற இருபது ஆண்டுகளுக்குப் பிறகும்கூட பிரிட்டிஷ் அதிகாரிகள் பழங்குடியினர் பகுதிகளுக்கு அவ்வப்போது தண்டனை தரும் நிமித்தமாகப் படையெடுத்துச் சென்றார்களே தவிர மெக்மோகன் வரைபடக் கோட்டை அதிகாரப்பூர்வ எல்லைக் கோடாக அவர்களால் நிர்ணயிக்க முடியவில்லை மெக்மோகன் எல்லைக்கோடு நடைமுறையில் மறக்கப்பட்டதாகவே இருந்தது.

1935-ல் புது டெல்லியில் துணைச்செயலர் அந்தஸ்தில் இருந்த ஓல்ஃப் கரோ வேறொரு விஷயம் பற்றிப் பேசும்போது வட கிழக்கு எல்லை பற்றிப் பேசினார். கூடவே மெக்மோகன் எல்லைக்கோடு பற்றி 'எதேச்சையாக' நினைவுகூர்ந்தார் (பிரிட்டிஷ் தாவரவியல் நிபுணரும், புகழ் பெற்ற பயண ஆர்வலருமான எஃப்.கிங்டன் வார்ட் மூலம் அந்தப் பிரச்னை எழுந்தது. ஏற்கெனவே பல தடவை அவரைத் தமது நாட்டுக்குள் அனுமதித்த திபெத்தியர்கள், 1935-ல் தங்கள் அனுமதி இல்லாமல் உள்ளே நுழைந்தது தொடர்பாக பிரிட்டிஷாரிடம் புகார் எழுப்பினார்கள். திபெத் வசமுள்ள தவாங் பகுதியை பிரிட்டிஷ் இந்தியா இணைத்துக்கொள்ளவேண்டும் என்று 1938 அக்டோபரில் வெளியான ராயல் சென்ட்ரல் ஏஷியன் சொசைட்டி சஞ்சிகையில் அவர் எழுதிய அரசியல் கட்டுரையே திபெத்தின் கோபத்துக்குக் காரணமானது).

'மிகுந்த சிரமத்துக்குப் பிறகு, தற்செயலாகவே உண்மை நிலை என்ன என்பது தெரியவந்தது' என்று ஓல்ஃப் கரோ குறிப்பிட்டிருக்கிறார். பிரிட்டிஷ் இந்தியா-திபெத் வரைவு ஒப்பந்த விவரங்களை அட்சிஷன் ட்ரீடீஸில் வெளியிட வேண்டுமென்றும், உடனடியாக அதை ஆவணப்படுத்த வேண்டுமென்றும் விரும்பினார். அட்சிஷன் ட்ரீடீஸில் ஒப்பந்தம் வெளியாகவில்லை என்ற விவரம் சீனாவுக்குத் தெரிந்தால் முறையான பிரிட்டிஷ் இந்தியா-திபெத் ஒப்பந்தம் எதுவும் இல்லை என்ற அதன் வாதத்துக்கு வலு சேர்க்கும் வகையில் அமைந்து விடும் என்று கூறினார். உடனடியாக மெக்மொகன் கோட்டை வரைபடங்களில் வெளியிட்டு அதிகாரபூர்வ எல்லைக்கோடாக்க அனைத்து நடவடிக்கைகளையும் எடுக்கவேண்டும் என்றும் கூறினார். குறிப்பாக நாடுகளின் அதிகாரபூர்வ வரைபடங்களை வெளியிடும் 'தி டைம்ஸ்' நிறுவனம் சர்வே ஆஃப் இந்தியாவை அடிப்படையாக வைத்து வெளியிட்டிருக்கும் வரைபடத்தில் மலையடிவாரத்திலேயே எல்லைக்கோடு இருப்பதாக (சீன வரைபடங்களைப் போலவே) காட்டியிருக்கிறது. எனவே, மெக்மொகன் கோட்டை எல்லைக் கோடாக்கி இந்தியாவுக்கான புதிய வரைபடத்தை வரையவேண்டும் என்றும் வலியுறுத்தினார்.

இவரது கருத்தை ஏற்றுக்கொண்டு சிம்லா ஆவணங்கள் அட்சிசனின் புதிய எடிஷனில் வெளியிட லண்டன் ஒப்புக்கொண்டது. 1914-ல் இந்த ஒப்பந்த வரைவு வெளித் தெரியாத விதமாகச் செய்யப்பட்டது. எனவே அது சார்ந்த திருத்தங்களும் யாரும் அறியாத வண்ணமே செய்யப்படவேண்டும் என்று சொல்லியது. அதன்படி உண்மையில் 1937-ல் வெளியிடப்பட்ட அட்சிஷன் புதிய பதிப்பை 1929-ல் வெளியிட்டதாகக் காட்டியது. 1929 பழைய பதிப்பின் அனைத்துப் படிகளும் திரும்பப் பெறப்பட்டு அழிக்கப்பட்டன. இதன் ஒரேயொரு நகல் மட்டும் தப்பித்து ஹார்வேர்ட் பல்கலைக்கழகத்தில் உள்ளது. இந்த முறைகேட்டின் மூலம் சிம்லா ஒப்பந்தத்தை 1914 முதலே பிரிட்டன் அங்கீகரித்தது என்றும் அதன் காரணமாகவே சிம்லா கருத்தரங்கு முடிந்த கையோடு அட்சிஷன் ட்ரீடீஸ் முதல் எடிஷனில் ஆவணங்கள் வெளியிடப்பட்டன என்றும் ஆனது (இதே கருத்தை 1960-ல் சுதந்திர இந்தியா முன்வைக்கவும் செய்தது).

1937-ல் இந்திய நில அளவைத் துறை மெக்மொகன் கோட்டை வட கிழக்கு எல்லையாக்கி, இறுதிசெய்யப்படாத எல்லை என்ற குறிப்புடன் வரைபடத்தை வெளியிட்டது (இந்த எல்லைத் திருத்தத்தை எல்லா அரசாங்கத் துறைக்கும் தெரியப்படுத்தியிருக்க வில்லை. 1938-ல் தவாங் டிராக்டை திபெத்தின் பகுதியாகவும், 1872-73-ல் எல்லையாகக் காட்டப்பட்ட தென் முனையை அதன்

சர்வதேச எல்லையாகவும்கொண்டு திபெத் ஒரு வரைபடம் வெளியிட்டது).

1940-ல் 'தி டைம்ஸ் ஹாண்டி அட்லஸ்' மேற்கூறிய மாற்றங்களுடன் புதிய வரைபடத்தை வெளியிட்டது. ஆனால், எல்லா வரைபட உற்பத்தியாளர்களும் இந்த அளவுக்குத் துடிப்புடனும் சரியாகவும் மாற்றங்களை உள்வாங்கிக் கொள்ளவில்லை. பல ஆண்டுகள் கழிந்த பிறகும் சில வரைபடங்கள் இந்தியாவின் வடகிழக்கு எல்லையாக அதன் மலையடிவாரத்தையே காட்டின. 1946-ல் வெளியான ஜவாஹர்லால் நேருவின் 'டிஸ்கவரி ஆஃப் இந்தியா' நூலின் முதல் பதிப்பில் இந்த எல்லையுடன் வரைபடம் வெளியானது. 1969-ல் நடைபெற்ற மகாத்மா காந்தியின் நூற்றாண்டு விழாக் கொண்டாட்டங்களின்போது ராபர்ட் பைன் எழுதிய 'காந்தியின் வாழ்க்கை வரலாற்று' நூலில் இடம் பெற்ற வரைபடத்திலும் இந்தியாவின் வட கிழக்கு எல்லையாக மலையடிவாரத்தின் கீழ்ப்பகுதி காட்டப்பட்டிருந்தது.

அட்சிஷன் ட்ரீட்டியாக புதிய எடிஷன் கொண்டுவந்ததும் அதிகாரபூர்வ வரைபடங்களில் இந்தியாவின் வட கிழக்கு எல்லையை மாற்றியமைத்ததையும் பார்க்கும்போது, இந்திய அரசு 1914-ல் எடுக்கத் துணியாத நடவடிக்கைகளை இப்போது எடுக்கத் துணிந்துள்ளது என்பது புரிந்தது. மெக்மொகன் கோடு அதிகாரபூர்வ எல்லையாகவே கருதப்பட வேண்டுமென இந்தியா முடிவெடுத்தது.

'தவாங் பகுதியின்மீது திபெத் செலுத்தும் அதிகாரம் தொடர்வது சரியல்ல. 1914 மாநாட்டின் மூலம் இந்தியாவின் ஒரு அங்கமாக அங்கீகாரம் பெற்ற தவாங் பகுதியின் மீது சீனா அல்லது பின்னாளில் திபெத்தின் மீது அதிகாரம் செலுத்தும் வேறெந்த நாடோ உரிமை கோர வழிவகுத்துவிடும்' என்று அஸ்ஸாம் அரசு சந்தேகத்தைக் கிளப்பியது (ரஷ்ய பூத பயம் மறைந்திருக்கவில்லை). வரைபடங்களோ டிரீட்டியில் செய்யப்பட்ட மறைமுக மாற்றங்களோ தவாங்கில் திபெத்தின் ஆதிக்கத்தை எவ்வகையிலும் குறைக்க உதவவில்லை.

புதுதில்லி அரசு அஸ்ஸாம் அரசாங்கத்திடம் 'அங்கு அதிகாரபூர்வ பயணங்கள் மேற்கொள்வதன் மூலம் அல்லது வரி வசூலிப்பதன் மூலம் நமது அதிகாரத்தை தவாங் பகுதியில் நிலை நிறுத்தவேண்டும்' என்று சொன்னது. மேலும் தவாங் பகுதியை முழுமையான கட்டுப்பாட்டுக்குள் கொண்டு வரவும், சீனாவின் ஊடுருவலைத் தடுத்து நிறுத்தவும், பிரிட்டிஷ் அதிகாரி ஒருவர் போதிய ராணுவப் பாதுகாப்புடன் ஒவ்வொரு கோடைக்காலத்திலும் தவாங்கில் தங்கவேண்டும் என்று பரிந்துரைத்தார்.

ஆனால், அஸ்ஸாமின் யோசனையை பிரிட்டிஷ் இந்தியா தீவிரமாக எடுத்துக் கொள்ளவில்லை. தவாங் பகுதியை ஆய்வு செய்யவும், மலைவாழ் மக்களுடனான தொடர்புகளை மேம்படுத்திக் கொள்ளவும், வருவாய் ஈட்டும் வழிகளைக் கண்டுபிடிக்கவும் ஒரு சாதாரணக் குழுவை மட்டுமே அனுப்பிவைத்தது. குறிப்பாகச் சொல்வதென்றால் தீவிரப் போக்குக் குழு முன்வைத்த ஒரு பரிந்துரையை பிரிட்டிஷ் இந்திய அரசு அலட்சியப்படுத்திவிட்டது.

இந்திய ராணுவ கேப்டன் லைட்ஃபுட் தலைமையில் ஒரு குழு தவாங்கை 1938 ஏப்ரலில் சென்றடைந்தது. மெக்மோகன் கோட்டை ஒட்டியே இந்திய-திபெத் எல்லை வரையறுக்கப்பட்டது என்பதில் எந்தச் சந்தேகமும் கிடையாது என்பதால் இது தொடர்பாக மீண்டும் விவாதம் எதுவும் தொடங்கும் பேச்சுக்கே இடமில்லை என்பதில் தெளிவாக இருக்குமாறு வலியுறுத்தப்பட்டது. மேலும் ராணுவப் பாதுகாப்புடன் அவர் செல்வதால் பிரிட்டிஷ் இந்தியாவின் அதிகாரம் அங்கும் தொடர்வதற்கான அத்தாட்சியாகவே கருதப்படும் என்றும் கூறப்பட்டது. அவரது நடவடிக்கைகள் எந்த வகையிலும் திபெத்திய அரசுக்கு அதிர்ச்சியை அளிக்கக்கூடாது என்ற எச்சரிக்கையுடன் அனுப்பிவைக்கப்பட்டார். இருப்பினும் லைட்ஃபுட் தவாங் பகுதியை அடைந்தவுடன் திபெத் அரசு அவரையும், அவருடன் வந்த ராணுவத்தையும் திரும்ப அழைத்துக் கொள்ளவேண்டும் என்று பிரிட்டிஷ் அரசை நிர்பந்தித்தது.

தனது எதிர்ப்பைப் பதிவு செய்யும் வகையில் லைட்ஃபுட் முன்னிலையிலேயே தவாங் மக்களிடம் வரி வசூலிப்பிலும் இறங்கியது. ஆத்திரம் அடைந்த லைட்ஃபுட் தவாங் பகுதியிலிருந்து திபெத்தை உடனே வெளியேறுமாறு கேட்டுக்கொள்ளும் அதிகாரத்தைத் தனக்குத் தரும்படி பிரிட்டிஷ் இந்தியாவுக்குக் கடிதம் எழுதினார்.

ஆனால் பல்வேறு அரசியல் காரணங்களுக்காக அவரது வேண்டுகோளை ஏற்க பிரிட்டன் மறுத்துவிட்டது. மேலும் ஒப்பந்தப்படி தவாங் இந்தியாவின் ஒருங்கிணைந்த பகுதியே தவிர திபெத்துக்குச் சொந்தமானதல்ல என்பதை திபெத் அதிகாரிகளைச் சந்திக்கும்போது எடுத்துக் கூறவேண்டுமென்று பிரிட்டன் அறிவுறுத்தியது. உள்ளூர் மக்களுக்கு எந்தவிதமான உத்தரவாதத்தையும் அளிக்கக்கூடாது என்றும், விசாரணைக்காக வந்திருப்பதாகவும், ஊர் திரும்பிய பிறகே பிரிட்டிஷ் - இந்திய அரசு தவாங் பகுதி பற்றி முக்கிய முடிவெடுக்கும் என்று அவர்களிடம் தெரிவிக்குமாறும் கூறியது. லைட்ஃபுட்டை அப்படி நிர்பந்திப்பது 'அவருக்கு தர்மசங்கடத்தை ஏற்படுத்தும்' என்பது அரசுக்குத் தெரியாமலில்லை. இருப்பினும் எதையேனும்

செய்து அந்தப் பகுதியை நிரந்தரமாக ஆக்கிரமித்தால் செலவுகள் அதிகரித்துவிடும் என்பதால், இறுதி முடிவு எடுக்கப்படும்வரை பொறுத்திருக்கத்தான் வேண்டும் என்றும் சமாதானம் சொன்னது.

டெல்லி திரும்பிய லைட்ஃபுட் தவாங் பகுதியிலிருந்து திபெத்தியர்களையும் பௌத்த மதத் தலைவர்களான லாமாக்களையும் உடனடியாக வெளியேற்றவேண்டும் என்று அரசுக்கு அறிக்கை அனுப்பினார்: 'திபெத்தில் அரசும் பௌத்த மதமும் பின்னிப் பிணைந்துள்ளன. லாமாக்களை அங்கிருந்து அப்புறப்படுத்தாததுவரை திபெத்திய செல்வாக்கை அந்தப் பகுதியில் இருந்து விலக்கமுடியாது. எனவே, லாமாக்களை வெளியேற்றிவிட்டு உள்ளூர் மலைவாழ் மோன்பாஸ் இனத்தவர்களை மடாலயத்தை நிர்வகிக்கும்படிக் கேட்டுக் கொள்வதுதான் நமக்கு நல்லது. பவுத்தர்களான அந்த மலைவாழ் மக்கள் திபெத்தியர்களை விரும்புவதில்லை என்பதால் அதைச் செய்வது மிகவும் எளிதுதான். இவர்களைக் கண்காணிக்க 'திபெத்திய மொழி தெரிந்த, சமூக அந்தஸ்தில் உயர்ந்த' இரு பிரிட்டிஷ் பிரதிநிதிகளையும் அங்கே அனுப்பிவைக்கவேண்டும்' என்று லைட்ஃபுட் கருத்தை அஸ்ஸாம் ஆளுநர் வழிமொழிந்தார்.

எந்தவொரு கருத்துக்கும் ஆதரவும் எதிர்ப்பும் இருக்கும். தீவிரப் போக்காளர்கள் என்றும் மிதவாதிகள் என்றும் பிரிந்துகிடப்பார்கள். இந்த எல்லைப் பிரச்னையிலும் அப்படியே இரண்டு குழுக்கள் இருந்தன. லைட்ஃபுட்டின் கருத்துக்கு அப்போதைய ஆளுநர் சர் ராபர்ட் ரீட் ஆதரவளித்தாலும், 1939-ல் அஸ்ஸாம் ஆளுநராக (பொறுப்பு) நியமிக்கப்பட்ட டைநாம் இந்தப் பரிந்துரைகளுக்குக் கடுமையான எதிர்ப்புத் தெரிவித்தார். தவாங்கை இணைத்துக் கொள்வது சட்ட மற்றும் நடைமுறைரீதியாகப் பல்வேறு சிக்கல்களுக்கு வழிவகுக்கும் என்று எச்சரித்தார்.

மேலும் வைஸ்ராய் லின்லித்கோவுக்கு எழுதிய கடிதத்தில் 'வடகிழக்குப் பகுதியில் சீனாவின் அச்சுறுத்தல் கணிசமாகக் குறைந்துள்ளது என்று பிரிட்டிஷ் - இந்திய அரசு தீர்மானமாக முடிவுக்கு வந்த பிறகு தவாங்கை இணைத்துக் கொள்வது என்னும் பேச்சுக்கே இடமில்லை. 1914 ஒப்பந்த அடிப்படையில் நமக்குள்ள உரிமைகள் சட்ட ரீதியாகச் செல்லுபடி ஆகுமா? முத்தரப்புப் பேச்சு வார்த்தையின் அடிப்படையில் தயாரிக்கப்பட்ட ஒப்பந்தத்தில் ஒரு கட்சி கையெழுத்திட மறுக்கும் பட்சத்தில், ஏனைய இரு கட்சிகளும் ஒப்பந்தத்தில் காணப்படும் முக்கிய அம்சங்களை அதன் மீது திணிக்க முடியுமா? 1914-ல் மெக்மெஹனுக்கும் திபெத்துக்கும் இடையே கையெழுத்தான ஒப்பந்தத்தின் முக்கிய அம்சங்களில் பல்வேறு

குறைபாடுகள் உள்ளன. மேலும் 1914 தொடங்கி 1938 வரை மெக்மோகன் கோட்டை அமல்படுத்தத் தீவிரமாக எந்த நடவடிக்கையும் எடுக்கப்படவில்லை. எனவே சர்வதேசச் சட்டத்தின் முன்பு இந்த ஒப்பந்தம் செல்லுபடியாகும் வாய்ப்பு மிகவும் குறைவுதான். திபெத்துடன் சுமுகமான உறவுகளை விரும்பும் பிரிட்டிஷ் அரசின் கொள்கை காரணமாக திபெத்தின் சமூகம், பொருளாதாரம், அரசியல், நிர்வாகம், மதம் ஆகியவற்றின் பாதிப்பு முழுமையாக உள்ள பகுதியைக் கையகப்படுத்துவதற்கு முன்பு மாற்றுவழிகளை யோசிக்க வேண்டியது அவசியம்' என்றார். தவாங்கின் தென் கிழக்குப் பகுதியில் சில மைல் தூரம் நீண்டிருக்கும் 'செ லா' என்னும் கணவாய் வழியே மெக்மோகன் கோடு செல்லும் வகையில் மாற்றப்பட வேண்டும். இவ்வாறு செய்வதன் மூலம் பௌத்த மடாலயம் திபெத்தின் கட்டுப்பாட்டில் தொடர்ந்து செயல்படும்' என்னும் யோசனையையும் டைநாம் முன்வைத்தார்.

மிதவாதிகளின் அழுத்தமான வாதமா நிதிப் பற்றாக்குறையா ஐரோப்பிய கண்டத்தில் வெடித்த உலகப் போரா எது காரணம் என்பது தெரியவில்லை; ஆனால் வட கிழக்கு எல்லை விஷயத்தில் மிதவாதிகளே வெற்றி பெற்றனர். இதன் தொடர்ச்சியாக பிரிட்டிஷ் - இந்தியா தவாங் பகுதியை இந்தியாவுடன் இணைத்துக் கொள்ளும் லைட்ஃபுட் பரிந்துரையை நிராகரித்ததுடன் அவர் மீண்டும் அந்தப் பகுதிக்குச் செல்லவும் தடை விதித்தது.

தவாங் மீதான உரிமைகளுக்குக் கடந்த இரு ஆண்டுகளாக பிரிட்டிஷ் இந்தியா பல முறை முயன்றும் லாசாவின் ஒப்புதல் கிடைக்காத நிலையில் அதனை வலுக்கட்டாயமாக இணைத்துக்கொள்வது இருவருக்கும் இடையேயான நல்லுறவுகளைப் பாதிக்கும் என பிரிட்டன் நினைத்தது. இறுதியாக, நாற்காலிகளில் உட்கார்ந்து கொண்டு நடைமுறைக்கு ஒவ்வாத கருத்துகளைக் கூறுவோரைப் புறக்கணிக்க வேண்டுமென புதுடெல்லி முடிவெடுத்தது. இயற்கைச் சூழலின்படி ஆண்டின் பெரும்பாலான மாதங்களில் மெக்மோகன் கோட்டை நெருங்கவே முடியாது என்பதால் அதை எல்லையாக ஏற்றுக்கொள்வதில் எந்தப் பயனும் இல்லை என்று லண்டன் திட்டவட்டமாக முடிவெடுத்தது.

தவாங்கின் தற்போதைய நிலை தொடர்ந்து நீடிக்கவேண்டும் என்றும் அது தொடர்பான எந்தவிதமான மாற்றத்தையும் ஏற்றுக்கொள்ள இயலாது என்றும் 1936-ல் திபெத் அறிவித்தது. சிக்கிம்மில் உள்ள பிரிட்டிஷ் அதிகாரி தவாங் தொடர்பாக திபெத்தில் உள்ள அதிகாரி களைச் சந்தித்து உரையாடியதைத் தொடர்ந்து கீழ்க்கண்ட மனநிலை யில் திபெத் உள்ளதாக அறிக்கை சமர்ப்பித்தார்:-

1. 1914 வரை தவாங் பகுதி சந்தேகமில்லாமல் திபெத்தின் ஓர் அங்கம்தான்.

2. சீன-திபெத் எல்லையை அவர்கள் விரும்பும் வகையில் தீர்மானிக்க இந்தியா உதவும் பட்சத்தில் 1914-ல் சிம்லாவில் கையெழுத்தான இந்திய-திபெத் ஒப்பந்தத்தை திபெத் மகிழ்ச்சியுடன் ஏற்றுக் கொள்ளும்.

3. 1914 சிம்லா ஒப்பந்தம் கையெழுத்தான பல ஆண்டுகளுக்குப் பிறகும் பிரிட்டிஷ் - இந்திய அரசு அதன் முக்கிய அம்சங்களை அமல்படுத்தாததாலும், திபெத்தை எந்தக் கேள்வியும் கேட்காததாலும், தவாங் பகுதியில் பிரிட்டிஷ் அதிகாரத்தை நிலைநிறுத்த எந்த முனைவும் மேற்கொள்ளாததாலும் லண்டன் இவ்விஷயத்தில் எங்கள் மீது பரிதாபப்பட்டுப் பெருந் தன்மையுடன் நடந்துகொள்கிறது என்றே எண்ணுகிறோம்.

சுருக்கமாகக் கூறுவதெனில் 1914-ல் கூறியபடி திபெத் - சீனா எல்லையைத் தனது விருப்பம்போல் நிர்ணயித்துக்கொள்ள பிரிட்டன் உதவும் பட்சத்தில், மெக்மொகன் கோட்டை ஏற்றுக் கொள்வதாக திபெத் அறிவித்தது.

வடகிழக்கு எல்லைப் பிரச்னைகளை முதலாம் உலகப் போர் பின்னுக்குத் தள்ளியதைப் போலவே இரண்டாம் உலகப் போர் தொடங்கிய சிறிது காலத்துக்கு வட கிழக்கு விஷயத்தில் பிரிட்டன் அதிக ஆர்வம் செலுத்தவில்லை. ஆனால் இரண்டாம் உலகப் போரில் ஜெர்மனி, இத்தாலி நாடுகளுடன் ஜப்பானும் களத்தில் குதித்ததுடன் இந்தியாவுக்கும் அச்சுறுத்தலாக விளங்கவே பிரிட்டன் மெக்மொகன் கோட்டை எல்லைக்கோடாக்கும் முனைவுகளில் தீவிரம் காட்டியது.

இந்தியாவின் வடகிழக்கு எல்லைப் பகுதிகள் ஊடுருவலுக்கும், தாக்குதலுக்கும் எளிதானவை என்பதால் அஸ்ஸாம் மற்றும் திபெத்துக்கு இடையே நிலவிய அரசியல் மற்றும் நிர்வாக இடைவெளியை விரைவில் நிறைவு செய்ய வேண்டிய கட்டாயத்துக்கு பிரிட்டன் தள்ளப்பட்டது. மெக்மொகன் கோட்டை எல்லைக்கோடாக்கும் பணியை வெற்றிகரமாகச் செய்து முடிக்கப் பழங்குடியினர் விவகாரங்களில் நிபுணரும் அரசு ஆலோசகருமான ஜே பி மில்ஸிடம் ஒப்படைக்கப்பட்டது. இந்த விவகாரம் பற்றிய அவரது கருத்துகள்:

'இந்தியாவுடன் இணைக்கப்படவுள்ள இந்தப் பழங்குடியினர் இயற்கையாக திபெத்தியர்களே தவிர இந்தியர்கள் அல்ல. இனத்தாலும், மொழியாலும் அவர்கள் மங்கோலிய இனத்தினர்.

மலைவாழ் பழங்குடியினர் பேசும் மொழி திபெத்திய - பர்மிய மொழி. சமதளங்களில் வாழும் ஆரிய அஸ்ஸாமிய மக்களின் மொழிக்கும் அவர்களுக்கும் எந்தத் தொடர்பும் இல்லை. எனவே இவர்களுடைய சமூக, கலாசார சாய்வுகள் எல்லாம் திபெத் பக்கமே. மேலும் வர்த்தக ரீதியாகவும் மலைவாழ் பழங்குடியினருக்குத் திபெத்துடன்தான் ஒட்டுதலும் உறவும் அதிகம். பழங்குடியினர் திபெத்துக்குத் தானியங் களையும் துறவு ஆடைச் சாயங்களையும் ஏற்றுமதி செய்து, உப்பை இறக்குமதி செய்கின்றனர். மெக்மோகன் எல்லைக் கோடு வரைபடத்தில்தான் பார்ப்பதற்கு நன்றாக இருக்கும். அடிவாரப்பகுதி எல்லைக் கோடுதான் இயற்கையானது என்பதுடன் நடைமுறை சாத்தியமும்கூட. இந்தியாவுடன் பழங்குடிப் பகுதிகளின் இணைப்பு செயற்கையானதாகவே இருக்கும். எனவே அதைத் தக்கவைப்பதும் சிரமமாகவே இருக்கும்' என்றார்.

சர் ராபர்ட் ரீட் என்பவரும் 'மலைவாழ் மக்களின் மொழி, பண்பாடு, இனம், தோற்றம், பழக்க வழக்கம் எதுவுமே இந்தியர்களுடன் ஒத்துப் போகவில்லை. இந்திய மாகாணத்துடன் இந்தப் பழங்குடிப் பகுதிகளை இணைந்தது புரியாத புதிர். இதை வரலாற்றுப் பிழை என்று சொன்னாலும் மிகையில்லை' என்று மில்ஸ் கூறிய அதே கருத்தை இவரும் வலியுறுத்தினார். சுதந்தரத்துக்குப் பின்னர் 1960களில் பழங்குடியினங்கள் தனி நாடு கேட்டுப் போராடத் தொடங்கின.

மில்ஸ் தனது கருத்தை எதிர்மறையாகப் பதிவு செய்தாலும், மெக்மோகன் எல்லைக்கோடு இயற்கையோ செயற்கையோ எப்படியிருப்பினும், பிரிட்டிஷ்-இந்தியாவின் அதிகார வரம்பை விரிவுபடுத்துவதில் ஆர்வமாகவே இருந்தார். அதுவே பழங்குடியினருக்கு நலன் தரும் என்றும் கருதினார். மலைவாழ் பழங்குடியினர் எதிர்ப்பையும் மீறி லோகித் பகுதியிலுள்ள ரிமாவுக்குப் பயணித்து வாலாங்கில் ராணுவ முகாமை அமைத்தார். இந்த வாலாங் இடத்துக்குக் கீழேதான் 1910-ல் சீனா தனது எல்லைக் கோட்டை வரைந்துள்ளது குறிப்பிடத்தக்கது. திபெத்தியர்களுக்கும் அங்குதான் எல்லைக்கோடு இருக்கிறது; மெக்மோகன் கோடு சொல்வதுபோல் 20 மைல் மேலே இல்லை என்றே சொல்கிறார்கள்.

பழங்குடியினர் நன்மதிப்பைப் பெறுவதற்காகப் பள்ளத்தாக்குகளில் ஏறியிறங்கி அவர்களுக்குத் தேவையான மருத்துவ உதவிகள், குழுக்களுக்கு இடையே ஏற்படும் தகராறுகளைத் தீர்த்து வைத்தல், திபெத்திய வரி வசூலிப்பாளர்களைத் திருப்பி அனுப்புதல் ஆகிய செயல்களைச் செய்து பிரிட்டிஷார் தமது இருப்பைப் பலப்படுத்திக் கொண்டனர்.

1944-ல் பிரச்னைக்குரிய முக்கியப் பகுதியான தவாங் டிராக்டை அடைந்ததுடன், டிரங் ஜோங்கில் பாதுகாப்புக்காக அஸ்ஸாம் ரைஃபிள்ஸ் ராணுவ முகாமையும் அமைத்தார் மில்ஸ். புத்த பிட்சுக்கள், இறை வணக்கச் சக்கரங்கள், புத்தர் கோயில்கள் என பௌத்த கலாசாரம் அப்பகுதி முழுவதும் பரவிக் கிடக்கிறது. கல்லால் ஆன வீடுகள், விவசாயம், கால்நடைகள், ஆறுகளைக் கடக்கப் பாலங்கள் என நாகரிக வாழ்க்கை வாழ்வதைக் கண்டு மில்ஸ் வியந்தார். இதற்கு முன் பார்த்த பழங்குடியினர் பகுதிகளுக்கும் தவாங் டிராக்டிலுள்ள டிரங் ஜோங்குக்கும் பல வேறுபாடுகள் இருப்பதைத் தனது அறிக்கையில் பதிவு செய்யவும் அவர் தவறவில்லை. உண்மையில் பழங்குடிப் பகுதியில் இருந்து நகர்ந்து மில்ஸ் திபெத்தின் உள் பகுதிக்குச் சென்றிருக்கிறார். மதம் சாராத திபெத்திய எல்லைப் பாதுகாப்பு அதிகாரிகளாலும் வரி வசூலிக்கும் மடாலயப் பிரதி நிதிகளாலும் அந்தப் பகுதியில் பிரிட்டிஷாரின் ஆதிக்கம் எதிர்க்கப் படுகிறது. நான் மடாலயப் பிரதிநிதிகள் வரி வசூலிப்பதை திபெத்திய அதிகாரிகளின் எதிர்ப்பையும் மீறித் தடுத்தேன் (இப்படி நடந்தால் நாங்கள் ஊர் திரும்பியதும் எங்களைத் தூக்கில் போட்டுவிடுவார்கள் என்று அவர்கள் சொன்னார்கள். அதற்கு என்னால் எதுவும் செய்ய இயலாது என்று சொன்னேன்.)

அந்த திபெத் அதிகாரிகள் தமது மேலதிகாரிகளுக்குக் இந்தச் செய்தியை அனுப்பினார்கள்: 'பிரிட்டிஷ் அதிகாரிகளும் ராணுவ வீரர்களும் டிரங் ஜோங் பகுதிக்கு அனுமதியின்றி வந்ததுடன் ராணுவ முகாமையும் நிறுவி இருக்கின்றனர். புத்தரின் புனித பூமிக்குள் குட்டிப்பிசாசுகள்போல் நுழைந்ததுடன், அந்தப் பகுதியை வலுக்கட்டாயமாக ஆக்கிரமித்துக் கொண்டுள்ளனர். திபெத்திய அதிகாரிகளை மதிப்பதும், ஆணைகளுக்குக் கீழ்ப்படிவதும், வரி செலுத்துவதும் சட்டப்படி நடப்பதும் தவறு என்று சொல்கிறார்கள். முக்கிய பாதைகளில் பிரிட்டிஷ் ராணுவத்தினர் காவலுக்கு நிறுத்தப் பட்டுள்ளனர். நமது மண்ணில் நமது அதிகாரத்தைச் செலுத்தக்கூடாது என்று நமக்கே உத்தரவிடுகின்றனர். பொறுமைக்கும் ஒரு அளவு உண்டு. எல்லை மீறிப் போனதால்தான் வேறு வழியின்றி பணிவான ஊழியர்களாகிய நாங்கள் மேலதிகாரிகளாகிய உங்களின் கவனத்துக்கு இச்செய்திகளைக் கொண்டு வந்திருக்கிறோம். இந்தப் பகுதியின் மீது நமக்கு உள்ள உரிமைகளை இழந்தால் நம் வாழ்வாதாரம் பாதிக்கப்படும். பிரிட்டிஷாரின் ஆதிக்கத்தை எப்படியேனும் தடுத்தே ஆக வேண்டும். இந்நிலை தொடர்ந்தால் வீட்டுக்கு விருந்தாளியாக வந்தவன் நாளடைவில் வீட்டுச் சொந்தக்காரனை விரட்டிவிட்டு எஜமானன் ஆன கதையாகிவிடும்'.

'மோன்யூல் (தவாங் டிராக்ட் பகுதிக்கான திபெத்திய பெயர்) அப்போதும் இப்போதும் எப்போதுமே நமக்கு சொந்தமான இடம்தான். இதில் யாருக்கும் எள்ளளவுகூடச் சந்தேகம் வேண்டாம். ஆகவே, திபெத்திய அதிகாரிகள் தொடர்ந்து வரி வசூலிப்பில் ஈடுபடலாம். திபெத்திய அரசின் கட்டளைப்படிக் கடமையைச் செய்யும் உங்களைத் தடுக்கும் உரிமை யாருக்கும் இல்லை' என்று லாசா தனது அதிகாரிகளுக்கு உத்தரவிட்டது. கூடவே, திபெத்தில் உள்ள பிரிட்டிஷ் பிரதிநிதி ஹெச்.இ.ரிச்சர்ட்சன், அந்தப் பகுதிக்கான அரசியல் அதிகாரி பேசில் கௌல்ட் ஆகியோரிடம் எதிர்ப்பையும் தெரிவித்தது.

ஆனால், பிரிட்டனோ 'டிரங் ஜோங் பகுதி சட்டரீதியாக எங்களுக்குச் சொந்தம் என்பதால் அங்கிருந்து பின்வாங்கும் பேச்சுக்கே இடமில்லை. தொலைநோக்குப் பார்வை மற்றும் நீண்ட கால, விரிந்த பயன்களுக்காக திபெத் சின்னச் சின்ன விஷயங்களில் விட்டுக் கொடுக்கவேண்டும். முக்கியமாக, இந்தப் பகுதியில் வரி வசூலிப்பதை திபெத் நிறுத்தவேண்டும்' என்று பதிலடி கொடுத்தது.

பேசில் கௌல்ட் முக்கியமான சலுகை தர ஒப்புக்கொண்டார்: 'சே லா கணவாய் தொடங்கி எல்லைக்கோடு தவாங்குக்கு வடக்கே செல்லாமல் தெற்காகச் செல்வதாக மாற்றிக்கொள்ள பிரிட்டிஷ் அரசு தயாராக இருப்பதாக' சொன்னார். தவாங்கை பிரிட்டிஷ் பகுதிக்குள் இணைக்கும் யோசனையை மெக்மோகன் கடைசி நிமிடத்தில்தான் எடுத்தார். இது இறுதியானது அல்ல என்றும் இதைவிடச் சிறப்பான முடிவெடுக்கும் சூழல் உருவானால் தவாங் விஷயத்தை மீண்டும் பரிசீலிக்கலாம் என்றும்தான் மெக்மோகன் எழுதியிருக்கிறார்.

தவாங்குக்கு வடக்கே மெக்மோகன் வரைந்த எல்லைக்கோட்டை விட சே லா கணவாய் எல்லையே பிரிட்டனுக்கு அனுகூலமானது. கடல் மட்டத்திலிருந்து 16,000 அடி உயரத்திலுள்ள இந்தக் கணவாய் தென் கிழக்கிலிருந்து ஓடும் ஓடைகளை வட மேற்காகத் தவாங் ஆற்றுக்குள் பிரிக்கிறது. தவாங்கிலுள்ள மிகப் பெரிய புத்த மடத்தைத் திபெத்தியர்கள் உயிருக்குச் சமமாகக் கருதுகின்றனர். பிரிட்டிஷார் இந்த மடத்தை மட்டும் அவர்களுக்கு விட்டுக் கொடுத்திருந்தால், டிரங் ஜோங் மற்றும் தவாங் டிராக்ட் பகுதிகளைத் தக்கவைத்துக் கொள்ளும் முயற்சிகளை ஒருவேளை அவர்கள் கைவிட்டிருக்கலாம். கௌல்ட் 1944-ல் திபெத்தியர்களுக்கு வழங்கிய சலுகை மூலம் தவாங் பகுதியை திபெத்துக்கு விட்டுக் கொடுத்ததுடன், சே லா கணவாய் வழியாக மெக்மோகன் கோட்டை மாற்றி அமைக்கவும் பிரிட்டிஷ் இந்திய அரசு ஒப்புக்கொண்டதாகவே தெரிகிறது.

1947-ல் இந்தியாவை விட்டு பிரிட்டன் வெளியேறியபோது பத்தாண்டுகளுக்கு முன்பு வரைபடத்தில் மட்டுமே காணப்பட்ட மெக்மோகன் கோட்டை இந்தியாவின் வட கிழக்கு எல்லையாக்கும் முனைவுகளைத் தொடங்கினார்கள். டிராங் ஜோங், வாலோங் உள்ளிட்ட பழங்குடியினர் வாழும் பல பகுதிகளில் அஸ்ஸாம் ரைஃபிள்ஸ் தலைமையில் ராணுவ முகாம்களை நிறுவியதுடன் ஏற்கனவே அங்கு நிர்வாகத்தைக் கவனித்து வந்த திபெத்திய அதிகாரிகளை அப்புறப்படுத்தினர். அந்தப் பகுதிகளில் பிரிட்டிஷ் படைகள் நடத்திய தொடர் அணிவகுப்புகள் மூலம் நிர்வாக அதிகாரம் பிரிட்டன் வசம் இருப்பதைப் பழங்குடியினர் புரிந்துகொண்டனர். பழங்குடியினர் பகுதிகளில் பிரிட்டிஷ் இந்தியா விட்டுச் சென்ற பணியைப் புது டெல்லியில் பதவியேற்ற புதிய இந்திய அரசு நிறைவு செய்யும். தேவைப்பட்டால் பிரிட்டிஷ் அரசைவிடக் கூடுதல் தீவிரத்துடன்கூட நடந்துகொள்ளும் என்று அவர்களிடம் உறுதியளித்தது.

~

சுதந்திர இந்தியாவின் வடக்கு எல்லைப்பகுதிகளில் பிரிட்டன் நமக்கு விட்டுச் சென்றவை சில வளமான சொத்துக்களாகவும், சில தீர்க்கப்படாத பிரச்னைகளாகவும் கலந்து கட்டியதாகவே இருக்கின்றன.

1911க்குப் பிறகு சீனா எவ்வளவோ முயன்றும் திபெத்தில் தனது அதிகாரத்தை முழுமையாக நிலை நாட்ட முடியவில்லை. சுதந்திர நாடு என்று சொல்லிக்கொள்ள முடியாவிட்டாலும் 30 ஆண்டுகளாகச் சுதந்திரத்தின் அனைத்துப் பலன்களையும் திபெத் அனுபவித்து வருகிறது. லாசாவில் பிரிட்டிஷ் அதிகாரியை நிரந்தரமாக நியமிக்கும் அளவுக்கு பிரிட்டனின் ஆதிக்கம் இமயமலையில் ஊடுருவியது. அவர் மூலமாக பிரிட்டனுடன் பாதி அளவிலான ராஜாங்க உறவுகளை திபெத் வைத்துக்கொண்டிருந்ததாகச் சொல்லமுடியும். யடுங் மற்றும் கியாண்ட்ஸே பகுதிகளில் உள்ள தனது வர்த்தக அதிகாரிகளின் பாதுகாப்புக்காகச் சிறிய ராணுவப் பிரிவுகளை வைத்துக்கொள்ளும் உரிமையையும் பெற்றிருந்தது.

மேலும் திபெத்தின் தெற்குப்பகுதிகளில் உள்ள முக்கிய வர்த்தக மையங்களுடன் தொடர்புகளை விரிவுபடுத்திக் கொள்ள அஞ்சல், தொலைபேசி மற்றும் தந்தி அலுவலகங்களையும் நிறுவியது. இமயமலைப் பகுதிகளில் நடைபெறும் வர்த்தகத்தில் பங்குபெறும் முகவர்கள் தங்குவதற்கும், ஓய்வெடுக்கவும் பல விடுதிகளையும் கட்டியது. பிரிட்டிஷ் இந்தியா அனுபவித்த அனைத்து உரிமைகளும் 1947-ல் இந்தியா சுதந்திரம் பெற்ற பிறகு தாமாகவே அதை வந்தடைந்தன. இருப்பினும் பிரிட்டன் சீனாவுடன் செய்துகொண்ட

ஒப்பந்தங்கள் நீடிக்கவில்லை. மேலும் 1914-ல் பிரிட்டிஷ் இந்தியாவும் - திபெத்தும் சிம்லாவில் செய்துகொண்ட ஒப்பந்தத்தைக் கடைசி வரை சீனா ஏற்றுக்கொள்ளவில்லை என்பதுடன் தனது எல்லைகளுக்கு உட்பட்ட ஒரு பகுதிதான் திபெத் என்பதிலும் உறுதியாக இருந்தது. திபெத்துக்கு சர்வ தேச அளவில் தனியான அடையாளம் இல்லை. அதன் சுதந்தரமென்பது சீன மைய அரசின் பலவீனத்தின் பிரதிபலிப்பு மட்டுமே.

சீனாவின் அதிகாரம் மற்றும் கண்காணிப்பின் கீழ் திபெத்தைத் தன்னாட்சி பெற்ற நாடாக அங்கீகரிக்கவேண்டும் என்று பிரிட்டிஷ் - இந்தியா தீவிர முனைவுகளை மேற்கொண்டது. ஏனைய நாடுகளுடன் திபெத், அரசு முறையிலான உறவுகளை வைத்துக் கொள்ள அனுமதித்து அதன் உரிமையை அங்கீகரிக்க வேண்டுமென்று பிரிட்டன் 1943-ல் அமெரிக்காவிடம் கோரிக்கை வைத்தது. அதை ஏற்க அமெரிக்கா மறுத்துவிட்டது:

'சீன அரசு திபெத் மீதான தனது அதிகாரத்தையும் ஆதிக்கத்தையும் நீண்ட காலமாகவே நிலைநாட்டி வந்துள்ளது. சீன அரசியல் அமைப்புச் சட்டமும் சீனக் குடியரசின் கட்டுப்பாட்டில் உள்ள பகுதியாகவே திபெத்தைப் பட்டியலிட்டுள்ளது. அமெரிக்க அரசு இதுவரை திபெத் மீதான சீனாவின் உரிமை குறித்து எந்தச் சந்தேகத்தையோ கேள்வியையோ எழுப்பியதில்லை.'

சீன அதிகாரத்தை அகற்றி திபெத்தை மோதல் தவிர்க்கும் இடைமண்டலமாக ஆக்கிவிடலாம் என்ற பிரிட்டிஷாரின் கனவானது அப்படியாக பிரிட்டிஷாருக்கு திபெத் மேல் எந்த அதிகரமும் இல்லாமல் செய்துவிட்டது. என்றாலும் சிக்கிம், பூடான் மற்றும் நேபாள நாடுகளைத் தனது அதிகார வரம்புக்குள் கொண்டு வருவதில் பிரிட்டிஷ்-இந்தியா வெற்றி பெற்றது. சிக்கிம் பிரிட்டனின் ஆளுகைக்குட்பட்ட பகுதி என்பது தொடர்பாகத் தெளிவான ஒப்பந்தம் கையெழுத்தாகியிருக்கிறது. பூடான் அதனுடைய அயலுறவு விவகாரங்களில் பிரிட்டனுடைய வழிகாட்டுதலின் படிச் செயல்படவேண்டும் என்று ஒப்பந்தம் கையெழுத்திடப்பட்டிருந்தது. கர்சன் பிரபு சொன்னதுபோல், அந்தப் பாதுகாப்புப் பகுதிகளின் அந்தச் சங்கிலித் தொடர் மீதான பிரிட்டனின் அதிகாரம் வலுவானதுதான். ஆனால், அதைப் பயன்படுத்தி சீனாவுடனான எல்லை தொடர்பான ஒப்பந்தங்களில் வெற்றி பெற முடிந்திருக்கவில்லை.

1899-ல் வடமேற்கு எல்லை தொடர்பாக சீனாவுடனான பேச்சு வார்த்தை தோல்வி அடைந்த பிறகு பிரிட்டன் வேறு எந்த முயற்சிகளும் எடுக்கவில்லை. எந்தவொருவிதத்திலான எல்லை

வரைவும் பிரிட்டனால் செய்யப்பட்டிருக்கவில்லை. அந்தப் பொறுப் பெல்லாம் பின்னர் அதிகாரம் பெற்ற இந்தியா, பாகிஸ்தானின் பொறுப்பில் விடப்பட்டது. வட கிழக்குப் பகுதியில் மெக்மோகன் கோடு தொடர்பாக திபெத்தியர்களுடன் ஓர் ரகசிய ஒப்பந்தம் செய்து கொள்ளப்பட்டிருந்தது. ஆனால், ஆரம்பத்தில் இருந்தே சீனா அதை எதிர்த்துவந்திருக்கிறது. திபெத்தும் அந்த எல்லைக்கோட்டைப் புறக்கணித்தே வந்திருக்கிறது.

பிரிட்டிஷாருக்குக் கிடைத்த அனுகூலங்களும் சலுகைகளும் அதிகாரங்களும் சுதந்தரத்துக்குப் பிறகு இந்தியாவுக்குக் கிடைக்க வில்லை. புதிதாகச் சுதந்திரம் பெற்ற நாடு என்பதால் உலக நாடுகளைச் சம்மதிக்க வைக்கும் செல்வாக்கோ, ஆற்றலோ இந்தியாவுக்கு இல்லாமல் போனது முக்கிய காரணமாகும்.

மேலும் இந்தியாவின் எல்லைப் பகுதி விவகாரங்கள் குறித்து இங்கிலாந்திலோ இந்தியாவிலோ பெரிதாக யாரும் கவலைப் படவில்லை. நிலம் மீதான இறையாண்மை, உரிமை போன்ற விஷயங்கள் எல்லாம் பிரிட்டிஷாருக்கு அந்தப் பகுதி சார்ந்து எதுவும் இருந்திருக்கவில்லை. அவர்களைப் பொறுத்தவரையில் வறண்டதோ வளமானதோ அந்த நிலப்பகுதி அவர்களுக்குத் தேவையாக இருந்திருக்கவில்லை. அவர்கள் அங்கு விரும்பியதெல்லாம் ஒரு தெளிவான நன்கு வரையறுக்கப்பட்ட எல்லைக்கோடு மட்டுமே.

இதன் காரணமாக இந்திய - திபெத் - சீன எல்லைப் பிரச்னைகளைச் சம்பந்தப்பட்டவர்களே தீர்த்துக் கொள்ளட்டும் என்று பிரிட்டன் ஒதுங்கிக்கொண்டது. தீர்க்கப்படாத நிலையிலேயே எல்லைப் பிரச்னைகளை விட்டுச் சென்றதென்பது பிரிட்டனின் தோல்வி யாகவே கருதப்படவேண்டும். பின்னாளில் இந்தியாவுக்கு மிகப் பெரிய இழப்பைத் தேடித் தரவும் செய்தது.

பாகம் 1

மோதல் போக்கு

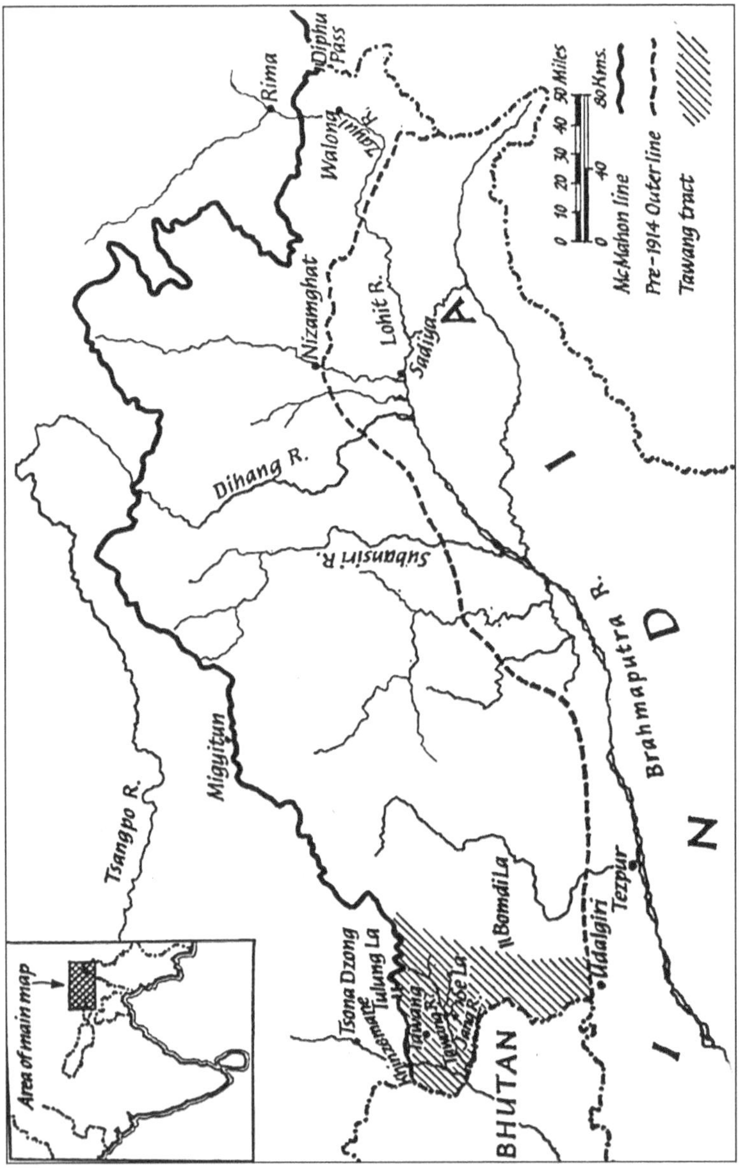

கிழக்குப் பக்க எல்லை - காலவரிசையிலான மாற்றங்கள்

~

''மெக்மோகன் வரைந்த கோடுதான் எங்களுக்கு ஆதாரம். வரைபடம் இருந்தாலும் இல்லாவிட்டாலும் அதுதான் எங்கள் எல்லைக்கோடு. இந்த எல்லைக் கோட்டைப் பாதுகாப்பதில் நாங்கள் உறுதியாக இருக்கிறோம். அதைத் தாண்ட யாரையும் அனுமதிக்க மாட்டோம்.''

- ஜவாஹர்லால் நேரு, மக்களவையில் ஆற்றிய உரை, 1950

''இந்திய எல்லைகள் தொடர்பான இறையாண்மையின் பாதுகாப்புக்கு ஊறு விளைவிக்கும் வகையிலோ, அச்சுறுத்தும் வகையிலோ, யாரும் எழுத்து பூர்வமாகவோ, வாய்மொழியாகவோ, குறியீடுகள் மூலமாகவோ, விமர்சித்தாலோ, கேள்வி கேட்டாலோ அது குற்றமாகக் கருதப்பட்டு 3 ஆண்டுகள் கடுங்காவல் அல்லது அபராதம் அல்லது இரண்டும் விதிக்கப்படும்''

- இந்தியக் குற்றவியல் சட்டம் (திருத்தப்பட்டது) 1961 பிரிவு-2

பிரிட்டிஷ் அதிகாரிகளால் வரையப்பட்ட எல்லைக்கோடுகளை பிரிட்டிஷ் சாம்ராஜ்ஜியத்தில் இருந்து பிரிந்து சென்ற நாடுகள் தமது விலை மதிக்க முடியாத சொத்தாக மதிப்பது விசித்திரமானதுதான். அந்த எல்லைகள் வரையறுக்கப்பட்டபோது இந்தியப் பிரஜைகள் அது பற்றி எந்தவிதக் கவலையும் அக்கறையும் கொள்ளாமல்தான் இருந்தார்கள். ஏனென்றால் அப்போது அவர்கள் பிரிட்டிஷ் குடிமக்கள் மட்டுமே. டியூரண்ட் அல்லது மெக்மோகன் என்ன செய்கிறார்கள் என்பதை இந்தியப் பிரஜை யாரேனும் கவனித்துப் பார்த்திருந்தால், இந்தியர்களின் வரிப்பணத்தில் பிரிட்டிஷ் ஏகாதிபத்தியர்கள் செய்யும் ஒழுங்கீனமான அதிகார வேட்கைச் செயல் பாடுதான் அவை என்று நிராகரித்திருப்பார்கள். பிரிட்டிஷார் வரைந்த எல்லைக் கோடுகளை தமது தேசத்தின் பெருமைக்குரிய பொக்கிஷமாக மதிக்கும் இந்த விஷயம் சரித்திரச் சக்கரத்தின் சுழற்சியில் நடந்தேறியிருக்கும் துரதிஷ்டவசமானதொரு நிகழ்வே.

- அர்னால்ட் டோய்ன்பி

எந்தவொரு புதிய அரசாங்கமும் அதனிடம் கொடுக்கப்பட்ட நிலப்பகுதி களை அப்படியே தக்க வைத்துக்கொள்ளவே தன்னியல்பாக விரும்பும். காலனிய அரசுகள் எந்தப் பகுதிகளையெல்லாம் ஆட்சி செய்திருக் கின்றனவோ அதையெல்லாம் புதிய அரசும் ஆட்சி செய்யவே விரும்பும்.

- குணார் மிர்டால்

~

ஆரம்ப நிலை

ஜவாஹர்லால் நேரு சொன்னதுபோல் விதியுடன் செய்துகொண்ட ஒப்பந்தத்தின் வழியாக 1947 ஆகஸ்ட் 15 நள்ளிரவு இந்தியா சுதந்திரம் பெற்றபோது கண்ணுக்குத் தெரியாத ஆனால் அழுத்தமான ஓர் மாற்றம் அதன் எல்லைப் பகுதிகள் தொடர்பாக நடந்தேறியது. அதுநாள்வரை அவை பிரிட்டிஷாரின் அக்கறைக்குரியவையாகவே இருந்தன. பிரிட்டிஷ்-இந்தியாவின் எல்லைகளாக இருந்தாலும், பிரிட்டிஷரின் நலன்களையே மையமாகக் கொண்டிருந்தன. பிரிட்டிஷ் முதலீடுகளுக்கு ரஷ்ய அல்லது சீனா மூலம் என்னென்ன அச்சுறுத்தல்கள்ஏற்படும், லண்டன் நாடாளுமன்றம் என்ன சொல்கிறது என்பவற்றை அடிப்படையாகக் கொண்டே பிரிட்டிஷ் இந்திய நிர்வாகிகள் செயல்பட்டனர்.

ரஷ்யர்கள் கூடவோ சீனர்கள் கூடவோ எந்தவித உறவும் ஏற்பட்டு விடாமல் பார்த்துக்கொள்வது நீங்கலாக இந்திய நலன் குறித்த கவலையெல்லாம் பிரிட்டனுக்கு இருந்ததில்லை. பிரிட்டிஷ் ஆதிக்க சக்தி நீங்கலாக, வேறெந்த சக்தியும் எந்தவொரு இடத்தில் வலுப்பெறுவதையும் தனது பிரஜைகள் பார்த்துவிடக்கூடாது என்பதே பிரிட்டிஷ் பெருமிதத்தின் இலக்காக இருந்தது. இந்தியர்களைப் பொறுத்தவரையில், பிரிட்டன் இந்திய எல்லைகளை வலுப்படுத்த எடுக்கும் செயல்களை எல்லாம் தங்களை மேலும் அடிமைப்படுத்த எடுக்கும் முயற்சிகளாகவே பார்த்தனர். எனவே எல்லைப் பிரச்னை பற்றி எப்போதேனும் பேசியபோது பிரிட்டிஷ் அரசின் கொள்கையை எதிர்க்கவே செய்தனர்.

சுதந்தரம் கிடைத்ததும் எல்லாம் மாறிப்போயின. பிரிட்டன் அதன் போட்டி ஏகாதிபத்திய சக்திகளுடன் ஆடிய 'கிரேட் கேம்' அதிகாரப் போட்டியில் பலியாடுகளாகப் பயன்படுத்தப்பட்ட இந்திய எல்லைகள் புதிதாக உருவான தேசத்தின் செல் சுவர்களானது. தமது ராஜ தந்திர நலனே முக்கியம்; இடங்கள் அல்ல என்று சிந்தித்துச் செயல்பட்ட நபர்களால் இனிமேல் எல்லைகள் மாற்றியமைக்கவோ தீர்மானிக்கப்படவோ போவதில்லை. இனிமேல் எல்லைகள் தாய் நாட்டின் பகுதிகளை உள்ளடக்கியவை; அரசியல்வாதிகள் மட்டுமே தமது விருப்பம்போல் கையாளமுடியும்.

வடக்கு எல்லைகளைப் பொறுத்தவரை சுதந்திர இந்திய அரசு முந்தைய பிரிட்டிஷ் எல்லைக்கொள்கைகளிலிருந்து துளியும் விலகிச் செல்லவில்லை. 1949-ல் சிக்கிம் அரசுக்கு எதிராக மக்கள் கிளர்ச்சி செய்தபோது இந்தியா அந்த வாய்ப்பைப் பயன்படுத்திக்கொண்டு தனது ராணுவத்தை அனுப்பியது. பிரிட்டிஷ் அரசைவிடக் கூடுதல் அதிகாரத்தை அங்கு நிலைநிறுத்தியது. அதே ஆண்டு பூட்டானுடன் ஓர் ஒப்பந்தம் செய்துகொண்டது. அதன் மூலம் பூட்டானின் வெளியுறவுக் கொள்கைகளில் வழிகாட்டியாக இருந்த பிரிட்டனின் இடத்தைப் பெற்றுக்கொண்டது. நேபாளத்தில் தன் செல்வாக்கை இந்தியா வெகுவாக வலுப்படுத்திக்கொண்டது. 1950-ல் நூற்றாண்டு காலம் அதிகாரத்தில் இருந்த ராணா வம்சத்தைத் தூக்கியெறிய நேபாள மன்னருக்கு உதவியது. இவ்வாறாக, கர்ஸன் பிரபு சொன்ன 'காப்பாட்சிப் பிரதேசங்களின் சங்கிலித் தொடரான' சிக்கிம், பூடான், நேபாளத்தில் புதிய இந்திய அரசு தனது அதிகாரத்தை நிலைநிறுத்திக் கொண்டது.

பிரிட்டிஷ் கொள்கையையே திபெத் விஷயத்திலும் ஆரம்பத்தில் சுதந்திர இந்தியா மேற்கொண்டது. இதனை அடையாளப்படுத்தும் வகையில் மட்டுமல்லாமல் உறுதிப்படுத்தும் வகையிலும் இந்தியா சுதந்திரம் பெற்ற பிறகும் லாசாவின் பிரதிநிதியாக முந்தைய பிரிட்டிஷ் - இந்திய அரசு நியமித்த ரிச்சர்ட்சனையே இந்தியாவின் பிரதிநிதியாகத் தொடர அனுமதித்தது. இது பற்றி அவர் எழுதிய கடிதத்தில், 'தூதரக மாற்றம் என்பது கண்டேபிடிக்க முடியாதவகையி லேயே அமைந்திருக்கிறது. பிரிட்டிஷ் காலத்தில் முன்பு பணியில் இருந்த அனைவரும் அப்படியே தக்கவைக்கப்பட்டிருக்கிறார்கள். அலுவலகக் கூரையில் பறந்த கொடி மட்டுமே மாறியிருக்கிறது'.

1911 முதல் அனுபவித்து வரும் சுதந்திரத்துக்குச் சட்டப்பூர்வ அந்தஸ்தையும், பன்னாட்டு அங்கீகாரத்தையும் பெறவேண்டும் என்று திபெத் தீர்மானித்ததுடன் அதற்கான தீவிர முனைவுகளிலும் ஈடுபட்டது. வீழ்ச்சியின் விளிம்பில் இருந்த சீனாவின் தேசிய அரசாங்கத்தால்

(Nationalist Government) திபெத்தின் நடவடிக்கைகளைத் தடுக்க முடியவில்லை. 1949-ல் லாசாவில் இருந்த சீனத் தூதரக அதிகாரிகளை திபெத் வெளியேற்றியது. அவர்கள் கம்யூனிஸ்ட்கள் அல்லது கம்யூனிஸ்டாக மாறுவார்கள் என்ற அச்சத்தில் வெளியேற்றியதாக திபெத் அறிவித்தது. திபெத்தின் இந்த அதிரடி நடவடிக்கையை சீனா சற்றும் எதிர்பார்க்கவில்லை. திபெத்தின் நடவடிக்கைகளுக்கு ரிச்சர்ட்சன் மற்றும் இந்தியா காரணமாக இருக்கலாம் என்று சந்தேகித்தது.

உலகின் பெரும்பான்மை மக்களைப் போன்று திபெத்தியர்களுக்கும் அமானுஷ்யங்கள் மற்றும் சகுனங்களின் மீது அபார நம்பிக்கை உண்டு. லாசாவில் உள்ள மர டிராகன் வாயிலிருந்து தண்ணீர் கசிந்ததை விபரீத சமிக்ஞையாகக் கருதியது. விரைவில் பீகிங்கில் வலுவான அரசு உருவாகும் என்ற அச்சமும் சேர்ந்து கொண்டதால், திபெத் தனது ராணுவ பலத்தை அதிகரிக்கத் தொடங்கியது. சீனாவின் அச்சுறுத்தலைச் சமாளிக்க இந்திய ராணுவத்தின் உதவியையும் நாடியது. இந்திய அரசு இதற்கு ஒப்புக் கொண்டதுடன், ராணுவ உதவி தொடர்பான செயல்பாடுகளுக்காக உயர்அதிகாரிகளையும் லாசாவுக்கு அனுப்பிவைத்தது.

திபெத்துக்கு சுதந்திரம் வழங்கவேண்டும் என்னும் பிரிட்டனின் விருப்பம் இந்தியா கோணத்தில் மட்டுமே சரியானதாக இருந்தது. சுதந்திரத்துக்கு முன்பு திபெத் குறித்த பிரிட்டனின் அரசியல், சமூக, பொருளாதாரக் கொள்கை முடிவுகளை இந்தியாவின் புதிய அரசும் அப்படியே பின்பற்றியது. ஆங்கிலேயர்கள் வகித்த ஐசிஎஸ் பொறுப்பு களை இந்திய அதிகாரிகள் ஏற்றுக்கொண்டனர். லாசாவிலிருந்து ரிச்சர்ட்சன் அனுப்பிய அறிக்கைகளும் ஆலோசனைகளும், முக்கியமாக அவர் எழுதிய 'திபெத்தும் அதன் வரலாறும்' (Tibet and its History) என்னும் புத்தகத்தில் திபெத் சுதந்திரம் பெற வேண்டும் என்பதையே வலியுறுத்தின. சீனாவின் அதிகாரம் திபெத்தின் மீது தொடரக் கூடாது என்னும் முந்தைய பிரிட்டிஷ் அரசின் கருத்தையே சுதந்திர இந்திய அரசும் பின்பற்றியதுடன் இந்தியாவின் ஆதிக்கம் திபெத்தில் பரவலாக வேண்டும் என்பதிலும் குறியாக இருந்தது.

இப்படியான முயற்சிகளை சீனா தனது நலன்களுக்கு எதிரானதாகப் பார்த்ததென்பது மிகவும் இயல்பானதுதான். 'ஏகாதிபத்தியத்தின் எதிர்பார்ப்புகளுக்கு ஏற்ப திபெத்தை இணைத்துக்கொள்ள இந்தியா முயன்று வருவதாக' ஆட்சிக்கு வருவதற்கு முன்பே சீன கம்யூனிஸ்ட்கள் இந்தியாவையும் பிரதமர் நேருவையும் கடுமையாக விமர்சிக்கத் தொடங்கினர்.

தீர்க்கப்படாத வட பகுதி எல்லைப் பிரச்னைகளும் சேர்ந்தேதான் சுதந்தரத்தோடு கிடைத்திருக்கிறது என்ற உண்மை இந்தியாவுக்கு விரைவில் உணர்த்தப்பட்டது. மெக்மொகன் கோட்டுக்குக் கீழே உள்ள பழங்குடியினர் பகுதிகளில் பிரிட்டிஷார் ஊடுருவுவதாக 1945 முதற்கொண்டே சீன தேசிய அரசு தொடர்ந்து பல புகார்களை அனுப்பிக் கொண்டிருந்தது. சீனாவில் இருந்த பிரிட்டிஷ் - இந்திய தூதரகத்தில் இது குறித்த புகாரையும் 1947 பிப்ரவரியில் பதிவு செய்தது. ஆனால் வட கிழக்குப் பழங்குடிப் பகுதி பிரிட்டிஷ் - இந்தியாவுக்குச் சொந்தமானது என்பதால் சீனாவின் புகாரை ஏற்க இந்தியா மறுத்துவிட்டது. மெக்மொகன் கோட்டை சீனா அங்கீகரிக்கவில்லை என்றும், சிம்லாவில் இந்தியாவும் - திபெத்தும் தன்னிச்சையாகச் செய்து கொண்ட ஒப்பந்தம் செல்லுபடியாகாது என்றும் புது டெல்லியில் இருந்த சீனத் தூதரக அதிகாரி இந்திய அரசுக்குத் தெளிவுபடக் கூறினார்.

ஆனால் திபெத் வேறு மாதிரியாகக் கணக்குப்போட்டது. ஆட்சி அதிகாரம் பிரிட்டிஷாரிடம் இருந்து இந்தியாவுக்குக் கைமாற்றித் தரப்பட்டதைத் தொடர்ந்து, நூறு ஆண்டுகளுக்கு முன்பு வலுக்கட்டாயமாக பிரிட்டிஷார் தன்னிடமிருந்து பறித்துக்கொண்ட பகுதிகளை மீட்டுக்கொண்டுவிடவேண்டும் என்று விரும்பியது. இந்தியா சுதந்திரம் பெற்றதை இதற்கான வாய்ப்பாகக் கருதி 1947 அக்டோபரில் (இந்தியா சுதந்திரம் பெற்ற இரண்டே மாதங்களில்) லடாக் முதல் அஸ்ஸாம்வரையிலான சிக்கிம் மற்றும் டார்ஜிலிங் உள்ளிட்ட பரந்து விரிந்த பகுதிகளைத் தன்னிடம் திரும்ப ஒப்படைக்க வேண்டும் என்று கோரியது. ஆனால் பிரிட்டிஷாருடன் இருந்த அதே நல்லுறவு இந்தியாவுடனும் தொடரும் என்று உத்தரவாதம் தரும்படி திபெத்தை இந்தியா கேட்டுக்கொண்டது.

இமயமலை மற்றும் அதைத் தாண்டிய பகுதிகள் தொடர்பாக பிரிட்டிஷ் கொள்கைகளையும், அதிகார வரம்பையும் இந்தியா தொடர மேற்கொண்ட முனைவுகள் புரிந்துகொள்ள முடிந்தவையே. என்றாலும், அவை வெற்றி பெற வாய்ப்பு மிக மிகக் குறைவே. பல நூறாண்டுகளாக இமயமலை நாடுகள் மீது பிரிட்டிஷ் தனது அதிகாரத்தை நிலை நிறுத்தி வந்துள்ளது. அந்தப் பிராந்தியத்தில் பிரிட்டிஷாரின் பலம் அதிகம் என்பது மட்டுமல்ல, இந்தியத் துணைக்கண்டம் தாண்டிய பகுதிகளில் பல்வேறு பொருளாதார, அரசியல் மற்றும் ராணுவ நடவடிக்கைகளை எடுக்கும் வலிமையுடனும் இருந்தது. அதை சீன ஆதிக்கத்தைச் சமாளிக்கும் நோக்கில் அடிக்கடிப் பயன்படுத்தியும் வந்துள்ளது.

1947-ல் பிரிட்டிஷார் இந்தியாவை விட்டுச் சென்றுவிடவே இமயமலைப் பகுதியில் நிலவிய சமன்பாடுகள் தலைகீழாகத் தொடங்கின. சீனாவில் வலுவான மக்கள் குடியரசு 1949-ல் அமைந்தது. அது அந்தத் தலைகீழ் மாற்றத்தை உறுதிப்படுத்தியது. இதுவரையிலும் இமயமலையின் தன் பகுதியில் அதிகாரம் குவிந்திருந்தது. இப்போது வட பகுதி அதிகாரம் பெற்றுவிட்டது. திபெத்தில் சீனா தன் ஆதிக்கத்தை மீண்டும் செலுத்தியதன் மூலம் இது நன்கு வெளிப்பட்டது.

1949 அக்டோபர் 1 ஆம் தேதி ஆட்சிக்கு வந்த 'சீன மக்கள் குடியரசு' திபெத்தின் மீதான ராணுவ நடவடிக்கைகள் உடனடியாகத் தொடங்கும் என்று அறிவித்தது. இந்தப் படையெடுப்பினால் இரு நாடுகளுக்கு இடையேயான நல்லுறவுகள் பாதிக்கப்படும். ஐக்கிய நாடுகள் சபையில் சீன மக்கள் குடியரசு இடம்பெற எடுக்கும் முயற்சிகளும் பாதிக்கப்படும் என்று எச்சரித்தது. இருப்பினும் எதைப் பற்றியும் சீனா கவலைப்படாமல் அடுத்த சில நாள்களிலேயே திபெத்துக்குள் நுழையத் தனது ராணுவத்துக்கு உத்தரவிட்டது. திபெத்தின் மீதான 'படையெடுப்பு' என்று இதை இந்தியா மீண்டும் கடுமையாகக் கண்டித்தது.

'சீனாவின் ஒருங்கிணைந்த பகுதி திபெத் என்பதால் இது எங்கள் உள்நாட்டுப் பிரச்னை. திபெத்தியர்களை விடுவிக்கவும், சீன எல்லைகளைப் பாதுகாக்கவும், சீன மக்கள் விடுதலை ராணுவம் திபெத்தில் நுழைந்துள்ளது. திபெத் பிரச்னை பற்றி இந்தியா உள்ளிட்ட எந்த வெளிநாட்டின் தலையீட்டையும் நாங்கள் அனுமதிக்க மாட்டோம். திபெத்துடன் அமைதியான முறையில் பேச்சுவார்த்தை நடத்தவே விரும்புகிறோம். திபெத் மீதான ராணுவ நடவடிக்கைகளே ஐக்கிய நாடுகள் அமைப்பில் உறுப்பினராகத் தடையாக இருக்கும் என்று எந்தப் பகை நாடுகளேனும் சொல்லக் கூடுமெனில், எங்களுடனான பகை உணர்வினால்தான் அப்படிக் கூறுகின்றனர் என்றே அர்த்தம். திபெத் விவகாரமும், ஐக்கிய நாடுகள் அமைப்பில் உறுப்பினர் அந்தஸ்தும் முற்றிலும் வேறு வேறானவை. ஒன்றுக்கொன்று தொடர்பில்லாதவை' என்று தனது படையெடுப்பு பற்றி சீனா உலக நாடுகளுக்கு விளக்கம் அளித்தது.

இந்தக் காலகட்டம் வரை திபெத் - சீனாவுக்கு இடையிலான நெருங்கிய பிணைப்பை இந்தியா அங்கீகரிக்கவே செய்தது. பூடானுடன் இந்தியா என்னவிதமான அதிகாரப் பகிர்வை மேற்கொண்டிருக் கிறதோ அதுபோலவே சீனாவும் திபெத்துடன் நடந்துகொள்ளும் என்று எதிர்பார்த்தது. அதாவது உள்ளூர் நிர்வாகத்தை திபெத் நடத்திக்கொள்ள அனுமதிக்கப்படவேண்டும். அதே நேரம் சீனா நீங்கலாக வேறெந்த நாட்டுடனும் அயலுறவுகளை

வைத்துக்கொள்ளக்கூடாது என்றே இந்தியா விரும்பியது. திபெத்தின் மீதான சீனாவின் ஆதிக்கத்தை 'சூஸெர்ண்ட்டி' (suzerainty) என்ற வார்த்தையால் குறிப்பிட்டது.

திபெத் மீதான சீன ஆக்கிரமிப்பு பற்றிய புது டெல்லியில் வெளியான அரசுக் குறிப்பில் மேலாதிக்கம் (suzerainty) என்ற சொல் பயன் படுத்தப்பட்டது. ஆனால் சீனாவுக்கான இந்திய தூதர் கே.எம். பணிக்கர் சீன அரசிடம் கொடுத்த அறிக்கையில் (பீகிங் வெளியிட்ட அறிக்கை) மேலாதிக்கம் (suzerainty) என்ற சொல்லுக்குப் பதிலாக இறையாண்மை (sovereignty) என்ற சொல் பயன்படுத்தப் பட்டிருந்தது. இந்தியாவில் பலர் சந்தேகிப்பதுபோல், இந்திய தூதர் கே.எம். பணிக்கர் சீனாவிடம் கொடுத்த அறிக்கையில் மேற்கண்ட சொல்லை மாற்றிக்கொடுத்தாரா... அல்லது இந்த வார்த்தை மாற்றத்துக்குக் காரணம் சீனாவா என்பது இன்றுவரை புரியாத புதிர்தான்.

திபெத் அனுபவித்துக்கொண்டிருக்கும் அரை சுதந்திரத்தைச் சாதகமாகப் பயன்படுத்தி எப்படியேனும் தன்னிடமிருந்து பிரித்து அதன் அதிகாரத்துக்கு உட்பட்ட பகுதியாக்குவதே இந்தியாவின் விருப்பம் என்று பீகிங் உறுதியாக நம்பியது. 'தனது மேலாதிக்கத்துக்கு உட்பட்ட பகுதி பூடான் என்றும், சீனாவின் மேலாதிக்கத்தை திபெத் அங்கீகரிக்கவில்லை என்றும் வெளிப்படையாக அறிவித்திருக்கும் இந்தியா என்றேனும் ஒரு நாள் திபெத்தும் தனது மேலாதிக்கத்துக்கு உட்பட்ட பகுதிதான் என்று அறிவிக்காதா?' என்று பீபிள்ஸ் டெய்லியில் 1949 செப்டம்பரில் கட்டுரை வெளியானது. இந்தக் கேள்வி அதீதமானதோ நியாயமற்றதோ அல்ல.

சீனாவின் சந்தேகத்துக்குக் காரணம் இந்தியாவின் கிழக்குப் பகுதிக்கான கடைசி பிரிட்டிஷ் லெஃப்டினெண்ட் ஜெனரல் சர் ஃபிரான்சிஸ் துர்குர் திபெத்தைச் சீனா ஆக்கிரமிப்பதற்கு முன்பாக திபெத் பீடபூமியை இந்தியா கைப்பற்றவேண்டும் என்று தெரிவித்திருந்தார். மேலும் இவரது கருத்துக்கு வலு சேர்க்கும் வகையில் அப்போதைய அமெரிக்க அதிபர் ட்ரூமென்னும் திபெத்தைத் தக்கவைத்துக்கொள்ளத் தேவையான விமானப் படையை இந்தியாவுக்கு வழங்கத் தயார் என்ற தகவலும் வெளியானது (ஏ.பி.ஷா எழுதி 1966-ல் வெளியான 'இந்தியப் பாதுகாப்பும் வெளிவிவகாரக்கொள்கையும்' என்ற நூலில் பக்கம் 87). இப்படி ஒரு விஷயம் நடந்தது உண்மையென்றால், கொரியப் போர் நடந்த காலகட்டத்தில் சீனாவை இந்தியாவுடன் போரிடும்படிச் செய்வது வாஷிங்டனுக்கு உகந்ததாகவே இருந்திருக்கும். யங் ஹஸ்பண்ட் இதுபோல் ஒரு படையெடுப்பை முன்னெடுத்தபோது

சந்தித்த இடர்பாடுகளை புது தில்லி நினைத்துப் பார்த்து அந்த உதவியை நிராகரித்திருக்கும்.

தங்களுக்குச் சொந்தமான பகுதி என்றும் அடுத்தவர் ஆக்கிரமிப்பு என்றும் இந்தியாவும் சீனாவும் பரஸ்பரம் ஒன்றை ஒன்று குற்றம் கூறிக் கொண்டிருந்தன. தமது ஆதிக்கத்தை விரிவுபடுத்துதல் அல்லது உறுதிப்படுத்துதல், முடிந்தால் அடுத்தவரின் ஆதிக்கத்தை அகற்றுதல் எனச் செயல்பட்டுவந்தன. திபெத் மீதான ராணுவ நடவடிக்கைகளுடன், நேபாளத்துடன் ராஜாங்க அயல் உறவுகளையும் சீனா தொடங்கவே இந்தியாவின் கோபம் இன்னும் அதிகரித்தது. ஏனென்றால் அதுவரை நேபாளத்தின் அயலுறவு விவகாரம் இந்தியாவின் கட்டுப்பாட்டுக்குள்ளேதான் இருந்தது.

திபெத்தை மீண்டும் தனது அதிகார வரம்புக்குள் சீனா கொண்டு வந்துவிடும் என்பது உறுதியானதும் இந்தியா கள நிலைமைகளைப் புரிந்துகொண்டு யதார்த்தமாகச் செயல்படத் தொடங்கியது. திபெத்துக்கு ஓரளவு சுதந்திரம் ஈட்டித் தருதல், மோதல் தவிர்க்கும் இடை மண்டலமாக அதை நிலைநிறுத்துதல்ஆகியவை சார்ந்து எடுத்த முயற்சிகள் தோல்வி அடைந்தன. இந்தியாவுக்கு அங்கு எதுவும் செய்ய முடியாத நிலையே இருந்தது. மலைப் பகுதிகளுக்கு ராணுவங்களைக் கொண்டு செல்வதில் இருக்கும் சிரமம், சீனாவுடனான போர் போன்றவற்றையெல்லாம் இந்தியாவால் நினைத்தே பார்க்க முடியாத நிலையே இருந்தது. எனவே, திபெத் இழந்த சுதந்திரத்தை மீண்டும் பெற ஆதரிப்பது அல்லது சீனாவின் முடிவை ஏற்றுக்கொண்டு அதனுடனான அரசு ரீதியான உறவுகளை மேம்படுத்திக்கொள்வது ஆகிய இரு வழிகள் மட்டுமே இந்தியாவுக்கு இருந்தன.

நேருவின் அயல் உறவுக் கொள்கையில் சீனாவுடனான நட்புறவு முக்கியமான விஷயமாக இருந்ததால் எந்த வழியைத் தேர்ந்தெடுப்பதென்பதில் எந்தக் குழப்பமும் இருக்கவில்லை. திபெத் ஐக்கிய நாடுகள் அமைப்பில் கோரிக்கைவிடுத்தபோது இந்தியா ஆதரிக்கவில்லை. திபெத் மீதான தனது உரிமையையும் அதிகாரத்தையும் சீனா உறுதிப்படுத்தியதைத் தொடர்ந்து இந்திய எதிர்ப்பு காற்றில் கரைந்த கற்பூரமானது. திபெத் தொடர்பாகப் புது டெல்லிக்கும் பீகிங்குக்கும் நிலவிய மனக்கசப்பும் மெல்ல விலகத் தொடங்கியது. திபெத்தில் சீனா செய்த செயல்கள் தொடர்பாக இந்தியா எழுப்பிய கண்டனங்களை சீனா பெரிதுபடுத்தவில்லை.

1950-ல் இந்திய வடக்குப் பகுதியில் சீனாவின் அதிகாரம் வலுப்பெற்ற விவகாரம் எச்சரிக்கை மணியாகவே கருதப்பட்டது. இது நாற்பது

ஆண்டுகளுக்கு முன்பு மஞ்சு (Manchu) அதிகாரம் பரவலான போது பிரிட்டிஷ்-இந்திய அரசு அடைந்த எச்சரிக்கை உணர்வுக்கு இணையானது. சீனாவில் வளரும் கம்யூனிச ஆதிக்கம் இந்தியாவில் அச்சுறுத்தலாகவே கருதப்பட்டது. திபெத் மீதான சீன ஆக்கிரமிப்பை நேரு ஆதரித்தது கடுமையான விமர்சனங்களுக்கு உள்ளானது. நேருவின் சீனக் கொள்கையை எதிர்த்தவர்கள் அவரது உள்நாட்டு, வெளிவிவகாரம், பொருளாதாரம், அரசியல் உள்ளிட்ட ஏனைய கொள்கைகளின் எதிர்ப்பாளர்களும்கூட. இதனால் அந்த எதிர்ப்பு களைச் சமாளிப்பது ஆரம்பத்தில் எளிதாக இருந்தது. அதன் பிறகு நேரு தயங்க நேர்ந்தது.

நேருவின் திபெத் கொள்கையை எதிர்த்தவர்களுள் முக்கியமானவர் துணைப் பிரதமர் சர்தார் வல்லபாய் பட்டேல். 1950 நவம்பரில் நேருவுக்கு எழுதிய நீண்ட கடிதத்தில் 'பீகிங்கிலுள்ள இந்திய தூதர் பணிக்கர் சீனர்களால் ஏமாற்றப்பட்டுவிட்டார். அவர் இதற்கு முன்பே திபெத்தில் ஊடுருவிய சீனாவின் அத்துமீறல்களைப் பட்டியலிட்டதுடன் சீனா நம்பகத்தன்மை இல்லாத பழிவாங்கும் குணமுள்ள தீய சக்தி என்று எச்சரித்திருந்திருக்கிறார். கடந்த ஐம்பது ஆண்டுகளாக திபெத்தில் நமக்கு இருந்த செல்வாக்கையும் செயல் பாட்டையும் ஆக்கிரமிப்பு மூலம் சீனா சிதைத்துத் தகர்த்து விட்டதாகக் கூறியிருக்கிறார்' என்பதைச் சுட்டிக்காட்டினார். மேலும் சீனாவுடனான ராஜாங்க உறவுகளை மறு பரிசீலனைக்கு உட்படுத்துவதுடன், பிரச்னைக்குரிய பகுதிகளில் இந்தியா தனது ராணுவத்தைப் பாதுகாப்புக்காக நிறுத்தவேண்டும் என்றும் பட்டேல் வலியுறுத்தி இருந்தார். (இந்தக் கடிதம் 1968-ல் முதல் முறையாகப் பம்பாய் வாரப் பத்திரிகையிலும், 1969-ல் தாள்வி எழுதிய 'ஹிமாலயன் பிளண்டர்' (தாக்கர் - கோ, பம்பாய்) மற்றும் குல்தீப் நய்யரால் எழுதப்பட்ட 'பிட்வீன் தி லைன்ஸ்' (அல்லைட் பப்ளிஷர்ஸ், பம்பாய்) ஆகிய தலைப்புகளில் வெளியாயின.

பட்டேலுக்குப் பதிலளித்த நேருவின் கடிதம் வெளியிடப்படவில்லை என்றாலும், அவர் தொடர்ந்து சீனாவுடனான நட்புக் கொள்கையில் உறுதியாக இருந்தார். ஐக்கிய நாடுகள் அமைப்பில் பீகிங்குக்கு ஆதரவாகவே செயல்பட்டார். இதிலிருந்து அவர் மனதில் என்ன இருந்தது என்பதைப் புரிந்துகொள்ளலாம். மெக்மோகன் கோட்டுக்குக் கீழேயுள்ள பழங்குடியினர் பகுதியில் இந்திய நிர்வாகம் வட கிழக்கு எல்லை முகமை (North-East Frontier Agency - NEFA), மூலமாக நடைபெறும் என்றும் உத்தரவு பிறப்பித்தார்.

வட கிழக்கு எல்லையில் 1947-ல் பிரிட்டிஷ் அரசு விட்டுச் சென்ற நிலையிலேயே அதாவது வாலாங்கில் மட்டுமே புற ராணுவ

நிலையம் மெக்மொகன் எல்லைக்கோட்டுக்கு அருகில் 1949-லும் இருந்தது. ஏனைய பகுதிகளில் கோட்டிலிருந்து வெகுவாக உள் தள்ளியே இந்திய ராணுவம் நிலை நிறுத்தப்பட்டிருந்தது. தவாங் டிராக்ட் ஊடுருவல் டிரங் ஜோங்கிலேயே நின்றுவிட்டது. தவாங்கில் திபெத்திய நிர்வாகம் இன்னும் வலுப்பெற்றது. ஆனால் அடுத்த ஓராண்டில் இந்திய நிலைப்பட்டில் கணிசமான மாற்றங்கள் நிகழ்ந்தன. வட கிழக்கு எல்லை முகமையில் கூடுதலாக இருபது புற ராணுவ நிலையங்கள் அமைக்கப்பட்டன.

1951 பிப்ரவரியில் இந்திய ராணுவ அதிகாரியின் தலைமையில் நூற்றுக்கணக்கானவர்கள் தவாங் பகுதிக்குள் நுழைந்தனர். மெக்மொகன் முதன் முதலாக வரைந்த கோட்டுக்கு ஏற்ப சே லா பகுதி வரை எல்லையை விரிவுபடுத்த இந்தியா அரசு முனைந்தது. லாசாவிலுள்ள திபெத் அதிகாரிகள் தங்கள் எதிர்ப்பைக் காட்டியபோது இந்திய அரசு தவாங் பகுதியைக் கைப்பற்றி உள்ளது என்ற தகவல் மட்டும் அவர்களுக்குத் தெரிவிக்கப்பட்டது.

‘இந்தியா தனக்குச் சொந்தமில்லாத பகுதியை ஆக்கிரமிக்க முயல்கிறது. இது வருத்தமளிக்கும் செயல். எங்களால் ஏற்றுக் கொள்ள முடியாது. இந்தியா தனது ராணுவத்தைத் தவாங் பகுதியிலிருந்து திருப்பி அழைத்துக் கொள்ள வேண்டும்’ என்று மீண்டும் திபெத் ஆட்சேபித்தது.

ஆனால் இந்திய அரசு திபெத்தின் ஆட்சேபங்களைக் காதில் போட்டுக் கொள்ளவில்லை. 1944-ல் திரங் ஜோங்கிலிருந்து திபெத்தியர்களை பிரிட்டிஷ் அகற்றியதைப் போல் இந்தியா தவாங் பகுதியிலிருந்து திபெத் நிர்வாகத்தை அப்புறப்படுத்தியது. இதன் மூலம் பிரிட்டிஷ் ஜெனரல் ஸ்டாஃபுக்கு நெருக்கடி கொடுத்துக் கொண்டிருந்த ‘அபாயகரமான திபெத்/சீன தடை’ அகற்றப்பட்டது. வரைபடத்தில் மட்டுமே அதுவரை காணப்பட்ட மெக்மொகன் கோடு இந்தியாவின் வட கிழக்குப் பகுதியில் நிஜமான நிலப்பரப்பில் இதன் மூலம் உறுதி செய்யப்பட்டது.

தவாங்கைக் கைப்பற்றிய விஷயத்தை சீனாவுக்குப் பதிலாக திபெத்திய அரசாங்கத்துக்கு இந்தியா தெரிவித்திருக்கவேண்டும் என்று சொல்வதில் நியாயம் இருக்கிறது. புது தில்லி திபெத் மீதான சீனாவின் மேலாதிக்கத்தை ஏற்றுக்கொண்டிருக்கிறது என்பது உண்மைதான். என்றாலும் தவாங் விஷயத்தை உள்நாட்டு விவகாரமாகக் கருதி திபெத்திடம்தான் தெரிவித்திருக்கவேண்டும். கிடைத்திருக்கும் ஆவணங்களின் அடிப்படையில் பார்க்கும்போது மெக்மொகன் கோட்டை உறுதிப்படுத்தும் இந்தியாவின் நடவடிக்கைகளை சீனா

ஆட்சேபித்ததாகத் தெரியவில்லை. அந்த எல்லைவரை இந்தியப் பகுதிகள் நீள்வதை சீனா அங்கீகரிக்கிறது என்பதுதான் இந்த மௌனத்தில் இருந்து தெரிய வருகிறது.

தவாங் பகுதியில் இந்தியாவின் ஊடுருவலை திபெத்தியர்கள் வாய்மொழியாக எதிர்த்தார்கள். ஆனால் அங்குள்ள பழங்குடியினரோ நம்ப வைத்துக் கழுத்தறுத்தனர். 1950களில் சுபன்சிரி ஆற்றங்கரையில் இறங்கிய இந்திய ராணுவத்தின் ஒரு பிரிவான அஸ்ஸாம் ரைஃபிள்ஸுக்கு தடபுடல் உபசாரம் அளிக்கப்பட்டது. விருந்து கொடுத்துத் தங்கும் வசதிகளும் செய்துகொடுத்தனர். அதன் பிறகு ராணுவத்தினர் மீது திடீரெனப் பழங்குடியினர் நடத்திய அதிரடிக் கொரில்லா தாக்குதலில் 73 ராணுவத்தினரும் பிற பணியாளர்களும் கொல்லப்பட்டனர். இதுபோன்ற தாக்குதலை பிரிட்டிஷ் ராணுவம் மீது திபெத் பழங்குடியினர் நடத்தி இருந்தால் அவர்களது குடிசைகள் எரிந்து சாம்பலாகி இருக்கும். ஒட்டு மொத்தப் பழங்குடியினரும் கொல்லப்பட்டிருப்பார்கள் அல்லது சிறையில் அடைத்துக் கடுமையான சித்ரவதைக்கு உள்ளாக்கப்பட்டிருப்பார்கள். ஆனால், நேருவின் உத்தரவினால் அங்கு சென்ற அடுத்த படை வெறும் ராணுவ அணி வரிசை நடத்தித் தன் பலத்தைக் காட்டியதோடு நின்றுவிட்டது.

புதிய இந்திய அரசு மெக்மொகன் கோடு தொடர்பாக முந்தைய பிரிட்டிஷ் அரசு போனவழியிலேயே போனதென்பது அசாதாரண மான செயல்தான். அதில் எந்த சந்தேகமும் இல்லை.

வடகிழக்கு எல்லை தொடர்பாக பிரிட்டன் வகுத்த கொள்கை களுக்குக் காரணமான ராணுவ, புவிசார் அரசியல் அம்சங்களே சுதந்திர இந்தியாவின் கொள்கைகளையும் வடிவமைத்தன. பிரம்மபுத்திரா பள்ளத்தாக்குக்கு வெகு அருகே சீனாவைக் கொண்டு வந்து நிறுத்தும் எல்லைக்கோடானது பிரிட்டிஷ் அதிகாரிகளைப் போலவே இந்திய நிர்வாகிகளுக்கும் ஏற்கமுடியாததாக இருந்தது. மலையடிவாரத்துக்கு அருகே வகுக்கப்பட்ட எல்லைக்கோட்டை விட, மலை முகடுகளில் செல்லும் மெக்மொகன் எல்லைக் கோடு பல வகைகளில் இந்தியாவுக்கு அனுகூலமானதே. வட கிழக்கு எல்லைப் பகுதியில் வாழும் பழங்குடியினர் கலாசார ரீதியில் இந்தியாவை விட திபெத்துக்கு நெருக்கமானவர்கள் என்பது உண்மையே என்றாலும், இந்திய நிர்வாகத்தின் கீழ் அந்தப் பகுதிகளைக் கொண்டு வருவதற்கான முக்கியக் காரணமும் அதுவேதான். ‘காலனி ஆதிக்கத்தின் கீழ் எந்தெந்தப் பகுதிகள் இருந்தனவோ அவை அனைத்தையும் தற்போதைய சுதந்திர அரசின் கட்டுப்பாட்டிலும்

தொடரவேண்டும் என்பதே புதிய அரசின் இயல்பான எதிர்பார்ப்பாக இருக்கும்' என்று குணார் மிர்டால் சொன்னது உறுதியானது.

ஆனால், மெக்மொகன் கோட்டை ஏற்க முடியாது என்று சீனா திட்ட வட்டமாக மறுத்துவிட்ட நிலையில் அதை எவ்வாறு அமல் படுத்துவது என்பதுதான் இந்தியாவின் கவலை. இதற்கான தீர்வையும் முந்தைய பிரிட்டிஷ் - இந்தியா வழங்கி உள்ளது. சீனாவின் எதிர்ப்பைப் பற்றிக் கவலைப்படாமல் மெக்மொகன் கோட்டையே அதிகாரப்பூர்வ எல்லையாக வைத்துக்கொள்ளவேண்டும். பழங்குடியினர் வாழும் பகுதிகளில் நிலைநிறுத்தப்பட்டுவிட்ட இந்திய ஆதிக்கத்தை சீனா வேண்டுமானால் எதிர்க்கட்டும். இந்தியாவோ சீனா பிரச்னை எழுப்பும்போது அது குறித்த எந்தப் பேச்சுவார்த்தைக்கோ சமாதானத்துக்கோ உடன்படத் தேவையில்லை. இதன் மூலம் மெக்மொகன் கோடு வேறு வழியின்றி அதிகாரப்பூர்வ எல்லையாக நீடிக்கும். இதுதான் இந்திய தரப்பின் தீர்மானம். ஆனால் மெக்மொகன் எல்லைக்கோடு தொடர்பான பேச்சு வார்த்தைகளுக்கு இந்தியா ஒப்புக்கொள்ள மறுத்தது பிற்காலத்தில் பல்வேறு பின் விளைவுகளுக்கு வழிவகுத்தது. அதுவே எல்லைப் பிரச்னையை தீராத பிரச்னையாக ஆக்கியிருக்கிறது.

குறிப்பிட்ட எல்லைக்கோட்டை நிர்பந்தப்படுத்துவதிலிருந்து நகர்ந்து அது பற்றிய எந்தப் பேச்சுவார்த்தைகளுக்கும் ஒப்புக்கொள்ள மறுப்பது என்பது ராஜ தந்திர நடவடிக்கையில் இருந்து சர்வாதிகாரத்தை நோக்கிப் போவதற்குச் சமமானது. எடுத்த முடிவிலிருந்து சிறிதும் இறங்கி வராவிட்டாலும் பேச்சுவார்த்தைகள் என்பவை இரு தரப்புக்கும் தமது தரப்பை நியாயப்படுத்த ஒரு வாய்ப்பைத் தரும். அல்லது வேறுவிதமான விட்டுக்கொடுத்தல்கள் மூலம் இரு தரப்புக்கும் உகந்த சமரசத் தீர்வைக்கூடக் கண்டடைய உதவும். ஆனால் எடுத்த முடிவை மாற்றாமல், பேச்சுவார்த்தைக்கும் ஒப்புக் கொள்ளாமல் இருப்பது ஒருவர் தன்னுடைய தீர்மானத்தை மற்றவர் மேல் திணிப்பதாகவே ஆகும். குறிப்பாக எல்லை விஷயங்களில் எடுக்கப்படும் இது போன்ற முடிவுகள் போருக்கே வழிவகுக்கும்.

மெக்மொகன் கோடு தொடர்பான இந்தியாவின் இந்தக் கொள்கையும் அணுகுமுறையும் 1950 நவம்பரில் நாடாளுமன்றத்தில் கேட்கப்பட்ட ஒரு கேள்விக்கான பதில் மூலம் சூசகமாகக் கோடிகாட்டப்பட்டது. பிரதமரும் வெளிவிவகார அமைச்சருமான ஜவாஹர்லால் நேருவிடம் திபெத்துடன் இந்தியாவுக்குத் தெளிவான எல்லைக்கோடு இருக்கிறதா என்று கேட்கப்பட்டது.

அவர் பதிலளிக்கையில் 'லடாக் முதல் நேபாள எல்லை வரையும், பூடான் முதல் அஸ்ஸாம் வரையும் பரவியுள்ள திபெத் நமக்கு அண்டை நாடாகும். பூடான் எல்லை கிழக்கு தொடங்கி 1914 சிம்லாவில் கருத்தரங்கில் மெக்மொகன் கோடு மூலம் தெளிவாக வரையறுக்கப்பட்டுள்ளது. லடாக் தொடங்கி நேபாளம் வரையிலான எல்லை நீண்ட காலப் பயன்பாடு, பழக்க வழக்கம் காரணமாகத் தெளிவாக உள்ளது' என்றார்.

பிரதமரின் விளக்கத்தைத் தொடர்ந்து 'எல்லையை திபெத் அங்கீகரிக்கிறதா, இல்லையா?' என்றொரு உறுப்பினர் கேட்டதற்கு 'எதன் அடிப்படையில் இந்தக் கேள்வியை உறுப்பினர் கேட்கிறார்' என்று நேரு வினவினார்.

'கடந்த முப்பது ஆண்டுகளாக சீன வரைபடங்கள் நமது கட்டுப் பாட்டுக்குள் உள்ள வட கிழக்குப் பகுதிகளை நமது எல்லைக்குள் குறிப்பிடுவதில்லை என்றும் அதன் எல்லையை பிரம்மபுத்ரா பள்ளத்தாக்குக்குக் கீழேதான் காட்டுகிறது' என்று உறுப்பினர் பதிலளித்தார்.

'சீன வரைபடங்கள் பற்றிக் கவலை வேண்டாம். நமது வரை படங்களில் மெக்மொகன் கோட்டை நமது எல்லையாகப் பதிவு செய்திருக்கிறோம். இந்த எல்லை விவகாரத்தில் நாம் உறுதியாக இருக்கிறோம். எல்லைக்குக் குறுக்கே எந்த அந்நிய சக்தியையும் அனுமதிக்கமாட்டோம். இதன் மீது இனி எந்தக் கேள்விகளும் வேண்டாம்' என்று பிரதமர் நேரு திபெத் எல்லைப் பிரச்னை தொடர்பான விவாதங்களுக்கு முற்றுப்புள்ளி வைத்தார்.

இப்படி மெக்மொகன் கோட்டையே எல்லையாக மதிப்பதாக இந்தியா அதிகாரப்பூர்வ அறிக்கை மூலம் அறிவித்தல், அதே நேரம் சீனாவுடன் இது குறித்த எந்த நேரடித் தொடர்பையும் வைத்துக் கொள்ளாமலிருத்தல் என்ற இந்த அணுகுமுறையை விமர்சித்து இந்தியாவுக்குள்ளேயே 1952-ல் கேள்வி எழுந்தது.

ஆனால், இதனிடையில் அந்தக் கோட்டை உறுதிப்படுத்த 1951-ல் கிடைத்த ஒரு வாய்ப்பை இந்தியா பயன்படுத்திக் கொள்ளத் தவறியது. 1951 செப்டம்பரில் சீனப் பிரதமர் சூ-என்-லாய் பீகிங்கிலுள்ள இந்திய தூதரிடம் 'திபெத்திய எல்லை விவகாரத்தை இந்தியா - சீனா - நேபாளம் ஆகிய மூன்று நாடுகளும் விரைவில் கலந்தாலோசித்து முடிவுக்கு வரவேண்டும். இந்தியாவுக்கும் சீனாவுக்கும் இடையே எல்லைக்கோடு தொடர்பாக எந்தப் பிரச்னையும் இல்லை' என்று சொன்னதாக இந்தியத் தரப்பு ஆவணங்கள் தெரிவிக்கின்றன.

இந்தியாவின் வட கிழக்கு எல்லையாக மெக்மொகன் கோட்டை சீனா ஏற்றுக்கொள்ள முடிவெடுத்துவிட்டதற்கான உத்தரவாதம் அது.

சூ-என்-லாய் பரிந்துரைத்தபடி பேச்சுவார்த்தைகளை வரவேற்பதாக இந்தியா அறிவித்தது. ஆனால் தனது ஆலோசனையை சீனா தொடர்ந்து முன்னேறிச் செல்லவில்லை. இந்தியர்களும் எதுவும் செய்யவில்லை. 'எல்லைக்கோடு விஷயத்தில் நாங்கள் தெளிவாக இருந்ததால் இது குறித்த பிரச்னையை எழுப்ப வேண்டிய அவசியமே இருந்திருக்கவில்லை' என்று நேரு பின்னர் விளக்கம் அளித்தார். இரு நாடுகளும் திபெத் தொடர்பாக பிரிட்டிஷாரிடமிருந்து இந்தியர் களுக்குக் கிடைத்திருக்கும் உரிமைகள், சொத்துகள் பற்றிப் பேச்சு வார்த்தை நடத்த முடிவெடுத்தனர். திபெத்தின் வர்த்தக உறவுகள், இந்தியக் குடிமகன்களை நடத்தவேண்டிய விதம் ஆகியவை குறித்துப் பேசித் தீர்வுகாண 1952-ல் சீனா முன்வந்தது. திபெத்தில் இந்தியாவுக்குத் தற்போது இருக்கும் உரிமைகள் தொடர்பாக இரு தரப்புக்கும் ஒத்திசைவான தீர்வைக் கண்டடையும் ஆவலில் அந்தப் பேச்சுவார்த்தைக்கு ஒப்புக்கொண்டது. ஆனால் எல்லைக்கோடு பற்றி இருவருமே எதுவும் பேசிக்கொள்ளவில்லை.

ஆனால் மெக்மொகன் கோடு குறித்துக் கேள்வி எழுப்ப வேண்டாம் என்ற முடிவுக்கு இந்தியாவில் பலத்த கண்டனம் எழுந்தது. குறிப்பாக ஆங்கிலேயர் ஆட்சிக் காலத்தில் இந்தியச் சிவில் சர்வீஸ் அதிகாரியும், சுதந்திர இந்தியாவின் வெளிவிவகாரத் துறை செக்ரட்டரி-ஜெனரலாகவும் பதவி வகித்த ஜி எஸ் பாஜ்பாய் தனது அதிருப்தியை வெளியிட்டார். 1952-ல் பதவி ஓய்வு பெற்ற பிறகு பம்பாயின் ஆளுநராக நியமிக்கப்பட்ட பாஜ்பாய், மெக்மொகன் கோடு பற்றி சீன அரசுடன் இந்தியா விவாதிக்க வேண்டும் என்று வெளிவிவகாரத் துறை அமைச்சகத்துக்குக் கடிதம் அனுப்பினார். 'சீன அரசைப் பொறுத்தவரை மெக்மொகன் கோடு முந்தைய பிரிட்டிஷ் அரசு அதன் மீது விட்டுச் சென்ற வடு. இந்த வடுவை மறையச் செய்ய அல்லது அகற்ற சீனா முயற்சி செய்யும். நமது விருப்பத்துக்கு மாறாகவே அந்த நடவடிக்கைகள் அமையும்' என்று எச்சரிக்கை விடுத்தார்.

பாஜ்பாயின் கடிதம் குறித்து சீனாவுக்கான இந்திய தூதர் பணிக்கருடன் பிரதமர் நேரு விவாதித்தார். பின்னர் பாஜ்பாய்க்கு பணிக்கர் எழுதிய கடிதத்தின் சாராம்சம் பின்வருமாறு: 'மெக்மொகன் கோட்டை இந்தியாவின் அதிகாரப்பூர்வ எல்லையாக இந்தியா வெளிப்படை யாகவே அறிவித்துவிட்டிருக்கிறது. இந்நிலையில் அது பற்றிய கேள்வியை எழுப்ப விரும்பவில்லை. ஏதேனும் சந்தேகம் இருந்தால் சீனாதான் கேள்வி கேட்க வேண்டும். சீனாவைக் கேள்வி கேட்டு

அழுத்தம் கொடுத்தால் அது இரண்டே நிலைகளைத்தான் எடுக்கும். திபெத்துடன் நாம் செய்து கொண்ட ஒப்பந்தத்தை ஆதரிக்கும் அல்லது எதிர்ப்பதுடன் பேச்சுவார்த்தைக்கு நம்மை அழைக்கும். முதலாவதற்கு வாய்ப்பே இல்லை. கற்பனை செய்து கூடப் பார்க்க முடியாது. ஆட்சி மாறினாலும் காட்சி மாறாது என்பதைப் போல் சீனாவில் இதற்கு முன்பிருந்த எந்த ஆட்சியும் இந்திய - திபெத் ஒப்பந்தத்தை ஏற்றுக் கொள்ளவில்லை. இரண்டாவதால் நமக்கு எந்தப் பயனுமில்லை. ஒருவேளை சீனா பிரச்னை எழுப்பினால் மெக்மொகன் கோட்டுக்கு இந்தப் பக்கம் உள்ள பகுதி நமக்குச் சொந்தம் என்பதால் பேச்சுவார்த்தைக்கு அவசியமில்லை என்றும் உறுதியாகக் கூறிவிடுவோம்' என்று பதிலளித்தார்.

பாஜ்பாய் அதை ஏற்கவில்லை. 'நிலுவையில் இருக்கும் அனைத்துப் பிரச்னைகளுக்கும் தீர்வு காணவேண்டும்' என்று சீனா கேட்டுக் கொண்டுள்ளது. இந்தியா - திபெத் எல்லையாக மெக்மொகன் கோட்டை சீனா ஒருபோதும் ஒப்புக் கொள்ளவே இல்லை. எனவே, எல்லையில் பிரச்னை இல்லை என்று நாம் சும்மா இருந்துவிட முடியாது. அவர்களுக்கு எந்த பிரச்னையும் வராதவரையில் அவர்கள் இதுபற்றிப் பேசவும்மாட்டார்கள் என்று அவர் சுட்டிக்காட்டினார். எனவே, மெக்மொகன் கோடு இந்திய - திபெத் எல்லை என்று சீனாவிடம் தெரிவிப்பதுடன் அதை ஏற்றுக்கொள்ளவும் நிர்பந்திக்க வேண்டும் என்று அவர் ஆலோசனை கூறினார்.

இதற்கு சீனா ஒப்புக் கொள்ளவேண்டும் அல்லது எதிர்க்க வேண்டும். சீனா பதிலேதும் கூறாமல் அமைதியாக இருந்தால் 'மௌனம் சம்மதம்' என்னும் வகையில் அது நமக்குச் சாதகமான அம்சமே. எது எப்படியிருப்பினும் சீனாவின் நிலை தானாகவே தெரிந்துவிடும் என்று சொன்னார். ஆனால், அந்த ஆலோசனையை இந்திய நிர்வாகம் ஏற்கவில்லை. எனவே, பாஜ்பாயின் கருத்து முடிந்து போன விஷயத்தின் அடிக்குறிப்பாக மட்டுமே அமைந்தது.

1954-ல் இந்தியா - திபெத் வர்த்தகம் தொடர்பான புதிய ஒப்பந்தம் குறித்த பேச்சுவார்த்தைகள் நடைபெற்றன. ஆனால் நிகழ்ச்சி நிரலில் மெக்மொகன் கோடு பற்றி எந்தக் குறிப்பும் இல்லை. முடிந்தவரை இதன் மீதான விவாதங்களைத் தவிர்க்கவே இந்தியா விரும்பியது. மேலும் 1914 ஆம் ஆண்டு சிம்லா மாநாட்டில் திபெத்துடன் பிரிட்டன் செய்து கொண்ட வர்த்தக ஒப்பந்தம் பற்றியும் எந்த விரமும் இல்லை. மாறாக 1908-ல் சீனாவுடன் பிரிட்டன் செய்து கொண்ட ஒப்பந்தத்தின் அடிப்படையிலேயே விஷயங்களை முன்னெடுத்தது.

திபெத் மீதான தனது மேலதிகாரத்தை சீனா வலியுறுத்தி வரும் நிலையில், திபெத் விஷயத்தில் இந்தியாவின் தலைகீழ் கொள்கை

மாற்றம் ஆச்சரியத்தை ஏற்படுத்தியது. 1948-ல் ஆட்சியில் இருந்த தேசிய சீன அரசு 1908-ல் கையெழுத்திடப்பட்ட சீன-பிரிட்டன் ஒப்பந்தத்தின் ஆயுள் காலம் முப்பது ஆண்டுகள். ஆகவே, அது காலாவதி ஆன நிலையில் புதிய ஒப்பந்தம் குறித்த பேச்சு வார்த்தைகள் நடைபெற வேண்டுமென சீனா வலியுறுத்தியது. ஆனால் இந்திய அரசோ திடீரென 1914 சிம்லா மாநாட்டில் கையெழுத்தான ஒப்பந்தத்தை மட்டுமே ஒப்புக்கொள்ள முடியும் என்று பதிலளித்தது. இந்தியாவின் இந்த அறிவிப்பைத் தொடர்ந்து, 1914 சிம்லா ஒப்பந்தத்தை ஏற்கமுடியாது என்று சீனா மறுபடியும் தெளிவுபடுத்தியது.

1914 ஒப்பந்தத்தை அடிப்படையாகச் சொல்லாததன் மூலம் இந்தியர்கள் தமது முந்தைய நிலைப்பாட்டில் இருந்து இறங்கிவந்தது போன்ற தோற்றம் சீனர்களுக்கு ஏற்பட்டிருக்கக்கூடும். இந்தியா மெக்மொகன் கோட்டைத் தக்கவைக்க விரும்புகிறது. முன்பே பார்த்ததுபோல் சீனா அதற்கு சம்மதம் தெரிவிக்கவும் செய்திருக்கிறது. 1954 பேச்சு வார்த்தையின்போது இந்தியா எல்லை மறு சீர்திருத்தம் தொடர்பாகச் சில விஷயங்களை முன்னெடுக்கத் தயார் என்பதைக் காட்டியிருக்கவேண்டும்.

1954-ல் நடைபெற்ற பேச்சுவார்த்தைகளில் லாசாவிலுள்ள இந்தியத் தூதரகம், க்யாண்ட்சே, யாடுங், கர்டோக் வர்த்தக முகமைகள், தபால் - தந்தி அலுவலகங்கள், பிரிட்டிஷ் - இந்திய அரசு நிறுவியதைப் போன்ற ராணுவ முகாம்கள், புனிதப் பயணம் செல்லும் யாத்ரிகர்கள் ஆகியவை விவாதிக்கப்பட்டன. எனினும் எல்லைகள் பற்றிய பேச்சுவார்த்தைகள் நேரடியாக நடைபெறாவிட்டாலும், எல்லையின் 'நடுப்பகுதிகளி'ல் இருக்கும் கணவாய்களின் பயன்பாடு குறித்த பேச்சுவார்த்தைகளில் மறைமுகமாக நடைபெற்றன.

~

இந்த இடத்தில் சிறு விளக்கம் : 1960களில் இந்திய சீனத் தரப்புக்கு இடையில் நடைபெற்ற பேச்சுவார்த்தைகள் எல்லைகளை மூன்று பகுதிகளாகப் பிரித்தன. சிந்து நதி தீரத்தில் காரக்கோரக் கண்வாயில் தொடங்கி டெம்சாக் வரையிலான மேற்குப் பகுதி. அங்கிருந்து நேபாளம் வரை செல்லும் நடுப் பகுதி. இது இந்தியப் பக்கம் உத்தரபிரதேசம், ஹிமாச்சலபிரதேசம் ஆகியவற்றை உள்ளடக்கியது. மூன்றாவதாகக் கிழக்குப் பகுதி : பூடானில் இருந்து பர்மா வரை செல்லும் எல்லை. அதாவது மெக்மொகன் எல்லை. இந்தப் பதங்களே இங்கு இனி பயன்படுத்தப்படும்.

'கீழ்க்காணும்... கணவாய்களின் வழியாகப் போகவும், திரும்பவும் யாத்ரிகர்களுக்கும் வர்த்தகர்களுக்கும் சீன அரசு அவற்றைத் திறந்துவிடும்' என்ற வரைவை இந்தியாவுக்கு அனுப்பியது. பிரதான கணவாய்களும் அந்த வரைவில் இடம் பெற்றுள்ளன என்பது குறிப்பிடத்தக்கது. இதன் மூலம் திபெத்தில் உள்ள பிரதான கணவாய்களும் எங்கள் கட்டுப்பாட்டில்தான் உள்ளன என்று சீன அரசு இந்தியாவுக்கு மறைமுகமாகச் சுட்டிக்காட்டியது. இந்தியாவும் முந்தைய பிரிட்டிஷ் அரசைப்போலவே பிரதான கணவாய்களே தமது எல்லைகளாக அமையும் என்று வாதிட்டு சீனாவின் வரைவை ஏற்றுக் கொள்ளவில்லை. 'யாத்ரீகர்களுக்கும், வர்த்தகர்களுக்கும் கீழ்க்காணும் கணவாய்கள் திறந்துவிடப்படும்' என்ற வாக்கியத்தை மட்டும் ஏற்றுக் கொள்வதாகவும், யார் யாருக்கு எந்தெந்த கணவாய்கள் சொந்தம் என்ற விவாதம் இப்போதைக்கு வேண்டாம் என்று இந்தியா முடிவெடுத்தது. இரு தரப்புகளும் எல்லைகள் மீதான வாத விவாதங்கள் பேச்சுவார்த்தைகளில் இடம் பெறாமல் பார்த்துக்கொண்டன.

பின்னர் பிரச்னைகள் எழுந்தபோது இந்தியா, எல்லை பற்றிப் பேசாமல் இருந்ததற்கு என்ன காரணமென்றால், இந்திய அரசைப் பொறுத்தவரையில் தன் எல்லை என்ன என்பது நன்கு தெரியும். அது குறித்த மாற்றுக் கருத்துக்கே இடமில்லை. எனவே, பேச அதில் எதுவுமே இல்லை என்பதே இந்தியர்களின் நிலைப்பாடு. ஆனால், பாஜ்பாய், பணிக்கர் கடிதப் போக்குவரத்தை வைத்துப் பார்க்கும் போது, மூன்று விஷயங்கள் தெளிவுபடுகின்றன. முதலாவது மெக்மொகன் கோட்டை சீனா ஏற்கவில்லை என்பது இந்தியாவுக்கு நன்றாகவே தெரியும். இரண்டாவது மத்தியப் பகுதி எல்லைகள் குறித்த சீனாவின் வரைவை இந்தியா ஒப்புக்கொள்ள மறுத்ததன் மூலம் எல்லைகள் குறித்து இரு நாடுகளுக்கும் கருத்து வேற்றுமை உள்ளன என்பது தெரியவருகிறது. மூன்றாவதாகத் திபெத்துடனான வர்த்தகப் பேச்சுவார்த்தைகள் எல்லைகள் குறித்த கேள்விகளுக்கு முற்றுப்புள்ளி வைத்துவிட்டன என்பது இந்தியாவின் வாதம். எல்லைகள் குறித்த கேள்விகளை சீனா எழுப்பாத நிலையில் அவற்றை முடிந்து போன விஷயமாகவும், மௌனம் சம்மதம் என்ற பொருளில் சீனா ஏற்றுக் கொண்டதாகவுமே கருதவேண்டும். இந்த நோக்கங்களுடனேயே 1954 பேச்சுவார்த்தைகளில் இந்தியா கலந்து கொண்டது.

எல்லை தொடர்பான கேள்விகளை முன் கூட்டியே முடிந்து போன விஷயமாகக் கருதவேண்டும் என்று இந்தியா முனைவதை உறுதிப்படுத்தும்வகையில் 1954 ஜூலையில், அதாவது திபெத் ஒப்பந்தம் முடிந்த மூன்று மாதங்களுக்குப் பிறகு, நேரு எழுதிய

குறிப்பு மூலம் தெரியவந்தது. இந்தக் குறிப்பு பற்றிய விளக்கங்களுக்கு முன்பாக இந்தியா மற்றும் சீனக் கட்டுப்பாட்டில் உள்ள திபெத் பகுதியிலான வர்த்தகம் குறித்து இந்தியாவும் சீனாவும் 1954 ஏப்ரல் 1 ஆம் தேதி கையெழுத்திட்ட ஒப்பந்தத்தின் முக்கிய அம்சங்களைப் பார்ப்போம்:-

'சீனாவின் கட்டுப்பாட்டில் உள்ள திபெத் பிராந்தியம்' என்ற அடையாளப்படுத்தலுடன் திபெத் மீதான சீனாவின் அதிகாரத்தைத் தெள்ளத் தெளிவாக அங்கீகரித்தது. இதன் மூலம் பிரிட்டிஷ் - இந்தியாவால் ஆரம்பிக்கப்பட்டு அதனைத் தொடர்ந்து விடுதலை பெற்ற இந்திய அரசால் (எந்தவித உறுதியான வரையறைகளும் இல்லாமல்), திபெத் சுதந்திர நாடு என்ற அடிப்படையில் முன்னெடுக்கப்பட்ட அணுகுமுறைகளை அதிகாரபூர்வமாக இது முடிவுக்குக் கொண்டுவந்தது. இவற்றைத் தொடர்ந்து உருவாக்கப் பட்ட 'அமைதியாக இணைந்திருக்கத் தேவையான 5 கொள்கைகள்' அல்லது பஞ்ச சீலக் கொள்கை என்று இந்தியா அழைக்கும் ஒப்பந்தத்தின் அறிமுக உரையில் சில கொள்கைகள் விளக்கப்பட்டுள்ளன:

1. பரஸ்பரம் அடுத்தவர் எல்லை ஒருமைப்பாட்டையும் இறையாண்மையையும் மதித்தல்
2. பரஸ்பரம் வன்முறையை ஒழித்தல்
3. பரஸ்பரம் அடுத்தவரின் உள்நாட்டு விவகாரங்களில் தலையிடு வதைத் தவிர்த்தல்
4. சமத்துவம் மற்றும் பரஸ்பர நன்மை
5. அமைதியான நல்லுறவு

மேற்கூறிய ஐந்து கொள்கைகள் உண்மையில் புதிதாக எதையும் சொல்லவில்லை. முதலாவது மற்றும் நான்காவது கொள்கைகளை சீனாவின் வெளியுறவுக் கொள்கைகளாக 1949-ல் நடைபெற்ற கூட்டம் ஒன்றில் ஏற்கெனவே மா சே துங் அதே வார்த்தைகளில் குறிப்பிட்டுப் பேசியுள்ளார். இந்தக் கொள்கைளுக்கு 'பஞ்சசீலம்' என்று நேருதான் பெயரிட்டார் என்று ஒரு படைப்பு கூறுகிறது. இந்தோனேஷியாவில் இந்த 'மகிழ்ச்சியான சொற்றொடரை'க் கேட்டதாகவும், ஆனால், அதன் வேர்கள் இந்தியப் பாரம்பரியத்திலும் பண்பாட்டிலும் ஆழமாக வேரூன்றி உள்ளதாகவும் குறிப்பிட்டிருக்கிறார்.

'பஞ்சசீலம்' என்பது ஒரு முத்திரை வார்த்தை. பண்டைய காலக் கோட்பாடுகளுடன் தொடர்புடையதாக இருக்கும் சொல். எல்லா மதங்களிலும் பொதுவாக இருக்கும் நல்லெண்ணங்களின் எளிய தொகுப்பு மட்டுமே' என்று ஒருவர் குறிப்பிட்டிருக்கிறார். எனினும்

அது இந்திய வெளிவிவகாரக் கொள்கைகளின் அடையாள முழக்கமாகிப் போனது. குறிப்பாக இந்தியா - சீனாவுக்கு இடையே புதிய நட்பு உதயமாவதற்கான சமிக்ஞையாகவும் அடையாளமாகவும் ஆனது. சீனாவுக்கு ஆதரவான நேருவின் கொள்கைக்கு வழக்கம்போல் எதிர்ப்பு இருந்தது. எனினும் அது உள்ளோட்டமாக மிதமாகவே இருந்தது. ஆசியாவின் இரு பெரும் குடியரசுகள் நட்புறவுடன் வளமான எதிர்காலத்தை நோக்கி நடைபோடுவது இந்திய தேசியவாதச் சிந்தனைகளுக்கு பெரும் ஊக்கத்தை ஊட்டியது. அதோடு பஞ்சசீலக் கொள்கை என்பது இந்தியாவுக்கு மட்டுமின்றி உலக நாடுகளுக்கே வழிகாட்டும் ஒளிவிளக்காகவும் கருதப்பட்டது.

நேருவின் கொள்கைகள் திபெத் உடனான ஒப்பந்தத்தை எல்லைகள் குறித்த விவாதங்கள் நோக்கி நகர்த்தின. சம்பந்தப்பட்ட அமைச்சகங் களுக்கு அனுப்பப்பட்ட சுற்றறிக்கையில் ‘இந்த ஒப்பந்தம் சீனா மற்றும் திபெத்துடனான நமது புதிய உறவுகளுக்கான தொடக்கம்’ என்று அந்த அறிக்கையில் காணப்பட்டது. பிரதமர் நேரு இது குறித்து மேலும் விளக்குகையில், ‘நமது கொள்கை மற்றும் சீனாவுடனான உடன்பாடு காரணமாக வடக்கு எல்லைக்கோடென்பது தெளிவானது; உறுதியானது. இனி இதன் மீது எந்த விவாதமும் கிடையாது. எல்லைக் கோடு முழுவதும் ராணுவத் தடுப்பரண்கள் அமைக்கப்படுவதுடன், பிரச்னைகள் மற்றும் தகராறு உள்ள பகுதிகளில் காவல் பலப்படுத்தப்படும்’ என்றார்.

இந்தச் சுற்றறிக்கையின் மூலம் அரசின் திட்டம் உள்ளங்கை நெல்லிக் கனியாகத் தெள்ளத் தெளிவானது. தனது எல்லையாக தான் கருதும் இடங்களில் தனது இருப்பை நிலைநிறுத்திக்கொள்ளவேண்டும். சீனா இது தொடர்பாகப் பேச்சுவார்த்தைக்கு அழைத்தால் முடிந்துபோன பிரச்னையாகக் கருதிப் புறக்கணிக்கவேண்டும். பஞ்ச சீலக் கொள்கையின்படி இந்தியாவின் எல்லைகளையும், இறையாண்மை யும் மதிக்க ஒப்புக் கொண்ட காரணத்தால், சீனா வேறு வழியின்றிச் சம்மதிக்கும் என்று இந்தியா கணக்குப் போட்டது.

நேருவையும் அவருடைய ஆலோசகர்களையும் பொறுத்தமட்டில் மெக்மோகன் எல்லைக்கோட்டுக்குப் பின்பற்றப்பட்ட அதே அணுகு முறையையே ஒட்டு மொத்த வட எல்லைக்கும் பயன்படுத்தும் ஓர் செயலாகமட்டுமே இது பட்டிருக்கக்கூடும். அதாவது இந்தியா தான் எதை எல்லையாகக் கருதுகிறதோ அதை வெளிப்படையாகத் தெளிவாகச் சொல்லவேண்டும். அதை அப்படியே நடைமுறைப் படுத்தவும் வேண்டும். தேவைப்பட்டால் சீனா எதிர்த்துக்கொள்ளட்டும். அது பற்றி எந்தப் பேச்சுவார்த்தைக்கும் போகவேண்டாம். இதுவே இந்தியாவின் அணுகுமுறையாக இருந்தது.

மெக்மொகன் எல்லைக்கோட்டை இந்தியாவின் வட கிழக்கு எல்லையாக அதிகாரப்பூர்வமாக நேரு அறிவித்த நான்கு ஆண்டுகளில் பீகிங்கிலிருந்து எந்த எதிர்ப்பும் எழவில்லை. 1951-ல் தவாங் பகுதியை இந்தியா இணைத்துக்கொண்டபோது சீனா மவுனமாக இருந்ததில் இருந்து மெக்மொகன் எல்லைக்கோடு தொடர்பாக சீனா எந்தப் பிரச்னையையும் ஏற்படுத்தாது என்றுதான் தோன்றியது. இந்த அணுகுமுறையை ஏனைய பகுதிகள் சார்ந்தும் விரிவுபடுத்த முனைந்த இந்தியாவின் எண்ணம் தர்க்கரீதியானதாகவும் அவசியமான நடவடிக்கையாகவுமே கருதப்பட்டது. ஆனால் வடக்குப் பகுதியின் மீதமுள்ள எல்லைகள் 'உறுதியானது தெளிவானது' என்றும் 'விவாதத்துக்கு அவசியமே இல்லை' என்றும் தீர்மானித்ததன் மூலம் நேரு எல்லைப் பிரச்னையைத் தகராறாகவும், அந்தத் தகராறு பின்னாளில் எல்லைப் போராக மாற வழிவகுத்துவிட்டார்.

மெக்மொகன் எல்லைக் கோடு பிரச்னையை மறு பேச்சுவார்த்தைக்கு உட்படுத்தாமல் 'முடிந்து போன' விஷயம் என்று நேரு எடுத்த தன்னிச்சையான முடிவே இந்தியா-சீனாவுக்கு இடையே அது தொடர்பான முறையான ஒப்பந்தம் ஏற்படாமல் போகக் காரணமானது. இருப்பினும் வடக்கு எல்லையான மெக்மொகன் கோடு அதி துல்லியமாக இல்லாவிட்டாலும் வரைபடங்களில் ஓரளவு தெளிவாக வரையறுக்கப்பட்டுள்ளது; இந்தியா மற்றும் சீனா இரு நாடுகளுக்கும் நன்கு தெரிந்ததாகவும் இருந்தது. ஆனால் நேரு இதே அணுகுமுறையை, அடிப்படைச் சூழலே மாறுபட்ட மேற்கு எல்லையிலும் அமல்படுத்தினார். ஆனால், அந்தப் பகுதியில் மெக்மொகன் எல்லைக்கோடு போன்று தெளிவாக எதுவும் இல்லை என்பதுடன், எல்லைக்கோடு வரையத்தக்க அளவில் அந்த நிலப் பகுதி முழுமையாக ஆராயப்படவும் இல்லை.

இவை மட்டுமல்லாமல், பிரிட்டிஷார் முன் வைத்த எல்லை வரையறைகளில் ஒன்றுக்கொன்று மாறுபட்ட 11 வரையறைகள் இருப்பதாக ஒரு ஆவணம் தெரிவிக்கிறது. நேரு அனுப்பிய வழிகாட்டிக் குறிப்பு இவற்றுள் ஏதாவது ஒன்றை இந்தியா தாமாகவே தேர்ந்தெடுத்து அதையே அதிகாரப்பூர்வ எல்லையாகத் தீர்மானித்து, சீனாவுடன் இது குறித்த எந்த விவாதங்களுக்கும் இடமில்லை என்று சொல்வதாக இருந்தது. சீனா ஏற்றுக் கொள்ளும் ஒன்றை இந்தியா தேர்ந்தெடுக்கும் பட்சத்தில் பிரச்னை இருக்காது. ஆனால் 'எந்தப் பேச்சுவார்த்தைக்கும் தயாரில்லை' என்ற சூழல் உருவானால் பரஸ்பரம் இரு நாடுகளும் ஏற்றுக்கொள்ளும்வகையில் எல்லைப் பிரச்னைக்குத் தீர்வு காண முடியாது என்பது நிச்சயம். ஆனால்,

வடக்கு எல்லைப்பகுதியில் சீனாவால் ஏற்றுக்கொள்ளமுடியாத எல்லையைத்தான் இந்தியா தேர்ந்தெடுத்தது.

வடக்கு எல்லையில் இந்தியா தேர்ந்தெடுத்த எல்லை எது என்பது பற்றி நாம் விவாதிப்பதற்கு முன்பாக, எல்லை குறித்த பிரச்னையை இம்முறை சீனா ஏன் பேச்சுவார்த்தைக்கு உட்படுத்தவில்லை என்ற கேள்விக்கு விடை கண்டாகவேண்டும். 'நேரம் இன்னும் கனிந்து வரவில்லை' என்பதுதான் சூ என் லாய் சொன்ன பதிலாக இருந்தது. இந்த பதிலுக்கு வில்லங்கமான உள் நோக்கமும் கூறலாம். அல்லது, நமது நிலைமை மிகவும் பலமாக இருக்கும்போது மட்டுமே எல்லை பற்றிய பேச்சுவார்த்தைக்குச் செல்லவேண்டும் என்று சீனா அனுபவ பூர்வமாகக் கற்றுக்கொண்ட பாடமும் இதற்குக் காரணமாக இருக்கலாம். ஆனால், 1951-ல் சூ எல்லை தொடர்பான பேச்சு வார்த்தைகள் ஆரம்பிக்கப்படவேண்டும் என்று தானாகவே முன்வந்து சொல்லியிருக்கிறார். எதிர்த் தரப்பு எந்த அக்கறையும் காட்டாதபோது நாம் மட்டும் அதுபற்றி ஆர்வம் காட்டுவதில் அர்த்தமில்லை என்றும் எல்லைப் பிரச்னை பெரிய நெருக்கடியாக மாறாத நிலையில் அதுபற்றி இப்போது பேச எதுவும் இல்லை என்று அவர் நினைத்திருக்கலாம்.

சீன, இந்திய தரப்பில் வரைபடங்களில் பெரிய வித்தியாசங்கள் இருந்தன. சீனா இது பற்றிப் பின்னாளில் சொன்னது: அதிகாரபூர்வ மான எல்லை வரையறுக்கப்படாத நிலையில் இரு நாட்டு எல்லை வரைபடங்களும் வித்தியாசமாகவேதான் இருக்கும். இது மிகவும் இயல்பான விஷயம்தான். சீனா மெக்மொகன் எல்லைக் கோட்டை ஏற்றுக்கொள்ளவே செய்கிறது. எனவே அங்கு பிரச்னைக்கு வாய்ப்பில்லை. பஞ்சசீல ஒப்பந்தம் கையெழுத்தான ஓராண்டுக்குப் பிறகு பண்டுங்கில் நடைபெற்ற கருத்தரங்கில் கலந்துகொள்ள சூ என் லாய் வந்திருந்தார். அண்டை நாடுகள், எல்லைகள் குறித்துச் செய்தியாளர்களின் கேள்விகளுக்கு சூ என் லாய் அளித்த பதில் கவனிக்கத்தக்கது:-

'சில நாடுகளுடன் நாங்கள் எல்லைக் கோடுகள் பற்றிய இறுதி முடிவுக்கு வரவில்லை. ஆனால் அவை குறித்த பேச்சுவார்த்தை களுக்கு நாங்கள் தயாராகவே உள்ளோம். ஆனால் அதற்கு முன்பாக, எந்த முடிவும் எடுக்கப்படாத சூழலில், எங்கள் எல்லைக்கு உட்பட்ட பகுதிகளுக்கு, இப்போது இருக்கும் நிலையே நீடிக்க வேண்டும் என்பதில் உறுதியாக இருக்கிறோம். எங்கள் அரசையும் மக்களையும் எல்லையைத் தாண்டி ஓர் அடி கூட வைக்கக் கூடாது என்று கட்டுப்படுத்தி வைக்கவும் தயாராக உள்ளோம். அப்படி ஒரு வேளை எல்லை தாண்டினால் அதற்காக மன்னிப்புக் கேட்கவும் தயங்க

மாட்டோம். அண்டை நாடுகளுடன் பொதுவாக உள்ள பகுதிகள் குறித்து முடிவெடுக்க அமைதியான முறையில் மட்டுமே பேச்சு வார்த்தைகளைத் தொடங்கக் காத்திருக்கிறோம். வேறெந்த நடவடிக்கைகளிலும் ஈடுபட மாட்டோம். இதில் எந்த மாற்றமும் இல்லை'

சூ என் லாயின் சீன அணுகுமுறையை நேரு / பாஜ்பாய் / பணிக்கர் கடிதங்களை உள்ளடக்கிய இந்தியாவின் அணுகுமுறையுடன் ஒப்பிடும்போது அடிப்படையிலேயே பல வேறுபாடுகள் இருப்பது தெரிய வரும். எல்லை குறித்த பிரச்னைகளில் அண்டை நாடுகளுடன் விவாதிக்கவேண்டும் என்பது சீனாவின் கருத்து. ஆனால் எல்லை பற்றி எந்த விவாதங்களும் கூடவே கூடாது என்பது இந்தியாவின் கருத்து. சீனா தனது எல்லைகளில் உள்ள பகுதிகள் 'தீர்மானிக்கப் படாதவை' என்பதால், இறுதி முடிவெடுக்கும் வரை 'இப்போதுள்ள நிலையே நீடிக்கட்டும்' என்றது. ஆனால் இந்தியாவோ தனது எல்லைகள் 'தீர்மானிக்கப்பட்டவை' என்பதால் எந்த 'பேச்சுவார்த்தை களுக்கும் வர முடியாது' என்று உறுதிபடக் கூறியதுடன் எல்லைப் பகுதிகளில் பரிசோதனைச் சாவடிகளையும் நிறுவ முடிவெடுத்தது. குறிப்பாக பிரச்னைக்குரிய இடங்களில் கூடுதல் கண்காணிப்புக்கு உத்தரவிட்டது. பிரச்னைக்குரிய பகுதியில் ஏதேனும் சிறு மோதல் ஏற்பட்டாலே போதும்... போர் எந்நேரமும் வெடிக்கக்கூடும் என்பதற் கான அனைத்து நெருக்கடிகளும் அந்தப் பகுதியில் இருந்துவந்தன.

1959 டிசம்பர் 9 அன்று மாநிலங்கள் அவையில் இது குறித்து நடைபெற்ற விவாதங்களில் கலந்துகொண்ட பிரதமர் நேரு, எல்லை விவகாரத்தில் இந்தியாவின் மவுனம் குறித்து விளக்கம் தந்தார்: 'நாம் நமது நிலைப்பாட்டில் உறுதியுடன் இருக்கவேண்டும். நாட்கள் செல்லச் செல்ல, நடக்கும் விஷயங்கள் நமது நிலைப்பாட்டைச் சரி என்று உறுதிப்படுத்தும் என்று நம்புகிறோம். எதிர்காலத்தில் ஏதேனும் பிரச்னைகள் வரும்போது அவற்றைச் சமாளிக்கும் திறனும் அப்போது நமக்கு வந்து சேர்ந்திருக்கும்' என்றார்.

1954-ல் நேரு அனுப்பிய வழிகாட்டிக் குறிப்பை நடைமுறைப்படுத்த வேண்டுமென்றால், எல்லைகள் பற்றித் தெளிவான தீர்மானமான முடிவை இந்தியா எடுத்தாகவேண்டும். அவற்றை வரைபடங்களில் துல்லியமாக வெளியிடவும்வேண்டும். 1936 தொடங்கி பிரிட்டிஷ் அரசு வடக்கு எல்லைகளை எப்படி வெளியிட்டதோ அதே போன்று தான் 1954 வரை இந்திய நில ஆய்வு அலுவலகமும் அதே வரை படங்களை அச்சு மாறாமல் அப்படியே அதிகாரப்பூர்வமாக வெளியிட்டது. வட கிழக்கு எல்லையாக மெக்மொகன் கோடு காட்டப்பட்டிருந்தது. அது அதிகாரபூர்வமாக உறுதிப்படுத்தப்படாத காரணத்தால் துண்டு

துண்டு கோடாக வரைபடத்தில் காட்டப்பட்டது.★ அதாவது நிஜ நில எல்லையில் நடைமுறைப்படுத்தப்பட்டிருக்கவில்லை. பிரிட்டிஷ் வரைபடங்கள் அந்த எல்லைக்கோடு காகிதத்தில் தீர்மானிக்கப் பட்டிருப்பதை அதாவது சம்பந்தப்பட்ட இரு தரப்பும் அதிகாரபூர்வ மாக ஒப்புக்கொண்டிருப்பதாகக் குறிப்பிட்டிருக்கிறது.

நேபாளத்தில் இருந்து மேற்காக ஆஃப்கானிஸ்தான் வரை வரைபடத்தில் எந்த எல்லைக்கோடும் காட்டப்படவில்லை. இருப்பினும் வரைபடத்தின் ஓரத்தில் 'விளக்கப்படாத எல்லை' என்ற வாசகங்கள் வண்ணத்தில் காணப்பட்டன. இதில் கவனிக்க வேண்டிய மற்றொரு சிறப்பு அம்சம் ஜான்சன்/அர்டாக் சொன்னதுபோல் காரக்கோரத்தைத் தாண்டிய பகுதிகளும் அதாவது 'அக்சாய் சின்' பகுதியையும் உள்ளடக்கிய காரகோரம் பகுதிகள் இந்திய எல்லைக்கு உட்பட்டதாகவே குறிக்கப்பட்டிருந்ததுதான்.

1954-ல் இந்தியாவின் அதிகாரப்பூர்வ வரைபடங்களில் குறிக்கப் பட்டிருந்த வடக்கு எல்லைகள் பெருமளவு மாற்றப்பட்டன. ஆனால், கிழக்கு எல்லைப்பகுதிகளில் அதிக அளவு மாற்றமில்லை. மெக்மொகன் கோடு சர்வதேச எல்லையாகக் குறிக்கப்பட்டிருந்தது. ஆனால், அது அதிகாரபூர்வ அங்கீகாரம் பெறவில்லை என்று எந்தக் குறிப்பும் இடம்பெறவில்லை. 1954க்கு முந்தைய வரைபடங்களில் பூடான், சிக்கிம் நாடுகள் இந்தியாவுக்கு வெளியே இருப்பதாகவே காட்டப்பட்டன. ஆனால் 1954க்குப் பிறகு வெளியான இந்திய வரைபடங்களில் இவ்விருண்டும் இந்தியாவுக்கு உட்பட்ட பகுதிகளாகவே அச்சாயின.

பூடான் தனி நாடு. சிக்கிமைப் பொறுத்தவரை இந்திய அரசியல் அமைப்புச் சட்டத்தின்படி அது இந்தியாவின் ஒரு பகுதியாக முழுமை யாக அங்கீகரிக்கப்பட்டிருக்கவில்லை. 1967 இந்திய வெளியுறவுத் துறை அமைச்சர் எம் சி சாக்ளா கேள்விக்குப் பதிலளிக்கையில் சிக்கிம் இந்தியா எல்லைக்குள் உள்ள பகுதி இல்லை என்று மக்களவையில் தெரிவித்தார். சிக்கிம், பூடான் நாடுகளின் பல்வேறு எதிர்ப்புகளையும் மீறி, வரைபடத்தில் இவ்விரண்டும் இந்தியாவுக்கு உட்பட்ட பகுதிகளாகவே தொடர்ந்து காட்டப்பட்டு வந்தன.

அதுபோலவே, நேபாளம் முதல் ஆஃப்கானிஸ்தான் வரையிலான 'தீர்மானிக்கப்படாத' மேற்கு சர்வதேச எல்லை, தற்போது ஆஃப்கானிஸ்தான் முதல் காரகோரம் கணவாய்ப் பகுதி வரை, பிரதான காரகோரம் சங்கிலித் தொடர் வழியாகச் செல்லும் வகையில் அங்கீகாரம் பற்ற சர்வ தேச எல்லையாகச் சித்திரிக்கப்பட்டது. ஆனால் காரகோரம் கணவாய்க்குக் கிழக்கே உள்ள எல்லைப் பகுதி புதிய

வரைபடத்தில் வடக்குப் பக்கமாகத் திரும்பி குயன் லுன் மலைப் பகுதியை வரை நீட்டிக்கப்பட்டதன் மூலம் அக்சாய் சின் பகுதியை இந்தியாவுடன் இணைத்துக் காட்டியது.

இந்தியா மற்றும் திபெத்தில் ரஷ்ய ஆதிக்கம் ஏற்படாமல் தடுக்கும் நோக்கில், அக்சாய் சின் விவகாரத்தை ஓர் யுக்தியாகவே பிரிட்டிஷ் அரசு பயன்படுத்தியது. தில்லியிலும் லண்டனிலும் அந்த முயற்சிக்குப் பல நேரங்களில் ஆதரவு இருந்திருக்கிறது. சில நேரங்களில் எதிர்ப்பும் இருந்திருக்கிறது. இருப்பினும் எந்தவொரு கட்டத்திலும் அதிகாரபூர்வ எல்லையாக எதுவும் முன்வைக்கப் பட்டிருக்கவில்லை. தனது நிர்வாகத்துக்கு உட்பட்ட பகுதியாக்கிக் கொள்ளவும் பிரிட்டிஷ் அரசு விரும்பியிருக்கவில்லை.

பிரிட்டிஷ் வரைபடங்கள் அக்சாய் சின்னை இந்தியப் பகுதியுடன் இணைத்துக்காட்டியே வெளியிடப்பட்டிருக்கின்றன. ஆனால், பிரிட்டனின் எல்லைக்கொள்கையில் இந்த அம்சம் முழுமையாக முன்னெடுக்கப்பட்டிருக்கவில்லை. சந்தேகத்துக்கிடமான முறையில் சில எல்லைகளை பிரிட்டன் உரிமை கொண்டாடுவதை யாரும் தடை செய்யமுடியாதுதான். அவை பெரிய தர்ம சங்கடமான கேள்விகள் எழுப்பப்படுவதற்கு முன்பாகவே திருத்திக்கொள்ளப்படவும் முடிந்தவையே.

ஆனால், சுதந்திர இந்திய அரசு தங்களது அதிகாரப்பூர்வ வரைபடங் களில் அக்சாய் சின் பகுதியை இந்தியாவின் ஒருங்கிணைந்த பகுதியாகக் காட்டியபோது பல எதிர்ப்புகள் எழுந்தன. இந்தியர்களின் அரசியல் கொள்கைகளும் ஒருவகையில் அரசியல்சாசனமும் அப்படி யான உரிமைகோரலுக்கு வழிவகுத்தன. அந்த உரிமைகோரலில் இருந்து பின்வாங்குதல் கடினம் மட்டுமல்ல... சாத்தியமற்றதும்கூட.

1954-ல் தங்கள் வரைபடங்களில் எல்லைகளைத் தீர்மானமாகக் குறிப்பிட்ட பிறகு அக்சாய் சின் மீது ஏன் உரிமை கோரியது? இந்திய ஆவணங்களின் அடிப்படையில் பார்த்தாலே காரக்கோரம் கணவாய்க்கு மேற்குப் பக்கத்தில் இருந்த பகுதிகள் மீதான உரிமையை இந்தியா விட்டுவிட்டிருந்தது. ஏனென்றால், பிரிட்டிஷ் அரசு 1927-ல் அப்படிச் செய்திருந்தது. நிர்வாக அடிப்படை அம்சங்களைப் பொறுத்தவரையில் அப்படியான உரிமைகோரலுக்கு எந்த ஆதாரமும் இல்லை என்று சொல்லியே பிரிட்டிஷ் அரசு அப்படிச் செய்தது. ஆனால் அந்தத் தீர்மானத்தின்படி வரைபடங்களில் தேவையான மாற்றத்தைச் செய்திருக்கவில்லை. அப்படியானால் இந்தியர்கள் ஏன் காரக்கோரம் பகுதிக்கு அப்பாற்பட்ட பகுதிகள் மீது உரிமை கோருகிறார்கள். இதற்கான தெளிவான விளக்கம் கிடைக்கவில்லை.

1927-ல் பிரிட்டிஷ் அரசு எடுத்த முடிவை இந்திய அரசு வெளியிடவில்லை (அந்தக் காலகட்டத்துக்கான கோப்புகள் இன்னும் பார்வைக்கு அனுமதிக்கப்படவில்லை). இவை தொடர்பான விவரங்கள் பிரிட்டிஷ் ஆவணக் காப்பகத்திலும் கிடைக்கவில்லை. ஆயினும் இதற்கான விடையை ஓரளவு யூகிக்கலாம்.

இப்பகுதியைப் பொறுத்தவரை பிரிட்டிஷ் தனது எல்லைக் கொள்கையை மிதமான போக்கு, தீவிரமான போக்கு என அடிக்கடி மாற்றிக்கொண்டே இருந்தது. காரகோரம் கணவாய்ப் பகுதியில் சீனர்களின் நீண்ட காலச் செல்வாக்கு காரணமாக காரக்கோர வடக்கு எல்லை மீதான கோரிக்கையில் எந்த அர்த்தமும் இல்லை என்பதை 1927-ல் பிரிட்டிஷ் அரசு ஏற்றுக்கொண்டது. அதேநேரம் தங்களது வரைபடங்களில் அக்சாய் சின் மீதான உரிமையை நிலைநாட்டவும் செய்தது. அதே காலகட்டத்தில் ரஷ்யாவின் ஆதிக்கம் சிங்கியாங்கில் பரவியது.

பிரிட்டிஷ் இந்தியாவுக்கு அக்காய் சின்னில் நிர்வாக அதிகாரம் இல்லையென்றால் சீனாவுக்கும் அந்த உரிமை இல்லை என்றே சொல்லலாம். அப்படியான நிலையில் அக்சாய் சின் மீதான உரிமையைத் தொடர்ந்து வற்புறுத்துவதில் என்ன தவறு? எனவே, நிலைமை மேலும் மோசமடைந்தால், ரஷ்யாவின் ஊடுருவலைத் தடுக்க இதைப் பயன்படுத்திக்கொள்ளலாம். அல்லது பின்னாளில் சீனாவுடன் எல்லை தொடர்பாகப் பேச்சுவார்த்தைகள் நடத்த வேண்டிய நிலைவந்தால், 1889-ல் சீனாவுடன் செய்து கொண்டது போல் இப்பகுதியை விட்டுக்கொடுக்கவும் வசதியாக இருக்கும் என்றும் பிரிட்டிஷ் திட்டமிட்டது.

1927-ல் பிரிட்டனின் கொள்கையில் இப்படியான மாற்றம் ஏற்பட்டது உண்மையென்றால் பின்னால் நடந்ததைப் புரிந்துகொள்ளமுடியும். வடக்குப் பகுதி எல்லை அமைவது குறித்த பிரிட்டிஷ் அரசின் முந்தைய நடவடிக்கைகள் தொடர்பாக 1954-ல் இந்திய அரசு ஆவணங்களைப் பரிசீலித்துப் பார்த்தபோது அக்சாய் சின் பகுதி மீதான உரிமை கோரலைக் கண்டிருக்கலாம். பிரிட்டிஷ் அரசைப் பொறுத்த வரை மாஸ்கோ அல்லது பீகிங்குடனான பேச்சுவார்த்தைகளின்போது சில சாதகமான அம்சங்களைப் பெறுவதற்கான துருப்புச்சீட்டாக மட்டுமே அந்தக் கோரிக்கை இருந்திருக்கும். ஆனால், 1954-ல் இந்தியாவோ அதை ஒரு தெளிவான உரிமையாக முன்வைத்தது. 1954-ல் நேரு 'வடக்கு எல்லை தெளிவாக வரையறுக்கப்பட்ட உறுதியான விஷயம் என்பதால் எந்த நாட்டுடனும் அதன் தொடர்பான வாத விவாதங்களுக்கு இந்தியா தயாராக இல்லை' என்று திட்டவட்டமாக அறிவித்தார்.

அதனடிப்படையில் பார்க்கும்போது சீன இந்தியச் சண்டையின் மூல காரணம் அந்த வரலாற்று விபத்துதான். 1927-ல் சீனாவுடனான வட மேற்கு எல்லையை மறுபரிசீலனை செய்த ஆங்கிலேயர்கள், அக்காய் சின் பகுதியில் எல்லையானது 1899-ல் முன்வைக்கப்பட்டதற்கு ஏற்ப தீர்மானிக்கப்படவேண்டும் என்று சொல்லியிருந்தால், 1950களில் சீனா போட நினைத்த சியான்கிங்-திபெத் சாலை பகுதியானது இந்திய வரைபடங்களில் இடம்பெறாதவண்ணம் இந்தியா பார்த்துக் கொண்டிருக்கும். அப்படியாக இந்தப் போருக்கான முகாந்திரமே இல்லாமல் போயிருக்கும்.

1954-ல் இந்திய அரசு வரைபடத்தில் ஏற்படுத்திய மாற்றங்கள் காரணமாக அக்சாய் சின் இந்தியாவின் ஒரு பகுதி என்பதைக் காகிதத்தில் மட்டுமே காட்டியது. எனினும் நிஜத்தில்/நிலத்தில் எந்த விதமான நடவடிக்கையையும் முன்னெடுக்கவில்லை. லடாக்கின் தொலை தூர இந்தியப் புறக்காவல் நிலையம் சுஷுல் பகுதியில் அமைந்துள்ளது. அக்சாய் சின்னிலிருந்து வெகு தொலைவில் உள்ள பகுதி இது. 1952 மற்றும் 1954-ல் இந்திய ராணுவத்தின் ரோந்து வாகனங்கள் லானக் கணவாய் வரை சென்று அங்கே தேசியக் கொடியை ஏற்றின. ஆனால் எந்தவொரு வாகனமும் அக்சாய் சின் வரை பயணிக்கவில்லை.

நேருவின் அறிவுறுத்தலின்படி 1954 செப்டம்பரில் வெளிவிவகாரம், உள்துறை மற்றும் பாதுகாப்பு அமைச்சகங்களின் கூட்டம் நடைபெற்றது. பிரச்னைக்குரிய மேற்கு மற்றும் மத்திய பகுதிகளின் எல்லைகள் அடையாளம் காணப்பட்டன. எல்லைகளைப் பாதுகாக்கும் பொறுப்பு வழக்கமாக உள்துறை அமைச்சகத்தின் பணி என்றாலும் கூடக் கூட்டத்தில் அவற்றின் பாதுகாப்புக்கு ராணுவ அமைச்சகம் பொறுப்பேற்க வேண்டும் என்று முடிவெடுத்தன. ராணுவம் ஏற்கெனவே பெரும் சுமைகளைச் சுமந்து கொண்டிருந்ததால் அதை மறுத்துவிட்டது. எல்லைகளை நீட்டித்து பிரச்னைக்கு உட்பட்ட மத்திய மற்றும் கிழக்குப் பகுதிகளுக்குள் முடிந்தவரை ஆழமாக ஊடுருவிப் புறக்காவல் நிலையங்களை அமைக்க முடிவெடுக்கப்பட்டது.

மத்திய பகுதிக்குள் ஊடுருவிய இந்திய ராணுவத்தைச் சீனா கடுமை யாகக் கண்டித்ததுடன், இந்திய ராணுவம் தங்கள் எல்லைக்குள் அத்துமீறி நுழைந்ததாகவும் குற்றம்சுமத்தியது. பரஸ்பரம் வன்முறை ஒழித்தல், நட்புறவு மிகுந்த சக வாழ்வு என அப்போதுதான் கையெழுத்திட்ட பஞ்சசீலக் கொள்கையில் கூறப்பட்டவற்றைப் பின்பற்ற இந்தியா தவறிவிட்டது என்றும் கண்டித்தது. இந்திய அரசோ சம்பந்தப்பட்ட இடம் இந்தியாவுக்கு உட்பட்ட பகுதி;

பஞ்சசீலக் கொள்கை பற்றிய சீனாவின் கருத்து பொருட்படுத்தத் தகுந்ததல்ல; சீன அரசு தன் அதிகாரியை அங்கிருந்து வெளியேறச் சொல்லவேண்டும் என்று சொன்னது.

இந்திய - சீன எல்லையின் மத்திய பகுதியில், உத்தரப் பிரதேசமும் இமாசலப் பிரதேசமும் திபெத்தைச் சந்திக்கும் இடம் நீண்ட காலமாகப் பிரச்னைக்கு உட்பட்ட பகுதியாகவே இருந்துவந்துள்ளது. கணவாய்களை மட்டுமின்றி அவற்றின் கீழுள்ள பசுமையான மேய்ச்சல் நிலங்களையும் திபெத் தனது கட்டுப்பாட்டுக்குள் வைத்திருந்தது. திபெத் அதிகாரத்துக்கு உட்பட்ட பகுதிகளில் இந்திய ராணுவம் நுழைந்து அந்தக் கணவாய்களையே எல்லைகளாக வைத்துக்கொள்ள முனைந்தது. இரு பகுதிகளும் பனிக்காலத்தில் அந்தப் பகுதியில் இருந்து விலகிக் கொள்வார்கள். ஆண்டுதோறும் கோடைக்காலத்தில் யார் அந்தப் பகுதியில் எவ்வளவு தூரத்தை ஆக்கிரமிக்கிறார்கள் என்று போட்டி நடக்கும். 1950களில் நடுப்பகுதி முழுவதும் இது தொடர்பான பேச்சுவார்த்தைகள் நடைபெற்றன. 1958-ல் தில்லியில் இது தொடர்பாக ஒரு பேச்சுவார்த்தை நடந்தது. எனினும் எந்தப் பலனும் கிடைக்கவில்லை. எனினும் இந்தியா சீனாதான் அத்துமீறிவிட்டதாக புகார் செய்தது. ஆனால், இந்திய வீரர்கள் முன்னேறிச் சென்று முகாம் அமைத்ததால்தான் இரு நாட்டு ராணுவமும் தொட்டுக்கொள்ளும் நிலை உருவானது. இதைப் பின்னர் நாடாளுமன்றத்தில் ஆற்றிய ஓர் உரையில் நேரு உறுதிப் படுத்தியிருக்கிறார்.

1954-ல் திபெத்தில் வர்த்தகம் தொடர்பான ஒப்பந்தத்தில் 'கணவாய்கள் வழியே எல்லைக்கோடுகள் செல்கின்றன' என்பதை சீனா ஒப்புக்கொண்டுள்ளது என்று இந்தியா சொன்னது. ஆனால், சீனாவோ கணவாய்கள் அவர்களுடைய நாட்டு எல்லைக்குள் இருப்பதாகவே வாதிட்டது.

பஞ்சசீல ஒப்பந்தம் கையெழுத்திட்ட மை காய்வதற்குள் சீனா மீது இந்தியா வைத்த நம்பிக்கையை அது சிதைத்துவிட்டது என்று இந்தியா உண்மைக்குப் புறம்பாகக் குற்றம் சுமத்தியது. அதுவே உலக நாடுகளாலும் நம்பப்படுகிறது. மேலும் அக்சாய் சின் பகுதி இந்தியாவின் அதிகாரவரம்புக்கு உட்பட்ட பகுதி என்று தெரிந்தும் சீனா ரகசியமாகவும் நம்பிக்கை துரோகம் இழைக்கும் வகையிலும் அங்கு சாலைகளை அமைத்தது என்று இந்தியா பகிரங்கமாக அறிக்கை வெளியிட்டது. இந்திய - சீனா பிரச்னையின் முக்கிய காரணமே இதுதான்.

அக்சாய் சின் எளிதில் செல்லமுடியாத இடம். முறையான சாலை வசதிகள் கிடையாது. இந்தியப் பகுதி வாழ் மலைவாசிகள் கூட அங்கு

பயணிப்பதற்கு யோசிப்பார்கள். 18000 அடி உயர காரகோரம் அல்லது லடாக் வழியாக அக்சாய் சின் பகுதியை அடைவது மிக மிகச் சிரமம். ஆனால், சீனர்களுக்கோ இந்தியர்களைவிட அங்கு செல்வது மிகவும் எளிது. கோடான் - கார காஷ் - அக்சாய் சின் எனப் பண்டைய வணிகச் சாலை மூலம் திபெத்தை அடையலாம். சிரமமான பாதைதான் என்றாலும் பல நூறு ஆண்டுகளாக இயற்கையாகவே அமைந்த சாலை அது. பத்தொன்பதாம் நூற்றாண்டின் தொடக்கத்தில் ஆங்கிலேயர்கள் சாஞ்சென்மோ பள்ளத்தாக்கு - கார கோஷ் வழியாக அக்சாய் சின் பகுதிக்கு மாற்றுவழியை உருவாக்க முயன்றார்கள். ஆனால் இது 18,000 அடி உயரத்தில் உள்ள காரகோரம் கணவாய் வழியான பழைய வழியை விடவும் கடினமான பாதை என்பதால் அவர்களுடைய முயற்சி தோல்வி அடைந்தது.

சீன அரசு சிங்கியாங் மீதான அதிகாரத்தை மீண்டும் உறுதிப் படுத்தியதைத் தொடர்ந்து 1950-ல் திபெத் மீது கவனத்தைத் திருப்பியது. வடக்கே சிங்கியாங் பாலைவனம் அமைந்துள்ளதால், திபெத்தின் மேற்குப் பகுதியை அடைய இயற்கை அமைத்துக் கொடுத்த ஒரே வழி அக்சாய் சின்தான். 1950 நவம்பர் 17 'ஸ்டேட்ஸ்மென்' பத்திரிகையில் சிங்கியாங் பகுதியிலிருந்து மேற்குத் திபெத்துக்கு சீன ராணுவம் முன்னேறிக் கொண்டிருக்கும் தகவலை, இந்திய அரசுக்கு மேற்குத் திபெத் கார்டோக்கில் உள்ள முகவர் தெரிவித்ததாகச் செய்தி வெளியிட்டிருந்தது.

1950 முதல் சீன அரசு மேற்கு திபெத்துக்குப் பொருட்களை அனுப்ப அக்சாய் சின் பகுதியைப் பயன்படுத்தியது. அத்தியாவசியப் பொருட்களை அனுப்புவதுடன், அக்சாய் சின் பகுதி முழுவதையும் ஒரு குந்துமணி அளவு இடம் கூட விட்டு வைக்காமல் கிட்டத்தட்ட ஆறு ஆண்டுகள் முழுமையாக ஆய்வு செய்தது. அந்தப் பகுதியில் காவல் ரோந்துப் பணியையும் மேற்கொண்டது.

1956 மார்ச் தொடங்கி அக்சாய் சின் வழியாக மேற்குத் திபெத்திலுள்ள கார்டோக் வரை வாகனங்கள் செல்வதற்கு வசதியாக சாலை அமைத்தது. இப்பணியைச் செய்து முடிக்க 19 மாதங்கள் பிடித்தன என்றும், எல்லைக் காவல் படையுடன் மொத்தம் 3000 கூலிப் பணியாளர்கள் கடுமையான இயற்கை இடர்பாடுகளைப் பொருட் படுத்தாமல் செய்து முடித்தனர். உயரமான மலைகளை வெட்டிப் பிளந்து, பாலங்கள் அமைத்து, கலுங்குகள் அமைத்து அந்தச் சாலையை அமைத்தனர் என்றும் பின்னர் சீனா அதிகாரப்பூர்வமாக அறிவித்தது. சாலை அமைக்கப்பட்ட 750 மைல் தூரத்தில் 112 மைல் நிலப் பரப்பளவு இந்திய அரசுக்குச் சொந்தம் என்று கோரப்பட்ட பகுதியாகும்.

அக்சாய் சின் பகுதியை ஆய்வு செய்யும்போதோ, சாலை போடும் போதோ, இந்திய அரசு சொந்தம் கொண்டாடும் இடமும் அதில் அடங்கியுள்ளது என்ற விவரம் சீன அரசுக்குத் தெரியுமா? 1890-ல் லீ யுவாங் பிங் என்னும் சீன ஆய்வாளர் அக்சாய் சின் பகுதியை ஆய்வு செய்த காலம் தொட்டே சீனாவின் எல்லைக்கு உட்பட்ட பகுதியாக வரைபடங்களில் அக்சாய் சின் தொடர்ந்து காட்டப்பட்டு வந்துள்ளது.

ஒருவேளை சீன அதிகாரிகள் 1950களின் ஆரம்பத்திலேயே மேற்குப் பகுதி எல்லைப் பிரச்னையில் கவனம் செலுத்தியிருந்தால், இந்திய வரைபடங்கள் அக்சாய் சின் பகுதியைத் தமக்குச் சொந்தமானது என்று உரிமை கொண்டாடுவதைப் பார்த்திருப்பார்கள். ஆனால் அந்த இந்திய வரைபடங்களில் அந்த எல்லையானது 'தீர்மானம் செய்யப் படாதது' என்ற குறிப்புடன்தான் அடையாளப்படுத்தப்பட்டுள்ளது. அதோடு 1892லேயே காரக்கோரம் கணவாய் பகுதியில் தமது அடையாளச் சின்னத்தை வைத்த பகுதியைக்கூட இந்தியா தனக்குச் சொந்தமானதாகக் குறிப்பிட்டிருப்பதையும் பார்த்திருப்பார்கள். சீன அரசு தமது வரைபடங்களில் எல்லைகளை அதிகாரபூர்வமானதாக ஆக்கும்வரைமட்டுமே இந்தியா இப்படியான ஒரு வரைபடத்தை வைத்துக்கொண்டிருக்கமுடியும். மற்றபடி பிரிட்டிஷ் ஏகாதிபத்திய காலகட்டத்து கற்பிதங்களை அடிப்படையாகக் கொண்ட அந்த இந்திய வரைபடங்கள் எந்த முகாந்தரமும் இல்லாதவையே சீனர்கள் அந்த நிமிடமே நிராகரித்திருப்பார்கள்.

இந்திய அரசு உள்ளூர் அறிக்கைகள் மூலம் கிழக்குப் பிராந்திய எல்லையாக மெக்மோகன் கோட்டை தெளிவுடுத்தினாலும், சீனா தனது எல்லையாகக் குறிப்பிட்ட மேற்குப் பிராந்தியத்தைத் 'தீர்மானிக்கப் படாத பகுதி'யாகவே கருதி வந்துள்ளது. மேலும் 1958 வரையில் அந்தப் பகுதியில் இருந்த சொற்ப இந்திய பிரதிநிதிகளின் இருப்பை எல்லைக்கான உரிமைச் செயல்பாடாக சீனா கருதியிருக்கவும் இல்லை.

1954-ல் மேற்குப்பகுதி எல்லையை மாற்றியமைத்து இந்தியா வெளியிட்ட வரைபடத்தைப் பார்த்த தில்லியில் உள்ள சீனத் தூதரகம் தனது வேலையை ஒழுங்காகச் செய்திருந்தால் அக்சாய் சின் தொடர்பாகப் பிரச்னை எழ வாய்ப்பு உள்ளது என்று பீகிங்குக்கு எச்சரிக்கை செய்திருக்கும். அப்போதும்கூட எல்லை குறித்த எந்தக் கேள்வியையும் கேட்காமல், சீனா பிரச்னையை எழுப்பட்டும் என்று இந்தியா விட்டுவிட்டது.

1956 ஆம் ஆண்டு சூ என் லாய் இந்திய பிரதமர் நேருவைச் சந்தித்த போது நடைபெற்ற பேச்சுவார்த்தைகளில் மெக்மோகன் கோடு பற்றி மட்டுமே பேசினார். 1958-ல் தான் இந்தியா அக்சாய் சின் மீதான

உரிமையை அதிகாரபூர்வமாகப் பதிவு செய்தது. ஆனால், சீன அரசு பிரிட்டிஷார் இந்த விவகாரத்தில் என்ன நினைத்திருந்தார் என்பதைத் தெரிந்துகொள்ளத் தன் அயலுறவு அமைச்சகத்தின் ஆவணங்களை எடுத்துப் பார்த்திருந்தால், அக்சாய் சின் சாலை முழுவதும் சீன எல்லைக்குள் இருப்பதாகவே தெரிவிக்கும் 1899-ல் மெக்கார்ட்னி - மெக்டொனால்ட் அறிக்கையைப் பார்த்திருப்பார்கள்.

1930-களில் அக்சாய் சின் பகுதியில் சீன அரசு சாலை அமைக்கும் பணியை இந்தியா ஆட்சேபிக்கவில்லை. இதற்கான காரணம் அவர்களுக்கு அது தெரிந்தே இருக்காது என்பதுதான். லே பகுதியிலிருந்து வடகிழக்குக்கு அனுப்பப்பட்ட இந்திய ராணுவப் பிரிவுகளுள் ஒன்றிரண்டு அக்சாய் சின் பகுதிவரை செல்லாமல் மேற்குக்கோடிவரை மட்டுமே சென்றன. சாலை கட்டுமானப் பணிகள் முழுமை அடைந்த விவரங்களை சீனப் பத்திரிகைகள் வெற்றிப் பெருமிதத்துடன் வெளியிட்ட பிறகே இந்தியாவுக்கு விஷயம் தெரியவந்தது. 1957 செப்டம்பரில் பீகிங்கில் இருந்த இந்தியத் தூதர் அந்தத் தகவலைத் தெரியப்படுத்தினார்.

இந்திய தூதர் சீன இதழில் வெளியான சிறிய வரைபடத்தை மட்டுமே அனுப்பியிருந்தார். அதன் மூலம் சீன அரசு எங்கு சாலை போட்டது, எப்படிச் சாலை போட்டது உள்ளிட்ட தகவல்களை இந்தியாவால் தெளிவாகப் புரிந்துகொள்ள முடியவில்லை. சீனாவுடன் நேரடியாகக் கேட்க முடியாத சூழலில், சாலை பற்றிய ஆய்வுகளை மேற்கொள்ள இரு ராணுவப் பிரிவுகளை அக்சாய் சின் பகுதிக்கு அனுப்பிவைத்தது. சீன எதிர்ப்பைத் தவிர்க்கும் நோக்கில் விமானம் மூலம் ஆய்வு நடத்தாமல் தரை வழி ஆய்வு நடத்த முடிவானதோ என்னவோ தெரியவில்லை. குளிர்காலத்தில் அங்கு செல்வது மிக மிகக் கடினம் என்பதால், 1958 ஜூலையில்தான் இந்திய எல்லைக்கு உட்பட்ட லே பகுதியிலிருந்து ஆய்வுக்குழு கிளம்பியது. சாலையின் தெற்கு பிராந்தியத்தில் இருந்து ரோந்துக்குழு அக்டோபரில் அனுப்பிய அறிக்கையில் இந்தியா உரிமை கோரும் பகுதியில் சாலை அமைக்கப் பட்டிருப்பதாக அறிக்கை அனுப்பியது. சாலையின் வட எல்லையில் ஆய்வு மேற்கொள்ள அனுப்பப்பட்ட குழு திரும்பிவரவில்லை.

~

காலனிய ஆட்சி இந்திய - சீன நாடுகளின் எல்லைப் பகுதியின் இரு பக்கத்திலும் விட்டுச் சென்ற ஆள் அரவமற்ற பகுதிகள் 1958 இறுதியில் இரு நாடுகளாலும் உரிமை கொண்டாடப்பட்டன. நிர்வாக மற்றும் ராணுவக் காரணங்களினால் அந்தப் பகுதி இரு நாடுகளுக்கும் முக்கியமானதாக ஆனது.

கிழக்குப் பகுதியில் பிரிட்டிஷ் அரசு விட்டுச் சென்ற பணிகளை இந்தியா செவ்வனே முடித்தது. மெக்மோகன் கோட்டை நன்கு பயன்படுத்திக்கொண்டது. பழங்குடி மக்கள் மீதான அதிகாரத்தை நிலை நிறுத்திக்கொண்டதோடு, தவாங்கைத் திபெத்தியக் (குறிப்பாக சீனக்) கட்டுப்பாட்டிலிருந்து விடுவிக்கவும் செய்தது. அந்தப் பகுதிக்கு 'வட கிழக்கு எல்லை முகமை' என்று பெயரிட்டு 'இந்திய எல்லைச் சேவை' என்னும் புதிய அமைப்பிடம் நிர்வாகத்தை ஒப்படைத்தது. பழங்குடிப் பகுதிகளில் சாலைகள் போடும் பணி ஆரம்பித்தது. குறிப்பாக தவாங்வரை செல்லக்கூடிய ஒரு சாலைப் பணியும் தொடங்கப்பட்டது. சீனாவும் தனது பங்குக்கு மேற்குப் பகுதியில் அக்சாய் சின் வழியாகப் பழைய காரவன் பாதையை சீரமைக்கத் தொடங்கியது. சிங்கியாங்கையும் திபெத்தையும் இணைக்கும் வகையில் சாலை வசதிகள் மேம்படுத்தப்பட்டன. இவை குறித்து இந்தியாவுக்கு எதுவும் தெரிந்திருக்கவில்லை.

புதிய பகுதிகளில் தமது அதிகாரத்தை நீட்டித்துவந்த இரு நாடுகளுக்குமே அந்தப் பகுதி தனக்குத்தான் சொந்தம் என்று எதிர்த் தரப்பு சொல்லும் என்பது தெரிந்தே இருந்தது. இருப்பினும் இரு அரசுகளும் தமக்கேயான காரணங்களினால் பிரச்னையைக் கிளப்பாமல் அமைதி காத்தன. 1950களில் இரு நாட்டுத் தலைவர்கள் சந்திப்பைத் தொடங்கியபோதே எல்லை குறித்த சிக்கல்களை விரிவாகப் பேசித் தீர்த்துக் கொண்டிருக்கவேண்டும். இந்த வழிகாட்டுதல் அவர்களுக்கு இல்லாமல் போய்விட்டது. இது பற்றி பர்மாவின் யூநா கூறுகையில் 'நட்பு ரீதியில் சிறந்த அண்டை நாடாக இருந்தாலும், அடுத்தவர் எல்லை எங்கே முடிகிறது, எங்கே தொடங்குகிறது என்பதைத் தெரிந்து கொள்ள வேண்டியது மிக மிக முக்கியமாகும். அப்போதுதான் அடுத்தவரின் இறையாண்மை மற்றும் எல்லை மீது மதிப்பும் மரியாதையும் மனப்பூர்வமாகச் செலுத்தமுடியும்' என்றார்.

~

1950-ல் சர்தார் வல்லபாய் பட்டேல் இறந்ததைத் தொடர்ந்து, நேருவுக்கு சமமான அந்தஸ்து கொண்ட வேறு தலைவர்கள் யாரும் இந்தியாவில் இல்லாத நிலை உருவானது. அடுத்த சில ஆண்டுகள் இந்திய அரசியல் அரங்கு நேருவின் முழுக் கட்டுப்பாட்டுக்குள் இயங்கியது. பிரதமர் பதவியுடன், அவரே பல்வேறு தருணங்களில் உள்துறை, பாதுகாப்பு, நிதி என முக்கியத் துறைகளுடன், திட்டமிடல், அணுசக்தி ஆணைக் குழுக்களின் தலைவர் பொறுப்பையும் வகித்தார். காங்கிரஸ் கட்சியின் தலைவர் பதவியையும் சில காலம் வகித்தார்.

இறக்கும்வரை வெளிவிவகாரத் துறை அமைச்சகத்தையும் தன் வசமே வைத்திருந்தார். நீண்ட நெடிய சுதந்திரப் போராட்ட காலம் முழுவதிலும் நேரு, காங்கிரஸில் இருந்த சக தலைவர்களிடம், நாம் உருவாக்க விரும்பும் இந்தியாவின் அயல் உறவுக்கொள்கை என்னவாக இருக்கவேண்டும் என்பதை யோசித்துப் பார்க்கும்படி வற்புறுத்திவந்திருக்கிறார். இந்தியாவின் வெளி விவகாரக் கொள்கைகளை வகுத்த முழுப் பெருமையும் இவருக்கு மட்டுமே உண்டு. தொடக்கத்தில் வெளிவிவகார அமைச்சகப் பணிகளைத் தவிர்த்துத் தனக்கு வேறெதுவும் இல்லை என்ற வகையில் நடந்து கொண்டார். சில சாதாரண தந்திகளைக்கூட அமைச்சக அதிகாரி களிடம் சொல்லாமல் தானே தயாரித்து அனுப்பியதாகவும் கூறப்படுகிறது.

நேரு காலத்தில் கேபினெட் அமைச்சர் குழு என்பது பெயரளவுக்குத் தான் இருந்தது. அரசு எந்திரத்தின் மையஅச்சு கேபினெட் என்பதை நேரு கண்டுகொண்டதாகவே தெரியவில்லை. பொதுவாக அரசு கொள்கை முடிவுகள் அறிவிக்கப்படுவதற்கு முன்பு கேபினெட் அமைச்சரவைக் கூட்டம் நடைபெறும். ஆனால், அது அபூர்வமாகவே கூடியது. குறிப்பாக, வெளிவிவகாரம், பாதுகாப்புத்துறை தொடர் பான முக்கிய முடிவுகள் எடுக்கும்போது நேரு அமைச்சகத்தின் கேபினெட் குழுவைக் கண்டுகொள்ளவே இல்லை. நேரு தன்னிச்சை யாகவே முடிவுகள் எடுத்தார். சீன எல்லை குறித்த பிரச்னைகளை கேபினெட் அமைச்சர்கள், வெளிவிவகார - பாதுகாப்புத் துறைக் குழுக்கள், நாடாளுமன்றம் ஆகியவற்றுக்குக் கூடத் தெரிவிக்காமல் தன் விருப்பம்போல் கையாண்டார். ராணுவ மோதல் வெடித்த பின்பு இனியும் மூடி மறைக்க முடியாது என்ற நிலை வந்த பிறகே இது வெளிச்சத்துக்கு வந்தது.

இந்திய அயலுறவுத் துறை பற்றி ஒருவர் எழுதியது: இந்தியா போன்று முக்கியத்துவம் வாய்ந்த நாட்டுக்கு இப்படியான ஓர் அயல் உறவு அலுவலகம் இருப்பது நல்லதல்ல. யாருக்குமே எந்த முறையான பயிற்சியோ நிபுணத்துவமோ இல்லை. எந்தவொரு செயல் ஊக்கமும் இல்லை. எஜமானரைத் திருப்திப்படுத்தவேண்டும் என்ற எண்ணம் மட்டுமே இருக்கிறது. நேரு மிகவும் பரபரப்பான வாழ்க்கை வாழ்ந்தவர். அதோடு எந்தத் தேவையான தகவலையும் கேட்டுப் பெறவேண்டும் என்ற உணர்வும் இல்லாமல் தன் முன் தீர்மானங்களின் அடிப்படையிலேயே செயல்பட்டார். அதிகாரிகளில் தனக்குப் பிடித்த அல்லது மூத்த அதிகாரிகள் சிலருடன் மட்டுமே பேசி வந்தார். இப்படியான அணுகுமுறை துதிபாடிகளையே வளர்த்தது. சொந்த விருப்பு வெறுப்பு சார்ந்த முடிவுகளை எடுத்தல், கத்துக்குட்டித்தனம், குழப்பம், நடுநிலையற்ற அணுகுமுறை ஆகியவற்றை ஊக்குவித்தது.

நேருவின் சீனா தொடர்பான தனிப்பட்ட அணுகுமுறை ஆரம்பத்தில் நேர்மறையானதாகவும் இதமாகவும் இருந்தது. சகோதரத்துவம் மிளிர்வதாகவும் இருந்தது. சீனாவும் இந்தியாவும் நெருங்கிய தொடர்புடைய சம பலமுள்ள பிரமாண்ட தேசங்கள் என்று நேரு கருதினார். ஆசியாவின் எதிர்காலம் மட்டுமல்ல உலகின் எதிர்காலமே இந்திய சீன நட்புறவின் மூலம் மாற்றியமைக்கப்படும் என்று நம்பினார். 1942-ல் அவர் எழுதியது: நான் கனவு காணும் எதிர்காலம் என்பது சீனாவுடன் நெருங்கிய நட்பும் ஒருங்கிணைப்பும் கொண்டதாக இருக்கும். 1939-ல் சீனாவுக்கு முதன் முதலில் பயணித்த நேரு அப்போது ஆட்சியிலிருந்த தேசியவாதி அரசின் தலைமை இடமான சங்கிங்கில் பன்னிரண்டு நாள்கள் தங்கியிருந்தார். இந்தியா திரும்பிய நேரு வளர்ந்து வரும் புதிய சீனா தன் பண்டைய கலாசாரத்தில் வேரூன்றியிருந்தாலும், பழமையின் மிதப்பும் பலவீனமும் இல்லாமல் உயிர்த்துடிப்புடன் இருப்பதையும் ஒற்றை தேசமாக வலிமையாக உள்ளதையும் கண்டுணர்ந்தார். 1954-ல் நேரு மீண்டும் சீனாவுக்குப் பயணித்தபோது கட்டுப்பாட்டுடனும், ஆற்றலுடனும், வல்லரசை உருவாக்கும் முனைவில் சீனா கடுமையாக உழைத்து வருவதைக் கண்டார். அது 'பிற நாடுகள் அஞ்சும் அளவுக்கான வலிமையை' சீனாவுக்குத் தருவதாகவும் குறிப்பிட்டிருக்கிறார். இந்தப் பயணத்தின் போதுதான் அவர் முதன் முதலாக மா சே துங்கைச் சந்தித்தார். ஏதோ 'சீனப் பேரரசின் குறுநில மன்னர் போலவோ அதன் ஆளுகைக்குட்பட்ட பகுதியின் பிரதிநிதி போலவோ உணர்ந்ததாக' குறிப்பிடப்பட்டது. இது யார் யாருக்குக் கூடுதல் மரியாதை செலுத்தவேண்டும் என்ற குழப்பமே இருந்திருக்க வில்லை என்பதை இது காட்டுகிறது.

இந்திய உள்நாட்டு அரசியல் பார்வையில் நேரு கம்யூனிஸ எதிரி. ஆனால், உலகின் கம்யூனிஸ அரசாங்கங்களை வேறு வகையிலேயே பார்க்க முயன்றார். சீன மக்கள் குடியரசின் வெற்றியை கம்யூனிஸ்ட்களின் வெற்றியாகப் பார்க்காமல், தேசியவாதம் மற்றும் ஆசிய அரசியலின் மறுமலர்ச்சியாகவே கருதினார். மார்க்சியக் கொள்கைகளையும் கம்யூனிஸ்ட் கட்டமைப்புகளையும் சீனாவின் பண்டைய பாரம்பரியம், காலப்போக்கில் செரித்து ஒருவேளை புதியதொரு அமைப்பை ஏற்படுத்துமென நம்பினார். இந்தியாவும் சீனாவும் மாறுபட்ட அமைப்புகளைக் கொண்டவை. ஆசிய அரங்கிலும் உலக அளவிலும் கூட இரண்டு நாடுகளும் எதிரெதிராகவேதான் இருக்கும். என்றாலும் அந்த எதிர்நிலை இரு நாடுகளுக்கு இடையேயான நல்லுறவையும் நட்பையும் பாதிக்காது என்றும் எண்ணினார். பீகிங்குடனான நட்பும், ஐக்கிய நாடுகள் அமைப்பில் சீன மக்கள் குடியரசுக்கு அங்கீகாரம் கிடைக்க அவர்

மேற்கொண்ட முயற்சிகளும், உள்நாடு மற்றும் உலக அரங்கில் நேருவின் மதிப்பை உயர்த்தின.

ஆனால் 1950களில் நேருவின் சீனக் கொள்கைக்கு உள் நாட்டில் எதிர்ப்புக் கிளம்பியது. சீனாவுக்கு இந்திய அதிகச் சலுகை காட்டுவதாக நேரு மீது விமர்சனம் வைக்கப்பட்டது. திபெத்தில் சீனாவின் ஆதிக்கம் அதிகரித்ததை சீன ஊடுருவலாக அவர்கள் பார்த்தனர். எனவே இந்தியா அதை எதிர்க்காதது குறித்துக் கடும் விமர்சனம் வைத்தனர். சீனாவின் செயலைக் கண்டிக்க வேண்டும் என்றும் எதிர்க்கட்சிகள் குரலெழுப்பின. சீனாவின் ஆக்கிரமிப்பு திபெத்துடன் நின்றுவிடாமல் எதிர்காலத்தில் எல்லைகளை விரிவுபடுத்தும் நோக்கில் இந்தியாவின் வடக்குப் பகுதிகளிலும் தடம் பதிக்கும் என்றும் எச்சரித்தனர். அதுவே பின்னாளில் நடந்ததாகவும் நம்பினார்கள். ஆனால் 50களின் மத்தியில் சீனாவின் மீதான குற்றச்சாட்டுகள் கொஞ்சம் கொஞ்சமாகக் குறையத் தொடங்கி, இரு நாடுகளுக்கும் இடையேயான சகோதரத்துவ முழக்கம் இந்தியாவில் பிரபலமானது. சூ என் - லாய் இந்தியப் பயணம் மேற்கொண்டபோது ஏராளமான இந்தியர்கள் வழியில் நின்று அவரை வரவேற்றனர்.

மெக்மோகன் எல்லைக்கோடு பற்றிப் பேச இந்த வாய்ப்பை சூ பயன்படுத்திக்கொண்டார் (சூ என் லாய் உடனான 1956 பேச்சுவார்த்தையில் நேருதான் மெக்மோகன் எல்லைப் பற்றிய பேச்சை ஆரம்பித்தார் என்று நம்பப்படுகிறது. அந்த நம்பிக்கையின் அடிப்படையில்தான் எல்லைப் பிரச்னை இந்தியாவால் பார்க்கவும் படுகிறது. அது தவறு. சூ தான் முதலில் அந்த விஷயத்தைப் பேசினார் என்று நேருவே இங்கு உறுதிப்படுத்தியிருக்கிறார்). இரண்டு வருடங்களுக்கு முன்பாக சீனாவில் சந்தித்தபோது, 'சீன வரைபடங்கள் தவறான எல்லைக்கோட்டைக் காண்பிப்பதாக' பேச்சுவாக்கில் குறிப்பிட்டதாக நேரு சொல்லியிருக்கிறார். சீன அரசு பழைய வரைபடங்களை அப்படியே அச்சிட்டுவிட்டதாகவும் மாற்றம் செய்ய நேரம் இல்லை என்று சொன்னதாகவும் குறிப்பிட்டிருக்கிறார் (நீங்களும் ஏகாதிபத்திய அரசு வரையறுத்த எல்லைக்கோட்டைத்தான் உங்கள் வரைபடத்திலும் வைத்திருக்கிறீர்கள். சம்பந்தப்பட்ட அண்டை நாட்டுடன் அது தொடர்பாக எந்தப் பேச்சுவார்த்தையும் நடத்தவும் இல்லை என்று சீனத் தரப்பும் இந்திய பிரதமரிடம் கேட்டிருக்கமுடியும் என்பது அவருக்குத் தோன்றவே இல்லை. (டிக் வில்சன், ஆசியா அவேக்ஸ், வெய்டென்பெல்ட் அண்ட் நிகோல்சன், லண்டன், 1970, பக் 83). இதற்கிடையே சீன-பர்மா எல்லை பிரச்னை குறித்தும் நட்பு அடிப்படையில் சூ என் லாய்க்குக் கடிதம் எழுதினார் நேரு. தன் இரு பெரும் அண்டை நாடுகள் பற்றி பர்மா அச்சத்தில்

உள்ளது. அதைப் போக்கவேண்டிய நடவடிக்கைகளை சீனா எடுக்க வேண்டும் என்றும் யூ நூவைப் பீகிங்குக்கு அழைத்துப் பேசவேண்டும் என்றும் கடிதத்தில் வலியுறுத்தி எழுதினார். இக்கடிதம் எழுதப்பட்ட சில மாதங்களில் சூ என் லாய் இந்தியா வந்தார்.

அப்போதுதான் மெக்மொகன் கோடு பிரச்னையை சூ என் லாய் எழுப்பினார். பர்மாவுடனான எல்லையாக மெக்மொகன் கோட்டை ஏற்றுக்கொள்வதாக அவர் கூறியதாக நேரு தெரிவித்தார். 'பிரிட்டிஷ் உருவாக்கிய இந்த எல்லைக்கோடு சரியானதல்ல. எனினும் சீனா-இந்தியா-பர்மா நாடுகளுக்கு இடையே நிலவும் நல்லுறவு காரணமாக மெக்மொகன் கோட்டுக்கு அங்கீகாரம் அளிப்பதாக' சூ என் லாய் தன்னிடம் சொன்னதாகவும் நேரு பதிவு செய்துள்ளார்.

முந்தைய ஏகாதிபத்திய அரசுகள் தீர்மானித்த கோடுகள் அதிகாரபூர்வ எல்லையாகப் பல இடங்களில் ஆகியுள்ளன. சீனா அந்த இடங்களிலெல்லாம் எப்படி நடந்துகொண்டதோ அதுபோலவே இங்கும் நடந்துகொண்டது. உசூரி மற்றும் அம்மூர் ஆறுகள் மீதான சீன - ரஷ்ய எல்லை சற்றேறக் குறைய நூறாண்டுகளுக்கு முன்பு நிர்ணயிக்கப்பட்டது. மெக்மொகன் கோடு எல்லையாகி ஐந்தே ஆண்டுகளே ஆகிறது. இருப்பினும் ரஷ்யா மற்றும் இந்தியா எல்லைகள் விவகாரத்தில் சீனா ஒரே அணுகுமுறையைத்தான் கையாண்டது குறிப்பிடத்தக்கது. 'ஏற்கனவே முடிந்துபோன' அல்லது நிர்ணயிக்கப்பட்ட விஷயங்களை ஏற்றுக்கொள்ள மறுப்பதும், இழந்த பகுதிகள் மீது உரிமை கொண்டாடுவதும் மூலாதாரம் காணமுடியாத பிரச்னைகளையும் அண்டை நாடுகளுடன் தகராறுகளையுமே உருவாக்கும் என்பதால் சீனா இந்த அணுகுமுறையை ஏற்றுக் கொண்டதாகவும் கூறப்பட்டது.

நேருவுக்கு சூ என் லாய் அளித்த உறுதிமொழியில் இருந்து வேறொரு விஷயத்தைப் புரிந்துகொள்ளவேண்டும். எனினும் அதை சூ என் லாய் தெளிவுபடுத்தவில்லை. மெக்மொகன் எல்லை வரைவை சீனா ஒப்புக்கொண்டாலும், மெக்மொகன் கோட்டை அப்படியே ஏற்றுக் கொண்டுவிடாது. இந்த விஷயத்தில் சீனாவின் அணுகுமுறை ஒன்று இருக்கிறது. எல்லை தொடர்பான பழைய ஒப்பந்தம் இருந்தாலும் புதிதாக உறுதியான தெளிவான அதிகாரபூர்வமான எல்லைக்கோடு உருவாக்கப்பட பேச்சுவார்த்தைகள் தேவைப்படும். எனவே, அதற்கு சம நிலையில் இருக்கும் இரு தரப்புக்கு இடையே புதிய ஒப்பந்தம்தான் கையெழுத்திடப்படவேண்டும். அதுவே பழைய 'சமமற்ற ஒப்பந்தங்களின்' இழப்பை ஈடுசெய்யும். ரஷ்யாவுடனான எல்லையையும் சீனா இப்படியே புதிய பேச்சுவார்த்தை மூலமாகவே

தீர்மானித்துக்கொண்டிருக்கிறது. மேலும் பல கட்டப் பேச்சு வார்த்தைகள் தேவைப்படும் பட்சத்தில், புதிய ஒப்பந்தத்தையே சீனா வலியுறுத்தும். சீன-சோவியத் எல்லைப் பிரச்னைகளில் சீனாவின் அணுகுமுறை இப்படித்தான் இருந்தது.

ஆனால், மெக்மோகன் கோடு விஷயத்தில் ஒப்பந்தம் ஏதுமில்லை என்பதை சீனா தொடர்ந்து வலியுறுத்தி வந்துள்ளது. நடைமுறை மற்றும் அரசியல் காரணிகளுக்காக, நன்கு தெரிந்த ஆனால் தெளிவாக விளக்கப்படாத மெக்மோகன் கோட்டை அங்கீகரிக்கவும் பேச்சு வார்த்தைகள் தேவைப்படும். சீனா இந்த விஷயங்களெல்லாம் சொல்லாமலேயே புரிந்துகொள்ளமுடிந்தவையே என்று நினைத்திருக்கும். அதோடு சூ என் லாய் சீன பர்மா எல்லை பற்றிய விவகாரத்தின் போது இதைப் பேசியிருக்கிறார். ஏகாதிபத்திய ஒப்பந்தங்களை சீனாவைவிட அதிக அளவுக்கு இந்தியா முன்னிறுத்தாது என்று நம்பியதாக சூ என் லாய் பின்னர் தெரிவித்தார். மேலும் பேச்சுவார்த்தைகளைப் பயன்படுத்தி எல்லைகளை மாற்ற சீனா முனையாது என்று நேருவிடம் உறுதி அளித்திருந்தார் சூ என் லாய்.

தொக்கி நிற்கும் ஒரே கேள்வி இதுதான். சீன - இந்திய எல்லையின் மேற்குப்பகுதி குறித்து சூ என் லாய் ஏன் இம்முறை கேள்வி எழுப்பவில்லை? சீனா தனது சொந்தமாகக் கருதியதுடன் அப்படி நடந்துகொண்டுவந்த பகுதியான அக்சாய் சின் 1954 தொடங்கி இந்திய வரைபடங்களில் உரிமை கொண்டாடப்பட்டுவரும் விஷயம் நேருவுக்குத் தெரிந்திருக்கவில்லையென்றே தோன்றுகிறது. ஆனால், சமீபத்திய இந்திய வரைபடங்களில் அக்சாய் சின் பகுதியைச் சொந்தம் கொண்டாடுவது சீன அரசுக்கு நிச்சயமாகத் தெரிந்திருக்கும். ஏற்கனவே மத்தியப் பகுதி எல்லைப் பிரச்னையை விவாதித்துக் கொண்டிருக்கும் சூழலில் வடக்கில் இருக்கும் சிக்கல் குறித்தும் கட்டாயம் சூ என் லாயிடம் சீன அதிகாரிகள் விளக்கி இருப்பார்கள். மெக்மொகன் எல்லைக்குக் கீழ் இருக்கும் பகுதிகள் தொடர்பாக சீனா முதலில் கேள்விகள் எழுப்பட்டும். அதுவே நமக்கு நல்லது என்று நேருவும் அவருடைய ஆலோசகர்களும் நினைத்தார்கள். அதுபோலவே அக்சாய் சின் பகுதி பற்றி இந்தியர்கள் முதலில் பேசட்டும் என்று சீனத் தரப்பினர் இருந்துவிட்டார்கள் போலிருக்கிறது.

எது காரணமாக இருந்தாலும் 1956-ல் கிழக்கு எல்லை தொடர்பான பேச்சுவார்த்தைகளின் போதே, மேற்குப் பகுதி பற்றியும் சூ என் லாய் விவாதிக்கத் தவறியதே, பல்வேறு பின் விளைவுகளுக்குக் காரண மானது. மெக்மொகன் எல்லைக்கோடு சார்ந்து சீன சில விட்டுக் கொடுத்தலுக்குத் தயாராக இருந்த நிலையில் இந்திய வரைபடங்களில் மேற்குப் பகுதிகளில் தவறான எல்லை குறிக்கப்பட்டுள்ளதை அன்றே

சூ என் லாய் சுட்டிக்காட்டியிருந்தால் பிரச்னை நிச்சயம் தவிர்க்கப் பட்டிருக்கும் என்றே தோன்றுகிறது. 'இந்தி - சீனீ பாய் பாய்' என்னும் கோஷம் உச்சத்தில் இருந்த சூழலில் கண்டிப்பாக நேரு கள நிலைக்கு ஏற்ப வரைபடங்களில் தேவையான மாற்றங்களைச் செய்திருப்பார். சூ என் லாய் மெக்மோகன் எல்லைக்கோடு விவகாரத்தில் நடைமுறை சார்ந்த புரிதலுடன் நடந்துகொண்டதுபோலவே நேருவும் அக்சாய் சின் விஷயத்தில் நடந்துகொண்டிருப்பார். ஆனால் யாரும் கண்டு கொள்ளாததால் அருமையான வாய்ப்பு அநியாயமாகப் பறிபோனதுடன், இரு ஆண்டுகளுக்குப் பிறகு முற்றிலுமாகச் சூழலும் மாறியது.

உங்கள் வரைபடங்கள் நடைமுறைக்கு ஏற்றவகையில் இல்லையே என்று நாகரிகமான முறையில் சொல்லிக்காட்டப்படுவது ஒரு விஷயம். உங்களுக்குச் சொந்தமான இடம் என்று வரைபடங்களில் காட்டப்பட்ட பகுதியில் அண்டை நாடு சாலையை அமைத்துள்ளது என்பது மற்றொரு விஷயம். உண்மை ஒன்றாக இருந்தாலும் புரிதல் வேறாக இருக்கும். ஆனால் இந்த விஷயத்தில் புரிந்துகொண்ட விதமே எல்லாமுமாக இருந்தது.

அக்சாய் சின் பகுதியில் சீனா சாலை அமைத்ததைக் கண்டுபிடித்ததைத் தொடர்ந்து இந்திய அரசு 1958 அக்டோபர் 18 அன்று பீகிங்குக்குக் கடிதம் எழுதியது. 'சாலை அமைக்கப்பட்ட பகுதி லடாக் பிராந்தியத்தில் இருப்பதையும், பல நூற்றாண்டுகளுக்கும் மேலாக இந்தியாவின் ஒரு பகுதியாக அது விளங்கி வருவதையும், இந்திய அரசின் அனுமதி இன்றித், தகவல் கூடத் தெரிவிக்காமல், சீன அரசு இந்தியாவுக்குச் சொந்தமான பகுதியில் சாலை அமைத்தது ஆச்சரியம் மட்டுமின்றி அதிர்ச்சியும் அளிக்கிறது' என்று தெளிவுபடுத்தியது. மேலும் காணாமல் போன இந்திய ரோந்துப் படைபற்றி ஏதேனும் தெரியுமா என்றும் கேட்டிருந்தது. சீனா வெகு சுருக்கமாக இந்தியத் தரப்பின் மீது குற்றம் சுமத்திப் பதில் அனுப்பியது. 'எல்லைக்குள் அத்து மீறி நுழைந்ததால் சிறைப் பிடிக்கப்பட்டனர். 'இந்திய சீன நட்புறவின் அடிப்படையில்' அவர்கள் ஏற்கெனவே விடுவிக்கவும் பட்டார்கள் என்றும் தெரிவித்தது. 'இரு நாடுகளுக்கு இடையேயான பஞ்சசீலக் கொள்கைக்கு விரோதமான செயல்பாடு இது' என்றும் 'இது போன்ற நிகழ்வு மீண்டும் நடைபெறாது என்ற உறுதிமொழியை இந்தியா அளிக்கவேண்டும்' என்றும் சீன அரசு கோரியது.

இந்தக் கடிதப் பரிவர்த்தனை மூலமாக ஒருவழியாக அக்சாய் சின் மீதான உரிமைப் பிரச்னை வெளியில் வந்தது. அந்த இடம் இந்தியாவுக்கு சொந்தமா சீனாவுக்குச் சொந்தமா என்பது விவாதத்துக்குரியது என்று பதில் அளித்தது. அது பிரச்னைக்குரிய விஷயம் என்று இந்தியா

ஒப்புக்கொண்ட ஒரே நேரம் அது மட்டுமே. அடுத்த சில வாரங்களிலேயே இந்தியா தனது நிலையை மாற்றிக் கொண்டது.

தான் அனுப்பிய ராணுவக் கண்காணிப்புக் குழுவிடமிருந்து அக்சாய் சின் சாலை பற்றிய விவரங்கள் கிடைக்கக் காத்திருந்தபோது சீன அரசுக்கு ஒரு தகவல் அனுப்பியது. இந்தியாவுக்குச் சொந்தமான பல இடங்கள் சீனாவுக்குச் சொந்தமானவையாக அந்நாட்டு பத்திரிகையில் சமீபத்தில் அச்சான விவரத்தை இந்திய அரசு பீகிங்கின் கவனத்துக்குக் கொண்டு சென்றது. கிழக்குப் பிராந்தியத்தில் சீன வரைபடங்கள் தொடர்ந்து மெக்மொகன் கோட்டைப் புறக்கணித்ததுடன், சீன - இந்திய எல்லையை மலையடிவாரத்தின் கீழே இருப்பதுபோலவே காட்டி வந்தது.

கடந்த 30 ஆண்டுகளாகச் சீனா வெளியிட்ட வரைபடங்களில் இந்தியாவுக்குச் சொந்தமான பகுதிகளை சீனா தனக்குச் சொந்த மானதாகவே காட்டி வருகிறது என்று நேரு 1950களில் குறிப்பிட்டிருந்தார். குறிப்பாக மேற்குப் பகுதியில் சீன வரைபடங்கள் காரகோரம் கணவாய் முதல் சாஞ்சென்மோ ஆற்றுப் பள்ளத்தாக்கு வரையிலான பகுதியைத் தென் கிழக்கு எல்லையாகக் காட்டி இருப்பதை 1950-ல் நடைபெற்ற செய்தியாளர்கள் சந்திப்பின் போது நேரு விளக்கினார். பத்தொன்பதாம் நூற்றாண்டு தொடக்கத்தில் இந்தியா நோக்கி ரஷ்யப் படைகள் முன்னேறிவிடுமோ என்ற அச்சத்தில் பிரிட்டிஷ் அரசு எல்லைகளில் சில திருத்தங்களை மேற்கொண்டது. சீனா இப்போது வரைந்திருக்கும் எல்லைக் கோடு கிட்டத்தட்ட அது போலவே இருந்தது. அந்த வரைபடத்தில் அக்சாய் சின் பகுதி முழுவதும் சீனாவினுடையதாக இடம்பெற்றிருந்தது.

1959-ல் நடைபெற்ற சந்திப்பின் போது வரைபடங்களில் உள்ள தவறுகள் பற்றி நேரு கேட்டதற்குப் பழைய வரைபடங்களின் அடிப்படையிலேயே புதிய வரைபடங்கள் தயாரிக்கப்பட்டதாகவும் சீன அரசுக்குத் திருத்தங்கள் செய்ய நேரம் இல்லாததாகவும் சூ என் லாய் பதில் கூறியிருந்தார். அதை இந்த இந்திய அறிக்கை சுட்டிக் காட்டியிருந்தது. வரைபடங்களில் சீனா திருத்தங்களைச் செய்யச் சரியான நேரம் இதுவே என்றும் இந்தியா குறிப்பிட்டிருந்தது.

இதற்கு சீனா அனுப்பிய பதில் இந்தியர்களுக்கு உவப்பாக இல்லை. சீன வரைபடங்கள் பழையதை அடிப்படையாக வைத்து உருவாக்கப் பட்டிருக்கின்றன என்று சூ என் லாய் சொன்னது உண்மைதான். அதற்குக் காரணம் என்னவென்றால், சீனாவின் எல்லை தொடர்பான புதிய ஆராய்ச்சிகள் எதுவும் மேற்கொள்ளப்பட்டிருக்கவில்லை. சம்பந்தப் பட்ட நாடுகளுடன் பேச்சுவார்த்தைகள் நடத்தியிருக்கவில்லை.

அதனால் புதிய வரைபடம் உருவாக்கப்படவில்லை. அதெல்லாம் நடக்கும்போது சீன எல்லையைப் புதியதாக மாற்றி வரைய வழிபிறக்கும். அதுவரையில் தனது எல்லையில் எந்த மாற்றத்தையும் சீனா செய்யாது' என்று பதில் அனுப்பியது. இந்திய ராணுவத்தினர் தனது எல்லைக்குள் நுழைந்ததாக சீனா புகார் தெரிவித்த அதே நாளில் இந்த எல்லை தொடர்பான சிக்கல் நீங்கலாக, எல்லை பற்றிய இரு நாடுகளின் அணுகுமுறையிலேயே அடிப்படை வேறுபாடு இருப்பதாக சீனா தெரிவித்தது.

குறைந்தது 1950 வரை வடக்கு எல்லை குறித்து எந்தப் பேச்சு வார்த்தைகளும் தேவையில்லை என்பதில் இந்தியா உறுதியாக இருந்தது. இந்த அணுகுமுறை தொடக்கத்தில் மெக்மொகன் எல்லைக்கோடு சார்ந்ததாகமட்டுமே இருந்தது. ஆனால், 1954-ல் இந்திய-சீன எல்லைப்பகுதிகள் முழுமைக்கும் விரிவுபடுத்தப் பட்டது. ஆனால் பீகிங்கின் அணுகுமுறை வேறுவிதமாக இருப்பது இப்போது தெள்ளத் தெளிவானது. எல்லைகளை உறுதிப்படுத்து வதற்கு முன்பு பேச்சுவார்த்தைகள் அவசியம் என்று அது எதிர்பார்த்தது.

நடுநிலையுடன் பார்த்தால், பேச்சுவார்த்தைகளுக்கு முக்கியத்துவம் அளிப்பது சரியான விஷயமே. ஆனால், தனது விருப்பம்போல் எல்லைகளை விரிவுபடுத்துவதே சீனாவின் நோக்கம் என்று புது டெல்லி பயந்தது. 'இந்தி சீனி பாய் - பாய்' கோஷம் மங்கியது. அது மேலோட்டமாக இந்திய ஆசிய தேசியவாதத்தின் உணர்வுபூர்வமான வெளிப்பாடு மட்டுமே. அடி ஆழத்தில் சீனா மீது இந்தியர்களுக்கு ஒருவித நம்பிக்கையின்மையே இருந்ததுபோல் தெரிகிறது. எல்லைகள் பிரச்னையில் சீனாவின் அணுகுமுறை தெளிவாகத் தொடங்கியதும் அந்த நம்பிக்கையின்மை சந்தேகமாக மாறி இறுதியில் பகைமையாக மாறியது.

மேற்கூறிய பிரச்னைகளை உள்ளடக்கி 1958 டிசம்பரில் சூ என் லாய்க்குப் பிரதமர் நேரு நீண்ட கடிதம் எழுதினார். நட்பார்ந்த முறையில் கடிதத்தை எழுதியிருந்தார். எல்லைப் பிரச்னை பற்றிய கேள்விகளை எழுப்புவதற்கு முன்பாக சீனாவின் வளர்ச்சியைப் பாராட்டி எழுதியிருந்தார். 1956-ல் இருவரும் சந்தித்து உரையாடிய போது மெக்மொகன் கோட்டை சீனா அங்கீகரிக்கும் என்று சூ என் லாய் வழங்கிய உறுதிமொழியைக் கருத்தில் கொண்டே 'இரு நாடுகளுக்கும் எல்லைப் பிரச்னை எதுவும் இல்லை என்ற முடிவுக்கு வந்ததாகவும்' கடிதத்தில் குறிப்பிட்டார். இந்தச் சூழலில் நில ஆய்வுகளும் பேச்சுவார்த்தைகளும் தேவை என்று சீனா சமீபத்தில் சொல்லியிருப்பது நேருவை குழப்பத்தில் ஆழ்த்தியது. 'இந்தப் பெரும் நிலப்பரப்புகள் (சீனா தன் வரைபடங்களில் தன்னுடையதாகக்

காட்டியிருக்கிறது) இந்தியாவுக்குச் சொந்தமானவையே. இது தொடர்பாக எந்த வகையான பேச்சுவார்த்தைகளுக்கும் இடமில்லை' என்று தெளிவுபடுத்தினார். அந்த நிலைப்பாட்டையே கடைசிவரை பின்பற்றவும் செய்தார்.

சூ என் லாயின் பதிலும் இதேபோல் அன்பு ஒழுக அமைந்தது. சீனாவின் சாதனைகளைப் பாராட்டியதற்கும், ஐக்கிய நாடுகள் அமைப்பில் சீனாவின் இடத்தை உறுதிப்படுத்த இந்தியா மேற் கொண்ட முனைவுகளுக்கும் தனது நன்றியைத் தெரிவித்துக் கொண்டார். அடுத்ததாக இரு நாடுகளின் எல்லை பற்றிக் குறிப்பிடு கையில் 'இந்திய - சீனா எல்லை வரையறுக்கப்படவும் இல்லை. இரு நாட்டு அரசுகளுக்கும் இடையே எந்தவொரு ஒப்பந்தமோ, உடன் படிக்கையோ இதுவரை கையெழுத்தாகவும் இல்லை. இதன் காரணமாக இந்திய - சீன வரைபடங்களில் முரண்பாடுகளும், எல்லைப் பிரச்னைகளும் ஏற்பட்டுள்ளன. சீன வரைபடங்கள் பல ஆண்டுகளாகவே இதுபோன்று வெளியிடப்பட்டு வருகின்றன. அந்த எல்லைக் கோடுகள் சரியான ஆதாரங்களின் அடிப்படையில் உருவாக்கப்பட்டிருப்பதாக நாங்கள் கருதவில்லை. எனினும் மாற்ற வேண்டுமெனில், கூட்டாக நில ஆய்வுகளும், சம்பந்தப்பட்ட அண்டை நாடுகளுடன் பேச்சுவார்த்தைகளும் நடைபெற வேண்டியது அவசியம். இதுபோன்ற சிறு சிறு பிரச்னைகள் மீண்டும் ஏற்படாமல் இருக்க, இப்போதுள்ள நிலைமையே தொடர்வதுதான் (status quo) ஒரே தீர்வு ஆகும்'.

அப்படியாக சீனாவின் அப்போதைய முடிவு என்னவென்றால், இந்திய சீன எல்லை வரையறுக்கப்படவே இல்லை; சில கருத்து முரண்பாடுகள் இருக்கின்றன; அவை கூட்டு நில ஆய்வின் மூலமும் பேச்சுவார்த்தையின் மூலமும்தான் தீர்க்கப்படமுடியும் என்பவை தான்.

அதே சமயம் எல்லை பிரச்னை காரணமாக இரு நாடுகளுக்கும் இடையேயான நல்லுறவுகள் பாதிக்கப்படக்கூடாது. பஞ்சசீலக் கொள்கையின் அடிப்படையில் அமைதியான முறையில் பேச்சு வார்த்தைகள் நடத்தப்பட்டு பிரச்னையைத் தீர்த்துவிடமுடியும்' என்றார்.

நேருவுக்கு எல்லை முழுவதும் முக்கியம் எனில், சூ என் லாய் அக்சாய் சின் மீது குறியாக இருந்தார். 'சிங்கியாங்கின் தென் பகுதியில் உள்ள அக்சாய் சின் எப்போதுமே சீனக் கட்டுப்பாட்டில்தான் இருந்து வந்துள்ளது. சிங்கியாங் - திபெத் நெடுஞ்சாலை இதன் வழியே செல்கிறது. அதோடு, சீன ராணுவ வீரர்களின் காவல் அணி வகுப்புகளும் பல வருடங்களாக அங்கு தொடர்ந்து நடைபெறுகிறது

என்றும் கீழ்கண்டவாறு கடிதத்தில் குறிப்பிட்டிருந்தார். கிழக்குப் பிராந்தியம் பற்றி இப்படி உறுதியுடன் எதுவும் குறிப்பிட்டிருக்க வில்லை. எனினும் அதுபற்றியும் ஓரளவுக்குத் தெரியப்படுத்தி யிருக்கிறார்.

> மெக்மொகன் கோடு சீனப் பிராந்தியமான திபெத் மீதான பிரிட்டிஷ் அரசின் கொள்கைத் திணிப்பாகும். இதை சீன மக்கள் வெகுண்டு எதிர்த்திருக்கின்றனர். இந்தக் கோடு சட்டரீதியானதும் கிடையாது என்பதுடன் சீன மத்திய அரசு ஒருபோதும் இதை அங்கீகரிக்க வில்லை. இது தொடர்பான கோப்புகளில் சீனாவின் திபெத் பிராந்தியப் பிரதிநிதி கையெழுத்திட்டிருப்பது உண்மைதான். எனினும் திபெத் உள்ளூர் அதிகாரிகள் அவர்களுடைய சம்மத மின்றி வரையப்பட்டிருக்கும் மெக்மொகன் கோடு தொடர்பாக அதிருப்தியிலேயே இருக்கின்றனர். அதுபற்றியும் உங்களிடம் தெரிவித்திருக்கிறேன். இருப்பினும் உலகில் நடந்துள்ள மிகப் பெரிய உற்சாகமூட்டும் மாற்றங்களையும் நாம் கவனத்தில் கொள்ளவேண்டும். இந்த எல்லைக்கோட்டுடன் சம்பந்தப்பட்ட இந்தியாவும் பர்மாவும் விடுதலை பெற்றுத் தனி நாடாகியிருக் கின்றன. சீனாவுடன் நட்பு பாராட்டத் தொடங்கியுள்ளன. மேலே கூறியுள்ள பல்வேறு சிக்கல்கள் காரணமாக சீன அரசு மெக்மொகன் கோடு தொடர்பாக நடைமுறை யதார்த்தத்தைப் புரிந்துகொண்டு ஒரு முடிவெடுக்க விரும்புகிறது. அதேநேரம், சிறிது கால அவகாசமும் தேவைப்படுகிறது. இது குறித்து நான் உங்களிடம் ஒன்றுக்கு மேற்பட்ட முறை கூறியிருக்கிறேன். நம் இரு நாடுகளுக்கும் இடையே நட்பு ரீதியான உறவுகள் நிலவுவதால் மெக்மொகன் கோடு சார்ந்து நட்பார்ந்த தீர்வைக் கண்டுபிடிக்க முடியும் என்று நம்புகிறோம்.

இந்தப் பத்தியும் தொடர் பேச்சுவார்த்தைகளில் வெவ்வேறு வார்த்தை களில் சொல்லப்பட்ட இதே விஷயமும் மிக முக்கியமானவை. சீனர்கள் மெக்மொகன் எல்லைக்கோட்டை நிராகரிக்கிறார்கள்; அதைத்தான் இப்படிச் சுற்றி வளைத்துச் சொல்கிறார்கள் என்று இந்தியத் தரப்பு நினைத்தது.

அக்சாய் சின் பிரச்னைக்கு இணையாக மெக்மொகன் கோடு பிரச்னையைக் கருதுவதாக சீனா கூறியதைத் தொடர்ந்து இந்தியர் களின் அந்தப் புரிதல் மேலும் வலுப்பட்டது. மேலே இடம் பெற்றுள்ள இந்தப் பத்தி உண்மையிலேயே அப்படித்தான் சொல்கிறதா?

மெக்மொகன் கோட்டை எல்லையாக ஏற்றுக்கொள்ளத் தயார் என்று சூ என் லாய் சொன்னதை நினைவுபடுத்தி இந்திய பிரதமர் நேரு

எழுதிய கடிதத்துக்கு சூ என் லாய் பதிலளித்தார். 'இது குறித்து நான் உங்களிடம் ஒன்றுக்கு மேற்பட்ட முறை கூறியிருக்கிறேன்' சொன்னதன் மூலம் முன்பு தான் சொன்னதை மாற்றிக்கொள்ள வில்லை என்று நுட்பமாக உணர்த்த விரும்பினார் போலிருக்கிறது. எல்லைக்கோட்டை நிச்சயித்த ஒப்பந்தத்தின் சட்டபூர்வ மதிப்புக்கும் அந்தக் கோட்டின் அங்கீகாரத்துக்கும் இடையிலான வித்தியாசத்தை அவர் முவைத்தார். இந்திய பர்மிய அரசுகளுடன் நட்புறவுடன் இருப்பதால் 'எல்லைக்கோட்டைப் பொறுத்தவரை ஓரளவுக்கு நடைமுறை சார்ந்த ஒரு முடிவை எடுக்கவேண்டும் சீன அரசு விரும்புவதாகக்' குறிப்பிட்டார்.

சீனாவும் இந்தியாவும் எல்லைகள் பற்றிப் பேச்சுவார்த்தைகள் நடத்த முன்வந்தால் மெக்மொகன் கோட்டை சம்பந்தப்பட்ட பகுதிக்கான எல்லையாக சீனா ஏற்றுக் கொள்ளும் என்பதையே சூ என் லாய் குறிப்பிட்டதாக நாம் கருதிக் கொள்ளலாம். எல்லைக்கோடு உருவாக்கப்படுவது தொடர்பான ஒப்பந்தத்தின் சட்டபூர்வ மதிப்பு மற்றும் உண்மையான எல்லைக்கோட்டின் அங்கீகாரம் ஆகிய வற்றுக்கு இடையேயான வேறுபாடு நாம் புரிந்து கொள்ளத் தக்கதே. இங்கிலாந்து - திபெத் ஒப்பந்தத்தின் சட்டப்பூர்வ அந்தஸ்தை ஏற்றுக் கொண்டால் 1914க்குப் பிறகு ஆட்சியிலிருந்த ஒவ்வொரு சீன அரசும் எடுத்த நிலைப்பாடுகளையும் மறுதலித்தால் திபெத் ஒரு சுதந்தர நாடு என்பதையும் ஏற்றுக்கொண்டாகவேண்டியிருக்கும். அதன் மூலம் 1950-ல் திபெத் மீது சீனா மேற்கொண்டது படையெடுப்புதான்; தற்காலிகமாக வலுவிழந்த மத்திய அரசு தன் பலத்தை மீண்டும் உறுதிப்படுத்தும் செயல் அல்ல என்றாகும்.

இந்தியாவில் அடைக்கலம் புகுந்த தலாய் லாமா புதுடெல்லியில் நடைபெற்ற செய்தியாளர் சந்திப்பில் 'திபெத்தின் சுதந்திரத்தையும், இறையாண்மையையும் சீனா மறுத்தால், சிம்லா ஒப்பந்தத்தையும், மெக்மொகன் கோட்டையும் ஏற்கவில்லை என்றே பொருள்' என்றார்.

மெக்மொகன் எல்லைக்கோட்டை சீனா ஏற்றுக்கொள்ளத் தயார் எனில் அதை ஏன் வெளிப்படையாகக் கூறவில்லை? மெக்மொகன் எல்லைக்கோடு மட்டுமின்றி இந்தியாவுடனான எல்லைப் பகுதி முழுமைக்கும் பேச்சுவார்த்தைகள் நடைபெறவேண்டும் என்பதே சீனாவின் விருப்பம். மெக்மொகன் எல்லைக்கோட்டை ஏற்றுக் கொள்வதுபோல் சொன்னதற்கு முக்கிய காரணம் அந்த 'விட்டுக் கொடுத்தல்' மூலம் வேறு சிலவற்றைப் பெற்றுக்கொள்ள விரும்பியது. சிங்கியாங் - திபெத் சாலை செல்லும் பகுதிகளை இந்தியா தனது சொந்தமாக வெளிப்படையாகத் திட்டவட்டமாகத் தெரிவித்திருந்தது.

எனவே பேச்சுவார்த்தை மிகவும் நெருக்கடி மிகுந்ததாகவே இருக்கும் என்று சீனாவுக்குப் புரிந்திருக்கும்.

இந்தச் சூழலில் எந்தவொரு நாடுமே பேச்சு வார்த்தையைத் தனக்கு சாதகமாக நடக்கவைக்க உதவும் துருப்புச்சீட்டை முதலிலேயே விட்டுக்கொடுக்க முன்வராது. சீனாவும் எல்லை தொடர்பான பேச்சுவார்த்தைகளைத் தொடங்குவதற்கு முன்பாக அதாவது பேச்சுவார்த்தைக்கு எதிர் தரப்பு ஒத்துக்கொள்வதற்கு முன்பாகவே மெக்மோகன் கோடு மீதான உரிமையை விட்டுக் கொடுக்கத் தயாராக இல்லை. எழுத்துபூர்வமாக எந்த அளவுக்கு இது தொடர்பாக உறுதியளிக்க முடியுமோ அந்த அளவுக்கு சூ முன்வந்திருக்கிறார். இரண்டு வருடங்களுக்கு முன்னர்தான் வாய்மொழியாக இதே உறுதியை வெளிப்படையாகத் தரவும் செய்திருந்தார்.

மெக்மோகன் எல்லைக்கோட்டைக் கிழக்குப் பிராந்தியத்தின் எல்லையாக்க சீன அரசு தயார் என்னும் சூ என் லாயின் வாக்குறுதி பின்னாளில் பீகிங் மேற்கொண்ட நடவடிக்கைகள் மூலம் மேலும் உறுதியானது. இவ்வாறு இருக்கையில் நேருவும் அவரது ஆலோசகர்களும் இதை ஏன் சரியான கோணத்தில் எடுத்துக் கொள்ளவில்லை? ஏற்கனவே சீனா மீதிருந்த நம்பிக்கை இல்லாத் தன்மை தற்போது சந்தேகமாக வலுப்பெற்றுவிட்டிருந்தது.

சீனா தனது அதிகாரத்தைக்காட்ட இந்தியா தனக்குச் சொந்தமானதாகக் கருதிய இடங்கள் மீது உரிமை கோரத் தொடங்கியது ஒரு காரணம். அதோடு, சமீபத்தில் சீனாவுக்கும் பர்மாவுக்கும் இடையே நடைபெற்ற எல்லை தொடர்பான பேச்சுவார்த்தைகள் எந்தவொரு முடியும் எட்டப்படாமல் பாதியிலேயே நின்றன. சீனா பெரிய அண்ணன்போல் நியாயமின்றி நடந்து கொள்வதாக பர்மா அரசு இந்தியாவிடம் புகார் தெரிவித்ததாகத் தெரிகிறது. இது உண்மையாக இருக்கும் பட்சத்தில் இரு ஆண்டுகளுக்குப் பிறகு சில திருத்தங் களுடன் மெக்மோகன் கோட்டையும் பர்மா சொன்ன வேறு திருத்தங்களையும் ஏற்றுக்கொண்டு பர்மா அரசுடன் சீனா ஒப்பந்தத்தில் கையெழுத்திட்டதோடு அந்தப் பிரச்னை முடிவுக்கு வந்திருக்கவேண்டும்.

1959-ல் சூ என் லாய் இந்திய பிரதமருக்கு எழுதிய கடிதத்தில் தொடக்கத்தில் இருந்து கடைப்பிடித்து வரும் எல்லைக் கொள்கையின் முக்கிய அம்சத்தைத் திரும்பப் பெற்றுக்கொள்ளுமாறு கோரி இருந்தார். அதாவது மெக்மோகன் கோடு தொடர்பாக எந்த மறு பேச்சுவார்த்தையும் கிடையாது என்னும் நிபந்தனையை இந்தியா தளர்த்திக் கொள்ள வேண்டும் என்பதே கடிதத்தின் சாராம்சமாகும்.

ஆனால், பேச்சுவார்த்தைக்கு உடன்படுவது என்பது மெக்மோகன் கோட்டை விட்டுத் தருவதற்குச் சமம் என்று இந்தியா எண்ணியதற்கான தெளிவான காரணம் தெரியவில்லை.

ஒரு பேச்சுவார்த்தையின் அடிப்படை விஷயம் என்னவென்றால், ஈடுபடும் இரு தரப்பும் எந்தவித முன்முடிவுகள் இன்றிப் பங்குபெற வேண்டும். சீனாவுடனான வடகிழக்கு எல்லைப் பிரச்னையில் இந்தியா தனது நிலையை விட்டுக் கொடுக்காமல் உறுதியாக இருப்பதில் தடை ஏதுமில்லை. எத்தனை முறை பேச்சுவார்த்தை நடைபெற்றாலும் காஷ்மீர் பிரச்னையில் இந்தியா உறுதியாக இருப்பதுபோல் சீனாவுடனான மெக்மோகன் கோடு விஷயத்திலும் இந்தியா உறுதியாக இருக்கலாம். எல்லை குறித்த பேச்சுவார்த்தைகளுக்கு சீனா வலியுறுத்திய காரணத்தாலேயே இந்தியாவாலும் தனது அடிப்படைக் கொள்கையை மறு பரிசீலனை செய்ய இயலாமல் போய்விட்டது போலிருக்கிறது. அந்த நிலைப்பாடின் அதனளவிலான தர்க்க நியாயங்கள்:

1. மெக்மோகன் கோட்டுக்குத் தெற்குப்பக்கப் பகுதியை எந்தச் சூழலிலும் விட்டுக் கொடுக்கமுடியாது.
2. எனவே, மெக்மோகன் கோடு தொடர்பாக எந்தப் பேச்சுவார்த்தையும் கிடையாது
3. எனவே எல்லையின் எந்தப் பிரிவு மீதும் பேச்சுவார்த்தை கிடையாது (எல்லையின் ஒரு பகுதி (மட்டுமே) பற்றிய பேச்சுவார்த்தைக்கு சீனா தயாரில்லை. இந்தியா அதற்கு ஒப்புக் கொண்டால், மெக்மோகன்கோடு தொடர்பான பேச்சுவார்த்தைக்கு ஒப்புக்கொள்ள மறுக்கும் இந்தியாவின் நிலைப்பாடு வலுவிழக்கத் தொடங்கும்).
4. எனவே மெக்மோகன் கோடு மீது செலுத்தும் உறுதியைப் போன்றே மேற்கு மற்றும் மத்திய பகுதிகள் மீதான உரிமையையும் இந்தியா உறுதியாகவே வைத்தாகவேண்டும்.

இந்தச் சங்கிலித் தொடர் சிந்தனைகள் பிந்தைய நிலைப்பாடுகளுக்கு வழிவகுத்தன.

5. அண்டை நாட்டுடன் எல்லை தொடர்பான பேச்சுவார்த்தையை மறுக்க, ஏற்றுக் கொள்ளத்தக்க ஒரேயொரு காரணம் 'எல்லை ஏற்கனவே நடைமுறையில் இருக்கிறது' என்பதுதான். மெக்மோகன் எல்லையைப் பொறுத்தவரை 1914 ஒப்பந்தத்தின் அடிப்படையிலும் 1951 முதல் வட கிழக்கு எல்லையாகவே இருந்து வந்துள்ளது என்ற அளவிலும் இந்த வாதம் பொருந்தும்.

ஆனால், மேற்குப் பிராந்தியத்தைப் பொறுத்தவரை இந்த வாதம் அவ்வளவு பொருத்தமாக இராது. வேறு சில விஷயங்கள் சேர்த்துக்கொள்ளப்படவேண்டியிருக்கும்.

6. இப்படியெல்லாம் நியாயப்படுத்தினாலும் எந்தப் பிரச்னைக்கும் பேச்சுவார்த்தை மட்டுமே தீர்வு என்று நேரு தொடர்ந்து வலியுறுத்தி வரும் நிலையில் எந்தப் பேச்சுவார்த்தைக்கும் உடன்படமாட்டேன் என்று அவரே மறுப்பது ஏற்புடையது அல்ல; எனவே மாறாத அந்த நிலைப்பாடு மாறியாகவேண்டும்.

நேருவும் அவரது ஆலோசகர்களும் இப்படித்தான் சிந்தித்தார்கள் என்று சொல்வதற்கில்லை. மெக்மோகன் கோடு தொடர்பாக எந்தப் பேச்சுவார்த்தையும் கிடையாது என்று ஆரம்பத்திலேயே எடுத்த முடிவைத் தொடர்ந்து இப்படியாகவே இழுத்துச் செல்லப்பட்டனர் என்று சொல்லலாம்.

சூ என் லாய்க்கு எழுதிய பதிலில் நேரு தனது முதல் கடிதத்தில் பதிவு செய்ததையே விரிவாக மீண்டும் உறுதிப்படுத்தினார்: எல்லைகள் ஏற்கெனவே தெளிவாக இருப்பதால் அவை பற்றிய பேச்சு வார்த்தைக்கு இனி இடமே இல்லை. இந்தியா உரிமை கொண்டாடும் எல்லையின் மூன்று பிரிவுகளுமே புவியியல், காலகாலமாகப் பின்பற்றப்பட்டுவந்த வழிமுறை ஆகியவற்றுடன் 'அப்போதைய இந்திய - சீன மத்திய அரசுகளுக்கு இடையேயான பன்னாட்டு ஒப்பந்தத்தையும் அடிப்படையாகக் கொண்டவை' என்றார். கடிதத்தில் குறிப்பிட்ட விவரங்களுக்கு ஆதாரமாக 1842-ல் குலாப் சிங் மற்றும் திபெத்தியர்களுக்கு இடையே ஏற்பட்ட ஒப்பந்தத்தை மேற்கோள்காட்டியதுடன், மெக்மோகன் கோடு சிம்லா ஒப்பந்தத்தின் அடிப்படையில் இயற்கையாகவும் சட்டபூர்வமாகவும் உருவானது என்றும் கூறினார். 'நன்கு நிர்ணயிக்கப்பட்ட தன் எல்லைகளைத் தாண்டி அண்டை நாடுகளின் பகுதிகளுக்குள் ஊடுருவும் கடைசி நாடாகவே இந்தியா இருக்கும்' என்று குறிப்பிட்டார்.

எல்லை குறித்த ஒப்பந்தம் கையெழுத்தாகும்வரை இரு நாடுகளும் 'தற்போதுள்ள நிலைமையை ஏற்றுக்கொள்ளவேண்டும்' என்ற சூ என் லாய் கருத்துக்கு பதிலளித்த நேரு 'சமீபத்திய பிரச்னைகள் தோன்றுவதற்கு முன்பிருந்த நிலையை நானும் ஏற்றுக்கொள்கிறேன். இதை இரு நாடுகளும் ஏற்றுக்கொள்ளவேண்டும். தனக்குச் சரியெனப் பட்டதை நிலை நிறுத்த எந்தவொரு நாடும் தன்னிச்சையாக முடிவெடுக்கக் கூடாது' என்றார். மேலும் சமீபமாக எந்த இடத்தையேனும் யாராவது கைப்பற்றி இருந்தால் அந்தத் தவறு திருத்தப்படவேண்டும்' என்றும் கூறினார்.

இப்படியாக எதிர் தரப்பு சொல்வதை ஏற்றுக்கொள்வதுபோன்ற போர்வையிலே அதை நிராகரிக்கும் வழிமுறையையே இந்தியா தொடர்ந்து வந்த பேச்சுவார்த்தைகளிலும் அடிக்கடிப் பின்பற்றியது. ஒட்டு மொத்த நிகழ்வுகளிலும் 'இப்போது இருக்கும் நிலையில் அப்படியே இருத்தல்' என்பது மிகவும் முக்கியமான அம்சம். சூ என் லாய் அப்படிச் சொன்னபோது நேரு அதற்கு 'நானும் சம்மதிக்கிறேன்' என்று சொன்னார். ஆனால், 'பிரச்னைக்கு முன்பிருந்த நிலை' என்றும் 'கைப்பற்றிய இடத்தை' தந்துவிட வேண்டும் என்றும் அவர் குறிப்பிட்டதன் மூலம் இப்போதைய நிலையை அப்படியே ஏற்க அவர் தயாரில்லை என்றும் சொல்லியிருக்கிறார்.

அதாவது 'இப்போது இருக்கும் நிலை' என்று சூ சொன்னதற்கு பதிலாக 'இப்போதைக்கு முந்தைய நிலை' என்று நேரு குறிப்பிட்டிருக்கிறார். சீனா ஆக்கிரமித்துள்ள 'அக்சாய் சின்' பகுதியிலிருந்து அது விலக வேண்டும் என்பதைத்தான் அவர் மறைமுகமாகக் குறிப்பிட்டிருக்கிறார். இதுவே பின்னாளில் இந்திய - சீன எல்லை தொடர்பான பேச்சுவார்த்தைகளுக்கு மிக மிக முக்கிய நிபந்தனையாகவும் தடையாகவும் உருவெடுத்தது.

பொதுவெளியில் எல்லைப் பிரச்னை தெரியவருவதற்கோ அதுதொடர்பான அரசியல் அழுத்தங்கள் இந்தியாவில் எழுவதற்கோ ஒரு வருடம் முன்பாகவே சூ என் லாய்க்கு எழுதிய கடிதத்தில் நேரு இப்படிக் குறிப்பிட்டிருக்கிறார். இந்த நிலைப்பாட்டை அவர் கடைசி வரை மாற்றிக்கொள்ளவும் இல்லை: சீனாவுடன் எந்த எல்லைத் தகராறும் இல்லை. அதாவது இந்திய எல்லைக்கோடு பற்றி யாரும் கேள்வி எழுப்ப முடியாது. இந்தியா எதை எல்லையாகச் சொல்கிறதோ அதுவே இந்தியாவின் எல்லைக்கோடு. எனவே இது தொடர்பாக எந்தப் பேச்சுவார்த்தைக்கும் இடமில்லை. இரண்டாவதாக, 'இப்போதைக்கு முந்தைய நிலை' (இந்தியா அதையே 'இப்போதைய நிலை' என்றே எப்போதும் சொல்கிறது) எட்டப்படவேண்டும். அதாவது இந்தியா உரிமைகொண்டாடும் பகுதிகளில் இருக்கும் சீனர் பின்வாங்கிச் சென்றாகவேண்டும்.

இது தெளிவான மோதல் போக்கு. பொது மக்களின் எழுச்சியால் ஏற்பட்ட அழுத்தம் காரணமாக அல்ல; நேருவும் அவரது ஆலோசகர்களும் இந்த முடிவைத் தாங்களாகவேதான் எடுத்தார்கள். ஆனால் பின்னாளில் இது தொடர்பான அரசியல் அழுத்தம் அதிகரிக்கவே நேருவால் தனது முடிவை மறு பரிசீலனை செய்யவோ, மாற்றவோ இயலாமல் போனது. ஆனால், அந்த அரசியல் அழுத்தத்தை எந்தவகையிலும் பழிக்கவோ காரணமாகச்

சொல்லவோ நிச்சயம் முடியாது. இதற்கான முழுப் பொறுப்பையும் நேருவே ஏற்றுக்கொள்ளவேண்டும்.

~

அடுத்த ஆறு மாதங்களுக்கு இரு நாட்டுப் பிரதமர்களுக்கு இடையே நேரடி சந்திப்போ கடிதப் பரிமாற்றமோ நடைபெறவில்லை. 1959 செப்டம்பரில் சூ என் லாய் நேருவின் கடிதத்துக்கு பதில் அனுப்புவதற்குள் இரு நாட்டு உறவும் வெகுவாக மாறிவிட்டிருந்தது.

1956 வசந்த காலத்தில் திபெத்தின் வட கிழக்குப் பகுதிகளில் ஆரம்பித்த காம்பா பழங்குடிகளின் கிளர்ச்சி 1959 வாக்கில் திபெத்தின் மத்திய, தென் பகுதிகளுக்கும் பரவிப் பெரிதானது. ஆயிரக்கணக்கில் அகதிகள் எல்லை கடந்து இந்தியாவுக்குள் நுழைந்தனர். தலைநகர் லாசாவிலும் போராட்டம் வலுத்தது. தலாய் லாமாவும் அவருடைய அரசும் கிளர்ச்சியாளர்களுடன் களத்தில் இறங்கி திபெத்தின் சுதந்தரம் கேட்டுப் போராடினர். திபெத்தில் ஆயுதப் போராட்டம் நடப்பதாகவும் அங்கிருக்கும் இந்தியக் குடிமகன்களுக்கு தமது அரசு பாதுகாப்பு தரும் என்றும் சீன அரசு தெரிவித்தது. லாஸாவிலிருந்து தலாய் லாமா தவாங்குக்கான பழைய வர்த்தகப் பாதையான மெக்மொகன் எல்லைக் கோட்டுப் பாதை வழியாக இந்தியாவுக்கு அடைக்கலம் தேடி வந்தார். இந்திய அரசு அவரை அரவணைத்தது.

இந்த நிகழ்வுகள் உலக கவனத்தைக் கவர்ந்தன. சீன இந்திய உறவில் விரிசலையும் ஏற்படுத்தின. சீனா தொடர்பாக இந்தியர்களின் மனதில் உறங்கிக் கிடந்த சந்தேகங்கள் வலுவடைந்தன. 1950-ல் சீன அரசு திபெத்துக்குள் நுழைந்தபோது எழுந்த விமர்சனங்கள் கூர்மை அடைந்தன. சீனாவின் நடவடிக்கைகளுக்கு சாதகமாக இருந்துவந்த இந்திய அரசின் கொள்கைகள் தீவிரமாக விமர்சிக்கப்பட்டன. திபெத்திய கிளர்ச்சியாளர்களுக்கு ஆதரவாகவும் சீன அரசுக்கு எதிராகவும் இந்தியாவில் போராட்டங்கள் நடந்தன. பம்பாயில் ஏப்ரல் மாதத்தில் சீன தூதரகத்தின் சுவரில் மா சே துங்கின் புகைப்படத்தை மாட்டி அதன் மீது முட்டைகளையும் தக்காளிகளையும் சோஷலிஸ்ட் கட்சி உறுப்பினர்கள் எறிந்து தமது எதிர்ப்பைக் காட்டினார்கள். 'ஒரு தேசத்தின் தலைவருக்கு இழைக்கப்படும் மிகப் பெரிய அவமானம்' என்று சீனர்கள் எதிர்ப்புத் தெரிவித்தனர்.

நேருவுக்கு தர்மசங்கடமாகிப் போனது. பல வருடங்களாகவே நேரு சீனாவுக்கு எதிராக திபெத்தில் நடந்துவந்த விஷயங்களை அடக்கிவாசித்தும், முடிந்தபோது அந்தத் தகவல்களை வெளியே வரவிடாமல் தடுத்தும் வந்திருந்தார். இப்போது எல்லா

விஷயங்களும் தெரிந்தே கண் மூடி இருந்திருக்கிறார் என்ற குற்றச்சாட்டுக்கு ஆளாக நேர்ந்தது. இந்திய அரசியல் வர்க்கத்தில் திபெத்தியர்களுக்கும் தலாய் லாமாவுக்கும் ஆதரவான மனநிலையே இருந்தது. நேருவுக்கும் அந்த எண்ணம் உண்டு. என்றாலும் திபெத் மீது சீனாவின் அதிகாரத்தை ஏற்றுக்கொண்டுவிட்ட நிலையில் திபெத்தியர்கள் மீது என்னதான் கரிசனம் இருந்தாலும் அது சீனர்களின் உள்நாட்டு விவகாரமே. இந்திய தரப்பில் அதிகாரபூர்வமாக எந்த நிலைப்பாடும் எடுக்கத் தேவையில்லை என்றும் அவர் கருதினார். எனவே, தலாய் லாமாவுக்கான ஆதரவையும் சீனா தொடர்பாகச் சரியான முடிவெடுக்கவேண்டும் என்பதையும் ஒருங்கே வெளிப்படுத்த விரும்பினார்.

திபெத்தியர்களுக்கான இந்தியர்களின் ஆதரவுப் போராட்டங்கள், சீன அரசுக்கு எதிரான கோபாவேசமான பேச்சுகள் ஆகியவை சீனாவுடனான இந்தியாவின் நட்புறவை வெகுவாகப் பாதித்தன. நேரு அந்த உறவைத் தக்கவைக்கவே விரும்பினார். இரு தரப்புக்கும் நல்லவராக இருக்க முயன்றதால் அவரால் இருவரையுமே திருப்திப்படுத்த முடியாமல் போனது. சீனாவை எதிர்க்காததால் இந்தியாவில் இருந்தவர்கள் அவருடைய தாஜா செய்யும் அணுகுமுறையைக் கடுமையாக விமர்சித்தனர். அதே நேரம் சீனாவில் இருந்தவர்களோ சீனாவின் உள் விவகாரங்களில் நேரு தலையிடுகிறார் என்றும் திபெத்தில் நடக்கும் கிளர்ச்சியை நேருதான் தூண்டிவிடுகிறார் என்றும் கூட விமர்சித்தனர்.

இந்தியாவிலுள்ள கலிம்பாங்வரை சும்பி பள்ளத்தாக்கு வழியாக வர்த்தகப் பாதை உள்ளது. இந்த இடத்தைச் சீனாவுக்கு எதிராக திபெத்தியர்களைத் தூண்டிவிட இந்தியா பயன்படுத்தி வருகிறது' என்பது பீகிங்கின் குற்றச்சாட்டு. அதற்கான காரணங்களும் உண்டு. 1953-லேயே நேரு 'கலிம்பாங் ஒற்றர்களின் கூடாரமாகத் திகழ்கிறது. உலகின் எல்லா நாடுகளின் ஒற்றர்களுக்கும் அதுவே சொர்க்கம். அங்கிருக்கும் உள்நாட்டு மக்களை விடவும் சர்வதேச ஒற்றர்களின் எண்ணிக்கை அதிகமாக இருக்குமோ என்ற சந்தேகம்கூட எனக்கு அவ்வப்போது ஏற்படுவதுண்டு' என்று கூறியிருக்கிறார்.

1956-ல் நடைபெற்ற பேச்சுவார்த்தைகளின் போது கலிம்பாங் பிரச்னையை மீண்டும் எழுப்பினார் சூ என் லாய். அமெரிக்கா உள்ளிட்ட ஏகாதிபத்திய சக்திகள் அந்தப் பகுதியில் முகாமிட்டு திபெத் மீதான சீனாவின் உரிமையையும், அதிகாரத்தையும் குறைக்கும் நடவடிக்கைகளில் ஈடுபட்டு வருவதாக நேருவிடம் தெரிவித்தார். இரு ஆண்டுகள் கழித்துச் சீனா மீண்டும் இந்திய தூதரிடம் கலிம்பாங்

பகுதியில் அமெரிக்க மற்றும் குவாமிண்டாங் முகவர்களின் செயல் பாடுகளை ஆதாரங்களுடன் சமர்ப்பித்து விவாதங்களைத் தொடங்க வேண்டும் என்று கோரியது. சீன அரசுக்கு எதிராக ராணுவத்தைத் தூண்டிவிட்டு திபெத்தைப் பிரிக்க அமெரிக்கா சதி செய்வதாகவும் குற்றம் சாட்டியது. ஆனால் இந்திய அரசோ சீனாவின் புகாரை மறுத்ததுடன் அதுபோன்ற எந்த நிகழ்வும் அங்கு நடைபெறவில்லை என்று மறுத்தது.

இதற்கு இடையே இந்தியாவில் உள்ள திபெத் அரசு அதிகாரிகள், தலாய் லாமாவின் சகோதரர், கேபினெட் அமைச்சர்கள், கொரில்லாத் தலைவர்கள் ஆகியோர் கலிம்பாங்கில் கூடி இந்தியாவுக்கும் ஐக்கிய நாடுகளுக்கும் அனுப்ப வேண்டிய இறுதி விண்ணப்பம் குறித்து விவாதித்தனர். சட்ட விரோதமான இந்தக் கூட்டத்தை இந்தியா ஊக்குவிக்கிறது என்று சீனா மீண்டும் புகார் தெரிவித்தது. 1959 மார்ச் மாதம் லாசாவில் உள்நாட்டுக் குழப்பம் வெடிக்கவே கலிம்பாங்கில் இருக்கும் 'தலைமையகமே' இதற்குக் காரணம் என்று சீனா பகிரங்கமாகவே அறிவித்தது.

திபெத்திய கிளர்ச்சியாளர்களுக்கு காலிம்பாங்கில் இருந்து வழிகாட்டுதலும் ஆதரவும் கிடைத்தது உண்மையே. இந்திய அரசு அதை ஊக்குவித்தது என்பதற்கும் ஆதாரம் உண்டு. கலிம்பாங்கில் வசித்த ஜார்ஜ் பேட்டர்சன் என்னும் ஆங்கிலேயர், '1954-ல் இந்திய அரசு அதிகாரி ஒருவர் அவரைச் சந்தித்து திபெத்திய போராளி ஒருவரை கலிம்பாங்குக்கு 'திபெத் விடுதலைக்காகப் பணிபுரிய' அழைத்து வருமாறு கேட்டுக்கொண்டதாக' பின்னாளில் எழுதியிருந்தார்.

திபெத்தில் நடந்த உள்நாட்டுக் கலவரத்தைத் தொடர்ந்து தலாய் லாமா இந்தியாவுக்குத் தப்பித்து வந்து அடைக்கலம் கேட்டதாகவும், அது வழங்கப்பட்டுள்ளதாகவும், இந்திய அரசு பீகிங்குக்குத் தெரிவித்தது. இந்திய மண்ணில் இருந்துகொண்டு அரசியல் செயல்பாடுகளை முன்னெடுக்க அவருக்கு அனுமதிதரப்படவில்லை என்பதையும் தெளிவுபடுத்தியது. 'அரசியல் அடைக்கலம் வழங்குவது வழக்கமான சர்வதேச நடைமுறை' என்பதால் சீனாவுக்கு எந்த ஆட்சேபணையும் இல்லை என்று சூ என் லாய் பின்னர் தெரிவித்தார்.

ஆனால், இந்தியாவில் அடைக்கலம் புகுந்த தலாய் லாமா திபெத்தில் நடைபெற்ற நிகழ்ச்சிகளைத் தனது கோணத்தில் விவரித்ததுடன் சீனாவைத் தாக்கியும் அறிக்கைகள் விடுத்தார். இவரது அறிக்கை களைத் தொடக்கத்தில் இந்திய அரசின் செய்திப் பிரிவும், பின்னர் வெளிநாடுகளில் உள்ள இந்திய தூதரகங்களும் வெளியிட்டன. சீனா

இவற்றைக் கடுமையாக ஆட்சேபித்தது (தலாய் லாமா இந்தியாவில் அடைக்கலம் புகுந்தவுடன் வெளியிட்ட முதல் அறிக்கையைத் தயாரித்ததே இந்திய அரசுதான் என்று சீனா சந்தேகித்தது. இதை உறுதிப்படுத்த உள் வட்ட ஆதாரமும் உண்டு).

மக்களவை உறுப்பினர் ஜோகிம் ஆல்வா 1959 செப்டம்பர் 12 அன்று மக்கள் அவையில் கூறிய கருத்துகளும் சர்ச்சைக்குள்ளாயின. 'பிரிவினையைத் தூண்டும் விதமாகப் பேசியதற்காக காஷ்மீர் தலைவர் ஷேக் அப்துல்லா சிறையில் அடைக்கப்பட்டுள்ளார். ஒருவேளை அவர் சீனாவுக்குத் தப்பியோடி பீகிங் அவருக்கு அடைக்கலம் கொடுத்திருந்தால் (இந்தியாவில் தலாய் லாமாவுக்கு அடைக்கலம் அளிக்கப்பட்டதைப் போல) இந்தியா எவ்வாறு கண்டித்திருக்குமோ அதையேதான் தலாய் லாமா விஷயத்திலும் சீனா செய்தது' என்றார்.

தலாய் லாமா இந்தியாவில் அடைக்கலம் புகுந்த தருணம் சீன தேசிய மக்கள் காங்கிரஸின் கூட்டம் பீகிங்கில் நடைபெற்றுக் கொண்டிருந்தது. சீனாவுக்கு எதிரான திபெத்தியர்களின் தேச விரோத சக்திகளுக்கு இந்தியா நிதி உதவியும் ஆதரவும் ஊக்கமும் அளித்து வருவதைக் கூட்டத்தில் பங்கேற்றவர்கள் கடுமையாகக் கண்டித்தனர். ஆதிக்க வெறி பிடித்த பிரிட்டிஷ் அரசைப் போல் திபெத்தை ஆக்கிரமிக்க சுதந்திர இந்தியாவும் முயல்வதாகக் குற்றம் சாட்டினர்.86 இரு பக்கத்திலும் பழைய சந்தேகங்கள் மீண்டும் மேலெழுந்தன.

நேருவைப் போலவே சீன அரசும் இரண்டு மன நிலைகளில் மாட்டிக் கொண்டு தவித்தது. மிகப் பெரிய அண்டை நாட்டுடன் நல்லுறவு அவசியம் என்று அது நினைத்தது. சீனாவின் தூதுவர் இந்திய அயலுறவுத் துறை செயலரிடம் தெரிவித்த கருத்து அந்த நல்லெண்ணத்தைப் பிரதிபலித்தது.

சீன தேசிய மக்கள் காங்கிரஸ் உறுப்பினர்கள் இந்தியாவின் நடவடிக்கைகளைக் கடுமையாக விமர்சித்தது தொடர்பாக இந்தியா தெரிவித்த புகாரை சீனா நிராகரித்தது. சீனாவின் உள் நாட்டு விவகாரங்களில் இந்தியா தலையிடுவது, திபெத் கிளர்ச்சிக்கு இந்தியாவில் கிடைக்கும் ஆதரவு, தலாய் லாமாவுக்கு இந்திய அரசு அடைக்கலம் தந்தது என சீன அரசுக்கு அதிருப்தி தரும் விஷயங்கள் பற்றியெல்லாம் பேசிவிட்டு, 'இந்திய சீன உறவுகள் மீது படர்ந்திருக்கும் கரு மேகங்கள் விரைவில் விலகும்' என்ற நம்பிக்கை சீனாவுக்கு இருப்பதாகத் தெரிவித்தார். சீனாவின் எதிரி கிழக்கில்தான் இருக்கிறான் என்பதற்கான நினைவூட்டல்தான் இந்த பதில்.

அமெரிக்கா பல ராணுவத் தளங்களை சீனாவுக்கு எதிராகக் கிழக்கில் நிலை நிறுத்தியுள்ளது. சியாடோ (SEATO) அமைப்பில் இன்னும் இணையாத இந்தியா சீனாவின் நட்பு நாடுதான் என்றும் அந்தத் தூதுவர் தெரிவித்திருந்தார். சீனா கிழக்குப் பக்கத்தில் அமெரிக்காவையும் மேற்கில் இந்தியாவையும் எதிர்க்கும் தவறை நிச்சயம் செய்யாது. அரசுக்கு எதிராகத் திபெத்தில் நடைபெறும் போராட்டங்களை ஒடுக்குவதுடன், ஜனநாயக நடைமுறைகளை அமல்படுத்துவது எந்த வகையிலும் இந்தியாவுக்கு அச்சுறுத்தலாக இருக்காது. நாங்கள் இரு அதிகார மையங்களை வைத்திருக்க முடியாது. நண்பரை எதிரியாக நினைக்கவும் மாட்டோம். கடந்த சில ஆண்டுகளாக இன்னும் சொல்லப் போனால், கடந்த மூன்று மாதங்களாக, இரு நாடுகளுக்கும் இடையேயான பிரச்னையை சண்டையாகக் கருதாமல், ஆயிரக் கணக்கான ஆண்டுகளாக நிலவும் நல்லுறவில் ஏற்பட்டுள்ள சிறு இடைவெளியாகவே கருதவேண்டும். ஓ இந்திய நண்பர்களே! உங்கள் மனதில் என்ன இருக்கிறது? எங்களுடைய முக்கிய கவனம் சீனாவுக்குக் கிழக்கில் தான் குவிந்திருக்கும். தென் மேற்கில் கிடையாது. அப்படித்தான் நாங்கள் நினைக்கிறோம். அது சரிதானே' என்பதுதான் அறிக்கையின் சாரம். பிரதமர் நேருவுக்கு வணக்கங்கள் என்பதுடன் அறிக்கையை நிறைவு செய்திருந்தார்.

சீனத் தூதர் எழுதிய கடிதம் இரு நாடுகளின் வெளி விவகார அமைச்சகங்கள் வழக்கமாகப் பரிமாறிக் கொள்ளும் கடிதத்தைப் போலின்றி அவசர கதியில் வெளிப்படையாகப் பேசுவதுபோல் இருந்தது. ராஜாங்க அளவில் எழுதப்படும் கடிதங்களில் பயன்படுத்தப் படும் மரியாதை நிமித்தமான சொற்களும் காணப்படவில்லை. வெளிவிவகார அமைச்சகத்தின் தூதர் என்ற முறையில் அலுவலக ரீதியாகக் கடிதத்தை எழுதாமல் மிரட்டும் வகையில், கடிதத்தை எழுதியதாகவே கருதவும் இடம் உண்டு. அதே நேரம் இந்திய அரசுக்கு சீனாவில் நிலையைத் தெளிவாக விளக்கும் வகையில் எழுதப் பட்டதாகவும் எடுத்துக்கொள்ளலாம். இரண்டாவதுதான் நோக்க மெனில் அது எதிர்பார்த்த பலனைத் தரவில்லை.

இந்தியாவிற்கான சீனத் தூதரை நேரில் வரவழைத்து கடிதத்தில் பயன்படுத்திய சொற்களுக்குக் கடுமையான கண்டனத்தைப் புதுடெல்லி தெரிவித்தது. பாரம்பரியப் பெருமை, கலாசாரப் பின்னணி மற்றும் மகாத்மா காந்தியின் உபதேசங்களைப் பின்பற்றுவதன் காரணமாக, உலகின் எல்லா நாடுகளையும் நேசத்துடன் நட்பு நாடாகவே இந்தியா கருதுகிறது என்றும் அவரிடம் தெரிவிக்கப்பட்டது.

1959-ல் நடைபெற்ற அயலுறவுக் கருத்துப் பரிமாற்றங்கள் திபெத் விவகாரத்தால் ஏற்பட்ட மனக்கசப்பை வெளிப்படுத்தியதோடு அதைக் கூர்மையடையவும் செய்தன. மேலும் இரு நாட்டு எல்லைகளில் நடந்த மாற்றங்கள் இரு நாட்டு ராணுவத்தையும் எதிரெதிரில் கொண்டுவந்து நிறுத்தின. சாங்போ மற்றும் மெக்மோகன் கோட்டுக்கு இடையே தெற்கு திபெத்தில் கெம்பா புரட்சியாளர்களை ஒடுக்கக் குவிக்கப்பட்ட சீன ராணுவம் அவர்கள் எல்லை தாண்டுவதையும், அகதிகள் நுழைவதையும் தடுக்க எல்லை நோக்கி முன்னேறியது. அதே சமயம் எல்லையின் எதிர்ப்புறத்தில் இந்திய ராணுவம் தனது ராணுவ முகாம்களை மெக்மோகன் கோட்டை நோக்கியும் சில இடங்களில் அதைத் தாண்டியும் நகர்த்தத் தொடங்கியது.

1914-ல் மெக்மோகன் கோடு தொடர்பாக ஆங்கிலேய - திபெத்திய அரசுகள் பரிமாறிக்கொண்ட குறிப்புகள் சட்டரீதியாகச் செல்லுபடி ஆகுமா என்பதே இந்தியா-சீனாவுக்கு இடையேயான பிரச்னை ஆகும். இந்தக் கோடு அதிகாரபூர்வமாக நிலத்தில் குறிக்கப்பட வில்லை என்பதை இருவருமே ஒப்புக் கொள்கின்றனர். இதன் நீளம் மற்றும் எளிதில் அணுக முடியாத மலை முகடுகள் பகுதிகள் வழியே ஊடுருவிச் செல்வதும் முக்கியக் காரணமாகும். மெக்மோகன் மூல வரைபடத்தில் '1 இன்ச் = 8 மைல்' என்ற கணக்கில் வரையப் பட்டுள்ளதும் சரியாக இருக்காது. இந்தியாவும் சீனாவும் கூட்டாக இணைந்து மெக்மோகன் கோட்டைத் நிலத்தில் குறிப்பதுதான் இதற்கான ஒரே தீர்வாகும்.

வரைபடத்தில் மிக உயரமாகக் குறிக்கப்பட்ட மிக்யிடுன் என்னும் கிராமம் திபெத்தியர்கள் புனித இடங்களுள் ஒன்று என்பதால் மெக்மோகன் கோடு அந்தப் பகுதி வழியே செல்லாமல் இருபது மைல் தள்ளி மாற்றப்பட்டது. 1959-ல் ராணுவப் பணிகளுக்காக இந்திய அரசு இப்பகுதியை மறு ஆய்வு செய்தபோது வரைபடத்தில் கண்டுள்ளபடி தெற்கே இரு மைல்களுக்கு அப்பால் இருப்பதற்குப் பதிலாகப் புவியியல் அமைப்பு காரணமாக மிக்யிடுனுக்குத் தெற்கே மிக அருகில் எல்லையை வரையறுத்து அங்கு ஒரு ராணுவ முகாமை அமைத்துக்கொண்டது. இந்தியப் பார்வையில் நடைமுறை சாத்தியம் சார்ந்த ஒரு தீர்மானம்தான் அது.

மெக்மோகன் கோடு தொடர்பாகச் செய்த இந்த மாற்றத்துக்கான காரணம் தெளிவாகச் சொல்லப்படவில்லை. மிக்யிடுனுக்குத் தெற்கே மேற்கு-கிழக்காக ஓடும் ட்சாரி ஆற்றை எல்லையாக நிர்ணயிக்க இந்தியா முடிவெடுத்திருக்கலாம். எல்லையை வகுக்கும்போது அது

இரு நாடுகளின் சம்மதத்துடன் இருக்க வேண்டியது அவசியம். இந்தியா தானாகச் செய்த எல்லை மாற்றத்தினால் லாங்ஜு என்ற கிராமத்தை இந்திய எல்லைக்குள் கொண்டுவந்துவிட்டது. ஆனால் இந்தியா தன்னிச்சையாக சீனாவின் பகுதிகள் என அதன் வரைபடங்களே தெளிவாகக் காட்டிய நிலையிலும், சீனாவின் ஒப்புதலோ, அனுமதியோ இன்றித் தனது ராணுவ முகாம்களை அங்கே நிறுவத் தொடங்கியது.

மேற்கூறிய நடவடிக்கைகளைத் தொடர்ந்து இந்தியா வெளிப்படை யாகவே செயல்படத் தொடங்கியது. 1959 செப்டம்பர் மாதம் நேரு மக்கள் அவையில் உரையாற்றுகையில் 'மெக்மொகன் கோடு தெளிவாக வரையறுக்கப்பட்ட எல்லையே. ஒரு சில பகுதிகளில் மட்டும், குறிப்பாக சுபன்சிரியில், ஆய்வுகளை மேற்கொண்டபோது அந்த எல்லை சரியானதாக இல்லை என்று தெரியவந்தது. எனவே இந்திய அரசு சில திருத்தங்களைச் செய்தது' என்றார்.91 மெக்மொகன் கோடு தொடர்பாக இந்தியா எல்லை மீறுகிறது என்று சீனா சொன்ன புகாரை நேரு மறுத்தார். அதேநேரம், ஒப்பந்த வரைபடத்தில் சொல்லியிருப்பதில் இருந்து மிக்யிடுன் பகுதியில் சிறிய மாற்றம் செய்யப்பட்டுள்ளது என்பதை ஒப்புக்கொண்டார். 'இந்தத் திருத்தமானது ஒப்பந்தத்தில் இருக்கும் எல்லையை பூகோள அமைவுக்கு நடைமுறைப்படுத்திய விஷயம் மட்டுமே. சர்வதேச விதிமுறைகளில் இதற்கு இடமுண்டு' என்று நேரு தனது செயலை நியாயப்படுத்தி சூ என் லாய்க்கு கடிதம் எழுதினார். சீனாவிடம் கலந்தாலோசித்திருந்தாலும் இந்த மாற்றம் செய்யப்பட்டிருக்க முடியும் என்று சொன்னார்.

மெக்மொகன் கோடு தொடர்பாக எந்தப் பேச்சுவார்த்தையும் கிடையாது என்பதில் தொடக்கம் முதலே உறுதியாக இருந்த இந்திய அரசு லாங்ஜு உள்படச் சில இடங்களில் கோடு குறித்த விவாதங் களுக்கு ஒப்புக்கொண்டது. பொதுவர் தீர்ப்பாயத்துக்கும் தனது சம்மதத்தைத் தெரிவித்தாலும் சில நிபந்தனைகளையும் நேரு விதிக்கத் தவறவில்லை. மெக்மொகன் கோட்டை சீனா அங்கீகரிப்பதுடன், மேற்குப் பிராந்தியத்தில் இந்தியா கோரும் எல்லையையும் சீனா ஏற்றுக் கொள்ளவேண்டும் என்றார். பிரச்னைக்கு உட்பட்ட சில விஷயங்களில் மட்டும் பூர்வாங்கப் பேச்சுவார்த்தைகளுக்குச் சீனா ஒப்புக் கொண்டாலும் அவை எல்லை தொடர்பான விரிவான பேச்சுவார்த்தைகளுக்கு வழிவகுக்க வேண்டும் என்பது சீனாவின் விருப்பம். ஆனால் இந்தியா இதற்கு உடன்படாததால் பூர்வாங்கப் பேச்சுவார்த்தைகள் இரு தரப்பாலும் முடக்கப்பட்டன.

வசதிக்கு ஏற்றவாறு மிக்யிடுன் பகுதியில் மெக்மொகன் கோட்டை இந்தியா மாற்றியதுபோல், வேறு சில இடங்களிலும் தாண்டியது. குறிப்பாக மிக்யிடுனுக்குக் கிழக்கே டமாடென்னிலும், கோட்டுக்கு மேற்கே கின்ஜேமனேவிலும் இந்தியா மேற்கொண்ட நடவடிக்கைகளே அடுத்த மூன்று ஆண்டுகளுக்குப் பிறகு எல்லைப் போருக்குக் காரணமாயின.

ஆனால், இப்போதைக்கு லாங்ஜு தான் பிரச்னைக்குக் காரணமாக அமைந்தது. ஆகஸ்ட் 25 ஆம் தேதி இந்திய ராணுவம் மிக்யிடுனுக்குத் தெற்கே ஊடுருவிச் சீனத் துருப்புகளின் மீது துப்பாக்கிச் சூடு நடத்தியதாகவும், தங்கள் வீரர்கள் திருப்பிச் சுட்டதாகவும் சீனா புகார் கூறியது. அடுத்த நாளே சீனாவின் புகாருக்கு இந்தியா பதிலடி கொடுத்தது. சீன ராணுவம் இந்தியப் பகுதிகளில் முதலில் ஊடுருவிச் சுட்டதால்தான் லாங்ஜு பகுதியிலிருந்து இந்தியர்கள் வெளியேற வேண்டிய கட்டாயம் ஏற்பட்டது என்பது இந்தியாவின் வாதம்.

அந்த அறிக்கையில், சீனா எல்லைப் பிரச்னையை வன்முறை மூலம் தீர்க்க முனைவதாகக் குற்றம்சாட்டியது. ‘எல்லை தாண்டி வருவோரைச் சுட்டுத் தள்ளுமாறு இந்தியா உத்தரவிட்டுள்ளதாக’வும் சீனாவை எச்சரித்தது. அது உண்மையில் பொய்யான பயமுறுத்தலே. எதிர் தரப்பில் நம்மைச் சுட்டால்தான் நாம் திருப்பிச் சுடவேண்டும் என்று உடனேயே இந்திய வீரர்களுக்கு உத்தரவிடப்பட்டது. இரு நாடுகளுக்கும் இடையே எல்லை தொடர்பாகக் கருத்துவேறுபாடுகள் இருக்கின்றன. இந்நிலையில் சீன வீரர்கள் தமது ஆளுகைக்குட்பட்ட பகுதியா நினைக்கும் இடத்தில் முகாமிட்டிருக்கிறார்கள். ஆனால், இந்தியப் பார்வையில் அவர்கள் அத்துமீறி வந்ததாகத் தோன்றக் கூடும். அதனால் அவர்கள் சுட ஆரம்பிக்கக்கூடும் என்று பீகிங் சுட்டிக்காட்டியது.

இந்தச் சூழலில் ராணுவ பலத்தை இந்தியா பயன்படுத்தும் என்னும் அச்சுறுத்தல் சர்வதேச சட்டத்துக்கு உட்பட்ட செயலல்ல. இது குறித்து ஒரு மூத்த அதிகாரி கூறுகையில் ‘அந்நிய நாட்டு அத்துமீறலை எதிர்த்துத் தனது எல்லைகளையும் ஆளுமைக்கு உட்பட்ட பகுதிகளையும் பாதுகாத்துக்கொள்ள ஒவ்வொரு நாட்டுக்கும் இறையாண்மை உரிமை உண்டு’. ஆனால், எல்லை அல்லது ஒரு பகுதி மீதான உரிமை தொடர்பான பிரச்னை நிலுவையில் இருப்பின் இறையாண்மையைக் காரணம்காட்டி ராணுவ நடவடிக்கை எடுக்க உரிமை கிடையாது. இந்த இடத்தில் கேள்வி என்னவென்றால், ஒரு எல்லைப் பிரச்னை எப்போது எல்லைப் பிரச்னையாக இல்லாமல் ஆகும்?

ஒரு நாடு அண்டை நாட்டினுள் அத்துமீற விரும்பினால் எல்லைப் பகுதியில் இருக்கும் இடங்களின் மீது பொய்யான உரிமையைக் கொண்டாடுவது வழக்கம். மெக்மோகன் கோடு மற்றும் மேற்குப் பிராந்தியத்தில் சீனா அப்படி நடந்துகொள்வதாக இந்தியா கருதியது. ஆனால் உண்மையான எல்லைப் பிரச்னை இருக்கும் இடத்தில் அதை மறுப்பதென்பதும் ஆக்கிரமிப்புச் செயல்பாடே. இந்தியா அப்படி நடந்துகொள்வதாக சீனா நினைக்க ஆரம்பித்தது.

லாங்ஜு விவகாரத்தை சீனா இந்தியத் தரப்பிலிருந்து முற்றிலும் எதிரான கோணத்தில் அணுகியது. சீனத் தாக்குதலை முதலில் தொடங்கவில்லை என்றும், இந்தியா அத்துமீறிச் சுட்டதாலேயே வேறு வழியின்றித் தங்களைப் பாதுகாத்துக் கொள்ள சீனா பதிலடி கொடுத்தது என்றும், தாக்குதலைச் சமாளிக்க முடியாமல் லாங்ஜுவிலிருந்து இந்தியப் படைகள் தாமாகவே விலகிக் கொண்டன என்றும் சொன்னது. இந்தியா மற்றும் சீனாவின் கூற்றுகளில் எது உண்மை என்று தெரியவில்லை. ஆனால், சம்பந்தப் பட்ட இரு நாடுகளில் ஏதோ ஒன்று தன் ராணுவ அதிகாரிகள் அளித்த தவறான தகவல்களை நம்பிச் செயல்பட்டிருக்கிறது என்பதுமட்டும் உறுதி. மெக்மோகன் கோட்டில் கின்ஜிமனே, தமதென் ஆகிய பகுதிகளில் இந்தியா தன் படை முகாமை அமைத்திருந்தது. சீனா அந்த இடங்களைத் தாக்கியிருக்கவில்லை. எனவே சீனா அத்துமீறி நடந்துகொண்டதாக இந்தியா சொல்லும் குற்றச்சாட்டை அது மறுதலிப்பதாகவே இருக்கிறது (இதைத் தொடர்ந்து இந்தியா, தமதென் பகுதியில் இருந்த தனது முகாமை அது சீனப் பகுதியில் இருப்பதாகச் சொல்லி விலக்கிக்கொண்டது). உறுதிப்படுத்தப்படாத எல்லைக்கோட்டுக்கு அருகே இரு நாடுகளின் ராணுவமும் எதிரெதிரில் அணிவகுத்து நிற்கும்போது, மோதல்களைத் தவிர்க்க முடியாது என்பதுதான் யதார்த்தம். இதுதான் லாங்ஜுவிலும் நடந்திருக்கவேண்டும்.

ஆனால், சீனாதான் அத்துமீறி நடந்துகொண்டுள்ளது என்ற எண்ணம் இந்தியாவில் சந்தேகத்துக்கு இடமின்றி உறுதியாக இருந்தது. இந்திய ஊடகங்களும் குறிப்பாக 'டைம்ஸ் ஆஃப் இந்தியா' பத்திரிகையும் இதையே பதிவு செய்தது. இந்த 'எல்லை அத்துமீறல்' எல்லையோரப் பகுதி மக்களின் தன்னம்பிக்கையைக் குலைக்கும் நோக்கிலேயே நடத்தப்பட்டுள்ளது. 'எல்லையில் உள்ள சிக்கிம், பூடான், நேபாளம், பர்மா ஆகியவை சீனாவின் ராணுவ பலத்தைக் கண்டு அஞ்ச வேண்டும். தங்களைக் காப்பாற்றும் சக்தியோ, திறனோ இந்திய ராணுவத்துக்குக் கிடையாது என்பதையும் உணர வேண்டும்'. இதுவே சீனாவின் திட்டம் என்று கட்டுரையை நிறைவு செய்திருந்தது.

எதிர்க்கட்சியாக இருந்த பிரஜா சோஷியலிஸ்ட் கட்சி சீனாவின் 'விரிவாக்க நடவடிக்கையை' கண்டித்தது. 'நட்பு, சகிப்புத் தன்மை, சக வாழ்வு ஆகிய உயரிய கொள்கைகளுக்கு முரணாக சீனா நடந்து கொள்கிறது' என்று குற்றம்சாட்டியது. 'இந்தியா இப்போது ஒரு புதிய அபாயத்தையும் புதிய சவாலையும் எதிர்கொண்டுள்ளது. அப்படி யான நெருக்கடிகளை வெற்றிகரமாக எதிர்கொள்வதன் மூலமே ஒரு நாட்டின் வளர்ச்சியும் ஆளுமைத்திறனும் அதிகரிக்கும்' என்று குறிப்பிட்டது. 'வடகிழக்குப் பிராந்தியத்தில் நமது ராணுவ பலத்தைச் சீனா பரிசோதித்துக் கொண்டிருக்கிறது' என்று ஒரு பத்தி எழுத்தாளர் குறிப்பிட்டார்.

இப்படியாக மெக்மொகன் எல்லைத் தகராறில் முதல் துப்பாக்கிச்சூடு 1959 ஆகஸ்ட் 25 அன்று நடைபெற்றது (ஒருவர் பலி, ஒருவருக்குக் காயம் என்று இந்தியத் தரப்பு சொன்னது). இதனைத் தொடர்ந்து லே பகுதிக்கு வட கிழக்காக மூன்று இடங்களில் ராணுவ முகாம்களை அமைக்க முடிவெடுத்தது. சீன வரைபடங்களில் காட்டப்பட்டிருக்கும் எல்லையில் இருந்து வெகுவாக உள்ளொடுங்கிய இடங்கள்தான் இவை. அவையேகூட இந்திய வீரர்களால் எளிதில் சென்றடைய முடியாதநிலையிலேயே இருந்தன. எனினும் அதன் WPS ராணுவ ரோந்துப் பணிகளை சாஞ்சென்மோ பள்ளத்தாக்கு மற்றும் லானக் கணவாய் வரை நீட்டிக்கவும் முடிவெடுத்தது.

ஏனைய முகாம்களை அமைத்த பிறகு சாஞ்சென்மோ பள்ளத்தாக்கு வரை 70 வீரர்களை உள்ளடக்கிய எல்லைப் பாதுகாப்பு வீரர்கள் ரோந்துப் பணியைத் தொடங்கினார்கள். ஆனால், சீன ராணுவம் அந்தப் பகுதியில் ஏற்கனவே தனது ராணுவ முகாமை நிறுவி இருப்பது கொங்கா கணவாயை எட்டிய பிறகே இந்திய வீரர்களுக்குத் தெரியவந்தது.

அக்டோபர் 20 அன்று இந்திய வீரர்கள் மூவரை சீனா கைது செய்தது. மறுநாள் இரு தரப்பினருக்கும் இடையே கடுமையான சண்டை மூண்டது. சீன அரசு 9 இந்திய வீரர்களைக் கொன்றதுடன், 7 பேரைக் கைது செய்தது. இந்தியாவின் தாக்குதலில் சீன வீரர்களுக்கும் காயம் ஏற்பட்டாலும் ஒருவர் மட்டுமே கொல்லப்பட்டார். இந்தச் சண்டை பற்றிய இரு தரப்புத் தகவல்களும் ஒன்றுக்கொன்று முரணாகவே இருந்தன.

மலை உச்சியிலிருந்து சீன ராணுவம் கடுமையாகத் தாக்கியதாக இந்திய ராணுவம் கூறியது. அங்கு சென்ற சிறிய சீன ரோந்துப் படையை இந்திய வீரர்கள் சிறைப்பிடிக்க முயன்றனர். துப்பாக்கியால் சுட்டனர். ஆனால், சீன வீரர்களால் அடித்து விரட்டப்பட்டார்கள்

என்று சீனா சொன்னது. சீனர்களால் பிடிக்கப்பட்ட இந்திய வீரர்களும் இதையே சொன்னார்கள். ஆனால், விடுவிக்கப்பட்ட பிறகு அவர்கள் தாம் சொன்னதை மறுத்துக் கூறினர். மிக நீண்ட விசாரணைக்குப் பிறகு அப்படிச் சொல்லும்படி நிர்பந்திக்கப்பட்டதாகக் கூறினர். லாங்ஜூவைப் போன்றே இங்கும் யார் சொன்னது உண்மைக்கு நெருக்கமானது என்பது தெரியவே இல்லை.

ஆனால், இந்தியாவில் இந்த சம்பவம் தொடர்பாக எந்த சந்தேகமும் இல்லை. அது இயல்புதானே. 'மிகக் கொடூரமான தாக்குதல்' என்று ஒரு செய்தித்தாள் அதைக் குறிப்பிட்டது. எந்தத் தூண்டுதலும் இல்லாமல் திட்டமிட்டு லாங்ஜூவில் சீனா தாக்குதல் நடத்தி முடித்த கையோடு இந்தத் தாக்குதலையும் நடத்தியிருப்பதைத் தொடர்ந்து இந்திய அரசியல் பிரதிநிதிகளின் சீன அவநம்பிக்கை வெளிப்படையான சீன விரோதமாக ஆனது.

இந்தியாவின் எல்லைக் கொள்கை வெளி விவகார அமைச்சகத்தின் அதிகாரிகளுடன் கலந்தாலோசித்து நேரு உருவாக்கியவையே. அதன் அடிப்படையில் மேற்குப் பிராந்தியத்தின் அதி உயர் பாழ்வெளிகளிலும், மெக்மொகன் கோட்டுக்குக் கீழேயுள்ள காடுகளிலும் ராணுவ ரோந்துகள் நடைபெற்றன. முகாம்களும் நிறுவப்பட்டன. சீனாவுடனான ராஜாங்க அளவிலான கடிதங்களில் அந்தக் கொள்கைகள் விவாதிக்கப்பட்டன. அவை நாடாளுமன்றத்தில் விவாதிக்கப்பட்டு உறுதி செய்யப்பட்டன. எல்லையில் மோதலாகத் தொடங்கிப் போராக வெடித்த நிகழ்வுகள் மக்களவையில் ஆசியாவின் இரண்டு பிரமாண்ட சக்திகளின் வார்த்தைப் போராக வெளிப்பட்டன.

~

1959-ல் நடைபெற்ற லாங்ஜூ மற்றும் கொங்கா கணவாய் மோதல்கள் மீதான விவாதங்கள் அடுத்த மூன்று ஆண்டுகளில் சுமார் நூறு மணி நேரத்துக்கும் மேலாக நடைபெற்றன. ஜவாஹர் லால் நேருவின் தார்மிக ஆளுமை அந்தப் நாடாளுமன்றத்தில்தான் வலுவிழந்துபோக ஆரம்பித்துப் பின்னர் இந்திய ராணுவத்தோடு சேர்ந்து வீழ்ச்சியைச் சந்தித்தது. இதற்கு இணையாக அதிகாரவர்க்கத்தைவிட சட்ட சபை வலுப்பெற ஆரம்பித்தது.

1959-ல் (1957 மற்றும் 1962 மக்களவைத் தேர்தல்களுக்கு இடைப்பட்ட காலத்தில்) காங்கிரஸ் கட்சி மொத்தம் 500 இடங்களில் 74% உறுப்பினர்களைப் பெற்றிருந்தது. எதிர்கட்சி அந்தஸ்துக்குக் குறைந்தபட்சம் 50 இடங்கள் தேவை என்பதால் தனிப்பட்ட எந்தக்

கட்சிக்கும் வாய்ப்பு கிடைக்கவில்லை. எதிர்க்கட்சி வரிசையில் கம்யூனிஸ்ட் கட்சி அதிகபட்சமாக 31 இடங்களைப் பெற்றிருந்தது. பிரஜா சோஷியலிஸ்ட் கட்சிக்கு 19 இடங்கள். புதிதாகத் தொடங்கப் பட்ட முன்னாள் கவர்னர் ஜெனரல் இராஜாஜியின் சுதந்திரா கட்சி, ஜனசங்கம் கட்சி, சோஷியலிஸ்ட் கட்சி, குடியரசுக் கட்சி ஆகிய வற்றைத் தவிர குறிப்பிடும்படியாகக் கட்சிகள் ஏதுமில்லை. மக்களவையில் பேசுவதற்கும், சலுகைகளைப் பெறுவதற்கும் சில கட்சிகள் கூட்டு சேர்ந்து கொண்டு இரட்டை இலக்கத்தைத் தொட்டன.

காங்கிரஸை எதிர்ப்போர், குறைந்த எண்ணிக்கையே என்றாலும், மிகச் சிறந்த பேச்சாளர்கள் எதிர்க் கட்சி வரிசையில்தான் இருந்தனர். பிரஜா சோஷியலிஸ்ட் தலைவர் ஆச்சார்ய கிருபளானி, அசோக் மேத்தா, சுதந்திரா கட்சியின் பேராசிரியர் ரங்கா, மினு மசானி, கம்யூனிஸ்ட் கட்சியின் பேராசிரியர் ஹிரண் முகர்ஜி, ஆங்கிலோ இந்தியப் பிரதிநிதியாக நியமிக்கப்பட்ட ஃப்ராங் ஆண்டனி ஆகியோர் தங்கள் வசீகர மற்றும் கருத்தாழம் மிக்க பேச்சுகளால் மக்களவையை அலங்கரித்தனர். பெரும்பாலான விவாதங்கள் ஆங்கிலத்தில்தான் நடைபெற்றன. ஆங்கிலம் தெரியாத அல்லது இந்தியில் மட்டுமே பேசுவேன் என்ற கொள்கைப்பிடிப்பு கொண்ட சில உறுப்பினர்களின் உரைகள் (மிக அரிதாகவே) இந்தியிலும் நிகழ்த்தப்பட்டன.

ஆளுங்கட்சி சார்பில் நேருவுக்கு மலைபோல் உயர்ந்து நின்றார். எழுபது வயது என்றாலும் மாடிப்படிகளில் இளைஞனைப் போல் துள்ளிக் குதித்தவாறு ஏறும் அளவுக்கு சுறுசுறுப்பானவர். முடிவுகளை எடுப்பதில் அல்லது தவிர்ப்பதில் தன் விருப்பம் போல் செயல்பட்ட நேரு நாடாளுமன்ற விவாதங்களில் குறிப்பாக வெளி விவகாரத் துறை தொடர்பானவற்றில் மறக்காமல் கலந்து கொள்வார். கேள்வி நேரம் ஒன்றைக் கூடத் தவற விடுவதில்லை. விவாதங்கள் செய்வதில் திறமையற்றவர். அவருடைய நீண்ட நெடிய உரைகள் பெரும்பாலும் தனக்குத் தானே பேசிக்கொள்வதுபோலவே இருக்கும். நேரு அவையில் அபரிமிதமான செல்வாக்குடன் இருந்தபோதிலும் அவருடைய உரைகளை 'குழந்தைத்தனமானது', 'கத்துக்குட்டித்தன மானது' என்று எதிர்த் தரப்பினர் வெளிப்படையாக விமர்சிப்பதுண்டு. அவருடைய ஆளுமைக்கு முழு மரியாதை உண்டு. சபாநாயகரைவிட அவருடைய குரலுக்கே அவை கட்டுப்படும். சபாநாயகரின் மன்றாடல்கள் புறமொதுக்கப்பட்டு அவையில் கூச்சல் குழப்பங்கள் உச்சத்தை எட்டும்போது நேருவின் குறுக்கீடே அவையில் அமைதியைக்கொண்டுவரும்.

ஆனால், நேருவின் ஆதிக்கம் முழு அளவிலானது அல்ல; அவையினரின் வேண்டுகோள்களுக்கு வளைந்துகொடுக்கும் அவருடைய இயல்பு,

குறிப்பாக காங்கிரஸுக்குள் அவருக்கு எதிராக மறைவாக ஆனால், வலிமையுடன் இருந்த குரலுக்கு விட்டுக்கொடுக்கும் தன்மையால் அவருடைய செல்வாக்கு மட்டுப்பட்டதாகவே இருந்தது.

அவையின் முன்வரிசையில் இருந்த உள்துறை அமைச்சர் பந்த், காந்தியவாதியும் நிதி அமைச்சருமான மொரார்ஜி தேசாய், பம்பாய் காங்கிரஸ் கட்சித் தலைவர் உணவு அமைச்சர் எஸ்.கே.பாட்டீல், இந்து மதத்தின் அடித்தட்டு சாதிகளின் பிரதிநிதியான ரயில்வே அமைச்சர் ஜெகஜீவன் ராம் ஆகியோர் பல விஷயங்களில் நேருவின் அணுகுமுறைக்கு எதிர் நிலையில் இருந்தனர். ஆனால், அவையில் அவரை எதிர்த்துப் பேசியதில்லை. அவையின் பின் வரிசையில் நிரம்பி வழிந்த உறுப்பினர்களிலும் நேருவின் கொள்கைகளுக்கு மாறான கருத்துக் கொண்டவர்கள் பரவலாக இருந்தனர். பெரிதும் அவர்கள் மவுனமாகவே இருப்பார்கள். ஆனால், நேருவை நேரடியாகத் தாக்கத் தயங்கிய காங்கிரஸ் தலைவர்களுக்கு எல்லை பிரச்னை அதற்கான துணிச்சலைத் தந்தது. தேசத்தின் பாதுகாப்பு, இறையாண்மை பற்றிப் பேசும்போது அவையின் முழு ஆதரவும் தமக்குக் கிடைக்கும் என்ற நம்பிக்கை அவர்களுக்கு வந்தது.

நேருவை நேரடியாகத் தாக்கவேண்டாம் என்று நினைத்தவர்களுக்கு நாடாளுமன்றத்தில் அவருக்கு நேர் பின்னால் அமர்ந்துகொண்டிருந்த பாதுகாப்பு அமைச்சர் கிருஷ்ண மேனன் இலக்கானார். மற்ற அமைச்சர்களைவிடவும் அவர்தான் நேருவுக்கு மிகவும் நெருக்கமானவர் என்பதுவேறு சக காங்கிரஸ் தலைவர்களின் பொறாமையைத் தூண்டிவிட்டது. அவர் கேரளத்தைச் சேர்ந்தவர் என்றாலும் தன்னுடைய அரசியல் வாழ்வின் பெரும் பகுதியை லண்டனில் கழித்தவர் என்பதால் கட்சிரீதியாக அவருக்குப் பெரிய ஆதரவில்லை. காங்கிரஸில் இடதுசரிச் சாய்வு கொண்டிருந்தவர்களே அவரைத் தமது தலைவர்போல் கருதினர். ஆனால் அந்த குழு மிகவும் பலவீனமானதாகவே இருந்தது. அவருடைய பலம், செல்வாக்கு என்பவையெல்லாம் நேருவிடம் அவருக்குள்ள நெருக்கம்தான். நேருவின் அரவணைப்பும், ஆதரவும் இருக்கும்வரை, காங்கிரஸுக்குள் இருக்கும் எதிரிகள் பற்றி எந்தவித பயமும் கொள்ளத் தேவையில்லை என்ற எண்ணத்துடன் இருந்தார் கிருஷ்ண மேனன்.

ஆனால் அவர் நாடாளுமன்றத்தில் தொடர்ந்து விமர்சிக்கப்பட்டு வந்தார். அக்சாய் சின் பகுதியில் சீனா போட்ட சாலை, லாங்ஜு துப்பாக்கி சூடு, ராணுவத் தலைமை தளபதி திம்மையாவின் ராஜினாமா முயற்சி ஆகியவை பாதுகாப்பு அமைச்சர் கிருஷ்ண மேனனின் பதவி விலகலுக்கு வழிவகுத்தன.

இந்திய சமூகம் பற்றிக் கறாரான, ஆழமான புரிதல் கொண்ட எழுத்தாளரான நிராத் சவுத்ரி நேருவிடம் ஒரு மிகப் பெரிய பலவீனம் இருப்பதாகக் குறிப்பிட்டிருக்கிறார்.

> அதாவது, தனது கட்சியின் மன உறுதி மிகுந்த சக தலைவர்களுக்கு எதிராக விமர்சனம் வரும்போது அவர்களுக்கு ஆதரவாகப் பேசும் குணம் நேருவுக்குக் கிடையாது. வலுவாக இருப்பதாக (பெரும் பாலும் அது தவறான கணிப்பாகவே இருக்கும்) அவர் நம்பும் பொதுக் கருத்துக்கு ஆதரவாக வளைந்துகொடுத்துவிடுவார். இந்தப் பிழையான கணிப்பு அவரிடம் வேறொரு தீய பின் விளைவையும் ஏற்படுத்தியது: தான் முன்னர் விமர்சித்த ஒரு விஷயத்தையே மனதாரப் பெரும் ஆர்வத்துடன் ஆதரிக்கத் தொடங்கிவிடுவார். உதாரணமாக, சீனா தொடர்பான இந்து எதிர்ப்பு உணர்வை மிகக் கடுமையாக விமர்சித்தவர் கடைசியில் விட்டுக் கொடுத்தபோது மிகுந்த உற்சாகத்துடன் அதைச் செய்தார்.

1959 நாடாளுமன்றக் குளிர்காலத் தொடரின்போது 'சீனாவுக்கு எதிரான போக்கு' வலுவடையத் தொடங்கியது. அரசின் சீனக் கொள்கைக்கு எதிரான விமர்சனங்கள் பெருகத் தொடங்கவே அது மெள்ளத் தன் இலக்குகளை விரித்துக்கொள்ள ஆரம்பித்தது. வலதுசாரி சக்திகளுக்கு இணையாக கம்யூனிஸம் சாரா இடதுசாரிகளிடமிருந்தும் வந்த கடுமையான எதிர்ப்பு நேருவின் அணி சேராக் கொள்கை, பொருளாதாரக் கோட்பாடுகள், உள் நாட்டுக் கொள்கைகள், வெளி விவகாரக் கொள்கை என அனைத்தையும் விமர்சிக்கத் தொடங்கியது.

சீனாவுடனான எல்லைப் பிரச்னை, இந்திய அரசு அதைக் கையாண்ட விதம் இவையெல்லாம் எதிர்கட்சிகளின் பிற அனைத்துவகையான விமர்சனங்களுக்கு மறை கண்ணடியாக அமைந்தன. எல்லாக் கொள்கைகள், அணுகுமுறைகள், தலைவர்கள் எல்லாம் கேள்விக்கு உட்படுத்தப்பட்டன. நேரு முன்னெடுத்த சமூகப் பொருளாதாரச் சீர்திருத்தமே எதிர்ப்பாளர்களின் உண்மையான இலக்காக இருந்தது (அதை அவர்கள் முன்பே பெருமளவுக்கு முடக்கியும் இருந்தார்கள்) என்று குணார் மிர்டால் சொன்னது ஒருவகையில் சரிதான் போலிருக் கிறது. எல்லைப் பிரச்னை அவர்களுக்கு நல்ல துருப்புச் சீட்டாக அமைந்தது. நேருவை விமர்சித்தவர்கள் இப்படிப் பயன்படுத்திக் கொண்டதைப் பார்த்தே நேருவுக்கு சீனர்கள் மீது வருத்தம் அதிகரித் திருக்கும். அவர்கள்தான் இந்த பிரச்னைக்கு முழுக் காரணம் என்று அவர் கருதினார்.

1959 வாக்கில் இந்தியாவில் சீனாவுக்கு எதிரான மன நிலை வலுவாக இருந்தது. அதன் அர்த்தம் என்ன? இது தொடர்பாக மைர்டல் ஒரு முக்கியமான கேள்வியை எழுப்புகிறார்.

சீனர்களுக்கு எதிரான இந்த மனநிலை மாற்றம் மிகச் சிறிய மேல் தட்டு மக்களின் மனதில் மட்டுமே ஏற்பட்டிருந்தது. இந்தியாவிலும் தெற்கு ஆசியாவிலும் கூட இந்த வர்க்கத்தினரை 'மத்திய வர்க்கம்' என்றே அடையாளப்படுத்துகிறார்கள். இவர்களது கருத்துகளே 'பொது மக்களின் கருத்துக்களாக' முன்வைக்கவும்படுகின்றன. பெரும்பான்மை மக்கள் இதுபோன்ற அரசியல் விவகாரங்களில் ஈடுபடுவதில்லை; போராட்டங்கள், கலவரங்கள், வேலை நிறுத்தங்கள் ஆகியவற்றில் பங்கேற்பார்கள்; அல்லது தேசியப் பிரச்னைகள் எதிலும் தொடர்பில்லாத வாக்குறுதிகளினால் ஏமாற்றப்படும் வெறும் வாக்காளர்களாக இருப்பார்கள்.

எல்லை பிரச்னை தொடர்பாக 'மக்கள் கருத்தாக' முன்னெடுக்கப் பட்டவை இந்தியாவில் ஆழமாக ஊடுருவவில்லை. இவை முதலில் நாடாளுமன்றத்திலும் பின்னர் செய்தித்தாள்களில் குறிப்பாக ஆங்கிலப் பத்திரிகைகளிலும், நகரப் பகுதிகளிலும் மட்டுமே விவாதிக்கப்பட்டன. சீனாவுடனான மோதல் முற்றி எல்லையில் சண்டையாக மாறிய பிறகே நடுத்தர வர்க்கத்தினரைத் தாண்டி இந்தியா முழுவதும் வேகமாகப் பரவியது என்று மைர்டால் குறிப்பிட்டிருக்கிறார்.

ஆகஸ்ட் வாக்கில் நிலைமை சூடுபிடிக்கத் தொடங்கியது. சீன ராணுவம் மெக்மொகன் கோட்டருகே குவிக்கப்பட்டது தொடர் பாகப் பல கட்டுரைகளைப் பத்திரிகைகள் வெளியிட்டன. இந்திய வர்த்தகர்கள் திபெத்தில் சந்திக்கும் பிரச்னைகளுடன், சிக்கிம், பூட்டான், லடாக், வட கிழக்கு எல்லைப் பகுதிகளை 'விடுவிப்பது' பற்றிய சீனாவின் அறிக்கை ஆகியவை மீதான விவாதங்கள் இரு அவைகளிலும் நடைபெற்றன. உறுப்பினர்களின் கேள்விகளைத் தொடர்ந்து 'பூடானுக்குத் தேவையான ராணுவ ஆதரவை வழங்க வேண்டியது இந்தியாவின் பொறுப்பு' என நேரு அறிவித்தார். ஆனால் பூட்டான் பிரதமரோ 'இந்தியாவின் பாதுகாப்பு வளையத்தில் பூட்டான் இல்லை என்றும், இந்திய - பூட்டான் ஒப்பந்தத்தில் பூட்டானுக்கான பாதுகாப்பு குறித்த எந்த அம்சமும் இடம் பெறவில்லை' என்று மறுத்துப் பேசினார். ஆகஸ்ட் 24 அன்று 'இந்தியாவுக்கு எதிரான சீன கம்யூனிஸ்ட்களின் அபாயகரமான போக்கு' குறித்து விவாதிக்க மக்களவையில் பிற விஷயங்களை ஒத்திவைத்து அவசரத் தீர்மானம் தாக்கலானது.

இந்தக் காலகட்டத்தில் நேருவின் மனநிலை இந்திய சீன உறவு தொடர்பாக நம்பிக்கை மிகுந்ததாகவும் நிதானமானதாகவுமே இருந்தது. திபெத்தில் சீனா செய்த செயல்கள் தொடர்பாக இந்தியாவில் எழுந்த எதிர்ப்புகள், இந்தியா தொடர்பாக சீனா எடுத்துவரும் நடவடிக்கைகள் பற்றிய பதற்றம் ஆகியவற்றை நேரு

புரிந்துகொண்டு அவற்றுக்கு ஆதரவாகவே இருந்தார். எனினும் மே மாதம் சட்ட சபையில் பேசுகையில், 'நீண்ட மற்றும் குறுகிய நோக்கில் எப்படி எடுத்துக் கொண்டாலும் பாரம்பரியப் பெருமை மிக்க இரு நாடுகளான இந்தியாவும், சீனாவும், நட்பு நாடுகளாக, ஒற்றுமையாக இருக்க வேண்டியது அவசியமாகும். ஒரே பாதையில் இணைந்து செல்லாவிட்டாலும் பரவாயில்லை. இருவரின் செயல் பாடுகளும் வேறாக இருந்தாலும், நேருக்கு நேர், எதிர் எதிரே பகை உணர்வுடன் பயணிக்க வேண்டாம். இது இரு நாடுகளுக்கும் நல்லதல்ல' என்றார்.

1959 ஆகஸ்ட் வரை சீனாவுடனான எல்லைத் தகராறு, அக்சாய் சின்னில் சீனா போட்ட சாலை, எல்லை ஒப்பந்தம் குறித்த சீனாவின் எதிர்ப்பு ஆகியவை பற்றி நாடாளுமன்றத்தில் நேரு வாயே திறக்கவில்லை. மிக மிக ரகசியமாகவே வைத்திருந்தார். சீன எல்லைப் பிரச்னை பற்றி உறுப்பினர்கள் கேள்வி கேட்ட போது, உண்மைத் தகவல்களைக் கூறாமல் மறைத்தார் என்பதுடன், நாடாளுமன்றத்தையும் நேரு தவறாக வழிநடத்தினார்.

அஸ்ஸாம் மாநில எதிர்க்கட்சித் தலைவர் கேட்ட கேள்வி கவனிக்கத் தக்கது: 'மெக்மோகன் கோடு சர்வதேச எல்லைக் கோடு அல்ல. பிரிட்டிஷ் அரசு உருவாக்கிய கோட்டைச் சீன அரசு அங்கீகரிக்காத நிலையில் கோட்டை மீண்டும் வரைய வேண்டியது அவசியம் என்று இந்திய அரசிடம் சீனா கோரிக்கை வைத்தது உண்மையா?' என்று கேட்டார். சூ என் லாய் ஜனவரியில் எழுதிய முதல் கடிதத்தின் சாராம்சம் இதுவே. ஆனால் நேருவோ 'அது மாதிரி எந்தக் கடிதமும், இப்போதும் சரி, முன்பும், கிடைக்கவில்லை' என்று பதிலளித்தார். ஆகஸ்ட் 28 அன்று அனைத்தும் வெட்ட வெளிச்சமானது.

மூன்று நாட்களுக்கு முன்பு லோங்ஜூவில் நடைபெற்ற நிகழ்வுகளும், அக்சாய் சின் பகுதியில் சீன அரசு சாலை அமைத்ததும் ஆகஸ்ட் 28 காலைப் பத்திரிகைகளில் வெளியாயின. இரு அவைகளிலும் அமளி ஏற்பட்டது. மேற்கூறியவை குறித்த விரிவான அறிக்கையை அரசு சமர்ப்பிக்கவேண்டும் என்றும் நேரு விளக்கம் அளிக்கவேண்டும் என்றும் உறுப்பினர்கள் கூச்சலிட்டனர். 'ஆமாம். லடாக் பகுதியின் வட கிழக்கு மூலையில் சீனா சாலை அமைத்திருப்பது உண்மைதான்' என்று எந்தச் சலனமும் இல்லாமல் அமைதியாகப் பதிலளித்த நேரு தகவல் அரசுக்குக் கிடைத்த விவரத்தையும் விளக்கினார்.

'மேற்குப் பிராந்தியத்தில் அதிகாரபூர்வ எல்லையை யாருமே வரையறுக்கவில்லை. அப்போதைய அரசு அங்கு விரிவான நில

அளவைகள் செய்து ஓர் எல்லையை வகுத்துக்கொடுத்துள்ளது. அதை நாம் அப்படியே ஏற்றுக்கொண்டு அங்கீகரித்துள்ளோம்' என்று சொன்னார். மேற்குப் பிராந்திய விஷயத்தில் இப்படி அடக்கி வாசித்தவர், 'ஓரிரு இடங்களில் சீனாவின் அத்துமீறல்களும், ஆக்கிரமிப்புகளும் நடைபெற்றன என்பதும் நிஜம்' என்றும் கூறியுள்ளார். லாங்ஜு நிகழ்வுகள் குறித்து சீன அரசுக்கு அவர்களது வீரர்களே வித்யாசமான செய்தியைத் தெரிவித்துள்ளனர். நான் நம் ராணுவத்தை நம்புகிறேன்' என்று கூறியுள்ளார்.

சிறு சிறு பிரச்னைகளும் மோதல்களும் பேச்சுவார்த்தைகள் மூலம் தீர்க்கப்படவேண்டும். 'ஒரு மைல் இந்தப் பக்கமா அந்தப் பக்கமா என்பதுதான் நீண்டகாலமாக இருந்துவரும் எல்லைப் பிரச்னையாக இருக்கிறது. எங்களைப் பொறுத்தவரை நாங்கள் செய்தது சரியே. எதிர்த் தரப்புடன் அமர்ந்து விரிவாகப் பேசி தீர்வுக்கு வருவோம்' என்றார். ஆனால், 'சீனா நூற்றுக்கணக்கான மைல்கள் இந்தியப் பகுதிக்குள் ஊடுருவித் தங்கள் வரைபடத்தில் அவற்றைச் சீன ஆதிக்கத்தில் உள்ள பகுதிகளாக வண்ணத்தில் தீட்டி உள்ளது. இதை நிச்சயம் ஏற்றுக் கொள்ள முடியாது. இது அப்பட்டமான அத்துமீறல் என்பதால், இது தொடர்பான எந்தப் பேச்சுவார்த்தைக்கும் இந்தியா தயாராக இல்லை' என்றார் நேரு.

சில நாள்கள் கழித்து மக்களவையில் நேரு சமர்ப்பித்த முழுமையான அறிக்கையின் முக்கிய அம்சங்கள் பின்வருமாறு:

லாங்ஜு பகுதியில் முதலில் அத்துமீறி நுழைந்து இந்தியாதான் என்ற சீனாவின் கருத்து அந்த அறிக்கையில் இடம் பெற்றது. இந்தக் கிராமமோ அந்தக் கிராமமோ, இந்தச் சிறிய நிலப்பரப்போ அந்தச் சிறிய நிலப்பரப்போ, அது நமது எல்லைக்குள் இருக்கிறதா அல்லது அவர்களது எல்லைக்குள் இருக்கிறதா என்பதுதான் முக்கியப் பிரச்னை. இது போன்ற சிறு தகராறுகள், இரு பெரிய நாடுகள் அல்லது இரு சிறு நாடுகளுக்கு இடையே ஏற்படுவது அபத்தம். இந்தப் பக்கமோ அந்தப் பக்கமோ, இன்னும் குறிப்பாக யாருமே வசிக்காத உயர்ந்த மலைகளின் மீதுள்ள இரண்டு மைல் பரப்பளவுள்ள பகுதி யாருக்குச் சொந்தம் என்று முடிவெடுக்கச் சண்டையில் ஈடுபடத் தேவையில்லை. ஆனால் தேசத்தின் கௌரவம், கண்ணியம், பெருமை ஆகியவை உள்ளடங்கி இருப்பின், அதை வெறும் இரு மைல் பரப்பரளவுள்ள பகுதி என்று ஒதுக்கித் தள்ளிவிட முடியாது. அது நாட்டின் மானம் மற்றும் சுய மரியாதை தொடர்பானவை என்பதாலேயே இவ்வாறு நடைபெறுகிறது என்பதைப் புரிந்து கொள்ளவேண்டும். இரு நாடுகளின் மரியாதையும் கௌரவமும் அடங்கி இருப்பதால் ஆயுதம் ஏந்துவதைத் தவிர்த்து வேறெந்த

வகையிலும் பிரச்னையைத் தீர்க்க வழியில்லை என்ற அளவுக்குச் செல்ல எனக்கு உடன்பாடு இல்லை.

அதேசமயம் சீன அரசு இந்தியாவின் வட கிழக்கு எல்லை பிராந்தியத்தின் பாதிப் பகுதி, அஸ்ஸாமின் மூன்றில் ஒரு பகுதி, பூட்டானில் ஒரு பகுதி ஆகியவற்றை சீனாவின் பகுதிகளாக வண்ணமிட்டு வரைபடங்கள் வெளியிடுவதும் தவறு.

ஆனால், மெக்மொகன் கோட்டை சீனா ஒருவகையில் ஏற்றுக் கொண்டிருக்கும்நிலையில் மெக்மொகன் கோடு தொடர்பான எந்தக் கேள்விக்கும் பதிலளிக்கப் பேச்சுவார்த்தைகளுக்குத் தயார். வரைபடத்தில் இந்தக் குன்று இங்கே உள்ளதா, சிறிய இடம் அங்கே இருக்கிறதா உள்ளிட்ட சின்னச் சின்னத் திருத்தங்களை ஆதாரங்கள் அடிப்படையில் பேச்சுவார்த்தைகள் மூலம் தீர்த்துக் கொள்ளலாம். ஆனால், இப்படியான பெருமளவு நிலப்பரப்பை உரிமை கொண்டாடக்கூடாது. குறிப்பிட்ட விஷயத்தில் இரு நாடுகளுக்கும் கருத்து வேறுபாடு இருப்பின் நடுவர் தீர்ப்பாயத்துக்கும் ஒப்புக் கொள்கிறேன். நான் செய்வதே சரி, அடுத்தவர்தான் தவறு, என்று சொல்ல மாட்டேன். ஆனால், மெக்மொகன் கோட்டை நாங்கள் மதித்து ஏற்றுக் கொள்வதுபோல் சீனாவும் ஏற்றுக்கொள்ளவேண்டும்.

'மேற்குப் பிராந்தியத்தைப் பொறுத்தவரை லடாக் பகுதி சற்று வித்யாசமானது. மெக்மொகன் கோடு அதுவரை நீளவில்லை. 1842-ல் குலாப் சிங் மற்றும் திபெத்தியர்கள் செய்து கொண்ட ஒப்பந்த அடிப்படையில்தான் அந்த எல்லை தீர்மானிக்கப்பட்டது. அந்த ஒப்பந்தத்தில் சீன மன்னரும் அங்கமாக இருந்தார் என்ற தவறான செய்தியும் அப்போது பரவியது. அப்போதும் சரி, இப்போதும் சரி, யாருமே அதன் உண்மைத்தன்மையை எந்தக் காலத்திலும் எதிர்க்கவில்லை' என்றார் நேரு.

திபெத்துடனான லடாக்கின் உண்மையான எல்லையை யாருமே துல்லியமாக வரையறுக்கவில்லை. அங்கே பணி நிமித்தம் சென்ற ஆங்கிலேய அதிகாரிகள் கொஞ்சம் வரையறுத்தனர். ஆனால், அவர்கள் முறையாக நில ஆய்வை மேற்கொண்டார்களா என்பது சந்தேகமே. அவர்கள் வரைந்த கோடு நமது வரைபடத்திலும் உள்ளது. அங்கு யாருமே வசிப்பதில்லை. எனவே, இது மிகப் பெரிய வித்தியாசத்தையும் ஏற்படுத்தவில்லை. அதுபற்றி யாரும் கவலைப்படவும் இல்லை.

நேரு அப்போது நாடாளுமன்றத்தில் மேற்குப் பகுதி பற்றிப் பேசியது மிகவும் குழப்பம் நிறைந்ததாக இருந்தது. தான் சொல்வது தொடர்பாக நிறைய சந்தேகமே இருந்தது.

அது மிகவும் சிக்கலானது. ஆனால், லடாக்கை வித்தியாசமான பகுதியாகத்தான் பார்க்கிறோம். மெக்மோகன் கோட்டைப் போன்று லடாக் எல்லை தெளிவாக இல்லை. ஆனால் அக்சாய் சின் பகுதி சந்தேகத்துக்கு இடமின்றி வரைபடங்களில் இந்திய எல்லைக்குள் தான் இருக்கிறது. ஆனால், வேறு பகுதிகளுடன் ஒப்பிடுகையில் இதை வித்தியாசமாகவே பார்க்கிறேன். அதன் எந்தப் பகுதி நமக்குச் சொந்தம், எந்தப் பகுதி மற்றவர்களுக்குச் சொந்தம் என்பது விவாதத்துக்கு உரியதாகும்.

இன்று நேற்றல்ல சற்றேறக்குறைய நூறு ஆண்டுகளுக்கும் மேலாகப் பிரச்னைக்குரிய ஒரு விஷயத்தை நான் மட்டுமே சரி செய்ய இயலாது என்பதை இந்த அவை முன்பாக ஒப்புக்கொள்கிறேன். இந்தப் பகுதியின் உரிமை யாருக்கு உள்ளது என்பதுதான் பிரச்னை. இந்தப் பகுதியில் எது நமக்குச் சொந்தம், எது நமக்குச் சொந்தமில்லை என்று என்னால் கூற முடியாது. பதிவு செய்ய வேண்டிய முக்கிய கருத்து என்னவெனில் அந்த எல்லைப் பகுதி வரையறுக்கப்படவில்லை என்பதுடன் உரிமைச் சிக்கல் நிறைந்தும் காணப்படுகிறது.

அக்சாய் சின் பகுதியில் சீனா அமைத்துள்ள சாலையை 'வெடி வைத்துத் தகர்க்கவேண்டும்' என்ற கோரிக்கைகளை மறுதலித்துப் பேசிய நேரு அந்தப் பகுதி மீது யாருக்கு உரிமை இருக்கிறது என்பதில் நிச்சயம் சந்தேகம் இருப்பதாகச் சொன்னார். ஆனால், பீகிங்குக்கு அனுப்பிய கடிதத்தில் இதுபோன்ற திறந்த மனதின் தடயம் எதுவுமே தென்படவில்லை. அக்சாய் சின் நீண்ட காலமாகவே இந்திய எல்லைக்கு உட்பட்ட பகுதியாகவே இருந்து வருகிறது என்றும் மேற்குப் பிராந்தியத்தில் இந்தியா உரிமை கோரும் எல்லை மற்றும் மெக்மோகன் கோடு ஆகியவை 'இந்தியாவின் வரலாற்றுச் சிறப்பு மிக்க எல்லைகளாகவே' இருந்துவந்துள்ளன என்றும் கூறியுள்ளார்.

மேற்குப் பிராந்திய எல்லை குறித்து நேருவுக்கு இருந்த சந்தேகங்கள் விரைவிலேயே மறைந்தன. வெளி விவகார அமைச்சகத்தின் வரலாற்றுத் துறை இயக்குனர் டாக்டர் எஸ் கோபால் லண்டனில் இருந்து திரும்பியவுடன் முற்றிலுமாக மாற்றிக் கொண்டார். இவர் மூத்த அதிகாரியாகப் பதவி வகிக்காவிட்டாலும், நேருவால் பெரிதும் மதிக்கப்பட்டவர் (இவர் அப்போதைய குடியரசுத் துணைத் தலைவர் டாக்டர் எஸ் இராதாகிருஷ்ணனின் மகன் என்பதும் குறிப்பிடத்தக்கது). லண்டனில் இருந்த இந்திய அலுவலகம் மற்றும் வெளிவிவகார அலுகலங்களில் உள்ள ஆவணக் கோப்புகளிலிருந்து இந்தியாவின் வடக்கு எல்லை குறித்த முழுமையான தகவல்களைத் திரட்ட லண்டனுக்கு அனுப்பி வைக்கப்பட்டார். சமகால அரசியல்

கருத்துகளைக் கவனத்தில் கொள்ளாமல், வரலாற்றுச் சான்றுகளுடன் வரவேண்டும் என்பதே நேரு அவரிடம் வெளிப்படையாகக் கேட்டுக் கொண்ட விஷயம்.

1959 நவம்பரில் தனது அறிக்கையை நேருவிடம் சமர்ப்பித்த கோபால் அக்சாய் சின் பகுதிமீது சீனாவை விடவும் இந்தியாவின் உரிமைக் கோரிக்கை நியாயமாகவும் வலுவாகவும் இருப்பதாகத் தெரிவித்தார். அதை உறுதிப்படுத்த லண்டனில் திரட்டிய ஆதாரத்தையும் காட்ட நேருவும் ஒப்புக்கொண்டார். மெக்மோகன் கோட்டை மறுபேச்சு வார்த்தைகளுக்கு உட்படுத்தக்கூடாது என்ற இந்திய அரசின் நீண்ட காலக் கொள்கையை 1954-ல் நேரு ஏனைய வடக்கு எல்லைகளுக்கும் விரிவுபடுத்தியதுடன் 'யாருடனும் இது குறித்த விவாதங்கள் நடைபெறாது' என்று மீண்டும் தெளிவுபடுத்தினார். மேற்குப் பிராந்தியத்தில் இந்தியாவின் உரிமை குறித்துத் தொடக்கத்தில் சந்தேகங்களுடன் இருந்த நேருவுக்கு லண்டனில் இருந்து கோபால் ஆதாரங்களுடன் சமர்ப்பித்த முழுமையான அறிக்கையைப் படித்த பிறகு உரிமையோ சொந்தமோ கொண்டாடுவதில் எந்தத் தவறும் இல்லை என்ற முடிவுக்கு வந்தார்.

கோபால் சமர்ப்பித்த ஆய்வறிக்கையின் அடிப்படையில் சீனா தொடர்பான இந்தியாவின் கொள்கை முடிவுகளை எடுத்ததில் நேருவின் கேபினட் அமைச்சர்களுக்கும் ஆலோசகர்களுக்கும் சில நெருடல்கள் இருந்தன. வெளிவிவகாரம் தொடர்பான கேபினெட் அமைச்சர்களின் குழுவினருக்கு சீனாவுடனான பிரச்னை தொடர்பான தகவல்களை நேரு தொடர்ந்து தெரிவித்து வந்தார். கோபாலும் தனது ஆய்வறிக்கையின் முக்கிய அம்சங்களைக் குழு உறுப்பினர்களுக்கு விளக்கினார். இந்தக் குழுவில் பிரதமர் நேரு, உள்துறை அமைச்சர் பந்த், நிதி அமைச்சர் மொரார்ஜி தேசாய், பாதுகாப்பு அமைச்சர் வி கே கிருஷ்ண மேனன், தொழில் - வர்த்தக அமைச்சர் லால் பகதுர் சாஸ்திரி, சட்ட அமைச்சர் ஏ கே சென் ஆகியோர் அங்கம் வகித்தனர்.

கோபாலின் அறிக்கையை கிருஷ்ண மேனன் ஏற்றுக் கொள்ள மறுத்தார். எல்லை தொடர்பான விவகாரங்களில் சுமுகமான தீர்வு ஏற்பட வரலாற்று ஆய்வுகள் மேற்கொள்வது சரியான அணுகுமுறை அல்ல என்றும் அரசியல் தீர்வே நிரந்தரம் என்றும் தெரிவித்தார். இதே கருத்தை மற்ற உறுப்பினர்களும் கோபாலிடமே தெரிவித்ததுடன், வரலாற்று நிபுணரல்லாத நேருவும் வரலாற்று நிபுணரான கோபாலும் அரசைத் தவறாக வழிநடத்திச் செல்வதாகவும் குறை கூறினார்கள். நியாயமாகப் பார்த்தால் இந்தக் கருத்தைச் சொல்ல வேண்டியது நேருவிடமே தவிர எந்த அதிகாரமும் பொறுப்பும் இல்லாத கோபாலிடம் அல்ல. ஆனால், நேருவிடம் உண்மை நிலையைத்

தெளிவுபடுத்துவதுடன், அவரது கருத்தில் முரண்படுவதாகவும் கூறும் துணிச்சல் கேபினெட் அமைச்சர்கள் யாரிடமும் இல்லை.

சீனாவுடன் சுமுக ஒப்பந்தம் செய்துகொண்டு நிரந்தரத் தீர்வு காண நேரு விரும்பியிருந்தால் கோபாலிடம் அது பற்றி விவரமாகத் தெரிவித்திருப்பார். அதற்கேற்ற வகையில் கோபாலும் மேற்கு எல்லையில் இணக்கமாகச் செல்வதற்கு ஏற்றவகையில் வரலாற்று ஆதாரங்களையும் சமர்ப்பித்திருப்பார். மெக்டொனால்ட் மெகார்ட்டினி எல்லைக்கோடு *(1899)* ஏற்கெனவே அந்த நோக்கத்தைப் பூர்த்தி செய்யும்வகையில் கைவசமிருக்கத்தான் செய்தது. ஆனால், எல்லைப் பிரச்னையில் சர்வாதிகார தொனியில் நடக்கத் தொடங்கியிருந்ததாக சீனா மீதான சந்தேகங்கள் வலுக்கவே நேருவின் கருத்துகளில் மாற்றம் தெரிந்தது.

செப்டம்பரில் நடைபெற்ற நாடாளுமன்றக் கூட்டத்தில் உரையாற்றிய நேரு 'இரு நாடுகளுக்கு இடையேயான நல்லுறவுக்கு அடிப்படை ஒருவரை ஒருவர் சமமாக மதிக்கவேண்டும் என்பதே. நீங்கள் வலிமை இல்லாதவராக இருந்தாலோ, உங்களை வலிமை அற்றவராகக் குறைத்து மதிப்பிட்டாலோ, இயற்கையான நட்பு நிலவாது. வலிமையான மற்றும் வலுவற்ற குறைந்தவர்களுக்கு இடையே, குறிப்பாகச் சீண்டிப் பார்க்கும் நபருக்கும், சீண்டுவதை மௌனமாக ஏற்றுக்கொள்ளும் நபருக்கும் இடையே நட்பு நீடிக்காது. இரு நபர்களும் சம பலத்தில் இருந்தால் மட்டுமே, நட்புறவு சாத்தியம். நாடுகளுக்கும் இந்த விஷயம் பொருந்தும்' என்றார்.

எல்லை குறித்து இரு நாடுகளும் பரிமாறிக்கொண்ட கடிதங்களில் சீனா நட்புக்கான இலக்கணங்களை நிறைவு செய்யவில்லை என்றும், அதற்கு மாறாகத் தனது அதிகாரத்தை நிலைநாட்டவும், இந்தியா மீதான ஆதிக்கத்தைச் செலுத்தவும் எல்லைப் பிரச்னையைப் பயன்படுத்துவதாக நேரு கூறினார். சில நாள்கள் கழித்து 'சீனாவில் இப்போது என்ன நடக்கிறது தெரியுமா? கடுமையான சொற்களைப் பயன்படுத்த விரும்பவில்லை. ஆனால் அதிகார மமதையையே மொழியிலும், நடத்தையிலும், இன்னும் பல்வேறு வகைகளிலும் சீனா வெளிப்படுத்திவருகிறது. சீனா நம்மை வம்புக்கு இழுக்கிறது' என்று முன்பு கூறிய குற்றச்சாட்டை மீண்டும் நேரு உறுதிப்படுத்தினார்.

நேருவின் முந்தைய பேச்சுகளுடன் ஒப்பிடுகையில் மேற்கூறிய கருத்துகள் முற்றிலும் மாறியிருப்பதைக் காணலாம். எல்லைப் பிரச்னை ஒரு நாட்டின் பெருமையை முடிவு செய்யாது என்று பேசியவர் இப்போது அதில்தான் அனைத்தும் அடங்கி இருக்கிறது என்கிறார். இந்தியாவின் ரத்தத்திலும், நாடி, நரம்பிலும், பாரம்பரியப் பெருமையாகவும், நாகரிகத்தின் சின்னமாகவும், மணிமகுடமாகவும்

விளங்கும் இமயமலையை, இந்தியா பரிசாகக் கொடுக்க வேண்டுமென சீனா விரும்புவதாகத் தெரிவித்தார். இந்தக் கருத்தைப் பதிவு செய்ததன் மூலம் இன்றைக்கு மட்டுமின்றி என்றைக்குமே சீனாவின் கோரிக்கையை இந்தியா ஏற்றுக் கொள்வதோ, தாரை வார்த்துக் கொடுப்பதோ, எந்தச் சூழலிலும் முடியாத செயல் என்பதையும் திட்டவட்டமாகத் தெளிவுபடுத்தினார். ராணுவம், அதிகாரம், ஆணவத்தின் உச்சத்தில் சீனா நிதானம் இழந்து பேசுவதாகவும் குற்றம் சாட்டினார்.

நேருவின் மனம் திறந்த பேச்சு எந்த அளவுக்கு அவரது உள்ளம் புண்பட்டிருக்கும் என்பதை உறுதிப்படுத்தியது. உலகளவில் இந்தியாவிற்கான முக்கியத்துவத்தை உரிய வகையில் அளிக்கச் சீனா தவறிவிட்டது என்றும், இந்தியா மென்மையான போக்கைக் கடைப்பிடிப்பதால் இந்தியாவை அவ்வளவு எளிதாக ஒதுக்கிவிட முடியாது என்றும் கூறினார். இந்தியாவின் வெளிவிவகாரக் கொள்கைகளை நேருவின் அரசியல் ஆளுமையின் விரிவாகவே காண வேண்டும். ஆனால் சீனாவின் மீதான அவரது பாசம் மட்டும் உள்ளூரில் கடுமையான விமர்சனங்களுக்கு உள்ளானது. நாங்கள் அப்போதே எச்சரித்தோமே என்ற எதிர்கட்சிகளின் கேள்விகளுக்கு அவரால் பதிலளிக்க இயலவில்லை. சீனா செய்த துரோகத்தையும், குறிப்பாகச் சூ என் லாய் முதுகில் குத்தியதையும் அவரால் எளிதில் ஜீரணிக்க முடியவில்லை. அவரது அரசியல் செல்வாக்கின் அஸ்திவாரத்தையே சீனாவின் நடவடிக்கைகள் அசைத்துவிட்டன. சீனாவுடனான அவரது அணுகுமுறையில் ஏற்பட்ட மாற்றத்துக்கு இதுவும் ஒரு முக்கிய காரணம்.

நேருவின் மனம் எந்த அளவுக்குப் புண்பட்டதென்றால், அதுவரையில் இருந்த அயலுறவுக் கொள்கையை அப்படியே தலைகீழாக மாற்றும் அளவுக்குப் போய்விட்டது. எல்லா நாடுகளுடன் நட்பாக இருக்க வேண்டும் குறிப்பாக அண்டை நாடான சீனாவுடன் இன்னும் நெருக்கமாக இருக்க வேண்டும் என்பதுதான் அதுவரையான அயலுறவுக் கொள்கை. அழுத்தமாக இருந்த அந்தக் கொள்கை இந்தியக் கோணத்தில் மிகவும் அவசியமானதும்கூட. ஆனால், எல்லை தொடர்பான விஷயத்தில் சீனா நடந்துகொண்டதை வைத்து நேருவுக்குக் கோபமும் வருத்தமும் ஏற்பட்டதைத் தொடர்ந்து அந்த நட்புறவுக் கொள்கை கைவிடப்பட்டதென்பது அன்றைய நேருவின் காலகட்டத்தில் அயலுறவுக் கொள்கை என்பது பெரிதும் ஆள் சார்ந்ததுதான். நேருவின் பெருமிதம், பெருமை ஆகியவற்றுடன் நெருக்கமாகப் பிணைக்கப்பட்டதாகத்தான் இருந்திருக்கிறது என்றே தெரிகிறது.

நேருவின் திடீர் மாற்றத்துக்கு இரு நிகழ்வுகளைக் கூறலாம். முதலாவது லாங்ஜூ மோதல் (மெக்மோகன் கோட்டை இந்தியா ஒப்புக்கொண்டதுபோல் தன்னிச்சையாக மாற்றி அமைத்ததே காரணம் என்பதை நேரு கருத்தில் கொள்ளவில்லை). இரண்டாவது சூ என் லாய் எழுதிய நீண்ட கடிதம்.

நேருவின் கடிதம் கிடைத்த ஆறு மாதத்துக்குப் பிறகு 1959 செப்டம்பர் 8 ஆம் தேதி சூ என் லாய் பதில் எழுதினார். எல்லை தொடர்பான சீனாவின் அணுகுமுறையை விமர்சித்த நேருவின் கருத்துகளை உறுதிப்படுத்தும் வகையில் அவரது கடிதம் அமைந்தது. சூ என் லாய் எழுதிய முந்தைய கடிதத்தில் இருந்த சுமுகமான நட்புணர்வு இதில் சற்று குறைந்தே காணப்பட்டது. சூ என் லாய் மீண்டும் அடிப்படையான ஒரேயொரு கருத்தை, அதாவது சீன - இந்திய எல்லைகள் நிர்ணயிக்கப்படவில்லை என்பதைக் கடிதத்தின் பல இடங்களில் மீண்டும் மீண்டும் உறுதிப்படுத்தினார்.

1842 ஒப்பந்தம் மேற்குப் பிராந்தியத்துக்கும், சிம்லா மாநாடு கிழக்குப் பிராந்தியத்துக்குமான இந்திய - சீன எல்லைகளை நிர்ணயித்தன என்ற நேருவின் வாதத்தை முற்றிலுமாக மறுத்தார். 1842-ல் நடைபெற்ற கூட்டத்தில் சீனா பங்கேற்கவில்லை. மேலும் எல்லை பற்றிய தெளிவான வரையறை எதுவும் செய்யப்படவில்லை. மெக்மோகன் கோடு சிம்லா மாநாட்டின் மூலம் உருவானதும் அல்ல. அதை சீன அரசு அங்கீகரிக்கவும் இல்லை என்பதையெல்லாம் விரிவாகக் குறிப்பிட்டிருந்தார்.

சூ என் லய் அந்தக் கடிதத்தில் எழுதியது: மெக்மோகன் எல்லைக் கோடு சிம்லா மாநாட்டில் கையெழுத்தானதாக நீங்கள் குறிப்பிட்டிருக்கிறீர்கள். அது சரியல்ல. மாறாக பிரிட்டிஷ் அரசுப் பிரதிநிதியும், திபெத் உள்ளூர் அதிகாரிகளும், சீன மத்திய அரசுப் பிரதிநிதிக்குத் தெரியாமல் 1914 மார்ச் 24 அன்று கூடிக் கடிதங்களைப் பரிமாறிக்கொண்டனர். எங்கள் சீன மத்திய அரசுப் பிரதிநிதி சிம்லா ஒப்பந்தத்தில் கையெழுத்து போடவே இல்லை. பிரிட்டன் மற்றும் திபெத்தின் தன்னிச்சையான முடிவை எந்தச் சீன அரசும் அங்கீகரிக்கவில்லை. இவை அனைத்தும் சிம்லா ஒப்பந்தத்துக்கு முன்பே நடைபெற்றவை என்பது குறிப்பிடத்தக்கதாகும்.

மலை உச்சியில் இருந்த மெக்மோகன் கோட்டுக்கும் மலை அடிவாரத்துக்கும் உட்பட்ட பகுதிகள் முழுவதுமே அதாவது சுமார் 56,000 சதுர மைல்கள் சீனாவின் ஆதிக்கத்துக்கும் கட்டுப்பாட்டுக்கும் உட்பட்டவை என்று அறுதியிட்டு சூ என் லாய் கூறினார். இத்தகைய பிரமாண்ட நிலப்பரப்பைச் சட்டத்துக்குப் புறம்பான ஒரு

கற்பனையான கோடு மூலம், அச்சுறுத்தி சீனாவிடமிருந்து மிரட்டிப் பறித்துக்கொள்ள இந்தியா முயல்வது, ஏற்றுக் கொள்ள முடியாத செயலாகும். மேற்குப் பிராந்தியத்தைப் பொறுத்தவரையில் அக்சாய் சின் பகுதியை சீனாவுக்கு உட்பட்ட இடமாகவே சீன வரைபடங்கள் காட்டுவதால் அதன் மீது சொந்தம் கொண்டாட இந்தியாவுக்கு எந்தவிதமான தார்மிக உரிமையும் இல்லை. இருப்பினும் வரலாற்று ஆய்வுகளுடன், தற்போதைய சூழல்களையும், உண்மை நிலவரத்தையும் அடிப்படையாகக்கொண்டு இரு நாடுகளும் பேச்சுவார்த்தைகள் மூலம் இரு தரப்பினரும் ஏற்கும்வகையில் நியாயமாகத் தீர்த்துக் கொள்ளலாம். முடிவு எட்டப்படும் வரை தற்போதைய நிலையே தொடரவேண்டும் என்றும், பிரச்னைக்கு உட்பட பகுதிகள் தொடர்பாக இறுதித் தீர்வு எட்டப்படும் வரை, தற்காலிக ஒப்பந்தம் செய்து கொள்ளலாம் என்றும் கடிதத்தில் சூ என் லாய் தெரிவித்திருந்தார்.

சீனாவைப் போலவே இந்தியாவும் ஏகாதிபத்தியத்தால் பாதிக்கப் பட்ட நாடு என்பதால் இரு நாடுகளும் 'பரஸ்பர நேசம், புரிதல், நியாயம் ஆகியவற்றின் அடிப்படையில் எல்லைப் பிரச்னையை அணுகவேண்டும்' என்று எதிர்பார்ப்பதாகவும் கடிதத்தில் சூ என் லாய் கூறியிருந்தார். ஆனால் தனது எதிர்பார்ப்புக்கு மாறாக, 'சீனாவுக்கு எதிராக, பிரிட்டிஷ் அரசு மேற்கொண்ட அத்துமீறல்களுக்கும், எதேச்சாதிகாரக் கொள்கைகளுக்கும், சீன அரசு அங்கீகாரம் வழங்க வேண்டும் என்று இந்தியா எதிர்பார்க்கிறது. குறிப்பாகச் சீனாவின் திபெத் பகுதியில் பிரிட்டிஷ் ஏகாதிபத்தியம் மேற்கொண்ட ஆக்கிரமிப்பின் அடிப்படையில் இந்திய-சீன எல்லைப் பிரச்னையைத் தீர்க்கவேண்டும் என்று புதுடெல்லி விரும்புகிறது. இந்தியா எடுத்திருக்கும் ஒருதலைப்பட்சமான எல்லைத் தீர்மானங்களை சீனா ஒப்புக்கொள்ளவேண்டும் என்று எல்லா அழுத்தங்களையும் நிர்பந்தங்களையும் கொடுத்ததாகவும், கடைசியாக ராணுவ நடவடிக்கைகளையும் முடுக்கிவிட்டதாகவும் சூ என் லாய் குற்றம் சுமத்தினார்.

இப்படியான செயல்கள் இரு நாட்டு நல்லுறவைப் பாதிக்கவே செய்யும். இந்தியாவுக்கு இதில் எந்த வெற்றியும் கிடைக்கப் போவதில்லை. எல்லைப் பிரச்னையை இது மேலும் சிக்கலாக்கவே செய்யும். ஆகவே 'சீன எல்லைக்குள் அத்துமீறி நுழைந்திருக்கும் துருப்புக்களை இந்தியா உடனடியாகத் திரும்பப் பெறவேண்டும். அப்போதுதான் சீன இந்திய நல்லுறவுகளின் மீது படர்ந்திருக்கும் கரு மேகங்கள் விலகும்' என்று சூ என் லாய் கடிதத்தை நிறைவு செய்தார்.

பிரம்மபுத்ராவுக்கு வடக்கே, வடகிழக்கு எல்லை முழுவதையும் மறைமுகமாக சீனா உரிமை கோருகிறது என்ற கோணத்தில் சூ என் லாயின் கடிதத்தை புது டெல்லி புரிந்துகொண்டது. 'இது சாத்தியப் படாது என்பதுடன் என்ன விளைவுகள் ஏற்பட்டாலும் எந்தக் காலத்திலும் எந்த இந்தியனும் ஒப்புக்கொள்ளமாட்டான்' என்று நேரு அறிவித்தார். இது பிழையான புரிதல் என்றால் இதற்கான பழியில் சீனாவுக்கும் பங்கு உண்டு. முந்தைய பேச்சுவார்த்தைகளின்போது மெக்மொகன் கோட்டை சீனா ஏற்றுக்கொள்ளும் என்று சூ என் லாய் உறுதிமொழியளித்திருந்தார். இந்தக் கடிதத்தில் அது எங்குமே இடம் பெறவில்லை.

அதற்கு மாறாகத் 'தற்போதைய சூழல்களையும், உண்மை நிலவரத்தையும் அடிப்படையாகக் கொண்டு எல்லை குறித்த பேச்சு வார்த்தைகளும், ஒப்பந்தமும் ஏற்பட வேண்டும்' என்னும் புதிய வாசகங்கள் அங்கம் வகித்தன. மேலும் அந்தப் பிராந்தியத்தில் இருந்த பழங்குடிப் பகுதிகளில் திபெத்/சீனர்களின் கட்டுப்பாட்டுக்குள் இருந்தவை குறித்த மிகையான உரிமை கோரலை அவர் நிகழ்த்தியுமிருந்தார். தவாங் டிராக்ட் மற்றும் அதையொட்டிய பள்ளத்தாக்கில் சில மைல் தொலைவுக்கு மட்டுமே சீனர்களின் செல்வாக்குக்கு உட்பட்டிருந்தது. ஆனால், ஒட்டு மொத்தப் பழங்குடிப் பகுதி முழுவதிலும் சீன அதிகாரமே இருந்ததாக சூ என் லாய் இப்போது குறிப்பிட்டிருக்கிறார். இது மெக்மொகன் கோடு 'இயற்கையான, காலகாலமாக இருந்துவரும், மரபார்ந்த, நிர்வாக எல்லை'தான் என்று இந்தியா சொல்வதற்கு இணையான பிழையே. யாருமே இல்லாத, ஆள் அரவமற்ற அந்தப் பகுதிகள், எப்போதுமே தங்கள் நிர்வாகத்தின் கீழ் இருந்துவருவதாக இரு நாடுகளும் சொல்ல ஆரம்பித்துவிட்டிருப்பதைப் பார்க்கமுடியும்.

சீனாவின் முந்தைய மற்றும் பிந்திய கருத்துகளுடனும் அந்தக் கடிதம் எழுதப்பட்டபோது சீன இந்திய தொடர்பு எப்படி இருந்தது என்பதுடனும் சீனக் கோணத்தில் அலசிப் பார்க்கும்போது எல்லைப் பிரச்னையில் சீனாவின் நிலைப்பாட்டில் எந்த மாற்றமும் இல்லை என்பதை உணர்த்தும் நோக்கில் எழுதப்பட்டிருப்பதாகவே தெரிய வருகிறது. இந்தக் கடிதம் எழுதப்பட்டபோது திபெத்துடன் சீன உறவு புரட்சி வெடித்தபோது இந்தியா அவர்களுக்கு ஆதரவாக இருந்த சூழலில் இக்கடிதம் எழுதப்பட்டுள்ளது. திபெத் புரட்சியாளர்கள் மீதான இந்தியாவின் பரிவு ஆதரவாக மாறிய பிறகு, சீன அரசுக்கு எதிராக அவர்களைத் தூண்டும் முயற்சியாகவே சீனா கருதியது. மெக்மொகன் கோட்டுக்குக் கீழேயுள்ள ஃபார்மோசாவைச் சேர்ந்த கௌமிண்டாங் போராளிகள் கலிம்பாங்கில் ஊடுருவவும்,

ஆயுதங்களையும், வெடிப் பொருட்களையும் கள்ளத்தனமாக திபெத்துக்குள் அனுப்பிப் புரட்சியாளர்களுக்கு உதவும் பணிகளை இந்தியா மேற்கொள்வதாகவும், சீனா சந்தேகித்தது.

சீனாவுக்கு எதிரான போக்கு இந்தியாவில் அதிகரிக்கத் தொடங்கியதுடன் போருக்கு ஆயத்தமாக வேண்டும் என்ற கோரிக்கையும் வலுத்தது. சீனாவுடனான அமைதியையும் நட்பையும் இதுவரை விரும்பிவந்த நேரு திபெத்தியப் புரட்சியாளர்கள் மீதான பரிவை வெளிப்படையாகத் தெரிவித்தார். இதை உறுதிப்படுத்தும் வகையில் வேறொரு செயலும் செய்தார். அடைக்கலம் தேடி இந்தியாவுக்கு வந்த தலாய் லாமாவுக்கு இங்குள்ள மலைப் பகுதியில் சகல வசதிகளுடன் குடியிருப்பையும் ஏற்படுத்திக் கொடுத்தார். அவர் அங்கு வந்து தங்கத் தொடங்கியதும் நேரு உலகமே பார்க்கும் வகையில் அவரைச் சென்று சந்தித்தார். இந்திய மண்ணில் சீனாவுக்கு எதிரான அரசியலில் ஈடுபடமாட்டேன் என்று தலாய் லாமா கொடுத்த உறுதிமொழி காப்பாற்றப்படாது என்பது இதனிடையில் அனைவருக்கும் நன்கு புரிந்துவிட்டது. ஜூன் மாதத்தில் நடந்த பத்திரிகையாளர் சந்திப்பில் 'எல்லை தாண்டிய திபெத் அரசை' உருவாக்கியிருக்கும் தகவலை அறிவித்தார்.

எல்லை தொடர்பான கேள்விக்குப் பேச்சுவார்த்தைகள் மூலம் தீர்வு காண நேரு ஒப்புக்கொள்ளாததுடன், சிங்கியாங்கையும் திபெத்தையும் இணைக்கும் ஒரேயொரு சாலை அமைந்துள்ள நிலப் பகுதியும் இந்தியாவுக்கே சொந்தம் என்று உரிமை கோரினார். இதைத் தொடர்ந்து மெக்மோகன் கோடு அமைந்துள்ள கிஞ்சீமேன், லாங்ஜூ, டமாடென் பகுதிகளிலும், மேற்கு எல்லையில் உள்ள பாங்காங் ஏரியைச் சுற்றிலும் இந்திய ராணுவம் நிறுத்தப்பட்டது. இந்தியாவின் நடவடிக்கைகளைக் கருத்தில் கொண்டால், சூ என் லாய் தனது கடிதத்தில் எழுப்பியிருக்கும் கேள்விகளும், சந்தேகங்களும் சரிதான் என்ற எண்ணமே தோன்றும். மேற்கண்ட நடவடிக்கைகளைத் தொடர்ந்து, எல்லை மீதான உரிமையை இந்தியா ஒரு தலைப்பட்சமாகத் தங்கள் மீது திணிக்க முயல்வது எந்த வகையிலும் நியாயமில்லை என்று மீண்டும் அறிக்கை வெளியிட்டது பீகிங். சீனாவின் குற்றச்சாட்டை நேர்மையற்றது என்றோ தவறானது என்றோ அபாயகரமானது என்றோ நிச்சயம் சொல்லமுடியாது. இந்தியா அதைத்தான் செய்தது. அதையே தொடர்ந்து செய்தும் வந்தது.

சூ என் லாய் தான் முன்னர் சொன்னதையே மீண்டும் வலியுறுத்திக் கூறியிருந்தார். 'நேர்மையாக இரு தரப்பு சம்மதத்துடன்' எல்லைப்

பிரச்னைக்குத் தீர்வு காணப்படவேண்டும். 'நடப்பு சூழ்நிலையை' வரலாற்று பின்புலத்தில் வைத்துப் பார்த்து முடிவெடுக்கவேண்டும் என்று அவர் சொன்னார். மெக்மொகன் எல்லைக் கோடு பற்றி நேர் பேச்சில் அவர் ஒப்புக்கொண்டது உண்மைதான். எனினும் முறையாக அங்கீகரிக்கப்படாத எல்லைக்கோட்டை ஏற்கும்படி சீனாவை எப்படி இந்தியா நிர்பந்தப்படுத்தலாம் என்ற கேள்வியையும் அவர் எழுப்பியிருந்தார். 1959-ல், இந்தியா இவற்றையெல்லாம் நிதானமாகச் சீர்தூக்கிப் பார்க்கும் நிலையில் இருக்கவில்லை. 'வலிமையும் பாரம்பரியப் பெருமையும் கூடவே ஆக்கிரமிப்பு மனநிலையும்கொண்ட ஒரு தேசத்தை' எதிர்கொள்ளவேண்டிய நிலையில் இருப்பதாக நேரு குறிப்பிட்டார்.

சூ என் லாயின் கடிதம் 'அதிர்ச்சியும் ஆச்சரியமும்' அளிக்கிறது என்று பதில் அனுப்பினார் நேரு. 'இந்திய - சீன எல்லைகள் அதன் நீளம் முழுமைக்கும் நிர்ணயிக்கப்படவில்லை என்பது உண்மையே என்றாலும் இந்தியா உரிமை கொண்டாடும் எல்லைகள் 'வரலாறு, புவியியல், பாரம்பரியம், பண்பாடு ஆகியவற்றின் அடிப்படையில் கால காலமாக இருந்துவருபவையே. பெரும்பாலான பகுதிகள் தரையில் நிர்ணயிக்கப்படாமைக்குக் காரணம் அவை மலைப் பகுதிகளிலும், சரிவுகளிலும், பள்ளத்தாக்குகளிலும் அமைந்திருப்பதே ஆகும். மேற்குப் பகுதி எல்லைகள் 'வகுக்கப்படவில்லை' அல்லது 'பிரிக்கப்படவில்லை' என்று நான் சொல்லவே இல்லை. எல்லைகளைப் பொறுத்தவரையில் இந்தியா எங்கு எல்லைக்கோடு இருப்பதாகச் சொல்கிறதோ அதுவே சரியான எல்லை. ஊடகங்கள் தவறாகப் புரிந்துகொண்டு செய்தி வெளியிட்டுள்ளன என்று கூறிய நேரு 'கிழக்கு அல்லது மேற்குப் பிராந்திய இந்திய எல்லைகள் தெளிவாக உள்ளன என்பதுதான் உண்மை' என்று தடாலடியாக முன்பு சொன்னவற்றைத் திரும்பப் பெற்றுக்கொண்டார் நேரு.

பிரச்னைக்கு உரிய முக்கிய பகுதிகளான கிழக்கு மற்றும் மேற்கு எல்லை தொடர்பாக நேருவும், சூ என் லாயும் ராஜாங்க ரீதியாகப் பரிமாறிக் கொண்ட கடிதங்கள் மற்றும் இரு நாட்டு அயலுறவுத் துறை பரிமாறிக்கொண்ட கடிதங்கள் அடிப்படையில் மாறுபட்ட குணாம்சங்களைக் கொண்டவையாகவே இருந்தன. மெக்மொகன் கோட்டைப் பொறுத்தவரை பிரிட்டிஷ் அரசும் திபெத்தும், சர்வதேச நடைமுறைகளின்படி உருவாக்கிய எல்லை என்பதால் அதை அப்படியே சீனாவும் திபெத்தும் ஏற்றுக்கொள்ளவேண்டும் என்பதே இந்தியாவின் வாதம். ஆனால் சீனாவோ 1914-ல் பிரிட்டிஷ் அரசும் திபெத்தும் ஏற்பாடு செய்த மாநாட்டில் தனது பிரதிநிதி யாரும் பங்கேற்காததால், தன்னிச்சையாக இருவரும் செய்து கொண்ட

ஒப்பந்தம் எந்தவகையிலும் தங்களைக் கட்டுப்படுத்தாது என்று புறந்தள்ளியது.

நேருவுக்கும், இந்திய வெளிவிவகாரத் துறையைச் சேர்ந்த அதிகாரிகளுக்கும், வரலாற்று ஆய்வாளர்களுக்கும் இந்த விவரம் தெரியாமலில்லை. ஆனாலும் எல்லை குறித்த தீர்வுக்காக சீனாவுடன் பேச்சுவார்த்தை நடத்தினால் அது தேச நலனுக்கு எதிராகவே முடியும் என்று இந்திய அரசு முடிவெடுத்தது. மேலும் சீனாவுடன் எந்த ஒப்பந்தம் செய்துகொண்டாலும் சீனா புதுப்புது உரிமைகளையும், நிபந்தனைகளையும் முன் வைக்கும். ஆசியாவில் தன்னை முன்னிலைப்படுத்திக்கொண்டு இந்தியாவை இரண்டாம் நிலைக்குத் தள்ளவே முயலும் என்ற அச்சம் காரணமாகவும், எல்லை தொடர்பான எந்தப் பேச்சுவார்த்தைக்கும் இந்தியா தயாரில்லை என்று தொடக்கம் முதலே மறுத்து வருகிறது.

எல்லை தொடர்பான தீர்வுக்காக எந்தப் பேச்சுவார்த்தைக்கும் இந்தியா உடன்பட மறுப்பதற்கு அந்த எல்லைக்கோடு ஏற்கெனவே தெளிவாக வரையறுக்கப்பட்டுவிட்டது என்ற ஒரே ஒரு காரணம் மட்டுமே ஒருவரால் சொல்ல முடியும். எனவே, இந்தியா அதையே சொன்னது. அது நிச்சயம் சீனத் தரப்பு ஏற்க முடிந்த வாதம் அல்ல. ஆனால், சீன-இந்திய எல்லை பிரச்னையில் கவனம் செலுத்தத் தொடங்கிய சர்வ தேசத் தரப்புக்கு பதில் சொல்லும் முகமாகவே இந்தியா அப்படிச் சொன்னது.

'மெக்மோகன் கோடு புதிய எல்லை ஒன்றும் அல்ல. இந்தியா இயற்கையான காலகாலமாக இருந்த ஒரு எல்லையை மறு உறுதி மட்டுமே செய்திருக்கிறது. முந்தைய கால எல்லைக்கோடு மிக மிகப் பழமையானது. சுமார் மூவாயிரம் வருடங்களாக இருந்து வருகிறது' என்று இந்தியா சொன்னது. தன் தரப்பை நியாயப்படுத்த வேதங்கள், உபநிஷத்கள், மகாபாரதம், இராமாயணம் உள்ளிட்ட இலக்கியங் களையும் மேற்கோள் காட்டியது. இந்தியாவின் ஆயிரம் காலப் பண்பாட்டிலும், பெருமையிலும் இமயமலை பின்னிப் பிணைந்துள்ளது என்ற வாதம் இந்தியர்கள் இடையே நல்ல வரவேற்பைப் பெறவே நேரு பேச்சுவார்த்தைகளில் இதை அடிக்கடிக் குறிப்பிட்டுப் பேசினார். ஆனால், சீனாவோ எல்லைப் பிரச்னையில் உரிமை கொண்டாடப் புராணங்களையும் மரபார்ந்த கதைகளையும் ஆதாரமாக ஏற்றுக்கொள்ளமுடியாது என்று மறுத்தது.

இரு நாடுகளுக்கு இடையே நடைபெற்ற பேச்சுவார்த்தைகளையும், கடிதப் போக்குவரத்துகளையும் இந்திய அரசு 1959 செப்டம்பர் வாக்கில் உடனுக்குடன் வெளியிடத் தொடங்கியது. இந்த

வெளிப்படைத்தன்மை காரணமாக ராஜாங்க அளவிலான கடிதங்களும் குறிப்புகளும் பிரசாரக் கருவிகளாகவும், விவாதப் பொருளாகவும் மாறின. இது குறித்த கேள்விக்கு 'இது பொதுவாக அனைவரும் பின்பற்றும் வழிமுறைதான். எதிர்த் தரப்பின் பார்வை, சர்வதேசப் பார்வை எனது பார்வை என அனைத்து நோக்கிலும் எதிர்த் தரப்பை வெற்றிகொள்ள வேண்டும் அல்லது அவர்களைப் பலவீனப் படுத்தவேண்டும் என்பதே என் இலக்கு' என்று நேரு பதிலளித்தார்.

இந்திய தரப்பு முன்வைத்த எல்லையானது கர்ஸன் பிரபு சொன்னதை நினைவுபடுத்துகிறது. 'இயல்பான எல்லை என்று சிலர் பொதுவாகச் சொல்லிக்கொள்ளும் எல்லையானது ஆசை, நம்பிக்கை அல்லது உணர்வுபூர்வமானதாகவே இருக்கும். இப்படியான உணர்வுபூர்வ மான நம்பிக்கை சார்ந்த எல்லையை நடைமுறைப்படுத்தும் முயற்சியிலேயே சரித்திரத்தில் ஏராளமான போர்கள் நடைபெற்றுள்ளன' என்று அவர் கூறியிருக்கிறார்.

கிழக்குப் பிராந்தியத்தில் மெக்மொகன் கோடு உண்மையான எல்லையே என்றும் தேச நலன் சார்ந்து அது அப்படியாகவே இருந்தாகவும் வேண்டும் இந்தியா எண்ணியதால் அதை உறுதிப் படுத்தும் வகையில் வாதங்களை முன்னெடுத்துச் சென்றது. ஆனால் அக்சாய் சின் பகுதியில் சீனாவை விடவும் வரலாற்று ரீதியாக இந்தியாவுக்கான உரிமை வலுவாக உள்ளதென இந்தியா முழுமை யாக நம்பியது. நேருவின் இந்தத் தீர்மானத்துக்கு டாக்டர் கோபாலின் விரிவான ஆய்வறிக்கையே அடிப்படையாக அமைந்தது.

சீனர் தமது வரைபடத்தில் காட்டியிருந்த எல்லை மிகவும் பலவீன மாகவே இருந்தது. முறையான ஆய்வுகள் செய்யப்படவில்லை யென்பதால் தெளிவாகத் துல்லியமாக எல்லையை வரையறுப்பது சாத்தியமில்லை. அதனால்தான் முறையான ஆய்வுகள் தேவை என்று சொல்கிறோம் என்று சீனா சொன்னது. இந்தியாவோ அப்படியான ஒன்று தேவையில்லை.எங்கள் வரைபடங்களில் சொல்லும் எல்லையே இறுதியானது என்று வாதிட்டது. சீனாவால் தனது எல்லையை உறுதியாகக் கூற முடியாததுபோலவே இந்திய தரப்பில் சொல்லப்படும் எல்லைக் கோட்டுக்கும் இந்தியாவால் வலுவான ஆதாரங்களைத் தர முடிந்திருக்கவில்லை.

இந்தப் பகுதியின் சீன எல்லையாகத் தென் பகுதியிலுள்ள க்வென் லுன் மலைகள் இருப்பதைப் பல ஆதாரங்களுடன் இந்தியாவால் நிரூபிக்க முடிந்தது. ஆனால் அதே க்வென் லுன் பகுதியில் பிரிட்டிஷ் அல்லது இந்திய நிர்வாகம் இருந்ததற்கான எந்த ஆதாரத்தையும் இந்தியாவால் சமர்ப்பிக்க இயலவில்லை. அக்சாய் சின் மனித நடமாட்டமே

இல்லாத பகுதியாக விளங்கிய காரணத்தால் அதன் குறுக்காகவோ அதை உள்ளடக்கியோ எந்த எல்லைக்கோடும் இல்லை. அப்படியான ஓர் எல்லைக்கோட்டை உருவாக்கிக் கொள்ள வேண்டிய பொறுப்பு சுதந்தர இந்தியாவுக்கும் சீனாவுக்கும் ஏற்பட்டது.

தனது கோரிக்கைக்கு வலு சேர்க்க இந்தியா சமர்ப்பித்த மற்றொரு ஆவணம் 1899-ல் கையெழுத்தான மெக்கார்ட்னி - மெக்டொனால்ட் கோட் ஒப்பந்தம். பிரிட்டிஷ் அரசு எல்லையைச் சீர் செய்யும் நோக்குடன் சீனாவுக்கு முன்மொழிந்த ஒன்றே ஒன்று இது மட்டுமே. ஆனால், சீன அரசு 1950-ல் அமைத்த சாலையானது இந்த எல்லைக் கோட்டின் படிப் பார்த்தாலும் சீனாவின் பக்கமே அமைந்ததாக ஆகிறது. நிலைமை இவ்வாறு இருக்க நேரு 1959-ல் சூ என் லாய்க்கு எழுதிய கடிதத்தில் அக்சாய் சின் இந்தியாவுக்குச் சொந்தமான பகுதி என்பதை 1899-ல் கையெழுத்தான மெக்கார்ட்னி - மெக்டொனால்ட் கோட் ஒப்பந்தம் நிரூபிக்கும் என உண்மைக்கு மாறான கருத்தைத் தெரிவித்திருந்தார். பிரிட்டிஷ் அரசின் மூல ஆவணங்களிலிருந்து பிரதி எடுத்ததில் ஏற்பட்ட தவறே இந்தப் பிழைக்கான காரணம் என்று சொல்லப்பட்டது. சிறிய பிழை என்றாலும் கடுமையான விளைவைப் பின்னாளில் ஏற்படுத்தியது.

எல்லை முறையாக வகுக்கப்படவில்லை என்னும் சீனாவின் அடிப்படைவாதத்தை விரிவாக விளக்கி எதிர்த்ததுடன் அதை ஏற்றுக் கொள்ள மறுத்த நேரு பேச்சுவார்த்தைகளுக்கும் உடன்படவில்லை. ‘ஒப்பந்தம் ஏற்படும் வரை தற்போதைய நிலையே தொடரலாம்’ என்று சூ என் லாய் கூறியதற்கு ‘ஒப்புக் கொள்கிறோம்’ பதிலளித்த நேரு மீண்டும் தடுமாறினார். ‘‘பாரம்பரிய எல்லைப் பகுதிகளை இரு நாடுகளும் மதித்து ஏற்றுக் கொள்வதுடன், தற்போதைய நிலையை மாற்ற எந்த முனைவுகளையும் மேற்கொள்ளக் கூடாது. ‘மேலும்’ ஒருவர் எல்லையில் அடுத்தவர் அத்துமீறி நுழைந்திருக்கும் பட்சத்தில் தனது எல்லைக்கே உடனடியாகத் திரும்ப வேண்டும்’’ என்றும் குறிப்பிட்டார். (‘ஆனால்’ என்பதற்குப் பதிலாக ‘மேலும்’ என்று சொல்லை நேரு பயன்படுத்தினார்.)

‘இப்போதைய நிலைக்கு முந்தைய நிலை’ என்ற பதத்தை மீண்டும் பயன்படுத்தியதன் நோக்கம் சீனா முழுவதுமாக அந்த இடத்தை விட்டு அகல வேண்டும் என்பதுடன் இந்தியா ராணுவத்தை அங்கிருந்து திரும்பப் பெற்றுக் கொள்ள மாட்டோம் என்பதை உறுதிப்படுத்தத்தான். இந்திய எல்லைப் பகுதியில் அத்துமீறி நுழைந்திருக்கும் சீனா ராணுவம் முற்றிலுமாக விலக வேண்டும். எந்த வகையான அச்சுறுத்தல்களும் இல்லை என்பதை உறுதிப்படுத்திய

பிறகே பேச்சுவார்த்தைகளுக்கு உடன்படுவோம். இவை நடைபெறாமல் பேசுவதில் எந்தப் பயனும் இல்லை என்றும் நேரு மீண்டும் தெளிவுபடுத்தினார். இந்திய எல்லையிலிருந்து சீனா விலகினால் மட்டுமே பேச்சுவார்த்தை நடைபெறும் என்றே ஐக்கிய நாடுகள் அமைப்பிலும் கிருஷ்ண மேனன் வலியுறுத்தினார். இந்திய தரப்பின் இன்னொரு முக்கிய நிபந்தனையாக அது அதன் பிறகு ஆனது.

நேரு அப்படியாக எல்லைப் பிரச்னையின் தீர்வுக்கும் தனக்கும் இடையில் இன்னொரு சுவரையும் எழுப்பிக்கொண்டார். எல்லைப் பிரச்னையில் இரு நாடுகளும் கடிதம் வாயிலாகப் பரஸ்பரம் கடுமையான சொற்களைப் பயன்படுத்தினாலும், நேரு மென்மை யான போக்கையே இந்த இடத்தில் கடைப்பிடித்தார். 1959 செப்டம்பர் 13 அன்று அவர் வெளியிட்ட உத்தரவு பின்வருமாறு:-

- நம் மீது திணிக்கப்பட்டால் ஒழிய நேரடி மோதலைத் தவிர்க்க வேண்டும். அதாவது மிகப் பெரிய தாக்குதல் மட்டுமின்றிச் சிறிய தாக்குதலிலும் ஈடுபடக்கூடாது. எந்தச் சூழலிலும் நம் மீது துப்பாக்கிச் சூடு நடைபெறாமல் நாம் முதலில் தாக்குதலில் இறங்கக் கூடாது.
- நமது எல்லைக்குள் அத்துமீறி நுழையும் சீன ராணுவத்தைத் திரும்பச் செல்லுமாறு வலியுறுத்தவேண்டும். அவர்கள் சுட்டால் மட்டுமே நாம் திருப்பிச் சுடவேண்டும்
- அக்சாய் சின் பகுதியில் நமக்கு ராணுவ முகாமோ, சோதனைச் சாவடிகளோ இல்லாத காரணத்தாலும், எளிதில் அணுக முடியாது என்பதாலும், அந்தப் பகுதியில் தற்போதைய நிலையே நீடிக்கட்டும். அது குறித்த கேள்விக்கு எல்லை முழுவதற்குமான கேள்வி எழும் போது சூழலைப் பொறுத்துப் பதிலளிப்போம். தற்போதைக்கு வட கிழக்குப் பிராந்தியம் (லடாக்) மற்றும் அதன் குறுக்கே சீனா சாலை அமைத்து ஆக்கிரமித்தது ஆகியவற்றை சகித்துக்கொள்வோம்.
- அங்குள்ள நமது மக்கள் எளிதில் உணர்ச்சிவசப்பட்டு நடவடிக்கை களில் இறங்காமல், நமக்குச் சொந்தமான பகுதியில் எந்த நெருக்கடி வந்தாலும் விலகாமலும், அசைந்து கொடுக்காமலும், உறுதிபட இருக்கவேண்டும்.
- சீன ராணுவம் நமது எல்லைக்குள் அத்துமீறி நுழையும் என்று நினைக்கவில்லை. அவ்வாறு நுழைந்தால் தடுத்து நிறுத்தப்பட வேண்டும். அது குறித்த அடுத்த கட்ட நடவடிக்கைக்காகவும் உத்தரவுக்காகவும் உடனடியாகத் தகவல் தெரிவிக்கவேண்டும்.

இந்த உத்தரவு தயாரானபோது லனாக் கணவாய் பகுதியில் இந்திய ராணுவம் ஒரு முகாமை அமைக்கும்படிக் கேட்டுக்கொள்ளப்பட்டது. அதற்கான பணிகள் ஏற்கெனவே ஆரம்பித்தும்விட்டிருந்தன. அக்டோபர் 21 அன்று கோங்கா கணவாய் அருகே சீன வீரர்களுடன் ஏற்பட்ட மோதலில் இந்தியா கடுமையான இழப்பைச் சந்தித்தது. சீனாவின் அத்துமீறிய தாக்குதலைக் கண்டித்து நவம்பர் 4-ல் புதுடெல்லி தனது கண்டனக் கடிதத்தை அனுப்பியது. ஒரு காலத்தில் இந்தியாவும் சீனாவும் எதிர்த்துப் போராடிய ஆதிக்க சக்திகளை நினைவுபடுத்தும் வகையில் பீகிங்கின் தற்போதைய அத்துமீறல் நடவடிக்கைகள் அமைந்துள்ளன என்றும் இந்தியா நிச்சயம் பதிலடி கொடுக்கும் என்றும் எச்சரித்தது.

மேற்குப் பிராந்திய எல்லை குறித்த விளக்கம் தெளிவாக இல்லை என்று ஆகஸ்ட் மற்றும் செப்டம்பரில் நடைபெற்ற நாடாளுமன்றக் கூட்டங்களில் நேரு பலமுறை கூறியிருக்கிறார். ஆனால் இப்போதோ அக்சாய் சின் முழுவதும் இந்தியாவில்தான் உள்ளது என்று விரிவாக விளக்கியதுடன், பாரம்பரியப் பெருமையும் வரலாற்று முக்கியத்துவமும் வாய்ந்த இந்த எல்லைக்கோடு இந்தியாவின் உயிரோடும், எண்ணத்தோடும், பண்பாட்டுடனும் ஈராயிரம் ஆண்டுகளாகப் பின்னிப் பிணைந்துள்ளன என்பதை, வரலாறு பற்றிய புரிதல் உள்ள எவரும் ஒப்புக் கொள்வர் என்று கூறினார். லாங்குஜு தாக்குதலுக்குப் பிறகு வட கிழக்கு எல்லைப் பகுதியின் பாதுகாப்புக்கு ராணுவம் பொறுப்பு என்று அறிவித்த அரசு இப்போது அதே நடவடிக்கை மேற்குப் பிராந்திய எல்லைக்கும் பொருந்துமென உத்தரவிட்டது (வழக்கமான கொள்கைப்படி இந்திய எல்லைப் பாதுகாப்பு உள்துறை அமைச்சகத்தின் பொறுப்பாகும். ஆனால் வடகிழக்கு எல்லைக்கு ராணுவத்தின் அஸ்ஸாம் ரைஃபிள்ஸ் பொறுப்பாகும்).

லாங்குஜு மோதல் முடிந்த இரு மாதங்களில் கொங்கா கணவாய்ப் பகுதியில் நடைபெற்ற சீனத் தாக்குதல் இந்திய அரசியலில் பூகம்பமாக வெடித்தது. நாடாளுமன்றக் கூட்டத் தொடர் இல்லாததால், மோதல் முடிந்த சில நாள்களுக்குப் பிறகு மீரட்டில் நடைபெற்ற பொதுக்கூட்டத்தில் கலந்து கொண்டு நேரு பேசுகையில் ‘இந்திய சீன நட்பைச் சிதைக்கும் வகையில் சீனா நடந்து கொள்கிறது. தொலைநோக்குப் பார்வையுடன் ஆசியா மற்றும் உலகளவில் எந்த வகையான எதிர்மறையான விளைவுகள் ஏற்படாத வகையில், கோபமோ ஆத்திரமோ இல்லாமல், தீவிர ஆலோசனைக்குப் பிறகு நாங்கள் நிச்சயம் நடவடிக்கை எடுப்போம்’ என்றவர், ‘ஓர் இடத்தின் உரிமை தொடர்பாக இரு தரப்புக்கு இரண்டு மாறுபட்ட கருத்துகள் இருக்க வாய்ப்பு உண்டு’ என்றும் கூறினார்.

சீனாவின் தாக்குதல் காரணமாக இந்தியத் தரப்பில் உயிரிழப்புகள் ஏற்பட்ட பிறகும் பீகிங் மீது தொடர்ந்து பரிவு காட்டி வரும் நேருவை எதிர்கட்சிகள் முன்பைவிடக் கடுமையாகக் கண்டித்தன. 'தேவையற்றது, பாசாங்கு, போலித்தனம், முட்டாள்தனம், துரோகம்' என நேருவின் பேச்சை ஒரு பத்திரிகை விமர்சித்தது. 'பொதுவாக நேரு தேசத்தின் மக்களை பதின்பருவக் குழந்தைகளைப் போன்றே கருதுகிறார். துவண்டிருக்கும் குழந்தைகளுக்கு ஆறுதல் வார்த்தைகளைச் சொல்வது போல், நாட்டையும் சமாதானப்படுத்தலாம் என்று நேரு நினைக்கிறார். அது மிகப் பெரிய தவறு' என்று ஒருவர் விமர்சித்தார்.

கொங்கா கணவாயில் நடைபெற்ற தாக்குதலுக்கு நேருவின் பணிந்து போகும் தன்மையும், செயலற்ற தலைமைப் பொறுப்புமே காரணம் என்று சாடியது. இந்நிலை நீடித்தால் இந்தியா மேலும் பல பகுதிகளை இழக்க நேரிடும்' என எச்சரித்த ஜனசங்கம், 'சீனர்களைத் 'தூக்கி எறிய' கடுமையான நடவடிக்கைகளை நேரு எடுக்கவேண்டும்' என்றும் தீர்மானம் நிறைவேற்றியது. அணி சேராக் கொள்கையைக் கைவிட்டு, சீனாவுக்கு எதிராக ராணுவ ஒப்பந்தங்களில் கையெழுத்திடுவதன் மூலம் ஆயுத பலத்தை அதிகரிக்கவேண்டும் என்ற கோரிக்கைகளும் எழுந்தன.

'விடுதலை பெற்ற நாள் முதல் இந்தியா தனது ராணுவ பலத்தை அதிகரித்துக்கொண்டுதான் வருகிறது. நான் இதைப் பெருமைக்காகவோ, வீம்புக்காகவோ, தற்பெருமைக்காகவோ, வேறு நாட்டுடன் ஒப்பிடுவதற்காகவோ சொல்லவில்லை. நாட்டைப் பாதுகாக்க நமது ராணுவம் எப்போதும் தயார் நிலையில்தான் இருக்கிறது' என்று உறுப்பினர்களின் கேள்விகளுக்கு மக்களவையில் நேரு பதிலளித்தார். நேருவின் உரை குறித்து டைம்ஸ் ஆஃப் இந்தியா தலையங்கத்தில் 'இந்திய ராணுவம் வலுவாக இருக்கும் பட்சத்தில் நமது எல்லைக்குள் அத்துமீறவும், துப்பாக்கி சூடு நடத்தவும், சீனாவுக்குப் பைத்தியமா என்ன? இந்திய - சீன எல்லைப் பகுதிகளில் நமது ராணுவ, சாலை வசதிகள் ஆகியவற்றில் நாம் எவ்வளவு பலவீனமாக இருக்கிறோம் என்பதை முழுமையாக ஆய்வு செய்த பிறகே சீனா ஆக்கிரமிப்புகளை மேற்கொண்டுள்ளது' என்று எழுதியது. இந்தக் கூற்றுகளில் எந்த அளவு உண்மை என்பதைப் பின்னர் பார்ப்போம்.

தன் மீதான குற்றச்சாட்டுகள் பெருகுவதைக் கண்ட நேரு அவற்றுக்கு விளக்கமளிக்கப் புது டெல்லியில் பொதுக் கூட்டத்துக்கு ஏற்பாடு செய்தார். மீரட்டில் நடந்த கூட்டத்தில் கலந்து கொண்ட கிராமப்புற

மக்களுக்குப் புரியும் வகையில் எளிமையான மொழியில் சாதாரண மாகப் பேசினேன் என்று முந்திய பேச்சுக்கு விளக்கம் கொடுத்தார். இங்கு அவர் கடுமையான அணுகுமுறையை மேற்கொண்டார். 'எங்கள் முழு பலத்தையும் பயன்படுத்தி நாட்டைப் பாதுகாப்போம். யாரேனும் நம்மை எப்படி, எங்கு, தாக்குவார்களோ, நம் தலை மீது ஏறி அமர்ந்து கொள்வார்களோ என்ற அச்சம் துளியும் மனதில் இல்லை. எந்த சவாலுக்கும் தயாராகவே இருக்கிறோம்' என்று ஆவேசமாகப் பேசினார்.

கொங்கா கணவாய் பகுதியில் சீனா நடத்திய தாக்குதல் நேரு மற்றும் பொது மக்கள் எண்ணத்தில் மிகப் பெரிய விளைவை ஏற்படுத்தின. வெளிநாட்டில் உள்ள முக்கியமான தூதர்களுக்கு நேரு அனுப்பிய ரகசியச் செய்தி எப்படியோ கசிந்து நியூ யார்க் டைம்ஸ் பத்திரிகையில் நவம்பர் 12 அன்று அதன் சாராம்சம் வெளியானது. அதன் விவரம் பின்வருமாறு:

> இந்தியப் பகுதியில் ஊடுருவியுள்ள சீனாவை வெளியேற்ற ராணுவத்தைப் பயன்படுத்தவேண்டும் என்று திரு.நேரு முடிவெடுத்திருப்பதாகத் தெரிகிறது. சீனா தன்னுடைய வரலாற்றில் தானாக முன்வந்து ஆக்கிரமிப்பு செய்த எந்த இடத்தையும் திருப்பித் தந்ததாகத் தெரியவில்லை என்று திரு நேருவிடம் கூறப்பட்டுள்ளது. நம்முடைய பாரம்பரியம் மற்றும் வரலாற்றுரீதியாகச் சொந்தமான பகுதியை வலுக்கட்டாயமாகப் பறித்துக் கொள்வதுதான் அதன் நோக்கமே தவிர பேச்சு வார்த்தைகளால் சமரசம் காண்பதல்ல. எனவே பேச்சுவார்த்தைகள் மூலம் சீனாவுடன் நல்ல தீர்வு கிடைக்கும் என்ற நம்பிக்கை இல்லை என்று அவர் முடிவெடுத்துவிட்டதாகச் சொல்லப் படுகிறது. நாளுக்கு நாள் சீனாவின் ஆக்கிரமிப்புகளும், அத்துமீறல்களும், அச்சுறுத்தல்களும் அதிகரித்துக் கொண்டே இருக்கின்றன. லடாக் பகுதியை அதன் மிரட்டல்களுக்குப் பயந்து நாம் விட்டுக் கொடுக்காவிட்டால் வட கிழக்கு எல்லையிலும் ஊடுருவல்களை அதிகரிக்கச் சீனா திட்டமிட்டுள்ளதாகவே அவருக்குச் செய்திகள் கிடைத்துள்ளன.

நவம்பரில் நாடாளுமன்றம் மீண்டும் கூடியபோது, மனதளவில் உடன்பாடு இல்லாவிட்டாலும், போர் பற்றிப் பேசத் தொடங்கினார். இந்தியாவின் அமைதிப் பாரம்பரியம் பற்றிய லேசான கோடி காட்டலுடன் போரின் பயங்கரங்கள் பற்றிய விஷயங்களையும் சேர்த்துப் பேசினார். ஆனால் குழப்பமான நிலையில் இருந்தார். எதிர்க்கட்சியினர் ரத்தவெறியுடன் முன்வைத்த வாதங்களை அவரால் எளிதில் சமாளித்திருக்க முடியும். ஆனால், சீனா அராஜகமாகச்

செயல்படுகிறது அவரே குற்றம்சாட்டிவிட்டிருக்கும் நிலையில் தேசத்தின் கைகளைக் கட்டிபோட்டுவிட்டதாகவும் சீனாவின் அத்துமீறல்களைக் கண்டும் காணாமல் இருப்பதாகவும் விமர்சனங்கள் எழும் என்பதால் அவரால் போரைத் தவிர்க்க முடியவில்லை. எனவே எல்லையைக் காப்பாற்றச் சீனாவுடனான போருக்கு இந்திய ராணுவம் தயார் நிலையிலே இருப்பதாகவும் வெற்றி பெறும் சாத்தியங்களும் அதிகம் என்றும் பேசத் தொடங்கினார்.

தனது 'இந்தோ சீனா பாய் பாய்' என்னும் கோஷத்தின் மயக்கத்திலேயே இருந்தார் என்றும் தொடக்கம் முதலே இந்திய - சீன எல்லைப் பிரச்னையை நாடாளுமன்றம் மற்றும் மக்கள் கவனத்துக்குக் கொண்டு செல்லாமல் ஒதுக்கியே வைத்திருந்தார் என்றும் விமர்சிக்கப்பட்டார். கொங்கா கணவாய் தாக்குதலுக்கு முன்பிருந்தே அவர் தடுப்பாட்டமே ஆடிவந்தார். 'பொதுவெளியில் அதிகம் தெரியவராமல் அதிகாரபூர்வ அயலுறவுச் செயல்பாடுகள் மூலமாகவே சீன அரசைச் சமாளிக்க முடியும் என்று நினைத்தது தவறு என்பதை இப்போது உணர்கிறேன்' என்று பகிரங்கமாக ஒப்புக் கொண்டார்.

இதனைத் தொடர்ந்து 1954 தொடங்கி இந்திய - சீன நாடுகளுக்கு இடையே நடைபெற்ற கடிதத் தொடர்புகள், கருத்துப் பரிமாற்றங்கள் (நேரு - சூ என் லாய் கடிதங்கள் உள்பட) ஆகியவற்றின் மீது வெள்ளை அறிக்கை செப்டம்பர் 7 ஆம் தேதி நாடாளுமன்றத்தில் சமர்ப்பிக்கப் பட்டது. 'எல்லைப் பிரச்னை தொடர்பான இந்த வெள்ளை அறிக்கையை முன்பே சமர்ப்பித்திருக்கவேண்டும். இத்தவறு இனியும் நடைபெறாது. இந்தியாவுக்கும் சீனாவுக்கு இடையே நடைபெறும் அனைத்து கடிதப் போக்குவரத்துகளும் இனி உடனுக்குடன் நாடாளுமன்றத்தின் கவனத்துக்குக் கொண்டு வரப்படும்' என்று உறுதியளித்தார்.

உறுதி அளித்தபடி சீனாவுடனான அனைத்துக் கடிதப் பரிமாற்றங்களும் நாடாளுமன்றத்தின் கவனத்துக்குக் கொண்டு வரப்பட்டன. நாடாளுமன்றம் அமர்வில் இல்லாதபோது ஊடகங்கள் மூலம் பொது மக்களுக்கு நேரடியாகத் தகவல் வெளியிடப்பட்டது. 'நேருவின் வெளிவிவகாரக் கொள்கையே, இந்தியாவின் வெளிவிவகாரக் கொள்கை' என்ற அதுவரை இருந்த நிலை மாறி நாடாளுமன்றத்தின் நம்பிக்கையைப் பெறுவதற்காகச் சரணடைந்தார்.

லிப்மேன் இதுபற்றிக் குறிப்பிடுகையில், பொதுக்கருத்து மற்றும் நாடாளுமன்ற அவையின் நெருக்கடி மூலம் ஆட்சித் தலைமையின் அதிகாரம் இப்படியாக முடக்கப்பட்டால் ஆட்சியின் நிர்வாக வலு

குன்றிப்போகும் என்று குறிப்பிட்டிருக்கிறார். 163. அவர் மேலும் இதுபற்றிக் கூறுகையில் இப்படியான நிலை 'மக்களாட்சி நாடுகளை மிக மோசமான அபாயகரமான தவறுகளைச் செய்யவைத்துள்ளன' என்றும் கூறியுள்ளார்.

ஆனால், பொது மக்கள் மூலமான எந்தவித நெருக்கடிகளும் இல்லாத போதே சீனாவுடனான மோதல் போக்கை ஆரம்பித்துவைத்தது நேருவும் அவருடைய ஆலோசகர்களும்தான் என்பதை இங்கு மறந்து விடக்கூடாது. அதுமட்டுமல்லாமல் நேரு நாடாளுமன்றத்திடம் இந்த விஷயத்தில் முழுமையாக சரணாகதி அடைந்துவிட்டார். இதனால் என்ன ஆனதென்றால், தான் ஏற்கெனவே தேர்ந்தெடுத்த மோதல் போக்கையே தொடர்ந்து பின்பற்றியாகவேண்டிய நிலையை ஏற்பட்டுவிட்டது. பொதுமக்களும் நாடாளுமன்றமும் அவர் செய்ய விரும்பாத எதையும் செய்யச் சொல்லியிருக்கவில்லை. அல்லது அவர் செய்ய விரும்பிய ஒன்றைச் செய்யவேண்டாம் என்று தடுத்திருக்கவும் இல்லை. சீனாவுடன் எந்த வகையான சமரசப் பேச்சு நடைபெற்றாலும், அது இந்தியாவின் கோழைத்தனமாக அல்லது விட்டுக்கொடுத்தலாக அல்லது அதைவிட மோசமானதாகக் கருதப்படும் நிலையே 1959 இறுதிவாக்கில் நாடு முழுவதும் நிலவியது. எனவே எந்த திசையில் செல்ல வேண்டுமென்பது நேரு தீர்மானித்தபடியே நடந்தது. அவர் அதில் இருந்து மாறிச் செல்ல எந்த முயற்சியும் எடுத்திருக்கவில்லை.

நேரு ஏன் வெள்ளை அறிக்கை தாக்கல் செய்தார்? நேரு பற்றிய ஆய்வில் இந்தக் கேள்வியை வால்டர் க்ரோகர் எழுப்புகிறார். பேச்சுவார்த்தையில் எந்தவொரு விட்டுக் கொடுத்தலுக்கும் இடம் கொடுக்காத வகையில் இந்தியா முழுவதிலும் தேச உணர்வைத் தூண்டவல்லவை அவை. திடீரென்று எழுந்த கோபத்தில் அப்படிச் செய்தாரா? திடீரென்று அவர் மனதுக்குள் தேச உணர்வு பொங்கிப் பிரவகித்ததா? ஏதேனும் கணக்குக் கூட்டலா? அதாவது, சீனா மீது நெருக்குதலை ஏற்படுத்த விரும்பினாரா? தனது எல்லைக் கொள்கை மீதான விமர்சனங்களில் இருந்து தப்பிக்க விரும்பினாரா? ஒருவேளை இவை எல்லாமே கூடக் காரணமாக இருந்திருக்கலாம். ஆனால், 1959-ல் நாடாளுமன்றத்தில் அம்பலப்பட்ட பிறகு வெள்ளை அறிக்கையை தாக்கல் செய்வதே பாதுகாப்பான ஒரே வழியாக இருந்தது.

தெளிவில்லாத நடவடிக்கை

1959 இறுதியில் எல்லைப் பிரச்னையை வரலாற்று ரீதியான விவாதங்களிலிருந்து பேச்சுவார்த்தைகள் மூலம் தீர்க்கவும், எல்லையில் பதற்றத்தைத் தணிக்கவும் சீனா முயன்றது. கொங்கா கணவாய் நிகழ்வைத் தொடர்ந்து 1959 நவம்பர் 7 ஆம் தேதி சூ என் லாய் மீண்டும் நேருவுக்குக் கடிதம் எழுதினார். 'தேவையற்றது மற்றும் எதிர்பாராத நிகழ்வு என்றும் மோதல்களைத் தவிர்க்க இரு நாடுகளும் விரைவான தீர்வுக்காகப் பேச்சுவார்த்தைகளை உடனடியாகத் தொடங்க வேண்டும். முழுமையான தீர்வை எட்டும் வரை 'இப்போதைய நிலை அப்படியே தொடர' நேரு ஒப்புக் கொண்டபடி (நேரு அதற்கு ஒப்புக் கொள்ளவில்லை என்பது வேறு விஷயம்) இரு நாட்டு ராணுவமும் மெக்மொகன் கோடு மற்றும் மேற்குப் பிராந்தியத்தில் அவரவர் கட்டுப்பாட்டில் இருக்கும் எல்லையிலிருந்து 20 கிமீ பின்வாங்க வேண்டும். பிரச்னையைத் தீவிரமாக்க சீனா எப்போதும் விரும்பியதே இல்லை என்றும் இரு நாட்டு உறவுகளும் சீரடைய நேருவை சந்தித்துப் பேச்சுவார்த்தைகளைத் தொடர ஆர்வமுடன் இருப்பதாகவும்' தெரிவித்திருந்தார்.

கூடிப் பேசுவதும் படையை விலக்கிக் கொள்வதும் எல்லைப் பிரச்னை இருக்கும் இடங்களில் பொதுவாகப் பின்பற்றப்படும் சரியான வழிமுறையே. எனவே உலக நாடுகள் சீனாவின் கோரிக்கையை இந்தியா ஏற்கவேண்டும் என்று விரும்பின. ஆனால், அப்படியான ஒரு வழிமுறை முன்வைக்கப்படுவதற்கு முன்பே இந்தியா அதை நிராகரித்துவிட்டிருந்தது. இரு நாடுகளுக்கு இடையிலான இடைவெளி நிரப்ப முடியாததாகிவிட்டிருந்தது.

‘தற்போதைய நிலையே தொடர வேண்டும்’ என்று சூ என் லாய் கூறியதன் உட்பொருள் இரு நாடுகளும் கடந்த பத்தாண்டுகளில் எல்லைப் பகுதிகளில் எங்கெல்லாம் ஊடுருவித் தங்கள் நிர்வாகத்தை விரிவுபடுத்தினவோ, அங்கெல்லாம் தங்கள் ராணுவத்தை அப்படியே நிலை நிறுத்திக்கொள்ளலாம் என்பதுதான். இதன் மூலம் மெக்மோகன் கோடு சீனாவைப் பொறுத்தவரை அதிகாரபூர்வமற்ற நிலையிலும் ஏற்புடைய எல்லையாகவே தொடரும். மேற்குப் பிராந்தியத்தைப் பொறுத்தவரை அவரவர் இடங்களில் நிலைநிறுத்திக் கொள்வதால் பெரும்பான்மைப் பகுதிகளில் ஒருவருக்கொருவர் எந்த நேரடித் தொடர்பும் இல்லாமல் பரந்து, விரிந்து, விலகியே இருப்பார்கள். அக்சாய் சின் சீனாவின் கட்டுப்பாட்டுக்குள் வந்துவிடும். இன்னும் குறிப்பாக சூ என் லாய் பதிவு செய்த ‘தற்போதைய நிலை’ என்பது அவர் கடிதம் எழுதிய 1959 நவம்பர் 7 அன்று இருக்கும் நிலை (அதாவது அன்றைய தேதி வரை சீனாவின் கட்டுப்பாட்டுக்குள் உள்ள இடங்கள்) என்றும், இந்தியாவின் ‘தற்போதைய நிலை’ என்பது சீனா அக்சாய் சின் பகுதியை ஆக்கிரமிப்பு செய்வதற்கு முந்தைய நிலை என்றும் பொருள் கொள்ள வேண்டும். அப்படியாக சீனா தற்போதைய நிலை என்று சொன்னதன் அர்த்தம் அவரவர் இப்போது இருக்கும் இடத்திலேயே இருக்கவேண்டும் என்பதுதான்.

ஆனால், இந்தியாவோ சீனா ஆக்கிரமிப்பு செய்திருக்கும் இடங்களில் இருந்து வெளியேறவேண்டும்; இந்தியாவோ சீனா உரிமை கோரும் இடங்களில் இருந்து வெளியேறாது என்று சொன்னது. அப்படியாக சீனர் வசம் இருந்த பகுதிக்குள் நுழைந்த நிலையிலும் ‘தற்போதைய நிலையிலேயே தொடர்வதாக’ இந்தியா சொன்னது. இந்த வார்த்தை விளையாட்டு அதற்கு வழியமைத்துக் கொடுத்தது. அதேநேரம் எந்தவொரு தீர்வையும் எட்டமுடியாத நிலையையும் கொண்டுவந்தது.

மேற்குப் பிராந்தியத்தில் பெரும் பகுதியையும், மெக்மோகன் கோட்டுக்குக் கீழேயுள்ள இடத்தையும் சீனா அத்துமீறிக் கைப்பற்றிக் கொண்டதாகவே இந்திய மக்கள் நம்பினர். இந்தியா அக்சாய் சின் பகுதியில் உரிமை கோரினால், நாங்கள் மெக்மோகன் கோட்டுக்குத் தெற்கேயும் உரிமை கோருவோம் என்று சீனப் பாதுகாப்பு அமைச்சகம் அறிக்கை விடுத்தது. ஒருவகையில் இது எச்சரிக்கையாகவும் இன்னொருவகையில் இறங்கிவந்து பேரம் பேசுவது போலவும் அதாவது இந்தியா அக்சாய் சின் பகுதியை விட்டுக் கொடுத்தால் நாங்கள் மெக்மோகன் கோட்டுக்குத் தெற்கே விட்டுக் கொடுப்போம் என்ற தொனியில் சீன அறிக்கை இருப்பதாக இந்திய அரசு கருதியது. அதாவது நாங்கள் ஆக்கிரமிப்பு செய்த வரையில் மறந்து விடுங்கள். இனி புதிதாக எந்த ஆக்கிரமிப்புகளிலும் ஈடுபட மாட்டோம். ஆனால் மேற்குப் பிராந்தியத்தில் இழந்த இடத்தை மீட்க விரும்பினால், வட

கிழக்கு முழுவதையும் இழக்க நேரிடும் என்று சீனா எச்சரிப்பதாகவே இந்தியா புரிந்துகொண்டது.

எல்லை குறித்த சீனாவின் அறிக்கையில் காணப்படும் ஆணவப் போக்கை இப்படியான உதாரணத்துடன் விளக்கலாம். 'அதாவது திடீரென ஒரு நாள் அதிகாலை சீன ராணுவம் போதிய பாதுகாப்பில்லாத எல்லை வழியாக அத்துமீறி பஞ்சாப் மாநிலத்துக்குள் ஊடுருவி ஆயிரக்கணக்கான சதுர மைல்களைக் கைப்பற்றிக் கொள்கிறது என்று வைத்துக்கொள்வோம். கிராண்ட் டிரங் சாலையில் துருப்புகளை நிறுத்தி, கண்ணில் படும் குடிமக்களையும், காவல் துறையினரையும் சுட்டுத் தள்ளுவதாக வைத்துக் கொள்வோம். புது டெல்லி தனது கடுமையான கண்டனத்தைப் பீகிங்குக்குத் தெரிவிக்க, அதற்குச் சீனா 'நடந்தது நடந்தவையாக இருக்கட்டும். பஞ்சாப்பைத் தாண்டி வேறு பகுதிகளை நாங்கள் ஆக்கிரமிக்கமாட்டோம். இதையே சீனாவின் எல்லையாக வைத்துக்கொண்டு இந்தியாவின் ஏனைய பகுதிகள் யாருக்குச் சொந்தம் என்று பேச்சுவார்த்தை நடத்துவோம் என்று பதில் சொன்னால் எப்படி இருக்கும்?' அப்படித்தான் இருக்கிறது சீனாவின் அறிக்கைகள். பஞ்சாப் எவ்வாறு இந்தியாவின் ஓர் அங்கமோ அவ்வாறேதான் அக்சாய் சின்னும் இந்தியாவின் அங்கமே' என்றது.

எந்தவொரு நாடுமே தமது அங்கமாக இருக்கும் பெரும் பகுதி நிலத்தின் உரிமை குறித்துப் பேச முன்வராது என்றும் குறிப்பிட்டார். எல்லை பற்றிய துல்லியமான வரையறைகள் மேற்கொள்ளப்பட வேண்டுமென்றால் சீனப் படைகள் வாபஸ் பெறப்பட்டாகவேண்டும் என்றும் சொன்னார். இப்படித் தெளிவாகச் சொன்ன பிறகும் சீனா பேச்சுவார்த்தைக்கு அழைப்பு விடுத்ததில் இருந்து இந்தியா தன் நிலைப்பாட்டில் எவ்வளவு உறுதியாக இருக்கிறது என்பதை அது புரிந்துகொள்ளவில்லை அல்லது இந்தியா பேச்சுவார்த்தைக்கு வர மறுக்கிறது என்பதை உலகுக்கு உணர்த்த விரும்பியது.

'மேற்குப் பிராந்தியத்துடன் ஒப்பிடுகையில் கிழக்கு மற்றும் மத்திய பிராந்தியங்கள் முற்றிலும் வேறானவை கிழக்கு மற்றும் மத்திய பிராந்தியங்களில் மோதலைத் தடுக்க வேண்டுமானால் துருப்புகளை மேலும் ஊடுருவாமல் நிறுத்திவிட்டாலே போதும். இதை இந்தியா ஏற்கனவே செய்துள்ளது. ஆனால் மேற்குப் பிராந்தியம் அப்படியல்ல. அக்சாய் சின் பகுதியில் இந்தியாவின் உரிமையை நிலைநாட்ட ராணுவத்தை ஏற்கவே அனுப்பி உள்ளோம். எங்கள் உரிமையை விட்டுக் கொடுக்காததுடன், இது குறித்த எந்தப் பேச்சுவார்த்தைக்கும் ஒப்புக் கொள்ள மாட்டோம். 'தற்போதைய நிலை' என்பதிலும் கருத்து வேறுபாடு இருப்பதால் இனி 'தற்போதைய நிலை' என்பதையும் ஏற்பதற்கில்லை' என்று நேரு மீண்டும் தெளிவுபடுத்தினார்.

இரு நாடுகளும் ஒப்புக் கொள்ளத்தக்க வகையில் நேரு சில கருத்துகளை முன் வைத்தார். 'லடாக் பகுதியில் இரு அரசுகளும் ஓர் இடைக்கால நடவடிக்கையை மேற்கொள்ளலாம். 1956 வரைபடங்களில் சர்வதேச எல்லையாக சீனா குறிப்பிட்டுள்ள கோட்டுக்கு மேற்கே நிறுத்தப்பட்டுள்ள ராணுவத்தை இந்திய அரசு திரும்ப அழைத்துக் கொள்ளும். அதேபோல் இந்திய அரசுதனது வரைபடத்தில் குறிப்பிட்டுள்ள சர்வதேச எல்லைக்குக் கிழக்கே நிறுத்தப்பட்டுள்ள ராணுவத்தைச் சீன அரசு திரும்பப் பெற்றுக்கொள்ள வேண்டும். இவ்விரு கோடுகளும் நீண்ட நெடுந்தூரத்துக்குப் பிரிக்கப்பட்டுள்ளதால் இந்திய சீன ராணுவ வீரர்கள் மோதிக் கொள்வதற்கான சாத்தியக்கூறுகள் மிக மிகக் குறைவு. கிழக்குக்கும், மேற்குக்கும் இடைப்பட்ட பகுதியில் ஆள் நடமாட்டம் இல்லாததால், இரு நாடுகளுமே நிர்வாகப் பணிகளுக்காக யாரையும் பணியமர்த்த வேண்டாம். இந்த யோசனையை சீனா ஒப்புக் கொண்டால் எல்லைப் பிரச்னை இத்துடன் முடிவுக்கு வரும்.

நேருவின் இந்தக் கருத்தை சாதுர்யமான ராஜாங்க நடவடிக்கை யாகவே சீனா பார்த்தது. ராணுவத் துருப்புகளைத் திரும்ப அழைத்துக் கொள்வது இரு நாடுகளுக்குமே நல்லது தானே என்று மேலோட்ட மாகத் தோன்றும். சீனா ஆக்கிரமித்துள்ள பகுதிகளிலிருந்து விலக வேண்டும் என்று முன்பு கூறிய கருத்தைத்தான் நேரு மீண்டும் பரஸ்பரம் ராணுவத்தைத் திரும்பப் பெறலாம் என்று நாசூக்காகக் கூறியுள்ளார்.

இந்தியா தனது ராணுவத்தைத் திரும்ப அழைத்துக் கொள்ளும் பட்சத்தில் பிரச்னைக்குரிய பகுதியில் உள்ள டெம்சோக் முகாம் உள்பட அது இழக்கும் அளவு அதிகபட்சம் 50 சதுர மைல்கள் மட்டுமே. ஆனால் நேருவின் யோசனைப்படி சீனா தனது ராணுவத்தைத் திரும்ப அழைத்துக் கொண்டால் அது இழக்கப் போகும் பகுதியின் அளவு 20,000 சதுர மைல்கள் என்னும் பிரம்மாண்ட நிலப்பரப்பு ஆகும். அதாவது சிங்கியான் - திபெத் சாலை முழுவதுமே சீனாவின் கட்டுப்பாட்டை விட்டுப் போகும். அதிகபட்சம் அக்சாய் சின் சாலையை சீன மக்கள் போக்குவரத்துக்காகப் பயன்படுத்திக் கொள்ளலாம் என்று இந்தியா அனுமதித்தால் மட்டுமே பயன்படுத்த முடியும் (இந்தத் தீர்வு புது தில்லியில் ஓர் பத்திரிகையாளர் சந்திப்பில் நேருவால் முன்வைக்கப்பட்டது).

நேருவின் இந்த யோசனை இந்திய அரசியல் விமர்சகர்களிடையே சிறப்பான வரவேற்பைப் பெற்றது. இது 'நடைமுறைச் சாத்தியமான, நியாயமான யோசனை' என்றும், 'ஆக்கிரமிப்பு செய்த இடங்களில் இருந்து எந்தவித மரியாதைக் குறைவும் இன்றி சீனா கௌரவமாக விலகிக்கொள்ள மகத்தான வாய்ப்பு' என்றும் பாராட்டினர். இரு

பிரதமர்களும் உடனடியாகச் சந்திக்கவேண்டும் என்னும் சூ என் லாயின் கோரிக்கையை நேரு நிராகரித்ததையும் வரவேற்றனர். அக்சாய் சின் பகுதியிலிருந்து சீனா முழுமையாக விலகும்வரை எந்தப் பேச்சுவார்த்தையும் கிடையாது என்பதில் நேரு தொடர்ந்து உறுதியாக இருக்கவேண்டும் என்றும் வேண்டுகோள் விடுத்தனர். மேற்கு வங்க காங்கிரஸ் தலைவர் அதுல்ய கோஷ் ஒரு படி மேலே சென்று 'நேரு தற்போதைய சூழலில் சீனப் பிரதமரைச் சந்திப்பதை எந்தவொரு சுய மரியாதை உள்ள இந்தியரும் ஒப்புக்கொள்ளமாட்டார்' என்று காட்டமாகவே பேசினார்.

அதேநேரம் நேருவின் யோசனைக்கு விமர்சனங்களும் எழுந்தன. ஆக்கிரமித்த பகுதியில் இருந்து சீனாவை விலகிக் கொள்ளச் சொல்வதில் அர்த்தம் உள்ளது. ஆனால் பதிலுக்கு இந்தியா தனக்கு சொந்தமான இடத்தில் எதற்காகப் பின்வாங்கவேண்டும் என்று வினவினார் ஆசார்ய கிருபளாணி. சமரசம் செய்து கொள்ளும் ஆர்வக் கோளாறில் நேரு இந்தியாவைப் பலவீனப்படுத்திவிட்டார் என்று குற்றம் சுமத்தினார் அசோக் மேத்தா. இந்தியாவின் ஒரு கோடியில் உள்ள ஒரு பகுதியை 'யாருக்கும் சொந்தமற்ற பகுதி'யாக அறிவித்துக் கொள்வது '(சீன)ஆக்கிரமிப்புக்குப் பரிசு கொடுப்பது' போல் ஆகும் என்று ஜனசங்கம் உறுப்பினர் எச்சரித்தார். மிகச் சிறிய இடத்தை விட்டுக் கொடுப்பதன் மூலம் அக்சாய் சின் பகுதியிலிருந்து சீனாவை விரட்டும் இந்தியாவின் முக்கிய நோக்கம் நிறைவேறும் என்று நேரடியாகவும் பத்திரிகை வாயிலாகவும் மக்களுக்கு அரசு தெரியப்படுத்தியது.

'இப்போதைக்கு சூ என் லாயைச் சந்திக்கமாட்டேன் என்று கூறினேனே தவிர, எப்போதுமே சந்திக்க மாட்டேன் என்று சொல்ல முடியாது. பேச்சுவார்த்தை, பேச்சுவார்த்தை, பேச்சுவார்த்தை... கசப்பான முடிவு எட்டப்படுவதுவரை பேச்சுவார்த்தை என்பதில் எனக்கும் இந்த அரசுக்கும் மிகுந்த நம்பிக்கை உண்டு. பேச்சு வார்த்தையை நிறுத்திவிடுவோம் என்று சொல்வது அடிப்படையி லேயே தவறு என்பதுடன் காந்தியக் கொள்கைகளுக்கும் எதிரானது ஆகும். அரசு இயங்கும் வரை பேச்சுவார்த்தைகள் தொடரும்' என்றார்.

எதிர்கட்சியினரின் விமர்சனத்துக்கு மேலும் பதிலளிக்கையில், 'பேச்சு வார்த்தைகளுக்கு மாற்று போர்தான். பேச்சுவார்த்தைகள் தொடர்ந்து மேற்கொள்ளப்படும் என்பதால் வேறு தேவையான நடவடிக்கைகள் எடுக்கப்படாது என்று அர்த்தமில்லை' என்று உறுதியளித்தார். 'உலகின் எந்த நாட்டுத் தலைவருடனும் நான் பேசத் தயார். நான் சந்திக்க விரும்பாத, பேசக்கூடாத தலைவர் என்று உலகில் யாருமே இல்லை. அதற்காக பேச்சுவார்த்தை தொடங்கலாம் என்று பேச்சு வந்ததுமே அவசரப்பட்டு பேச்சுவார்த்தைகளைத் தொடங்கிவிட

மாட்டேன். தவறான நேரமாக, தவறான இலக்குகளுடன் அது இருந்தால் மோசமான விளைவுகளே கிடைக்கும் என்பதால் அதற்கு உடன்படமாட்டேன்' என்று 1960 ஜனவரியில் செய்தியாளர்களுக்கு அளித்த பேட்டியில் கூறினார் நேரு.

நேரு தனிப்பட்டமுறையில் பேச்சுவார்த்தைகளுக்கு எப்போதும் தயாரானவரே என்ற பிம்பமும் 'எல்லை குறித்த பேச்சுவார்த்தைக்கு உடன்படவேமாட்டோம்' என்ற நிலைப்பாடும் தில்லி அதிகார வட்டத்தைக் குழப்பத்தில் ஆழ்த்தியது. முன்னுக்கும் பின்னுக்கும் முரணாகப் பேசுவதாகவே தோன்றியது. ஆனால் அவர் சொல்ல வந்த செய்தி என்னவென்றால் 'பேச்சுவார்த்தைகளின் போது எல்லைகள் மீது எந்த சமரசமும் செய்து கொள்ளமாட்டோம். அங்கும் இங்குமாகச் சிறிய மாறுதல்களுக்கு வேண்டுமானால் ஒப்புக் கொள்கிறோம்' என்பதுதான்.

அவருடைய கூற்றுகளில் இருந்த முரண்பாட்டைப் பின்னர் தெளிவாக விளக்கிக் கூறினார்: 'பேச்சுவார்த்தைகளுக்கும் (Negotiation) பேச்சுக்கும் (Talks) இடையில் மிகப் பெரிய வித்தியாசம் இருக்கிறது. பேச்சுவார்த்தை என்பது மிகவும் அதிகாரபூர்வமான விஷயம். அதற்கு உகந்த சூழலும் காலமும் தேவை. சரியான காலம் அமையாமல் பேச்சுவார்த்தையைத் தொடங்கமுடியாது. பேச்சுவார்த்தையில் ஏதேனும் ஒரு முடிவு எட்டப்பட வேண்டியது அவசியம். ஆனால் சாதாரணமாகப் பேசுவதற்கு நேரம் காலம் அவசியமில்லை. முடிவுகள் எட்டப்படாவிட்டாலும் பரவாயில்லை ஒருவரை ஒருவர் புரிந்து கொள்ள அது உதவும்' என்று இரண்டுக்கும் உள்ள வேறுபாட்டை நேரு விளக்கினார்.

ஆங்கில அகராதியில் பேச்சுவார்த்தை என்பதற்கு 'இரு தரப்புகள் ஒத்திசைவான முடிவை எட்டுவதற்காகக் கூடிப் பேசுதல்' என்று அர்த்தம் சொல்கிறது. நேருவோ 'இந்தியத் தரப்பை ஏற்கச் செய்யும் வகையில் மற்றவர்களுடன் மேற்கொள்ளும் உரையாடல்' என்று கூறினார். அதுவே சீனாவுக்கான பிரத்யேக வெளியுறவுக் கொள்கை யாக இந்தியாவில் புரிந்துகொள்ளப்பட்டு முன்னெடுக்கப்பட்டது. ஆனால், 1959-60களில் இந்த மொழி நுட்பங்கள் பெரிதாகப் புரிந்து கொள்ளப்பட்டிருக்கவில்லை. சீனர்கள் 'தமது ஆக்கிரமிப்பை அகற்றிக் கொண்டால் ஒழிய' சூ என் லாய் உடன் நேரு பேச்சு வார்த்தை நடத்தமாட்டார் என்றே புரிந்துகொள்ளப்பட்டது. நேருவும் அவருடைய அரசாங்கமும் பேச்சுவார்த்தைகளுக்குத் தயார்தான் என்று சொன்னதில் இருந்த இந்தக் குழப்பத்தை சர்வ தேசம் புரிந்து கொள்ளத் தவறிவிட்டது. அதுவே எல்லை பிரச்னையில் தீர்வு காணப்படாமல் இருக்க இந்தியா அல்ல சீனாவே காரணம் என்று உலகம் நம்புவதற்குக் காரணமாகவும் இருக்கிறது.

இரு நாடுகளும் அவரவர் இடங்களிலிருந்து ராணுவத்தைத் திரும்பப் பெற்றுக் கொள்வதால் இரு பக்க உரிமைகளுக்கும் எந்த பாதிப்பும் ஏற்படாது என்று மீண்டும் டிசம்பரில் நேருவுக்குக் கடிதம் எழுதினார் சூ என் லாய். இரு நாடுகளும் தமது படைகளை முன்னோக்கி நகர்த்தக் கூடாது என்று நேரு சொன்னதை சூ என் லாய் வரவேற்றார். கொங்கா கணவாய் நிகழ்வுக்குப் பிறகு சீனா மிகவும் கவனத்துடன் நடந்து கொள்வதாகச் சொன்னார். இந்த யோசனை எல்லை முழுவதற்கு மானதா இல்லையா. இந்தியா இது பற்றி என்ன நினைக்கிறது என்று விளக்கம் கேட்டார். நேருவின் கடிதத்தில் இந்த விஷயம் தெளிவாக இல்லை. ஆனால், படைகளை முன்னோக்கி நகர்த்தக்கூடாது என்ற யோசனை மெக்மொகன் எல்லைக்கு மட்டுமே பொருந்தும் என்று இந்தியா கருதியதாகவே தெரிகிறது. ஏனென்றால் மேற்குப் பகுதியில் இந்தியாவுக்குத் தன் படைகளை விருப்பம் போல் நகர்த்தும் உரிமை உண்டு என்று சொல்லித்தான் அன்றும் சரி அதற்குப் பின்பும் சரி குரல் எழுப்பிவருகிறது.

இரு நாடுகளும் மற்றவர் உரிமைகொண்டாடும் பகுதியில் இருந்து தமது படையை விலக்கிக் கொள்ளவேண்டும் என்ற நேருவின் யோசனையை சூ என் லாய் விரிவாக மறுத்தார். முதலவதாக மேற்குப் பகுதியைத் தனியாகப் பார்க்கவேண்டிய எந்த அவசியமும் இல்லை. பிற பகுதிகளைப் போலவே அந்த எல்லைக்கோடுவரை ஒவ்வொரு தரப்புக்கும் முழுச் செல்வாக்கு இருந்துவந்துள்ளது. இரண்டாவதாக, இரு நாடுகளும் முன்பே ஒப்புக்கொண்ட (இந்தியா அதை ஒப்புக் கொள்ளவில்லை. ஒப்புக்கொள்ளும் எண்ணமும் இல்லை) 'தற்போதைய நிலையே தொடரட்டும்' என்ற விஷயத்தை மறுதலிக்கிறது. மூன்றாவதாக, அந்த யோசனை மேலோட்டமாகப் பார்க்கும்போது நியாயமானது போலவே தோன்றும். ஆனால், உண்மை நிலை அது அல்ல.

'நேருவின் கோரிக்கை ஒருதலைப்பட்சமானது. காரணம் இந்தியாவுக் கான இழப்பு அதிகமிருக்காது. ஆனால் நீண்ட நெடுங்காலமாகச் சீனாவின் கட்டுப்பாட்டில் இருக்கும் சுமார் 33,000 சதுர கிமீ பரப்பளவை விட்டு விலக வேண்டியிருக்கும். குறிப்பாக சிங்கியாங்கின் மற்றும் மேற்குத் திபெத்தின் பெரும் பகுதிகளை இணைக்கும் பிரதான வழித்தடம் இங்குதான் அமைந்துள்ளது. நிச்சயம் இதை ஏற்றுக் கொள்ளமாட்டோம். நேருவின் திட்டத்தில் இந்தியா உறுதியாக இருந்தால், இதே கொள்கையை எல்லையின் கிழக்குப் பிராந்தியத்துக்கும் அமல்படுத்த ஒப்புக்கொள்ளுமா? மெக்மொகன் கோட்டுக்குப் பின்னால் சீனத் துருப்புகளை அழைத்துக் கொள்வதில் ஆட்சேபணை இல்லை. ஆனால், சீன வரைபடத்தில் கண்டுள்ளபடி வட கிழக்கு பிராந்தியத்தின் பெரும் பகுதியிலிருந்து

இந்தியா விலக வேண்டியிருக்கும். அதற்குத் தயாரா' என்று சூ என் லாய் கிடுக்கிப்பிடி போட்டார்.

முந்தைய கடிதத்தைப் போலவே இந்தக் கடிதத்தையும் சூ என் லாய் நட்பார்ந்த தொனியிலேயே எழுதியிருந்தார். சில விஷயங்களை முன்கூட்டியே ஒப்புக்கொள்ளாமல் பேச்சுவார்த்தையை ஆரம்பித்தால் மலை போன்ற புள்ளிவிவரங்களின் குவியலுக்குள் நாம் மூழ்கடிக்கப்பட்டுவிடுவோம் என்று நேரு கூறினார்.

'எந்தக் கோட்பாடுகளின் அடிப்படையில் பேச்சுவார்த்தை நடக்க வேண்டும் என்பதை நாம் முதலில் கூடிப் பேசியாகவேண்டும். பிரச்னைகளுக்கு ஒரே தீர்வு இருவரும் சந்தித்துப் பேசுவது மட்டுமே. எந்தப் பலனும் தராத முடிவற்ற வெட்டி விவாதங்களில் ஈடுபட்டு வந்தால் ஆக்கபூர்வமான பேச்சுவார்த்தை நடக்க வாய்ப்பே இல்லாமல் போய்விடும். டிசம்பர் 26 அன்று சீனாவில் சந்திப்போம். இந்தியாவுக்கு எதிரான போராட்டங்கள் எதுவும் சீனாவில் கிடையாது என்பதால் (சீனாவுக்கு எதிராக இந்தியாவில் நடைபெறும் போராட்டங்களைக் குறிப்பால் உணர்த்துகிறார்) இருவரும் சந்திக்க சீனாவே சரியான இடம். ஒருவேளை சீனா வேண்டாம் என்றால் இருவரும் பர்மா தலைநகர் ரங்கூனில் சந்திக்கலாம்' என்றார் சூ என் லாய்.

கடிதம் கிடைத்ததில் இருந்து 9 நாட்களுக்குள் இரு நாட்டுத் தலைவர்கள் சந்தித்துப் பேசுவதென்பது சாத்தியமில்லை. ஆனால், அதைக் காரணமாகச் சொல்லிப் பேச்சுவார்த்தையை நிராகரித்து விடக்கூடாதென்று, உங்களுக்கு உகந்த வேறு ஏதேனும் நாளை நீங்கள் சொல்லுங்கள் என்றும் சூ என் லாய் கேட்டிருந்தார்.

நேருவின் பதில் நட்புணர்வும் இதமும் இல்லாமல் இருந்தது. இரு நாடுகளும் ராணுவத்தைப் பின்வாங்கிக் கொள்ளவேண்டும் என்ற 'குறைந்தபட்சக் கோரிக்கை' கூட ஏற்கப்படாதது குறித்து ஆழ்ந்த வருத்தத்தைத் தெரிவித்தார். உண்மைநிலை தொடர்பாக முற்றிலும் மாறுபட்ட கருத்துகள் நம் இரு தரப்பில் இருக்கும்நிலையில் என்ன கோட்பாடுகளின் அடிப்படையில் பேச்சுவார்த்தையைத் தொடங்க என்று முடிவெடுப்பது சாத்தியமில்லை' என்பதே நேருவின் பதிலாக இருந்தது.

பேச்சுவார்த்தைக்கு இந்தியா வர மறுத்ததைத் தொடர்ந்து சீனாவின் முனைவுகள் தேக்கம் கண்டன. எல்லைகளிலும் அமைதி நிலவியது. கிழக்குப் பிராந்தியத்தில் மெக்மோகன் கோட்டை உண்மையான எல்லையாக சீனா தொடர்ந்து கருதியது. அப்பகுதியிலிருந்து விலக 'இதுவே கடைசி எச்சரிக்கை' என்று பலமுறை கிஞ்செமேன் ராணுவ முகாம் தளபதியிடம் தெரிவித்தும் கண்டு கொள்ளவேயில்லை. வரைபட எல்லைக்கோட்டில் இந்தியத் தரப்பு தக்கவைக்க விரும்பிய லாங்ஜூ பகுதி சீனர்களின் கட்டுப்பாட்டில் இருந்தது. நேரு

அங்கிருந்து அவர்கள் வெளியேறவேண்டும் என்று கேட்டுக்கொண்டார். சீனர்கள் சீக்கிரமே தமது படையை அங்கிருந்து விலக்கிக் கொண்டனர். மெக்மோகன் கோட்டுக்கு அருகே இரு நாடுகளும் ரோந்துப் பணிகளை நிறுத்திக்கொண்டன.

கொங்கா கணவாய் மோதலுக்குப் பிறகு மேற்குப் பிராந்தியமும் அமைதியாகவே இருந்தது. சீனர்கள் அங்கு ரோந்துப் பணிகளை நிறுத்திக்கொண்டனர். கடுங்குளிர் நிலவியதாலும் போக்குவரத்துப் பிரச்னையாலும், இந்தியா ராணுவமும் அங்கு ரோந்துப் பணிகளை நிறுத்திக் கொண்டது.

எல்லையில் மோதல் எதுவும் நடக்காததாலும் பேச்சுவார்த்தை எதுவும் நடக்காமல் முடங்கியிருந்ததாலும் இந்தியா உரிமை கொண்டாடிய மேற்குப் பகுதியில் சீனா வழக்கம்போல் தனது ஆதிக்கத்தையும் அதிகாரத்தையும் தடையின்றிச் செலுத்தியது. மௌனம் சம்மதம் என்பதற்கு ஏற்ப இந்தியாவின் அமைதி சீனாவின் ஆக்கிரமிப்புகளுக்குச் சம்மதம் தெரிவிப்பதுடன், நிபந்தனைகளை ஏற்றுக்கொண்டு எல்லைப் பிரச்னைக்கு முடிவு கண்டது போலவும் ஆகி விடுமோ என புதுடெல்லி அஞ்சியது. மேலும் இந்த வாய்ப்பைப் பயன்படுத்திக் கொண்டு அக்சாய் சின் பகுதியில் தன்னை இன்னும் வலுவாக நிலைநிறுத்திக் கொள்வதுடன் முடிந்தால் இன்னும் விரிவாக்க முனைவுகளிலும் சீன ஈடுபடுமோ என்றும் பதறியது. இதனைத் தவிர்க்க சூ என் லாய் கடிதத்தில் விடுத்த கோரிக்கையை ஏற்றுக்கொண்டு அவருடன் பேச்சுவார்த்தைகளை ஆரம்பிக்கலாமா என்ற எண்ணமும் கூட, 1960 தொடக்கத்தில் இந்திய அரசுக்கு ஏற்பட்டது.

உலகின் இரு பெரும் வல்லரசுகளான அமெரிக்காவும் ரஷ்யாவும் சந்தித்து பனிப்போரை விலக்கிக் கொள்ள வேண்டும் என்பதே அணி சேரா நாடுகளில் முக்கிய அங்கம் வகிக்கும் இந்தியாவின் நிலைப்பாடாகும். இரு நாட்டு அதிபர்களும் சந்தித்து பேச்சு வார்த்தைகள் நடத்துவதன் மூலம் பல பிரச்னைகளுக்குத் தீர்வு காணலாம் என்பது நேருவின் தனிப்பட்ட விருப்பமும் கூட. கேம்ப் டேவிட் உச்சி மாநாட்டிற்காக ரஷ்ய அதிபர் குருஷேவ் சமீபத்தில் வாஷிங்டன் பயணித்து அமெரிக்க அதிபரைச் சந்தித்தது நேருவின் கருத்துக்கு வலு சேர்த்தது. நேருவின் அயலுறவுக் கொள்கைகள் விமர்சனத்துக்கு உள்ளாகும் போது, ரஷ்ய-அமெரிக்க அதிபர்கள் நடத்திய பேச்சுவார்த்தைகளைச் சுட்டிக் காட்டித், இந்தியாவின் வழியைத்தான் அவர்கள் பின்பற்றுகிறார்கள் என்றும் உலக அளவில் இந்தியாவுக்கு இருக்கும் மரியாதை பற்றியும் நேரு பெருமிதத்துடன் பதில் கூறினார். ஆனால், உலக அளவில் இந்தியாவுக்கு இருந்த மரியாதையை இந்தியா சற்று மெத்தனத்துடன் எடுத்துக்கொண்டது.

1959 நாடாளுமன்றைக் கூட்டத்தில் உரையாற்றிய நேரு 'இந்தியாவின் குரல் பல ஆண்டுகளாக உலகின் பல்வேறு நாடுகளில் ஒலிப்பது நமக்குப் பெருமையான விஷயம். அமெரிக்கா மற்றும் சோவியத் நாடுகளைப் போன்று இந்தியா வல்லரசு அல்ல. சுதந்திரம் பெற்றுச் சில ஆண்டுகளே ஆன நிலையில் இந்தியா வளர்ந்து வரும் நாடாகும். ஏழ்மையில் இருக்கும் ஏழ்மையைப் போக்கக் கடினமாகப் பாடுபட்டுவரும் இந்தியா கடந்த சில வருடங்களில் உலக அளவில் மிக நேர்மை, நம்பிக்கை, சமாதானம், பொறுமை, அனைவருடன் இணக்கமாக வாழ்தல், பேச்சுவார்த்தைகள் மூலம் சுமுகமான தீர்வு காண்பது ஆகியவை நமது கொள்கைகளாகும். இவை அனைத்தும் உதட்டிலிருந்து வரும் வார்த்தைகள் அல்ல உள்ளத்திலிருந்து வருபவை. உலகை ஆழமாகப் புரிந்து கொண்டதன் விளைவாக ஏற்பட்டவை. இவை காரணமாகவே ஐக்கிய நாடுகள் அமைப்பு மட்டுமின்றி உலகின் பல்வேறு நாடுகள் இந்தியாவை முன் உதாரணமாகக் கொண்டு நம்மை மதிக்கின்றன'.

மற்ற நாடுகளில் இல்லாத விசேஷ ஞானம், உயர் ஒழுக்கம் எல்லாம் தம்மிடம் உண்டு என்ற சுய பெருமை சார்ந்த இந்தக் கூற்றுகள் ஆசியர்களின் குறிப்பாக இந்திய தேசியப் போராட்டத்தின் மன நிலையை வெளிப்படுத்துகின்றன. எனினும் இந்தக் கூற்றுகளின் அடியில் வலுவான உண்மை இருக்கத்தான் செய்கிறது. காஜா முதல் காங்கோ மற்றும் கொரியா வரை பிரச்னைகளின் நடுவராகவும் அமைதியை உருவாக்குபவராகவும் இந்தியா உலக அளவில் மதிக்கப் பட்டது. பன்னாட்டு உறவுகளில் இந்தியா கடைப்பிடித்த அணி சேராக் கொள்கை பரவலான பாராட்டைப் பெற்றது. அணி சேரா நாடுகளின் பிரதான முகமாக இந்தியா இருந்தது. பனிப்போரை மட்டுப்படுத்தும் சக்தியாக இந்தியா செயல்பட்டது. அமெரிக்க அதிபர் ஐஸனோவர், சோவியத் அதிபர் குருஷேவ் அடுத்தடுத்து இந்தியாவுக்கு வருகை தந்தது நேருவின் அணி சேராக் கொள்கைக்குக் கிடைத்த வெற்றியாகவே கருதப்பட்டது.

1959 டிசம்பரில் அமெரிக்க அதிபர் ஐஸனோவர் இந்தியாவுக்கு விஜயம் செய்ததன் மூலம் அணி சேரா நாடுகள் மீது, குறிப்பாக இந்தியா மீது, அமெரிக்கா அதுவரை கொண்டிருந்த தவறான கொள்கைக்கு முற்றுப்புள்ளி வைக்கப்பட்டது. இந்திய நாடாளுமன்றத்தில் உரையாற்றிய ஐஸனோவர் இந்தியாவின் பாரம்பரியப் பெருமை களையும், அணி சேராக் கொள்கைகளையும் வானளாவப் புகழ்ந்தார். அவரது பாராட்டை வார்த்தைகளால் மட்டும் தெரிவிக்காமல் பொருளாதார உதவியிலும் தாராளமாகக் காட்டினார்.

இந்தியா சுதந்திரம் பெற்ற 1947 முதல் 1959 வரையிலான 12 ஆண்டுகளில் அமெரிக்காவின் உதவி 1.7 பில்லியன் டாலர்கள்.

ஆனால் அடுத்த 3 ஆண்டுகளுக்கு சுமார் 4 பில்லியன் டாலர் மதிப்பிலான உதவிகள் அளிக்கப்படும் என ஐஸனோவர் உறுதியளித்தார். அமெரிக்காவின் இந்த அதிரடி மாற்றத்துக்கு முக்கியக் காரணம் இந்திய - சீனா உரசல் தான். கம்யூனிஸ்ட் நாடான சீனாவுடனான இந்தியாவின் மோதல் போக்கை அமெரிக்கா பயன்படுத்திக் கொள்ள எண்ணியதே அதன் தாராள குணத்துக்கு வழி வகுத்தது. ஐஸனோவர் வருகைக்கு முன்பாக அமெரிக்க செனட் வெளிவிவகாரக் குழுத் தலைவர் வில் ஸ்மித்திடம் சீனாவின் அத்துமீறல்கள் குறித்துத் தனது ஆதங்கத்தையும், வருத்தத்தையும் நேரு பகிர்ந்து கொண்டிருந்தார். அமெரிக்க அதிபரின் இந்திய வருகை இதன் பிறகே உறுதியானது.

1960-களின் தொடக்கத்தில் சீனாவுக்கும், சோவியத் யூனியனுக்கும் இடையேயான மோதல் பெரிய அளவில் வெளி உலகுக்குத் தெரியவில்லை. பீகிங்குடனான உரசல் மாஸ்கோவுடனான நல்லுறவு களைப் பாதித்துவிடுமோ என புதுடெல்லி கவலைப்பட்டதற்குக் காரணம் இரண்டுமே கம்யூனிஸ்ட் நாடுகள் என்பதுதான். ஒரு கம்யூனிஸ்ட் நாடு மற்றொரு கம்யூனிஸ்ட் நாட்டுக்கு ஆதரவளிப்பது இயற்கையான விஷயம் என்பதே இந்த அச்சத்துக்குக் காரணம். இந்தியாவுக்கு ரஷ்யா அளிக்கும் பொருளாதார உதவி மிகச் சிறிய அளவே என்றாலும் பிலாய் எஃகு ஆலை நிர்மாணம் என மெள்ள வர ஆரம்பித்திருந்தது. ஆனால் இந்திய சீனா பிரச்னை எந்த வகையிலும் இந்தியா சோவியத் உறவுகளைப் பாதிக்காது என்று மாஸ்கோ உறுதியளித்த பிறகே புதுடெல்லி நிம்மதிப் பெருமூச்சு விட்டது.

குருஷேவின் அமெரிக்க விஜயத்துக்கு முதல் நாள் லாங்ஜுவில் தாக்குதல் நடைபெற்றது. 'அமைதியான சக வாழ்வு என்ற கொள்கைக்கு நேர்ந்த அவமானம்' என்று அந்த நிகழ்வுபற்றி ரஷ்யா கருத்துத் தெரிவித்தது. கம்யூனிஸ்ட் நாட்டுக்கும் கம்யூனிஸ்ட் அல்லாத நாட்டுக்கும் இடையேயான பிரச்னையில் சோவியத் இப்படி நடுநிலை வகித்தது சர்வதேச மற்றும் சித்தாந்த அரசியலில் சகோதரத்துவ ஒற்றுமையின் கடமையில் இருந்து விலகிச் செல்வதாகவே புரிந்துகொள்ளப்பட்டது. இந்தியா, சீனா என இரு நாடுகளையும் ஒரே மாதிரியாகப் பார்த்ததும், லாங்ஜு சம்பவம் குறித்து பொத்தம் பொதுவாக வருத்தம் தெரிவித்ததும் உண்மையில் சீனாவுக்கான கண்டனமாகவே பீகிங் எடுத்துக்கொண்டது.

ரஷ்யாவின் இந்த ஆதரவு இந்தியாவுக்கு மிகவும் முக்கியமானதாக இருந்தது. எல்லைப் பிரச்னை தொடர்பாக இந்தியா சொல்லும் விஷயங்களை மேற்கத்திய நாடுகள் அப்படியே ஏற்றுக்கொள்ளும் நிலை உருவானது. ரஷ்யாவின் தொடர்ந்த ஆதரவு இந்தியாவுக்கு முக்கியமான துருப்புச் சீட்டாக இருந்தது. எனவே, இந்தியா ஒரு

முடிவெடுப்பதற்கு முன் ரஷ்யாவின் எதிர்வினையைக் கருத்தில் கொள்ளவேண்டியிருந்தது.

இதற்கு இடையே இந்தியாவுக்கு மறு வருகை தருவதாக குருஷேவ் அளித்திருந்த வாக்குறுதி நீண்ட காலமாகத் தள்ளிப் போய்க் கொண்டே இருந்தது. 1959 டிசம்பர் இறுதியில் இந்தோனேஷியப் பயணத்தை முடித்துக்கொண்டு புதுடெல்லி வருவதாக வெளியான மாஸ்கோவின் அறிவிப்பு தனிப்பட்ட முறையில் நேருவுக்கு மகிழ்ச்சியைத் தந்தது. மாஸ்கோவுடனான நெருக்கத்தைப் பயன்படுத்தி பீகிங்கை நிர்பந்தப்படுத்துவதன் மூலம், எல்லைப் பிரச்னையை இந்தியாவுக்குச் சாதகமாகப் பயன்படுத்திக் கொள்ளலாம் என்று நேரு திட்டமிட்டார். ஆனால் எல்லைப் பிரச்னைக்கான தீர்வு பேச்சுவார்த்தை மட்டுமே என்று மாஸ்கோ அறிவுறுத்தியது.

ஆச்சரியம் என்னவெனில் ரஷ்யா-சீனா எல்லை விவகாரத்தில் பேச்சுவார்த்தைக்கு உடன்படமாட்டோம் என்று ரஷ்யா மறுத்தது. அதேபோல் சீனா- பர்மா எல்லைப்பிரச்னையில் பர்மாவை உடனடியாகப் பேச்சுவார்த்தைக்கு ஒப்புக்கொள்ளுமாறு இந்தியா நிர்பந்தித்தது.

டிசம்பர் இறுதியில் சீன வெளி விவகார அமைச்சகத்திடமிருந்து மீண்டும் ஒரு நீண்ட கடிதம் வந்தது. 'இரு நாட்டு பிரதமர்களுக்கு இடையேயான சந்திப்பு விரைவில் நடைபெறவேண்டும் என்ற கோரிக்கையுடன் கடிதம் தொடங்கியது. எல்லை பிரச்னை பிரிட்டிஷார் காலத்தில் ஆரம்பிக்கப்பட்டது. இன்றைய சூழலுக்கு ஏற்ப அதைப் பார்க்கவேண்டும் என்று சீனா தனது அணுகுமுறையை மாற்றிக் கொள்ளவில்லை என்றாலும் முந்தைய கடிதங்களில் காணப்பட்ட எதிர்வாதமும், மிரட்டல் தொனியும் இதில் துளியும் இல்லை. 'உலகின் மிகப் பெரிய நாடுகளுள் சீனாவும் ஒன்று. பரந்து விரிந்த நிலப் பரப்புகளில் சரி பாதியில் இன்னும் மக்கள் தொகை குறைந்த அளவே உள்ளது. பொருளாதார ரீதியில் சீனா இன்னும் பின் தங்கியே இருக்கிறது. வளர்ந்த நிலையை எட்ட இன்னும் பல ஆண்டுகள் ஆகலாம். பெருமளவிலான இயற்கை வளங்களும் பிரமாண்ட உள்ளூர்ச் சந்தையையும் கொண்டிருக்கும்போது அடுத்தவர் நிலங்களில் அத்துமீற வேண்டிய அவசியம் இல்லவே இல்லை. இந்த நீண்ட கடிதத்தில் எங்கள் வாதத்தை முன்வைப்பதன் நோக்கமே இனி நாம் வாதிடவேண்டாம் என்று சொல்லத்தான். இரு நாடுகளும் சண்டையை நிறுத்திவிட்டுப் பேச்சுவார்த்தைகள் மூலம் ஆக்கபூர்வ தீர்வுக்கு முன் வர வேண்டும்' என்று கடிதத்தை நிறைவு செய்திருந்தது.

சீன அணுகுமுறையில் உண்மையிலேயே மாற்றம் இருப்பதாகவும், சூ என் லாய் உடன் இப்போது பேசினால் நமக்கு சாதகமான முடிவு கிடைக்க வாய்ப்பு இருப்பதாகவும் புது தில்லி நம்பியது. இரு

நாடுகளும் அதனதன் கொள்கையில் உறுதியாக இருப்பதால், பேச்சு வார்த்தைகளில் சுமுகமான தீர்வு கிடைக்குமா என்பது கேள்விக் குறிதான். இருப்பினும் பேச்சுவார்த்தைக்கு ஒப்புக்கொண்டால், உலக நாடுகள் மத்தியில் இந்தியா தனது பிரச்னைகளுக்கு தீர்வு காண பேச்சுவார்த்தையை நம்புகிறது என்ற நற்பெயர் அதிகரிக்கும்.

1960 ஜனவரி இறுதியில் சீனப் பிரதமர் சூ என் லாயை வரவேற்கத் தேவையான நடவடிக்கைகளில் புதுடெல்லி இறங்கியது. சீனா தனது ராணுவத்தைத் திரும்ப அழைத்துக் கொண்டால் மட்டுமே பேச்சுவார்த்தை என்று உறுதியாக இருந்த புதுடெல்லி தற்போது அந்த நிபந்தனை பற்றி மூச்சுவிடவில்லை. சீனாவுடனான நிபந்தனையற்ற பேச்சுவார்த்தைகளுக்கு நேரு உடன்படுவதை அதனுடனான சமசரத்துக்கு அவர் தயாராகிவிட்டார் என்றே உள்ளூர் பத்திரிகைகள் விமர்சித்தன. அந்தக் குற்றச்சாட்டுகளில் இருந்து தப்பிக்க 'ஒப்பந்தத்தை நோக்கிய பேச்சுவார்த்தைக்கும்' சாதாரண 'பேச்சுக்கும்' உள்ள வேறுபாட்டை முன்பு நேரு விளக்கியதை மீண்டும் அரசு முன்னெடுத்தது. பேச்சுகள் நடைபெறும் ஆனால் அதில் எந்த உடன்படிக்கையோ, ஒப்பந்தமோ இருக்காது என்றும் தெளிவுபடுத்தினார். சூ என் லாயை இந்தியாவுக்கு வரவேற்கும் கடிதம் பிப்ரவரி 12-ல் பீகிங்கில் உள்ள இந்திய தூதர் ஜி பார்த்தசாரதி மூலம் நேரடியாக வழங்கப்பட்டது.

கடிதம் கொடுக்கப்பட்ட முதல் நாள் சோவியத் அதிபர் குருஷேவ் புதுடெல்லிக்கு வருகை தந்திருந்தார். சிறப்பு விருந்தினராக குருஷேவ் கலந்து கொண்ட நாடாளுமன்றக் கூட்டத்தில் உரையாற்றிய நேரு சீனாவுடன் எந்தவிதமான சமரசமும் செய்து கொள்ளமாட்டோம் என்று உறுதிபடக் கூறினார். இருவருக்கும் இடையே பாலமாக குருஷேவ் செயல்படுவார் என்று எண்ணியிருந்த நேரத்தில் நேருவின் அதிரடிப் பேச்சு புருவங்களை உயர்த்தியது. சீனப் பிரதமர் சூ என் லாயைச் சந்திக்கக் கடிதம் அனுப்பியிருந்தது யாருக்கும் நினைவில் இல்லை. சூ என் லாயைச் சந்திக்க நேருவுக்கு விருப்பம் இல்லை என்ற எண்ணத்தை உறுதிப்படுத்தியது.

இது நடந்த நான்கு நாள் கழித்து சூ என் லாயை இந்தியாவுக்கு வரும்படி இந்திய அரசு கடிதம் அனுப்பியிருக்கிறது என்ற செய்தி வெளியானதும் பலருக்கும் அதிர்ச்சியும் கோபமும் எழுந்தது.

இந்த அழைப்பு விடுத்த கடிதத்தை மிகவும் இதமாக எழுதியிருந்தார் நேரு. 1958 ஆகஸ்ட்டில் அனுப்பிய முதல் கடிதத்தை 'எனது அன்புள்ள பிரதமருக்கு' (My Dear Prime Minister) என்றுதான் ஆரம்பித்திருந்தார். அதன் பிறகான கடிதங்களில் 'அன்புள்ள பிரதமருக்கு' (Dear Prime Minister) என்று சற்று சம்பிரதாயமாகவே எழுதியிருந்தார். அதிலும் ஆறு வாரங்களுக்கு முன் அனுப்பிய கடிதத்தை மிகவும் கறாரான

தொனியிலேயே எழுதியிருந்தார். அதற்கு முற்றிலும் மாறாக இப்போது அனுப்பிய கடிதத்தில் முதல் கடிதம் போலவே 'எனது அன்புள்ள பிரதமருக்கு' என நெருக்கமாக எழுதியிருந்தார்.

'கடந்த காலங்களில் நட்புடன் இருந்த இந்திய சீன உறவுகள் இன்னும் வலுப்பெறவேண்டும் என்று நினைத்ததற்கு மாறாகத் தற்போது மோசமடைந்து உரசல்கள், மோதல்கள் என இருப்பது மிகவும் வருத்தம் அளிக்கிறது. இந்திய-சீன எல்லைகள் என்றைக்குமே வரையறுக்கப்படவில்லை என்பதை ஒப்புக்கொள்ள மாட்டேன். அதை மாற்றச் சொல்லும்படியான எந்தவிதமான புதிய பேச்சு வார்த்தைகளுக்கும் இடம் கிடையாது. ஆனால், நாம் இருவரும் சந்தித்துப் பேசுவதில் எந்தத் தடையும் இருக்கக்கூடாது. அது ஏதேனும் ஒரு வகையில் பயன்படும் என்று நம்புகிறேன். அடுத்த சில மாதங்களுக்கு என்னால் வெளியே எங்கும் பயணிக்க இயலாது. உங்களுக்கு வசதிப்பட்டால் நீங்கள் புது டெல்லிக்குத் தாராளமாக வரலாம். கௌரவம் மிக்க விருந்தினராக உங்களை வரவேற்க வேண்டியது எங்கள் பொறுப்பு' என்று கடிதத்தை நிறைவு செய்திருந்தார். இந்தக் கடிதத்துடன் சீனத் தரப்பு முன்வைத்த முந்தைய வாதத்துக்கு மறுப்பு தெரிவித்தும் இந்திய நிலைப்பாட்டை மீண்டும் உறுதிப்படுத்தியும் ஒரு நீண்ட குறிப்பும் அனுப்பப்பட்டது.

நேரு சீன பிரதமர் சூ என் லாய்க்கு எழுதிய கடிதம் பிப்ரவரி 16 ஆம் தேதி செய்தித்தாள்களில் வெளியானதைப் படித்த நாடாளுமன்ற உறுப்பினர்கள் கோபத்தில் கொப்பளித்தனர். அரசின் 'திடீர் மற்றும் தேவையற்ற கொள்கை மாற்றத்துக்கு' விளக்கம் அளிக்கக் கோரி பிற விஷயங்களை ஒத்திவைக்கும் தீர்மானத்தைக் கொண்டுவந்தனர். சில நாள்கள் காரசாரமான விவாதங்கள் நடைபெற்றன. 'தேசத்துக்கு அவமானம்' என்று மின் மசானி கூறிய கருத்தை ஒட்டு மொத்த எதிர்கட்சிகளும் மேஜைகளைத் தட்டி வரவேற்றன. 'நாட்டை ஆளும் தலைவர்களே நம்பிக்கைத் துரோகம் இழைத்துவிட்டனர். கண்ணிய மற்ற மனிதர்களின் கையில் நாட்டின் கௌரவம் பாதுகாப்பாக இல்லை' என்று ஆச்சாரிய கிருபளாணி பொரிந்து தள்ளினார். நேருவின் 'அந்தர் பல்டியை' பத்திரிகைகளும் கிண்டலடித்தன.

ஆனால் நேரும் மீண்டும் பழைய பல்லவியையே பாடினார். 'ஒப்பந்தத்தை நோக்கிய பேச்சுவார்த்தை' என்பது வேறு 'பேச்சு' என்பது வேறு. சூ என் லாயுடன் நடைபெறப் போவது 'பேச்சு' தானே தவிர 'பேச்சுவார்த்தை இல்லை என்றார். ''இருவருக்கும் இடையே யான சந்திப்பில் 'ஒப்பந்தத்தை நோக்கிய பேச்சுவார்த்தைகளே முக்கிய இடம் பெறும்' என்று மினு மசானி கூறினார்.202. 'பேச்சுவார்த்தை, பேச்சு ஆகிய இரண்டுக்கு இடையே பிரதமர் கூறும் வித்தியாசம் நேர்மையானதல்ல. நேருவுக்கும் திரு.சூ என் லாய்க்கும்

இடையே நடக்கப்போகும் சந்திப்பென்பது முழுக்க முழுக்க முக்கியத்துவம் வாய்ந்த பேச்சுவார்த்தையாக மட்டுமே இருக்க முடியும்' என்று டைம்ஸ் ஆஃப் இந்தியா பத்திரிகையும் குறிப்பிட்டது. நேரு தனது கொள்கையை மாற்றிக்கொண்டுவிட்டாரா... பேச்சு வார்த்தை, பேச்சு இரண்டுக்கும் இடையே உள்ள வேறுபாடு என்ன என்ற விவாதங்களே தொடர்ந்து வந்த வாரங்களில் நாடாளுமன்றத்தின் நேரத்தை முழுவதுமாக ஆக்கிரமித்தன.

காங்கிரஸ் உறுப்பினர்கள் மட்டுமின்றிச் சில எதிர்க்கட்சித் தலைவர்களும் நேருவின் கருத்தையும், சூ என் லாய்க்கு விடுத்த அழைப்பையும் வரவேற்றனர். குறிப்பாக முன்னாள் காங்கிரஸ் தலைவரும், முன்னாள் கவர்னர் ஜெனரலும், இந்நாள் சுதந்திரா கட்சித் தலைவருமான ராஜாகோபாலாச்சாரியார் 'சீனப் பிரதமர் சூ என் லாயை அழைப்பதில் எந்தத் தவறுமில்லை. மனதில் திடமும் கொள்கையில் உறுதியும் இருக்கும் பட்சத்தில் யாரை வேண்டு மானாலும் சந்திக்கலாம்' என்று நேருவுக்கு நேசக்கரம் நீட்டினார். சூ என் லாய் தனது அழைப்பை ஏற்றுக்கொண்டு வரச் சம்மதித்ததாக மார்ச் 1 ஆம் தேதி காங்கிரஸ் நாடாளுமன்ற உறுப்பினர்களிடம் பலத்த கரகோஷத்துக்கு இடையே தெரிவித்தார்.

நேருவின் அழைப்பை சூ என் லாய் மிகுந்த 'நன்றிப் பெருக்குடன்' ஏற்றுக்கொண்டார். ஏப்ரல் 19 ஆம் தேதி இந்தியா வருவதாகவும் ஏழு நாள்கள் தங்குவதாகவும் சீனப் பிரதமர் அலுவலகம் தகவல் அனுப்பியது. இந்திய அரசுக்கு இரண்டுமே மகிழ்ச்சியைத் தந்திருக்கக் கூடும். சூ என் லாயின் வருகை உறுதியானவுடன் எதிர்கட்சிகள் அடுத்த கட்டத்துக்குத் தயாராயின. சீனாவுடன் எந்த விட்டுக்கொடுத்தலையும் நேரு செய்துவிடக்கூடாது என்றும் அதைத் தடுப்பதற்காக புதுடெல்லியிலும், ஏனைய நகரங்களிலும் 'விட்டுக் கொடுத்தலுக்கு எதிரான வாரம்' என்ற ஒரு போராட்டத்துக்கு ஏற்பாடு செய்தன.

இந்தியா பேச்சுவார்த்தைக்கு ஒப்புக்கொள்ளவேண்டுமென கம்யூனிஸ்ட் கட்சி கூறியது. கிருபளானியும் அவருடைய சகாக்களும் இந்தியா சார்பாகப் பேச எந்த உரிமையும் அற்றவர்கள் என்று நேஷனல் ஹெரால்டு பத்திரிகை செய்தி வெளியிட்டது. ஒரு சில முஸ்லிம் பத்திரிகைகள் ஜனசங்கம், இந்து மகா சபா போன்ற மதவாத எதிரிகளுக்கு எதிர்வினையாற்றும் முகமாக அர்த்தபூர்வமுள்ள பேச்சுவார்த்தைக்கு ஆலோசனை கூறின. ஆனால், இத்தகைய குரல்கள் விதிவிலக்காக, மிக மங்கலாகவே ஒலித்தன.

விருந்தினர் வரும் நேரத்தில் போராட்டங்கள் நடத்துவது அவரை அவமதிப்பதற்குச் சமானம். எதிரியாகவே இருந்தாலும் விருந்தினராக வந்தால் உபசரிக்க வேண்டியது நமது பண்பாடு என்று சாதுர்யமாகப்

பேசி சூ என் லாய் புதுடெல்லியில் தங்கியிருக்கும் வாரம் முழுவதும் எந்தப் போராட்டங்களும் நடைபெறாமல் நேரு தடுத்துவிட்டார். சூ என் லாய் இந்தியாவில் காலடி எடுத்துவைப்பதற்கு முதல் நாளே போராட்டங்களை முடித்துக்கொள்ளவேண்டும் என்ற அவரது வேண்டுகோளை எதிர்கட்சியினரும் பெருந்தன்மையுடன் ஏற்றுக் கொண்டனர். அதற்குக் கைமாறாக அயல் நாட்டுத் தலைவர்களுக்குச் சம்பிரதாயமாக வழங்கப்படும் பொது மக்கள் வரவேற்பு அளிக்கப்பட மாட்டாது என்று நேரு உறுதி அளித்தார்.

சூ என் லாய் வருவதற்கு முதல் நாள் வரை ஜனசங்கம் நாடு முழுவதும் ஆயிரக்கணக்கானோர் பங்கேற்பில் 'ஆக்கிரமிப்பாளர்களே, இந்தியாவை விட்டு வெளியேறுங்கள்', 'இந்தியாவின் ஒரு பிடி மண்ணைக் கூட விட்டுத் தர மாட்டோம்', சீன அத்துமீறல் ஒழிக' என்ற பதாகைகளை ஏந்திப் போராட்டங்களை நடத்தியது. இதனைத் தொடர்ந்து கம்யூனிஸ்ட் அல்லாத எதிர்கட்சியினர் நேருவைச் சந்தித்து 'சீனா ஆக்கிரமிப்புகளில் இருந்து விலகினால் மட்டுமே பேச்சு வார்த்தை', 'இந்தியாவுக்குச் சொந்தமான பகுதிகளில் ஒரு அங்குல இடத்தைக்கூட விட்டுத் தரக் கூடாது' ஆகியவற்றில் இந்தியா உறுதியாக இருக்கவேண்டும் என்னும் கோரிக்கைகளை முன்வைத்தனர். 'நாடாளுமன்றத்தில் சொன்னதைவிடக் கூடுதலாகச் சொல்ல எதுவுமில்லை' என்று நேரு ஜன சங்க பிரதிநிதியிடம் உத்தரவாதம் அளித்ததாக அதிகாரபூர்வ ஆவணம் தெரிவிக்கிறது. ஆனால், ஜன சங்கப் பிரதிநிதி பத்திரிகையாளரைச் சந்தித்துப் பேசிய போது, 'இந்திய அரசு ஓர் அங்குல நிலத்தைக்கூட விட்டுக் கொடுக்காது என்று நேரு வாக்குறுதி அளித்துள்ளார்' என்று தெரிவித்தார்.

இந்தக் காலகட்டத்தில் பேச்சுவார்த்தைக்கு இடம் கொடுக்கக்கூடாது என்ற இந்தியாவின் நிலைப்பாட்டுக்குக் கூடுதலாக சர்வதேச காரணம் ஒன்றும் கிடைத்தது. 'இந்தியா பேச்சுவார்த்தைக்கு ஒப்புக் கொண்டால் எஞ்சிய ஆசிய பிராந்தியத்தில் தமது அரசை ஜனநாயக முறையில் சுதந்தரமாக வளர்த்தெடுக்க விரும்பும் நாடுகளின் நம்பிக்கையை அது உடைத்துவிடும்' என்று ஜன சங்கம் தெரிவித்தது.

எல்லைப் பிரச்னைக்கான சீனத் தீர்வு என்பது இந்தியாவில் அவமானகரமான தோல்வியாகவே பார்க்கப்பட்டது. எனவே, பேச்சு வார்த்தைகள் தோற்பதே இந்தியாவின் வெற்றி. பேச்சுவார்த்தைகள் நடந்தால் சிறிய ஆசிய நாடுகளின் பார்வையில் சீனாவின் செல்வாக்கும் அதிகாரமும் உயரும். சீனாவின் விருப்பத்துக்கு ஏற்ப இந்தியா வளைந்துகொடுத்ததாகவே ஆகும்' என ஒரு பத்திரிகை தன் தலையங்கத்தில் எழுதியது. பேச்சுவார்த்தை முறிந்தால் இந்தியாவை முறையற்று நடந்துகொள்ளும் நாடாகச் சொல்வார்கள். ஆனால்,

அப்படியான ஒரு பெயரானது பலவீனமான, ஆண்மையற்ற நாடாகக் கருதப்படுவதைவிட எவ்வளவோ மேலானது என்று ஒரு பத்திரிகை குறிப்பிட்டது.

சூ என் லாய் இந்தியாவுக்கு வருவதற்கு ஒரு மாதம் முன்பாக வட எல்லை குறித்த வழக்கு உச்சநீதி மன்றத்துக்கு வந்தது. 1958-ல் பாகிஸ்தானுடன் செய்து கொண்ட ஒப்பந்தத்தின் அடிப்படையில் மேற்கு வங்கம் மற்றும் கிழக்குப் பாகிஸ்தானுக்கு இடையே பல கிராமங்களை உள்ளடக்கிய பெருபாரி யூனியன் பகுதியைப் பாகிஸ்தானுக்குத் தாரை வார்க்க நேரு ஒப்புக்கொண்டிருந்தார். இந்தியாவுக்குச் சொந்தமான பகுதியைப் பாகிஸ்தானுக்கு அளிக்கும் மத்திய அரசின் தன்னிச்சையான செயலை எதிர்த்து உச்சநீதி மன்றத்தில் வழக்கு தொடரப்பட்டது. வழக்கைத் தீர விசாரித்த உச்சநீதி மன்றம் 1960 மார்ச் 14 ஆம் தேதி மத்திய அரசின் முடிவுக்குத் தடை விதித்துத் தீர்ப்பளித்தது. இந்திய அரசியல் அமைப்புச் சட்டத்தில் எந்தத் திருத்தமும் செய்யாமல் இந்தியாவுக்குச் சொந்தமான பகுதியை வேறு நாட்டுக்கு (சம்பந்தப்பட்ட இரு நாடுகளும் ஒப்பந்தமே செய்து கொண்டிருந்தாலும்) வழங்க மத்திய அரசுக்கு எந்த அதிகாரம் இல்லை என்று தெளிவுபடுத்தியது.

இந்தியா - பாகிஸ்தான் பெருபாரி பகுதிக்குப் பொருந்தும் உச்சநீதி மன்றத் தீர்ப்பு இந்தியா - சீனா எல்லைப் பிரச்னைக்கும் பொருந்துமா என்ற கோணத்தில் சட்ட அமைச்சகத்தின் ஆலோசனையை மத்திய அரசு கோரியது. இந்தியாவுக்குச் சொந்தமான எந்தப் பகுதியையும் எந்த நாட்டுக்கும் தன்னிச்சையாகத் தாரை வார்க்க மத்திய அரசுக்கு உரிமை இல்லை. அரசியல் அமைப்புச் சட்டத்தில் அதற்கேற்ற வகையில் முறையான திருத்தங்கள் செய்யப்படவேண்டும். மக்களவையில் மூன்றில் இரு பங்கு உறுப்பினர்களின் ஆதரவு வேண்டும். இந்தியாவில் உள்ள மாநில சட்டமன்றங்களின் சரி பாதிக்கு மேல் ஒப்புதல் அளிக்கவேண்டும். இவை அனைத்தும் நடைபெறும் பட்சத்தில் மட்டுமே இந்தியாவுக்குச் சொந்தமான பகுதியை மற்றொரு நாட்டுக்கு வழங்க முடியும் என்று சட்ட அமைச்சகம் ஆலோசனை கூறியது.

இது மிகவும் கடினமான விஷயம்தான். ஆனால் நேருவுக்கு சவால் விடும் அளவுக்கு யாரும் காங்கிரஸில் இல்லை. மேலும் மக்களவையிலும் மாநிலங்கள் அவையிலும் காங்கிரஸ் உறுப்பினர்களே பெரும்பான்மையாக இருந்ததால் மூன்றில் இரு பங்கு ஆதரவு மிக எளிதாகக் கிடைத்தது. அதேபோல் இந்தியாவின் எல்லா மாநிலங் களிலும் காங்கிரஸே ஆட்சியில் இருந்ததால் தேவையான ஒப்புதல் சுலபமாகக் கிடைத்தது. எனவே பெருபாரி பகுதியைப் பாகிஸ்தானுக்குக் கொடுக்கும் மசோதா எந்த எதிர்ப்பும் இன்றி

நிறைவேறியது. தேவையான திருத்தங்களும் இந்திய அரசியல் சட்டத்தில் மேற்கொள்ளப்பட்டன.

நேரு நினைத்திருந்தால் அரசியல் அமைப்புச் சட்டத் திருத்தம் மூலம் பெருபாரியைப் பாகிஸ்தானுக்குக் கொடுத்ததுபோல் சீனாவுக்கும் அது கேட்கும் பகுதியை வழங்கி இருக்கலாம்.

அரசியல் சாசன விதிமுறைகள், அரசியல் கட்சிகளின் நிர்பந்தங்கள் இவையெல்லாம் இப்படியாக நேரு ஏற்கெனவே எடுத்த முடியில் உறுதியாக நிற்கும்படி அவரை நிர்பந்தித்துவிட்டன.மேற்கு எல்லை தொடர்பாக அவர் ஆரம்பத்தில் சொன்ன சந்தேகமான, தயக்கமான வார்த்தைகள் எல்லாம் இப்போது மறைந்து அவர் ஒரு சர்வாதிகாரி போல் ஆகிவிட்டார். இந்தியாவின் கௌரவம், கண்ணியம், சீனாவின் அத்துமீறல், ஆணவம் என்றெல்லாம் பேசியதன் மூலம் எல்லைப் பிரச்னையை நேரு மேலும் சிக்கலாக்கியதுதான் மிச்சம். சில மாதங்களுக்கு முன்புதான் சக அரசியல் தலைவர்களை அப்படியான உணர்வுகளை எல்லைப் பிரச்னைக்குள் கொண்டுவரவேண்டா மென்று கேட்டுக்கொண்டிருந்தார்! அக்சாய் சின் பகுதி இந்தியாவுக்கே சொந்தம், மெக்மொகன் கோட்டை ஏற்றுக்கொள்ளுதல் உள்பட மறு வார்த்தையின்றி இந்தியாவின் அனைத்துக் கோரிக்கைகளையும் சீனா நிபந்தனையின்றி ஒப்புக்கொண்டால் மட்டுமே நேருவுக்கு மரியாதை மிஞ்சும் என்ற அளவுக்கு அவருடைய சொற்களும் செயல்களும் அமைந்துவிட்டன. அப்படியாக சீனத் தலைவர் இந்தியாவில் காலடி எடுத்து வைப்பதற்கு முன்பாகவே அந்தப் பேச்சுவார்த்தை தோல்வியடைந்துவிட்டது. இதைத்தான் நேரு சூ என் லாய் உடனான சந்திப்பு பேச்சுவார்த்தையாக இருக்காது என்று சொன்னார்.

இரு நாட்டுத் தலைவர்களின் சந்திப்பு நிகழ்வதற்கு முன்பாக இந்தியாவின் நிலையை மீண்டும் உறுதிப்படுத்தி மத்திய அரசு பீகிங்குக்கு நீண்ட கடிதம் எழுதியது. சீன இந்திய எல்லைகள் பாரம்பரியம் மற்றும் வரலாற்றுரீதியாக நெடுங்காலத்துக்கு முன்பே நிர்ணயிக்கப்பட்டவை என்பதுடன், உடன்பாடு மற்றும் ஒப்பந்தங்கள் மூலம் ஏற்கனவே உறுதிப்படுத்தப்பட்டுள்ளன; பேச்சுவார்த்தைகள் மூலம் மீண்டும் ஒரு புதிய ஒப்பந்தம் செய்துகொள்ள வேண்டிய அவசியம் இல்லை என்று இந்தியா ஆணித்தரமாக விளக்கியது. ஆனால் எல்லைப் பகுதிகளில் ஏதேனும் சிறு சிறு மாற்றங்கள் தேவைப்பட்டால், இரு நாடுகளும் திருப்தி அடையும் வகையில் மேற்கொள்வதில் எந்த ஆட்சேபணையும் இல்லை என்றும் தெரிவித்தது. பதிலுக்குச் சீனாவும் எதிர்வாதம் செய்வது நோக்கமல்ல என்றும் இரு நாடுகளுக்கு இடையேயான புரிதல் மேம்படவே சந்திப்புக்கு ஆர்வமாக உள்ளதாகவும் தெரிவித்தது.

எல்லைகள் ஏற்கெனவே நிர்ணயிக்கப்பட்டுள்ளன என்பதை ஏற்றுக் கொள்ளமுடியாது என்றும், பேச்சுவார்த்தைகள் மூலமே பிரச்னை களைத் தீர்த்துக் கொள்ளலாம் என்று தனது நிலைப்பாட்டில் உறுதியாக இருந்தது. கூடவே புதிதாக ஒரு விஷயத்தையும் சொன்னது: இரு நாட்டு எல்லைகள் தொடர்பான விஷயத்தில் இரு நாடுகளுமே தற்போதைய நிலை அப்படியே இருக்கட்டும் என்ற முடிவெடுக்கும் பட்சத்தில் எல்லைப் பிரச்னையை கொஞ்சம் தள்ளி வைத்துவிட்டுப் பிற விஷயங்கள் நல்லுறவை வளர்த்துக்கொள்வோம் என்று ஒரு யோசனை சொன்னது.

அதாவது இரு நாடுகளும் இப்போது இருக்கும் அதிகாரபூர்வமற்ற எல்லைக்கோட்டை அப்படியே அனுசரித்துக்கொள்ளவேண்டும். நேரு வெளிப்படையாகவும் பொது வெளியில் அனைவருக்கும் தெரியும்படியாக ஒரு ஒப்பந்தத்தை மேற்கொள்ளத் தயாராக இல்லாதநிலையில் இருப்பதைப் பார்த்த சீன அரசு நேருவுக்கு ஒரு வெளியேறும் வழியை உருவாக்கிக் கொடுக்க நினைத்தது: நிலைமை சூடாக இருக்கும் போது எந்தத் தீர்வும் கிடைக்காது. சூடு தணிந்து இயல்பு நிலைக்குத் திரும்பும் போது பார்க்கலாம் என்பதே பீகிங்கின் கருத்தாக இருந்தது.

~

1960 வாக்கில் தில்லி அயல் நாட்டுப் பிரமுகர்களை உற்சாகத்துடன் வரவேற்பதில் நல்ல நிபுணத்துவம் அடைந்துவிட்டிருந்தது. குளிர் காலம் தான் இத்தகைய வருகைகளுக்கு உகந்த வருடம். இதமான சூரியன், சுறு சுறுப்பான இரவுகள், பூத்துக் குலுங்கும் மலர்கள், தூசிப் படலத்தை மெள்ள நனைக்கும் மழைகள் என அற்புதமான காலகட்ட மாக அது இருக்கும். ஒவ்வொரு குளிர்க் காலத்தொடக்கத்திலும் தில்லி அயல் நாட்டுப் பிரமுகர்களை வரவேற்க அலங்காரம் பூண ஆரம்பிக்கும்.

வண்ண வண்ணக் கொடிக்கம்பங்கள் சாலையோரங்களில் நடப்படும். சாலைகளின் மேடு பள்ளங்கள் சீர் செய்யப்படும். கற்கள்-செம்மண் சாந்துக் கலவை எல்லைகள், நடைபாதைகள் ஆகியவற்றில் கொட்டிப் பாதை அமைக்கப்படும். அவை அடுத்த கோடையில் புழுதிகளாக அடித்துச் செல்லவும்படும். வரப்போகும் பிரமுகரின் முக்கியத்துவம் சார்ந்து அரசுத் தரப்பு சொல்வதற்கு ஏற்ப நகராட்சிப் பணியாளர்கள் சுறுசுறுப்படைவார்கள். அயல் நாட்டுத் தலைவர்கள் வரும் சாலையின் மருங்கில் நின்றுகொண்டு கையசைக்க ஆட்கள் அழைத்து வரப்படுவார்கள். அக்கம் பக்கத்து கிராமத்தினரை அவர்களுடைய மாட்டு வண்டிகள், ஒட்டக வண்டிகளில் வந்து குவிய

பணம் அல்லது பொருட்கள் தரப்படும். கையசைக்கக் காகிதக் கொடிகளும் தரப்படும்.

1959-60 காலகட்டம் அயல் நாட்டுப் பிரமுகர்களின் வருகையால் நிரம்பிய காலகட்டம். சூ என் லாய் குளிர் காலத்தின் இறுதிவாக்கில் தான் வந்தார். கோடையின் வீரியம் வெப்பத்தில் தெரியத் தொடங்கி யிருந்தது. காற்றில் புழுதி நிரம்பத் தொடங்கியிருந்தது. எனினும் வழக்கமான வரவேற்பு சம்பிரதாயங்கள் முழுவதுமாக முறையாகப் பின்பற்றப்பட்டன. சீனக் கொடிகளும் இந்தியக் கொடிகளும் விமான நிலையத்தில் இருந்து வரிசையாக அசைக்கப்பட்டன. அந்தக் கூட்டத்தில் கறுப்புக் கொடிகள் காட்டப்பட்டுவிடுவதைத் தடுப்பது மட்டுமே காவலர்களின் பணியாக இருந்தது.

பர்மா தலைநகர் ரங்கூன் சுற்றுப்பயணத்தை முடித்துக்கொண்டு 1960 ஏப்ரல் 19 ஆம் தேதி நண்பகல் சீன பிரதமர் சூ என் லாய் புதுடெல்லி வந்து சேர்ந்தார். அவருடன் மொத்தம் மூன்று விமானங்களில் வெளிவிவகார அமைச்சர் மார்ஷல் சென் யீ உள்பட சீன உயர் அதிகாரிகளும் வந்திருந்தனர். விமான நிலையத்தில் இந்திய உயர் அதிகாரிகளும் இந்தியாவுக்கான சீன தூதரும் பொது மக்களும் வரவேற்றனர். 'இந்தி சீனீ பாய் பாய்' என்ற கூக்குரல் அங்கொன்றும் இங்கொன்றுமாகக் கேட்டது. சூ என் லாய்க்கு எதிரான கோஷங்களோ, பதாகைகளோ, கருப்புக் கொடிகளோ இல்லாமல் காவல் துறை தீவிரமாகக் கண்காணித்தது.

சம்பிரதாயமான பரஸ்பர பாராட்டுகள் வழக்கம்போல் இடம் பெற்றன. தனது வரவேற்புரையில் நேரு 'இந்தியாவுக்கும் சீனாவுக்கும் ஆயிரக்கணக்கான ஆண்டுகள் பழைமையான நல்லுறவு உண்டு. எதிர்பாராத சில பிரச்னைகள் மனவருத்தத்தை ஏற்படுத்தி விட்டன. மீண்டும் அவை நடைபெறாமல் பார்த்துக் கொள்ள வேண்டிய பொறுப்பு இருவருக்கும் உள்ளது. நான்காவது முறையாக இந்தியாவுக்கு வருகை தரும் சூ என் லாய் மூலம் இரு நாட்டு உறவுகள் மென்மேலும் வலுப்படும் என்று நம்புகிறேன்' என்றார். பொதுவாக ஆங்கிலத்தில் பேசும் நேரு இந்தமுறை வழக்கத்துக்கு மாறாக, இந்தியில் தன் பேச்சைத் தயாரித்துப் பேசினார். வேண்டா வெறுப்புடன் செய்த செயலின் சாயலை வெளிப்படுத்தும்விதமாக அது இருந்தது

வரவேற்புக்கு நன்றி தெரிவித்து சூ என் லாய் பேசுகையில் 'இரு நாடுகளுக்கும் தேவை சமாதானம். இருவரும் நட்புடன் இருக்க வேண்டியது அவசியம். நட்பு ரீதியிலான ஆலோசனைகள் மற்றும் பேச்சுவார்த்தைகள் மூலம் எல்லாப் பிரச்னைகளையும் பஞ்சசீலக் கொள்கைகளின் அடிப்படையில் தீர்த்துக்கொள்ளலாம்' என்றார்.

பின்னர் இருவரும் ஒரே வாகனத்தில் குடியரசுத் தலைவர் (முன்பு வைஸ்ராய்) மாளிகைக்குச் சென்றனர். சீன பிரதமரும் அவரது சகாக்களும் அங்குதான் தங்க ஏற்பாடுகள் செய்யப்பட்டிருந்தன. போகும்வழியெங்கும் காலியாகவே இருந்தது. போக்குவரத்து நெரிசல் இருந்த இடங்களில் மட்டும் மக்கள் மவுனமாக நின்று கொண்டிருந்தனர்.

அடுத்த நாள் இந்தியாவுக்கு வருகை தரும் அனைத்து நாட்டுத் தலைவர்களும் மேற்கொள்ளும் வழக்கமான செயலாக மகாத்மா காந்தியடிகளின் சமாதியில் மலர் வளையம் வைத்து சூ என் லாய் வணங்கினார். பிரதமரின் அதிகாரபூர்வ இல்லத்தில் இரு நாட்டுத் தலைவர்களும் பேசத் தொடங்கினர். இருவரும் பேசிக் கொண்டிருக்கும் அதே வேளையில் சீன அமைச்சர்கள் மற்றும் அதிகாரிகளுடன் எவ்வளவு முடியுமோ அத்தனை இந்திய அமைச்சர்களும், அதிகாரிகளும் பேசுவதற்கு ஏற்பாடு செய்யப் பட்டது. இதன் நோக்கம், மெக்மோகன் கோடு மற்றும் எல்லை தொடர்பான இந்தியாவின் உரிமைகளை எந்தக் காலத்திலும் விட்டுக் கொடுக்கமாட்டோம் என்பதில் உறுதியுடன் இருப்பதை இந்தியா வந்துள்ள ஒவ்வொரு சீன அமைச்சரும், அதிகாரியும் தெரிந்து கொள்ள வேண்டும் என்பதுதான் (அதோடு எல்லைப் பிரச்னையில் ஆரம்ப வருடங்களில் நேரு தானாகவே எல்லா முடிவுகளையும் எடுத்து வந்தார். இப்போது இந்திய தரப்பில் பலரையும் இந்த உரையாடலில் பங்குபெறச் செய்வதன் மூலம் இறுதிவிளைவுகளுக்கு அனைவருமே பொறுப்பு என்ற நிலையை உருவாக்கவும் நேரு விரும்பினார்).

இதனைத் தொடர்ந்து சூ என் லாயும் சென் யீயும் இந்திய அமைச்சர்கள் அனைவருடனும் பேச்சுவார்த்தைகள் நடத்தினர். துணை குடியரசுத் தலைவர் டாக்டர் ராதாகிருஷ்ணன் இந்திய நிலைப்பாட்டின் தத்துவார்த்த அடிப்படையை எடுத்துரைத்தார். நேருவுக்கு அடுத்த இடத்திலுள்ள உள்துறை அமைச்சர் பந்த் இந்தியாவின் உரிமையை ஆழமாக வலியுறுத்தினார். மனதில் பட்ட விஷயத்தைத் தயவு தாட்சண்யமின்றிப் பேசும் இயல்புடைய நிதி அமைச்சர் மொரார்ஜி தேசாய் அதிரடியாகத் தனது கருத்துகளை முன்வைத்தார். ஒவ்வொரு வரும் அவரவர் பாணியில், ஆனால் இந்தியாவின் உரிமையை விட்டுக் கொடுக்காமல், ஒரே குரலில் ஒலித்தனர். ஆனால் சூ என் லாய் மிக முக்கியமாகப் பேச வேண்டிய நபர் என்று எதிர்பார்த்ததுக் காத்திருந்தது கடைசி வரை நடைபெறவில்லை. ஆம். பாதுகாப்பு அமைச்சர் கிருஷ்ண மேனனுடன் பேசுவதற்கான எந்த முன் ஏற்பாட்டையும் இந்திய அரசு செய்யாததால் அவர் பேச்சு வார்த்தையில் பங்கேற்கவே இல்லை.

நேருவின் முழு நம்பிக்கையைப் பெற்றவர் என்ற போதிலும் தனக்குச் சரியென்றும், தவறென்றும் தோன்றும் விஷயங்களை நேருவிடமே நேருக்கு நேர் விவாதிக்கும் துணிச்சல் கொண்டவர் கிருஷ்ண மேனன். ராணுவ ரீதியாக இந்தியாவுக்குச் சவாலாக விளங்கும் நாடு சீனாவை விட பாகிஸ்தான் என்பதே அவருடைய கருத்து. இதன் காரணமாகவே வலதுசாரிகள் கிருஷ்ண மேனனை கம்யூனிஸ்ட் ஆதரவாளர் என்று கூறுவதும் உண்டு. நேருவுடனான நெருக்கம் காரணமாகச் சூ என் லாயுடனான பேச்சுவார்த்தைகளின் போது அவர் உடனிருந்தால் கடைசி நேரத்தில் நேருவின் மனதை மாற்றி ஒப்பந்தத்தில் கையெழுத்திட வைத்துவிடுவார் என்பதே பலரது அச்சம். எனவே கேபினெட் அமைச்சர்களும், குறிப்பாக வெளிவிவகார அமைச்சக அதிகாரிகளும், நேரு - சூ என் லாய் பேச்சுகளின் போது கிருஷ்ண மேனன் உடனிருக்கக் கூடாது என்பதில் உறுதியாக இருந்தனர். இவர்கள் கொடுத்த அழுத்தம் காரணமாக, வேறு வழியின்றி கிருஷ்ண மேனன் பாதுகாப்பு அமைச்சராக இருந்த போதிலும், சூ என் லாய் சந்திப்பில் அவர் பங்கு கொள்ள நேரு அனுமதிக்கவில்லை.

இருப்பினும் மேனன் அமைதியாக இருக்கவில்லை. குடியரசுத் தலைவர் மாளிகையில் தங்கியிருந்த சூ என் லாயை மரியாதை நிமித்தம் தனிப்பட்ட முறையில் சந்தித்தார். ஆனால் இவரது செய்கை பலத்த விமர்சனத்துக்கு உள்ளானது. செக்ரட்டரி ஜெனரல் என் ஆர் பிள்ளை பிரதமரிடம் மேனனின் தேவையில்லாத தலையீடு குறித்து முறையிட்டார். நேருவாலேயே சாதிக்க முடியாததை மேனனால் செய்ய முடியுமா என்று கேள்வி எழுப்பியது. நேருவும், கிருஷ்ண மேனனும் தங்கள் விஷயத்தில் முரணாக இருக்கிறார்கள் என்று சீனாவுக்குத் தெரிய வந்தால் அதைத் தங்களுக்குச் சாதமாகப் பயன்படுத்திக்கொள்ள முயல்வார்கள் என்ற கருத்தும் நிலவியது.

அந்த பயம் தேவையற்றது. இந்திய அரசு தனது நிலைப்பாட்டில் அந்த அளவுக்கு உறுதியாக இருந்தது. நேருவும் இந்திய அதிகாரிகளும் மலைபோல் அசைக்க முடியாமல் இருந்தனர். எல்லை பிரச்னை தொடர்பாக எந்தப் பேச்சுவார்த்தையும் தேவையில்லை. எல்லைகள் ஏற்கெனவே வரையறுக்கப்பட்டுவிட்டன. சீனர்கள் தமது ஆக்கிரமிப்புகளை அகற்றிக்கொள்ளவேண்டும். அதன் பிறகே சிறிய சிறிய திருத்தங்கள் செய்துகொள்வதற்கான பேச்சுவார்த்தை நடக்க முடியும் என்பதில் உறுதியாக இருந்தனர். சீனத் தரப்பு முன்வைத்த திட்டங்களை இந்தியா ஏற்கவில்லை. எல்லைப் பிரச்னையைச் சிறிது காலத்துக்கு அப்படியே விட்டுவிடுவோம் என்ற யோசனையை ஏற்கவில்லை. கிழக்கு ஐரோப்பிய அயலுறவு அதிகாரிகளிடம் சீன அதிகாரிகள் பேசியபோது, நேருவின் வளைந்து கொடுக்காத தன்மையைப் பார்த்தும் அவர்களுடைய தரப்பைத் தெரிந்துகொள்ள

அவர் தயாராக இல்லாததைப் பார்த்தும் தாங்கள் அதிர்ச்சியடைந்திருப்பதாகச் சொல்லியிருக்கிறார்கள்.

சீனாவின் தரப்பு என்ன? சூ என் லாய் இது பற்றிக் கூறுகையில், சீன இந்திய எல்லைப் பிரச்னை என்பது (பிரிட்டிஷ் ஏகாதிபத்திய) வரலாற்றின் எச்சம்தான்; இந்தியாவோ சீனாவோ அந்தப் பிரச்னையை உருவாக்கவில்லை. அந்தப் பிரச்னை மிகவும் தற்காலிகமானது மிகவும் வரையறைக்கு உட்பட்டது. இப்போது அது சிக்கலாக்கப் பட்டிருக்கும் நிலையிலும் எளிய அனைவரும் ஏற்றுக்கொள்ளும் தீர்வை எளிதில் உருவாக்கிடமுடியும். அதற்கு வரலாற்றுக் காரணிகளையும் இப்போதைய கள யதார்த்தங்களையும் கணக்கில் எடுத்துக்கொள்ளவேண்டும் என்றார்.

சீனா முன்வைத்த சில தீர்வுகள் பேச்சுவார்த்தை தொடங்கிய சில நாட்களிலேயே பத்திரிகைகளில் வெளியாகின (உண்மையில் அவை யெல்லாம் ரகசியமான ஆவணங்கள். ஆனால், தில்லி பத்திரிகை யாளர்களின் ராஜாங்கம் கோலோச்சும் இடங்களில் ஒன்று) அதன் விவரம் பின்வருமாறு:

> இரு பிராந்தியங்களிலும் தற்போது நிலவும் சூழலைக் கருத்தில் கொண்டு இருவரும் பரஸ்பரம் ஒப்புக்கொள்வதுடன், எல்லை ஆணையம் ஒன்றையும் நிறுவவேண்டும். இதன்படி இந்தியா மேற்குப் பிராந்தியத்தில் சீனாவின் அதிகார வரம்பை ஏற்றுக் கொண்டால், சீனாவும் பதிலுக்குக் கிழக்கில் இந்தியா உரிமை கோரும் மெக்மொகன் கோட்டை விட்டுக் கொடுக்கும். சீனா இப்போது முகாம் அமைத்திருக்கும் இடங்களில் தொடர்ந்து அப்படியே இருக்கும். இந்த நிலையிலும் இருநாட்டு ராணுவங் களுக்கு இடையில் நிறைய இடைவெளி இருக்கவே செய்யும். இரு நாடுகளும் அவரவர் ராணுவங்களைத் திருப்பி அழைத்துக் கொள்ளவேண்டிய அவசியமிருக்காது. ஆனால் அக்சாய் சின் பகுதி மீது இந்தியா உரிமை கோராமல், சீனாவுக்கு விட்டுக் கொடுத்தே ஆக வேண்டும். இந்திய - சீன அதிகாரிகள் மற்றும் நில ஆய்வாளர்களை உள்ளடக்கிய ‘எல்லை ஆணையம்’ இரு நாடுகளின் எல்லை வழியே பாதுகாப்புத் தூண்கள் நிறுவுவது, கோடுகள் கிழிப்பது, வேலிகள் அமைப்பது உள்ளிட்ட பணிகளை மேற்கொண்டு நிரந்தர எல்லையை வரையறுக்கும். பொதுவாக எல்லைப் பிரச்னைகள் இப்படியாகத்தான் தீர்வுக்கு வரமுடியும். பர்மாவுடனான எல்லை விஷத்திலும் இதேபோல் ‘எல்லை ஆணையம்’ அமைத்துச் செயல்பட சீனா முடிவெடுத்திருப்பதால் அதே யுக்தியை இந்திய - சீன எல்லைப் பிரச்னைக்கும் பயன்படுத்தவே சீனா விரும்பியது.

சீனாவின் நிலைப்பாடு ஆரம்பத்தில் இருந்தே ஒரு விதமாகவே இருந்துவந்துள்ளது. மெக்மொகன் கோடு நியாயமான முறையில் வரையறுக்கப்படவில்லை என்ற போதிலும் இந்தியா, பர்மாவுடனான நட்பின் காரணமாக அதை ஏற்றுக்கொள்ள சீனா தயாராகவே இருக்கிறது. அக்சாய் சின் மீது இந்தியா உரிமை கோரத் தொடங்கியதும் மெக்மொகன் கோட்டுக்கு தெற்கே இந்தியா வசம் இருக்கும் இடங்களை அக்சாய் சின்னை சீனா கையகப்படுத்தி வைத்திருப்பதுடன் ஒப்பிட்டுப் பேசியது. இந்திய வரைபடங்கள் மேற்கு பிராந்தியத்தில் சீனப் பகுதிகளை ஆழமாக ஊடுருவி வரையப் பட்டுள்ளது என்று டிசம்பர் 26, 1959-ல் அனுப்பிய அறிக்கையில் சீனா குறிப்பிட்டுள்ளது. கிழக்கு எல்லையைப் பற்றிக் குறிப்பிடும்போது, 'வடக்கு திசையில் அந்த எல்லைக்கோடு தள்ளப்பட்டு விட்டிருக்கிறது. சீனாவுக்குச் சொந்தமான 90,000 சதுர கிலோமீட்டர் பகுதியையும் உள்ளடக்கியதாக அந்த எல்லைக்கோடு வரையப் பட்டுள்ளது' என்று மட்டுமே குறிப்பிட்டிருக்கிறது.

'சீனா முன்வைக்கும் மேற்குப் பிராந்திய எல்லைக்கோட்டை இந்தியா ஏற்கத் தயாரென்றால் இந்தியா முன்வைக்கும் கிழக்குப் பிராந்திய எல்லையை சீனா ஏற்கத் தயார்' என்று நேருவுடனான பேச்சு வார்த்தைகள் நிறைவடைந்ததைத் தொடர்ந்து, பீகிங் புறப்படுவதற்கு முன்பாக புதுடெல்லியில் செய்தியாளர்களுக்குப் பேட்டி அளித்தார் சூ என் லாய். சீன அரசு கிழக்கு எல்லை விஷயத்தில் எப்படி நடந்துகொள்கிறதோ அது போலவே மேற்கு எல்லை விஷயத்தில் இந்தியா நடந்துகொள்ளவேண்டும் என்று கேட்டுக்கொண்டிருக் கிறோம். அதாவது தனது நிலைப்பாட்டை அது அப்படியே தக்க வைத்துக்கொள்ளலாம். பேச்சுவார்த்தைக்கு முன்வரவேண்டும்; சீன வரைபடங்களில் சீன இடங்களாகக் குறிப்பிடப்பட்டிருக்கும் பகுதிகளில் ஊடுருவக்கூடாது என்று கூறினார்.

சூ என் லாய் புறப்பட்டுச் சென்ற பிறகு விமான நிலையத்தில் பத்திரிகையாளர்களுடன் நேரு கலந்துரையாடுகையில் 'கிழக்குப் பிராந்தியத்தில் இந்தியாவின் நிலைப்பாட்டை ஒப்புக்கொள்ளும் சீனா அத்துடன் இப்போது மேற்குப் பிராந்தியத்தை இணைத்து முடிச்சுப் போடுகிறார்கள். கிழக்கு மற்றும் மேற்குப் பிராந்தியங்கள் இரண்டும் சமம் இல்லை. ஒரு மணி நேரம் கழித்து நாடாளுமன்றத்தில் பேசுகையில் 'சீனர்களைப் பொறுத்தவரையில் கிழக்கு பிராந்தியத்தில் இந்தியாவுக்கு எந்த உரிமையும் இல்லையாம். மெக் மெஹன் கோடுவரை நாம் மெள்ள மெள்ள ஆக்கிரமித்து வந்திருக்கிறோமாம்' இந்திய சீன நட்புக் கழகத்தின் பண்டிட் சுந்தர் லாய் 'கொடுக்கல் வாங்கல்' என்று ஒரு திட்டம் பற்றி சூ என் லாய் அவரிடம் சொன்னதாகச் சொல்வது: 'இப்போது உங்களிடம் இருப்பதை

நீங்களே வைத்துக்கொள்ளுங்கள். பிரச்னைக்குரிய பகுதிகளையும் யாருக்கும் சொந்தமில்லாமல் இருக்கும் பகுதிகளையும் நீங்களே எடுத்துக்கொள்ளுங்கள். எங்கள் வசம் இருப்பதை நாங்கள் வைத்துக்கொள்கிறோம்' என்று சீனா சொன்னது.

சூ என் லாயின் இந்திய விஜயம் பற்றி 'டைம்ஸ் ஆஃப் இந்தியா' எழுதிய கட்டுரை பின்வருமாறு:

> 'எல்லை தொடர்பான ஒப்பந்தத்தில் பர்மாவுடன் கையெழுத்திட்ட பிறகு ரங்கூனிலிருந்து நேராக புதுடெல்லிக்கு வந்த சூ என் லாய். பர்மாவுடனான ஒப்பந்தம் அவரது விருப்பத்தின்படி முடிந்ததைப் போல இந்தியாவுடனான எல்லைப் பிரச்னைக்கும் ஒரு முடிவு காணலாம் என்ற எண்ணத்துடனேயே வந்தார். ஆனால் புதுடெல்லியில் நேரு உள்படப் பலருடன் நடத்திய பேச்சு வார்த்தைகள் அவருடைய எண்ணத்துக்கு மாறாக இருந்தன. மெக்மோகன் கோடு பிரச்னையின் மையம் அல்ல. மெக் மெஹன் எல்லை மட்டுமின்றி அக்சாய் சின் பகுதியையும் இந்தியர்களுக்கு விட்டுத் தரவேண்டும் என்பதில் இந்தியா உறுதியாக இருப்பதை இங்கு வந்த பிறகே தெரிந்துகொண்டார். மெக்மோகன் கோட்டைக் கொடுத்துவிட்டு அக்சாய் சின்னைத் தக்கவைத்துக் கொள்ளலாம் என்ற சீனாவின் எண்ணம் தவிடு பொடியானது. சீனாவின் தீர்வு என்பது 'நாங்கள் கடைசியாகச் செய்திருக்கும் அத்துமீறலை மன்னித்துவிடுங்கள். இதற்கு மேல் அத்துமீற மாட்டோம்' என்று சொல்வதுபோல் இந்தியர்களுக்குப் பட்டிருக்கிறது. 'சீனா ஆக்கிரமித்து முடித்ததற்குப் பிந்தைய நிலையைத் தற்போதுள்ள நிலை என்பதாக ஏற்றுக்கொண்டு அது அப்படியே தொடரட்டும் என்று சொல்வதை ஒருபோதும் ஏற்க முடியாது' என்று டைம்ஸ் ஆஃப் இந்தியா 1960-ன் தொடக்கத்தில் குறிப்பிட்டிருந்தது. அக்சாய் சின் பகுதியிலிருந்து வெளியேறுவதுடன் அது இந்தியாவுக்குச் சொந்தம் என்பதையும் ஏற்றுக்கொள்ள வேண்டும். இதுவே இறுதித் தீர்வுக்கான அடிப்படை வழிகாட்டுக் கொள்கை.

சூ என் லாயின் இந்தியப் பயணம் படுதோல்வியில் முடிவடைய இன்னொரு காரணமும் சொல்லப்படுகிறது. சூ என் லாய் வருவதற்கு முன்பு நேரு முக்கியமான பத்திரிகையாளர்கள் கலந்து கொண்ட சந்திப்புக்கு ஏற்பாடு செய்திருந்தார். உள்துறை அமைச்சர் பந்த், செக்ரடரி ஜெனரல் என் ஆர் பிள்ளை உள்ளிட்ட பலர் கலந்து கொண்டனர். சீனா அறிவித்த 'இதைக் கொடுத்தால் அதைத் தருகிறேன்' என்னும் பண்டம் மாற்று முறை விவாதிக்கப்பட்டது. அனைவரின் கருத்துக்களைக் கேட்ட பிறகு நேரு பேசினார்: 'சீனா

கேட்பதைக் கொடுத்தால் அதன் பிறகு பிரதமராக இருக்கவே முடியாது. ஆகவே நான் கொடுக்கமாட்டேன்’.

எனவே, இந்திய தரப்பு முகத்துக்கு நேராக ஒரு விஷயத்தை மறுதலிக்கும் நிலையில் தீர்வு எட்டப்படுவது சாத்தியமே இல்லை என்பது உறுதிப்பட்டது. சீனத் தரப்பு சொல்லும் தீர்வை ஏற்பதென்பது வடக்கு எல்லையின் சட்டபூர்வ மதிப்பை இழக்கவைப்பதாகவும் தேசத்தின் நில உரிமையை இழப்பதாகவும் ஆகும் என்று இந்திய அதிகாரிகள் தெரிவித்தனர்.

இப்போதைய ‘கள யதார்த்தத்தை’ ஏற்க இந்தியா தயாராக இல்லாததைப் புரிந்துகொண்ட சீனா வேறொரு தற்காலிகத் தீர்வை முன்வைத்தது: அதாவது இரு நாடுகளும் ‘இப்போது இருக்கும் நிலையிலேயே இருக்கவேண்டும்’. இதன் விளைவு என்னவாக இருக்குமென்றால், இரு நாடுகளும் எல்லைக்கு அருகில் ரோந்துப் பணிகளில் ஈடுபடுவதை நிறுத்தவேண்டும் என்பதுதான். பேச்சு வார்த்தையின் பிந்தைய பகுதியில் இந்தியாவை அதற்கு ஒப்புக் கொள்ளும்படிச் செய்ய சீனா முயன்றது. இதிலும் சீனா தோல்வியே கண்டது.

ஆனால், இந்திய மறுப்பு இந்த விஷயத்தில் மிகவும் மட்டுப் பட்டதாகவே இருந்தது. எல்லைப் பிரச்னை ஆரம்பித்த முதல் நாளில் இருந்து சீனாவை அது ஆக்கிரமித்திருக்கும் இடத்திலிருந்து அப்புறப் படுத்தவேண்டும்; அல்லது குறைந்தபட்சம் அந்தப் பகுதிகளில் இந்தியாவின் உரிமையை நிலைநாட்ட அந்தப் பகுதிகளுக்குப் படைகளை நகர்த்தவேண்டும் என்று இந்தியாவில் பெரும் அரசியல் அழுத்தம் தரப்பட்டது. நேரு எந்தவித சலுகையும் காட்டிவிடக் கூடாது என்பதில் நாடாளுமன்றம் தீவிரமாக இருந்தது. சீனா ஆக்கிரமித்திருக்கும் பகுதியை மீட்டெடுக்கும் நம் உரிமையை எந்த நிலையிலும் விட்டுக்கொடுத்துவிடக்கூடாது என்று ஜன சங் நேருவிடம் கேட்டுக்கொண்டது. பேச்சுவார்த்தைக்குச் சம்மதிப்ப தென்றால் இந்தியாவின் கைகள் கட்டப்பட்டதாக இருக்கக்கூடாது என்பதே இந்திய தரப்பின் முக்கிய எதிர்பார்ப்பாக இருந்தது.

எல்லையோர ரோந்துப் பணி தொடர்பான உரிமைகள் இந்தக் காலகட்டத்தில் சற்று மங்கலாகவே இருந்தன. எல்லையின் அனைத்துப் பகுதிகளிலும் தனது முன்னோக்கிய ரோந்துப் பணிகளை சீனா நிறுத்திக்கொண்டுவிட்டிருந்தது. இந்தியாவோ கிழக்குப் பகுதி எல்லையில் மட்டும் நிறுத்திக்கொண்டிருந்தது. மேற்குப் பகுதியில் இந்தியாவின் ரோந்து உரிமைகள் பற்றி இந்தப் பேச்சுவார்த்தையில் குழப்பமே மிஞ்சியது. ஆனால், இந்தியா அந்தப் பகுதிகளிலும்

ரோந்துப் பணிகளில் ஈடுபடுவதில்லை என்று பீகிங் நம்பியதுபோல் தெரிகிறது. ஆனால், அதேசமயம் அந்த விஷயத்தைத் தெளிவுபடுத்தி உறுதிப்படுத்தவும் வேண்டும் என்று விரும்பியது.

இந்தியர்கள் அந்தப் பகுதிகளில் ரோந்துப் பணி செய்வதைக் கைவிட்டுவிடவில்லை. அதற்குத் தேவையான போக்குவரத்து வசதிகள் செய்வது சிரமம் என்பதால் தற்காலிகமாக படைகளை அங்கு அனுப்பவில்லை. அவ்வளவுதான். மேற்கு எல்லையில் இந்தியப் பகுதிகளில் (அதாவது சீனாவின் வசம் இருக்கும் பிரச்னைக்குரிய பகுதிகளில்) ரோந்து மேற்கொள்ளும் உரிமையை எந்த நிலையிலும் விட்டுக்கொடுக்கமுடியாது; அதற்கு சீனா அந்த இடத்தில் இருந்து தானாக வெளியேறியாகவேண்டும் என்பதே இந்தியாவின் நிலைப்பாடு.

இந்த வெளிப்படையான எச்சரிக்கைக்கு சீனா பதிலடியும் தந்தது. அப்படியானால் மெக்மோகன் கோட்டுக்குத் தென்பகுதியில் தனது உரிமைகளை விட்டுக் கொடுப்பது பற்றி மறுபரிசீலனை செய்ய வேண்டியிருக்கும் என்று சொன்னது. எனவே, ரோந்து உரிமைகளை வலியுறுத்துவது தொடர்பாக இந்திய தரப்பில் குழப்பமே நிலவியது. நேரு 'ரோந்துப் பணிகள் தொடர்பாக மிகவும் கறாராக, துல்லியமாக இருக்க எங்களால் முடியவில்லை' என்று சொல்ல நேர்ந்தது. பேச்சுவார்த்தைகள் சுமுகமாக நடக்க எல்லையில் அமைதி நிலவுவது அவசியம். எனவே இரு நாடுகளும் எல்லையோரம் முழுவதிலும் ரோந்துப் பணிகளை நிறுத்திக்கொள்ளவேண்டும் என்பதுதான் சீனாவின் ஆலோசனை.

இந்தியத் தரப்பு அந்தக் கோரிக்கையை வேறு வார்த்தைகளில் முன்வைத்தது: 'கள நிலை தொடர்பான மேலதிக ஆய்வுகள் நடக்கும் காலகட்டத்தில் எல்லைப் பகுதிகளில் மோதல் ஏற்படாதவண்ணம் இரு நாடுகளும் பார்த்துக்கொள்ளவேண்டும்'. இந்தியத் தரப்புச் சொல்வதன் அர்த்தம் என்னவென்றால், மேற்குப் பிராந்திய எல்லைப் பகுதியில் சீனர்கள் வசமிருக்கும் பகுதிகளில் இந்திய படைகள் முன்னேறிச் செல்லும்போது சீன ராணுவ முகாம்களை இந்தியா தாக்காது என்பதுதான். 'நமது வீரர்கள் எந்தவித மோதலிலும் ஈடுபடாமல் அந்தப் பகுதிகளில் சுதந்தரமாக வந்து போவார்கள்' என்று நாடாளுமன்றத்தில் உரையாற்றினார்.

ஆரம்ப நாளில் இருந்தே அந்த சந்திப்பு தோல்வியில்தான் முடியும் என்பது தெரிந்துவிட்டிருந்தது. எனினும் எந்த நாடும் பாதியில் முறித்துக்கொண்டு போக விரும்பவில்லை. எனவே திட்டமிட்ட படியே ஐந்து நாட்கள் கூடிப் பேசினார்கள். சந்திப்பு முடிவில்

வெளியிடும் கூட்டறிக்கையில் இரு நாடுகளின் கருத்துவேறுபாடுகள் களையப்படவில்லை என்று தெரிவிக்கப்பட்டது.

அயலுறவுப் பேச்சு வார்த்தைகள் தொடர்ந்து நடக்கவேண்டும் என்று சீன அரசு விரும்பியது. இரு நாட்டு அதிகாரிகளும் சந்தித்துப் பேசி அனைத்து வரலாற்றுத் தரவுகளையும் அலசி ஆராய்ந்து எந்தெந்த விஷயங்களில் ஒத்துப் போகமுடியும் எதிலெல்லாம் உடன்பாடு இல்லை என்பதைப் பட்டியலிடவேண்டும் என்று சீனா கேட்டுக் கொண்டது. இந்திய அரசின் வேண்டுகோளின்படி இந்த ஆய்வுப் பணிக்கு நான்கு மாத கால அவகாசம் நிர்ணயிக்கப்பட்டது. வேறு எந்தத் தீர்மானமும் ஏற்றுக்கொள்ளப்படவில்லை. 'இந்த ஆய்வறிக்கை பிரச்னைகளைக் கூடுதல் கவனத்துடன் கையாள இரு நாடுகளுக்கும் உதவுவதாக இருக்கும்' என்று பொதுப்படையாகச் சொன்னது.

சூ என் லாய்க்குப் பொது விழா மரியாதைகள் அளிக்கக்கூடாது என்ற எதிர்க்கட்சியினர் (கம்யூனிஸ்ட் கட்சி தவிர) கோரிக்கையை நேரு அரசு முழுமையாக நிறைவேற்றியது. அத்துடன் தனிப்பட்ட நபர்களோ பத்திரிகையாளர்களோ சூ என் லாயைச் சந்திப்பதையும் தவிர்த்தது. சூ என் லாய் எந்த வெளிநாட்டுக்குப் பயணம் செய்தாலும், அங்கிருந்து கிளம்புவதற்கு முன்பாகச் செய்தியாளர்களைச் சந்திப்பது வழக்கம். எனவே இங்கும் அப்படியான சந்திப்புக்கு ஏற்பாடு செய்யமுடியுமா என்று இந்திய தரப்பிடம் சீன அதிகாரிகள் கேட்டனர். அனுமதி மறுக்கப்பட்டது. ஆனால், சீன அதிகாரிகள் தாங்களாகவே முன்வந்து இரவு 10.30 மணிக்கு சூ என் லாய் பத்திரிகையாளர்களைச் சந்திப்பார் என்று அறிவித்தனர்.

புது தில்லி பத்திரிகையாளர்கள் பொதுவாக இந்திய மற்றும் அயல் நாட்டு அரசியல் தலைவர்களைக் கேள்விகளால் நெருக்கடிக்குட் படுத்துவதில் தேர்ந்தவர்கள். மாதத்துக்கு ஒரு முறை பத்திரிகை யாளர்களைச் சந்திக்கும் நேருவைக் கூட அவர்கள் கேள்விகளால் திணறடிப்பதுண்டு. லால் பகதூர் சாஸ்திரி பதவி ஏற்றதும் இப்படியான ஒரு பத்திரிகையாளர் சந்திப்புக்கு அழைப்பு விடுத்து சிக்கிக் கொண்டார். அதன் பிறகு அவர் பத்திரிகையாளர்களைச் சந்திக்கவே இல்லை. இந்திரா காந்திகூட ஆரம்ப காலங்களில் பத்திரிகை யாளர்களை சந்தித்ததே இல்லை.

அப்படியான பாரம்பரியம் கொண்ட தில்லி பத்திரிகையாளர்கள் சூ என் லாயை கிடுக்கிப் பிடி கேள்விகளால் சிக்கவைத்து இந்தியா மீது சீனா செலுத்தும் அராஜக ஆக்கிரமிப்பை அம்பலப்படுத்துவார்கள் என்று எதிர்பார்க்கப்பட்டது. ஆனால், ஜனாதிபதி மாளிகையின் பிரமாண்ட தூண்கள் கொண்ட அறையில் நடந்த பத்திரிகையாளர்

சந்திப்பில் அறைக்குள் நுழைந்த நொடியில் இருந்தே சூ என் லாயின் ஆதிக்கமே மேலோங்கியிருந்தது (அந்த ஜனாதிபதி மாளிகையில் பிரமாண்டத் தூண்களில் பிரிட்டிஷ் வைஸ்ராய்கள், அன்னாரின் மனைவிகளின் முழு உருவச் சித்திரங்கள் தொங்கிக்கொண்டிருந்தன. தேச பக்தி மிகுந்த இந்தியர்கள் எப்படி தமது அடிமைக் கால கட்டத்தை நினைவுபடுத்தும் பிரிட்டிஷ் சாம்ராஜ்ஜிய பிரமுகர்களின் படங்களை ஜனாதிபதியின் மாளிகை போன்ற அதி முக்கியமான இடங்களில் இப்படித் தொங்கவிட்டிருப்பதை சீனர்களால் புரிந்து கொள்ளவே முடியவில்லை).

சந்திப்பு தொடங்குவதற்கு முன்பு சீனாவின் நிலைப்பாட்டையும் சூ என் லாய் கருத்தையும் விளக்கும் வகையில், அறிவிக்கையாகச் செய்தியாளர்களுக்கு வழங்கினர். அதன் சாரம்சம் பின்வருமாறு:

- இரு நாட்டு எல்லைகள் வரையறுக்கப்படவில்லை / நிர்ணயிக்கப்படவில்லை.
- இரு நாடுகளுக்கும் இடையே எல்லை தொடர்பான பிரச்னை நிலவுகிறது.
- இரு நாடுகளுக்கு இடையே அவரவர் நிர்வாக வசதிக்காகக் கட்டுப் பாட்டுக்கோடு உள்ளது.
- இரு நாடுகளுக்கு இடையேயான எல்லைப் பிரச்னையைத் தீர்க்க நதியின் மூலப் பகுதி, நீர்ப்பிடிப்புப் பகுதிகளைப் பிரிக்கும் மேடான பகுதி, பள்ளத்தாக்குகள், மலைகள், கணவாய்கள் உள்ளிட்ட அனைத்தையும் சரி சமமாக ஆய்வு செய்யவேண்டும்.
- இரு நாடுகளுக்கு இடையே எல்லை, குறிப்பாக இமயம், காரகோரம் ஆகிய மலைத் தொடர்கள் மீதான பேச்சுவார்த்தைகள் நடைபெறும்போது சம்பந்தப்பட்ட நாட்டு மக்களின் உணர்வுகள் மதிக்கப்பட வேண்டும்.
- இரு நாடுகளும் எல்லை குறித்த நிரந்தரத் தீர்வு கிடைக்கும் வரை எல்லைக் கட்டுப்பாட்டுக் கோட்டைத் தாண்டியே ராணுவத்தை நிலை நிறுத்தவேண்டும்.
- தற்போதைய நிலை அப்படியே நீடிக்க வேண்டும் (அதாவது இன்றைய தேதியில் யாரிடம் எந்தப் பகுதி உள்ளதோ அது அப்படியே தொடரவேண்டும்).
- இரு நாடுகளும் பிரச்னைக்கான தீர்வு கிடைக்கும்வரை எல்லைப் பகுதியில் ராணுவ ரோந்து நடவடிக்கைகளைத் தவிர்க்க வேண்டும்.
- இரு நாடுகளுக்கும் இடையேயான நல்லுறவு எல்லைப் பிரச்னை காரணமாக எந்தவகையிலும் பாதிக்கப்படக்கூடாது.

இரு நாட்டினரிடையே இந்த விஷயங்களில் பெரும் இடைவெளி இருக்கிறது. எனினும் தொடர்ந்து பேச்சுவார்த்தை நடத்தினால் அந்த இடைவெளி குறையும் என்று நம்புவதாகச் சொன்ன சூ என் லாய் பத்திரிகையாளர்களின் கேள்களுக்குத் தயாரானார். எல்லா கேள்விகளுக்கும் பதில் சொல்லத் தயாராக இருப்பதாகவும் அந்தப் பதில்கள் முழுமையாக வெளியிடப்படவேண்டும் என்றும் கேட்டுக் கொண்டார்.

இரண்டரை மணி நேரம் சூ என் லாயுடனான செய்தியாளர்கள் சந்திப்பு நடைபெற்றது. எந்தப்பகுதி மீதான விவாதம் அதிக நேரம் நடைபெற்றது என்ற கேள்விக்கு மேற்கு பிராந்தியம் பற்றி அதிகம் பேசியதாகச் சொன்னார். 'மெக்மோகன் கோடு பிரிட்டிஷ் மற்றும் திபெத்திய அதிகாரிகளுக்கு இடையே போடப்பட்ட ஒப்பந்தம் என்பதால் அது எந்தக் காலத்திலும் சீனாவைக் கட்டுப்படுத்தாது. அதை நாங்கள் அங்கீகரிக்கவும்மாட்டோம். இருப்பினும் இருவருக்கும் இடையேயான நட்பை உறுதிப்படுத்த கிழக்குப் பகுதியை விட்டுக் கொடுக்கிறோம். மெக்மோகன் கோட்டையும் ஏற்றுக்கொள்கிறோம். பதிலுக்கு மேற்குப் பிராந்தியத்தையும், அக்சாய் சின் மீதான உரிமையையும் இந்தியா விட்டுக் கொடுக்க வேண்டும். அவை சீனாவுக்கே சொந்தம் என்று வாதிட்டோம். ஆகவே மேற்குப் பிராந்தியம், அக்சாய் சின் உரிமை குறித்தே இருவரும் நீண்ட நேரம் பேசினோம். இந்திய தரப்பு எங்கள் கோரிக்கையை ஏற்கவில்லை' என்று பதிலளித்தார்.

சீனா இந்தியப் பகுதியை அத்துமீறி ஆக்கிரமித்திருப்பதாக இந்திய தரப்பு ஏதேனும் சொன்னதா என்று ஒரு மேற்கத்திய நிருபர் கேள்வி கேட்டார். 'அப்படி எதுவும் சொல்லவில்லை. ஒருவேளை அப்படிச் சொல்லியிருந்தால் அது உண்மைக்குப் புறம்பானதாக மட்டுமல்ல... நட்புக்கு விரோதமான செயலாகவும் இருந்திருக்கும்' என்று சூ என் லாய் பதில் சொன்னார்.

பத்திரிகையாளர் சந்திப்பு ஒரு மணி ஐம்பது நிமிடங்கள் நடந்தும், மொழிபெயர்ப்பாளர் மிகவும் மெதுவாகச் செயல்பட்டதால் 25 கேள்விகள் மட்டுமே கேட்கப்பட முடிந்தது. 62 வயதான சூ என் லாய் மிகவும் இளமையாக இருப்பது எப்படி... உணவுக் கட்டுப்பாடா... உடல் பயிற்சியா என்று ஒரு அமெரிக்கப் பெண்மணி கேள்வி எழுப்பினார். நான் ஒரு கீழைத்தேய மனிதன். கீழைத்தேய வாழ்க்கையே வாழ்கிறேன். அதுவே என் இளமைக்குக் காரணம் என்று பதில் சொன்னார் சூ என் லாய்.

சூ என் லாய் பத்திரிகையாளர்களைச் சந்தித்ததையும் அந்த சந்திப்பில் பேசியதையும் இந்தியத் தரப்பு சிறிதும் விரும்பவில்லை. ஆனால், சூ

என் லாய் இந்திய விஜயத்தை நிறைவு செய்துகொண்டு பீகிங் திரும்பும் வழியில் நேபாளத் தலைநகர் காட்மண்டுவுக்குச் சென்ற பிறகே நேரு வாய் திறந்தார். சீனர்கள் கிழக்கு பிராந்தியம் தொடர்பாக இந்தியர்களின் நிலைப்பாட்டை ஏற்றுக்கொள்கிறார்கள். ஆனால், அதை மேற்கு பிராந்தியத்துடன் இணைத்தும் பார்க்கிறார்கள்' என்று சொன்னார்.

இந்திய தரப்புப் பேச்சுவார்த்தையின்போது சீனர்களை அத்துமீறி நடந்துகொண்டதாகக் குற்றம் சாட்டவில்லை என்று சூ என் லாய் சொன்னதாகப் பத்திரிகைகள் செய்தி வெளியிட்டிருந்தன. சீனர்கள் தொடர்பாக நேரு கடுமையாக நடந்துகொள்வதில்லை என்ற இந்திய தரப்பின் குற்றச்சாட்டை அது உறுதிப்படுத்துவதாக இருந்தது. இதுபற்றி நேருவிடம் கேள்வி கேட்கப்பட்டது. நாடாளுமன்றத்திலும் எம்.பி.க்கள் இந்த விஷயத்தை எழுப்பினார்கள். அவர்களுக்கு பதிலளிக்கையில் நேரு, அத்துமீறல், ஆக்கிரமிப்பு என்ற வார்த்தைகளை உபயோகப்படுத்தினேனா இல்லையா என்று சரியாக நினைவில்லை. ஆனால், ஒட்டு மொத்தப் பேச்சுவார்த்தையுமே சீனாவின் ஆக்கிரமிப்பு பற்றியதாகத்தான் இருந்தது. ஒரு முக்கியமான நிகழ்வு நடந்திருக்கிறது. எங்களைப் பொறுத்தவரையில் அவர்கள் எங்கள் நாட்டுக்குள் அத்துமீறி நுழைந்திருக்கிறார்கள். அதுதான் அந்த முக்கிய நிகழ்வு. அதுபற்றிப் பேசத்தான் அவர் இந்தியா வந்திருந்தார்' என்று பதில் சொன்னார். இந்தச் செய்தி காட்மாண்டுவில் இருந்த சூ என் லாயிடம் சொல்லப்பட்டது. 'நேரு முகத்துக்கு நேரே இதை என்னிடம் சொல்லவில்லை. ஆனால், நாங்கள் இந்தியாவை விட்டுக் கிளம்பிய பிறகு, ஆக்கிரமிப்பாளர்கள் என்று சொல்லியிருக்கிறார். முதுகுக்குப் பின்னால் இப்படிச் சொல்லியிருப்பதைப் பார்க்கும் போது எங்களுக்கு வேதனையாக இருக்கிறது. அதுவும் பிரதமர் நேருவை நாங்கள் பெரிதும் மதிக்கிறோம். விருந்தினர்களை இப்படி நடத்துவது சரியல்ல'.

சூ-என்-லாயை விமானத்தில் வழியனுப்பிவிட்டு நேரே நாடாளுமன்றத்துக்கு வந்த நேருவிடம் சூ என் லாய் அளித்த பேட்டிக்கும், கூறிய கருத்துக்களுக்கும் விளக்கம் கேட்டனர். அதற்கு நேரு பதிலளிக்கையில்:

- எல்லை தொடர்பான பிரச்னை இரு நாடுகளுக்கும் இடையே நிலவுகிறது.

  நேரு : ஆம் பிரச்னை இருப்பது உண்மைதான் (இந்த விஷயத்தில் இந்தியாவின் நிலைப்பாடு என்னவென்றால், இரு நாடுகளுக்கு இடையே எல்லைக்கோடு சார்ந்த பெரிதாக எந்த பிரச்னையும் கிடையாது. சீனாவோ இந்தியாவின் இட உரிமை கோரலை சில செயற்கையான சண்டைகளோடு இணைத்துப் பார்க்கிறது).

- இரு நாடுகளுக்கும் இடையே நிர்வாக வசதிக்காக கட்டுப்பாட்டுக் கோடு இருக்கிறது நேரு : இருக்கலாம். ஆனால் அதன் முக்கியத்துவம் எங்கிருக்கிறது என்று தெரியவில்லை'
- தீர்வு எட்டப்படும் வரை தற்போதைய நிலையே தொடர வேண்டும்

நேரு: தற்போதைய நிலை எது என்பதே கேள்விக்குறியாகி விட்டது. எனவே, தற்போதைய நிலையே தொடரவேண்டும் என்பதை ஏற்க முடியாது (இதை சூ என் லாயிடமும் நேரு கூறியிருக்கிறார்).

- தீர்வுகளைக் காணும்போது நீர்நிலைகள், நதிகள், மலைகள், பள்ளத்தாக்குகள் ஆகியவை கவனத்தில் கொள்ளப்படவேண்டும்

நேரு : கண்டிப்பாக. எல்லையை நிர்ணயிக்கும்போது இவை கட்டாயம் கவனத்தில் எடுத்துக்கொள்ளப்படும்.

(மெக்மொகன் எல்லைக் கோட்டை இந்தியர்கள் நீர்நிலை வழியிலான எல்லைக்கோடாகச் சொல்லி அதனால் அதுவே சரியான இயல்பான எல்லைக்கோடு என்று சொல்லி வருகிறார்கள். இதே நீர்நிலை வழியிலான எல்லைக்கோடு என்பதை மேற்குப் பிராந்தியத்துக்கும் பொருத்திப் பார்த்தால், காரக்கோரம் மலைத்தொடரையொட்டி அந்த எல்லைக்கோடு அமையும்).

- இமயம் மற்றும் காரகோரம் மலை தொடர்பான இரு நாட்டு மக்களின் உணர்வுகளை மதிக்கவேண்டும்

நேரு : இமயம் இந்தியர்களின் உணர்வோடும் கலாசாரத்தோடும் நாகரிகத்தோடும் இரண்டறக் கலந்துவிட்ட மலையாகும். காரகோரம் மலையை அவ்வாறே சீனர்கள் கருதுவதாக இருந்தால் அதை நான் மறுக்கப்போவதில்லை (மேற்குப் பிராந்தியத்தில் பிரச்னை என்னவென்றால், காரக்கோரம் மலைத்தொடரை ஒட்டி அந்த எல்லை அமையவேண்டுமா... காரகோரம் கணவாய் அருகில் கிளை பிரிந்து வடக்கில் குயென் லென் பகுதியில் இருக்கும் அடுத்த மலைத் தொடரில் இருந்து தொடர்ந்து செல்லவேண்டுமா என்பதுதான். மெக்மொகன் கோட்டை நியாயப்படுத்தும் நோக்கில் இமயமலையுடனான புராணத் தொடர்பை நேரு வலியுறுத்துவது போலவே இந்த இடத்தில் சூ என் லாய் காரக்கோரம் மலைத்தொடருடன் சீனர்களுக்குப் பாரம்பரியப் பிணைப்பு இருப்பதாகச் சொல்கிறார். சீனா மெக்மொகன் கோட்டை ஏற்றுக் கொள்வதால் இந்தியா காரக்கோரம் மலைத் தொடரை மேற்கு பிராந்திய எல்லையாக ஏற்கவேண்டும் என்று சீனா சொல்கிறது).

- தீர்வு எட்டப்படும் வரை கட்டுப்பாட்டுக் கோட்டை மதிக்க வேண்டும். ஆக்கிரமிப்புப் பகுதிகள் மற்றும் எல்லை மீதான உரிமை பற்றி எந்த நிபந்தனையும் விதிக்கக் கூடாது.

நேரு : அவர்கள் இதன் மூலம் என்ன சொல்ல வருகிறார்கள் என்பது புரியவில்லை. அவர்களுடைய உரிமை கோரல் ஏற்றுக் கொள்ளப்படவேண்டும் என்பதைத் தவிர வேறு எதையும் பேச விரும்பவில்லை என்கிறார்களா தெரியவில்லை.

(அக்சாய் சின் பகுதி மீதுள்ள உரிமையை இந்தியா கோரி வருகிறது. எங்களுடைய கோரிக்கையை சீனா ஏற்றுக்கொண்டு அங்கிருந்து படைகளைத் திரும்பப் பெற்றுக்கொள்ளவேண்டும். அதன் பிறகே எல்லை வரையறை தொடர்பான பேச்சு வார்த்தையே நடக்கமுடியும் என்று இந்தியா சொல்கிறது. ஆனால், இங்கு சீனக் கோரிக்கையை இந்தியா ஏற்றுக் கொண்டால்தான் பேச்சுவார்த்தைக்கு வரமுடியும் என்று சீனா சொல்வதாக நேரு மாற்றிக் கூறுகிறார்!

- எல்லையின் அனைத்து பிராந்தியங்களிலும் ரோந்துப்பணிகளை இரு நாடுகளும் நிறுத்திக்கொள்ளவேண்டும்.

நேரு: இதற்கு நான் ஒப்புக் கொள்ளவில்லை.

(சீனா எல்லையோரத்தில் பதற்றத்தைத் தணிக்கவும் பின்னாளில் மெதுவாகப் பேசித் தீர்த்துக்கொள்ளலாம் என்ற எண்ணத்திலும் இந்த யோசனையை முன்வைத்திருக்கிறது. இந்தியர்கள் இதை நிராகரித்துவிட்டனர். எனினும் அக்சாய் சின் பகுதியில் இந்தியா தனது ரோந்துப் பணிகளை மேற்கொள்ளும் என்று அறிவிக்க முன்வந்திருக்கவில்லை. இது தொடர்பாகக் கேள்விகள் கேட்கப் பட்டபோது அவர் சொன்ன பதில்:

கேள்வி : மோதல்களைத் தவிர்க்கவேண்டும் என்று முடிவெடுத்திருப்பதாகச் சொல்கிறீர்கள். அதற்கு என்ன அர்த்தம்? நம் படைவீரர்கள் அங்கு ரோந்துப் பணியில் ஈடுபடமாட்டார்கள் என்று சொல்ல வருகிறீர்களா?

நேரு : எல்லைப்பகுதிகளில் இரு நாட்டினரும் மோதலைத் தவிர்க்கவேண்டும் என்பதே நோக்கம். இது பொதுவாக எப்போதும் சொல்லப்படும் வழிகாட்டிக் குறிப்புதான். இது குறித்துத் துல்லியமாகக் கறாராக எதுவும் சொல்ல முடியவில்லை. சொல்லவும் கூடாது. அங்கே இருக்கும் படையினரை இங்கே போகாதே அங்கே போகாதே என்றெல்லாம் சொல்லமுடியாது. ஆனால், மோதலை ஏற்படுத்தும் செயல்களைச் செய்யாதீர்கள் என்று நிச்சயம் உத்தரவிடமுடியும்.

கேள்வி : நமது படைவீரர்கள் அங்கு ரோந்துப் பணியில் ஈடுபட்ட போது சீன அரசு இதற்கு முன் கைது செய்திருக்கிறது. அங்கு ரோந்துப் பணியில் ஈடுபடமுடியாத நிலை ஏற்பட்டால் என்ன ஆகும்?

நேரு : மோதல் ஏற்படாதவகையில் நமது படைவீரர்களுக்கு அங்கு உலவ முழு சுதந்தரமும் உண்டு.

கேள்வி : கள ஆய்வுகள் நீங்கலாக இந்திய மண்ணில் இருந்து சீனர்களை அப்புறப்படுத்த எந்த நடவடிக்கையும் எடுக்கப்பட மாட்டாதா?

நேரு: நீங்கள் ஒரு விஷயத்தைப் புரிந்துகொள்ளவேண்டும். ஒன்று நீங்கள் போரில் ஈடுபடவேண்டும். அல்லது பேச்சுவார்த்தையிலோ அதுபோன்ற நடவடிக்கைகளிலோ ஈடுபடவேண்டும். இரண்டுக்கும் இடையிலான ஒரு செயலைச் செய்யமுடியாது. எல்லையில் போரை நடத்திக்கொண்டு அதிகாரிகளைப் பேச்சுவார்த்தைக்கு அனுப்பிக் கொண்டோ உரையாடல்களில் ஈடுபட்டுக்கொண்டோ இருக்க முடியாது).

பேச்சுவார்த்தைகள் மற்றும் நேருவின் நாடாளுமன்ற பதில்களுக்கு பொதுவெளியில் இரண்டுவிதமான எதிர்வினைகள் எழுந்தன. 'நமது இந்தியத் தாய் மண்ணில் ஊடுருவிய சீனா ஆயிரமாயிரம் சதுர மைல் நிலத்தை ஆக்கிரமித்துக் கொண்டுள்ளது. தனது புற்றுநோய் விரல் நகரங்களால் பாரத மாதாவின் உடலைக் கீறிக் கிழித்துச் சேதப்படுத்திக் கொண்டிருக்கிறது என்று சுதந்திராக் கட்சி உறுப்பினர் ரங்கா ஆவேசத்துடன் அறிக்கை விடுத்தார். நேரு பேச்சுவார்த்தை களுக்கு சம்மதிப்பதன் மூலம் சீனர்களுக்குத் தாங்கள் ஆக்கிரமித்த பகுதிகளில் நன்கு காலூன்ற அவகாசம் தருகிறார் என்றும் குற்றம் சாட்டப்பட்டது. இந்திய அரசின் நிலைப்பாட்டை ஆதரித்தவர்கள், 'நேரு தனது நிலைப்பாட்டில் பாறைபோல் உறுதியாக இருக்கிறார்' என்று பாராட்டினர். சீனர்களைக் கண்டு இந்தியா அஞ்சவில்லை. எனவே ஆசிய நாடுகளின் மத்தியில் நமக்கு எந்த அவமானமும் ஏற்படாது என்று ஒரு பத்திரிகை செய்தி வெளியிட்டது.

~

சூ என் லாய் தெற்கு ஆசிய நாடுகளில் மேற்கொண்ட பயணங்களில் இரண்டு வெற்றிகளும் ஒரு தோல்வியும் கிடைத்தன. பர்மா, நேபாளம் போன்ற நாடுகளுடன் நட்புறவு ஒப்பந்தங்களையும் எல்லை தொடர்பான ஒப்பந்தங்களையும் கையெழுத்திட்டார். பர்மா விஷயத்தில் மெக்மொகன் எல்லைக்கோட்டை சீனா ஏற்றுக் கொண்டது. நேபாளத்தைப் பொறுத்தவரையில், 'பிரச்னைக்குரிய

இடங்களில் இரு நாட்டு நலன், நட்புறவு, பரஸ்பர விட்டுக் கொடுத்தல், சமத்துவம் ஆகியவற்றின் அடிப்படையில் திருத்தங்கள் செய்துகொள்ளலாம்' என்று ஒப்பந்தம் செய்துகொண்டார். குறிப்பாக, எவரெஸ்ட் சிகரம் நேபாளத்தில் இருந்தாலும் அதை சீனா தனது எல்லைக்குள் இருப்பதாக வரைபடங்களைத் தயாரித்தது. நேபாளத்துடனான பேச்சுவார்த்தைகளின் போது எவரெஸ்ட் சிகரத்தை இரு நாடுகளுக்கும் பொதுவான எல்லையாக வைத்துக் கொள்வதென்றும், அங்கிருந்து 40 கிமீ தொலைவில் இரு நாட்டு ராணுவங்களையும் நிறுத்திக்கொள்வது என்றும் ஒப்பந்தம் போட்டுக் கொண்டது.

இந்தியப் பயணத்தைப் பொறுத்தவரையில் சூ என் லாய்க்கு ஏமாற்றமே மிஞ்சியது. ஆனால், பேச்சுவார்த்தை தோல்வி என்று சொல்லாமல், 'இன்னும் சிறப்பான புரிதலுக்கு இந்தச் சந்திப்பு வழிவகுத்துள்ளது' என்று கூறினார். இரு தரப்பு அதிகாரபூர்வ அறிக்கைகள் முற்றிலும் மாறுபட்ட தகவல்களையே அளிக்கப் போகிறது என்று நேரு முன்யூகித்துச் சொன்னார். 'தரவுகளால்' தீர்க்க முடிந்த பிரச்னை அல்ல. இதற்கு அரசியல் சமரசம் தேவைப்படும் என்றார் அவர். நேருவும் அவருடைய அரசும் எல்லைப் பகுதிகளில் ரோந்துப் பணியில் ஈடுபடாமல் இருக்கவோ அக்சாய் சின் பகுதியை விட்டுக்கொடுக்கவோ முடியாத நிலைக்கு வந்துவிட்டிருந்தனர்.

மாநாட்டின் தோல்விக்குப் பிறகு சீனாவின் நிலைப்பாடு மேலும் இறுக்கமடைந்தது. பேச்சுவார்த்தைகளுக்கு முன்பாக சீனா சொன்ன யோசனைகளை அதன் பிறகு கேட்கவே முடியவில்லை. சீனர்களின் நோக்கங்களை இந்தியர்கள் தவறாகப் புரிந்துகொண்டுவிட்டார்கள் போலிருக்கிறது. காட்மண்டுவில் நடைபெற்ற செய்தியாளர் சந்திப்பில் இந்தியா, அமெரிக்கா உள்ளிட்ட வெளிநாட்டு நிருபர்கள் சூ என் லாயைத் துளைத்துத் துளைத்துக் கேள்விகள் கேட்டபோது சென்யி அவசரமாகக் குறுக்கிட்டு, 'நான் ஒரு விஷயத்தை உங்களுக்குத் தெளிவாகச் சொல்ல விரும்புகிறேன். சீனாவுக்குத்தான் துரோகம் இழைக்கப்பட்டிருக்கிறது. மீண்டும் அழுத்திக் கூறுகிறேன் சீனாவுக்குத்தான் துரோகமிழைக்கப்பட்டிருக்கிறது' என்று வெடித்தார்.

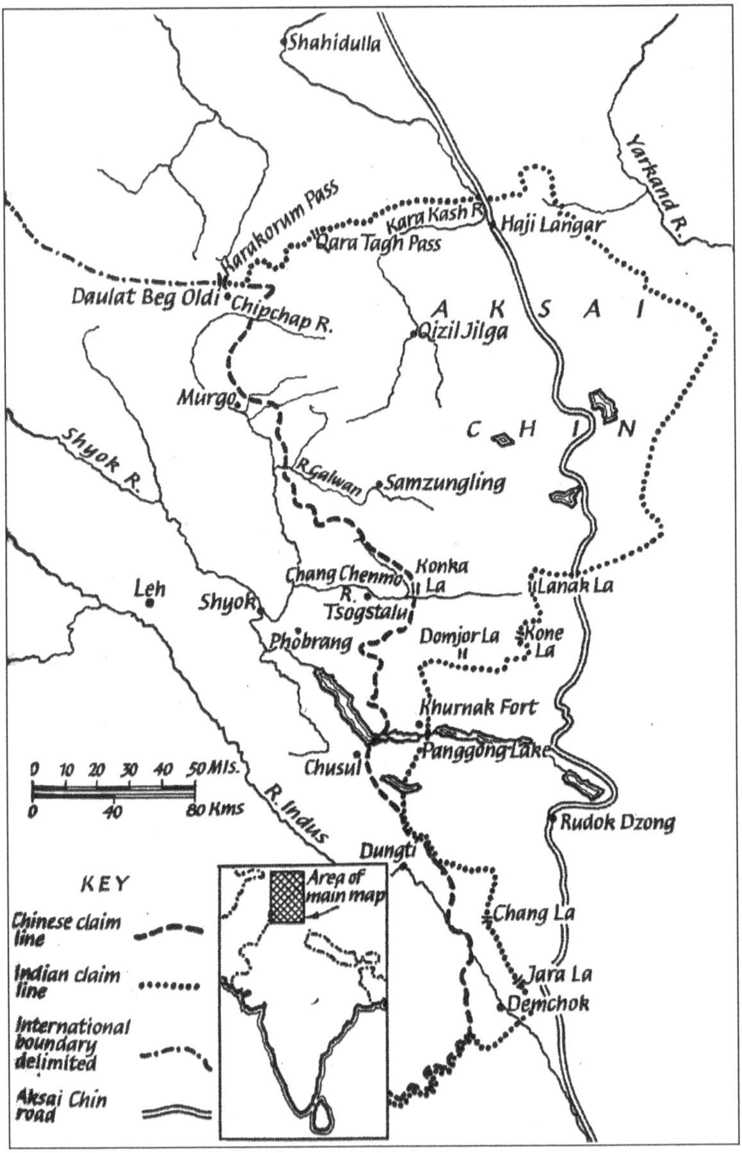

மேற்குப் பக்க எல்லை - முரண்படும் உரிமை கோரல்கள்

பாகம் 2

முன்னேறிச் செல்லும் கொள்கை

~

அவர்கள் ஒரு முகாம் அமைப்பார்கள். நாங்கள் ஒரு முகாம் அமைப்போம். அதைத்தாண்டி எதுவும் நடக்காது என்று நினைத்தோம்.

- ஓர் இந்திய ராணுவ அதிகாரி

அது ஒருவகையான ரஷ்ய ரவுலட் விளையாட்டு போன்றது. இந்தியாவின் உயர் அதிகாரவர்கத்தினர் துப்பாக்கியில் தோட்டா இல்லை என்று நினைத்தனர். ஆனால், அது முழுவதும் நிரப்பப்பட்டதாக இருந்தது.

- ஜெனரல் ஜே.என்.சவுத்ரி

கதவை இழுத்து மூடிவிட்டால் அதன் பிறகு என்னதான் செய்யமுடியும்? ஒரு பாட்டியைப்போல் செய்வதற்கு எதுவுமற்று முடங்கிக் கிடக்க வேண்டியதுதான். அல்லது, கைக்குக் கிடைக்கும் ஆயுதத்தை எடுத்துக் கொண்டு போரிடப் புறப்படவேண்டியதுதான். இவற்றைத் தவிர வேறு வழி இல்லை.

- ஜவாஹர்லால் நேரு

~

புதுடெல்லியில் நடைபெற்ற பேச்சுவார்த்தைகள் தோல்வி அடைந்ததால்தான் எல்லை தொடர்பான ஒப்பந்தம் ஏற்படவில்லை என்று கூற முடியாது. இந்தியா நீண்ட காலத்துக்கு முன்பே, குறிப்பாக சுதந்தரம் அடைந்த காலம் தொட்டே, எல்லை குறித்த பேச்சுவார்த்தைகளுக்கான கதவைச் சாத்திவிட்டது. தற்போது சூ என் லாய் புதுடெல்லிக்கு வந்து போன பிறகு 'அடுத்து இந்தியா செய்யப் போவது என்ன?' என்பதுதான் அரசுக்கு முன்பிருந்த முக்கியக் கேள்வி. எல்லைப் பிரச்னையின் தொடக்க நாளில் இருந்தே இந்தக் கேள்விக்கு பதில் தயாராக இருக்கத்தான் செய்தது.

இந்தியாவின் ஒரு பகுதியான அக்சாய் சின்னில் சீனா அத்துமீறி நுழைந்துள்ளது. பேச்சுவார்த்தை அல்லது போர் இவை இரண்டில் ஏதேனும் ஒன்றுதான் வழி. இதுபற்றி 1959 அக்டோபர் டைம்ஸ் ஆஃப் இந்தியாவில் வெளியான தலையங்கம் : 'சீனா அத்துமீறி நுழைந்துள்ள பகுதியில் இந்தியா தனது ராணுவத்தை அனுப்பி ரோந்துப்பணிகளில் ஈடுபடவேண்டும். இதை நாம் செய்யத் தவறும் பட்சத்தில் சீனாவின் ஆக்கிரமிப்பை ஏற்றுக்கொண்டதுபோல் ஆகிவிடும்; இந்தியத் துருப்புகள் பிரச்னைக்குரிய லடாக் பகுதிக்குள் ஊடுருவினால் மெக்மொகன் எல்லைக்கோட்டை சீனா அத்துமீறிக் கடக்கும் என்ற சீனாவின் அச்சுறுத்தலுக்குப் பணிந்ததுபோல் ஆகிவிடும்'.

கிட்டத்தட்ட இந்தியாவும் அதே நிலைப்பாட்டை எடுத்ததுடன் அதற்கான முன்னெடுப்புத் திட்டத்தையும் வகுத்திருந்தது. இது பற்றி இந்திய உயர் அதிகாரி கௌல் கூறுகையில் 'எல்லைகள் இனி அமைதியாக இருக்காது. சீனா ஆக்கிரமிப்பு செய்த இடங்களில் அதன் மீது தாக்குதல் நடைபெறாது என்றாலும் ரோந்துப் பணிகளில் ஈடுபடும். முதற்கட்டமாக சீனா மேலும் ஆக்கிரமிப்புகளில் ஈடுபடுவதைத் தடுக்க முக்கிய வழிகள் அடைக்கப்படும். அக்சாய் சின் உள்பட சீனா ஆக்கிரமிப்பு செய்த இடங்களில் ராணுவ முகாம்களை அமைத்து, ரோந்துப் பணிகளைத் தீவிரப்படுத்தினால், சீனப் படைகள் அத்தியாவசியப் பொருட்களை எடுத்துச்செல்வது தடுக்கப்படும். பிறகு சீனா வேறு வழியின்றித் தானாகவே பின்வாங்கும்' என்றார்.

முன்னேறிச் செல்லும் திட்டம் குறித்து இந்நூலாசிரியரிடம் ஜெனரல் கௌல் தெரிவிக்கையில் ‘இது என்னுடைய கருதுகோளில் உருவானது. பின்னாளில் மேனனைத் தாண்டி நேருவிடம் நேரடியாகக் கொண்டுசேர்த்தேன்’ என்றார். பின்னாளில் இந்த அணுகு முறையினால் எதிர்மறை விளைவுகள் வரத் தொடங்கியதும் திட்டத்தின் பொறுப்புகளை நேரு, மேனன், தன் உயர் அதிகாரிகள் ஆகியோர் வசம் தள்ளிவிட்டார் கௌல். மேனன் ஆரம்பம் முதல் கடைசி வரை இந்தத் திட்டம் சூழ்நிலையின் நிர்பந்தத்தால் உருவானது என்று நியாயமாகப் பேசினார். ஒரு சதுரங்க ஆட்டம் போல் தொடர்ந்து முன்னெடுக்கப்பட்டிருந்தால் அந்தத் திட்டம் தோற்றிருக்காது என்றும் அவர் சொன்னார்.

உண்மையில் வேறு வழியின்றித்தான் இந்தத் திட்டம் இந்திய அரசால் முன்னெடுக்கப்பட்டது. அதன் முதல் நோக்கம் சீனா மேலும் முன்னேறி வருவதைத் தடுப்பது. இரண்டாவதாக, நேரு இரு நாடுகளும் தமது படைகளை விலக்கிக் கொள்ளவேண்டும் என்று சொல்லியிருந்தார். இந்தியாவின் படை அக்சாய் சின் பகுதியில் இருந்திருக்கவில்லை. எனவே அங்கிருந்து படைகளை விலக்கிக் கொள்ளவேண்டும் என்பது கொள்கையளவிலானதாக இல்லாமல் இருக்கவேண்டுமானால் முதலில் இந்தியப் படைகள் அங்கு சென்றாகவேண்டும். மேலும் பேச்சுவார்த்தைகளில் இந்தியாவின் கை வலுப்படவேண்டுமானால் அக்சாய் சின் பகுதியில் இந்திய ராணுவம் இருந்தாகவும் வேண்டும். சீன முகாம்களுக்கு நடுவே இந்திய முகாம்களை அமைப்பதன் மூலம் அவர்களுடைய போக்குவரத்தைத் தடுப்பதும் முக்கிய நோக்கமாக இருந்தது. ஆனால், இந்தக் காரணங்கள் எல்லாம் திட்டம் வகுக்கப்பட்ட பிறகு உருவாக்கிக் கொள்ளப்பட்டவையே.

பின்விளைவுகள் பற்றித் தில்லியால் எதுவுமே யோசித்துப் பார்க்கப் பட்டிருக்கவில்லை. முன்னேறும் கொள்கை சட்டபூர்வமானது. அதாவது, இட உரிமை என்பது முழுக்க முழுக்க சட்டபூர்வமானது தான். இந்தியா தன் படையை அங்கு அனுப்பி ராணுவ முகாம்களை அமைக்கவேண்டும் அவ்வளவுதான். குறைந்தபட்சம் சீனாவுக்குச் சமமாக அங்கு நிலைபெற வேண்டும். அந்தக் கொள்கை ஒருவகையில் அலட்சியமானதும் கூட. ஏனென்றால் இந்தியா அங்கு முகாமிட்டால் மெக்மொகன் எல்லையை சீனா கடக்கும் என்று பல தடவை அவர்கள் எச்சரித்திருந்தார்கள். இறுதியாக அந்த முன்னேறும் கொள்கை அடிப்படையில் தர்க்கபூர்வமற்றது. ஏனென்றால், சீனா உரிமை கோரும் மற்றும் ஆக்கிரமித்திருக்கும் பகுதிகளில் இந்தியா எத்தனை முகாம்களை அமைத்தாலும் இந்திய வீரர்கள் தாக்குதல்

மேற்கொள்ளாதவரையில் சீனர்கள் அவர்கள் மீது தாக்குதல் நடத்தமாட்டார்கள்.

1954-ல் எல்லை பிரச்னை ஆரம்பித்த நாளிலிருந்தே மத்திய பகுதியில் இந்தியா தனது முகாம்களை நீட்டிச் சென்று இரு நாட்டுப் படையும் அருகருகே வந்து நிற்க நேர்ந்ததில் இருந்து இந்தியா தாக்குதலில் ஈடுபடப்போவதாக அச்சுறுத்தி வந்திருக்கிறது. ஆனால், நேருவும் அவருடைய ஆலோசகர்களும் சீனா பதிலுக்குத் தாக்காது என்பதில் படு உறுதியாக இருந்தனர். லங்ஜு மற்றும் கொங்கா கண்வாய் தாக்குதல்களில் சீனர்கள் அத்துமீறி நடந்துகொண்டதாகக் குற்றம் சாட்டிய இந்திய தரப்பு அக்சாய் சின்னில் இந்தியா ஊடுருவினாலும் தாக்காது என்று நம்புகிறார்கள் என்றால் அதன் அர்த்தம் என்ன? லாங்ஜு மோதலில் இந்தியர்கள்தான் முதலில் தாக்கினார்கள் என்று சீனர்கள் சொன்னதை தில்லி நம்புகிறது என்றுதானே அர்த்தமாகிறது.

முன்னேறும் கொள்கை பிரிட்டிஷாருக்கு எதிராக இந்தியர்கள் முன்னெடுத்த அமைதிவழியிலான சத்யாகிரக வழிமுறையை முற்றாக மறுதலித்தது. இன்றைய சத்யாகிரகிகளின் கைகளில் துவக்குகள் இருந்தன. சீனர்கள் தாக்குதலில் ஈடுபடமாட்டார்கள் என்ற நம்பிக்கையானது பிரிட்டிஷார் வன்முறையில் ஈடுபடமாட்டார்கள் என்ற நம்பிக்கையைப் போன்றது. மேலும் இன்று சீனர்கள் தாக்கினால் பதிலுக்குத் தாக்கவும்படுவார்கள். இந்தியா அஹிம்சை வழியில் செல்லும் நாடு... சீனா உள்ளிட்ட உலகம் முழுவதுமே அப்படியாகவே நம்பவும் செய்கிறது என்ற நேருவின் பார்வையை இந்தச் செயல்கள் வெளிக்காட்டுகின்றன. இந்தப் பின்னணியில் பார்க்கும்போது இந்தியா அக்சாய் சின் பகுதியில் ரோந்துப் பணிகளில் ஈடுபடுவதென்பது ஒருவித தார்மிகச் செயல்பாடாகவே இருக்கும்.

இவையெல்லாவற்றையும்விட இந்த முன்னேறும் கொள்கையின் முக்கிய அம்சம் என்னவென்றால் அக்சாய் சின் பகுதியில் இந்தியாவின் கையை அது பலப்படுத்தும். சீனாவை அங்கிருந்து அப்புறப்படுத்த அது பலத்தைப் பிரயோகிக்கவும் வழிவகுக்கும்.

1961 மக்களவை விவாதத்தில் கலந்து கொண்டு நேரு உரையாற்றுகையில் ‘எல்லையில் ஊடுருவலும் அதைத் தொடர்ந்து பதற்றமும் நிலவுவது உண்மையே. ஆனால், இதை எப்படிச் சமாளிப்பது? ராஜாங்க அளவில் பல்வேறு நடவடிக்கைகள் எடுக்க வேண்டும். இறுதியில் வேறு வழியில்லை என்றால் நீங்கள் நினைப்பது போல் போரைத் தொடங்கியாகவேண்டியிருக்கும். முதற்கட்டமாக எல்லையோரம் நமது ராணுவ நிலையை சீனர்களுக்கு இணையாகப் பலப்படுத்த வேண்டும். பலவீனமான

நிலையில் இருந்துகொண்டு பேச்சுவார்த்தை நடத்தமுடியாது' என்றார்.

ஆனால் எல்லையில் இந்தியா தனது பலத்தை அதிகரித்தால் அதை சீனா வேடிக்கை பார்த்துக்கொண்டிருக்கும் என்று நினைப்பது புத்திசாலித்தனம் ஆகுமா? ஆனால், நேருவும் அவருடைய ஆலோசகர்களும் அப்படித்தான் நம்பினார்கள். மேற்குப் பிராந்தியத்தில் மட்டுமல்ல கிழக்கில் தாங் லா ரிட்ஜுக்குக் கீழும் அப்படியே நடந்து கொண்டனர். 1962 அக்டோபரில் மிகக் கடுமையாக அடிவாங்கும் வரை அந்தச் செயல்களைத் தொடர்ந்து செய்தும் வந்தனர்.

இந்தக் காலகட்டத்தில் எதிர்கட்சிகளின் நெருக்குதல்களினாலேயே நேரு பெரிதும் போர்பற்றிப் பேச நேர்ந்தது. கம்யூனிஸ்ட்கள் நீங்கலாகப் பிற அனைத்து எதிர்க்கட்சிகளும் சீனா ஆக்கிரமித்திருக்கும் இடங்களை விட்டு வெளியேறாவிட்டால் தாக்குதல் நடத்தவேண்டும் என்று கூறின. காங்கிரஸ் தரப்பில் மிக வலுவான மவுனமான ஆதரவும் அதற்கு இருந்தது. இப்படியான தாக்குதல் போரில் சென்று முடியும் என்ற கருத்துக்கு வலுவான மறுப்பு இருந்தது. 'நமக்குச் சொந்தமான இடத்தை ஆக்கிரமித்துள்ள சீனாவை விரட்டி அடிக்க ராணுவத்தைப் பயன்படுத்துவதில் தவறில்லை. நமது எல்லையைக் காப்பாற்று வதற்குப் பெயர் போர் அல்ல. அதுவொரு பாதுகாப்பு முயற்சி. கொள்ளையர்கள் ஒரு இடத்தைக் கைப்பற்றினால் அதை முறியடிக்க எடுக்கும் காவல் நடவடிக்கை போல்தான் இதுவும்' என்று மினு மாசானி பேசினார்.

'காவல் நடவடிக்கை' என்ற வார்த்தை இந்தியத் தரப்பில் வெகுவாகப் பயன்படுத்தப்பட்டுவந்திருக்கிறது. 1948-ல் இந்தியாவுடன் சேர்வதா வேண்டாமா என்ற ஐதராபாத் நிஜாமின் தயக்கமானது இந்திய ராணுவம் அனுப்பப்பட்டதைத் தொடர்ந்து முடிவுக்கு வந்தது. அந்த ராணுவ நடவடிக்கைகளைக் குறிப்பிட முதன்முதலாக 'காவல் நடவடிக்கை' என்ற பதம் பயன்படுத்தப்பட்டது. பின்னாளில் கோவாவிலும் இந்த நடவடிக்கை மேற்கொள்ளப்பட்டது. அந்தப் பதம் ஒருவித தார்மிகப் பொறுப்பை உணர்த்துவதோடு அதிகாரத்தை வெளிப்படுத்தவும் வழிசெய்து தருகிறது. எனவே இந்தியர்களுக்கு 'காவல் நடவடிக்கை' என்ற அந்தப் பதம் இரட்டிப்பு சவுகரியத்தைத் தருவதாக இருக்கிறது. பிற நாடுகளைப் பொறுத்தவரையில் தமது இலக்கை அடைய பலத்தை உபயோகிப்பதாக இது புரிந்துகொள்ளப் பட்டது.

ஐக்கிய நாடுகள் சபையின் உறுப்பினரான நாம் ஒரு பிரச்னைக்குத் தீர்வு காண போரைப் பயன்படுத்துவதை ஏற்க முடியாது என்று ஒரு

சுயேச்சை எம்.பி. 1959-ல் சொன்னார். 'எனவே, சீனர்களை அப்புறப் படுத்த, காவல் நடவடிக்கை ஒன்றே நமக்கு முன்னால் இருக்கும் வழி' என்று சொல்லப்பட்டது. 11 பெயரை மாற்றி அழைத்தால் விளைவுகள் வேறாகிவிடுமா என்ன என்று நேரு இந்த வாதங்களை நிராகரித்தார். அதன் பிறகு போர் என்றாலே பெரும் அழிவு என்றுதான் அர்த்தமா என்ன... என்று எதிர்கட்சியினர் பேச ஆரம்பித்தனர்.

சிறிய அளவிலான போர்கள் தவிர்க்கமுடியாதவையே என்றார் கிருபளானி. 'போர் தவிர்க்க முடியாத என்றாலும் கூடக் கரு மேகங்களுக்கு இடையே மின்னலாக வெள்ளிக் கீற்றுகள் தோன்றுவதுபோல், போருக்குப் பிறகு சில நல்ல மாற்றங்கள் நிகழ்வதற்கான சாத்தியமும் உண்டு. மோதல் வெடித்தால்தான் தீர்வும் அமைதியும் பிறக்கும். நெருக்கடிகளே நம்மிடமிருக்கும் திறமை களை வெளிப்படுத்த வழி வகுக்கும். அதுவே நம்மிடையே ஒற்றுமையைக் கொண்டுவரும். அயல் நாட்டு மீதான போர் என்றால் மதம், சாதி, இனம், மொழி, கட்சி பேதமின்றி அனைவரும் ஒன்றிணைந்து அரசுக்கு ஆதரவாக நிற்பார்கள்' என்றார் கிருபளானி. நாட்டின் எல்லையைப் பாதுகாக்க எந்தத் தியாகத்துக்கும் தயார்' என்று முழங்கினார் அசோக் மேத்தா. போருக்காக ஒரு தேசமே தயாராகிக் கொண்டிருப்பதாக ஒரு தோற்றம் உருவாக்கப்பட்டதில் நேருவுக்கும் பங்கு உண்டு. போர் என்று வந்துவிட்டால் தேசமே படைவீரர்களால் நிறைந்துவிடும். தேசத்தின் ஒட்டு மொத்த நகர்வுகளும் போர் எண்ணங்களால் தீர்மானிக்கப்படும். ஏனென்றால் அதுஒரு வாழ்வா சாவா போராட்டம்' என்றார் நேரு.

ஆனால், போரினால் ஏற்படும் இழப்புகள் குறித்து இந்தியர்களுக்கு மட்டுமல்லாமல் ஒட்டுமொத்த உலகுக்குமே அடிக்கடி எச்சரிக்கை விடுத்து வந்தார். 'இரு நாடுகளுக்கும் போர் மூண்டால் அது இந்திய - சீனா போராக இருக்காது. உலகப் போராகிவிடும். முடிவுக்கு வர நேரம் காலம் வரையறுக்க இயலாது. இந்தியாவைத் தோற்கடிக்க சீனாவால் முடியாது. அதேபோல் திபெத்தைத் தாண்டி பீகிங் வரையிலும் நம்மால் ஊடுருவ முடியாது' என்றார். ஆனால், சீனாவுடனான போரை விரும்பியவர்கள் உலகப் போர் மூண்டுவிடும் என்று நேரு சொன்னதை நிராகரித்தனர். ஒரு முன்னணிப் பத்திரிகை 'உலகப் போர் மூண்டுவிடும் என்ற அதீத மூட நம்பிக்கை மூலம் தில்லி தனது செயலின்மையை நியாயப்படுத்திக்கொள்கிறது' என்று 1961 இறுதிவாக்கில் செய்தி வெளியிட்டது.

போர் தொடர்பான நேருவின் வார்த்தைகள் இங்குமங்குமாக ஊசலாடின. எதிர்கட்சிகளின் போர் முரசுகளுக்கு எதிர்வினையாற்றும் முகமாகப் போரின் பேரழிவுகள் குறித்துப் பேசுவார். அதேநேரம்

போர் குறித்த எதிர்பார்ப்பினால் தேசத்தில் திரண்டு எழத்தொடங்கியுள்ள தேச பக்தியை (ரத்தத்தில் கடிதமெழுதிய இளைஞர்களை வேறு வகையான வெளிப்பாடுகளில் கவனம் செலுத்தச் சொல்லி யிருக்கிறார் என்றாலும் போர் மூலம் தேசத்தில் உருவாகும் தேச பக்தி குறித்து நேருவுக்குப் பெருமிதமே இருந்திருக்கிறது) மட்டுப் படுத்துகிறார் என்ற குற்றச்சாட்டு வந்துவிடக்கூடாதென்று பயந்து போர் வந்தால் துணிந்து எதிர்கொள்ளத் தயார் என்று புஜங்களைத் தட்டவும் செய்தார்.

போர் என்பது அபாயகரமான விஷயம். ஆனால், அது நம் மீது திணிக்கப்பட்டால் முழு சக்தியையும் திரட்டி எதிர்ப்போம். ஆனால், நான் போரைத் தவிர்க்க அனைத்து முயற்சிகளையும் எடுப்பேன் என்றார். 'மாறாக, சில விஷயங்களை எந்தவொரு நாடும் சகித்துக் கொள்ளமுடியாது. ஒரு நாட்டின் மானம், மரியாதை, கௌரவம் இவற்றுக்கு இழுக்கு ஏற்படுமென்றால் எந்த நாடும் பொறுக்காது. அவற்றைக் காக்க எவ்வளவு பெரிய அபாயத்தையும் எதிர்கொள்ளத் தயாராகிவிடும்' என்றார்.

இப்படி மாற்றி மாற்றிப் பேசினாலும் ஒட்டுமொத்தமாக சீனாவுடனான போருக்கு அவருடைய வார்த்தைகள் ஆதரவு கொடுப்பதாகவே அமைந்தன. எதிர்க் கட்சிகளின் போர் ஆவேச முழக்கங்களை நிராகரித்தபோதிலும் எல்லைப் பிரச்னை அரசியல் பிரச்னையாக ஆனதும் நேரு சீனாவுடனான போர் குறித்துப் பேச ஆரம்பித்து விட்டார் (சூ என் லாய் இந்தியாவுக்கு வந்திருந்தபோது நடந்த அரசு விழாவில் கூட நேரு அதுபற்றி சூசகமாகக் குறிப்பிட்டார்). ஆனால், இந்தியர்களின் செயல்களுக்கான சீன எதிர்வினையாகத்தான் போர் இருக்கும் என்பதை தில்லியில் யாரும் புரிந்துகொண்டிருக்கவில்லை. நேருவும் அவருடைய ஆலோசகர்களும் 'இந்தியா எல்லைப் பகுதிகளில் என்ன நடவடிக்கைகளை மேற்கொண்டாலும், சீனா ஒருபோதும் திருப்பித் தாக்காது' என்றே நம்பினர். இதுவே முன்னேறும் கொள்கையின் அடிப்படை நம்பிக்கையாக இருந்தது. தன்னைவிடப் பல மடங்கு ராணுவ பலம் மிகுந்த ஒரு நாட்டுக்கு ராணுவரீதியிலான சவால்!

~

1950கள் முழுவதுமே இந்திய ராணுவத்துக்குச் சோதனைக் காலம் தான். சுதந்திரத்துக்குப் பிறகு அமைந்த காங்கிரஸ் ஆட்சி மாற்றாந்தாய் மனப்பான்மையுடனே ராணுவத்தைக் கையாண்டது. நாமெல்லாம் பிரிட்டிஷாரை நாட்டில் இருந்து விரட்டப் பாடுபட்டபோது இந்த

ராணுவத்தினர் பிரிட்டிஷ்காரர்களுக்குச் சேவை புரிந்தனர் என்ற அதிருப்தி காங்கிரஸ்காரர்களுக்கு இருந்தது. எனவே அதைச் சீரமைக்கவோ, மேம்படுத்தவோ, பலப்படுத்தவோ காங்கிரஸ் அரசு எந்த முயற்சியும் மேற்கொள்ளவில்லை. அதைவிட முக்கிய விஷயம் மத்திய அரசு எடுத்த இரு முக்கியக் கொள்கைகள். அவற்றில் முதலாவது இந்தியாவுக்கு எந்த வெளிநாட்டிடம் இருந்தும் போருக்கான அச்சுறுத்தல் இல்லை என்பதுதான்!

இதைச் சுமார் இருபது ஆண்டுகளுக்கு முன்னால் அதாவது 1928-ல் நடைபெற்ற கூட்டத்திலும் வெளிப்படையாகவே நேரு தெரிவித்தார். இந்தியாவுக்கு அச்சுறுத்தலாக இருக்கலாம் என்று கூறப்படும் சில நாடுகளைப் பட்டியலிட்டதுடன், அவரே ஒவ்வொரு நாடாகக் கழித்துக் கட்டிய பிறகு எந்தத் திசையிலிருந்தும் நமக்கு எந்த ஆபத்தும் இல்லை என்ற முடிவுக்கு வந்தார்.

அச்சுறுத்தல் பட்டியலில் ரஷ்யா, சீனா மற்றும் ஆஃப்கானிஸ்தான் ஆகிய மூன்று நாடுகள் இடம் பெற்றன. 1880களிலேயே ஆஃப்கானிஸ்தான் எல்லை வரை முன்னேறிய ரஷ்யப் படைகள் அங்கு தளம் அமைத்து அங்கிருந்து தாக்கலாம் என்ற ஐயப்பாடு இருந்தது. இந்த சந்தேகம் 1920களிலும் நீடித்தது. ஆனால் ரஷ்யா தாக்குதலில் ஈடுபடும் என்பதை நேரு நம்ப மறுத்தார். இந்திய - சீன நாடுகளுக்கு இடையே பனி படர்ந்த இமயமலை பல மைல் தூரம் பரந்து விரிந்து இருப்பதால் போர் விமானங்கள் அதன் மீது பறக்க முடியாது. எனவே இந்தியாவை இயற்கை அரணாக இமயம் பாதுகாக்கும் என்று நம்பினார். இந்தியாவின் பிரமாண்டம், அதன் பூகோள அமைவிடம், இந்தியா மீண்டும் இன்னொரு நாட்டுக்கு அடிமைப்பட்டுவிடக்கூடாது என்று விரும்பும் உலகப் பெரும் சக்திகள் இவையெல்லாம் இந்தியாவை அந்நியத் தாக்குதல்களில் இருந்து பாதுகாக்கும் என்று சொன்னார்.

முந்நூறு ஆண்டுகளுக்கும் மேலாகத் தனது கட்டுப்பாட்டில் இங்கிலாந்து வைத்திருந்த பகுதியின் மீது வேறொரு நாடு செல்வாக்கு செலுத்துவதை உலகில் எந்த நாடும் அனுமதிக்காது. ஒருவேளை ஏதேனும் ஒரு நாடு அவ்வாறு நினைத்தாலும், உலகின் மற்ற நாடுகள் ஒன்று சேர்ந்து அந்த எண்ணத்தைச் சிதைத்துவிடும். உலக நாடுகளின் இந்தப் பரஸ்பர விரோதமே இந்தியா மீது எந்த நாடும் தாக்குதல் நடத்தாது என்பதற்கான உறுதியான சான்று என்று சொன்னார். அப்போது சொன்ன கருத்தை 1962-ல் சீனா தாக்கும் வரை நேரு சொல்லிக் கொண்டே இருந்தார்.

சுதந்திரம் கிடைத்த முதல் பத்தாண்டுகளில் பாகிஸ்தான் மூலம் எந்த அச்சுறுத்தலும் இந்தியாவுக்கு வரவில்லை. சுதந்திரத்துக்குப் பிறகு

இந்தியா - பாகிஸ்தான் பிரிவினையைத் தொடர்ந்து ராணுவத்தின் பெரும் பகுதி இந்தியாவுக்கும் ஒரு சிறிய பகுதி மட்டுமே பாகிஸ்தானுக்கும் கிடைத்தன. பாகிஸ்தான் பிரிவினையை எதிர்த்த இந்துக்கள் 1947-ல் நடைபெற்ற தவறுக்காகப் பழிவாங்கத் துடித்துக் கொண்டிருந்தனர். நேரு இந்த உணர்வுக்கு எதிராக இருந்தார். இருப்பினும் காஷ்மீர் பிரச்னை காரணமாக 1947-48, 1951 மற்றும் வங்காளப் பிரிவினையின் போது 1950-லும் இருவருக்கும் சிறிய அளவில் சண்டைகள் ஏற்பட்டன. ஒவ்வொரு முறையும் லாகூரைக் குறி வைத்து பஞ்சாப்பில் ராணுவத்தை இந்தியா குவித்தது. இதனைத் தொடர்ந்து இந்தியா ராணுவத்திடமிருந்து அச்சுறுத்தல்கள் வருவதாக ஐக்கிய நாடுகள் அமைப்பிடம் 1951-ல் பாகிஸ்தான் முறையிட்டது. அமெரிக்க தலையீட்டின் மூலம் இந்தப் பிரச்னை பெரிதாகாமல் முடிந்தது.

ராணுவ பலத்தை அதிகரித்தால் மட்டுமே இந்தியாவைச் சமாளிக்க முடியும் என்ற முடிவுக்கு பாகிஸ்தான் வந்தது. அமெரிக்காவின் உதவியை நாடியது. ஜான் ஃபாஸ்டர் டல் மூலம் 1954-ல் அந்த உதவி கிடைத்தது. அமெரிக்க ஆயுத உதவியும் பயிற்சியும் பாகிஸ்தானுக்குக் கிடைத்ததால் இந்தியாவால் பாகிஸ்தானை எளிதில் ஒடுக்கிவிட முடியவில்லை. இனிமேல் போர் நடந்தால் அது ஒரு பக்கத்துக்கு மட்டுமே சாதகமாக இருக்காது. இந்தியா இனிமேல் பாகிஸ்தான் மீது தாக்குதல் நடத்தாது என்பது உறுதியானதும் பாகிஸ்தான் இந்தியா மீது தாக்குதல் நடத்தத் தொடங்கியது (இந்தத் தலைகீழ் மாற்றத்துக்கான நல்ல உதாரணம் பாகிஸ்தானின் லியாகத் அலி கான் 'போர் வேண்டா(ம்) ஒப்பந்தம்' பற்றி நேருவிடம் பேசினார். நேரு அதை ஏற்கவில்லை. 1950களுக்குப் பிறகு இந்தியா போர் வேண்டா(ம்) ஒப்பந்தத்தைப் பேச ஆரம்பித்தது. பாகிஸ்தான் அதை நிராகரிக்கத் தொடங்கியது).

இந்நிலையில் இந்திய ராணுவத்தினர் சீனாவுடனான வடக்கு எல்லைகளிலும் இந்தியா கவனம் செலுத்தவேண்டும் என்று ஆலோசனை சொன்னார்கள். ஆனால், சீனாவுடன் எந்த ராணுவ மோதலும் வர வாய்ப்பே இல்லை என்று இந்திய அரசியல் வர்க்கம் திட்டவட்டமாகத் தெரிவித்துவிட்டது. சீனப் போர் வியூகம் பற்றி ஓர் கையேடு தயாரிக்கப்படவேண்டும் என்று ஓர் ஆலோசனை முன்வைக்கப்பட்டபோது அதற்கான அனுமதி மறுக்கப்பட்டது.

இரு நாடுகளுக்கு இடையேயான நட்புறவை வெளிப்படுத்த இந்தியாவிலுள்ள ராணுவ மையங்களைப் பார்வையிட 1958-ல் அழைப்பு விடுத்தது. இதனைத் தொடர்ந்து சீன ராணுவ அதிகாரி

மார்ஷல் யே சியாங் யிங் பஞ்சாப் மற்றும் தமிழகத்தில் உள்ள வெலிங்டன் ராணுவ மையங்களுக்கு வருகை தந்தார்.

பயணத்தை நிறைவு செய்த சீன ராணுவ அதிகாரி மார்ஷல் யே சியாங் யிங்குக்கு வெலிங்டன் ராணுவ மையத்தின் சின்னமான வெள்ளி 'ஆந்தை' பொம்மையை இந்தியாவின் மேஜர் ஜெனரல் பி எம் கௌல் நினைவுப் பரிசாக வழங்கினார். இந்திய மற்றும் சீனர்களுக்கு ஆந்தை கெட்ட சகுனம். ஆங்கிலேயர்களைப் பொறுத்தவரை ஆந்தை மேற்கத்திய ஞானத்தின் பறவை. எனவே அவர்கள் உள்ளூர் மரபுகளைப் பொருட்படுத்தாமல் தமது பாரம்பரியத்துக்கு ஏற்ற ஒரு சின்னத்தைத் தேர்ந்தெடுத்திருந்தனர். ஆனால், நட்பின் அடையாள மாக வெள்ளி ஆந்தையைக் கொடுத்ததைத் தான் ரசிக்கவில்லை என்பதை சீன அதிகாரி வெளிப்படையாகவே கூறினார். அப்போது நட்பு பாராட்டிய அதே சீனாவின் மார்ஷல் யே சியாங் யிங்கும், இந்தியாவின் மேஜர் ஜெனரல் பி எம் கௌலும் அடுத்த நான்கு ஆண்டுகளில் நடைபெற்ற இந்திய சீன எல்லைப் போரில் எதிரும் புதிருமாக முக்கியப் பங்கு வகித்தனர்.

பாகிஸ்தான் தவிர தனக்கு எந்த அந்நிய எதிரியும் இல்லை என்று நினைத்ததால் இந்தியா ராணுவத்துக்கான செலவுகளைக் குறைக்கத் திட்டமிட்டது. இந்தியா பாகிஸ்தான் பிரிவினையைத் தொடர்ந்து இந்தியாவுக்குக் கிடைத்த ராணுவ வீரர்களின் எண்ணிக்கை சுமார் 2,80,000. புதிய அரசின் முதல் நோக்கம் தொழில்நுட்பங்களை அதிகரித்து தரைப்படையின் அளவைக் குறைக்க வேண்டும் என்பதே. ஆனால், இடையில் ஏற்பட்ட பல்வேறு நிகழ்வுகள் காரணமாக அவரது எண்ணத்துக்கு மாறாக ராணுவத்தின் அளவு ஆண்டுக்கு ஆண்டு அதிகரிக்கவே செய்தது. 1953 இறுதியில் மொத்த வீரர்களின் எண்ணிக்கை 3,50,000ஐத் (ஏழு டிவிஷன், ஆறு இன்ஃபண்டரி) தாண்டியது. காஷ்மீரில் மூன்று இன்ஃபண்ட்ரி பிரிவுகளும், லடாக்கில் லே பகுதியில் ஒரு பெட்டாலியனும் வடக்கு நோக்கி இல்லாமல் தெற்கில் நிலை நிறுத்தப்பட்டன. ஒரு வேளை பாகிஸ்தான் காஷ்மீரைக் கைப்பற்ற மீண்டும் முயற்சி செய்தால் இம்முறை லாகூரைத் தாக்க வசதியாக பஞ்சாப்பிலும், ஜான்சியிலும் தயார் நிலையில் ராணுவம் அணிவகுத்து நின்றது.

1956-ல் நாகா கொரில்லாக்களை ஒடுக்க வடகிழக்குப் பகுதிக்கும் ராணுவத்தின் சில பிரிவுகள் அனுப்பி வைக்கப்பட்டன. கிழக்குப் பாகிஸ்தானில் அச்சுறுத்தல் பெரிய அளவில் இல்லை என்பதால், மேற்குப் பாகிஸ்தானில், பஞ்சாபுக்கு எதிர்த்திசையில் படைகள் குவிக்கப்பட்டிருந்தன. ஆஃப்கானிஸ்தானில் இருந்து மீண்டும்

பிரச்னை வந்தால் சமாளிக்க வசதியாக வட மேற்கில் துருப்புகள் நிறுத்தப்பட்டிருந்தன. நாகாலாந்து பிரச்னை பெரிதாகவே பஞ்சாபில் இருந்து படைகள் வடகிழக்குக் கொண்டுவரப்பட்டன. அதை ஈடுகட்ட பஞ்சாபில் மேலும் அதிக எண்ணிக்கையில் ஆட்கள் சேர்க்கப்பட்டனர். இப்படியாக இந்திய ராணுவம் மீண்டும் பெரிதாகத் தொடங்கியது.

லாங்ஜு மற்றும் கொங்கா கணவாய் தாக்குதலைத் தொடர்ந்து ராணுவ விரிவாக்கம் அவசியமானதாகவும் அதி விரைவில் செய்ய வேண்டியதாகவும் உணரப்பட்டது. 1959-ல் நான்கு படைப் பிரிவுகள் அவசர அவசரமாக வடகிழக்குக்கு பஞ்சாபில் இருந்து அனுப்பப் பட்டது. புதிதாக ஒரு பிரிவு பஞ்சாபில் துவங்கப்பட்டது. வட கிழக்குக்கு அனுப்பப்பட்ட நான்கு பிரிவுகள் பூட்டானில் இருந்து பர்மா வரையிலான 360 மைல் தொலைவிலான மெக்மொகன் கோட்டைப் பாதுகாக்கும் பொறுப்பில் அமர்த்தப்பட்டன. ஆனால், நாகாலாந்தில் நிலைமையைச் சமாளிக்க ஒரு படைப் பிரிவு சீக்கிரமே அங்கு அனுப்பப்பட்டது.

இப்படிப் படைப் பிரிவுகளை வட கிழக்குக்கு அனுப்பியதால் அங்கு உடனடியாக எந்தப் பெரிய மாற்றமும் ஏற்படவில்லை. பள்ளத்தாக்கில் இருந்து மலைத் தொடரில் சொற்ப தூரத்துக்கு மட்டுமே சாலை வசதி இருந்தது. வட கிழக்குப் பகுதியில் பெரிதாக சாலை வசதிகளே கிடையாது. மெக்மொகன் எல்லைக்கோட்டுக்கான பாதை என்பது பிரம்மபுத்திரா பள்ளத்தாக்கு வழியாக மட்டுமே இருந்தது. எனவே வடகிழக்கு மாநிலங்களுக்குள் படைகளால் வெகு மெதுவாகவே நகரமுடிந்தது. 1960-ல் ஒரு தரைப்படை பொம் டிலாவில் முகாமிட்டது. மார்ச் மாதம் இன்னொரு படை தவாங்கைச் சென்று சேர்ந்தது. ஆகஸ்ட் 1960-ல் தான் தவாங் பட்டாலியன் தலைமையகமாக ஆனது.

1950-களில் ராணுவத்துக்கு அதிக அளவில் ஒதுக்கீடு செய்ய இந்திய அரசியலில் பெரும் எதிர்ப்பு இருந்தது. 1958-ல் நடைபெற்ற மக்களவை குளிர்காலக் கூட்டத்தொடரில் கலந்துகொண்டு கிருபளானி பேசுகையில் 'வன்முறை அற்ற நாடாக விளங்கும் இந்தியாவில் கடந்த ஆண்டைவிட நடப்பு ஆண்டில் ரூ 1000 மில்லியனும் துணை மானியங்களாக மேலும் ரூ 140 மில்லியனும் ராணுவத்துக்கு ஒதுக்கப்பட்டுள்ளது வருத்தம் தருகிறது. தேசப் பிதா மகாத்மா காந்தி அடிகளின் ஆன்மாவைக் கண்டிப்பாக இது வேதனைப்படுத்தும். ராணுவச் செலவீனங்களை அதிகப்படுத்துவதன் காரணங்களைத் தெரிந்துகொள்ளலாமா' என்று கேட்டார்.

காந்தியவாதிகளின் கேள்விக்கணைகளுக்குப் பதில் சொல்ல முடியாமல் அரசு ஒரு பக்கம் திணறிக் கொண்டிருக்க, மறு பக்கம் போதிய நிதி உதவி இல்லாததால் ராணுவ அமைப்புகள் தத்தளித்துக் கொண்டிருந்தன. நவீனமயமாக்கம் என்பதைப் பற்றியெல்லாம் யோசிக்கவே முடியாத நிலையிலேயே இருந்தன. அதோடு கிருஷ்ண மேனனுக்கும் மொரார்ஜி தேசாய்க்கும் தனிப்பட்ட மற்றும் அரசியல் ரீதியாக இருந்த முரண்கள் சம்பந்தப்பட்ட இருவரின் அன்றாட அமைச்சகப் பணிகளிலும் எதிரொலித்தன. இவர்களின் மோதலானது கட்டுக்கடங்காமல் போய்விட்டிருப்பதாக 1961-ல் ஓர் அமெரிக்க பத்திரிகையாளர் விமர்சித்து எழுதியிருந்தார்.

மேனனுக்கும், மொரார்ஜிக்கும் மட்டுமின்றி மேனனுக்கும், ராணுவ அதிகாரிகளுக்குமே ஒத்துப் போகவில்லை. சிறந்த நிர்வாகி, நேர்மையானவர் என்பது வேறு விஷயம். ஆனால் அவருடன் வேலை பார்ப்பது அவ்வளவு எளிதல்ல. பொறுமை இல்லாதவர், முன்கோபி, எப்போது எந்த வார்த்தை வாயில் வரும் என்று தெரியாத நிலையில், நாவடக்கம் இல்லாத மனிதர். மற்றவர்களுக்கு எதுவுமே தெரியாது என்ற எண்ணம் கொண்டவர். ராணுவத்துக்கும் சம்பந்தப்பட்ட அமைச்சருக்கும் தொடர்ந்து கருத்து வேற்றுமைகள் வெடித்தன. 1959 செப்டம்பரில் தலைமை ராணுவத் தளபதியாக இருந்த ஜெனரல் திம்மையா தனது பதவியை ராஜிநாமா செய்வதாகக் கடிதம் எழுதியதுதான் மோதலின் உச்சம்.

லாங்ஜூவில் சில நாள்களுக்கு முன்பு நடைபெற்ற மோதல் காரணமாக எல்லைப் பிரச்னையை, நேருவும் மேனனும் சரியாகக் கையாளவில்லை என்ற கருத்து நிலவிய சூழலில் திம்மையாவின் ராஜிநாமா சிக்கலை இன்னும் அதிகரிக்கும் என்று நேரு எண்ணினார். தனது நம்பிக்கைக்கு உரிய அமைச்சர் என்பதுடன் தனிப்பட்ட முறையிலும் மேனன் நேருவுக்கு மிகவும் நெருக்கமானவர். எனவே மேனன் மீது குற்றம் சுமத்தி தளபதி பதவியை திம்மையா ராஜிநாமா செய்ததை நேரு வரவேற்கவில்லை. திம்மையாவின் ராஜிநாமாவை ஏற்றுக்கொண்டால், எதிர்க்கட்சிகள் இந்த வாய்ப்பைப் பயன்படுத்திக் கொண்டு ராணுவ அமைச்சருக்கும் ராணுவத்துக்கும் இருக்கும் மோதலை ஊதிப் பெரிதாக்குவார்கள். அது கடைசியில் மேனனின் ராஜிநாமாவில் போய் நிற்பதுடன் தனக்கும் கெட்ட பெயரைச் சம்பாதித்துக் கொடுக்கும் என்று நேரு கணக்குப் போட்டார்.

நேரு சாமர்த்தியமாக நடந்துகொள்ள முடிவெடுத்தார். எனவே திம்மையாவை அழைத்து ராஜிநாமாவைத் திரும்பப் பெற்றுக் கொள்ளுமாறும் அவரது கோரிக்கைகளை நிறைவேற்றுவதாகவும் வாக்குறுதி அளித்தார். மேனனுடன் பேசி அவரது போக்கை மாற்றிக்

கொள்ளச் சொல்வதாகவும் உத்தரவாதம் தந்தார். அவரது பேச்சை நம்பி திம்மையாவும் ராஜிநாமாவைத் திரும்பப் பெற்றுக்கொண்டார். இரகசியமாக நடைபெற்ற அல்லது நடைபெற்றிருக்க வேண்டிய இந்த விஷயம் அடுத்த நாள் செய்தித்தாள்களில் தலைப்புச் செய்தியாக வெளியானது. இது பத்திரிகைகளின் சாமர்த்தியமா அரசே செய்தியைக் கசியவிட்டதா என்பது தெரியாத புதிர். மக்களவையில் எதிர்கட்சிகள் நேருவைக் குடைந்து எடுத்தனர்.

திம்மையா ராஜிநாமா செய்ததும், பிறகு அதைத் திரும்பப் பெற்றுக் கொண்டதையும் நேரு தனக்குச் சாதகமாகப் பயன்படுத்திக் கொண்டார். மேனன் - திம்மையா பிரச்னை 'தேநீர்க் கோப்பைக்குள் வீசிய புயல்' என்று சொல்லும் வகையில் மிகச் சாதாரணமான விஷயம். ராணுவமும், ராணுவத் தளபதியும் அரசுக்குக் கட்டுப் பட்டவர்களே. பாதுகாப்புத் துறை அமைச்சர் மேனனின் செயல் பாடுகள் எனக்குத் திருப்தி அளிக்கின்றன என்று அவரை வெகுவாகப் பாராட்டினார். திம்மையா போன்ற ராணுவ வீரர் பற்றி என்ன நினைக்கிறீர்கள் என்று ஒருவர் இடைமறித்தபோது அதேபோல் திம்மையாவும் சிறந்த அதிகாரி என்பதில் எள்ளவும் சந்தேகமில்லை. ஆனால் அவர் பதவியை ராஜிநாமா செய்ததைத் தான் ரசிக்கவில்லை' என்று பதிலளித்தார்.

திம்மையாவின் நிலை தர்ம சங்கடமானது. நேரு தனக்கு வழங்கிய உறுதிமொழியைக் காற்றில் பறக்கவிட்டதுடன் தன்னை அவமானப் படுத்தியதை திம்மையாவால் ஏனோ வெளியே சொல்ல முடியவில்லை. இதன் காரணமாக ராணுவத்தில் அவருக்கு முன்பிருந்த மரியாதை குறையத் தொடங்கியது. ராணுவத்தில் உள்ள பல்வேறு பிரச்னைகளுக்காக ஒவ்வொரு முறையும் மேனனுடன் நடத்திய போராட்டங்களை நேருவிடம் விளக்கிய பிறகும் அதை அவர் கண்டு கொள்ளாததுடன் தன்னை அவமானப்படுத்தியதை அவரால் ஜீரணிக்க முடியவில்லை. ஆனால் செல்வாக்கு மிக்க பிரதமர் பதவியில் இருக்கும் நேருவுடன் மோதும் துணிச்சல் அவருக்கும் வரவில்லை. ஒருவேளை திம்மையா தனது ராஜிநாமாவைத் திரும்பப் பெறாமல் பத்திரிகையாளர்களைச் சந்தித்து உண்மை விவரங்களை வெளியிட்டிருந்தால் அடுத்த சில ஆண்டுகளில் இந்தியாவின் வரலாறே மாறிப் போயிருக்கும். நேருவுடன் மேனனுக்கு இருந்த செல்வாக்கு முன்பை விட இன்னும் பல மடங்கு அதிகரித்தது.

நேருவுடனான நல்லுறவை நிலை நிறுத்திக்கொள்ள கௌல் வழக்கமான ராணுவ நடைமுறைகளை மீறிப் பல விஷயங்களைச் செய்தார். லாங்ஜூவில் நிலைமை எவ்வாறு உள்ளது என்று நேரு கேட்டதற்கு கௌல் யாரையாவது அனுப்பி விசாரித்திருக்கலாம்.

ஆனால் கௌல் தானே அந்தப் பனி படர்ந்த சிகரங்களையும், நிலச் சரிவுகளையும், ஆழமான பள்ளத்தாக்குகளையும் கொண்ட கடுமையான பயணத்தை மேற்கொண்டார். அங்கு கண்ட காட்சிகளை நேரடியாக நேருவிடம் விளக்கினார். அவருடைய கடுமையான விரோதிகள் கூட கௌலின் இந்த அசாதாரண துணிச்சலைப் பாராட்டினர். அடுத்து லடாக்கின் மிக உயர்ந்த சிகரங்களின் மீது ரஷ்ய ஹெலிகாப்டரில் பயணித்து (அது அவர் மேனனின் எதிர்ப்பையும் மீறி வாங்கியது) அதன் தரத்தைப் பரிசோதித்தார். இவ்வகைப் பரிசோதனைகளை இவர் செய்ய வேண்டிய அவசியமில்லை. ஆனாலும் நேருவிடம் நல்ல பெயர் வாங்குவதற்காக உயிரைப் பிணை வைத்து இவரே நேரடியாகக் களமிறங்கியது எதிர்பார்த்த பலனை எதிர்காலத்தில் அளித்தது.

1961-ல் திம்மையாவின் பதவிக் காலம் முடிவுக்கு வரவே அவருக்கு அடுத்தபடியாக தாப்பர் மற்றும் தோராட் ஆகிய இருவர் மூப்பு அடிப்படையில் பதவி உயர்வு பெறத் தகுதி உள்ளவர்களாக இருந்தனர். திம்மையா தனக்கு அடுத்து தோராட் பதவிக்கு வர வேண்டும் என்று பரிந்துரைத்தார். ஆனால் தாப்பர் சீஃப் ஆஃப் ஆர்மி ஸ்டாஃப் (Chief of Army Staff) ஆக நியமிக்கப்பட்டார். அதேபோல் திம்மையாவின் கடுமையான ஆட்சேபத்தையும் மீறி மூப்புப் பட்டியலில் இல்லாத கௌல் சீஃப் ஆஃப் ஜெனரல் ஸ்டாஃப் (Chief of General Staff) ஆக நியமிக்கப்பட்டார். இது ராணுவத்தில் இரண்டாவது பெரிய பதவியாகும். கடுமையான போட்டி நிலவும் ராணுவத் துறையில் திடீரெனப் புகுந்து உயர் பதவியைப் பெற்ற கௌலின் பின்னணியைப் பார்ப்போம்.

சுதந்திரத்துக்கு முன்பிருந்தே நேருவுடன் கௌலுக்கு நல்ல தொடர்பு இருந்தது. மேலும் நேருவைப் போன்றே கௌலும் காஷ்மீர் பிராமணக் குடும்பத்தைச் சேர்ந்தவர் என்பதுடன் தூரத்து உறவினர் என்பதாலும், அவர் மீது இயற்கையாகவே நேருவுக்கு அதிகப் பற்று என்றும் சொல்லப்படுவதுண்டு. 1933 சாண்டர்ஸ்ட் ராணுவக் கல்லூரியில் படித்துப் பட்டம் பெற்று ஒரு வருடம் பிரிட்டிஷ் யூனிட்டில் கட்டாய ராணுவப் பயிற்சி பெற்றார். வடகிழக்கு ராஜ்புதானா ரைஃபிள்ஸில் சேர்க்கப்பட்டார். இரு ஆண்டுகளுக்குப் பிறகு ராணுவ சர்வீஸ் கார்ப்ஸுக்கு மாற்றப்பட்டார். இது ராணுவத்தில் உள்ள நிர்வாகப் பணி என்பதால், குடும்பத்துடன் தங்கலாம். ஆனால் போர் முனையில் ஆயுதம் ஏந்திக் களத்தில் சாகசம் செய்யவேண்டும் என்பதே அவரது விருப்பம். 1942-ல் லெஃப்டினென்ட் கர்னலாகப் பல இடங்களில் பணியாற்றினார். அவர் ஆசைப்பட்டது போல் ஒரு முறை கூடப் போர்க்களத்தில் தலைமை ஏற்கும் வாய்ப்பு கிடைக்கவே இல்லை.

1946-ல் 'ராணுவத்தை இந்தியமயமாக்கும்' (அதுவரை ராணுவம் பிரிட்டிஷ்மயமாக இருந்தது) குழுவின் செயலராக அமெரிக்காவுக்கு அனுப்பி வைக்கப்பட்டார் கௌல். ஷேக் அப்துல்லாவுடன் ஏற்பட்ட பிரச்னை காரணமாக காஷ்மீர் இன்ஃபண்ட்ரி பெட்டாலியன் கமாண்டர் பொறுப்பு கை நழுவிப் போனது. பிறகு மேஜர் ஜெனரல் பதவி உயர்வு பெற்று 4 இன்ஃபண்ட்ரி டிவிஷனுக்குத் தலைமை ஏற்றார். தொடர்ந்து லெஃப்டினெண்ட் ஜெனரல் எனப் படிப்படியாக சீஃப் ஆஃப் ஜெனரல் ஸ்டாஃப் வரை உயர்ந்தார்.

1945-ல் நேருவுடன் தொடங்கிய கௌலின் நெருக்கம் 1962 சீனாவுடனான தோல்வி வர நீடித்தது. அவருடன் இருந்த தனிப்பட்ட செல்வாக்கு மூலம் தனக்கான பதவி உயர்வுகளையும் சலுகைகளையும் கௌல் பெற்றுக் கொண்டார் என்றாலும் அவரது திறமையைக் குறைத்து மதிப்பிட முடியாது. தனக்குக் கீழுள்ள அதிகாரிகளுடன் மட்டுமின்றி அமைச்சர்களிடமும் நல்லுறவு இருந்தது. குறிப்பாக ராணுவ அமைச்சர் மேனனுக்கும் கௌலுக்கும் இடையேயான உறவுகள் சீராக இருந்தது குறிப்பிடத்தக்கதாகும்.

திம்மையா பரிந்துரைக்கும் எவரையும் நியமிக்காமல் யாரை எல்லாம் ஆட்சேபிக்கிறாரோ அவர்களை எல்லாம் நியமித்து கிருஷ்ண மேனன் பழி வாங்கியதாகவே பம்பாயில் இருந்து வெளியாகும் 'கரண்ட்' என்னும் பத்திரிகை 'சுதந்திர இந்தியாவின் தீமையான புத்திசாலி' என்று 1961 ஏப்ரல் 5-ல் கட்டுரை தீட்டியது. மூப்பு அடிப்படையிலும், தகுதியானவர்களுக்கும் பதவி உயர்வு வழங்காமல் தனக்கான விசுவாசிகள் கூட்டத்தை உருவாக்கிக்கொள்ளத் தனது அதிகாரத்தையும், பிரதமருடன் இருக்கும் நெருக்கத்தையும் மேனன் துஷ்பிரயோகம் செய்கிறார் என்பதே கட்டுரையின் சாராம்சம். ராணுவச் சேவை அனுபவமுள்ள கவுலை சீஃப் ஆஃப் ஜெனரல் ஸ்டாஃபாக நியமித்தது தவறான முன்னுதாரணம் என்றும் அடுத்த சீஃப் ஆஃப் ஆர்மி ஸ்டாஃப் தலைமைப் பதவிக்கு வர இது குறுக்கு வழி என்றும் தெரிவித்தது.

மேனனின் நடவடிக்கைகளை ஆச்சார்ய கிருபளானி கடுமையாக விமர்சித்தார். 'ராணுவத்தில் குழுக்களை ஏற்படுத்தினார், குழப்பங் களை விளைவித்தார், மதிப்பைக் குறைத்தார், ஏழை மக்களின் வரிப் பணத்தைப் பாழாக்கினார். இவை எல்லாவற்றையும் விட கம்யூனிஸ்ட் சீனாவின் அத்துமீறல்கள் நாளுக்கு நாள் அதிகரித்து வரும் நிலையில் நாட்டின் பாதுகாப்பைக் கருத்தில் கொள்ளத் தவறிவிட்டார்' என்று சரமாரியாகக் குற்றம் சுமத்தினார்.

அனைவரின் குற்றச்சட்டையும் அமைதியாகக் கேட்டுக்கொண்ட மேனன் பதவி உயர்வுகளில் தலையிடவில்லை என்றும் தகுதி

அடிப்படையில்தான் அவை வழங்கப்பட்டன என்றும் தெரிவித்தார். பிரதமர் நேருவின் ஆதரவு அவருக்கு இருந்தது. எதிர்ப்புகள் மெள்ள வலுவிழந்தன.

போதிய தளவாடங்கள் கையிருப்பு இல்லை என்றும் உடனடியாக அவற்றை அனுப்பி வைக்காவிட்டால் போர்க் காலத்தில் கடுமையான நெருக்கடியைச் சந்திக்க நேரிடும் என்று எச்சரிக்கும் வகையில் *1960, 1961, 1962*களில் ராணுவ சீஃப் ஆஃப் ஜெனரல் ஸ்டாஃப் கௌல் பிரதமர் அலுவலகத்துக்கும் ராணுவ அமைச்சகத்துக்கும் பல கடிதங்களும் நினைவூட்டல்களும் அனுப்பினார்.

'அந்நிய நாடுகள் இந்தியாவுக்குள் ஊடுருவுவதைத் தடுக்கக் கூடுதல் படைகளை அனுப்ப வேண்டும் என்று கோருகிறோம். ஆனால் எதிரியைச் சமாளிக்கப் போதிய தளவாடங்களும், ஆயுதங்களும் குறைவாக இருக்கும் சூழலில் அவற்றை அதிகரிக்கத் தயங்குவது முன்னுக்குப் பின் முரணாக உள்ளது. வெளிநாட்டில் இருந்து ஆயுதங்களை இறக்குமதி செய்யக் கணிசமான அந்நியச் செலாவணி தேவை. ஆனால் அதன் கையிருப்பு குறைவாக உள்ள நிலையில் ராணுவச் செலவுகளுக்குப் பயன்படுத்தினால் உள்நாட்டு பொருளாதாரம் கடுமையாகப் பாதிக்கப்படும். மேலும் இன்றைக்கு நமக்கு ஆயுதங்களை விற்கும் வெளிநாடுகள் என்றைக்கேனும் திடீரென அவற்றை நிறுத்தி விட்டால் நமது நிலைமை இன்னும் மோசமாகும். எனவே இதற்கான நீண்ட காலத் தீர்வு, இந்தியாவிலேயே ராணுவத் தளவாடங்களையும், ஆயுதங்களையும் தயாரிக்கத் தீவிர முனைவுகள் மேற்கொள்வதுதான்' என்றும் கடிதத்தில் தெரிவித்திருந்தார்.

சீஃப் ஆஃப் ஆர்மி ஸ்டாஃபாக தாப்பர் இருந்த போதிலும், நேருவுடனும், மேனனுடனும் இருந்த நெருக்கத்தைப் பயன்படுத்தி, அவரை மீறி கௌல் ராணுவ நிர்வாகத்தைத் தனது கட்டுப்பாட்டுக்குள் கொண்டுவந்தார். தனக்கு வேண்டப்பட்டவர்களை ராணுவத் தலைமை அலுவலகத்திலும், பிடிக்காதவர்களை பனி படர்ந்த எல்லைப்பகுதிகளுக்கும் தூக்கி அடித்தார். இதற்கிடையே பதவி ஒய்வு பெறுவதற்கு முன்பு திம்மையா 1961 ஜனவரி 30 அன்று ராணுவப் புரட்சி நடைபெறப் போவதாக ராணுவ மற்றும் அமைச்சக வட்டங்களில் வதந்தி பரவியது. கிருஷ்ண மேனன் கடற்படை, விமானப் படை தளபதிகளைத் தனிப்பட்ட முறையில் அழைத்து திம்மையாவின் நடவடிக்கைகளைக் கண்காணிக்கச் சொன்னார். சீஃப் ஆஃப் ஜெனரல் ஸ்டாஃப் பொறுப்பில் கௌல் சந்தேகத்துக்கு இடமளிக்கும் வகையில் ஏதேனும் ராணுவ நடமாட்டங்கள் இருப்பின் அவை குறித்த விசாரணைகளுக்கும் விளக்கங்களுக்கும் உத்தரவிட்டார்.

அப்போது வெலிங்டன் ஸ்டாஃப் கல்லூரியின் கமாண்டராக இருந்த மேஜர் ஜெனரல் ஷாம் மானெக்ஷா சீஃப் ஆஃப் ஆர்மி ஸ்டாஃப் கௌலுக்கு ஒரு வருடம் இளையவர். பார்ஸி இனத்தைச் சேர்ந்தவர். எந்த வகையிலும் குறை சொல்ல முடியாத அளவுக்கு அப்பழுக்கு இல்லாத, நேர்மையான அதிகாரி. டேராடூனில் உள்ள இந்திய ராணுவ அகாடமியில் பட்டம் பெற்றவர். இவரது வீர சாகசங்களுக்காக 'மிலிட்டரி க்ராஸ்' அங்கீகாரம் வழங்கி பர்மா அரசு பெருமைப் படுத்தியது. எதையும் ஒளிவு மறைவின்றிப் பேசும் இயல்புடைய சாம் மானெக்ஷா உயர் அதிகாரி கௌலின் கருத்துக்களுடன் தனக்கு உடன்பாடு இல்லை என்பதையும் பலமுறை வெளிப்படையாகத் தெரிவித்துள்ளார்.

மானெக்ஷா பிரிட்டிஷ் ராணுவப் பாரம்பரியம் மற்றும் பழக்க வழக்கங்களில் ஊறியவர். பிரிட்டிஷ் இந்திய ராணுவத்திலும், பின்னர் இந்தியா சுதந்திரம் பெற்ற பிறகு இந்தியா ராணுவத்திலும் பணியாற்றிய அவருக்கு பிரிட்டிஷ் பழக்க வழக்கங்கள் மீதே அலாதிப் பிரியம். இரண்டாம் உலகப் போருக்கு முன்பு பிரிட்டிஷ் இந்திய ராணுவத்தில் கீழ் நிலைப் பணிகளில் மட்டுமே இந்தியர்கள் இருந்தனர். உயர் பதவிகள் பெரும்பாலும் பிரிட்டிஷ் வசமிருந்தன. பணியில் இருந்த திறமையான சில இந்தியர்களும் ஆங்கிலேயர்களின் பழக்க வழக்கங்களில் ஊறிக் கிடந்தனர். அவர்களுள் ஒருவர்தான் மானெக்ஷா. கையால் சாப்பிடாமல் ஸ்பூன் மற்றும் ஃபோர்க்கினால் சாப்பிடுவார்கள். இரவு நேரம் உணவருந்தும் போது டின்னர் ஜாக்கெட் கட்டாயம் அணிய வேண்டும். மது அருந்தாவிட்டால் ஏதோ வேற்று கிரக மனிதனைப் பார்ப்பதுபோல் வித்தியாசமாகப் பார்ப்பார்கள்.

சைவ உணவு கீழ் நிலை ஊழியர்களுக்கு மட்டுமே. உயர் அதிகாரிகள் என்றால் இறைச்சி இல்லாமல் சாப்பாடு செரிக்காது. இந்திய இசையைக் கேட்பதோ, இந்திய மொழிகளில் பேசிக் கொள்வதோ கௌரவக் குறைச்சல். மேற்கத்திய இசையை ரசித்துக் கொண்டே நுனி நாக்கு ஆங்கிலத்தில் பேசினால்தான் மதிப்பு. இப்படித்தான் இருந்தது பிரிட்டிஷ் - இந்திய ராணுவம். மானெக்ஷா உள்பட அவரது தலைமுறையைச் சேர்ந்தவர்களுக்குப் பிரிட்டிஷ் பழக்கம் வாழ்க்கையின் ஓர் அங்கமாகவே மாறிவிட்டது. மானெக்ஷா அந்தப் பழக்க வழக்கங்களை பிரிட்டிஷாரின் வழிமுறையாகப் பார்க்கவில்லை. ராணுவத்தின் பாரம்பரியமாகப் பார்த்தார்.

ஆனால் சுதந்திரத்துக்குப் பிறகு இந்தியாவின் பல்வேறு மாநிலங் களைச் சேர்ந்தவர்கள் ராணுவத்தின் கடை நிலை தொடங்கி உயர் பதவிகள் வரை சேரத் தொடங்கினர். இதன் காரணமாக பிரிட்டிஷ்

பழக்கங்கள் குறைந்து இந்தியப் பழக்கங்கள் அதிகரிக்க ஆரம்பித்தன. கையால் சாப்பிடுவது, இரவு உணவின் போது டின்னர் ஜாக்கெட் அணிவதைத் தவிர்ப்பது, மது மற்றும் இறைச்சியை ஒதுக்கிவிட்டு சைவ உணவை மட்டுமே உண்பது என நிலைமை மாறியது. ஆனால் பிரிட்டிஷ் வழக்கத்தில் ஊறித் திளைத்திருந்த மானெக்ஷா போன்றவர்களுக்கு இந்தியமயமாகி வருவதை ஏற்றுக் கொள்ள முடியவில்லை. இந்தியப் பழக்கங்களைக் கிண்டல் செய்வதுடன், மேனன் உள்படப் பலரையும் பொது இடங்களில் மரியாதைக் குறைவாக ஜாடை மாடையாகப் பேசினார்.

மானெக்ஷாவை விட கௌல் மூத்தவர் என்றாலும் அவர் இந்தியப் பாரம்பரிய முறைகளையே பின்பற்றினார் என்பது குறிப்பிடத்தக்கது. இது பற்றிக் கௌல் கூறுகையில் 'பிரிட்டிஷ் பழக்க வழக்கங்களைப் பின்பற்றுவது என்பது எஜமானர்களை மகிழ்விப்பதற்கும், பதவி உயர்வு பெறுவதற்கும், சலுகைகளை அனுபவிப்பதற்குமான குறுக்கு வழியே. பிரிட்டிஷ் போன பிறகும் அவர்களுக்கு இன்னும் வெண் சாமரம் வீசிக் கொண்டு தேசிய உணர்வே இல்லாமல் சில இருக்கிறார்கள். இந்தியர்களுக்கு சர்வாதிகார ஆட்சி அல்லது பிரிட்டிஷ் ஆட்சியே தொடர வேண்டும் என்று கருதுவோரும் உண்டு. வெளிநாட்டினர் முன்னிலையில் இந்தியாவைப் பற்றியும், இந்திய அமைச்சர்கள் பற்றியும் தரக் குறைவாக சில மூத்த ராணுவ அதிகாரிகள் பேசியது எனது கவனத்துக்குக் கொண்டு வரப்பட்டுள்ளது. சம்மந்தப் பட்டவர்களின் பெயர்களைப் பட்டியலிட்டு பிரதமர் நேருவுக்கும், பாதுகாப்பு அமைச்சர் மேனனுக்கும், சிஃப் ஆஃப் ஆர்மி ஸ்டாஃப் தாப்பாருக்கும் அனுப்பி உள்ளேன்' என்று பொதுவாகக் கூறினாலும் மானெக்ஷாவைக் குறி வைத்தே கௌல் தகவல்களைத் திரட்டி அனுப்பிவைத்தார்.

வெளிநாட்டினர் முன்பு இந்தியாவைக் கேவலப்படுத்தியது, மூத்த ராணுவ அதிகாரிகளை அவமதித்தது, இந்தியாவுக்கு சர்வாதிகார அல்லது பிரிட்டிஷ் ஆட்சிதான் வேண்டும் என்று பேசியது உள்பட கௌல் அனுப்பிய கடிதத்தில் கூறப்பட்டுள்ள பல்வேறு குற்றச் சாட்டுகளின் அடிப்படையில் மானெக்ஷாவை விசாரிக்க குழு அமைக்கப்பட்டது. தான் அவ்வாறு பேசவேயில்லை என்றும் தன்னைப் பழி வாங்கப் பொய்யான குற்றச்சாட்டுகள் சுமத்தப் பட்டுள்ளன என்றும் மானெக்ஷா கடுமையாக வாதிட்டார். இறுதியில் மானெக்ஷா மீதான குற்றச்சாட்டுகளுக்குப் போதிய ஆதாரமில்லை என்று விடுவிக்கப்பட்டாலும், இதன் காரணமாக அவருக்கு முறையாக கிடைக்க வேண்டிய பதவி உயர்வு கிடைக்கவில்லை. பேசும் போது எச்சரிகையுடன் பேச வேண்டும் என்று விசாரித்த குழு

அவருக்கு ஆலோசனை வழங்கியது. 1962 பிரச்னை நடந்திருக்காவிட்டால் மேஜர் ஜெனரலாக ஓய்வுபெற்றிருப்பார்.

மானெக்ஷா விஷயத்தில் இருந்து ஒன்று நன்கு புலப்பட்டது. கௌல் மற்றும் அவருடைய ஆதரவாளர்களுடனான நல்லுறவுதான் ராணுவத்தில் வளர்ச்சிக்கு உதவும் என்பதுதான் அது. ஒற்றர்கள் நாம் பேசுவதை மேலிடத்தில் சொல்லிக் கொடுத்துவிடுவார்களோ என்ற நிலையில் இருந்து நகர்ந்து மேலதிகாரிகளை மனம் மகிழ்விக்கும் வகையில் பேசுவது என்பதாகச் செயல்படத் தொடங்கினார்கள். இப்படியாக மேலதிகாரிகள் ராஜ விசுவாசிகளாக அல்லது மிரட்டிப் பணியவைக்கப்பட்டவர்களாக ஆவதன் பலனை எல்லைப் போரில் அனுபவிக்க நேர்ந்தது.

அடுத்த சீஃப் ஆஃப் ஆர்மி ஸ்டாஃபாக வேண்டும் என்னும் இலக்குடன் கௌல் தீவிர முயற்சிகளை மேற்கொண்டார் என்பது சொல்லித் தெரிய வேண்டியதில்லை. சீனாவுடனான எல்லைப் போரில் இந்தியா வென்றிருந்தால் கௌல் நிச்சயம் சீஃப் ஆஃப் ஆர்மி ஸ்டாஃபாகப் பதவி உயர்வு பெற்றிருப்பார். 1961 டிசம்பர் மாதம் பம்பாயில் இருந்து மாதம் இருமுறை வெளியாகும் 'கரண்ட்' பத்திரிகை 'கௌல் கவனிக்கப்பட வேண்டிய மனிதர். அவர் சீஃப் ஆஃப் ஆர்மி ஸ்டாஃப் பதவி உயர்வு பெறுவதில் சந்தேகம் ஏதுமில்லை. ஆனால் அதையும் தாண்டி அவர் என்றேனும் ஒரு நாள் பிரதமர் ஆனாலும் ஆச்சரியப்படுவதற்கில்லை' என்று கட்டுரை தீட்டியிருந்தது.

எல்லையில் இப்போதுள்ள நிலைமையே தொடரவேண்டும் என்றும், மோதல் வெடிக்கும் அளவுக்கு மிகச் சிறிய அளவில்கூட எந்த விதமான தூண்டுதலோ அசம்பாவிதமோ நடைபெறக்கூடாது என்பதில் அரசு உறுதியாக இருந்தது. இது பற்றி அரசு 1959 செப்டம்பரில் அனுப்பிய அறிவுறுத்தல்களை, ராணுவத் தலைமை அலுவலகம், சம்பந்தப்பட்ட பிராந்திய கமாண்ட்களுக்கு அனுப்பி வைத்தது. குறிப்பாக கிழக்கு கமாண்டுக்கு நவம்பரில் அனுப்பிய கடிதத்தில் சீனா தாக்குதல் நடத்தினால் மட்டுமே பதிலடி கொடுக்க வேண்டும் என்றும் மெக்மொகன் கோட்டுக்கு 2 மைல் தொலைவு வரை ரோந்துப் பணிகள் எதுவும் இருக்கக் கூடாது என்பதையும் தெளிவுபடுத்தி இருந்தது.

அதே சமயம் மேற்கு கமாண்டுக்கு முர்கோ, சோக்ஸ்ட்சலு, ஃபோப்ராங், சுஷுல், டெம்சோக் ஆகிய பகுதிகளில் கூடுதல் ராணுவத்தை நிறுத்திப் பலப்படுத்துவதன் மூலம் சீனா மேலும் ஊடுருவாமல் தடுக்க வேண்டும் என்றும் உத்தரவிடப்பட்டது. கிஜில் ஜில்கா, டெஹ்ரா லா, சாம்சாஞ்லிங், கொங்கா கணவாய், குர்நாக்

கோட்டை ஆகிய பகுதிகளில் சீனா முகாமிட்டிருந்தது. இரு நாட்டு ராணுவ முகாம்களுக்கு இடையே உள்ள 20-50 மைல்கள் இடைவெளியை அப்படியே பாதுகாக்க வேண்டும் என்பதே அரசின் திட்டம் (டெம்செக் பகுதியில் மட்டும் இந்த இடைவெளி 20 மைலுக்குக் குறைவாக இருந்தது).

ஆனால், இந்தக் குறைந்தபட்ச பாதுகாப்புக்குக்கூட இந்தியாவிடம் போதிய படைகள் இல்லை என்பதே நிஜம். லடாக்கில் உள்ள ஜம்மு - காஷ்மீர் பிரிவில் இரண்டே பெட்டாலியன்கள்தான் இருந்தன. போதிய துருப்புகளோ ஆயுதங்களோ இல்லை. மேற்கு எல்லைப் பகுதிகளில் போதிய சாலை வசதிகள் இல்லை. ஸ்ரீநகர் தொடங்கி லே வரை 1954-ல் தொடங்கப்பட்ட சாலை பணிகள் ஊழல் புகார் காரணமாகப் பாதியிலேயே நிறுத்தப்பட்டதால் மட்டக் குதிரை, கழுதை அல்லது ஹெலிகாப்டர் மூலம் மட்டுமே லே பகுதியைச் சென்றடைய முடியும். சீனாவின் தாக்குதலைச் சமாளிக்க 1 பிரிகேட் (5 இன்ஃபண்ட்ரி பெட்டாலியன் + ஆயுதங்கள்) இருந்தால் மட்டும் சாத்தியம் என்றும் அரசுக்கு மேற்கு கமாண்ட் குறிப்பு அனுப்பியது. அந்தப் பகுதியில் சீனா 1 ரெஜிமெண்ட்டுக்குக் கூடுதலான துருப்புகளை நிறுத்தி இருப்பதாக உளவுத் துறை அனுப்பிய ரகசியச் செய்தியே இதற்குக் காரணம்.

1960 மே மாதம் கிருஷ்ண மேனன் தலைமையில் நடைபெற்ற பாதுகாப்பு அமைச்சகத்தின் கூட்டத்தில் ஷையோக் பகுதிக்கு வடக்கே பழைய வர்த்தகச் சாலையில் காரகோரம் கணவாய் அருகே ராணுவ முகாமை அமைக்கவேண்டும் என்றும், இதை நிறுவும் பட்சத்தில் சிப் சாப் பள்ளத்தாக்குக்குக் கிழக்கு வரை ரோந்து சாத்தியப்படும் என்று முடிவானது. ஆளில்லாப் பகுதிகளிலும் ராணுவ வீரர்களின் ரோந்துப் பணிகள் நடைபெறவேண்டும் என்றும், சீனர்கள் ஆட்சேபித்தால் மோதலைத் தவிர்த்து நிலைமையை உடனடியாகத் தலைமை அலுவலகத்துக்குத் தெரிவிக்கவேண்டும் என்றும் உத்தரவிடப் பட்டது. இதற்கான அலுவல் குறிப்பு 1960 மே 29-ல் வெளியுறவுச் செயலர் எஸ் தத் கையெழுத்துடன் பாதுகாப்பு அமைச்சகத்துக்கும், பின்னர் ராணுவத் தலைமை முகாமுக்கும் அனுப்பி வைக்கப்பட்டது.

1960 ஆகஸ்ட்-செப்டம்பர் இறுதியில் ராணுவத் தலைமை அலுவலகம் புதிய உத்தரவுகளைப் பிறப்பித்தது. சீனா உரிமை கோரி ஆனால் ஆக்கிரமிப்பு செய்யாத இடங்களில் மேற்கு கமாண்ட் வீரர்களின் ரோந்து நடைபெற வேண்டும் என்றும், இதன் மூலம் சீன ராணுவம் மேலும் ஊடுருவாமல் தடுக்கமுடியும் என்றும் தகவல் அனுப்பப் பட்டது. அதே சமயம் ஜெனரல் ஸ்டாஃப் பிரிவு லெஃப்டினெண்ட் ஜெனரல் எல்.பி.சென் பாதுகாப்பு அமைச்சகத்துக்கு அனுப்பிய

செய்தியில் 'அரசு உத்தரவின்படி இந்தியா ராணுவ ரோந்து நடைபெற்றால் அது சீனர்களின் கோபத்தைக் கிளறித் தேவையில்லாத பிரச்னைகளுக்கு வழிவகுக்கும் என்றும் எச்சரித்தது. மேற்குப் பிராந்தியத்தில் துருப்புகளின் நடமாட்டமும் பொருட்களின் போக்குவரத்தும் மிகவும் சிரமமானதாக இருக்கும் நிலையில் மிகப் பெரிய அளவில் சீனா தாக்குதல் நடத்தினால் பதிலடி கொடுப்பது இயலாத செயல் என்றும் அதில் சுட்டிக்காட்டப்பட்டது.

பாதுகாப்பு அமைச்சகம் எல் பி சென் அனுப்பிய எச்சரிக்கையை வெளிவிவகார அமைச்சகத்தின் கவனத்துக்குக் கொண்டு வந்தது. 'மே மாதம் அனுப்பிய உத்தரவை ராணுவத் தலைமை அலுவலகம் இன்னும் அமல்படுத்தவில்லை என்பதையே இந்தக் கடிதம் தெளிவுபடுத்துகிறது. அரசின் முக்கிய மற்றும் அவசரமான உத்தரவை ராணுவத் தலைமை அலுவலகம் இன்னும் செயல்படுத்தாததன் காரணத்தை உடனே தெரிவிக்க வேண்டும்' என்று கடுமையாகப் பதில் கடிதம் அனுப்பியது. மற்றபடி கடிதத்தில் கூறப்பட்ட எச்சரிக்கைகளை வெளிவிவகார அமைச்சகம் கண்டு கொண்டதாகவே தெரியவில்லை.

அரசியல்வாதிகள், அதிகாரிகள், அரசு உள்பட யாருமே இந்திய ராணுவத்தின் உண்மையான பலம் குறித்தும், எதிரி தாக்கினால் அதை எப்படிச் சமாளிப்பது என்பதையும் கருத்தில் கொள்ளாமல் அவரவர் வசதிக்கேற்ப கொள்கைகளை வகுத்தனர். வெளிவிவகார அமைச்சக அதிகாரிகள், கேபினெட் செயலகம், பாதுகாப்பு அமைச்சகம் ஆகியோர் எல்லைப் பிரச்னையை அரசியல் கோணத்திலேயே அணுகினர். அவர்கள் கோணத்தில், வடக்குப் பிராந்தியத்தில் சட்டத்துக்குப் புறம்பாக ஆக்கிரமித்துள்ள இடங்களில் இருந்து சீனர்களை அகற்றியே ஆகவேண்டியது கட்டாயம். எனவே முன்னேறிச் செல்லும் கொள்கையை பலம் வாய்ந்த நாட்டுக்கு விடுக்கும் ராணுவச் சவாலாக எண்ணாமல், ராஜாங்கரீதியான நடவடிக்கைகளின் நீட்சி என்றே பார்த்தனர். அஹிம்சை வழியில், வன்முறை இல்லாமல், பிரச்னைக்குரிய எல்லைகளில் ஒரு குண்டு கூட வெடிக்காமல், ராணுவ ரோந்துடன் இந்திய மூவர்ணக் கொடியை ஏற்றி, அக்சாய் சின்னைக் கைப்பற்றிவிடமுடியும் என்று நம்பினர்.

இது பற்றி பெயரைக் குறிப்பிட விரும்பாத முன்னாள் பாதுகாப்புச் செயலர் ஒருவர் கூறுகையில் 'ராணுவப் பிரச்னைகள், தொழில் நுட்பங்கள் பற்றிய எந்த அனுபவமும் இந்திய அரசு அதிகாரிகளுக்கு இருக்கவில்லை. அரசியல் முடிவுகளையும், ராணுவ விவகாரங்களையும் ஒருங்கிணைக்க முடியாமல்போனதே இந்திய - சீன நாடுகளுக்கு இடையேயான எல்லைப் போருக்கு வழிவகுத்ததுடன்,

இந்தியாவின் தோல்விக்கும் காரணமானது' என்றார். அவரது கூற்றை உறுதிப்படுத்தும் வகையில் ராணுவ வீரர்கள் விடுத்த எச்சரிக்கைகளுக்கு முக்கியத்துவம் தராமல் சாதாரணமாக எடுத்துக் கொண்டதுடன், தேவையற்ற அச்சம், சோம்பேறித்தனம் என்றும் அரசியல்வாதிகளும் அரசு அதிகாரிகளும் ஒதுக்கித் தள்ளினார்கள். மேற்குப் பிராந்தியத்தில் நிலைமை மாறிவிட்டது என்றும், இந்தியாவுக்குச் சாதகமாக இருக்கிறது என்று நாடாளுமன்ற உரையில் நேரு குறிப்பிட்டதுதான் ஆச்சரியம்.

செய்தித்தாள்களில் நேருவின் உரையைப் படித்த மேற்குப் பிராந்திய கார்ப்ஸ் கமாண்டர் ஜெனரல் எஸ் டி வர்மா அதிர்ச்சி அடைந்தார். சீஃப் ஆஃப் ஆர்மி ஸ்டாஃப் தாப்பாருக்கு எழுதிய கடிதத்தில் 'பிரதமரின் பேச்சுக்கும் இப்போது இங்கே நிலவும் சூழலுக்கும் எந்தத் தொடர்பும் இல்லை' என்றும் 'இந்தக் கடிதத்தை ராணுவத் தலைமை அலுவலகத்துக்கு அனுப்பி ஆவணமாக்க வேண்டும் என்றும் அதில் வலியுறுத்தி இருந்தார். 'மேற்குப் பிராந்தியம் குறித்த உண்மை நிலவரம் அரசுக்குத் தெரியும். நேரு கூறியது பொது மக்களைத் திருப்திப்படுத்த என்பதால், உங்கள் கடிதத்தைத் திரும்பப் பெற்றுக் கொள்ளுங்கள்' என்று எஸ் டி சர்மாவுக்கு பதில் அனுப்பினார் ஜெனரல் தாப்பர். வர்மா தன் கடிதத்தைத் திரும்பப்பெற மறுத்து விட்டார்.

நேருவின் பேச்சைக் குறை கூறி (உண்மையைச் சொன்னதற்காக) எஸ் டி வர்மா எழுதிய கடிதம் அவரது பதவி உயர்வுக்கு வேட்டு வைத்தது. இவரை விடவும் வயதிலும் அனுபவத்திலும் குறைந்த லெஃப்டினெண்ட் ஜெனரல் எல் பி சென்னுக்கு ஜிஓசி-இன்-சி கிழக்கு கமாண்டாகவும், லெஃப்டினெண்ட் ஜெனரல் தௌலத் சிங்குக்கு ஜிஓசி-இன்-சி மேற்கு கமாண்டாகவும் பதவி உயர்வு கிடைத்தன. தன்னைவிட அனுபவம் குறைந்தவர்களுக்குப் பதவி உயர்வு கிடைக்கும் போது உயர் அதிகாரிகள் ராஜிநாமா செய்யும் வழக்கமான பாணியை வர்மாவும் கடைப்பிடித்தார். சில குற்றச்சாட்டுகளின் அடிப்படையில் அவர் மீது விசாரணை நடத்தவும் உத்தரவானது. குற்றச்சாட்டுகளுக்கு ஆதாரமில்லை என்று தீர்ப்பானாலும் ஓய்வூதியம் ஓராண்டுக்கு நிறுத்தப்பட்டது. தனிப்பட்ட முறையில் நேருவிடம் முறையிட்ட பிறகே ஓய்வூதியம் வழங்கப்பட்டது. இதில் இருந்து ஒரு பாடம் அனைவருக்கும் கற்பிக்கப்பட்டது: வெளிப்படையாகப் பேசினால் தண்டிக்கப்படுவார்கள். வாய் மூடி இருப்பவர்கள், அல்லது என்ன சொல்லவேண்டும் என்று எதிர்பார்க்கப்படுகிறதோ அதை மட்டுமே சொல்பவர்கள் ஆகியோருக்கே பதவி உயர்வும் சலுகையும் கிடைக்கும்.

1961 மத்தியில் இந்திய ராணுவத்தின் பலம் மிகுந்த சிரமத்துடன் சற்றே அதிகரிக்கப்பட்டது. அதே சமயம் சீன ராணுவத்தின் பலம் வியக்கத்தக்க அளவில் நமது எதிர்பார்ப்பை மோசமாக்கும் வகையில் மாறியது. இந்தியச் சாலைகள் லே வரை இன்னும் நிறைவடையாத நிலையில் சீன ராணுவம் அதன் மேற்கு எல்லை வரை சாலை வசதிகளைச் செப்பனிட்டுச் சீராக்கியது. அவர்களின் மலைப் பகுதி போக்குவரத்துக்கு எளிமையானது என்பதுடன் பணியாளர்களும், எந்திரங்களும், நிதி ஆதாரங்களும் போதிய அளவில் இருந்தன. அக்சாய் சின் பகுதியில் சீனா மேற்கொண்ட நடவடிக்கைகளைப் புதுடெல்லி அத்துமீறலாகவும், ஊடுருவலாகவும் பார்த்தது. இந்திய ராணுவ உளவுத் துறை மேற்குப் பகுதியில் சீனாவின் ராணுவ பலம், தளவாடங்கள் மற்றும் ஆயுதங்களுடன் 'ஒரு டிவிஷன்' என்று ரகசிய அறிக்கை அனுப்பியது. இதனைத் தொடர்ந்து இந்திய ராணுவமும் 'ஒரு டிவிஷன்' அளவுக்கு பலத்தை அதிகப்படுத்தினால் மட்டுமே சீனாவின் திடீர்த் தாக்குதலைச் சமாளிக்க முடியும் என்று தலைமை அலுவலகத்துக்கு ரகசிய அறிக்கையை மேற்கோள் காட்டி மேற்கு கமாண்ட் தகவல் அனுப்பியது.

மேற்குக் கமாண்ட் கேட்டதோ ஒரு டிவிஷன். ஆனால் ஒரு ரெகுலர் மற்றும் இரு மிலிடியா பெட்டாலியன்களை மட்டுமே இந்திய ராணுவம் அனுப்பியது. சீனாவின் வேகம் மற்றும் பலத்துக்கு இந்தியாவால் ஈடு கொடுக்க இயலவில்லை. முன்னேறிச் செல்லும் கொள்கையின் மோசமான பின் விளைவுகளை இது காட்டுவதாக அமைந்தது. ஆனால், இந்திய அரசு, அதிகாரவர்க்கமோ தொடர்ந்து அந்தக் கொள்கையை அமல்படுத்த ராணுவத்துக்கு நெருக்கடி கொடுத்துவந்தது.

~

1960 ஏப்ரலில் எல்லைப் பிரச்னை குறித்த விவாதங்கள் குறையத் தொடங்கின. எளிதில் அணுக இயலாத எந்தப் பயனும் இல்லாத பகுதி என்பதால் சீனாவின் ஆக்கிரமிப்பை யாரும் பெரிதாக எடுத்துக் கொள்ளவில்லை. அதோடு சுதந்தரம் கிடைத்ததை ஒட்டி எழுந்திருந்த பெரு நம்பிக்கைகள், தேசியப் பெருமிதக் கனவுகள் எல்லாம் மங்கத் தொடங்கியிருந்தன. பல்வேறு பிராந்திய மற்றும் சமூகப் பிரச்னைகளால் புதுடெல்லிக்கு ஏகப்பட்ட அழுத்தம்.

பம்பாய் - குஜராத் பிரிவினை, தெலங்கானா, சீக்கியர்கள், நாகர்கள் மலை / பழங்குடியினர் ஆகியோருக்குத் தனி மாநிலம், இந்தி ஆட்சிமொழி உத்தரவை எதிர்த்து தமிழகத்தில் போராட்டம் என நாடு கொந்தளித்துக் கொண்டிருந்தது. காஷ்மீர் பிரச்னை உறைநிலையில்

இருந்தது. ஆனால், தீர்ந்துவிட்டிருக்கவில்லை. மூன்றாவது ஐந்து ஆண்டுத் திட்டம் அறிமுகமான நேரம். ஆனால் முதல் இரண்டு ஐந்து ஆண்டுத் திட்டங்களில் நிபுணர்கள் காட்டிய ஆர்வமும் வேகமும் ஏனோ மூன்றாவது ஐந்து ஆண்டுத் திட்டத்தில் காணப்படவில்லை.

வெளி விவகாரங்களில் 1960 செப்டம்பரில் பாகிஸ்தானுடன் 'சிந்து நதி பங்கீடு' தொடர்பான ஒப்பந்தம் கையெழுத்தானது. இதன் மூலம் பகை நாடாகவே இருந்தாலும் இரு பக்கங்களிலும் பொறுமை, பேச்சுவார்த்தை, பரஸ்பர நம்பிக்கை இருந்தால் எந்தச் சிக்கலான பிரச்னைக்கும் தீர்வு காணலாம் என்பது நிரூபணமானது. ஆனால் காஷ்மீர் விஷயத்தில் மட்டும் நேருவுக்கும், அதிபர் அயூப் கானுக்கும் இடையில் இணக்கம் ஏற்படவே இல்லை. அயூப் கானைப் பொறுத்த வரை பாகிஸ்தானுக்கு காஷ்மீரைக் கொடுத்து விட்டால் போதும். சண்டை சச்சரவுகளுக்குச் சமாதி கட்டிவிட்டுச் சமாதானமாகி விடலாம் என்பதுதான். ஆனால் நேரு காஷ்மீர் இந்தியாவின் பிரிக்க முடியாத ஒரு பகுதி என்பதால் பாகிஸ்தானுக்குத் தாரைவார்க்கும் பேச்சுக்கே இடமில்லை என்று திட்டவட்டமாக மறுத்துவிட்டார். இருவரும் அவரவர் நிலைகளில் உறுதியாக இருக்கவே, நாளுக்கு நாள் இரு நாட்டு உறவுகளும் சீர் குலைந்து 1965 செப்டம்பரில் போராக வெடித்தது.

1947-ல் இந்தியா பாகிஸ்தான் பிரிவினைக்குப் பிறகு இடைக்கால அரசின் பிரதமராகப் பொறுப்பேற்றுக் கொண்ட நேரு 1948 நடைபெற்ற கான்ஸ்டிட்யுவெண்ட் அஸெம்பிளி கூட்டத்தில் 'இரு நாடுகளும் கூட்டுப் பாதுகாப்பு நடவடிக்கைகளை மேற்கொள்வது அவசியம். காலம் கனிந்து வரும் போது இது பற்றி முடிவெடுக் கலாம்' என்று கூறினார். 1959-ல் அயூப் கான் இது பற்றி நேருவிடம் நினைவூட்ட அவரோ 'கூட்டுப் பாதுகாப்பு நடவடிக்கையா. யாரை எதிர்த்து? என்று திருப்பிக் கேட்டார்.

சீன எல்லைப் பகுதியை இந்தியா பாகிஸ்தான் கூட்டாகச் சேர்ந்து பாதுகாக்கவேண்டும் என்று மேற்கத்தியர்களைக் குறிப்பாக அமெரிக்காவைத் திருப்திப்படுத்தும் நோக்கில்தான் பாகிஸ்தான் அரசு அப்போது முன்வைத்தது. இந்தியாவுக்கு கம்யூனிஸ சக்திகளால் ஆபத்து என்று சுட்டிக்காட்டுவதுதான் அதன் நோக்கம்.

1960 தொடக்கத்தில் இந்திய - சீன எல்லை அமைதியாகவே காணப்பட்டது. ஆனால், புதுடெல்லி மாநாட்டுக்குப் பிறகு அங்கும் இங்குமாகச் சின்னச் சின்ன மோதல்கள் ஏற்பட்டன. மோதல்களைத் தவிர்க்க வேண்டும் என்ற வாக்குறுதியை மீறியதாக இருவரும் பரஸ்பரம் குற்றம்சாட்டிக்கொண்டனர். இரு நாடுகளும் தமது வானில்

அடுத்த நாட்டு விமானம் அனுமதியின்றிப் பயணம் செய்வதாகப் புகார் செய்தனர். இந்திய வட கிழக்குப் பகுதிகளில் பறக்கும் விமானங்கள் தாய்லாந்து தலைநகர் பாங்காக்கில் இருந்து இயங்கும் அமெரிக்க உளவு விமானங்கள் என்றும், அதற்கும் சீனாவுக்கும் எந்தத் தொடர்பும் இல்லை என்றும் பீகிங் விளக்கம் அளித்தது. அக்சாய் சின் பகுதியில் இந்திய விமானம் பறப்பது குறித்து சீனா புகார் செய்தது. இந்தியா எந்த பதிலும் சொல்லவில்லை.

இந்தியத் தரப்பைப் பொறுத்தவரை தனக்கு சொந்தமான அக்சாய் சின் பகுதியைச் சீனா ஆக்கிரமித்துள்ளதால் அங்கே பயணிப்பதை ஊடுருவல் என்று ஏற்றுக் கொள்ள முடியாது. ஆனால் உண்மையி லேயே பாதிக்கப்பட்டவர்கள் எல்லைப் பகுதிகளில் வசிக்கும் இரு நாட்டுக் குடிமக்களும், வர்த்தகர்களும், வட்டிக்குக் கடன் கொடுப்பவர்களுமே. சந்தேகத்தின் அடிப்படையிலும், எல்லை தாண்டினார்கள் என்றும் கைது செய்வது வாடிக்கையானது. குறிப்பாக, இந்தியக் குடிமகன்களான காஷ்மீர் முஸ்லிம்கள் தங்களைச் சீன ராணுவம் கொடுமைப்படுத்துவதாகப் புகார் கூறினார்கள். பதிலுக்குக் கொல்கத்தாவிலும் கலிம்பாங்கிலும் வாழும் சீனர்களை அங்கிருந்து வலுக்கட்டாயமாக இந்தியா வெளியேற்றுவதாக பீகிங் புகார் கூறியது. அங்குள்ள சீனர்கள் இந்திய நலனுக்கு எதிராகச் செயல் பட்டதன் காரணமாகவே வெளியேற்றப்பட்டதாக இந்தியத் தரப்பில் விளக்கம் அளிக்கப்பட்டது.

கொல்கத்தா மற்றும் கலிம்பாங்கில் உள்ள சீன வர்த்தக முகமைகளைக் கண்காணிக்க இந்தியா முடிவெடுக்க, பதிலுக்குத் திபெத்தில் உள்ள இந்திய வர்த்தக முகமைகளைக் கண்காணிக்க சீனா உத்தரவிட்டது. புதுடெல்லியில் இயங்கிக் கொண்டிருந்த நியூ சீனா நியூஸ் ஏஜென்சி இந்தியாவுக்கு எதிராக ஒருதலைப்பட்சமாகச் செய்திகளைத் தொகுத்து வெளியிடுவதாகக் குற்றம்சாட்டப்பட்டு அதன் செய்தியாளர் இந்தியாவை விட்டு வெளியேற்றப்பட்டார். இந்தியப் பயணி ஒருவர் வைத்திருந்த மூலிகை மருந்துகளை சீன அரசு கொடிய விஷம் என்று சொல்லிக் கைப்பற்றிவைத்தது. ஒரு சீனர் காலிம்பாங் பகுதியில் சட்ட அங்கீகாரம் பெற்ற தன் வியாபாரத்தைச் செய்தபோது, இந்திய காவலர் ஒருவர் அவரை துப்பாக்கியால் மிரட்டியதாக சீனா புகார் தெரிவித்தது.

மேற்கண்ட நடவடிக்கைகள் ஒரு பக்கம் நடைபெற்றுக் கொண்டிருந்தாலும் மறுபக்கம் 1960 ஏப்ரல் கருத்தரங்கைத் தொடர்ந்து எல்லைப் பிரச்னை தொடர்பான கூட்டங்கள் ஜூனில் பீகிங்கிலும், செப்டம்பரில் புது டெல்லியிலும், டிசம்பரில் ரங்கூனிலும் நடைபெற்றன. நேரு முன்யூகித்துச் சொன்னதுபோல் இரு நாடுகளுமே

அவரவர்களுக்குச் சாதகமான கருத்துகளைப் பதிவு செய்தன. சீன அதிகாரிகள் அவர்களின் கட்டுப்பாட்டிலுள்ள பகுதிகளை உள்ளடக்கிய புதிய வரைபடத்தைக் காட்ட இந்திய அதிகாரிகள் அதிர்ச்சி அடைந்தனர்.

1956-ல் இரு நாட்டுப் பிரதமர்களின் சந்திப்பின் போது சூ என் லாய் இந்தியாவின் பல பகுதிகளை உள்ளடக்கிய சீனாவின் வரைபடத்தைக் காட்டியபோதே இந்தியா கடுமையான ஆட்சேபத்தைத் தெரிவித்திருந்தது. இந்நிலையில் இந்தியாவை வெறுப்பேற்றும் வகையில் சீனா மேலும் பல இந்தியப் பகுதிகளை இணைத்துப் புதிய வரைபடத்தை வெளியிட்டு இந்தியாவைச் சீண்டியது. இந்திய சீன எல்லையின் மேற்குப் பிராந்தியம் காரகோரம் கணவாய் தொடங்கி தென் கிழக்காக வரைபடம் காட்டியது (இந்திய வரைபடத்தில் குன் லூன் - Kuen Lun வழியாக வட கிழக்காக உள்ளது). இவ்வாறாக சீனா 1956-ல் காட்டிய வரைபடம் 1960-ல் காட்டிய வரைபடம் இந்த இரண்டிலும் இருந்த வித்தியாசங்களைச் சுட்டிக்காட்டியே இந்தியா தன் வாதங்களை முன்வைக்கத் தொடங்கியது.

1956 வரைபடம் சீனாவின் முழுப் பகுதிகளையும் உள்ளடக்கியதாக இருந்தது. அதில் எல்லைக்கோடானது மிகவும் அடர்த்தியான கோடால் குறிக்கப்பட்டிருந்தது. அதாவது அந்தக் கோடே சுமார் பத்து மைல் அகலத்துக்கான பகுதியை உள்ளடக்கியதாக இருந்தது. 1960-ல் சீனா சமர்ப்பித்த வரைபடத்தில் எல்லையானது காரக்கோரம் கணவாயில் இருந்து தென் கிழக்காக நீண்டு சென்றது. இந்தியா காட்டிய வரைபடத்தில் குவெய் லூன் என்ற இடத்தில் அது வளைந்து சென்றது. இந்த இரண்டு வரைபடங்களையும் ஒன்றின் மேல் ஒன்றாக வைத்துப் பார்த்தால் சிறிய வித்தியாசம் இருந்தது. இரண்டின் அலகுகளும் வெவ்வேறானவை என்பதால் அந்த மாறுதல் எதிர்பார்க்க முடிந்ததுதான். அந்த எல்லைக்கோடானது முறையான சர்வேக்கள் மேற்கொள்ளப்பட்டு இறுதி செய்யப்படாததுதான் என்பதால் இப்படியான மாறுபாடு இருப்பது சகஜமே என்று சீனா சொன்னது. இந்தியாவோ தான் வரைந்த எல்லைக்கோடே இறுதியானது என்று சொல்வதால் சீனாவின் வரைபடம் குத்துமதிப்பில் வரையப்பட்டிருக்கிறது. பின்னாளில் இந்தியப் பகுதிகளை உரிமை கோரும் நோக்கில் மாற்றி வரையப்பட்டுள்ளது என்று சொன்னது.

தி டைம்ஸ் அல்லது ஆக்ஸ்ஃபோர்ட் பிரஸ் அங்கீகாரம் பெற்ற வரைபடங்களின் அடிப்படையில் மேற்கத்தியர்கள் இந்திய - சீன வரைபடங்களை வெளியிட்டனர். ஜான்சன் / அர்டாக் வரைந்த வரைபடங்களே பின்னாளைய பிரிட்டிஷ் ஆவணங்களில் இடம் பெற்றதால் இன்றளவும் அந்த எல்லையே உலக அளவில்

வெளியிடவும்படுகின்றன. மற்றவர்களின் வரைபடங்களில் இந்திய சீன எல்லையின் மேற்குப் பிராந்தியப் பகுதி 1954க்குப் பிறகு இந்தியா வெளியிட்ட வரைபடங்களுக்கு ஏற்ப வெளியானது. கிழக்குப் பகுதியைப் பொருத்தவரை மெக்மொகன் கோட்டைத் தங்கள் வரைபடங்களில் பதிவு செய்வது தாமதமானது. எனவே சுதந்திரத்துக்கு முன்பு 1946-ல் வெளியான நேருவின் 'டிஸ்கவரி ஆஃப் இந்தியா' (Discovery of India) நூலில் வட கிழக்கு எல்லை மலை அடிவாரங்களுக்குக் கீழேதான் காண்பிக்கப்பட்டு இருந்தது. மேலும் அதில் மெக்மொகன் கோடு பற்றிய எந்தக் குறிப்பும் இடம் பெறவில்லை. சீன அரசு இந்த வாய்ப்பை நன்றாகப் பயன்படுத்திக் கொண்டு தங்கள் வாதங்களுக்கும் பிரசாரத்துக்கும் இந்தப் புத்தகத்தில் உள்ள வரைபடங்களைப் பயன்படுத்திக்கொண்டது.

எல்லைத் தகராறுகளைத் தீர்க்கும் அளவுக்கு வரைபடங்கள் ஆதாரப் பூர்வமாகவும் மதிப்பு மிக்கதாகவும் இருப்பதில்லை. ஒவ்வொரு நாடுமே தங்கள் நாட்டு எல்லைகளைத் தங்களுடைய விருப்பத்துக்கு ஏற்ப வரைந்துவைத்துள்ளன. இந்தியா போன்ற நாடுகளில் இந்திய விருப்பத்துக்கு ஏற்பக் காட்ட மறுக்கும் அயல் நாட்டு வரைபடங்களை இறக்குமதி செய்ய அனுமதிக்காத நிலையில் (இந்திய புத்தகச் சந்தை மிகவும் சிறியது என்பதால் அந்நிய பதிப்பகங்கள் அதில் அக்கறை காட்டுவதும் இல்லை), இந்திய புத்தகங்களில் இந்திய அரசுக்கு உகந்த வரைபடங்களே பெரிதும் இடம்பெற்றிருக்கின்றன.

1960 அக்டோபரில் பர்மாவுடன் சீன அரசு எல்லை தொடர்பான ஒப்பந்தத்தில் கையெழுத்திட்டதைத் தொடர்ந்து இந்திய சீன எல்லைப் பிரச்னை இன்னும் தீவிரமடைந்தது (நேபாளத்துடனான ஒப்பந்தம் அப்போது இறுதி செய்யப்பட்டிருக்கவில்லை). 1886 தொடங்கி 1937 வரை இந்திய அரசின் ஒரு மாகாணமாகவும், சுதந்திரம் பெறும் வரை ஒரு காலனியாகவும், பிரிட்டிஷ் அரசு பர்மாவை ஆண்டது. 1880களில் சீனாவுடன் பிரிட்டன் செய்து கொண்ட ஒப்பந்தங்களிலும், 1941-ல் பரிமாறிக் கொண்ட கடிதங்களிலும் எல்லைகளின் மத்திய மற்றும் தெற்குப் பிராந்தியங்கள் குறித்த விளக்கங்களே அதிகம் இடம் பெற்றன. ஆனால் வடக்கு எல்லை மட்டும் வரையறுக்கப்படாமல் விடுபட்டுப் போனது.

1948-ல் பர்மா வெளியிட்ட பிரிட்டிஷ் கால வரைபடங்களை ஒப்புக் கொள்ள முடியாது என சீன தேசிய அரசு அந்நாட்டுக்குத் தகவல் அனுப்பியது. இந்தியா விஷயத்திலும் இதே அணுகுமுறையைச் சீனா பின்பற்றியது குறிப்பிடத்தக்கது. சீனாவில் புதிய அரசு பதவியேற்றதைத் தொடர்ந்து 1950-ல் எல்லைப் பிரச்னையை விவாதிக்க வேண்டுமென பர்மா கோரியது. ஆனால் சீனா கண்டு

கொள்ளவில்லை. பர்மாவின் வரைபடங்களில் அதன் கட்டுப் பாட்டுக்குள் இருக்கும் 'வா' (WAH) எல்லையில் சீனாவின் மக்கள் விடுதலை ராணுவத்துக்கும் (People's Liberation Army) பர்மா ராணுவத்துக்கும் இடையே மோதல் வெடித்தது. சற்றேறக் குறைய 70,000 சதுர கிமீ பரப்பளவுள்ள இந்த இடத்தில் அத்துமீறி நுழைந்த சீன ராணுவத்தைத் திரும்பப் பெற்றுக் கொள்ளுமாறு பர்மா கோரியது. 1941-ல் பிரிட்டிஷ் அரசு செய்த ஒப்பந்தத்தை ஏற்றுக் கொள்ள முடியாது என சீனாவின் புதிய அரசு அறிவித்தது.

அடுத்த நான்கு ஆண்டுகளுக்குப் பிறகு சீனாவுடன் எந்தப் பிரச்னையை இந்தியா எதிர்கொள்ள வேண்டி இருந்ததோ, அதே எல்லை தொடர்பான பிரச்னையை பர்மா இப்போது எதிர்கொண்டது. பர்மாவுக்குச் சொந்தமான பகுதியைப் பிரச்னைக்குரிய பகுதியாக அறிவித்ததுடன், அதை விவாதத்துக்கும் பேச்சுவார்த்தைக்கும் உட்பட்டதாக சீனா அறிவித்தது. சீனா இதே போன்ற பிரச்னையை பின்னாளில் இந்தியாவுடன் கிளப்பியபோது நேரு விவாதிக்க மறுத்தார். ஆனால் பர்மாவின் பிரதமர் யூ நூ 1956-ல் சீனாவுடன் சமரசம் செய்து கொள்வதற்காக பீகிங்குக்கு உடனடியாகப் புறப்பட்டுச் சென்றார். எல்லை தொடர்பான எந்தவொரு ஒப்பந்தங் களையும் ஏற்றுக்கொள்ள முடியாது என்று பிரிட்டிஷ் அரசிடமும், 1935-ல் 'லீக் ஆஃப் நேஷன்ஸ்' அமைப்பிலும் முறையிட்ட சீன அரசு தற்போது அதே எல்லை விவகாரங்கள் குறித்து பர்மாவுடன் பேசத் தயாராக இருப்பது யூ நூவை ஆச்சரியப்படுத்தியது.

சீனா - பர்மா எல்லை முழுவதற்கும் ஒட்டு மொத்தமாகப் பேச்சு வார்த்தைகளைத் தொடங்க பர்மா விரும்பியது. ஆனால் மெக்மொகன் வரைந்த வடக்குக் கோடு வழியாகவும், சல்வீன் - ஐராவதி எல்லை வரையிலும், பர்மா வசமுள்ள நம்வான் மற்றும் ஹிபிமா பகுதிகள் குறித்தும் பேச்சுவார்த்தைகளை ஆரம்பிக்கச் சீனா கோரியது. பர்மாவில் உள்ள இரு முக்கிய மாகாணங்களை இணைக்கும் முக்கியச் சாலை நம்வான் வழியாகச் செல்வதால் அதை பர்மாவுக்கு விட்டுக் கொடுக்கச் சம்மதிப்பதாகவும், கைமாறாக ஹிபிமா பகுதியைத் தங்களுக்கு விட்டுக் கொடுக்குமாறும் சீனா வேண்டுகோள் விடுத்தது. பரஸ்பரம் விட்டுக் கொடுக்கும் இரு பகுதிகளும் சம அளவில் இருக்க வேண்டும் என்பது முக்கிய நிபந்தனை. பர்மா தான் விட்டுக் கொடுத்ததால் கிடைக்கும் பகுதி 56 சதுர மைல் மட்டுமே என்று சொன்னது. சீனாவோ 150 சதுர மைல்களுக்கும் அதிகம் என்று வாதிட்டது.

யூ நூவைத் தொடர்ந்து 1958-ல் பர்மா ஆட்சியைப் பிடித்த தளபதி நே வின் மீண்டும் யூ நூ சொன்னதையே சொன்னார். பீகிங்கில் இரு

நாடுகளும் மீண்டும் பேச்சுவார்த்தைகளைத் தொடங்கின. 1960 ஜனவரி 28 ஆம் தேதி பரஸ்பரம் ஏற்றுக்கொள்ளும் வகையில் இரு நாடுகளும் கையெழுத்திட்டு சீனா - பர்மா எல்லைப் பிரச்னைக்கு முடிவு கண்டன. நூறு ஆண்டு காலப் பிரச்னைக்கு முடிவு கண்டதற்காக சீன அரசை நே வின் பாராட்டினார். சில ஆண்டுகளுக்குப் பிறகு மீண்டும் பிரதமராகப் பதவியேற்ற யூ நூவும் சீனத் தலைவர்களின் நல்லெண்ணத்தையும், புரிதலையும் வெகுவாகப் புகழ்ந்தார். பின்னாளில் இது பற்றிக் கருத்துத் தெரிவித்த சூ-என்-லாய் 'சீன - பர்மா எல்லைப் பிரச்னை சீன - இந்திய எல்லைப் பிரச்னையை விடப் பல மடங்கு சிக்கலானது. ஆனால் அதற்கு எளிதில் தீர்வு கண்ட எங்களால் சுலபமான சீன - இந்திய எல்லைப் பிரச்னையில் சுமுகமான தீர்வை எட்ட முடியவில்லை' என்று ஆதங்கப்பட்டார். சீன அரசின் அதிகாரபூர்வ பத்திரிகையான பீபிள்ஸ் டெய்லி தனது தலையங்கத்தில் 'சீன - பர்மா எல்லைப் பிரச்னை விவாதித்துத் தீர்க்கப்பட்டதுபோல் ஏனைய ஆசிய நாடுகளுக்கும் சீனாவுக்கும் இடையிலும் ஏன் நடக்கக் கூடாது' என்று எழுதியிருந்தது.

சீன - பர்மா எல்லை பேச்சுவார்த்தை குறித்து இந்தியா எந்தக் கருத்தையும் கூறவில்லை. ஆனால், 1960 அக்டோபரில் உடன்பாடு ஒப்பந்தமான பிறகே கருத்துகளைப் பதிவு செய்தது. இந்திய பர்மா எல்லைகள் இணைந்திருப்பதால், சீன பர்மா மேற்கு எல்லை முனையே சீன இந்திய கிழக்கு எல்லை முனையாகும். சீன இந்திய எல்லைப் பிரச்னை முடிவுக்கு வராத காரணத்தால், சீன பர்மா ஒப்பந்தத்தில் மேற்கு எல்லை என்று பொதுவாகக் குறிப்பிட்டு அது எந்த நாட்டில் அமைந்துள்ளது என்ற விவரம் குறிப்பிடவில்லை. இருப்பினும் ஒப்பந்த வரைபடத்தில் சீன பர்மா எல்லை, மெக்மொகன் கோட்டுக்கு ஏற்படிப்பு கணவாய்ப் பகுதியில் முடிவடைவதாகவே காட்டப்பட்டுள்ளது. இதனைக் கருத்தில் கொண்டால் மெக்மொகன் கோடே இந்திய சீன எல்லையாகவும் இருக்க வேண்டும். இது இந்தியாவின் கோரிக்கைக்கு ஆதரவு மற்றும் வலு சேர்க்கும் முக்கிய அம்சமாகும்.

இந்த மகத்தான முக்கியத்துவம் வாய்ந்த அம்சத்தை மட்டுமே முன்னிறுத்துவதற்குப் பதிலாக இந்தியா, சீனா மற்றும் மூன்று நாடுகளின் எல்லைகளும் சந்திக்கும் இடம் டிப்பு கணவாயில் அமையவில்லை என்றும் வடக்கே ஐந்து மைல் தொலைவில் தலூ கணவாயில் உள்ளது என்றும் தேவையற்ற வாதத்தில் இறங்கியது. இதற்குக் காரணம் டிப்பு கணவாய் வழியாகக் கோட்டை முதலில் வரைந்தவர் மெக்மொகன். ஆனால் இரண்டாம் முறை பிரிட்டிஷ் அரசு ஆய்வு செய்த போது வடக்கே ஐந்து மைல் தொலைவில் உள்ள

தளூ கணவாய் என்று திருத்தியது. இதன் அடிப்படையில்தான் இந்தியா டிப்பு கணவாயை மூன்று நாடுகள் சந்திக்கும் இடமாக ஏற்றுக் கொள்ள மறுத்து தளூ கணவாய் என்று கூறியது (சீன பாகிஸ்தான் எல்லை விவகாரத்திலும் இதுபோல் இணைப்புப் புள்ளி தொடர்பாக ஆஃப்கானிஸ்தான் பிரச்னையை எழுப்பியது). இந்த விஷயத்தை பர்மா ஏற்கெனவே 1957-ல் ஏற்றுக்கொண்டிருப்பதாக நேரு தெரிவித்தார். பிந்தைய பிரிட்டிஷ் ஆய்வுகளை ஏற்றுக்கொள்ள இயலாது; மெக்மோகன் முதலில் வரைந்ததே சரி என்று சொல்லி சீனா அதை ஏற்க மறுத்தது. மேலும் மூன்று நாடுகளுக்கும் இடையே நட்பு அடிப்படையில் பேச்சுவார்த்தைகள் நடைபெற்றால் மட்டுமே இறுதி முடிவெடுக்க முடியும் எனவும் சீனா பதிலளித்தது.

சீன பர்மா ஒப்பந்தத்தால் இந்தியாவுக்கு எந்த நன்மையும் ஏற்படவில்லை மாறாக இந்திய சீன பேச்சுவார்த்தைகளுக்கு அதுவே பெரிய தடைக் கல்லானது. பர்மாவைப் போல் இந்தியாவும் தனது விருப்பத்துக்கு இணங்கப் பேச்சுவார்த்தைகளுக்கு முன் வர வேண்டும் என்பது சீனாவின் எதிர்பார்ப்பு. ஆனால் எல்லைக் கோடானது தெளிவாக ஏற்கெனவே வரையறுக்கப்பட்டு விட்டிருக்கும் நிலையில் அவற்றின் மீது விவாதம் நடத்த சீனாவுக்கு எந்த உரிமையோ, அதிகாரமோ இல்லை என்பதால் பேச்சுவார்த்தை தேவையில்லை என்ற கருத்தில் இந்தியா உறுதியாக இருந்தது. பதிலுக்கு சீனாவும், ‘பேச்சுவார்த்தைக்கு வர மறுப்பதும் ஒருதலைப் பட்சமாகத் தீர்மானிக்கப்பட்ட எல்லையைத் திணிக்க முயற்சி செய்வதும் பிரச்னையைத் தீர்க்க மறுக்கும் போக்கையே காட்டுகிறது. இந்தியா இப்படி நியாயமற்ற முறையில் நடந்துகொண்டிருக்கும் வரையில், சீனா தனது நிலைப்பாட்டில் ஒரு அங்குலம் கூட நகராமல் உறுதியாகவே நிற்கும்’ எச்சரித்தது.

‘அண்டை நாடுகளான பர்மா, பாகிஸ்தான், நேபாளம் ஆகியவை நட்பு ரீதியிலான பேச்சுவார்த்தைகள் மூலம் எல்லைப் பிரச்னைகளைத் தீர்த்துக் கொள்ளும்போது இந்தியா மட்டுமே பேச்சுவார்த்தை நடத்த மறுப்பதையும் முரண்டு பிடிப்பதையும் எங்களால் ஏற்றுக் கொள்ள முடியவில்லை. எனவே சீனாவின் மீது கோபப்படுவதில் எந்தப் பயனும் இல்லை’ என்று பீகிங் கருத்துத் தெரிவித்தது.

ஆனால், சீனா பிற அண்டை நாடுகளுடன் ஒப்பந்தங்கள் செய்து கொண்டதன் காரணமே இந்தியாவை நெருக்கடிக்கு உள்ளாக்கத்தான் என்றே இந்தியத் தரப்பில் அன்றும் இன்றும் நம்பப்படுகிறது. இதற்கு அடிப்படைக் காரணம் என்னவென்றால், சீனா எப்போதுமே ஒரு விஷயத்தை அது சரி என்பதாலோ நியாயமானது என்பதாலோ செய்யாது. அதற்கு என்று தனியான உள் நோக்கம் எப்போதும்

இருக்கும் என்ற நம்பிக்கையே இப்படியான தீர்மானத்துக்குக் காரணம்.

சீனாவுடனான உறவு மேலும் கசந்துபோகும் வகையில் இன்னொரு சம்பவமும் நடந்தது. சீனா பாகிஸ்தானுடன் எல்லை பிரச்னை தொடர்பாகப் பேச்சுவார்த்தை நடத்தத் தயாராக இருப்பதாகச் சொன்னது. காஷ்மீர் விஷயத்தில் பாகிஸ்தானுடன் ஏற்கனவே இந்தியாவுக்கு பிரச்னை உள்ள நிலையில் அந்நாட்டுடன் எல்லை தொடர்பான விஷயங்களில் சீனா பேச்சுவார்த்தை தொடங்கியதை இந்தியா விரும்பவில்லை. ஐக்கிய நாடுகள் அமைப்பின் சார்பில் நடைபெற்ற கூட்டத்தில் பாகிஸ்தான் வெளிவிவகாரத் துறை அமைச்சர் பூட்டோவைச் சந்தித்த பர்மா பிரதமர் தனது நாட்டின் எல்லை விவகாரங்களைச் சுமுகமாகத் தீர்த்த சீனாவைப் பாராட்டினார். அதே அடிப்படையில் சீனா - பாகிஸ்தான் எல்லைப் பிரச்னையும் தீர்க்க விரும்பி பூட்டோ 1959 நவம்பரில் பீகிங்குக்குக் கடிதம் எழுதியதாகவும் செய்திகள் வெளியாயின. ஆனால், கடிதம் தொடர்பாக அடுத்த இரு ஆண்டுகளுக்குச் சீனா எந்தப் பதிலும் பாகிஸ்தானுக்கு எழுதவில்லை.

சீனாவுடனான பாகிஸ்தான் எல்லை (ஆப்கானிஸ்தான் காரகோரம் கணவாய் இடையில் இந்திய சீன எல்லை தொடங்கும் இடத்தில்) ஒரு காலத்தில் ஜம்மு - காஷ்மீர் மகாராஜாவின் கட்டுப்பாட்டில் இருந்தது. 1947-ல் ஜம்மு - காஷ்மீர் இந்தியாவுடன் இணைந்த காரணத்தால் இயற்கையாகவே மேற்கூறிய இடம் உள்பட அதன் அதிகாரவரம்பின் கீழுள்ள எல்லா இடங்களும் தங்களுக்கே சொந்தம் என்று புதுடெல்லி கோரியது. இது நியாயமான மற்றும் சட்ட ரீதியாகச் செல்லுபடியாகும் கோரிக்கைதான்.

ஆனால், இவற்றைக் கவனத்தில் கொள்ளாமல் எல்லையில் அமைதி நிலவவும், அண்டை நாடுகளுடன் நல்லுறவு பெருகவும் சீனாவும் பாகிஸ்தானும் தங்கள் எல்லைகளை வரையறுக்கப் பேச்சுவார்த்தை களைத் தொடங்க வேண்டும் என்று 1962 மே மாதம் கூட்டாக அறிக்கை விடுத்தன. சிங்கியாங் மற்றும் பாகிஸ்தானின் கட்டுப்பாட்டில் உள்ள சில இடங்களுக்கு இடைப்பட்ட பகுதி இரு நாடுகளுக்கான எல்லையாக விவரிக்கப்பட்டது. இது தற்காலிகம் என்றும் காஷ்மீர் விவகாரம் முடிவுக்கு வந்த பிறகு மீண்டும் பேச்சுவார்த்தைகளைத் தொடங்கி நிரந்தரத் தீர்வை எட்டலாம் என்ற குறிப்புடன் ஒப்பந்தம் கையெழுத்தானது. அப்படியாக சீனா, பாகிஸ்தான் இரு நாடுகளுமே காஷ்மீரின் இறையாண்மை பற்றி எந்தக் கருத்தும் சொல்லாமல் அந்த ஒப்பந்தத்தைச் செய்துகொண்டன.

ஜம்மு - காஷ்மீர் மகாராஜா ஆட்சியின் கீழுள்ள அனைத்துப் பகுதிகளுமே இந்திய அரசுடன் இணைந்துவிட்டதால் காஷ்மீர் பிரச்னை என்று ஏதுமில்லை. பேச்சுவார்த்தைகளுக்கும் இடமில்லை என்று இந்தியா தனது நிலையில் உறுதியாக இருந்தது. ஆனால் பாகிஸ்தானோ அங்கு வாழும் மக்களின் கருத்தைத் தெரிந்து கொள்ள ஐக்கிய நாடுகளின் கண்காணிப்பின் கீழ் பொது வாக்கெடுப்பு நடத்த வேண்டும் என்ற கோரிக்கையை முன் வைத்தது. இந்தியா இந்த விவகாரத்தில் கடுமையாக எதிர்வினை புரிந்தது. ஏனென்றால், காஷ்மீர் விஷயத்தில் சீனா முழுமையாக இந்தியாவை ஆதரிக்கும் என்றே புது டெல்லி அதுவரை நம்பியிருந்தது.

பாகிஸ்தானுக்கும் சீனாவுக்கும் பொதுவான எல்லை எதுவுமே இல்லை என்றும் பாகிஸ்தான் கூறும் எல்லைப் பகுதி ஜம்மு - காஷ்மீர் இந்தியாவுடன் இணைந்த பிறகு இயற்கையாவும், சட்டப்படியும், நியாயமாகவும் இந்தியாவுக்குச் சொந்தமான பகுதி என்றும் வாதிட்டது. சீனாவின் நடவடிக்கைகள் அத்துமீறிச் செல்வதாக இந்தியா கடுமையாகக் கண்டித்தது. சீனாவும் பாகிஸ்தானும் எல்லை தொடர்பாகச் செய்து கொள்ளும் எந்த ஒப்பந்தத்தையும் இந்தியா ஏற்றுக்கொள்ளாது என்றும் தெளிவுபடுத்தியது. 1962-ல் இந்தியா-சீனா இரு நாடுகளுக்கும் இடையேயான ராஜாங்க அளவிலான கடிதப் பரிமாற்றங்களில் அனல் வீசியது.

இந்திய சீனா எல்லைப் பிரச்னையில் குழப்பம் விளைவித்ததைப் போன்று இப்போது பாகிஸ்தான் சீனா எல்லைப் பிரச்னையிலும் புதுடெல்லி குழப்பி ஆதாயம் பார்க்கத் துடிக்கிறது என்று இந்தியாவைச் சீண்டிப் பார்க்கும் வகையில் சீனா பதிலளித்தது. இதற்கான பதில் ஒரு வகையில் 'ஆமாம்' என்பதுதான். காரணம் 1960 முதற்கொண்டே சீனாவுடனான எல்லைப் பிரச்னைப் பேச்சு வார்த்தைகளில் இந்தியாவின் அணுகுமுறையைப் பாகிஸ்தான் பின்பற்ற வேண்டும் என்று மறைமுகமாக அதற்குக் கோரிக்கை விடுத்த வண்ணம் இருந்தது. 'இந்தியாவும் பாகிஸ்தானும் ஒன்றாக இருந்த நாடுகள் என்பதால், அந்நாடு எடுக்கும் எந்தவொரு நடவடிக்கையும் இந்தியாவுக்கு பாதிப்பை ஏற்படுத்தக் கூடாது என்பதே என் விருப்பமென' நேரு பல முறை அறிக்கை விடுத்ததும் குறிப்பிடத்தக்கது. ஆஃப்கானிஸ்தானுக்கும், காரகோரம் கணவாய்க்கும் இடையேயான எல்லை காலகாலமாக இருந்து வருகிறது. பழக்கம் மற்றும் ஒப்பந்தம் மூலமாகத் தீர்மானமானது. எனவே இந்திய - சீனா எல்லை போலவே அதில் எந்த மறு பரிசீலனைக்கும் இடம் இல்லை. இந்தியாவின் இந்த நிலைப் பாட்டையே பாகிஸ்தானும் பின்பற்றவேண்டும். அதாவது

பாகிஸ்தானின் எல்லை பற்றிய தீர்மானத்தை சீனா அப்படியே ஏற்றுக்கொள்ளவேண்டும் என்று எதிர்பார்த்தது.

சீனாவுடனான எல்லை விவகாரத்தில் இந்தியாவின் ஆலோசனைப் படி நடந்தால் காஷ்மீரை இந்தியாவுக்குத் தாரை வார்த்துக் கொடுத்ததுபோல் ஆகிவிடும் என்று பாகிஸ்தான் எண்ணியது. எனவே இந்தியாவின் கருத்துகளைக் கவனத்தில் கொள்ளாமல் 1962 டிசம்பர் 26 அன்று சீனாவின் விருப்பப்படி பேச்சுவார்த்தைகளை நடத்தியது. இதன்படி சீன நிர்வாகத்தின் கீழிருந்த ஷிம்சால் கணவாய் மற்றும் முஸ்டாக் ஆற்றுக்கு இடைப்பட்ட 750 சதுர மைல் பகுதியை பாகிஸ்தானுக்கு விட்டுக் கொடுத்தது. இதனைத் தொடர்ந்து இரு நாடுகளும் 'சீனா பாகிஸ்தான் எல்லை தொடர்பான பேச்சு வார்த்தைகள் சுமுகமாக நடைபெற்றதுடன் கையெழுத்தும் ஆனது' என்று கூட்டறிக்கை விடுத்தன.

இதே நாளன்று சீனா மற்றொரு அண்டை நாடான மங்கோலி யாவுடனும் எல்லை ஒப்பந்தத்தில் கையெழுத்திட்டது. அண்டை நாடுகளான ஆஃப்கானிஸ்தான், பர்மா, பாகிஸ்தான், நேபாளம், மங்கோலியா ஆகியவற்றுடன் சீனா தனது விருப்பப்படி எல்லைப் பிரச்னைகளை வெற்றிகரமாகத் தீர்த்துக்கொண்டது. இவ்வாறாக இந்தியா தவிர்த்து எல்லைப் பிரச்னை தீர்க்கப்படாத மற்றொரு நாடு சோவியத் ரஷ்யாதான். ரஷ்யா பற்றி 1960-ல் சூ என் லாய் கூறுகையில் 'இருவரின் வரைபடங்களிலும் சிறிய பிரச்னைதான் உள்ளது. இதை வெகு எளிதில் சரி செய்து கொள்ளலாம்' என்றார். அந்த நம்பிக்கை விரைவில் பொய்த்துப்போனது.

~

எல்லைப் பிரச்னையில் சீனாவின் அணுகுமுறையில் ஏதேனும் மாற்றம் ஏற்பட்டுள்ளதா என்பதை உறுதிப்படுத்திக்கொள்ள வெளிவிவகார அமைச்சகத்தின் செக்ரடரி ஜெனரல் ஆர்.கே.நேரு (பிரதமரின் சகோதரி மகன்) மங்கோலியாவில் இருந்து திரும்பி வரும் வழியில் பீகிங்குக்கு அனுப்பி வைக்கப்பட்டார். சூ-என்-லாயைச் சந்தித்து உரையாடியதில் பீகிங் எல்லை தொடர்பான பேச்சு வார்த்தைகளில் உறுதியாக இருப்பது தெரியவந்தது. மெக்மோகன் கோட்டை ஏற்றுக்கொள்ளும் அதே சமயம் மேற்குப் பிராந்தியத்தில் இந்தியா கோரும் எல்லைக்கோட்டை ஒப்புக் கொள்ள இயலாது என்றும் தெளிவுபடுத்தியது.

வெளிவிவகார அமைச்சக செகரட்டரி ஜெனரல் பீகிங் சென்று சூ என் லாயைச் சந்தித்த விவரம் பத்திரிகைகளில் பரபரப்பான செய்தியானது.

சீனாவுடன் சமாதானமாகப் போக பிரதமர் என்ன விலையையும் கொடுக்கத் தர யாராக உள்ளார் என்றும், சூ என் லாயைத் திருப்திப்படுத்த அவர் தாரைவார்த்துத் தரவிருக்கும் பரிசு இந்தியருக்கு உரிமையானதாகச் சொல்லப்படும் நிலமாக இருக்கும் என்றும் செய்திகள் வெளியாயின. 'ஒப்பந்தம் உருவாகும்வகையிலான பேச்சு வார்த்தை என்பதற்கும் வெறுமனே பேசுவதற்கும் இடையில் வித்தியாசம் உண்டு என்ற நேருவின் விளக்கத்தை மீண்டும் தரவேண்டிவந்தது. மங்கோலியாவில் இருந்து புது டெல்லி திரும்ப பீகிங் வழியாக வருவதே சுலபமான வழி. ஆகவே வரும் வழியில் மரியாதை நிமித்தம் அந்நாட்டுப் பிரதமரைச் சந்திப்பதில் தவறேதும் இல்லை' என்று எதிர்க்கட்சிகளின் குற்றச்சாட்டுகளுக்கு நேரு பதிலளித்தார்.

அதிகாரிகளின் அறிக்கைகளைத் தொடர்ந்து நேரு - சூ என் லாய் சந்தித்துப் பேசாததால் அந்த முயற்சி பாதியில் நின்றது. அவ்வப் போது இரு தரப்பும் பரஸ்பரக் குற்றச்சாட்டுகளைச் சுமத்திவந்தன. பேச்சுவார்த்தைகளில் எந்த முன்னேற்றமும் இல்லாத நிலையே நீடித்தது. அது களத்திலும் எதிரொலித்தது.

சீனா ஆக்கிரமித்துள்ள பகுதிகளில் முன்னேறுமாறு அரசு விடுத்த உத்தரவை இந்திய ராணுவம் அமல்படுத்தாமல் தொடர்ந்து எதிர்ப்பைக் காட்டியது. தரை மற்றும் விமானப் போக்குவரத்துகள் சாதகமாக இல்லாத காரணத்தால், லடாக்கில் ராணுவ பிரிகேட் பிரிவைக் கொண்டு சேர்ப்பதில் சிக்கல் நீடிப்பதாக அரசுக்குத் தகவல் அனுப்பப்பட்டது. இதனால் அங்கிருக்கும் சிறிய படையைக் கொண்டு சீன ராணுவத்தின் முன்னேற்றத்தைத் தடுக்கவும் (சீனர்கள் அதில் ஆர்வம் காட்டவும் இல்லை), லே பகுதியைப் பாதுகாப்பதும் மட்டுமே சாத்தியம் என்று செய்தி அனுப்பப்பட்டது. ஏப்ரல் மாதத்தில் தேவையான பொருட்களை லடாக்கில் உள்ள முகாமுக்குக் கொண்டு சேர்ப்பது சிரமமாக இருப்பதால் அந்தப் பகுதியின் பாதுகாப்பு பலவீனமாக இருக்கிறது என்றொரு செய்தியும் அனுப்பப்பட்டது.

இது குறித்து ராணுவ அமைச்சகத்துக்கு சீஃப் ஆஃப் ஜெனரல் ஸ்டாஃப் கௌல் 1961 மார்ச்சில் எழுதிய கடிதத்தில் 'தற்போதைய சூழலில் நமது எல்லைக்குள் சீன ராணுவம் ஊடுருவினால் அதைத் தடுக்கும் திறனோ போதிய படை பலமோ நம்மிடம் இல்லை என்பதே உண்மை. ஏற்கெனவே சொன்னபடி லடாக் பகுதியில் விமானம் மூலம் போதிய தளவாடங்களையும் ஆயுதங்களையும் இறக்கினால் மட்டுமே லடாக்கைக் காப்பாற்ற முடியும். இல்லையெனில் அங்கிருக்கும் முகாம்களைக் காலி செய்வதைத் தவிர நமக்கு வேறு வழியில்லை' என்றார்.

மேற்கு பிராந்தியத்தில் சீன ராணுவத்துடன் ஒப்பிடுகையில் இந்தியா தனது ராணுவ முகாம்களைப் பராமரிக்கக் கடுமையாகப் போராடிக் கொண்டிருந்தது. விதிவிலக்காகத் தெற்குப் பிராந்தியத்தில் சீனா உரிமை கோரும் எல்லைக்குள், டெம்சோக் பகுதியில் நிறுவப்பட்ட ராணுவ முகாம் மட்டும் தேவையான தளவாடங்கள் மற்றும் ஆயுதங்களுடன் தயார் நிலையில் பராமரிக்கப்பட்டது. தனது எல்லைக்குள் அத்துமீறி நுழைந்து ராணுவ முகாமை அமைத்ததுடன், ஸ்பாங்கு ஏரிக்கரையில் ரோந்துப் பணிகளிலும் ஈடுபடுவதாக 1961 ஆகஸ்டில் சீனா புகார் தெரிவித்தது. சீனாவின் புகாரை மறுத்ததுடன் ராணுவ முகாம் அமைக்கப்பட்ட பகுதி இந்தியாவுக்குச் சொந்தமானது என்றும் தனது கட்டுப்பாட்டுக்குள் இருக்கும் பகுதிகளில் ரோந்து நடவடிக்கைகளில் ஈடுபடுவது வழக்கமான பாதுகாப்புப் பணி என்பதால் சீனா அதுபற்றி எந்த கவலையும்படத் தேவையில்லை என்று இந்தியா பதிலடி கொடுத்தது.

சீன ஊடுருவல்கள் ஏதுமில்லை என்று ஆகஸ்டில் நடைபெற்ற மக்களவைக் கூட்டத்தில் உரையாற்றிய நேரு, அடுத்த இரு மாதங்களில் அக்டோபரில் சீனர்களுக்கு பதிலளிக்கையில் சீனாவின் தொடர் ஊடுருவல்களை வன்மையாகக் கண்டிப்பதாகக் கூறினார். இது வெளியில் தெரியவந்ததும் இந்தியாவில் பெரும் அமளி ஏற்பட்டது. சீனா தொடர்ந்து நம் பகுதியை ஆக்கிரமிக்க நேரு இடம் கொடுத்து வருவதாக எதிர்கட்சிகள் குற்றம்சாட்டின.

1956 மற்றும் 1960 சீன வரைபடங்களில் இருந்து வித்தியாசம்பற்றி இந்திய அரசு சொன்னதை எடுத்துக்கொண்டு, இந்தியாவின் கட்டுப் பாட்டுக்குள் உள்ள பகுதிகள் மீது உரிமை கோரும் அளவை, ஒவ்வொரு வருடமும் தொடர்ந்து அதிகரித்துக் கொண்டே செல்வதை உறுப்பினர்கள் சுட்டிக்காட்டினர். இதுவரை இந்தியாவின் அதிகாரத்துக்கு உட்பட்ட சுமார் 2000 சதுர மைல்களை சீனா தனது வரைபடத்தில் அதற்குச் சொந்தமான பகுதிகளாகக் குறித்துள்ளதையும் ஆதாரங்களுடன் விளக்கினார்கள்.

ஆனால் நேருவோ எதிர்கட்சிகள் குற்றம் சுமத்தும் அளவுக்கு சீனா 2000 சதுர மைல்களை ஆக்கிரமித்துக் கொள்ளவில்லை. அந்த முகாமை ஒட்டிய சிறிய பகுதியில் மட்டுமே கொஞ்சம்போல் அவர்களுடைய செல்வாக்கு இருப்பதாகக் கூறினார். இதை வன்மையாக மறுத்த ஜனசங்க மக்களவை உறுப்பினர் ‘சீனா இந்தியப் பகுதிக்குள் சுமார் பத்து மைல்கள் எல்லை தாண்டி ஊடுருவியுள்ளது. 10 X 100 மைல்கள் அதாவது சற்றேறக் குறைய 1000 சதுர மைல்கள்’ என்று வாதிட்டார்.

நவம்பரில் மீண்டும் அவை கூடிய போது சீன ஊடுருவல் பிரச்னை மீண்டும் எதிரொலித்தது. எதிர்க்கட்சிகளின் கண்டனங்கள்

அதிகமாகவே நேரு வேறு வழியில்லாமல் பேசத் தொடங்கினார். ‘சிதிலமடைந்த குர்மக் கோட்டைக்கு வடக்கே சீனா இரு முகாம்களைஅமைத்துள்ளது. இவை சர்வதேச எல்லையில், அதாவது, இந்தியா உரிமை கோரும் எல்லைக் கோட்டுக்குள் வருகின்றன. இவை ஓரிரண்டு மைல்கள் இந்தப் பக்கமா அந்தப் பக்கமா என்று தெரியவில்லை. உயரமான மலைப் பகுதிகள் என்பதால் இடங்களைக் குறிப்பாக அடையாளம் காட்டுவது சிரமம்’ என்றார். ‘முகாம் அமைந்திருக்கும் இடம் பற்றிய சந்தேகம் இருக்கிறதென்றால் இந்திய எல்லைக்குள் இருக்கும் பகுதியில்தான் சீனா முகாம்களை அமைத்துள்ளது என்றே அர்த்தம்’ என்று எதிர்கட்சி உறுப்பினர்கள் மீண்டும் குரலெழுப்பினர். நேரு அந்த வாதத்தை ஏற்றுக்கொண்டார். ‘சர்வதேச எல்லைக்கோட்டில் அமைந்திருந்தாலும் அது அத்துமீறலின் அடையாளமே’ என்று பதில் சொன்னார். இதன் அர்த்தம் என்னவென்றால்: ‘சர்வதேச எல்லையில் இந்தியா முகாம்களை நிறுவினால் அதில் எந்தத் தவறும் இல்லை. ஆனால், இந்தியா உரிமை கோரும் எல்லைக்கோட்டுக்குள் சீனா முகாம்களை நிறுவினால் அது அத்துமீறலே.

‘சீனா தனது ஆக்கிரமிப்புகளைஅதிகப்படுத்திப் பிடிமானத்தை இறுக்குவதை இந்தியா வேடிக்கை பார்த்துக் கொண்டிருக்க வேண்டிய அவசியம் என்ன? இதற்கான விளக்கத்தை நேரு நாடாளு மன்றத்துக்கு அளிக்க வேண்டும்’ என்று மீண்டும் எதிர்க்கட்சிகள் சரமாரியாகக் கேள்விகள் எழுப்பின. அடுத்த கட்ட நடவடிக்கை எடுக்காமல் இருந்த தவறை மறைக்கவும், தன்னைக் காப்பாற்றிக் கொள்ளவும், சீனா ஆக்கிரமிப்பு செய்த பகுதிகளின் அளவைக் குறைத்து நேரு அறிவித்தார். இரு ஆண்டுகளில் சீனா வெறும் மூன்று புதிய முகாம்களை மட்டுமே நிறுவி உள்ளது. இதன் மூலம் அவர்கள் முன்னேறியிருப்பது மிக மிகச் சொற்பமே. ஆனால் அதே காலகட்டத்தில் இந்தியா ஆறுக்கும் மேற்பட்ட புதிய முகாம்களை, குறிப்பாக, லடாக்கில் நிறுவி உள்ளதாக நேரு தெரிவித்தார்.

எதிர்கட்சி உறுப்பினர்கள் இதை ஏற்றுக்கொள்ளவில்லை. சீனாவின் அட்டூழியத்தைக் குறைத்துச் சொல்வதன் மூலம் தனது செயலின்மையை பிரதமர் மறைக்க முயற்சி செய்வதாகவே கருதினர். இதனால் நேரு மீண்டும் எழுந்து பதில் சொல்லவேண்டிவந்தது. எவ்வளவு சிறிய பகுதி என்றாலும் அத்துமீறல் என்பது கண்டிக்கத் தக்கதே என்றார். அப்படியாக அவருடைய நிலைப்பாடு கறாரானதாகவும் அதீதமானதாகவும் ஆகத் தொடங்கியது. ஒருவகையில் தான் விரும்பியதைவிடவும் கறாராக வேண்டிவந்தது.

சீனா மூன்றாவதாக நிறுவிய முகாம் சிப் சாப் பள்ளத்தாக்கில் இருந்தது. 1961 நவம்பர் 2 ஆம் தேதி பிரதமர் அலுவலகத்தில் நடைபெற்ற முக்கியக் கூட்டத்தில் இது குறித்த விவாதம் நடைபெற்றது. பாதுகாப்பு அமைச்சர் கிருஷ்ண மேனன், புதிய வெளிவிவகாரச் செயலர் எம் ஜே தேசாய், புதிய சீஃப் ஆஃப் ஆர்மி ஸ்டாஃப் ஜெனரல் தாப்பர், புலனாய்வு அமைப்பின் இயக்குனர் பி என் மாலிக் உள்ளிட்ட முக்கிய அதிகாரிகள் கலந்துகொண்டனர்.

பீகிங் உரிமை கொண்டாடும் எல்லைக்கோடு வரையிலான பகுதிகளை ஆக்கிரமிக்கும் நோக்கிலேயே சிப் சாப் பள்ளத்தாக்கில் சீனா மூன்றாவது முகாமை நிறுவி உள்ளதாக வெளி விவகார அதிகாரிகளும் புலனாய்வு அமைப்பின் இயக்குனர் மாலிக்கும் தெரிவித்தனர். தனது ராணுவ வீரர்கள் சீன முகாமை செப்டம்பரில் பார்த்தது உண்மை, ஆனால் அதை எப்போது நிறுவினார்கள் என்ற விவரங்கள் தெரியாது என்றார் ஜெனரல் தாப்பர். ஆனால் 1959-60ஆம் ஆண்டிலேயே சீனா இதை நிறுவிவிட்டது என்று உறுதிபடச் சொன்னார். எல்லைக் கோட்டைச் சீனா நெருங்குவதுபோல் நமது ராணுவமும் எல்லைக் கோட்டின் அருகே செல்ல வேண்டும். பத்து பன்னிரண்டு வீரர்கள் இருந்தால் கூடப் போதும். சீனர் நிச்சயம் எந்தவிதத் தாக்குதலிலும் ஈடுபடமாட்டார்கள். நாம் செய்யத் தவறும் பட்சத்தில் அடுத்த சில மாதங்களில் சீனா அந்தப் பகுதிகளை ஆக்கிரமித்துவிடும் என்று எச்சரித்தார். நவம்பர் 2 ஆம் தேதிக் கூட்டத்தில் இரு முக்கிய முடிவுகள் எடுக்கப்பட்டன:-

(அ) லடாக்கைப் பொறுத்தவரை தற்போதைய நிலையிலிருந்து எவ்வளவு தூரம் முடியுமோ அவ்வளவு தூரம் சர்வதேச எல்லை நோக்கி ஊடுருவி நமது முகாம்களை நிறுவவேண்டும். அப்போது தான் நமது கட்டுப்பாட்டில் இருக்கும் பகுதிகளுக்குள் சீன ஊடுருவலைத் தடுக்க முடியும். தற்காப்புக் காரணங்கள் தவிர்த்து சீன ராணுவத்துடனான மோதலைத் தவிர்க்கும் வகையில் இது நடைபெறுவது அவசியம்.

(ஆ) எல்லையின் மத்திய பிராந்தியம் மற்றும் வடக்குப் பகுதிகளில் லடாக் போன்று பிரச்னைகள் இல்லை. எனவே முடிந்தவரை உள்ளே ஊடுருவி எல்லைப் பகுதி முழுவதையும் கைப்பற்றவேண்டும். ஏதேனும் இடைவெளிகள் இருப்பின் அதை ரோந்துப் பணிகள் அல்லது முகாம்கள் அமைத்து நிரப்ப வேண்டும்.

(இ) எண்ணற்ற செயல் மற்றும் நிர்வாகப் பிரச்னைகள் காரணமாக முன்னேறிச்சென்று முகாம்கள் அமைக்கும்போது பின்னால் அமைந்திருக்கும் படைகள் எளிதில் சென்று பாதுகாக்கும் வகையில்

போக்குவரத்து வசதிகள் உள்ள இடங்களில் கூடுதல் கவனம் செலுத்த வேண்டும்.

எந்த வகையான ஆயத்த ஏற்பாடுகளும் செய்யாமல் சர்வதேச எல்லையை நோக்கி முன்னேறி முகாம்களை நிறுவுதல் அல்லது போக்குவரத்து வசதி உள்ள இடங்களில் கவனம் செலுத்திச் சரி செய்த பிறகு மெதுவாக அடுத்த கட்ட நடவடிக்கைகளில் இறங்குவது என இரண்டு மாறுபட்ட வழிமுறைகளும் முன்வைக்கப்பட்டன. லடாக்கைப் பொறுத்தவரை, எவ்வளவு தூரம் ரோந்துப் பணிகளை முன்னெடுத்துச் செல்ல முடியுமோ அவ்வளவு தூரம் செல்ல வேண்டும் என்று எந்தத் தயாரிப்பும் இல்லாமலேயே முன்னேறிச் செல்லவேண்டும் என்று சொல்லப்பட்டது. கூடவே, 'எண்ணற்ற செயல் மற்றும் நிர்வாகப் பிரச்னைகள் காரணமாக' என்ற தீர்மானத்தின் மூலம் நிதானமான அணுகுமுறையும் முன்வைக்கப் பட்டது. இதிலிருந்து இரு தரப்பட்ட கருத்துகள் இருந்து வருவது தெரிய வருகிறது.

டிசம்பர் 5 ஆம் தேதி சீஃப் ஆஃப் ஆர்மி ஸ்டாஃப் ஜெனரல் தாப்பர் கிழக்கு மற்றும் மேற்கு கமாண்ட்களுக்கு கடிதம் அனுப்பிய கடிதத்தில் எல்லைப் பகுதிகளில் நிறுவப்பட்டுள்ள முகாம்கள் மற்றும் ரோந்துப் பணிகள் குறித்த கொள்கை ஆய்வு செய்யப்பட்டுக் கீழ்க்காணும் முடிவு எடுக்கப்பட்டதாகத் தெரிவித்திருந்தார். ''லடாக்கில் தற்போதைய நிலையில் இருந்து நாம் அங்கீகரித்த சர்வதேச எல்லை நோக்கி ரோந்துப் பணிகளை அதிகப்படுத்த வேண்டும். சீன ராணுவம் முன்னேறுவதைத் தடுக்கக் கூடுதல் முகாம்களை அமைப்பதுடன், நமது எல்லைக்குள் ஏற்கனவே நிறுவப்பட்டுள்ள சீன முகாம்களின் மீது நமது அதிகார பலத்தைச் செலுத்தி அங்கிருந்து அப்புறப்படுத்த வேண்டும். இதற்குக் கூடுதல் படைகளும், ஆயுதங்களும் அவசியம். ஆகவே தேவை குறித்த பரிந்துரைகளை 1961 டிசம்பர் 31க்குள் அனுப்பி வைக்கவும்''

முதலில் எடுத்த முடிவு ''தற்காப்புக் காரணங்கள் நீங்கலாகச் சீன ராணுவத்துடனான மோதலைத் தவிர்க்கவேண்டும். போதிய பின்புலப் பாதுகாப்பு நடவடிக்கைகள் எடுக்கப்பட்ட பிறகே முன்னேறவேண்டும்''. ஆனால் சீஃப் ஆஃப் ஆர்மி ஸ்டாஃபின் மேற்கூறிய கடிதத்தில் ''நமது எல்லைக்குள் ஏற்கனவே நிறுவப் பட்டுள்ள சீன முகாம்களின் மீது உடனடியாக நமது அதிகார பலத்தைச் செலுத்தி அவர்களை அப்புறப்படுத்தவேண்டும். '' என மீண்டும் முன்னுக்குப் பின் முரணாக முடிவுகள் எடுக்கப்பட்டன. இவை பிரதமர் நேருவுக்குத் தெரிந்து எடுக்கப்பட்ட முடிவுகளா அல்லது தன்னிச்சையாக இவர்களே எடுத்தவையா என்று தெரியவில்லை.

நேருவின் கவனத்துக்குக் கொண்டு செல்லாமலும், அவரது ஒப்புதல் இல்லாமலும் எடுக்கப்பட்ட முடிவுகளாகவே தோன்றுகின்றன.

(முன்னுக்குப் பின் முரணாக உள்ள இரு முடிவுகளுக்கும் ஆதாரப்பூர்வ குறிப்புகளோ, கடிதங்களோ இதுவரை வெளியாக வில்லை. இந்நூலின் ஆசிரியர் மேற்கொண்ட தனிப்பட்ட முயற்சியின் காரணமாக அவை அவருக்குப் பிரத்யேகமாகக் காட்டப்பட்டன)

இதற்கிடையே ராணுவத் தலைமை அலுவலகத்தில் முழுமையான மாற்றங்கள் நடைபெற்றன. ஜெனரல் கௌல் சீஃப் ஆஃப் ஜெனரல் ஸ்டாஃப் ஆகவும், ஜெனரல் தாப்பர் சீஃப் ஆஃப் ஆர்மி ஸ்டாஃபாகவும் பதவி ஏற்றுக்கொண்டனர். ராணுவத்தின் செயல் பாடுகள் குறித்த ஆய்வுக்கூட்டத்தில் திட்டமிடல், ஒருங்கிணைப்பு உள்ளிட்ட பணிகள் ஜெனரல் ஸ்டாஃபின் பொறுப்பு என்று தீர்மானிக்கப்பட்டது. இதனைத் தொடர்ந்து புதிதாக சீஃப் ஆஃப் ஜெனரல் ஸ்டாஃபாக பதவி ஏற்றுக் கொண்ட ஜெனரல் கௌலின் கட்டுப்பாட்டுக்குள் அனைத்து அதிகாரங்களும் குவியவே, அவரது விருப்பத்துக்கு ஏற்ப வேண்டப்பட்ட அதிகாரிகள் பதவி உயர்வு பெற்றனர். வேண்டாதவர்கள் வேறு பிரிவுகளுக்கும், இடங்களுக்கும் மாற்றப்பட்டனர்.

ஜெனரல் தாப்பரைப் போலவே, ஜெனரல் கௌலும் சீனாவுடன் மோதல் போக்கைக் கடைப்பிடிப்பதில் ஆர்வமாக இருந்தார். ராணுவ அமைச்சகத்துக்கு அவர் அனுப்பிய குறிப்பில் வாய்ப்பு கிடைக்கும் போது, நமக்குச் சாதமான சூழல் உருவானால், சீனா முகாம்கள் மீது தாக்குதல் நடத்தி அவர்களைக் காயப்படுத்த வேண்டும் அல்லது கைதிகளாகச் சிறைப்பிடிக்க வேண்டும் என்று எழுதியிருந்தார். ஆனால் அவரது அணுமுறைக்கு எந்த ஒப்புதலும் கிடைக்கவில்லை. ஆனால், போக்குவரத்து வசதி போன்ற பின்புல ஏற்பாடுகள் செய்த பிறகு முன்னேறிச் செல்லலாம் என்ற முடிவு பின்னுக்குத் தள்ளப்பட கௌல்தான் காரணமாக இருந்திருப்பார் என்று தோன்றுகிறது.

பாதுகாப்பு அமைச்சர் கிருஷ்ண மேனனும் 1961 அக்டோபர் - நவம்பர் நடைபெற்ற அமைச்சகக் கூட்டங்களில் சீனாவின் மீது தாக்குதல் நடத்துவதில் எந்த மெத்தனம் காட்டக்கூடாது என்று பல முறை தெளிவுபடுத்தி இருந்தார். 1962-ல் மக்களவைப் பொதுத் தேர்தல் களுக்கான ஆயத்தப் பணிகள் வேகமாக நடைபெற்றுக் கொண்டிருந்தன. அரசு சீனாவுடன் மென்மையான போக்கைக் கடைப்பிடிப்பதாக எதிர்க்கட்சிகள் குற்றம் கூறிக் கொண்டிருந்த நிலையில் அதை எதிர்கொள்ள காங்கிரஸ் தயாரானது. அரசியல், அதிகாரவர்க்கத்துக்கும் ராணுவத்துக்கும் இடையில் சுமார் ஒன்றரை

வருடமாக முன்னேறிச் செல்லும் கொள்கை தொடர்பாக இருந்த மாறுபட்ட கருத்துகளுக்கு இந்த விஷயங்கள் ஒருவித அவசர அவசியத்தைக் கொடுத்தன.

இந்திய ராணுவம் ரோந்துகளில் ஈடுபட்டாலும் முகாம்கள் அமைத்தாலும் சீனா ஒன்றும் செய்யாது என்றே இந்திய அதிகாரவர்க்கம் நினைத்தது. ராணுவமோ சீனா மிகக் கடுமையாக எதிர்வினையாற்றும் என்றும் அது போரில் தான் போய் முடியும் என்றும் குறைந்தபட்ச அறிவுள்ளவர்களுக்குக் கூடப் புரியும் வகையில் சொன்னது. திம்மையா தலைவராக இருந்தவரை ராணுவத்தை நெருக்குதலுக்குட்படுத்த முடியாது. அவர் நேராக நேருவிடம் சென்று சொல்லிவிடுவார். அல்லது பதவியை ராஜினாமா செய்துவிடுவார். தாப்பருக்கு அரசியல் நெருக்கடிகள் சீனர்களை தாக்குதல் நடத்துவதில் இருந்து தடுத்துவிடும் என்ற நம்பிக்கை இருந்திருக்க வில்லை. எனினும் தன் கருத்துகளை அவர் வலியுறுத்திப் பதிவு செய்பவரல்ல. கௌல் எடுக்கும் தீர்மானமே முக்கியமானதாக இருந்தது. எனவே, அதிகாரவர்க்கம் தமது விருப்பத்தை அமல் படுத்தும் வகையிலான ராணுவ அதிகாரிகளை நியமித்தது. ஆனால், அதன் விளைவைப் பின்னர் சந்திக்க நேர்ந்தது.

~

முன்னேறிச் செல்லும் கொள்கை வரைவை இந்திய அரசு வெளியிட்ட உடனேயே சீனா கடுமையாக ஆட்சேபித்தது. ‘சீன எல்லை நோக்கி இந்தியத் துருப்புகளின் நடமாட்டத்தை நாங்கள் உன்னிப்பாகக் கவனித்துக் கொண்டிருக்கிறோம். புதிய பிரச்னைகளை இந்தியா கிளப்புகிறது. எங்கள் ராணுவ வீரர்களிடம் மோதலைத் தவிர்க்கு மாறும், நிதானப் போக்கைக் கடைப்பிடிக்குமாறும் உத்தரவிட்டுள்ளோம். இல்லாவிட்டால் சீனா எல்லைக்குள் அத்துமீறி நுழைந்த இந்திய ராணுவம் கடுமையான விளைவுகளைச் சந்தித்திருக்கும். சீனாவின் பொறுமையையும், அமைதிப் போக்கையும், பலவீனமாகக் கருதவேண்டாம்’ என்று இதுவரை பயன்படுத்தாத பல கடுமையான சொற்கள் சீனாவின் குறிப்பில் இம்முறை வெளியாயின. ‘இந்தியா தனது அதிகார வரம்புக்கு உட்பட்ட பகுதிகளில்தான் ரோந்துப் பணிகள் ஈடுபட்டுள்ளது. சீனாவின் கண்டனம் அர்த்தமற்றது என்பதுடன் இந்தியாவின் உள்நாட்டு விவகாரங்களில் தலையிடுவதை இத்துடன் நிறுத்திக் கொள்ள வேண்டும்’ என்று புதுடெல்லி பீகிங்கின் குறிப்பை நிராகரித்தது.

‘இந்தியா உரிமை கோரும் எல்லாப் பகுதிகளும் அதற்குச் சொந்தமானவை என்பது போலவும், அவர்களது துருப்புகள் அங்கே

என்ன செய்தாலும் தட்டிக் கேட்க சீனாவுக்கு உரிமை இல்லை என்பதுபோலவும் இந்தியா நடந்து கொள்கிறது. இந்தியாவின் இந்தச் செயலை ஏற்றுக் கொள்ள முடியாது என்பதுடன் அபாயகரமானதும் கூட. இதேபோன்று கிழக்குப் பிராந்தியத்தில் மெக்மோகன் கோடு சட்ட விரோதம் என்றும் உண்மையான கோடு மலை அடிவாரத்தில்தான் உள்ளது என்று கூறினால் இந்தியா ஒப்புக் கொள்ளுமா? மேலும் மெக்மோகன் கோட்டைத் தாண்டி இமயமலைக்கும், உச்சி தொடங்கி தெற்கே மலை அடிவாரம் வரை எங்களது ராணுவத்தை அனுப்ப சீனாவுக்கு உரிமை உள்ளது என்று சொன்னால் இந்தியா மௌனம் சாதிக்குமா?' என்று பீகிங் அடுக்கடுக்காகக் கேள்விக் கணைகளைத் தொடுத்தது. இந்தக் கேள்வி மிகவும் நியாயமானதுதான். பிரச்னைக்குரிய எல்லைப் பிராந்தியத்தின் ஒரு பகுதியில் இந்தியா சீனாவின் கோரிக்கையை நிராகரித்து முன்னேறிச் செல்லுமென்றால் இன்னொரு பகுதியில் சீனா இந்தியாவின் எச்சரிக்கையை மீறி முன்னேறிச் செல்ல முயன்றால் அதை இந்தியாவால் குறைகூற முடியாதல்லவா.

இந்தியாவுக்கு இந்தத் தர்க்கம் புரியவில்லை. அதை அவர்கள் அத்துமீறலுக்கு மேல் அத்துமீறல் என்பதாகவே பார்த்தனர். இந்தியர் களைப் பொறுத்தவரையில் எந்த எல்லையுமே பிரச்னைக்குரியதல்ல. நேரு இது பற்றிக் கூறுகையில், எங்களைப் பொறுத்தவரையில் இது ஒரு பிரச்னையே அல்ல. எங்கள் பகுதிக்கான உரிமையை நாங்கள் கோருகிறோம். அதில் எங்களுக்கு எந்தக் குழப்பமும் இல்லை' என்றார். இந்தக் கோணத்திலேயே எல்லைப் பிரச்னையைத் தொடர்ந்து அணுகியதால் சீனாவின் வாதத்தில் இருந்த நியாயமும் புரிபடவில்லை. சீனர்கள் விடுத்த எச்சரிக்கையும் புரிந்திருக்க வில்லை. 1950களில் இந்தியா எல்லை குறித்த மறுபரிசீலனைக்கோ பேச்சுவார்த்தைக்கோ இடமே இல்லை என்று எடுத்த முடிவு மோதல் பாதையில் வழிநடத்தியது. முன்னேறிச் செல்லும் கொள்கை மோதலுக்கு இட்டுச் சென்றது. இந்தியாவோ தனது இந்த மாபெரும் வெட்டி மோதலில் சீனாவே ஒதுங்கிச் செல்லும் என்று நினைத்தது.

1961-ல் முன்னேறிச் செல்லும் கொள்கையைச் சீனாவுடன் மட்டுமின்றி கோவாவிலும் இந்தியா அமல்படுத்தியது. அது பற்றிய விவரம் பின்வருமாறு:

இந்தியத் துணைக்கண்டத்தை விட்டு பிரிட்டிஷ் 1947லும், புதுச்சேரியை விட்டு ஃபிரெஞ்ச் 1954லும் விலகினர். ஆனால் 16ஆம் நூற்றாண்டு தொடங்கி கோவாவைத் தனது கட்டுப்பாட்டுக்குள் வைத்திருந்த போர்ச்சுகல் எளிதில் கோவாவுக்கு விடுதலை வழங்கச் சம்மதிக்கவில்லை. சுதந்திரம் பெற்ற நாள் தொடங்கி கோவாவை

விட்டு விலக இந்தியா பல்வேறு நெருக்கடிகளைக் கொடுத்தது வந்தது. பிரிட்டிஷாரிடம் பெரும்பாலும் நல்ல விளைவுகளைத் தந்த சத்தியாகிரகம், உண்ணாவிரதம், அமைதி ஊர்வலம் என வன்முறை இல்லாத பல வழிகளில் போராட்டங்கள் நடைபெற்றன. கைது செய்யவேண்டியவர்களின் எண்ணிக்கை கட்டுக்கடங்காமல் போனதும் துப்பாக்கி சூடு நடத்தியது போர்ச்சுகல் அரசு. குண்டுக்குப் பலியாகிச் சிலர் இறந்தனர். பலருக்குக் கடுமையான காயம். மக்கள் ஆதரவு இல்லாத நிலையில், துப்பாக்கி சூடு நடத்திக் கண்டனத்துக்கு உள்ளான பிறகும், போர்ச்சுகல் அரசு கோவை விட்டு அகல மறுத்தது.

1955-ல் நடைபெற்ற இந்தக் கோர நிகழ்வு காலப்போக்கில் மக்கள் மனங்களிலிருந்து கொஞ்சம் கொஞ்சமாக மறையத் தொடங்கியது. 1961 வாக்கில் கோவாவில் போர்ச்சுக்கீசியரின் எண்ணிக்கை மிகவும் சொற்பமாக ஆனது. இந்தியாவின் ஒரு பகுதியாக கோவாவை இணைக்க அரசு ஆர்வம் காட்டினாலும், வலுவான அரசியல் அழுத்தமும் எதுவும் கொடுக்கப்படவில்லை.

சீனாவுடனான அணுகுமுறையில் மத்திய அரசு மென்மைப் போக்கைக் கடைப்பிடிக்கிறது என்ற குற்றச்சாட்டுக்கு உள்ளான நிலையில் வரவிருக்கும் 1962 மக்களவைப் பொதுத் தேர்தல்களைக் கருத்தில் கொண்டு மக்களின் ஆதரவை வென்றெடுக்க கோவா பிரச்னையைக் கையில் எடுத்தது ஆளும் காங்கிரஸ் கட்சி. முன்னேறிச் செல்லும் கொள்கை சீனாவுடனான மோதலில் எந்தப் பயனையும் தராது என்ற முடிவுக்கு வந்த மத்திய அரசு கோவா பிரச்னையைக் கையில் எடுத்தால் நல்ல பலனைத் தரும் என்று எதிர்பார்த்தது. கோவாவை இந்தியாவுடன் இணைக்க அதிரடி ராணுவம் நடவடிக்கை எடுத்தால், மத்திய அரசு மீது மக்களுக்கு நம்பிக்கை ஏற்படும். இதை வாக்குகளாக மாற்றி ஆட்சியைத் தக்க வைத்துக் கொள்ளலாம் என்பதே நேருவின் திட்டம்.

1961 அக்டோபரில் போர்ச்சுகல் காலனி ஆதிக்கம் குறித்த ஆசிய - ஆப்பிரிக்கக் கருத்தரங்கம் டெல்லியில் நடைபெற்றது. போர்ச்சுகலின் ஆதிக்கம் இந்தியாவின் ஒரு பகுதியான கோவாவில் தொடரும் வரை காலினி ஆதிக்கத்துக்கு எதிரான இந்தியாவின் எந்தவொரு நிலைப்பாட்டையும் உலகம் ஏற்றுக் கொள்ளாது எனக் கருத்தரங்கில் கலந்து கொண்ட பெரும்பாலான பிரதிநிதிகள் கருத்துத் தெரிவித்தனர். இந்தியாவின் சத்தியாக்கிரக மற்றும் வன்முறையற்ற அமைதிப் போராட்டங்கள் பற்றிய பெருமிதங்கள் பேசப்பட்டபோது போர்ச்சுகலின் குடியேற்றப் பகுதிகளில் அஹிம்சைப் போராட்டங் களுக்கு துப்பாக்கி சூடு பரிசாகக் கிடைப்பது பற்றிச் சுட்டிக்காட்டப் பட்டது. இந்தியாவுக்கும் அந்த அனுபவம் இருக்கிறதே. அந்த

எதிர்வாதத்தை எப்படி அவர்களால் மறுக்க முடியும். கருத்தரங்கம் முடிந்த பிறகு பம்பாயில் செய்தியாளர்களைச் சந்தித்த பிரதமர் நேரு 'போர்ச்சுகலின் பிடியிலிருந்து கோவாவை விடுவிக்க எங்கள் அணுகுமுறையை மாற்றிக் கொள்ள வேண்டிய தருணம் வந்து விட்டது' என்றார்.

போர்ச்சுகலுக்கு எதிரான நடவடிக்கைகளின் முதல் கட்டமாக இந்திய ஊடகங்களை அரசு முழுமையாகப் பயன்படுத்திக்கொண்டது. போர்ச்சுகலுக்கு எதிரான பிரச்சாரங்கள் முழு வீச்சில் முடுக்கி விடப்பட்டன. கோவா விடுதலைக்காகப் போராடிய மக்கள் கொடூரமான சித்ரவதைகளுக்கு உள்ளாவதுடன், சிறைச்சாலைக்குள் கொல்லப்படுவதாகவும், இந்திய இறையாண்மைக்கும், பாதுகாப்புக்கும் அச்சுறுத்தல் ஏற்படும் வகையில் நேடோவின் (NATO) பயங்கரமான ஆயுதங்கள் கோவாவில் குவிக்கப்படுவதாகவும் செய்திகள் பரவின. பாகிஸ்தானுடன் இரகசிய ஒப்பந்தம் செய்து கொண்டு இந்தியாவுக்கு எதிராகப் போரிட போர்ச்சுகல் தயாராகி விட்டதாகக் கசிந்த செய்தி மக்களிடையே கொந்தளிப்பை ஏற்படுத்தின. பாகிஸ்தானுடனான கூட்டு என்பது சீனாவுடனான எல்லைப் பிரச்னையைவிட அதி முக்கியமானதாகப்பட்டது. அந்த எல்லையிலும் சிறிய மோதல்கள் வெடித்தன.

கோவா எல்லையில் ராணுவம் குவிக்கப்பட்டது. மோதலைத் தவிர்க்க போர்ச்சுகல் அரசு தன் படைகளைப் பின்வாங்கிக் கொண்டது. ஆனால், நேருவுக்கு கோவாவை ஆக்கிரமிக்கும்படி உத்தரவு தரலாமா வேண்டாமா என்று தெளிவாக முடிவெடுக்க முடியவில்லை. ஆனால், அப்படி ஒரு உத்தரவை அவர் அதுவரை தரவில்லை என்பது உறுதி. அவர் தனது சுபாவத்துக்கு ஏற்ப மற்றவர்களின் நெருக்கடிகளுக்கு அதிக இடம் கொடுத்தார். வேறு வழியின்றித் தனக்கு விருப்பமில்லாத ஒரு முடிவை எடுத்தே ஆகவேண்டும் என்ற நிலையைக் கொண்டுவந்தார். ஆக்கிரமிப்புக்கான அரசியல் மற்றும் ராணுவ ரீதியில் நடவடிக்கைகள் தீவிரமாக மேற்கொள்ளப் பட்டாலும், அமைதி முறையிலான பேச்சுவார்த்தைகள் மூலமே பன்னாட்டுப் பிரச்னைகளுக்கு தீர்வு காண முடியும் என்ற ஆழமான நம்பிக்கை நேருவுக்கு இன்னும் இருந்தது. தாக்குதலைத் தள்ளிப் போட்டு வந்தார். 'போர் என்ற எண்ணம் என் ஆத்மாவுக்கே எதிரானது' என்று சொன்னார். டிசம்பர் வாக்கில் இந்தியா கோவா மீது தாக்குதல் நடத்தவேண்டும் என்று இந்தியாவில் அரசியல் நெருக்கடி உச்சத்தை எட்டியது. கோவாவில் ஊரடங்கு போடப்பட்டிருப்பதாகவும் போர்ச்சுகீசிய கவர்னர் தப்பி ஓடிவிட்டதாகவும் இந்திய படைவீரர்கள் கோவாவின் தெருக்களில் வீரத்துடன் போராடிவருவதாகவும் ஆல்

இந்திய ரேடியோவில் வெளியான பதற்றம் மிகுந்த செய்திகளை அயல் நாட்டு செய்தி நிருபர்கள் கோவாவின் பன் ஜிம் பகுதியில் இருக்கும் இதமான கஃபேக்களில் பானங்களை அருந்தியபடியே கேட்டுக்கொண்டிருந்தனர். நேருவின் தயக்கம் காலம் கடந்து சென்றது.

டிசம்பர் 17ஆம் தேதி நேருவை அமெரிக்க தூதர் பேராசிரியர் கேல்ப்ரைத் நீண்ட நேரம் சந்தித்துப் போரிட்டும் எண்ணத்தைக் கைவிட்டுப் பேச்சுவார்த்தைகளைத் தொடங்குமாறு கோரினார். நேருவும் ஏற்கனவே அந்தச் சிந்தனையில் இருந்ததால் அவரது கோரிக்கையை உடனடியாக ஏற்றுக்கொண்டார். பாதுகாப்பு அமைச்சர் கிருஷ்ண மேனனை அழைத்து கோவாவின் மீது ராணுவ நடவடிக்கைகளை இப்போதைக்கு எதுவும் எடுக்கவேண்டாம் என்று கேட்டுக்கொண்டார். அன்று நள்ளிரவில் படைகள் கோவா சென்று சேர ஏற்கெனவே தந்திருந்த உத்தரவைத் திரும்பப் பெறச் சொன்னார். ஆனால் கிருஷ்ண மேனனோ ராணுவத் துருப்புகள் ஏற்கனவே செயலில் இறங்கிவிட்டன என்றும் இனி தடுப்பது சாத்தியமில்லை என்றும் பதிலளித்தார். ஆனால், உண்மையில் எந்த நடவடிக்கையும் எடுக்கப்பட்டிருக்கவில்லை.

கௌல் சீஃப் ஆஃப் ஜெனரல் ஸ்டாஃப் மட்டுமின்றி பிரதமரின் தனிப்பட்ட ராணுவ ஆலோசகரும் கூட. கோவா மீதான ராணுவ நடவடிக்கைகள் குறித்த திட்டமிடலிலும் அவரே முக்கியப் பங்கு வகித்தார். நேரு அவரை அழைத்து ராணுவ நடவடிக்கையைக் கடைசி நிமிடத்தில் ரத்து செய்தால் என்ன ஆகும் என்று கேட்டார். அதற்கு கௌல் 'கோவா மீதான ராணுவ நடவடிக்கைகளை ரத்து செய்தால் இந்திய ராணுவம் மற்றும் அரசு மீது மக்களுக்கு அவநம்பிக்கை ஏற்படும். இது அரசுக்கும் ராணுவத்துக்கும் நல்லது அல்ல. எனவே வெளிநாட்டு ஆலோசனைகளைக் கேட்பதைக் கைவிட்டு ராணுவ நடவடிக்கை எடுப்பதை உறுதிப்படுத்துங்கள்' என்றார்.

போர்ச்சுகலின் ஆக்கிரமிப்பில் இருந்து கோவாவை விடுவிக்க வேண்டும் என்ற எண்ணம் மக்களிடையே ஆழமாக வேரூன்றி இருப்பதையும், அவ்வாறு செய்ய மறுக்கும் பட்சத்தில் தன் மீதும், ராணுவத்தின் மீதும் மக்கள் நம்பிக்கை இழப்பார்கள் என்று உணர்ந்து கொண்ட நேரு வேறு வழியின்றி விருப்பமில்லாமல் அதிரடி நடவடிக்கைகளுக்கு உத்தரவிட்டார் என்று கௌல் கூறினார். கிருஷ்ண மேனன் நேருவுக்கு மிகவும் விசுவாசமானவர். எனினும் இது குறித்துப் பின்னாளில் அவர் சற்று விமர்சன தொனியில் குறிப்பிட்டார். நேரு சிக்கலான மனநிலை கொண்டவர். போரின்

கொடூரத்தை அவர் விரும்பவில்லை. ஆனால், வேலை நடந்தாக வேண்டும் என்ற எண்ணமும் அவருக்கு உண்டு என்றார். நேருவின் செயல் குறித்து ஓரளவுக்குக் கரிசனத்துடன் சொல்லப்பட்ட வாதம் (ஒருவகையில் நியாயமான வாதமும் கூட) என்னவென்றால் அவருக்கு வயதாகிவிட்டது. மிகவும் தளர்ந்துபோய்விட்டிருந்தார். இனிமேல் நடவடிக்கை எடுக்காமல் வழியில்லை என்ற நிலைக்கு மற்றவர்கள் அவரைத் தள்ளிச் செல்லும்படியாக ஆகிவிட்டிருந்தார். அவர் இரட்டை மனதுடன் தயக்கம் காட்டினார் என்று குறை சொல்ல முடியும். ஆனால், தோற்றுவிட்டதாகவோ கைவிட்டுவிட்டதாகவோ நிச்சயம் சொல்ல முடியாது.

மறைக்கத் தன்னிடம் எலும்புக்கூடுகள் இல்லாத நாடுகளே, அப்படி ஏதேனும் இருந்தால், கோவாவை இந்தியா கைப்பற்றியதை விமர்சிக்க முடியும். அமெரிக்க ஜனாதிபதி கென்னடி பிரதமர் நேருவுக்கு எழுதிய கடிதத்தில் 'உலக நாடுகள் அனைத்துமே அமெரிக்கா உள்படத் தாங்கள் செய்த செயலை நியாயப்படுத்தும் திறமை கொண்டவையே. ஆனால், இந்தியாவைப் பொறுத்தவரை அதன் பிரதமர் நேரு பன்னாட்டுப் பிரச்னைகளைத் தீர்த்துக்கொள்ள போர் நியாயமான காரணமாக இருக்க முடியாது என்று பலமுறை கூறியுள்ள நிலையில் கோவா ஒரு கரும்புள்ளிதான். இருப்பினும் கோவாவைக் கைப்பற்றியது தங்கள் பன்னாட்டுக் கொள்கைகளில் எந்த வகையிலும் முரண் இல்லை என்று இந்தியர்கள் நம்புகின்றனர். சொற்ப நபர்களே அரசின் செயலைக் கண்டித்திருக்கின்றனர். ஊடகங்களும் பெரும்பாலான அரசியல் விமர்சகர்களும் இந்தியாவின் ராணுவ நடவடிக்கைகளை ஆதரித்துள்ளனர்' என்று குறிப்பிட்டார். இது பற்றி நேரு கருத்துக் கூறுகையில் 'பெரும் பான்மை மக்கள் சந்தோஷப்படும் விஷயத்தை ஏன் கடுமையான வார்த்தைகளால் கண்டிக்கவேண்டும்' என்றார்.

கோவா மீது இந்தியா மேற்கொண்ட அதிரடி நடவடிக்கைகள் சீனாவுடனான பிரச்னையைக் கையாள்வதில் அரசியல் மற்றும் ராணுவரீதியாக இந்தியாவுக்குச் சில ஆக்கபூர்வ விளைவுகளை ஏற்படுத்தின. வேறு வழியின்றிப் போகும்போது தனக்கு விருப்ப மில்லாவிட்டாலும் நேரு தீவிர முடிவுகளை எடுப்பார், கொந்தளிப்பான சூழலில் அவர் வளைந்துகொடுப்பார் என்பதெல்லாம் புரிந்தது. இந்திய அரசாங்கத்தில் முடிவுகள் எப்படி விருப்பு வெறுப்புகளுக்கு ஏற்ப எடுக்கப்படுகின்றன என்பது புரியவந்தது. சீனாவுடனான முன்னேறிச் செல்லும் கொள்கையைப் போல் கோவாவைக் கையகப்படுத்த கேபினெட் அமைச்சரவையில் எந்த விவாதமும் நடைபெறவில்லை, முடிவும் எடுக்கப்படவில்லை.

மற்றவர்கள் பலத்தைப் பயன்படுத்தும்போது அதை அத்துமீறல் என்று முத்திரை குத்துவதும், அதுவே தனக்கு உரிமை இருப்பதாகச் சொல்லிக்கொள்ளும் இடத்தில் தானே பிரயோகித்தால் அரசியல் மற்றும் உணர்வுரீதியாக அதற்கு நியாயம் கற்பிப்பதுமான இந்தியாவின் இரட்டைவேடத்தை கோவா விவகாரம் வெளிச்சம் போட்டுக் காட்டியது. கோவாவை இணைத்துக்கொண்டது குறித்து இந்தியாவின் கருத்தைப் பிரதிபலிக்கும் வகையில் ஒரு பத்திரிகை கீழ்க்கண்டவாறு எழுதியது: 'இந்தியாவைப் பொறுத்தவரை 1947 முதற்கொண்டே அதன் கட்டுப்பாட்டில் உள்ள ஒரு பகுதியாகவே கோவா விளங்கிவருகிறது. ஆகவே, தன் எல்லைக்குள் ஊடுருவி சட்ட விரோதமாக ஆக்கிரமிப்பு செய்த ஒரு நாட்டை விரட்டி அடித்ததை ஆக்கிரமிப்பு என்று சொல்லவே முடியாது'.

கோவா பிரச்னை முடிவடைந்த ஒரு சில நாள்களில் பிரதமர் அலுவலகத்தில் நடைபெற்ற பத்திரிகையாளர் சந்திப்பில் கோவா மீதான நடவடிக்கை போல் சீனாவின் மீதும் ராணுவம் ஏவப்படுமா? என்ற கேள்வி எழுந்தது. இதற்கு நேரு பதிலளிக்கையில் 'ராணுவ நடவடிக்கை எடுப்பதும் எடுக்காததும் எங்கள் அதிகாரத்துக்கு உட்பட்ட விஷயம். ஆனால், அதற்கான தேவையும் வாய்ப்பும் வந்தால் மட்டுமே பயன்படுத்தப்படும்' என்றார். இது பற்றி உள்துறை அமைச்சர் லால் பகதூர் சாஸ்திரி பேசுகையில் 'இந்தியாவுக்குச் சொந்தமான பகுதிகளை ஆக்கிரமித்துள்ள சீனா உடனடியாக அங்கிருந்து விலகாவிட்டால், கோவாவை விடுவிக்க மேற்கொண்ட ராணுவ நடவடிக்கைகளை சீனா மீதும் எடுக்க நேரிடும்' என்று எச்சரித்தார்.

கோவாவின் மீதான நடவடிக்கைகள் அரசியல்வாதிகளுக்குப் புதிய தெம்பைக் கொடுத்தது. ஆசாத் காஷ்மீரை விட்டுப் பாகிஸ்தானையும், அக்சாய் சின்னை விட்டுச் சீனாவையும் விரட்டவேண்டும் என்று பேசத் தொடங்கினர். காங்கிரஸ் கட்சித் தலைவர் சஞ்சீவ ரெட்டி 'நமது மண்ணை ஆக்கிரமித்துள்ள பாகிஸ்தானையும் சீனாவையும் அங்கிருந்து அப்புறப்படுத்தவேண்டும். காஷ்மீரில் இப்போது ஏற்பட்டுள்ள சண்டை நிறுத்தம் நிரந்தரத் தீர்வாகாது. பாகிஸ்தான் ஆக்கிரமிப்பு காஷ்மீரை அதன் பிடியிலிருந்து விடுவித்தே ஆக வேண்டும்' என்றார்.

இந்திய ராணுவத்துடன் ஒப்பிடுகையில் போர்ச்சுகீசிய ராணுவம் மிக மிகச் சாதாரணம். எனவே, கோவா மீதான நடவடிக்கையைப் போர் என்றே கூற முடியாது. போர்ச்சுகீசிய ராணுவம் பெரிய அளவில் எந்த எதிர்ப்பையும் காட்டாததால் மிக எளிதாகவே கோவா கைவசமானது.

ஆனால், இந்திய ராணுவத்தில் தளவாடங்களுக்குக் கடுமையான தட்டுப்பாடு நிலவியது. ஒரு பெட்டாலியனுக்கும் சற்று அதிகமான வீரர்கள் இந்த முயற்சியில் ஈடுபடுத்தப்பட்டனர். போதுமான ரைஃபிள்களோ மெஷின்கன்களோ வயர்லெஸ்களோ இருந்திருக்க வில்லை. சில வீரர்களுக்கு அணிவதற்கு பூட்ஸ் (Boots) காலணி கூட இல்லாத காரணத்தால் கேன்வாஸ் ஷூக்களை (Canvas shoes) அணிந்து கொண்டு போரிட்டதாகவும் செய்திகள் கசிந்தன. அதிக எண்ணிக்கையில் விற்பனையாகிக் கொண்டிருந்த பிளிட்ஸ் பத்திரிகை 'நமது மிகச் சிறந்த தருணம்' என்று இந்தியாவின் வெற்றியை வர்ணித்தது.

சீனாவுடன் போர் தொடுக்கவேண்டும் என்று எதிர்க் கட்சிகள் கொடுத்த நெருக்கடியில் இருந்து கவனத்தைத் திசைதிருப்பும் நோக்கில்தான் கோவா மீது இந்தியா கவனம் செலுத்தியது. ஆனால், அந்த எதிர்பார்ப்பு பொய்த்துப்போனது. போர்ச்சுகீசியருடன் எளிதில் வெற்றி பெற்றதும் சீனாவையும் அப்படியே வீழ்த்திவிட முடியும் என்ற எண்ணம் உருவாகிவிட்டது. 'போர்ச்சுகீஸுடனான வெற்றி சமையலறைக்குள் இருந்த எலியை நசுக்கியதற்கு சமம். வெளியே புலியாக சீனா உறுமிக் கொண்டிருக்கிறது' என்று சொன்ன இந்திய பத்திரிகையாளர் இந்தியா ஏன் இன்னமும் புலியை வீழ்த்தவில்லை என்று இந்திய அரசை விமர்சித்தார். கோவா ஆப்பரேஷனை வெகு விரைவாக முடித்துவிட்டதால் நமது ராணுவம் திறமை மிகுந்ததாக இருக்கிறது என்றே இந்தியத் தரப்பில் அனைவரும் நினைத்தனர். போர்ச்சுகீசியர் எந்த எதிர்ப்பும் காட்டவில்லை என்பது யாருக்கும் உரைக்கவில்லை.

ராணுவத்தின் தரமும் செயல்பாடுகளும் 1962 தேர்தலின் போது முக்கியப் பிரச்னையாக வெடித்தது. பம்பாயில் பாதுகாப்பு அமைச்சர் கிருஷ்ண மேனனை எதிர்த்து ஆச்சார்ய கிருபளாணி போட்டியிட முடிவெடுத்தார். மேனன் அமைச்சர் என்பதுடன் தனது நெருங்கிய நண்பர் என்பதால் அவரை எப்படியாவது வெற்றி பெற வைக்க வேண்டிய கட்டாயம் நேருவுக்கு இருந்தது. எனவே மேனனை ஆதரித்துப் பொதுக் கூட்டத்தில் பேசுகையில் 'இந்திய சுதந்திரம் பெற்ற பதினைந்து ஆண்டுகளில் மேனன் பாதுகாப்பு அமைச்சரான பிறகு இப்போதுதான் நவீன ஆயுதங்களுடன் வலுவாக உள்ளது. இதை நான் வீம்புக்காகவோ, சவாலாகவோ சொல்லவில்லை. ராணுவத் துறையை முழுமையாக ஆய்வு செய்த பின்னரே உறுதிபடக் கூறுகிறேன். பாகிஸ்தானோ சீனாவோ யார் தாக்கினாலும் நம்மால் தகுந்த பதிலடி கொடுக்க முடியும் என்று சொன்னார். சீனாவுடனான எல்லைப் பிரச்னையில் கோழைத்தனமாக நடந்துகொள்வதாக சிலர்

விமர்சித்தபோது, 'ஆசியாவின் இரு பெரும் சக்திகளும் மோதிக் கொண்டால் ஏற்படும் கடுமையான பின் விளைவுகளும், சேதங்களும் ஏற்படும் என்பதைக் கவனத்தில் கொண்டே அமைதியாக இருக்கிறோம். இது கோழைத்தனம் இல்லை. உயிர்களின் மீதுள்ள மனிதாபிமானம்' என்றார். இந்திய அரசின் செயல்படுகளை கடுமையாக விமர்சித்தவர்கள் கூட போர் என்று வந்துவிட்டால் இந்திய ராணுவம் சீனாவுக்குத் தகுந்த பாடம் கற்பித்துவிடும் என்று பெருமிதத்துடன் நம்பினார்கள். ராணுவத்தினர் தமது புகார்களையும் கணிப்புகளையும் அரசுடன் மட்டுமே பகிர்ந்துகொண்டுவந்ததால் அந்த விமர்சகர்களுக்கு இந்திய ராணுவத்தின் போதாமைகள் பற்றி எதுவும் தெரியாது என்பதுதான் காரணம். 60,000 ரைஃபிள்கள், 700 பீரங்கி எதிர்ப்பு துப்பாக்கிகள், 200 இரண்டு இன்ச் மோர்டார்கள், தகவல் பரிமாற்றங்களுக்கு 5000 ரேடியோ செட்கள், 36000 கம்பியில்லா பேட்டரிகள், 10000 ஒரு டன் வாகனங்கள், 10,000 மூன்று டன் வாகனங்கள் ஆகியவை சீனாவுடனான போருக்குத் தேவைப்பட்டன. சீனாவுடனான போரில் இந்திய ராணுவம் வென்றுவிடும் என்று நேரு எப்படி நம்பினார் என்பதை விளக்குவது மிகவும் கடினம். கௌலும் பிற அதிகாரிகளும்தான் அந்தப் பிழையான நம்பிக்கையை நேருவுக்குத் தந்திருப்பார்கள்.

கோவாவின் வெற்றி மிகவும் சாதாரண நிகழ்வு. கிளர்ந்தெழுந்த இந்திய தேசிய உணர்வுகளுக்கு பெருமிதம் தரும்படியாக இருந்தது உண்மைதான். ஆனால், அது அதைவிட மிக முக்கியமான சீன எல்லைப் பிரச்னையில் இருந்து இந்தியர்களைத் திசை திருப்பியிருக்கவில்லை. சில நூறு கோவாவினரைவிட சீனப் பிரச்னை மிக மிக முக்கியமானது என்றார் நேரு.

~

முன்னேறிச் செல்லும் கொள்கை குறித்த உத்தரவுகள் மத்திய அரசிடமிருந்து இரண்டு படைத் தளபதிகளுக்கு வந்து சேர்வதற்கு முன்பாகவே, ரோந்துப் பணிகளில் முன்னேற்றிச் செல்ல வேண்டுமென்று ராணுவத் தலைமை படைகளுக்கு உத்தரவிட்டது. எங்கு, எப்போது, எந்தப் பாதை வழியாகத் துருப்புகள் செல்ல வேண்டும், புதிய ராணுவ முகாம்கள் நிறுவுதல் உள்ளிட்ட முடிவுகளை சீஃப் ஆஃப் ஜெனரல் ஸ்டாஃப் கௌல், புலனாய்வு அமைப்பின் தலைவர் மாலிக், துணைத் தலைவர் ஹூஜா, வெளியுறவுச் செயலர் தேசாய் ஆகியோர் கூட்டாக எடுத்தனர். புதிதாக அமைக்கப்படும் ராணுவ முகாம்கள், சீன முகாம்களை விடவும் வலுவாக இருக்க வேண்டுமெனத் தொடர்ந்து வலியுறுத்தப்பட்டது.

மத்திய அரசின் ஆணைகளுக்கு ஏற்ப 1961-62-ல் இந்தியத் துருப்புகள் மேற்குப் பிராந்தியத்தில் இருந்து கிழக்குப் பகுதிக்கு முன்னேறின. விமானங்கள் மூலம் தேவையான பொருட்களைத் தர முடிந்த இடங்களில் முகாம்கள் அமைக்கப்பட்டன. அந்தப் பிராந்தியத்தின் உயரம் கடல் மட்டத்திலிருந்து சுமார் 14,000 அடிகள். கணவாய்கள் மூலம் துருப்புகள் 16,000 அடி வரை சென்றன. கடுமையான குளிரைச் சமாளிக்கப் போதிய கம்பளி ஆடைகள் இல்லாததால் வீரர்கள் பனியில் நடுங்கினர். மட்டக் குதிரைகளும், கழுதைகளும் கூடப் பயணிக்க முடியாத குளிரில், வீரர்கள் தங்களுக்கான பொருட்களைத் தாங்களே சுமந்தனர். செங்குத்தான மலைத் தொடர் என்பதால் தண்ணீர் உள்படத் தேவையான தளவாடங்கள் விமானப் படை பாராசூட்கள் மூலம் இறக்கப்பட்டன.

சீனா தொடக்கம் முதலே எல்லைப் பிரச்னையைத் தீர்க்க நட்பு ரீதியான பேச்சுவார்த்தைகள் நடத்த இந்தியா முன் வர வேண்டும் என்றும், சுமுகமான முடிவு எட்டப்படும் வரையில் இரு நாடுகளும் 'தற்போதைய நிலையை அப்படியே ஏற்றுக்கொள்ளவேண்டும்' என்றும் வலியுறுத்தி வந்தது. எல்லையிலிருந்து இரு நாடுகளும் இருபது கிமீ பின் வாங்கவேண்டும் என்னும் சீனாவின் கோரிக்கையை இந்தியா ஒப்புக் கொள்ளவில்லை. எல்லையிலிருந்து தனது பக்கம் இருபது கிமீ வரை சீனா ரோந்துப் பணிகளை நிறுத்திக் கொண்டது. ஆனால் இந்தியாவோ பேச்சுவார்த்தைகளுக்கு உடன்படாததுடன், முதலில் மத்திய மற்றும் கிழக்குப் பிராந்தியங்களிலும், இப்போது மேற்குப் பிராந்தியத்திலும் ரோந்துப் பணிகளைத் தொடங்கியது. மேலும் சிங்கியாங்கையும் திபெத்தையும் இணைக்கும் பகுதியில் 1950 முதற்கொண்டே நிலை கொண்டிருந்த சீனத் துருப்புகளை அத்துமீறிய காரணத்துக்காகத் திரும்பப் பெற்றுக் கொள்ளுமாறு சொன்னது. மெக்மோகன் கோட்டைச் சீனா சட்டரீதியான எல்லையாக ஏற்றுக் கொள்ளாவிட்டாலும், மெக்மோகன் கோடு தொடங்கி அது சட்ட ரீதியான எல்லை என்று கருதும் மலையடிவாரம் வரையிலான இடைப்பட்ட பகுதியிலிருந்து இந்தியா விலக வேண்டும் என்று இதுவரை சீனா கோரிக்கை வைக்கவில்லை.

இந்தியா விரும்பும் அமைதியான முறையில் சுமுகமாகப் பேச்சு வார்த்தைகள் என்பது சீனா தனது எல்லைக்கு உட்பட்ட பகுதிகளிலிருந்து விலக வேண்டும் என்பதுதான். 'இப்போதுள்ள நிலைமையே தொடர வேண்டும்' என்றால் 'யார் யார் இப்போது எங்கு இருக்கிறார்களோ அவரவர்கள் அங்கேயே இருக்க வேண்டும்' என்பதுதான். ஆனால் சீனா முதலில் அதற்குச் சொந்தமான

இடங்களில் இருந்து பின்வாங்கிய பிறகு உள்ள நிலை அப்படியே தொடர வேண்டும் என்று இந்தியா விடுக்கும் கோரிக்கையை, நியாயமும், அறிவும் உள்ள எவரும் ஒப்புக் கொள்ள மாட்டார்கள். இந்தியாவின் இந்த இறுக்கமான போக்கு எந்தத் தீர்வையும் எட்ட உதவாது. மோசமான விளைவுகளுக்கே வழிவகுக்கும். ஆனால் சீனாவைப் பொறுத்தவரை இரு தரப்பினரும் ஏற்றுக் கொள்ளும் சுமுகமான பேச்சுவார்த்தைகளுக்கு எப்போதுமே தயாராக உள்ளது.

இந்திய - சீன எல்லை காலகாலமாக, நடைமுறைப் பழக்கம் காரணமாக நூற்றுக்கணக்கான ஆண்டுகளுக்கு முன்பே பல்வேறு உடன்படிக்கைகள், ஒப்பந்தங்கள் மூலம் என்றோ முடிவான விஷயம் என்றும் பிரச்னைகள் ஏதுமில்லை என்றும் புதுடெல்லி தொடர்ந்து கூறி வருகிறது. பிரச்னை இல்லாத பட்சத்தில் பேச்சுவார்த்தைகளுக்கு அவசியமே இல்லை என்பதிலும் உறுதியாக உள்ளது. இந்தியாவைப் பொறுத்தவரையில் 'தற்போதைய நிலை' என்றால், 'சீன ஆக்கிரமிப்புக்கு முந்தைய நிலை' என்று அர்த்தம். தனக்குச் சொந்தமான இடங்களில் சீனா அத்துமீறி நுழைந்ததால் அங்கிருந்து வெளியேற வேண்டும் என்பதைத் தவிர வேறு எந்தக் கோரிக்கையும் இந்தியாவுக்கு இல்லை.

சீனா ஆக்கிரமித்துள்ள பகுதிகளிலிருந்து விலகிக் கொண்ட பிறகு 'இப்போதுள்ள நிலை அப்படியே தொடரும்' என்பதில் எந்த ஆட்சேபணையும் இல்லை. சீனா தானாகவே ஆக்கிரமிப்பு செய்த இடங்களில் இருந்து விலகிக் கொள்ளாவிட்டால், முன்னேறிச் செல்லும் கொள்கையின் அடிப்படையில், இந்தியா தனது அதிகார வரம்புக்கு உட்பட்ட பகுதிகளைப் பாதுகாக்கத் தேவையான எல்லா முயற்சிகளையும், ராணுவ நடவடிக்கை உள்பட, கட்டாயம் எடுக்கும். ஆனால் இந்தியாவுக்குப் போரை விடச் சமாதானத்தில்தான் நம்பிக்கை அதிகம். எனவே சீனா தனது துருப்புக்களை அமைதியாகத் திரும்பப் பெற்றுக்கொண்டால் இந்திய - சீன நட்புணர்வு தலைமுறைகள் தாண்டி நிலைத்து நிற்கும். சீனா தான் ஆக்கிரமித்திருக்கும் பகுதிகளில் இருந்து வெளியேறிய பிறகே பேச்சுவார்த்தை சாத்தியம் என்பதே இந்தியாவின் நிலைப்பாடு.

1962 முதல் அரையாண்டில் இரு நாடுகளும் பரஸ்பரம் பரிமாறிக் கொண்ட கடிதங்கள் பஞ்ச்சீல ஒப்பந்தத்தை மேலும் ஆழமாகக் குழி தோண்டிப் புதைத்தன. குறிப்பாக திபெத்துடனான வர்த்தகம் இரு நாடுகளுக்கும் இடையேயான நட்பை மேலும் வலுப்படுத்தி ஆசியாவுக்கும் உலகுக்கும், எடுத்துக்காட்டாக அமைய வேண்டும் என்ற எண்ணம் மண்ணோடு மண்ணாகிப் போனது.

1961 டிசம்பர் 3 ஆம் தேதி திபெத் தொடர்பாக சீனா எழுதிய கடிதத்தில் 1954 ஒப்பந்தம் அடுத்த ஆறு மாதங்களில் காலாவதி ஆகப் போகிறது என்றும் பேச்சுவார்த்தைகள் மூலம் புதுப்பிக்கவேண்டும் என்றும் கோரியிருந்தது. எல்லைப் பிரச்னை வேறு என்றும் திபெத் தொடர்பான ஒப்பந்தம் வேறு என்றும் இரண்டையும் குழப்பிக் கொள்ள வேண்டாம் என்றும் தெளிவுபடுத்தி இருந்தது. புதிய ஒப்பந்தம் இந்தியாவுடனான உறவுகளை எளிதாக்கும் என்றும், ஏனைய ஒப்பந்தங்கள் சுமுகமாக நடைபெற இது வழிவகுக்கும் என்று நம்புவதாகவும் அதில் தெரிவித்திருந்தது. இந்தியாகூட பாகிஸ்தானுடன் அப்படியான ஒரு ஒப்பந்தத்தை முன்வைத்திருந்தது.

சீனா அத்துமீறி நுழைந்துள்ள இடங்களில் இருந்து விலகினால் மட்டுமே எல்லை மற்றும் திபெத் பிரச்னை குறித்துப் பேச முடியும் என்ற உறுதியிலிருந்து இந்தியா பின்வாங்கவேயில்லை. ஒப்பந்தத்தைப் புதுப்பிக்க இந்தியா ஒப்புக் கொள்ளாததால் 1962 ஜூன் 3 அன்று காலாவதியானது. திபெத்தின் யடுங், கார்டோக், க்யாண்ட்சே வர்த்தக முகமைகளை இந்தியா மூடியது. அதேபோல் கலிம்போங்கில் உள்ள முகமைகளை சீனா திரும்பப் பெற்றுக் கொண்டது.

இந்தியாவின் முன்னேறிச் செல்லும் கொள்கை சீனாவுக்கு அதிருப்தியைக் கொடுக்க ஆரம்பித்தது. சீன முகாம்களுக்கு எதிராகவோ, பக்கவாட்டிலோ, பின் பக்கத்திலோ சிறிய அளவில் இந்திய முகாம்கள் நிறுவப்பட்டன. சீனாவின் தகவல் தொடர்புகள் இதன் காரணமாகத் துண்டிக்கப்படும் என்றும், வேறு வழியின்றி சீனா துருப்புகளைத் திரும்ப அழைத்துக் கொள்ள வேண்டிய நிலைக்குத் தள்ளப்படும் என்பதும் இந்தியாவின் நம்பிக்கை. ஆனால் சீனாவோ கடுமையான விளைவுகளைச் சந்திக்க வேண்டியிருக்கும் என்று தொடர்ந்து எச்சரிக்கை விடுத்துக் கொண்டிருந்ததை நேரு பொருட் படுத்தவேயில்லை. சீனா பயமுறுத்தும் வகையில் பூச்சாண்டி காட்டுகிறது என்றே அவர் உண்மையாக நம்பினார். ஒருவேளை சீனா போருக்குத் தயாரானாலும் கவலைப்பட வேண்டாம் என்றும், இந்தியா ராணுவம் வடக்குப் பிராந்தியத்தில் முன்பை விட இப்போது பலமாக இருப்பதாகவும் நாடாளுமன்றத்தில் உத்தரவாதம் அளித்தார்.

இந்தியத் தரப்பில் அந்தப் பிராந்தியத்தில் மொத்தம் அறுபது முகாம்கள் இருந்தன. இவற்றிற்கு எதிராக சீனாவின் முழுமையான டிவிஷன் (Division) 1:5 என்ற விகிதத்தில் அதாவது இந்தியாவை விட 5 மடங்கு பலத்துடன் நிறுத்தப்பட்டிருந்தது. இந்தியத் துருப்புகள்

நடந்து செல்லும் நிலையில்தான் இருந்தன. ஆனால் சீனா ராணுவமோ வாகனங்களில் பயணித்தது. சீன ராணுவத்துக்குத் தேவையான அனைத்துத் தளவாடங்களும் உடனுக்குடன் அனுப்பி வைக்கப்பட்டன. தானியங்கி ரைஃபிள்கள், கனரக மோர்டார்கள் என அனைத்தும் கைவசம் இருந்தன. ஆனால் இந்திய 114 பிரிகேட் ராணுவப் பிரிவுக்கோ, மூன்று இஞ்ச் மோர்ட்டார் மற்றும் நடுத்தர ரக எந்திரத் துப்பாக்கிகளைத் தவிர வேறெதுவும் இல்லை. கைவசம் இருந்த .303 லீ என்ஃபீலிட் ரைஃபிள்களோ முதலாம் உலகப் போரில் பயன்படுத்தப்பட்டவை. இந்தியத் தரப்பு அமைத்த முகாம்கள் வெறும் பிளாட்டூன் அல்லது சில நேரங்களில் செக்ஷன் பொஸிஸனாக மட்டுமே இருந்தன. ஆயுதக்கிடங்குகள் கோடைக் காலத்தில் கூட பனியால் உறைந்து மூடிப் போயின. இந்தியப் படைவீரர்கள் டெண்ட்களிலும் தற்காலிகக் கூடாரங்களிலும் தங்கினர். அவர்களுக்குத் தேவையானவை எல்லாமே விமானங்கள் மூலம் கிடைத்தாகவேண்டியிருந்தது.

இந்தியாவின் செயல்பாடுகளைக் கூர்ந்து கவனித்த சீனா தீவிர எதிர் நடவடிக்கைகளில் இறங்கியது. சீன முகாம்களுக்கு அருகே அமைக்கப்பட்ட இந்திய முகாம்களைச் சுற்றி மேலும் பல முகாம்களை நிறுவியது. 1959-ல் நிறுத்தப்பட்ட மேற்குப் பிராந்தியம் காரகோரம் கணவாய் தொடங்கி கோங்கா கணவாய் வரையிலான ராணுவ ரோந்துப் பணிகளை மீண்டும் ஆரம்பிக்க உள்ளதாக பீகிங் அறிவித்தது. இந்தியா தனது ரோந்துப் பணிகளைத் தொடர்ந்தால் சீனாவும் பதிலுக்கு எல்லைப் பகுதி முழுவதும் ரோந்துப் பணிகளை மேற்கொள்ளும் என்றும் எச்சரித்தது. சிப் சாப் பள்ளத்தாக்கில் சீன ராணுவ முகாமுக்கு இருபுறங்களிலும் இந்தியா தனது முகாம்களை நிறுவியதுடன், எங்களைச் சீண்டிப் பார்க்கத் துடிக்கிறது. பதிலுக்குத் தாக்கத் தொடங்கினால் பின்விளைவுகளுக்கு இந்தியாவே பொறுப்பு என்று சீனா திட்டவட்டமாக அறிவித்தது.

மே மாதம் சீனத் துருப்புகள் சிப் சாப் பள்ளத்தாக்கில் புதிதாக நிறுவப்பட்ட இந்திய முகாமுக்கு அருகே அதிரடித் தாக்குதல் நடத்தும் வகையில் முன்னேறியது. மேற்குப் பிராந்திய கமாண்டர் இது குறித்து இந்திய ராணுவத் தலைமை அலுவலகத்துக்குத் தகவல் அனுப்பி ராணுவ முகாமைத் திரும்ப அழைத்துக் கொள்வதா பதிலடி கொடுப்பதா என்று கேட்டார். பிரதமர் நேருவுடன் நடைபெற்ற ஆலோசனைக்குப் பிறகு சிப் சாப் பள்ளத்தாக்கில் உள்ள முகாமை இன்னும் பலப்படுத்துவதுடன், தேவைப்பட்டால் பதிலடி கொடுக்கவும் தயார் நிலையில் இருக்கும்படியும் உத்தரவிட்டார்.

ஆனால் ஏனோ சீன ராணுவம் எதுவும் செய்யாமல் அமைதி காத்தது. சீனாவின் இந்த அமைதியை ராணுவத் தலைமை அலுவலகமும் இந்திய அரசும் மீண்டும் தவறாகவே புரிந்துகொண்டன. நேரு சொன்னதும், அவர் மேற்கொண்ட முன்னேறிச் செல்லும் கொள்கைகளும் சரியே என்பது இப்போது நிரூபணமாகி உள்ளன என்ற முடிவுக்கு வந்தன. கல்வான் பள்ளத்தாக்கில் நடைபெற்ற மற்றொரு நிகழ்வு இவர்களது முடிவை மேலும் உறுதிப்படுத்தியது.

சீனா ஆக்கிரமித்துள்ள பகுதிகளுக்குள் ராணுவம் ஊடுருவிச் செல்லக் கல்வான் பள்ளத்தாக்கு மிகச் சிறந்த பாதையென இந்திய ராணுவத் தலைமை அலுவலக வரைபடங்கள் குறிப்பிட்டிருந்தன. ஆனால், அந்தப் பாதை உண்மையிலேயே கடக்க முடியாத கடினமான வழியாகும். இருப்பினும் 1959 முதற்கொண்டே கல்வான் பள்ளத்தாக்கின் உச்சியில் சம்சாஞ்லிங் என்ற இடத்தில் சீனா முகாமை நிறுவியிருந்தது. எனவே, கல்வான் வரை ரோந்துப் பணிகளை மேற்கொள்வது சீனாவின் கட்டுப்பாட்டில் இருக்கும் சம்சாஞ்லிங்கின் மீதும் ஆதிக்கம் செலுத்துவதற்கு ஒப்பாகும் என்பதால் முதலில் இப்பகுதியின் மீது முன்னேறும் நடவடிக்கைகளை மேற்கொள்ள 1961 நவம்பரிலேயே கௌல் உத்தரவிட்டிருந்தார்.

மழைக்காலத்தில் எடுத்த முயற்சிகள் பலனளிக்கவில்லை என்பதால் ஏப்ரல் மாதக் கோடையில் தெற்கில் இருந்து அந்தப் பகுதியை அடைய முடிவானது. ஆனால் இந்த முடிவுக்கு மேற்குப் பிராந்திய கமாண்ட் லெஃப்டினெண்ட் ஜெனரல் தௌலத் சிங் அதிருப்தியைத் தெரிவித்தார். சாம்சாஞ்லிங்கில் ஏற்கனவே சீனா முகாமிட்டுள்ள பகுதிக்குள் ஊடுருவினால் சீனா தக்க பதிலடி கொடுக்கும் என்றும், நிறுத்தி வைத்திருந்த ரோந்துப் பணிகளை சீனா மீண்டும் தொடரப் போவதாக அறிவித்த முக்கியமான பகுதிகளுள் இதுவும் ஒன்று என்பதால் கூடுதல் கவனமுடன் செயல்பட வேண்டும் என்றும் எச்சரித்தார். பிரச்னையை விலை கொடுத்து வாங்காமல் இருக்க சாம்சாஞ்லிங்கில் முகாம் அமைக்கும் பணியை இந்தியா கைவிடுவது தான் புத்திசாலித்தனம் என்ற கருத்தையும் பதிவு செய்தார். கல்வான் ஆறு வழியாகத்தான் சீனத் துருப்புகள் வர வேண்டும். எனவே அங்கேயே அவர்களைத் தடுத்து நிறுத்திவிடலாம் என்ற காரணத்தைச் சொல்லி தௌலத் சிங்கின் எச்சரிக்கையை கௌல் புறக்கணித்தார்.

ஹாட் ஸ்பிரிங்ஸில் இருந்து கூர்க்கா பிரிவு ஒரு மாத காலம் பயணித்து ஜூலை 5 ஆம் தேதி கல்வான் ஆற்றின் மேற்பகுதியை அடைந்தது. சீன ராணுவத்துக்குத் தேவையான பொருட்களை வழங்கி வந்த ஆற்றின் கீழ்ப்பகுதியில் அமைக்கப்பட்டிருந்த முகாமின் தொடர்புகள் துண்டிக்கப்பட்டன. இந்தியா தனது துருப்புக்களைத் திரும்பப்

பெற்றுக் கொள்ளவேண்டும் என்றும், தாக்குதலை முறியடிக்க சீனா பதிலடி கொடுக்கத் தயங்காது என்றும், ஜூலை 8 ஆம் தேதி டெல்லிக்குக் கடிதம் அனுப்பியது பீகிங். கல்வான் பள்ளத்தாக்கில் நடைபெறும் ரோந்துப் பணிகள் வழக்கமானதுதான் என்றும், சீனாவின் எதிர்ப்பு ஆச்சரியம் அளிப்பதாகவும் இந்தியா தெரிவித்தது. அதே சமயம் இந்திய எல்லைக்குள் ஊடுருவியிருக்கும் சீனா உடனடியாக அங்கிருந்து விலக வேண்டும் என்றும் டெல்லி பதிலளித்தது.

நேபாளத்துடன் செய்து கொண்ட ஒப்பந்தத்தின் அடிப்படையில் ராணுவத்தில் கூர்க்காக்கள் பணியமர்த்தப்பட்டனர். போர் போன்ற தீவிரமான ராணுவப் பணிகளில் கூர்க்காகளைப் பயன்படுத்துவ தென்றால் நேபாள அரசுக்கு இந்தியா முன்னரே தெரிவிக்க வேண்டும் என்று ஓர் ஒப்பந்தம் இருந்தது. இந்தியாவைப் போல் நேபாளத்துக்கும் சீனா அண்டை நாடு என்பதால் அக்சாய் சின்னில் சீனாவுக்கு எதிராக கூர்க்காக்களை ஈடுபடுத்துவதில் நேபாளத்துக்குத் தயக்கம் இருந்தது.

சண்டையிட்டு வீழ்த்துவது ஒரு வகையெனில், உணர்வுகளைத் தூண்டிவிட்டு வீழ்த்துவது மற்றொரு வகை. சீன அரசு இரண்டாம் வகையைத் தேர்ந்தெடுத்தது. ஒலிபெருக்கிகள் மூலம் கூர்க்காக்களின் மீது பாசத்தைப் பொழிவதுபோல் பேசி உணர்வுகளைத் தூண்டிவிட்டது. இந்தியாவை விட சீனாதான் நேபாளத்துக்கு உற்ற நண்பன் என்றும் பிரசாரம் செய்தது. கூர்க்காக்கள் தங்கள் கத்திகளைத் தீட்டிக் கொள்வதற்குப் பதிலாகக் காதுகளைத் தீட்டிச் சீனாவின் உபதேசங்களைக் கேட்டுக் கொண்டதைக் கண்ட இந்திய அரசு உஷாரானது. உடனடியாக சீனத் தூதரை அழைத்து கல்வான் முகாமுக்கு அருகே குவிக்கப்பட்டிருக்கும் துருப்புகளை உடனே விலக்கிக் கொள்ளுமாறும், அவ்வாறு செய்யத் தவறும் பட்சத்தில் துப்பாக்கிச் சூடு நடத்தப்படும் என்றும் கடுமையாக எச்சரித்தது.

நூறு கெஜ தூரத்துக்குள் நிலைநிறுத்தியிருந்த துருப்புகளைச் சீனா உடனடியாக விலக்கிக் கொண்டது. ஆனாலும், சற்று தொலைவில், இந்திய முகாமைச் சுற்றி இன்னும் அதிக எண்ணிக்கையில் ராணுவத்தைப் பலப்படுத்தியதால், தரை வழியாக இந்திய முகாமுக்குத் தளவாடங்களையும், உணவுப் பொருட்களையும் அனுப்ப முடியாத சூழல் ஏற்பட்டது. தரை வழியாகப் பொருட்களை அனுப்பினால் சீன ராணுவத்துடன் மோத வேண்டிய நிர்பந்தம் ஏற்படும் என்பதால், வான் வழியே தேவையான பொருட்களை அனுப்பி வைக்குமாறு புதுடெல்லிக்கு மேற்கு கமாண்ட் செய்தி அனுப்பியது.

மேற்கண்ட நிகழ்வுகள் அனைத்தும் 'இந்திய எல்லைக்குள் சீன ஊடுருவல்' என்ற தலைப்பில் 'இந்து' உள்ளிட்ட இந்தியப் பத்திரிகைகளில் ஜூலை 11 அன்று விவரமாக வெளியாயின. இந்தியாவின் எச்சரிக்கையைத் தொடர்ந்து சீனா எந்தத் தாக்குதலையும் நடத்தாமல் துருப்புகளை அந்த இடத்திலிருந்து திரும்ப அழைத்துக் கொண்டது என்ற தகவலும் இடம் பெற்றது. இது இந்தியாவின் தன்னம்பிக்கையை அதிகப்படுத்தியிருக்கிறது என்று ஒரு காங்கிரஸ் எம்.பி. பேசினர். 'மிகச் சிறிய இந்திய ராணுவ முகாமின் துணிச்சலைக் கண்டு சீனா பின்வாங்கிவிட்டிருக்கிறது' என்று இந்து பத்திரிகை செய்தி வெளியிட்டது.

முன்னேறிச் செல்லும் கொள்கைக்குக் கிடைத்த வெற்றியாகவும் இந்தியப் படைகள் இதுபோலவே துணிச்சலாகத் திடமாக இருந்தால் அக்சாய் சின் பகுதியையும் சீனா இவ்விதமே கைவிட்டுச் சென்றுவிடும் என்ற நம்பிக்கை அதிகரித்தது. கால்வன் முகாமுக்குத் தரப்பட்ட உத்தரவு படிப்படியாக மேற்குப் பிராந்தியம் முழுவதுமுள்ள அனைத்து இந்தியத் துருப்புகளுக்கும் விரிவுபடுத்தப்பட்டது. 'துப்பாக்கிச் சூடு நடத்தினால் மட்டுமே திருப்பிச் சுடுங்கள்' என்ற முந்தைய உத்தரவுக்குப் பதிலாக 'இந்திய முகாம்களுக்கு அருகே சீனத் துருப்புகள் அபாயகரமாக நெருங்குவதைக் கண்ட உடனேயே சுட்டுத் தள்ளவும்' என்ற புதிய உத்தரவு பிறப்பிக்கப்பட்டது.

ராஜாங்க ரீதியாக உறவுகளை மேற்கொண்டபடியே ராணுவத்தையும் பலப்படுத்தும் நடவடிக்கைகளை இரட்டைக் கொள்கையாக நேரு விவரித்தார். 1959 நவம்பரில் நேரு தனது நாடாளுமன்ற உரையில் 'இரு நாடுகளும் அவரவர் உரிமை கொண்டாடும் கோடுகளிலிருந்து பின்வாங்க வேண்டும்' என்று கூறியிருந்தார். அதாவது, சீனா அதிகமான பகுதிகளையும், இந்தியா சிறிய பகுதியையும் விட்டுக் கொடுப்பது என்றும் அர்த்தமாகும். நேருவின் இந்த யோசனையைச் சீனா அப்போதே புறக்கணித்தது. இதைத் தொடர்ந்து நேரு மீண்டும் கசப்பு மருந்தில் இனிப்பைத் தடவுவதுபோல், எல்லைப் பிரச்னை சுமுகமாகத் தீரும் வரை அக்சாய் சின் சாலையைச் சீனர்கள் போக்குவரத்துக்காகப் பயன்படுத்திக்கொள்ள இந்தியா 'அனுமதிக்கும்' என்று கூறினார்.

'இந்தியா சொந்தம் கொண்டாடும் மெக்மோகன் கோட்டின் தெற்குப் பகுதியிலிருந்து அதன் ராணுவத்தை முழுவதுமாக விலக்கிக் கொள்ளும் பட்சத்தில், வடகிழக்கு எல்லைப் பகுதியில் மக்கள் போக்குவரத்துக்கு மட்டுமே சாலையை இந்தியா பயன்படுத்திக் கொள்ள சீனா அனுமதிக்கும்' என்று சொன்னால் இந்தியாவுக்குக் கோபம் கொப்பளிக்கும் அல்லவா? அதே கோபமும் ஆத்திரமும்தான்

நேருவின் அறிக்கையைப் பார்த்தவுடன் இப்போது சீனாவுக்கு ஏற்பட்டது. 'எங்களுக்குச் சொந்தமான பகுதியில் இருக்கும் சாலையைப் பயன்படுத்திக்கொள்ள நாங்கள் ஏன் இந்தியாவிடம் அனுமதி பெற வேண்டும். என்ன மடத்தனம் இது? ஒருவேளை இந்திய தனது யோசனையைத் தீவிரமாக நடைமுறைப்படுத்த விரும்பினால், அதே நிலைப்பாட்டை நாங்கள் கிழக்குப் பிராந்தியத்திலும் அமல் படுத்துவோம்' என்று சீனா ஆக்ரோஷமாகப் பதிலடி கொடுத்தது.

'கிழக்குப் பிராந்தியத்தில் இருந்து இந்தியா பின் வாங்கும் என்ற பேச்சுக்கே இடமில்லை 'இந்தியாவுக்குப் போரில் நாட்டமில்லை. அதுவும் குறிப்பாகச் சீனாவுடனான போருக்கு விருப்பமே இல்லை. ஆனால் இவை அனைத்தும் இந்தியாவின் கட்டுப்பாட்டில் இல்லை' என்று மக்களவையில் கேள்வி ஒன்றுக்கு பதிலளிக்கையில் நேரு கூறினார். சீனர்களின் இந்த எதிர்ப்பைப் பார்த்த இந்தியத் தரப்பு சீனாவுக்குக் கொடுத்த நெருக்கடி போதவில்லை. மேலும் நெருக்கடி கொடுத்தால் சீனா தன் படைகளை விலக்கிக் கொண்டுவிடும் என்று நினைத்தது.

மேற்குப் பிராந்தியத்தில் சீனப் படைகளுக்கு வெகு அருகில் தன் சோட்டா முகாம்களைத் தொடர்ந்து அமைக்கத் தொடங்கியது. அரசியல் சதுரங்கத்தில் வெற்றி வாய்ப்பு தனக்கு அதிகம் என்ற நம்பிக்கையைவிட ஏதோ மிகப் பெரிய ராணுவ பலம் தன்னிடமே இருக்கிறது என்பதுபோன்ற நினைப்பில் இந்தியா செயல்பட்டது.

எதிர்கட்சிகளுக்கோ முன்னேறிச் செல்லும் கொள்கையெல்லாம் போதுமானதாக இருந்திருக்கவில்லை. சீனாவின் மீது கடுமையான நடவடிக்கை எடுக்க வேண்டும் என்று எதிர்க்கட்சிகள் தொடர்ந்து வலியுறுத்திக் கொண்டிருந்தன. அரசு செய்தித் தொடர்பாளரும், அரசுக்கு ஆதரவான பத்திரிகைகளும், இந்தியாவின் மிரட்டலுக்குச் சீனா பயந்து பின்வாங்கிவிட்டது என்றும், சீனா ஆக்கிரமித்திருந்த பகுதிகளின் கால்வாசி இடங்களை இந்தியா மீண்டும் தனது கட்டுப்பாட்டுக்குள் கொண்டு வந்துவிட்டது என்றும் செய்திகளைப் பரப்பிக் கொண்டிருந்தன. பிரதமரை எளிதில் சந்திக்க முடிந்த இன்னொரு பத்திரிகையாளரோ, பிரெஞ்ச் மாவீரன் நெப்போலியனைப் போல் நேரு திட்டமிட்டுச் செயல்பட்டதன் காரணமாக, மேற்குப் பிராந்தியத்தில் சுமார் 2,500 சதுர மைல் அளவுக்கு இந்திய ராணுவம் முன்னேறி உள்ளது என்று பாராட்டினார்.

இருப்பினும் யதார்த்த நிலை வேறு மாதிரி இருந்தது. மேற்குப் பிராந்தியத்தில் இந்திய ராணுவத்தை விடச் சீனா பத்து மடங்கு பலமாக விளங்குகிறது என்றும், சாலை மற்றும் தொலை தொடர்பு

வசதிகளில் நவீனத் தொழில்நுட்பங்களுடன் முன்னேறி உள்ளதாகவும் ராணுவத்துடன் நல்ல பரிச்சயம் இருந்த ஒரு பத்திரிகை செய்தி வெளியிட்டது. ஆனால் பிற பத்திரிகைகள் எல்லாம் இந்திய ராணுவமே மிகவும் பலம் வாய்ந்தது என்று எழுதிவந்தன. பிடித்தமான விஷயங்களையே பெரிதும் கேட்க விரும்புவது உலக மக்களின் பொதுவான மனநிலை. இதற்கு இந்திய மக்களும் விதிவிலக்கு இல்லை என்பதால், சீனாவை விட இந்தியா சர்வ வல்லமை பொருந்திய பலம் மிக்க நாடு என்ற செய்திகளுக்கே அதிக முக்கியத்துவம் கிடைத்தது.

இந்திய ராணுவத்தின் உண்மையான பலத்தை எடை போடாமல் சீனாவின் மீது போர் தொடுப்பதிலேயே எதிர்க்கட்சிகளும் குறியாக இருந்தன. 'அரசு அறிவித்தபடி மேற்குப் பிராந்தியத்தில் இந்தியா வலுவாக இருக்கும் பட்சத்தில் நமது மண்ணை ஆக்கிரமித்துள்ள சீனாவை விரட்டி அடிக்க இந்தியா ஏன் இன்னும் தயங்குகிறது' என ஒரு உறுப்பினர் கேட்டார். இன்னொரு உறுப்பினரோ 'சீன ராணுவத்தின் பிரமாண்டம் நம் ராணுவ நிபுணர்களைக் கலக்கமடையச் செய்யக்கூடாது. வேதனையிலும் சோர்விலும் இருக்கும் பெருந்திரளான சீன மக்கள் கூட்டமானது எப்போது வேண்டுமானாலும் புரட்சியில் ஈடுபடக்கூடும் என்ற பயம் சீன ராணுவத்துக்கு உண்டு. எனவே அவர்களுடைய எண்ணத்திலும் சிந்தனையிலும் ஒருமுகப்பட்ட நிலை இல்லை' என்று சொன்னார். 'இந்தியாவின் இருநூறு வீரர்கள் சீனாவின் இரண்டாயிரம் வீரர்களுக்குச் சமம். நமக்குச் சாதகமான இந்த அம்சத்தை நாம் பயன்படுத்திக் கொள்ள வேண்டும்' என்றார்.

சற்றும் சளைக்காத மற்றொரு உறுப்பினர் 'அரசு உத்தரவிட்டால் நன்கு பயிற்சி பெற்ற லட்சக்கணக்கான இந்துக்களின் படை ஆயுதம் ஏந்தி சீனாவை வீழ்த்த இமயமலை நோக்கிப் பயணிக்க ஆர்வமுடன் உள்ளனர்' என்று உணர்ச்சிவசப்பட்டார். மொத்தத்தில் ஆளும் கட்சியாக இருந்தாலும் சரி, எதிர்க்கட்சியாக இருந்தாலும் சரி, யாருமே யதார்த்த நிலையைப் புரிந்துகொள்ளாமல், சீனாவுக்கு எதிரான மனநிலையில் பொங்கிக் கொண்டிருந்தனர்.

இந்நிலையில் அமெரிக்காவுக்கான இந்திய தூதர் பி.கே.நேரு (பிரதமர் நேருவின் மற்றொரு நெருங்கிய உறவினர்) அங்குள்ள தொலைக்காட்சிக்கு அளித்த பேட்டியில் நாட்டின் பாதுகாப்பை உறுதிப்படுத்தும் வகையில் இந்திய ராணுவம் நவீனத் தொழில்நுட்ப வசதிகள் ஏதுமின்றிப் பலவீனமாக உள்ளது என்றார். அவருடைய பேச்சு இந்திய நாடாளுமன்றத்தில் புயலைக் கிளப்பியது. இந்திய

ராணுவம் பலமாக இருக்கிறது என்ற பிரதமர் தொடர்ந்து சொல்லிவரும் நிலையில் யார் கூற்றில் உண்மை இருக்கிறது என்று யோசித்துப் பார்க்காமல் பி.கே.நேரு. மீது நடவடிக்கை எடுக்க வேண்டும் என்ற குரலே ஓங்கி ஒலித்தது.

சீனாதான் மேற்கு பிராந்தியத்தில் முன்னேறி ஆக்கிரமித்து வருகிறது. இந்தியா அல்ல என்ற இந்தியாவின் குற்றச்சாட்டு பூமாரங் போல் இந்தியாவையே திருப்பித் தாக்கியது. அப்படியானால், சீனாவை ஆக்கிரமிக்க அனுமதித்தது கோழைத்தனமில்லையா என்று எதிர்க்கட்சிகள் விமர்சித்தன. உடனே நேரு அதற்கு பதிலளிக்கும்முக மாக, அவர்கள் புதிதாக ஊடுருவியிருப்பதாகச் சொல்ல முடியாது. நாம் அமைத்த முகாம்களை எதிர்க்கும் வகையிலேயே அப்படிச் செய்திருக்கிறார்கள் என்று சொன்னார். சீனா இதைப் பிடித்துக் கொண்டுவிட்டது : உண்மை நேருவின் வாயில் இருந்து எப்படியோ வந்துவிட்டது என்று சொன்னது.

ஆக்கிரமித்துள்ள இந்தியப் பகுதிகளில் இருந்து சீனாவை வெளியேற்ற ராணுவ நடவடிக்கையை உடனடியாக நேரு எடுக்க வேண்டும் என்ற கோரிக்கையுடன் 'வெட்கம், வெட்கம் இன்னும் எத்தனை காலத்துக்கு இந்த வெட்கக்கேடு' என்று இந்துஸ்தான் டைம்ஸ் நாளேடு தலையங்கம் தீட்டியது. சீனாவுக்கு எதிராகப் போர் தொடுக்க வேண்டும் என்னும் குரல்கள்தான் வழக்கமாக ஒலிக்கும்.

'ஐந்து ஆண்டுத் திட்டங்களைச் சிறப்பாக நிறைவேற்றிப் பொருளாதார ரீதியாக இந்தியாவை மேம்படுத்த வேண்டும் எனில் இந்தியா - பாகிஸ்தான் / சீனா எல்லைகளாக சுமார் 2000 மைல்களுக்கு நீளும் இமயமலை அடிவாரம் முழுவதும் கோடிக் கணக்கில் செலவு செய்து ராணுவத்தைப் பலப்படுத்தும் பணிகளை உடனடியாக நிறுத்திவிட்டுச் சீனாவுடன் பேச்சுவார்த்தைகளைத் தொடங்க வேண்டும்' என்று கல்கத்தாவில் இருந்து வெளியாகும் யுகாந்தர் பத்திரிகை எழுதியது.

1962 ஜூலை 26-ல் சிப் சாப் பள்ளத்தாக்கில் உள்ள கோங்கா கணவாய்ப் பகுதியில் இரு நாட்டு வீரர்களும் மோதிக் கொண்டதில் இந்திய வீரர்கள் சில காயம் அடைந்தனர். சீனா இந்த நிகழ்வுபற்றிப் பேசுகையில் 'இந்தியாவுடன் சண்டை போட வேண்டும் என்ற எண்ணம் சீனாவுக்கு இல்லை. பேச்சுவார்த்தை மூலமே பிரச்னையைத் தீர்க்க விரும்புகிறது. ஆனால் எங்கள் முகாமில் உள்ள வீரர்களை இந்தியா சீண்டிப் பார்க்கிறது. இந்தியாவின் தாக்குதலைச் சமாளிக்கவே வேறு வழியின்றி எதிர்த் தாக்குதல் நடத்துகிறோம்.

இதற்கு முற்றுப்புள்ளி வைக்க சிப் சாப் பள்ளத்தாக்குப் பகுதியிலிருந்து இந்தியா தனது துருப்புகளைத் திரும்ப அழைத்துக் கொள்ள வேண்டும். இந்த எச்சரிக்கையைப் புறக்கணிக்கும் பட்சத்தில் ஏற்படும் பின்விளைவுகளுக்கு இந்தியாவே முழுப் பொறுப்பு ஏற்க வேண்டும்' என்று கடிதம் எழுதியது.

சீனாவின் கடிதத்துக்கு இந்தியா அளித்த பதில் இம்முறை சற்று மாறுபட்டு இருந்தது. '1956 மற்றும் 1960 சீனாவின் கோரிக்கைகளில் வித்தியாசம் தெரிகிறது. இந்தியாவுக்குச் சொந்தமான பகுதிகளைச் சீனா ஆக்கிரமித்துக் கொண்டு 1956-ல் வரைபடத்தை வெளியிட்டது. இதை நாங்கள் ஏற்கவில்லை. சூ என் லாய் இந்தியாவுக்கு வந்தபோது கூட எங்கள் எதிர்ப்பைப் பதிவு செய்தோம். ஆனால் 1960-ல் இந்தியாவின் கட்டுப்பாட்டில் உள்ள மேலும் பல பகுதிகளுக்குள் சீனா முன்னேறி அவற்றையும் தங்களுக்குச் சொந்தம் என்று உரிமை கொண்டாடுகிறது. இது எந்தவகையிலும் நியாயமில்லை. 1956-ல் சூ என் லாய் உறுதிப்படுத்திய (சீனா ஆக்கிரமித்துள்ள) பகுதிகளைத் தாண்டி மேலும் ஊடுருவுவதைச் சீனா உடனே நிறுத்திக் கொள்ள வேண்டும். சில நிபந்தனைகளுடன் இது குறித்து பீகிங்குடன் விவாதிக்க புது டெல்லி தயாராக உள்ளது' என்று இந்தியா பதில் கடிதம் அனுப்பியது.

இந்திய அணுகுமுறையில் ஏற்பட்ட திடீர் மாற்றத்துக்கு சோவியத் யூனியனின் முதன்மைத் துணைப் பிரதமர் மிகோயன் அப்போது புது டெல்லிக்கு வருகை தந்திருந்தது ஒரு காரணமாக இருக்கக்கூடும். இந்திய - சீன எல்லைப் பிரச்னையில் இந்தியாவுக்கு ரஷ்யா சாதகமாக இருந்தது. அது உடனடியாகப் பேச்சுவார்த்தைகளைத் தொடங்கக் கோரியது. ரஷ்யாவின் வேண்டுகோளைத் தட்ட முடியாமல் இந்தியாவும் (நிபந்தனையுடன் கூடிய) பேச்சுவார்த்தைகளுக்குத் தயார் என மேற்கண்ட கடிதத்தை சீனாவுக்கு அனுப்பியது. இன்னொரு காரணம் ஜெனிவாவில் நடைபெற்ற கூட்டத்தில் இந்தியப் பாதுகாப்புத் துறை அமைச்சர் கிருஷ்ண மேனனும், சீன பாதுகாப்புத் துறை அமைச்சர் சென் யீயும் சந்தித்ததைத் தொடர்ந்து நேரு தனது போக்கை மாற்றிக்கொண்டு பேச்சுவார்த்தைக்குத் தயாரெனக் கடிதம் அனுப்பியதாகவும் கூறப்படுகிறது.

காரணம் எதுவாக இருப்பினும் பேச்சுவார்த்தைக்குத் தயார் என்று கடித்தத்தில் காணப்பட்ட வாசகங்கள் பெரும் புயலைக் கிளப்பின. அதாவது '1956-ல் சீனா கோரிய இடங்களைத் தாண்டி மேலும் அத்துமீறிய புதிய பகுதிகளிலிருந்து பின்வாங்கி முந்தைய 1956 நிலைக்குத் திரும்பும் பட்சத்தில் இந்தியா பேச்சுவார்த்தைகளைத்

தொடங்கும்' என்று கூறியதை எதிர்க்கட்சிகள் கடுமையாக எதிர்த்தன. 'அவமானத்தை நோக்கி' என்ற தலைப்பில் இந்துஸ்தான் டைம்ஸ் கீழ்க்கண்டவாறு கட்டுரை எழுதியது:-

'சீனாவுடன் இதுவரையில் இந்தியா கடைப்பிடித்து வந்த கொள்கைக்கு இது முற்றிலும் மாறுபட்டதாக உள்ளது. இந்தக் கடிதம் மூலம் 1956 வரை லடாக் பகுதியில் சீனா அத்துமீறி ஊடுருவி உள்ள பகுதிகளுக்கு இந்தியா சட்ட ரீதியான அங்கீகாரம் வழங்கி உள்ளது. எஜமானர்களாகிய பீகிங்குடன் பேச்சுவார்த்தைகள் நடத்த வசதியாக இந்தியா தனது ஆளுகைக்கு உட்பட்ட பகுதிகளைச் சீனாவுக்குத் தாரைவார்த்துக் கொடுத்து விட்டது. இந்தியாவின் இந்த நடவடிக்கை யாரையும் கலந்து ஆலோசிக்காமல் தன்னிச்சையாக எடுக்கப் பட்டதாகும். இந்திய மக்களும் நாடாளுமன்றமும் அரசு மீது வைத்திருந்த நம்பிக்கைக்கு துரோகம் இழைத்துவிட்டது'.

ஜூலை 26 கடிதம் குறித்து எழுந்த விமர்சனங்களுக்கு ஆகஸ்ட் 13 அன்று மக்களவையில் நேரு உருக்கமாகப் பதிலளித்தார் 'கௌரவத்தையும், சுய மரியாதையையும் அடகு வைக்கும் வகையில் எதையும் செய்யத் துணிய மாட்டேன். அவ்வாறு ஒரு நிலை ஏற்படுமானால் மண்ணோடு மண்ணாகவும் சாம்பலாகவும் போகத் தயாராக இருக்கிறேன். அரசின் நிலைப்பாடும் கடிதத்தின் சாரம்சமும் தவறாகப் புரிந்துகொள்ளப் பட்டதே குழப்பங்களுக்குக் காரணம். ஆக்கிரமித்துள்ள இந்தியப் பகுதிகளில் இருந்து சீனா விலகினால் மட்டுமே பேச்சுவார்த்தை என்பதில் எந்த மாற்றமும் இல்லை' என்றார்.

இதற்குப் பதிலளித்த பீகிங் 'இரு நாடுகளுமே போருக்குத் தயாராகாத நிலையில், பேச்சுவார்த்தை தொடங்குவதில் எந்த ஆட்சேபணையும் இல்லை. இப்போதுள்ள இடங்களில் இருந்து இருவரும் பரஸ்பர விலகிக் கொள்வதற்குப் பதிலாக, எங்களுக்குச் சொந்தமான இடங்களை விட்டு நாங்கள் வெளியேறிய பிறகுதான் பேச்சுவார்த்தை என்ற ஒரு தலைப்பட்சமான நிபந்தனையை ஏற்றுக் கொள்ள மாட்டோம். இந்தியா எந்தப் பேச்சுவார்த்தையிலும் ஈடுபடாமலேயே தான் உரிமை கோரும் இடங்களைப் பெற்றுவிட்ட பிறகு பேச்சுவார்த்தை என்ற ஒன்றுக்கு அர்த்தமே இல்லையே ' என்று சீனா கூறியது. அப்படியாக சீனா பேச்சுவார்த்தைக்குத் தயார்தான். ஆனால், இந்தியா விதிக்கும் நிபந்தனைகளை ஏற்கவில்லை என்று தன் நிலைப்பாட்டைத் தெளிவுபடுத்தியது.

சீனாவின் விரிவாக்க முனைவுகளே பிரச்னைக்கு முக்கியக் காரணம் என்று மேற்கத்திய நாடுகள் கருத்துத் தெரிவித்தன. ஆசிய அரசியல்

மற்றும் பொருளாதாரத்தில் முன்னணி வகிக்கவும், வல்லரசாக நிலை நிறுத்திக் கொள்ளவும் இந்தியாவும் சீனாவும் மோதிக் கொள்வதாக அமெரிக்கா கூறியது. அப்போது செனட்டராக இருந்த ஜான் எஃப் கென்னடி 'இந்தியாவின் ஐந்து ஆண்டுத் திட்டங்களுக்கு அமெரிக்கா அதிக அளவில் உதவும். அப்போதுதான் இந்தியா இந்தப் போட்டியில் வெல்ல முடியும். ஒரு வேளை இந்தியா தோற்று சீனா வெற்றி பெற்றால், பொருளாதார வளர்ச்சியும் அதிகாரச் சமநிலையும் அமெரிக்காவுக்கு எதிராக மாறும்' என்றார்.

ஆனால், பின்னாளில் 1961 நவம்பரில் நேரு அமெரிக்காவுக்கு விஜயம் செய்த போது அவர் மீதான அதிபர் கென்னடியின் மதிப்பும் கணிப்பும் ஏனோ குறைந்து காணப்பட்டது. 'ஒரு நாட்டின் மோசமான தலைவரின் வருகை' என்று நேருவின் வாஷிங்டன் பயணம் பற்றி அவர் பின்னர் தெரிவித்த கருத்து அதிர்வலைகளை ஏற்படுத்தியது. நீங்கள் எதையோ இரு கைகளால் நம்பிக்கையுடன் பற்றுகிறீர்கள். ஆனால், அது வெறும் புகைமூட்டமாகிப் போகிறது என்று நேருவுடனான சந்திப்பு பற்றிக் கூறினர்.

இரு நாட்டுத் தலைவர்களின் சந்திப்பு குறித்து ஆர்தர் ஷ்ல்சிங்கர் 'அடுத்த சில ஆண்டுகளில் இந்திய மிகப் பெரிய சக்தியாக வளரும் என்ற நம்பிக்கை அந்த சந்திப்பில் பொய்த்துப்போனதால் அமெரிக்க அதிபர் ஏமாற்றமுடன் இருப்பதாகவும், இருப்பினும் சீனாவைக் கட்டுப்படுத்த இந்தியாவுக்கான உதவிகள் தொடரும்' என்றும் பதிவு செய்திருந்தார். கம்யூனிஸ சீனாவுக்கு எதிராக இந்தியா எல்லைப் பிரச்னையில் போராடிவருகிறது. இந்தியா எந்தத் திசையில் நகரவேண்டும் என்று நாங்கள் விரும்பினோமோ அந்தத் திசையில் நகரத் தொடங்கியிருக்கும் இப்போது இந்தியாவுக்கான உதவிகளை நிறுத்துவது புத்திசாலித்தனமாக இருக்காது' என்று மற்றொரு செனட்டரான ஸ்பார்க்மென் தெரிவித்தார்.

அமெரிக்காவைப் போன்றே பிரிட்டனும் இந்தியாவுக்கு உதவுவதில் உறுதியாக இருந்தாலும், நாடாளுமன்ற உறுப்பினர்கள் மற்றும் அதிகாரிகள் இடையே இரு மாறுபட்ட கருத்துக்கள் நிலவின. குறிப்பாகப் பிரிட்டன் வெளிவிவகாரத் துறையில் உள்ள சில அதிகாரிகள் இந்தியாவின் உரிமை குறித்த வரலாற்றுரீதியான வாதங்கள் சற்று மிகையானவை என்றனர். மெக்மொகன் கோடு மற்றும் வட மேற்கில் எல்லைக் கோட்டை சீனா ஏற்றுக் கொள்ள வேண்டும் என்ற இந்தியாவின் கோரிக்கைகளுக்கு பிரிட்டனின் ஆதரவு முழுமையாக இருக்காது என்றும் பரிந்துரைத்தனர். ஆனால் இதற்கு மாறாக காமன்வெல்த் அலுவலகம், இந்தியாவிலுள்ள அதன்

ஹை கமிஷன் ஆகியவை கால காலமான நடைமுறை, வரலாறு அடிப்படையில் இந்தியா உரிமை கோரும் எல்லைகளுக்கு பிரிட்டன் முழுமையான ஆதரவளிக்க வேண்டும் என்ற கருத்தை வெளியிட்டன.

சீன விவகாரத்தில் மேற்கத்திய நாடுகள் ஓரளவு இந்தியாவுக்கு ஆதரவாக இருந்தாலும், ஆசிய - ஆப்பிரிக்க நாடுகளின் எண்ணங்கள் புது டெல்லிக்கு நம்பிக்கை அளிக்கவில்லை. இது பற்றி அசோக் மேத்தா கூறுகையில் ‘இந்தியா மீது சீனா ஆக்கிரமிப்பு செய்த நிலையிலும், நமது அண்டை மற்றும் நட்பு நாடுகள், நமக்கு ஆதரவாக இல்லாமல் நடுநிலை வகிக்கின்றன என்று ஆதங்கப்பட்டார். முக்கியப் பத்திரிகைகளும் ‘ஆசியாவில் எந்த நட்பு நாடும் இல்லாமல், இந்தியா தனிமைப்படுத்தப்பட்டுள்ளது’ என்று தலையங்கங்கள் தீட்டின.

மேற்கத்திய நாடுகளைப் போன்று ஆசிய ஆப்பிரிக்க நாடுகள் இந்தியா சொல்வதை மட்டும் நம்பி ஒரு முடிவுக்கு வந்துவிடவில்லை. சீனா சொல்வதையும் கேட்கத் தயாராக இருந்தன. கடல் போன்ற அயலுறவு கடிதப் பரிமாற்றம், ராஜ தந்திர நடவடிக்கைகள் போன்றவற்றில் மூழ்கித் தவித்த சில நாடுகள் தமக்கான பிடிமானமாக ஒரே ஒரு விஷயத்தைப் பிடித்துக்கொண்டன: ‘சீனா பேச்சுவார்த்தைக்குத் தயாராக இருக்கிறது. இந்தியா தயாராக இல்லை’. இந்தியா இதைத் தலைகீழாகச் சொன்னது. ஆனால், ஒரு சில நாடுகள் இந்தியாவின் கறாரான நிலைப்பாட்டைக் கேள்விக்குட் படுத்தியது தொடர்பாக இந்தியா யோசிக்கத் தொடங்கியிருக்கும்.

சர்வதேச விமர்சனங்கள், உள்நாட்டு விமர்சனங்கள் இரண்டையும் சமாளிக்கும் நோக்கில் 1960-ல் நேருவும் அவருடைய ஆலோசகர்களும் ‘சாதாரண பேச்சுவார்த்தை’ மற்றும் ‘தீர்வுக்கான பேச்சுவார்த்தை’ என இரு வேறு பொருள்கொண்ட வார்த்தைகளைப் பயன்படுத்தினர். இதன் மூலம் சூ என் லாயை தில்லியில் சந்தித்துப் பேசவும் முடிந்தது. கூடவே சீனா ஆக்கிரமிப்பு செய்த இடங்களில் இருந்து விலகினால் மட்டுமே உண்மையான பேச்சுவார்த்தை சாத்தியப்படும் என்றும் சொல்ல முடிந்தது. இப்போது சீனா பேச்சுவார்த்தைக்கு வரும்படி நெருக்குதல் கொடுக்கவே இந்தியா நுட்பமாக வேறொரு கருத்தைத் தெரிவித்தது. ‘இப்போதைய பதற்றத்தைப் போக்க என்ன செய்யவேண்டும் என்பதுபற்றிப் பேச இந்திய அரசு தயார்தான். இரு நாட்டு அதிகாரபூர்வ ஆய்வுமுடிகள் கிடைத்த பிறகு மேற்கொள்ளவேண்டிய பேச்சுவார்த்தைக்கு முன்னோட்டமாக மட்டுமே இந்தப் பேச்சுவார்த்தை இருக்கும்’ என்று நாடாளுமன்ற உரையில் நேரு அறிவித்தார்.

அதாவது இந்தியா எல்லையை மாற்றி அமைப்பது குறித்துப் பேசத் தயாரில்லை. இந்தியப் பகுதிகளில் இருந்து சீனா எப்படி வெளியேறப் போகிறதுஎன்பது பற்றிமட்டுமே பேசத் தயாராக இருக்கிறது என்று இதற்கு அர்த்தம். அதாவது, சீனா எந்தக் கேள்வியும் கேட்காமல் சரணடைந்துவிடவேண்டும். ஆனால் சரணடையும் நிகழ்ச்சியும் வழிமுறைகளும் எப்படி இருக்கவேண்டும் என்பதுபற்றி புதுதில்லிக்கு வந்து பேசிக்கொள்ளலாம்.

லாவோஸ் குறித்த ஜெனீவா கருத்தரங்கில் சென் யீ ஐரோப்பிய ஒலிபரப்பு முகமைக்கு அளித்த பேட்டியில் 'சீனா தனக்கு சொந்தமான பகுதியில் இருந்து வெளியேற வேண்டும் என்று சொன்னால் அது சாத்தியமே இல்லை. அது ஒட்டு மொத்த 650 மில்லியன் சீனர்களின் விருப்பத்துக்கு எதிரான முடிவாகும். இது எங்களின் கௌரவப் பிரச்னை. உலகின் எந்தச் சக்தியாலும் அங்கிருந்து வெளியேறுமாறு எங்களைப் பணிய வைக்கவோ, நிர்பந்தப்படுத்தவோ முடியாது' என்றார்.

பேச்சுவார்த்தைக்கு இந்தியா தயாராக இருந்தாலும் சென் யீயின் பேட்டியும், சீனாவின் நிபந்தனைகளுமே முட்டுக்கட்டை போடுவதாக நேரு மீண்டும் தெரிவித்தார். சீனா இந்தியாவில் ஆக்கிரமித்திருக்கும் பகுதியில் இருந்து வெளியேறுவதற்கு முன்பாகவே பேச்சு வார்த்தையைத் தொடங்கினால் அந்த ஆக்கிரமிப்பை இந்தியா ஏற்றுக்கொண்டதாக அர்த்தமாகும் என்பது இந்திய தரப்பு. ஆனால், பேச்சுவார்த்தைக்கு முன்பாகவே சீன அந்தப் பகுதியில் இருந்து வெளியேறினால் இந்தியாவின் உரிமையை முழுமையாக ஏற்றுக் கொண்டதாக ஆகும். இந்தியக் கோணத்தில் பிரச்னைக்குரிய பகுதி முழுவதுமே இந்தியாவுக்குச் சொந்தமானது. சீனா அங்கு அத்துமீறியே நுழைந்து ஆக்கிரமித்திருக்கிறது. எனவே அது அமைதியான முறையில் பேச்சுவார்த்தைக்குத் தயார் என்று சொல்வதெல்லாம் வெறும் நடிப்பே.

சீனாவின் பார்வையில் அக்சாய் சின் என்றைக்குமே இந்தியாவின் சொந்தமாக இருந்திருக்கவில்லை. அதோடு மெக்மொகன் கோட்டுக்குத் தெற்கில் இருக்கும் பகுதியை சீனா விட்டுக் கொடுப்பது பெருந்தன்மையினால்தான். அப்படியிருக்க இந்தியாதான் அமைதி என்ற போர்வையில் வம்படியாக நடந்துகொள்கிறது. அமைதி முயற்சிகளை மேற்கொள்வதாகச் சொல்லியபடியே புதிய ராணுவ மையங்களை அமைத்து முன்னேறி வருவது இந்தியாவின் இரட்டை வேடத்தையே காட்டுகிறது.

புரிதலில் இருக்கும் முரண்பாட்டை விளக்கும்வகையில் நேரு சொன்னார்: சீனர்களைப் போல் யோசித்துப்பார்த்தால் அதாவது லடாக் குறிப்பாக அக்சாய் சின் பகுதி இப்போது அவர்களுக்குச் சொந்தமானதுதான். அப்படித்தான் எப்போதுமே இருந்திருக்கிறது என்று நினைத்தால், நாம் மேற்கொள்ளும் எந்தவொரு நடவடிக்கையும் குற்றமாகவே தோன்றும். அதேநேரம் அப்பகுதிகள் இந்தியாக்குச் சொந்தமானவை - அதுதான் உண்மையும் கூட- என்று நாம் கருதும் போது சீனா மேற்கொள்ளும் எந்தவொரு நடவடிக்கையும் நமக்குக் குற்றமாகவேபடும். எந்த யூகத்தின் அடிப்படையில் சிந்திக்கிறீர்கள் என்பதுதான் எல்லாவற்றையும் தீர்மானிக்கும்' என்றார். ஆனால் இந்தப் புரிதலானது புது தில்லி இந்த விஷயத்தைக் கையாண்ட முறையில் வெளிப்படவில்லை. ஆரம்பத்தில் இருந்து இறுதிவரை மோதல் போக்கிலேயே ஈடுபட்டது.

பேச்சுவார்த்தைக்குத் தயார்... ஆனால், சீனா விரும்பும் விஷயங்களில் இல்லை என்ற இந்த நுட்பமான இந்திய அரசின் நிலைப்பாட்டை இந்தியாவில் எதிர்க்கட்சிகள் ரசிக்கவில்லை. ஆக்கிரமிப்பாளருடன், அவன் நமது நிலத்தில் அத்துமீறி உட்கார்ந்திருக்கும் நிலையில் பேச்சுவார்த்தைக்குப் போவது மிக மிகத் தவறு என்று கண்டனங்கள் எழுந்தன. இதுதான் நேரு விரும்பியதும்கூட. 'பேச்சுவார்த்தையே கூடாதென்பது குழந்தைத்தனமானது' என்று நாடாளுமன்றத்தில் முழங்கினார்.

பிரச்னைக்குரிய விஷயம் தொடர்பான பேச்சுவார்த்தை என்பது வேறு நட்பார்ந்த பேச்சு என்பது வேறு. எந்நிலையிலும் நட்பார்ந்த பேச்சு வார்த்தைகளை முடக்கவே கூடாது. பிரச்னை தொடர்பான பேச்சு வார்த்தை என்பது வேறு. அதற்கு உகந்த சூழல் உருவாகவேண்டும். அப்போதுதான் பேச்சுவார்த்தை சாத்தியம். ஆனால், நட்பார்ந்த பேச்சுக்கு என்றுமே தடை இருக்கக்கூடாது என்றார்.

ஆனால், சீன தூதருடன் நேருவின் மதிய உணவு சாப்பிட்டது, கிருஷ்ண மேனன் ஜெனீவாவில் சென் யீயுடன் பானம் அருந்தியது உள்ளிட்ட நிகழ்வுகளை எதிர்க்கட்சி உறுப்பினர்கள் கடுமையாகக் கண்டித்தனர். அதைப் பார்த்த நேருவுக்கு எரிச்சல் ஏற்பட்டது. 'நவீன உலகின் அயலுறவுச் செயல்பாடுகள் பற்றி அவர்களுக்குத் தெரியவில்லை. நாம் சர்வதேச உறவுகளில் தீண்டாமையைக் கடைப்பிடிக்க வேண்டும் என்று விரும்புகிறார்கள் போலிருக்கிறது' என்றார். உண்மையில் எதிர்கட்சிகளின் விமர்சனத்துக்கு பதில் சொல்லும்போது நேரு தன் அரசின் சீன எல்லை தொடர்பான நிலைப்பாட்டைப் பற்றி மட்டுமே நியாயப்படுத்திப் பேசியிருக்க

வில்லை. அவருடைய அரசின் அயலுறவு பற்றிய ஒட்டுமொத்தச் செயல்பாடுபற்றிய விவாதமாகவே அது இருந்தது. எல்லை தொடர்பாக ஆகஸ்ட் நடுப்பகுதியில் கொண்டுவரப்பட்ட தீர்மானத்தில் இடம்பெற்ற விஷயங்கள் அதையே உணர்த்துகின்றன. அவை பற்றிய விவரம் பின்வருமாறு:

1. சீனாவுடனான ராஜாங்க உறவுகளை உடனடியாகத் துண்டித்துக் கொள்ளுதல் (தூதர்களைத் திரும்ப அழைத்துக் கொள்வதை நேரு கடுமையாக எதிர்த்தார். இரு நாடுகளுக்கு இடையேயான தொடர்புகளுக்குத் தூதரகங்களைத் திறந்து வைத்திருக்க வேண்டுமென்று விரும்பினார். இருப்பினும் இரு தூதர்கள் திரும்ப அழைக்கப்பட்டனர். இந்தியத் தூதரே முதலில் திரும்பி அழைக்கப்பட்டார்).

2. பொதுவான பாதுகாப்பு நடவடிக்கைகள் குறித்து விவாதிக்க தென் கிழக்கு ஆசிய நாடுகளின் மாநாட்டைக் கூட்டுதல் (இதில் இந்திய அரசுக் கொள்கைகளின் மீதான இரு குற்றச்சாட்டுகள் உள்ளுறையாக இருக்கின்றன: (அ) சீனாவுடனான எல்லைப் பிரச்னையில் இந்தியத் தரப்பு நியாயத்தை தென் கிழக்கு ஆசிய நாடுகளுக்குத் தெளிவுபடுத்தாதது (ஆ) சீனாவுக்கு எதிராக இந்தப் பிராந்தியத்தில் உள்ள சிறிய நாடுகளைத் தனக்கு ஆதரவாகத் திரட்டாதது).

3. மற்ற நாடுகளின் உதவியுடன் ராணுவ பலத்தை அதிகரிக்க வேண்டும். (அணி சேரா கொள்கைக்கு எதிரானதாக அதை நேரு கருதினார். அயல் நாட்டில் இருந்து ஆயுதங்கள் வாங்குவ தென்றால் பனிப்போரில் ஈடுபடும் நாடுகளில் ஏதேனும் ஒன்றில் இருந்து வாங்குவதாகவே ஆகும். எனவே அது கூடாது. இந்தியாவின் பாதுகாப்பைப் பலப்படுத்த உள் நாட்டிலேயே ஆயுதங்கள் உற்பத்தி செய்யப்படவேண்டும் என்பதே நேருவின் கொள்கை. அயல் நாடுகளில் இருந்து ஆயுதங்களை வாங்க வேண்டும் என்ற வலதுசாரிகளின் கோரிக்கையை நேரு தன்னுடைய அணி சேராக் கொள்கை மீதான அதிருப்தியானால் அவர்கள் சொல்வதாகக் கருதினார். இந்தியாவின் பாதுகாப்புக்காக அயல் நாட்டை நாடுவதென்பது தார்மிக பலவீனத்தையே காட்டும். எல்லையில் பெரும் ஆபத்து சூழ்ந்தாலும் அந்நிய நாட்டு ராணுவ ஆயுத உதவியை ஒருபோதும் நாடமாட்டேன் என்று அவர் உறுதிபடச் சொன்னார்).

4. நேபாளத்துடன் இந்தியாவின் நட்புறவைப் பலப்படுத்த வேண்டும். (நேபாளத்தின் ஜனநாயக ஆட்சியை மன்னர் மகேந்திரா

ஓரங்கட்டிவிட்டுத் தன்னை மன்னராக இரண்டு ஆண்டுகளுக்கு முன்புதான் அறிவித்திருந்தார். அதிலிருந்து இந்தியா அவருடைய ஆட்சியை வெளிப்படையாகவே விமர்சித்துவந்தது. நேபாள நாட்டினர் இந்திய நேபாள எல்லைப் பகுதிகளில் சுதந்தரமாக உலவி வந்தனர். தீவிரவாத வேட்டைகள், மன்னருக்கு எதிரான போராட்ட முயற்சிகள் போன்றவை நடைபெற்றுவந்தன. ஆகஸ்ட் 1962 வாக்கில் இந்தியா நேபாள எல்லையில் கெடுபிடிகளை அதிகரிக்கவும் புலம் பெயர்ந்து வருபவர்களைத் திருப்பு அனுப்பவும் தொடங்கியிருந்தது).

5. பிரதமரே ராணுவப் பாதுகாப்புத் துறையைத் தன்வசம் எடுத்துக்கொள்ளவேண்டும் (காங்கிரஸில் இருந்த பலர் கூட கிருஷ்ண மேனனை ஒரு மறைமுக கம்யூனிஸ்ட் என்றே கருதினர். அவர்தான் நேருவை சீன எல்லை விஷயத்தில் மிதமாக வழிநடத்துகிறார் என்று சந்தேகித்தனர். நேரு மீதான மதிப்பும் மரியாதையும் அதிகமாகவே இருந்தது. அவரைத் தீவிரமாக எதிர்ப்பவர்கள்கூட அவர் தவறாக வழி நடத்தப்படுகிறார் என்றே சொன்னார்கள். அவர் தவறு செய்கிறார் என்று சொல்லவில்லை. இதற்கு முன் இரண்டு முறை அவர் பாதுகாப்புத் துறையைத் தன் வசம் வைத்திருக்கவும் செய்திருக்கிறார்).

சீனா தான் ஆக்கிரமித்திருக்கும் இடத்தில் இருந்து வெளியேறினால் ஒழிய இந்தியா பேச்சுவார்த்தைக்குப் போகவே கூடாது (இதுவே இந்தியாவின் மாறாத நிலைப்பாடாக இருந்திருக்கிறது. ஆனால், இவ்வளவு வெளிப்படையாக ஒரு வாக்கியத்தை நேரு ஒருபோதும் உச்சரிக்கமாட்டார். 'சீனர்களுடன் பேச்சுவார்த்தை நடத்த உகந்ததாக இப்போதைய சூழல் இல்லை என்றே எனக்குத் தோன்றுகிறது' என்றே அவர் அதிகபட்சமாகச் சொல்வார்).

~

மேற்குப் பிராந்தியத்தின் புல் பூண்டு கூட முளைக்காத தரிசு நிலத்தில் குறுக்கும் நெடுக்குமாக ஏராளமான ராணுவ முகாம்கள் அமைக்கப் பட்டன. சிப்சாப் பள்ளத்தாக்கில் இந்திய சீன முகாம்கள் மிகுதியாக இருந்தன. சில நேரங்களில் இந்திய விமானங்களில் இருந்து போடப் பட்ட பொதிகள் சீன முகாமுக்குள் கூடச் சென்று விழுந்தன. அவர்கள் கேட்காமல் கிடைத்த அந்தப் பரிசுகள் குறித்து எரிச்சல்கூடப் பட்டனர். இந்திய வீரர்களுக்கோ தங்களைக் குறிபார்த்து நிற்கும் சீனத் துவக்குகளை மீறி இந்தப் பொருட்களை எடுத்துவர வேண்டியிருக்கும்.

கால்வன் பள்ளத்தாக்கில் ஐந்து வாரங்களுக்கு முன்பு நடைபெற்ற

மோதலைத் தொடர்ந்து இந்திய ராணுவத்துக்கு அனுப்பப்பட்ட உத்தரவை சிப் சாப் பள்ளத்தாக்கில் அமல்படுத்தினர். அங்கு அமைக்கப்பட்டிருந்த இந்திய ராணுவ முகாம்களை நெருங்கிக் கொண்டிருந்த சீனர்களைத் திரும்பிச் செல்லுமாறு விடுத்த எச்சரிக்கையைப் பொருட்படுத்தாமல் தொடர்ந்து முன்னேறினர். எனவே, வேறு வழியின்றி இந்திய வீரர்கள் சரமாரியாகச் சுட்டதில் பல சீனர்கள் இறந்தனர். அவர்களுடைய உடல்கள் இந்தியப் பகுதிகளில் அப்படியே கிடத்தப்பட்டன.

புது டெல்லியில் உள்ள சீனத் தூதரக அதிகாரியை இந்திய வெளி விவகாரத் துறை அமைச்சகம் அழைத்து இறந்து போன சீன வீரர்களின் உடல்களை எடுத்துச் செல்லுமாறு கோரியது. இந்திய அரசு இந்தச் செய்தியைப் பெரிதுபடுத்த விரும்பவில்லை. வேண்டுமானால் சீனாவே இந்தச் செய்தியைப் பொதுவெளிக்குக் கொண்டு செல்லட்டும் என்று விட்டுவிட்டது. ஆனால், டைம்ஸ், பால்டிமோர் சன், இந்துஸ்தான் டைம்ஸ் ஆகியவை 1962 செப்டம்பர் 12 - 15 தேதிகளில் வெளியிட்டன. இந்திய தரப்பு வெளியிட்ட வெள்ளை அறிக்கையில் இந்தச் சம்பவங்கள் இடம்பெறவில்லை. ஆனால், பீப்பிள்ஸ் டெய்லி 'இந்திய ராணுவத்தின் அத்துமீறல் காரணமாகப் பல சீன வீரர்கள் கொல்லப்பட்டனர்' என்று பின்னர் குறிப்பிட்டது.

தூரத் தெற்கில் ஸ்பான்கர் பகுதியில் பல விஷயங்கள் தீவிரமாக நடைபெற்றன. பனாங் மற்றும் ஸ்பான்கர் ஏரிக்கு இடையில் பல முகாம்களை கூர்க்காக்கள் அமைத்தனர். விமானம் மூலம் போடப் பட்ட பாகங்களைக் கொண்டு செய்யப்பட்ட மோட்டார் படகுகளில் ரோந்துப் பணியில் ஈடுபட்டனர். ஆகஸ்ட் வாக்கில் சீனர்கள் உரிமை கொண்டாடிய பகுதியில் சுமார் 40 முகாம்களை அமைத்திருந்தனர். பலவற்றில் சுமார் 10 அல்லது 12 வீரர்கள் இருந்தனர். சிலவற்றில் சுமார் 30-40 பேர் இருந்தனர். சீன வீரர்கள் அதிக எண்ணிக்கையில் அதிக ஆயுதங்களுடன் இருந்தனர். போக்குவரத்து வசதிகளும் அவர்களுக்கு வலுவாக இருந்தது. அங்கு இருந்த இந்திய வீரர்கள் ஒருவகையில் பலிகடாவாகவே இருந்தனர். சீனா தாக்கினால் முற்றாக அழிக்கப் படுவதற்கு முன் எத்தனை சீனர்களை அவர்களால் தாக்கமுடியும் என்று சொல்லமுடியாது. புது தில்லியில் இருந்த நேருவும் அவருடைய ஆலோசகர்களும் சீனா தாக்காது என்று கொண்டிருந்த நம்பிக்கையினால் உயிர்ப்பணயம் வைக்கப்பட்டவர்கள்.

மேற்குப் பிராந்தியத்தில் சுற்றுப்பயணம் மேற்கொண்ட கௌல் பிரதமர் நேருவுக்கு அனுப்பிய கடிதத்தில் 'லடாக் பகுதியில் முடிந்த அளவு ராணுவ பலத்தை அதிகரிப்பது நல்லது. பெரிய படையாக

இருக்கவேண்டும் என்று காத்திருக்கவேண்டாம். சிறிய படையாக இருந்தாலும் போதும். சீனர்கள் நமது படை வீரர்களின் எண்ணிக்கை குறைவாக இருந்தாலும் நம் மீது தாக்கமாட்டார்கள் என்ற நம்பிக்கை எனக்கு உள்ளது' என்றார்.

கடுமையான நடவடிக்கைகள் எடுக்கவேண்டும் என்று நெருக்குதல் கொடுத்தவர்களுக்கு நேரு முன்பு பதிலளிக்கையில் நமது வீரமும் தீரமும் மிகுந்த வீரர்களை அது அபாயத்தில் தள்ளிவிடுவதுபோல் ஆகிவிடும். அப்படியான அதீத சாகசங்களில் ஈடுபடக்கூடாது என்று சொன்னார். இப்போதோ அவருடைய மனநிலை மாறிவிட்டிருந்தது. 'லடாக் பகுதியில் நாம் நிறைய முகாம்களை அமைத்திருக்கிறோம். தாக்கப்படும் அபாயம் அதிகமுள்ள பகுதிகள் இவை என்பது அரசுக்குத் தெரியும். ஆனால், அதைப் பற்றிக் கவலையில்லை. தெரிந்தே இந்த அபாயத்தை எடுத்திருக்கிறோம். நாம் முன்னேறிச் சென்றதன் மூலம் சீனா முன்னேறி வராமல் தடுத்திருக்கிறோம். அதுவே மிகவும் முக்கியம். சீனா நமது முகாம்களைத் தாக்கி வீழ்த்தினால் நாம் தோற்றுவிட்டோம் என்று அர்த்தம் அல்ல. முழு தைரியத்துடன் முழு பலத்துடன் அதை எதிர்கொள்வோம்' என்றார். எனவே இந்திய ராணுவத்தினர் இருந்த அபாய நிலை நேருவுக்குத் தெரிந்துதான் இருந்திருக்கிறது.

இதற்கு இடையே மேற்கு கமாண்ட் ஜெனரல் தௌலத் சிங் ஆகஸ்ட் மாதம் ராணுவத் தலைமை அலுவலகத்துக்குக் கடிதம் எழுதினார்.

> மேற்குப் பிராந்தியத்தில் சீனா அதிக எண்ணிக்கையில் ராணுவத்தைக் குவித்துள்ளது. அதைச் சமாளிக்க நம்மிடம் போதிய பலமில்லை. எனவே சீன ராணுவத்தைத் தூண்டிவிடும் / சீண்டிவிடும் வகையில் எந்த நடவடிக்கைகளையும் எடுக்க வேண்டாம். இப்போதுள்ள நிலையே தொடர இந்தியா ஒப்புக் கொள்ளும் பட்சத்தில், சீனா நம்மோடு போர் தொடுக்காது. ஆனால் அக்சாய் சின் சாலையைப் பொறுத்தவரை அது சீனர்களுக்கு மிக முக்கிய இணைப்பாகும். எனவே அதைப் பாதுகாக்க இந்தியாவின் எந்த முயற்சியையும் முறியடிப்பார்கள். எனவே மேற்குப் பிராந்தியத்தில் நமது பலத்தை அதிகரிக்கப் போதிய தளவாடங்களுடன் நான்கு பிரிகேட்களாவது தேவை. அதுவரையில் முன்னேறிச் செல்லும் கொள்கையைத் தற்காலிகமாக நிறுத்த வேண்டும். அரசியல் முடிவுகள் என்பவை ராணுவப் பரிந்துரைகளின் அடிப்படையில் இருக்கவேண்டும். இந்த இரண்டுக்கும் இடையில் ஒத்திசைவு இல்லையென்றால் பொருள்/ உயிர் இழப்பும் ஏற்படும். தார்மிக இழப்பும் ஏற்படும். நமது

பகுதியின் மீதான சீனாவின் முறைகேடான உரிமை கோரல்களை மறுதலிக்க ராணுவ பலத்தை அதிகரித்துக்கொள்வதுதான் ஒரே வழி. அதுவரை இப்படியான செயல்பாடுகளை நிறுத்தவேண்டும். இப்போதுள்ள நிலையில் தாக்குதல் என்ன தற்காத்துக்கொள்ளவே நம்மால் முடியாது.

தௌலத் சிங் எழுதிய கடிதத்துக்கு ஜெனரல் ஸ்டாஃப் அலுவலகத்திலிருந்து பதில் வர மூன்று வாரங்கள் ஆயின. 'நமது உரிமையை நிலைநாட்ட 'முன்னேறிச் செல்லும் கொள்கை' அவசியம் என்பதாலும், சுற்றி நடக்கும் நிகழ்வுகள் அதன் அவசியத்தை வலியுறுத்துவதாலும், அதைத் தொடர வேண்டியது கட்டாயம் ஆகும். நாம் அதைச் செய்யாவிட்டால் எந்தவொரு காலி இடத்தையும் நிரப்பும் குணம் கொண்டது சீனா' என்று எழுதியிருந்தார்கள். ஆனால் தௌலத் சிங் கோரிய நான்கு பிரிகேட்கள் ராணுவ வீரர்களையும் தளவாடங்களையும் அனுப்புவது பற்றி எந்தக் குறிப்பும் இல்லை. 'ஒரு வேளை சீனா தாக்குதல் நடத்தினால் இருக்கும் சூழலில் நம்மால் அதிபட்சம் என்ன செய்ய முடியுமோ அதைத் தீவிர முனைப்புடன் செய்ய வேண்டும்' என்ற உத்தரவுடன் கடிதத்தை நிறைவு செய்யப்பட்டிருந்தது.

இதற்கிடையே ஜெனரல் ஸ்டாஃப் மூத்த அதிகாரி ஒருவர் கிழக்குப் பிராந்தியத்துக்கு வருகை தந்து வீரர்களுடன் உரையாடுகையில் சீனாவின் ராணுவ பலத்தைப் பற்றிச் சிலர் எச்சரிக்கை செய்திருக்கிறார்கள். அதற்கு அவர் 'லடாக் பகுதியில் அவர்கள் மீது லேசாகத் துப்பாக்கி சூடு நடத்தியதைத் தொடர்ந்து அங்கிருந்து ஓடிவிட்டார்கள். இந்த ஒரு நிகழ்வே நமது பலத்துக்குச் சாட்சி' என்று அவர்களது அச்சத்தைப் போக்கும் வகையில் உற்சாகப்படுத்தியதாகச் சொல்லப்படுகிறது.

செப்டம்பர் மாதத் தொடக்கத்தில் இருந்தே சீனாவின் அச்சுறுத்தல்கள் அத்துமீறிக் கொண்டிருந்தன. 'துப்பாக்கிச் சூடு நடத்துவதோ, கையெறி குண்டுகளை வீசுவதோ விளையாட்டுத்தனமான விஷயம் இல்லை. நெருப்போடு விளையாடுபவன் நெருப்பாலேயே அழிவான். சீன ராணுவத்தைத் தாக்கி அவர்களைத் தூண்டிவிடும் பணியை இந்தியா தொடர்ந்து மேற்கொண்டால், பின்விளைவுகளுக்கான பொறுப்பை இந்தியாவே ஏற்க வேண்டியிருக்கும்' என்று பீகிங் எச்சரித்தது.

யாரேனும் ஒருவர் விட்டுக் கொடுத்தால் இருவருக்குமே நன்மை கிடைக்கும் வகையிலான இந்த வம்புச் சண்டை அதன் உச்சத்தை எட்டியது. உலகமோ ஆள் நடமாட்டம் இல்லாத பகுதிக்காக ஆசியாவின் இரு புலிகளும் ஏன் சண்டையிடுகின்றன என்று காரணம்

புரியவில்லை குழம்பியது. புது தில்லியில் இருந்து வெளியான செய்திகள் எல்லாமே போர் நடக்க வாய்ப்பே இல்லை. அதாவது பூமியின் கூரைக்கு அருகே நடைபெறும் மோதல் பரபரப்பாகவே உள்ளது. அச்சமூட்டுவதாக இல்லை என்றே கருத்துத் தெரிவித்தன.

சீனா தடுக்கப்பட்டுவிட்டிருக்கிறது. இனி இந்தியா எந்த நிலையிலும் பின்வாங்க முடியாது என்ற நிலையை எட்டிவிட்டது என்று ஒரு பிரிட்டிஷ் செய்தியாளர் தெரிவித்தார்.

இன்னொரு பக்கம் இன்னொரு முக்கிய போட்டி நடந்து கொண்டிருந்தது. இரு ரஷ்ய கப்பல்கள் மூலம் க்யூபாவுக்கு ஆயுதங்கள் வழங்கப்பட்டுள்ளன. அதில் மிகப் பெரிய இரண்டு போர் விமானங்களும் அடங்கும் என்ற செய்தியை வாஷிங்டனில் உள்ள அமெரிக்க உளவு அமைப்பான சிஐஏ பதிவு செய்தது.

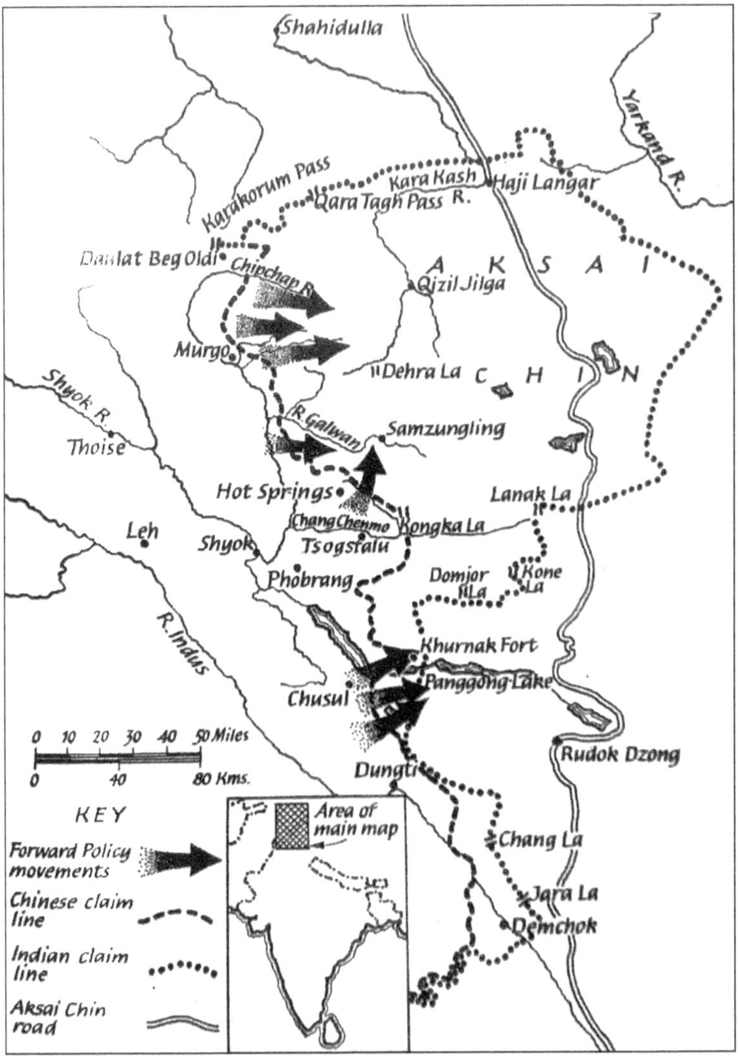

மேற்குப் பக்க எல்லை - முன்னேறிச்செல்லும் கொள்கை

பாகம் 3

பீகிங்கின் பார்வையிலிருந்து...

~

நேரு இந்திய சுதந்தரப் போருக்கு எதிராகச் செயல்பட்ட ஒரு கலகக்காரர். ஏகாதிபத்தியத்தின் விசுவாசமான அடிமை. மக்களின் சுதந்தரப் போராட்டத்தை முடக்கியவர்.

- 1949, வேர்ல்ட் கல்ச்சர். ஷாங்காய்-1

நேரு சீனாவின் நண்பர். ஏகாதிபத்தியத்தின் போர் மற்றும் ஆக்கிரமிப்புக் கொள்கைகளுக்கு எதிரானவர்.

- 1959, தி பீப்பிள்ஸ் டெய்லி, பீகிங்-2

நேருதான் பேச்சுவார்த்தைகள் நடக்காமல் போகக் காரணம். போருக்கான உத்தரவைத் தந்தது நேருதான். நாடி நரம்பெல்லாம் ரத்த வெறி ஊறியவர்.

- 1962, தி பீபிள்ஸ் டெய்லி, பீகிங்-3

~

சீனா இந்தியாவைக் கையாண்டதில் இரண்டு வழிமுறைகள் இருந்தன. முதலாவது மார்க்ஸிய-லெனினியப் பார்வை. இந்தியாவை வரலாற்று முரணியக்கப் பின்புலத்தில் வைத்துப் பார்ப்பது. மற்றொன்று இந்தியாவை சக ஆசிய சக்தியாகவும் அண்டை நாடாகவும் பார்ப்பது. இந்த இரண்டுமே ஒன்றுக்கொன்று மாறு பட்டவை. ஆனால், நடந்த நிகழ்வுகள், குறிப்பாக எல்லைப் பிரச்னை இந்த இரண்டு பார்வையையும் ஒன்று சேரவைத்துவிட்டது. அதாவது சீனாவின் பார்வையில் இந்தியாவின் அரசியல் இயல்பானது தவிர்க்க முடியாமல் சீனாவுடன் மோதவைத்துவிட்டது என்று ஆகிவிட்டது.

1940ளில் சீனாவில் ஏற்பட்ட மாற்றம் காரணமாக கம்யூனிஸ்ட்கள் பதவியைக் கைப்பற்றுவதற்கு முன்பு ஆட்சியில் இருந்த சியாங் - கே - ஷேக் மற்றும் நேருவுக்கும் இடையேயான உறவுகள் சிறப்பாக இருந்தன. இந்தியா சுதந்திரம் அடைந்த பிறகு 1948-51-ல் அப்போதைய ஐதராபாத் மாகாணத்தின் தெலங்கானா மாவட்டத்தில் விவசாயிகள் நிலங்களைப் பறித்துக் கொண்டு தங்களாகவே நிர்வகிக்கத் தொடங்கினர். கம்யூனிஸ்ட்களின் அந்தப் போராட்டத்தை ஒடுக்க ராணுவம் களமிறக்கப்பட்டது. இந்தியக் கம்யூனிஸ்ட்களின் இந்தச் செயலை மா சே துங் பாராட்டி 'இந்திய கம்யூனிஸ்ட் கட்சியின் வீரத்தின் மீது நம்பிக்கை வைத்து அனைவரும் ஒரே குடையின் கீழ் ஒற்றுமையுடன் உறுதியாகப் போராடினால் சீன விடுதலை போன்று, இந்தியாவும் உண்மையான விடுதலையைப் பெறும். சோஷலிஸ மக்கள் ஆட்சிக் குடும்பத்தில் ஓர் அங்கமாகும்' என்று கடிதம் எழுதினார்.

சர்வ தேச உறவுகளிலும் கூட இந்தியா புரட்சிக்கு எதிரான திசையில் நகரத் தொடங்கியிருந்தது. சியாங் - கே - செக் ஆட்சிக்கு ஆதரவாக இருப்பதுபோல் தோன்றிய அமெரிக்கா நேருவை ஆதரிக்கத் தொடங்கியது. 1950-ல் வெளியான சீன கம்யூனிஸ்ட் கட்சியின் அதிகாரபூர்வ பத்திரிகையான பீப்பிள்ஸ் டெய்லி 'இந்தியா மீதுதான் அமெரிக்கா முழுமையான நம்பிக்கை வைத்துள்ளது. அதன் காரணமாக அமெரிக்கா அறிவித்துள்ள பாயிண்ட் ஃபோர் (Point Four) உள்ளிட்ட நலத் திட்டங்களில் இந்தியாவுக்கு முன்னுரிமை

வழங்கியுள்ளது' என்று எழுதியது. நேருவோ இந்தக் காலகட்டத்தில் அமெரிக்க உதவியைப் பெற்றுக்கொள்வதா முற்போக்கு போன்ற பாவனையைத் தொடர்ந்து மேற்கொள்வதா என்ற குழப்பத்தில் இருந்தார்.

திபெத்தின் சுதந்திரத்துக்கு உதவும் அளவுக்கு பிரிட்டனின் இமாலயப் பகுதிகளுக்கான கொள்கையையே இந்தியாவும் பின்பற்றத் தொடங்கிய போதுதான் நேருவின் அரசியலை சீன கம்யூனிஸ்ட்கள் உணர்ந்துகொண்டனர். 'சீனாவின் பல்வேறு பகுதிகளில் வாழும் மக்களைப் பிரிக்கும் வேலையில் நேருவும் அவரது சகாக்களும் நேரடியாக ஈடுபட்டு வருகின்றனர். சீன மக்களின் ஒற்றுமையைக் குறைத்து மதிப்பிட்டு அவர்களின் உள்நாட்டு விஷயங்களில் தலையிடுகின்றனர். சீனாவின் தலைமையை திபெத் எப்போதும் ஏற்றுக்கொண்டதே இல்லை என்று அறிக்கையும் விடுகின்றனர்' என்று 1949 செப்டம்பரில் பீப்பிள்ஸ் டெய்லி நேருவின் நடவடிக்கை களைக் கடுமையாகச் சாடியது. ஷாங்காயில் இருந்து வெளியாகும் மற்றொரு பத்திரிகை 'பிரிட்டிஷ், அமெரிக்க ஏகாதிபத்தியங்களின் வழியில் திபெத்தைத் தன்னுடன் இணைத்துக்கொள்ள இந்தியா முயன்று வருகிறது. அந்த ஏகாதிபத்தியங்கள் ஏற்கெனவே சியாங் -கே - செக்கு மாற்றான கையாளாக நேருவை நியமித்துள்ளன' என்று எழுதியது.

1950-ல் சீனப் படை திபெத்தினுள் நுழைந்ததற்கு இந்தியாவின் எதிர்வினையைப் பார்த்த சீனாவுக்கு திபெத் தொடர்பாக இந்தியா என்ன நினைக்கிறது என்ற சந்தேகம் எழுந்தது. ஆனால், பரந்து விரிந்த பார்வையில், இந்தியா தனக்கு ஆதரவாக இருப்பதாகவே சீனா உணர்ந்துகொண்டது.

1949-ல் சீன மக்கள் குடியரசு ஆட்சியைக் கைப்பற்றியபோது அதை அங்கீகரித்த இரண்டாவது நாடு இந்தியாதான் (முதல் நாடு பர்மா. இந்தியா முதலிலேயே அங்கீகரித்திருக்கும். ஆனால், பிரிட்டன் முதலில் அங்கீகரிக்கட்டும் என்று மரியாதை நிமித்தமாக இந்தியா பொறுமை காத்தது. பிரிட்டன் கால தாமதம் செய்யவே இந்தியா இரண்டாவது நாடாக அங்கீகரிக்கவேண்டியவந்தது). ஐக்கிய நாடுகள் அமைப்பில் சீனாவுக்கு பிரதிநிதித்துவம் வேண்டும் என்று பலமாகக் குரல் கொடுத்ததும் இந்தியாதான். கொரியாவில் சண்டை மூண்டபோது அதை முடிவுக்குக் கொண்டு வர இந்தியா தன் பங்கைச் சிறப்பாக ஆற்றியது. அதேபோல் சீனாவுக்கும் அமெரிக்காவுக்கும் இடையில் நடக்கவிருந்த ஒரு போரையும் இந்தியா தடுத்தது. அமைதிக்கான இந்தியாவின் இந்த முயற்சிகளை சீனா வரவேற்றது. அமெரிக்காவுடன் பேசுவதற்கு இந்தியாவைப் பயன்படுத்திக்

கொண்டதும் சீனாதான். கொரியாவின் மீது அமெரிக்கா படை எடுத்தால் சீனா தலையிடும் என்று இந்திய தூதர் பணிக்கரிடம் பீகிங் தெரிவித்தது. கொரியப் போர் நிறுத்தத்தில் இந்தியா தலையிட்டுப் போர்க்கைதிகள் பரிமாற்றத்தில் முக்கியப் பங்கு வகித்தது. சீனா இது தொடர்பாக இந்தியா மீது விமர்சனத்தை வைத்தது. ஆனால், இந்தியாவின் சர்வதேச அமைதி முயற்சிகளை வரவேற்றது.

1950களின் மத்தியில் சீனாவும் இந்தியாவும் சகோதரர்கள் என்று பொருள்படும் 'இந்தி சீனி பாய் பாய்' கோஷம் மிகவும் பிரபலம். 1955 பண்டுங்கில் நடைபெற்ற மாநாட்டில் நடந்த ஒரு விஷயம் நேரு சகோதர பாசத்துடன், பெரிய அண்ணனாக, எடுத்துக் கொண்ட சில உரிமைகளைச் சூ என் லாய் ரசிக்கவில்லை. சற்றேறக் குறைய பத்தாண்டுகள் கழித்து சீனாவுக்கு வந்த பாகிஸ்தான் மற்றும் சிலோன் பத்திரிகையாளர்களைச் சந்தித்த சூ என் லாய் 'என் வாழ்க்கையில் நேருவைபோல் அகம்பாவமும், ஆணவமும் கொண்ட மனிதரை இதுவரை சந்தித்ததே இல்லை' என்று கூறினார்.

சீனாவின் மனோபாவம் குறித்து இந்தியாவின் தூதராக பீகிங்கில் பொறுப்பேற்றுக்கொண்ட பணிக்கர் நினைவுகூர்கையில் 'சீனா இந்தியாவுடன் நட்புணர்வுடன்தான் இருந்தது. ஆனால், வயதில் மூத்த அண்ணன் வாழ்க்கையில் தடுமாறிக் கொண்டிருக்கும் தனது தம்பிக்கு ஆலோசனை சொல்லி வழிகாட்டுவதுபோன்ற மனோ பாவத்திலேயே சீனா நடந்துகொண்டது' என்றார். 'இந்தியாவின் விடுதலையை நாங்கள் வரவேற்கிறோம். ஆனால் ஆசியாவின் மிகப் பெரிய நாடாகவும் சக்தியாகவும் சீனா அங்கிகரிக்கப்பட்டுள்ள நிலையில், இந்தியாவின் இடம் என்ன என்பதை புது டெல்லி புரிந்துகொண்டு நடக்கவேண்டும்' என்றே பீகிங் விரும்பியது.

இந்தியாவின் கோணத்தில் சீனாவும் இந்தியாவும் ஒட்டிப் பிறந்த இரட்டைகள். ஆனால் நேரு மற்றும் சூ என் லாய் ஆகிய இருவரில் யார் மூத்தவர், யார் பிரபலம் என்றால் சந்தேகமே இல்லாமல் நேருதான். நேரு உலகம் முழுவதும் பிரசித்தம். அவருடைய நூல்களும் கொள்கைகளும் பரவலாகப் படிக்கப்பட்டுப் பின்பற்றப் படுகின்றன. ஆனால் சூ என்லாய் என்பவர் மாசே துங்கின் கொரில்லாப் படைத் தளபதி என்பதைத் தவிர சொல்வதற்கு வேறு ஒன்றுமே இல்லை. மேலும் சீனாவில் உள்ளவர்களைத் தவிர வேறு யாருக்கும் அவரைத் தெரியாது. 1930களின் சே குவாரா என்று சூ என் லாயை அழைத்தாலும் தவறில்லை. (1936-ல் ரெட் லைன்ஸை நான் சந்தித்தபோது கிழக்கு எல்லை செம்படையின் தளபதியாக இவர் இருந்தார். யேனனுக்கு வடக்கில் இருந்த ஒரு கிராமத்தில் மெலிந்த உடலுடன் பருத்தி சீருடையில் என்னை வரவேற்றார். சிவப்பு

நட்சத்திரம் பொறிக்கப்பட்ட தொப்பியுடன் கம்பீரமாக சலாம் வைத்தார். தலை மறைவு வாழ்க்கை நடத்திய அந்த சூ என் லாயின் தலைக்கு சியாங் கை செக் 80 ஆயிரம் டாலர்கள் பரிசு அறிவித்திருந்தார்).

ஆசியாவின் பலம் பொருந்திய நாடாக இந்தியாவையும், தன்னைப் பிரபலமான தலைவராகவும், முன்னிலைப்படுத்த நேரு மேற்கொண்டு வரும் முனைவுகளை பீகிங் உன்னிப்பாகக் கவனித்து வந்தது. அதற்குக் காரணம் நேரு உலகளவில் அனைவரும் அறிந்த மனிதராக வலம் வந்து கொண்டிருந்ததுதான். 1956 சூயஸ் கால்வாய் விவகாரம், 1958-ல் மத்திய கிழக்கில் இங்கிலாந்து - அமெரிக்கத் தலையீடு ஆகியவற்றில் நேரு நடுநிலையே வகித்தார். மேலும் ஐக்கிய நாடுகள் அமைப்பில் சீனாவுக்கு இடம் தர வேண்டும் என்று இந்தியா தீவிரமாக முனையும் தருணத்தில் அதைக் கெடுக்கும் வகையில் நடந்து கொள்ள வேண்டாம் என்றும் பீகிங் கருதியதால் நேருவின் வெளிவிவகாரக் கொள்கைகளுக்கு முழு மதிப்பெண் வழங்கியது. இருப்பினும் 1959-ல் திபெத் விஷயத்தில் நேரு எடுத்து முடிவுகள் சீனாவுக்குக் கோபத்தை உண்டாக்கின.

லெனினியக் கோபாடுகளின் படி ‘காலனிய, பகுதி காலனிய பூர்ஷ்வா வர்க்கமானது ஏகாதிபத்திய, நில உடமை ஆதிக்க சக்திகளை எதிர்ப்பதன் மூலம் ஒருவகையில் முற்போக்கான பங்கை ஆற்ற முடியும். அதேநேரம் அந்த பூர்ஷ்வா வர்க்கத்தில் ஒரு பிரிவானது காலப்போக்கில் ஏகாதிபத்தியத்துடன் சமரசம் செய்துகொண்டு புரட்சிக்கு எதிராகச் செயல்பட ஆரம்பிக்கும்’. இந்தத் தத்துவத்தின்படி 1959-ல் நேருவின் ஜெக்கில் - ஹைட் உருமாற்றமானது திபெத் கலவரத்தின் மூலம் வெளிப்படத் தொடங்கியது என்று பீப்பிள்ஸ் டெய்லி கட்டுரை எழுதியது.

1959 மார்ச்சில் கிழக்கு திபெத் கம்பா பகுதியில் நடைபெற்ற கிளர்ச்சி மேற்கு திபெத்துக்கும் பரவியது. சீன ராணுவத்துடன் லாசாவில் நடைபெற்ற கடுமையான சண்டையில் உயிரைக் காப்பாற்றிக் கொள்ள தலாய் லாமா இந்தியாவில் தஞ்சம் புகுந்தார். இதன் மூலம் திபெத் விவகாரத்தில் இந்தியா நேரடியாகத் தலையிடுவது உறுதியாகி உள்ளது. தலாய் லாமாவுக்கு ஆரம்பத்தில் இருந்தே ஆதரவாகவும் இப்போது அடைக்கலம் தருவதும், நேருதான் என்று பல ஆண்டுகளாக பீகிங் சொன்னது உண்மையாகிப் போனதாக சீனா அறிக்கை வெளியிட்டது.

நேரு தர்மசங்கட நிலைக்குத் தள்ளப்பட்டார். தஞ்சம் தேடி வந்தவருக்கு அடைக்கலம் தர வேண்டியது மனித நேயம் என்றும் திபெத்திய அகதிகள் மீது காட்டும் அன்பையும் பரிவையும்

கொச்சைப்படுத்தக் கூடாது என்றும் சமாதானம் கூறினார். இது பற்றி எதிர்கட்சி உறுப்பினர்கள் கேட்ட கேள்விகளுக்குப் பதிலளிக்கையில் ‘திபெத்திய விவகாரத்தில் தலையிட வேண்டும் என்பது எங்கள் நோக்கமல்ல. சீனாவுடன் நீண்ட கால உறவைப் பராமரிக்க வேண்டும் என்பதே எங்களுக்கு முக்கியம். ஆனால் அதே சமயம் அநாதைகளாக, ஆதரவின்றித் தவிக்கும் திபெத்திய அகதிகள் மீது கருணையும் பரிவும் காட்ட வேண்டியதும் அவசியம். சீனா தனது அபரிமிதமான பலத்தையும், அதிகாரத்தையும், அவர்கள் மீது செலுத்தாமல், நட்பு பாராட்டி, திபெத்திய பிராந்தியத்துக்குத் ‘தன்னாட்சி’ உரிமையை வழங்க வேண்டும். இப்போது நடைபெறும் போரும் உயிர் இழப்புகளும் விரைவில் முடிவுக்கு வருமென நம்புகிறேன்’ என்றார்.

திபெத்துக்கு ஆதரவு, தலாய் லாமாவுக்கு அடைக்கலம், நேருவின் நாடாளுமன்றை உரை ஆகியவை பீகிங்கின் கோபத்தை இன்னும் அதிகப்படுத்தின. பிப்பிள்ஸ் டெய்லி நேருவின் நடவடிக்கைகளைக் கடுமையாக விமர்சித்து நீண்ட கட்டுரையை எழுதியிருந்தது: ‘தலாய் லாமாவுக்கு அடைக்கலம் கொடுத்ததில் எங்களுக்கு எந்த ஆட்சேபணையும் இல்லை. இது உலகளவில் நடக்கும் வழக்கமான நடைமுறைதான். ஆனால், தலாய் லாமா அடைக்கலம் நாடி வந்தவுடன், ஒரு நாட்டின் தலைவரைப் போல் இந்திய அரசு வரவேற்றதையும், நேரு உடனடியாக முசோரிக்குச் சென்று ஏதோ வெளிநாட்டுப் பிரதமர் இந்தியாவுக்கு வருகை தந்ததுபோல் அவரைப் பார்த்ததையுமே வன்மையாகக் கண்டிக்கிறோம். நட்புடன் பழகும் அண்டை நாட்டின் அமைதியைக் கெடுக்கும் வகையில் புரட்சி செய்தவருக்கு அரசு சார்பில் அளித்த மரியாதைதான் எங்களுக்கு வருத்தம் தருகிறது. மேலும் இந்தியாவில் அடைக்கலம் புகுந்த தலாய் லாமா பத்திரிகையாளர்களைச் சந்திக்கவும், பேட்டி அளிக்கவும், அரசியல் பணிகளை மேற்கொள்ளவும் அனுமதிக்க மாட்டோம் என்று புதுடெல்லி அளித்த உத்தரவாதத்தையும் நிறைவேற்றவில்லை’.

அமெரிக்க மற்றும் பிரிட்டிஷ் அதிகார வர்க்கங்கள் திபெத்திய புரட்சியாளர்களுக்கு அனுதாபம் தெரிவிப்பதோ, நேசக்கரம் நீட்டுவதோ எங்களுக்குப் புதிதும் இல்லை. அதிசயமும் இல்லை. ஆனால், இதுபோன்ற கலவரக்காரர்களின் திட்டங்களையும் தந்திரங்களையும் காலங்காலமாக எதிர்த்துவிட்டு, இன்றைக்கு அவர்களுடன் கைகோர்த்துக் கொண்டு திபெத்துக்கு ஆதரவு என்று சொல்வதுதான் எங்களுக்கு ஆச்சரியமாகவும், வேடிக்கையாகவும், இன்னும் சொல்லப் போனால் வேதனையாகவும் இருக்கிறது.

திபெத்துக்கும், இந்தியாவுக்கும் நீண்ட கால உறவு உண்டு என்பதால் தான் திபெத்திய புரட்சிக்கு ஆதரவளித்தோம் என்ற நேருவின் கருத்து

ஏற்புடையதில்லை. அப்படியானால் இந்தியாவிலும் நீண்ட காலமாகத் தனி நாடு கேட்டுப் போராடி வருகின்றனர். சீனாவின் உள்நாட்டு விஷயத்தில் தலையிட்டுத் திபெத்துக்கு ஆதரவளித்தது போல், நாங்களும் அஸ்ஸாம் அல்லது உத்தரபிரதேச கலகத்துக்கு ஆதரவளித்தால் இந்தியா ஏற்றுக் கொள்ளுமா என்று பீப்பிள்ஸ் டெய்லி கேள்வி எழுப்பியது. (உண்மையில் சீனா இந்தக் கேள்வியை நாகாலாந்துடன் இணைத்துக் கேட்கவில்லை. அவர்கள்தான் தனி நாடு கேட்டுப் போராடி வந்தனர். இந்திய அரசு ராணுவத்தைப் பயன்படுத்தி அவர்களை அடக்கியும்வந்தது. நாகாலாந்து பிரிவினையைக் குறிப்பிட்டுத் தன் வாதத்தை முன்வைக்காததற்குத் தனது வாதங்கள் உண்மையான அச்சுறுத்தலாக எச்சரிக்கையாகப் புரிந்துகொள்ளப்பட்டுவிடக்கூடாது என்று சீனா நினைத்தது. எனவே, கற்பனையாக அஸ்ஸாம் உத்தரபிரதேசக் கலகம் என்று குறிப்பிட்டது).

நடுநிலை வகிக்கும் அணி சேரா நாடுகளின் தலைமைப் பொறுப்பில் உள்ள இந்தியாவும், வல்லரசுகளில் ஒன்றான அமெரிக்காவும் ஏதோ ஒரு மையக் கோட்டில் நெருங்கி வருவதை 1958-ல் சீனா தெரிந்து கொண்டது. அதே ஆண்டு இறுதியிலும், 1959 தொடக்கத்திலும், நேரு பீகிங்குக்கு அனுப்பிய கடிதங்களில் எல்லைப் பிரச்னை முக்கிய அங்கம் வகித்தது. அதுவரை வேறெந்த நாட்டை விடவும் இந்தியாவுடன் எல்லைப் பிரச்னையைச் சுமுகமாகத் தீர்த்துக் கொள்ளலாம் என்றே சீனா எண்ணி வந்தது. 1954 முதற்கொண்டே இந்தியா தனது வரைபடங்களில் அக்சாய் சின் பகுதியை அதன் எல்லைக்கு உட்பட்டதாகவே காட்டி வந்துள்ளது. அதேபோன்று சீனா அதன் வரைபடங்களில் மெக்மொகன் கோட்டுக்குக் கீழே உள்ள பகுதிகளுக்கு உரிமை கொண்டாடி வருகிறது. ஆனால் வட கிழக்குப் பிராந்தியத்தில் இந்தியா விடுதலை பெறுவதற்கு முன்பாகவே எல்லை நிர்ணயிக்கப்பட்டுள்ளதால் அதில் எந்த மாற்றத்துக்கும் உடன்பட முடியாது என நேரு பலமுறை தெளிவுபடுத்தி உள்ளார்.

இரு நாடுகளுக்கு இடையேயான எல்லைப் பிரச்னை அரசியல் பிரச்னையாக உருவெடுத்தால், உள்நாட்டு அழுத்தம் காரணமாக அதிகபட்ச மற்றும் சாத்தியமற்ற அணுகுமுறைகளை எடுக்க வேண்டிய நிர்பந்தங்களுக்கு உள்ளாக நேரிடும் என்பதை பர்மாவுடனான பேச்சுவார்த்தைகளின் போது சீனா அனுபவரீதியாகத் தெரிந்து கொண்டது. எனவே, உள்நாட்டு அரசியல் காரணமாக ஏதேனும் அழுத்தம் அல்லது நிர்பந்தங்களுக்கு நேரு உட்பட வேண்டி இருந்தால், பிரச்னையை சில காலம் தள்ளிப் போடலாம் என்று இந்தியாவுடன் எல்லை தொடர்பான பிரச்னை தொடங்கியபோதே சூ

என் லாய் சொல்லி இருந்தார். 'தற்போதைய நிலை தொடரட்டும்' என்ற நிலைப்பாடு இரு நாடுகளுக்கும் சாதகமாக இருந்ததால் இருவரும் அவசரம் காட்டவில்லை. ஆனால் 1959-ல் லாங்ஜூ மற்றும் கொங்கா கணவாய்ப் பகுதிகளில் நடைபெற்ற நிகழ்வுகள் சீனாவை விட இந்தியாவுக்கே பாதகமாக இருக்கும் என்று எண்ணியதால், 'தற்போதைய நிலை தொடர்வதை' இந்தியா விரும்பவில்லை.

இந்தியா தன்னிச்சையாக மெக்மோகன் கோட்டைத் தனக்குச் சாதகமாக மாற்றியதுடன், லாங்ஜூ, கிஞ்செமேனே மற்றும் தமாடென் பகுதிகளில் முகாம்களையும் நிறுவியது. எல்லை தொடர்பான மாற்றங்கள் பரஸ்பரம் பரிமாறிக் கொள்ளப்பட வேண்டும் என்ற அடிப்படைக் கொள்கையைக்கூட இந்தியா கடைப்பிடிக்கவில்லை என்பதுதான் சீனாவின் கோபத்துக்குக் காரணம். மேலும் லாங்ஜூவில் முதலில் துப்பாக்கிச் சுடு நடத்தியதும் இந்தியாதான் என்பது பிக்கிங்கின் வாதம். ஆனால், வட கிழக்கு லாங்ஜூவில் பாதுகாப்புப் பணியில் ஈடுபட்டிருந்த இந்திய அஸ்ஸாம் ரைஃபிள்ஸ் பிரிவின்மீது 200க்கும் அதிகமான சீன வீரர்களே துப்பாக்கிச் சூடு நடத்தினர் என்பது புதுடெல்லியின் குற்றச்சாட்டு.

1959 அக்டோபரில் சூ என் லாய்க்கு எழுதிய கடிதத்தில் பேச்சு வார்த்தை, உடன்பாடு உள்ளிட்ட எதுவும் கிடையாது என்பதில் இந்தியாவின் அணுகுமுறை தெளிவாக இருப்பதாகத் தெரிவித்திருந்தார். அதே மாதம் சீனாவுக்குச் சுற்றுப்பயணம் மேற்கொண்ட ரஷ்ய அதிபர் குருஷேவ் இரு மாதங்களுக்கு முன்பு நடைபெற்ற லாங்ஜூ தாக்குதலுக்கு சீனாவே காரணம் என்று குற்றம் சாட்டினார். இந்திய ராணுவம்தான் முதலில் எல்லை தாண்டியதுடன், பன்னிரண்டு மணி நேரம் தொடர்ந்து துப்பாக்கிச் சூடும் நடத்தியது. 'எங்களை முதலில் தாக்கினால் நாங்கள் என்ன செய்வது? என்ற பீகிங்கின் வாதத்தை குருஷேவ் ஏற்றுக்கொள்ள மறுத்ததை சீனாவால் ஜீரணிக்க முடியவில்லை.

குருஷேவ் தனது பயணத்தை முடித்துக் கொண்டு ரஷ்யாவுக்குத் திரும்பிய ஒரு மாதம் கழித்து மேற்குப் பிராந்தியம் கொங்கா கணவாயில் இந்திய மற்றும் சீனத் துருப்புகளுக்கு இடையே நடைபெற்ற துப்பாக்கிச் சண்டை சீனத் தலைவர்களை அதிர்ச்சி அடைய வைத்தது. ஹன்ஜு நகரில் நடைபெற்ற சிறப்புக் கூட்டத்தில் இந்திய - சீன எல்லை விவகாரம் விவாதிக்கப்பட்டது. லாங்ஜூவில் நடைபெற்ற நீண்ட நேர சண்டை போலின்றி, இது சீன எல்லைப் பாதுகாப்புப் படை மீது நடைபெற்ற அதிரடித் தாக்குதலாகும். ஆனால் சீனர்களின் பதிலடித் தாக்குதலில் இந்திய ரோந்துப் படை கமாண்டர் கைதாகி விசாரிக்கப்பட்டார். 'சீனா ஆக்கிரமித்துள்ள

பகுதிகளில் ஊடுருவி முகாம்களை அமைக்கவேண்டும் என்றும், அந்த வழியாகச் செல்லும் சீனர்களைச் சுட்டுத் தள்ளிப் பழி வாங்க வேண்டும் என்பதே இந்திய ராணுவத் தலைமையின் உத்தரவு' என்றார். இது ஒரு சில சதுர மைல்களுக்கான பிரச்னை இல்லை. தனது வரைபடத்தில் குறிப்பிட்டுள்ளபடி எல்லைப்பகுதிகளை இந்தியா வளைக்கத் தொடங்கினால், அது ஆயிரக்கணக்கான சதுர மைல்களுக்கு விரிவடையும். முக்கிய சாலை அந்த வழியாகச் செய்வதால் அது பீகிங்குக்குத் தவிர்க்க முடியாத அத்தியாவசியப் பகுதியாகும்.

ஒரேயொரு இடத்தில் மட்டும் இந்த மோதல் நிகழவில்லை. எல்லையின் பல இடங்களில் சீன ரோந்து வீரர்கள் மீது இந்தியா அதிரடித் தாக்குதல் நடத்தியது. ஆனால் பதிலடி கொடுக்காமல் சீன ராணுவம் அமைதி காத்த காரணம் பீகிங் அதற்கான உத்தரவை அளிக்கவில்லை என்பதுதான். ஏற்கனவே லாங்ஜூவில் நடைபெற்ற மோதலுக்கு சீனாதான் காரணம் என்று குருக்ஷேவ் குற்றம் கூறிய நிலையில், கொங்கா கணவாய் உள்பட எல்லைப் பகுதிகளில் சீனா பதிலுக்குத் தாக்கி இந்திய வீரர்கள் அதிக எண்ணிக்கையில் இறந்தால், சர்வதேச அளவில் பழி மீண்டும் பீகிங்கின் மீதே விழும் என்று சீனா தயங்கியது.

இதற்கு ஒரே தீர்வாக எல்லைக் கோட்டில் இருந்து 20 கிமீ தூரத்துக்கு பரஸ்பரம் இரு நாட்டு ராணுவமும் பின்வாங்கினால் மட்டுமே நேருக்கு நேர் மோதிக் கொள்வதைத் தவிர்க்கமுடியும் என்ற யோசனையை சீனா முன் வைத்தது. இதற்கு இந்தியா ஒப்புக் கொள்ளவில்லை. ஆனாலும் சீனா தான் முன் வைத்த யோசனைத் தானே முதலில் நிறைவு செய்யும் வகையில் தனது ராணுவத்தை 20 கிமீ தூரத்துக்குப் பின்வாங்க உத்தரவிட்டது.

1961 மத்தியில் புதிய கமாண்ட் நிர்வாகத்தின் கீழும், புலனாய்வுக் குழு இயக்குனர் மாலிக்கின் வழிகாட்டுதலின்படியும் ராணுவம் 'முன்னேறிச் செல்லும்' கொள்கையை, அதாவது இந்தியா கோரும் சீன ஆக்கிரமித்துள்ள பகுதிகளை, மீட்கும் பணியை அமல்படுத்த தொடங்கியது. சர்வதேசச் சட்டப்படி ஒரு நாடு உரிமை கோரும் இடங்களை அண்டை நாடு ஆக்கிரமித்துக் கொண்டால், அதை மீட்க எடுக்கும் ராணுவ நடவடிக்கையும் 'போர்' ஆகவே கருதப்படும். எனவே, சீனத் துருப்புக்களைத் தாக்காமல் அவர்களைச் சுற்றி வளைத்து நடத்தும் போராட்டத்தை காந்தியக் கொள்கையாகவே நேரு பார்த்தார்.

1959 இறுதியில் எல்லைப் பிரச்னை குறித்துத் தெளிவான ஒரு முடிவுக்கு இந்தியா வந்தது. தீர்வை ஒட்டிய எந்தப்

பேச்சுவார்த்தைக்கும் இந்தியா உடன்படாது என்றும், இந்தியா கோரும் இடங்களில் அங்கொன்றும், இங்கொன்றுமாகச் சிறு சிறு மாற்றங்கள் பற்றி வேண்டுமானால் விவாதிக்கலாம் என்றது. ஆனால் இவை அனைத்தும் அக்சாய் சின் பகுதியில் இருந்து சீனா விலகிக் கொண்டால் மட்டுமே நடைபெறும். ஆனால் லாங்ஜூ மற்றும் கொங்கா கணவாய் நிகழ்வுகள் இந்தியாவின் முடிவுக்கு முற்றிலும் மாறாக இருந்தன. 'ஒரு பக்கம் எந்தப் பேச்சுவார்த்தைக்கும் உடன்பட மாட்டோம்' என்று சொல்லிக்கொண்டு, மறு பக்கம் 'தற்போதைய நிலை தொடரும்' என்னும் நிலைப்பாட்டைக் கூட மதிக்க மாட்டோம் என்று இந்தியா சொல்வது எத்தகைய முரண் என்று பீகிங் ஆதங்கப் பட்டது. 'மெக்மொகன் கோட்டைச் சீனா மீது திணிக்க முனைவதன் மூலம் சீனாவின் பாரம்பரியப் பெருமைக்கும், மக்களின் சுய மரியாதைக்கும் குறைந்தபட்ச மரியாதையைக் கூட இந்தியா கொடுக்கவில்லை' என்று சென் யீ வருத்தப்பட்டார்.

எல்லை குறித்த விளக்கத்தை சீனா ஏற்றுக் கொள்ளவேண்டும் என்று நிர்பந்திப்பதன் மூலம் கிழக்கு எல்லையிலும் இந்தியா உரிமை கோரியது. அது பிரிட்டிஷ் இந்தியா 1914-ல் திபெத்துடன் செய்து கொண்ட ரகசிய ஒப்பந்தம் என்றாலும் அதற்கான ஆதாரத்தைக் காட்டி நியாயப்படுத்தியது. ஆனால் மேற்குப் பிராந்தியத்தில் 'பிரிட்டிஷ் ஏகாதிபத்யம் தவறாக நிர்ணயித்ததை' ஏற்றுக் கொள்ள மாட்டோம் என்று வாதாடித் தனது கோரிக்கையை முன்னெடுத்துச் சென்றது. அக்சாய் சின் பகுதியை இந்தியா கோருவதற்கான காரணம் மேற்குத் திபெத்துக்குச் செல்ல அதுதான் சீனாவுக்கு உள்ள ஒரே பாதை. இந்தப் பாதையால் இந்தியாவுக்கு ஒரு பயனும் இல்லை. இந்தியாவுக்கு எந்த ஆதாயமும் இல்லாவிட்டாலும், சீனாவுக்குப் பாதிப்பு ஏற்படுத்த வேண்டும் என்பதே புதுடெல்லியின் ஒரே நோக்கமாகும் என்பது சீனாவின் வாதம்.

சீனாவின் நியாயமான அணுகுமுறைக்கு இந்தியா மதிப்பளிக்காமல் நடந்து கொள்வது எதிர்காலத்தில் எளிதில் தீர்க்க முடியாத சிக்கலுக்கே வழிவகுக்கும். எல்லைப் பகுதிகளில் வேண்டுமென்றே பிரச்னை களைத் தூண்டிவிட்டு இரு நாட்டு நல்லுறவுகளில் இறுக்கத்தை ஏற்படுத்த புதுடெல்லி முனைகிறது. எல்லைப் பிரச்னை தாண்டி ஏதோவொரு நோக்கத்துடனேயே இவற்றைச் செய்கிறது. எல்லைப் பிரச்னைக்கான அடிப்படைக் காரணம் இந்தியவில் நேருவுக்கு எதிரான சமூக, பொருளாதார மற்றும் அரசியல் சூழல்கள் நாளுக்கு நாள் வலுவடைந்து வருவதே ஆகும். அவற்றைத் திசை திருப்பித் தனக்குச் சாதமாக மாற்றிக் கொள்வதற்காகவே எல்லைப் பிரச்னையை நேரு கையில் எடுத்துள்ளார் என்பதே என்ற பீகிங்கின் குற்றச்சாட்டு.

சீன - இந்திய நட்புக்காகவும், அமைதிக்காகவும், பஞ்ச்சீலக் கொள்கை களை நேரு ஏற்றுக்கொண்டதன் காரணமாகவும் சீனாவிலும் பெரிதும் மதிக்கப்பட்டார். ஆனால் இந்தியாவில் சிலர் சீனாவுக்கு எதிராகப் பின்னிய சதிவலையில் தெரிந்தோ, தெரியாமலோ சிக்கிக்கொண்டு, தனக்குக் கிடைத்த கௌரவத்தைத் தக்க வைத்துக் கொள்ளத் தவறிவிட்டார் என்று 1959 செப்டம்பரில் பீப்பிள்ஸ் டெய்லி எழுதியது.

கேரளாவில் இ.எம்.எஸ்.நம்பூதிரிபாடு தலைமையிலான ஆட்சியை இந்திய அரசு பதவி நீக்கம் செய்ததை கம்யூனிஸ்ட்களுக்கு எதிரான அரசின் நடவடிக்கையாகவே பீகிங் கருதியது. இதன் காரணமாக 1960 தொடங்கி நேரு மீதான அணுகுமுறையை சீனா மாற்றிக் கொள்ளத் தொடங்கியது. அதே ஆண்டு ஏப்ரலில் புதுடெல்லியில் நடைபெற்ற உச்சிமாநாடே பிரிவினைக்குக் காரணமானது. நேருவின் பிடிவாதமும், இறுக்கமும் அதிர்ச்சி அடைய வைத்தது என்றும், நம்பகத் தன்மை இல்லாத நேருவுடன் தீர்வை ஒட்டிய பேச்சுவார்த்தைகளை நடத்துவது இனி சாத்தியமில்லை என்றும், இந்தியக் கம்யூனிஸ்ட் பிரதிநிதிகளிடம் சூ என் லாய் கூறினார். 'நேரில் சந்திக்கும் போது நட்புடன் பழகும் நேரு, நாங்கள் இல்லாத போது போராட்டக்காரர்கள், தன்னிச்சையாகச் செயல்படுபவர்கள் என்று விமர்சித்ததாகவும் தெரிவித்தார். சீனாவின் எதிரியாக உலக அரங்கில் உலா வரும் ஏகாதிபத்திய வல்லரசின் கைக்கூலியாகவும், உள்நாட்டில் பெரு முதலாளிகளின் பிரதிநிதியாகவும் நேரு செயல் படுவதாகக்' குற்றம்சாட்டினார்.

1959-ல் புதுடெல்லிக்கு அமெரிக்க அதிபர் ஐஸனோவர் வருகை தந்தார். 1961-ல் நேரு வாஷிங்டனுக்கு விஜயம் செய்தார். அமெரிக்காவின் பொருளாதார உதவிகளுக்கு இருவரின் பரஸ்பர வருகைகள் பயன்பட்டன. 1947-1959 வரையிலான பன்னிரண்டு ஆண்டுகளில் அமெரிக்காவின் மொத்தப் பொருளாதார உதவியின் மதிப்பு 2000 மில்லியன் டாலருக்கும் குறைவே. ஆனால் 1959-62 மூன்றாண்டுகளில் உறுதி அளித்ததைவிட உதவி இரு மடங்கு அதிகரித்தது. 'இந்தியா எந்த அளவுக்குச் சீனாவுக்கு எதிராகச் செயல் படுகிறதோ, அந்த அளவுக்கு அமெரிக்காவின் உதவி அதிகரிக்கும். அமெரிக்காவிடம் நேரு காட்டும் விசுவாசத்தின் வெளிப்பாடே அதிகரிக்கும் நிதி உதவிக்கு அத்தாட்சி' என்று பீகிங் சொன்னது.

1961 மத்தியில் அமெரிக்காவின் பிரபல ஏடான 'நியூஸ் - வேர்ல்ட் ரிப்போர்ட்' கீழ்க்காணும் செய்தியை வெளியிட்டது: ''ஏப்ரல் மாதம் க்யூபா விஷயத்தில் தலையிட்டதற்காக அமெரிக்க அதிபர் கென்னடியை விமர்சித்த நேரு அடுத்த இருபத்தி நான்கு மணி நேரத்தில் குட்டிக் கரணம் அடித்து கென்னடியை 'ஆற்றல் மிக்கவர்'

என்று புகழ்ந்தார். நாணயத்துக்கு இரு பக்கங்கள் இருப்பதுபோல் க்யூபாவின் கதைக்கும் இரு பக்கங்கள் இருக்கும் என்று தனது பேச்சை நியாயப்படுத்தினார். இந்தியாவுக்குப் பொருளாதார உதவிகள் வழங்க அமெரிக்கா திட்டமிட்டுள்ளது உறுதியாகத் தெரிந்தவுடன், அதற்கு முதல் நாள் கென்னடியைப் பாராட்டி உள்ளார் நேரு. அமெரிக்க உதவி இல்லாமல் இந்தியப் பொருளாதார, சமூகப் பிரச்னைகளைத் தீர்க்க முடியாது என்று நேருவின் ஆலோசகர்களே அவரை எச்சரித்ததன் விளைவே வாஷிங்டனுடனான அவரது உறவுகளில் மாற்றம் ஏற்படக் காரணம். கென்னடியின் நிர்வாகத்தில் அவருடன் நெருங்கிப் பழகும் உரிமை பெற உலகத் தலைவர்களுள் ஒருவராக நேரு மாறிக்கொண்டு வருகிறார்' என்று கட்டுரையை முடித்திருந்தது.

சீனர்களின் பார்வையில் இந்திய விடுதலை பெற்று குடியரசாக ஆகியிருந்தாலும், இன்னும் காலனியப் பொருளாதார நாடாகவே திகழ்கிறது. 1960-ல் பன்னாட்டு முதலீடுகள் 150% அதிகரித்திருந்தன. இதில் பிரிட்டனின் முதலீடு இரு மடங்கு, அமெரிக்காவின் பங்கு ஏழு மடங்கு ஆகும். பன்னாட்டு உதவிகள் ஒவ்வொரு ஐந்தாண்டுத் திட்டத்திலும் தொடர்ந்து ஏறுமுகத்தில் இருந்திருக்கின்றன. முதலாவது ஐந்தாண்டுத் திட்டத்தில் 9.6%, இரண்டாவது ஐந்தாண்டுத் திட்டத்தில் 20.6%, மூன்றாவதில் 30% ஆக அபரிமிதமாக வளர்ந்துள்ளது. இது குறித்து 1960 ஆம் ஆண்டு இந்தியாவில் இருந்து வெளியாகும் 'கேப்பிடல்' பத்திரிகை 'மூன்றாம் ஐந்தாண்டுத் திட்டம் முழுக்க முழுக்க வெளிநாட்டு உதவியையே நம்பியே உள்ளது. எதிர்பார்த்தபடி வெளிநாட்டு உதவி கிடைக்கவில்லை எனில் ஐந்தாண்டுத் திட்டங்களை ரத்துசெய்துவிட வேண்டியதுதான்' என்றது.

யுனைட்டட் ஏசியா என்ற பத்திரிகை 'அந்நிய உதவிகள் நின்றுவிட்டால் இந்தியா மிகப் பெரிய பொருளாதார வீழ்ச்சியைச் சந்திக்க நேரிடும். பெரிய தொழிற் குழுமங்களை இழுத்து மூட வேண்டியிருக்கும். உற்பத்தி கடுமையாகப் பாதிக்கப்படும். ஆயிரக்கணக்கானோர் வேலை இழப்பார்கள். விலைவாசி விண்ணைத் தொடும்' (1965-ல் பாகிஸ்தானுடனான போரின்போது அமெரிக்க உதவிகள் தடைப்பட்டன) என்று கட்டுரை எழுதியது. அந்நிய ஏகாதிபத்திய முதலீடுகள் ஒரு நாட்டுக்குச் சென்று சேர்கிறதென்றால் அந்த நாட்டின் பொருளாதார சுதந்தரமும் தன்னிறைவும் மறைந்துபோகும் என்று சீனா பின்னர் குறிப்பிட்டது.

1955-ல் தமிழ்நாடு சென்னைக்கு அருகே உள்ள ஆவடியில் காங்கிரஸ் கட்சியின் அறுபதாவது வருடாந்திர மாநாடு நடைபெற்றது. அதில்

கலந்து கொண்டு சிறப்புரை ஆற்றிய நேரு 'காங்கிரஸ் கட்சியின் இலக்கு 'சோசியலிஸ்ட்தன்மை கொண்ட சமூகத்தை' உருவாக்க வேண்டும் என்பதே தவிர சோசியலிஸ சமுதாயத்தை உருவாக்குவது அல்ல' என்று தெளிவுபடுத்தினர். நேருவின் இந்த உரையை மேற்கோள் காட்டிச் சீனப் பத்திரிகை தனது கட்டுரையில் 'சோசியலிஸ தன்மை கொண்ட சமூகத்தை உருவாக்குவதே காங்கிரஸின் இலக்கு என்று நேரு கூறுவது நகைப்புக்கு உரியது. பன்னாட்டு உதவியுடன் இந்தியப் பொருளாதாரத் திட்டங்களை வகுப்பதால் இது சாத்தியமே இல்லை. வெளிநாட்டு மூலதனத்தின் வால் போலவே இந்தியப் பொருளாதாரம் இருக்குமே தவிர, தனித்தன்மையுடன், சுதந்திரமாகச் செயல்பட முடியாது. மேலும் சீனாவின் கருத்தை உறுதிப்படுத்தும் வகையில் புதுடெல்லிக்கு வருகை தந்த அமெரிக்கத் தொழிலதிபர்கள் மத்தியில் இந்தியாவின் முன்னணித் தொழிலதிபர்களுள் ஒருவரான ஜி டி பிர்லா பேசுகையில் 'தனியார் துறையை வளர்ச்சிக்கான உந்து சக்தியாக இந்திய அரசின் பொதுத் துறை நிறுவனங்கள் செயல்படும்' என்று சொன்னார்.

1960களின் முதல் சில ஆண்டுகளில் இந்திய அரசியலில் பல்வேறு குழப்பங்களும், சச்சரவுகளும் நிலவின. 'இந்தியாவில் வர்க்க இடைவெளி அதிகரித்து வருகிறது. பாட்டாளி வர்க்கத்தின் அதிருப்தி புரட்சியாக வெடிக்கத் தொடங்கியிருக்கிறது' சீனத் தரப்பில் நம்பப் பட்டது. அதேநேரம் இந்திய அரசு பிரிட்டிஷாரிடமிருந்து கற்றுக் கொண்ட அடக்குமுறைகளைப் பயன்படுத்தி அந்தக் கலகங்களை அடக்கி வருவதையும் பார்க்க முடிந்தது. 'உழைக்கும் வர்க்கத்தைத் தன் கட்டுக்குள் வைத்துக் கொள்ள, ஜனநாயகக் கருவிகளை மூலதனம் (முதலாளிகள்) பயன்படுத்திக் கொள்ளமுடியும்வரையில், ஜனநாயகம் தழைக்க அனுமதிக்கப்படும். இது சாத்தியப்படாத பட்சத்தில் ஜனநாயகத்தைக் கைவிட்டு வன்முறை உள்ளிட்ட ஃபாசிஸ்ட் நடவடிக்கைகளில் இறங்கும்' என்று நேரு மார்க்சியத் தாக்கத்தில் முன்பு எழுதியது போலவே இந்தியாவில் தற்போது நடைபெற்றுக் கொண்டிருக்கிறது என்று சீனா வர்ணித்தது.

உள்ளூர் அரசியலிலும் அயலுறவு விவகாரங்களிலும் நேரு வலதுசாரிக் கொள்கைகள் பக்கமே நகர்ந்து வருகிறார். ஏகாதிபத்தியம், காலனி ஆதிக்கம் ஆகியவற்றை எதிர்ப்பதற்குப் பதிலாக அமெரிக்க ஏகாதிபத்தியத்துக்கு ஏற்ப தன்னை மாற்றிக் கொண்டுவிட்டிருக்கிறார் என்று சீனா கருதியது. பழமைவாத தேசிய உணர்வுகளைத் தூண்டுதல், மக்களின் எதிர்ப்புகளைத் திசை திருப்புதல், முற்போக்கு சக்திகளை அடக்குதல், அமெரிக்க ஏகாதிபத்தியத்தின் விருப்பத்தை நிறைவேற்றுதல் ஆகிய

காரணங்களினால், சீனாவுக்கு எதிரான சர்வதேச எதிர்ப்புப் போரில் இந்தியா தன்னை ஒரு பலியாடாக மாற்றிக்கொண்டிருக்கிறது. இந்திய - சீன எல்லைப் பிரச்னைக்கு இதுவே அடிப்படை மற்றும் பின்புலம் என்று பீகிங் கருதியது.

அப்படியாக மார்க்சிஸ்ட்-லெனினிஸ்ட் கோணத்தில் இந்தியாவில் நடப்பதை சீனா புரிந்துகொண்டது. அமெரிக்காவின் பக்கம் சாய்ந்ததே இந்திய சீன மோதலுக்குக் காரணம் என்று அந்தத் தரப்பு சொன்னது. ஆனால், சீனாவின் எதிர்வினைகள் இந்த அடிப்படையில் அமைந்திருக்கவில்லை. ஆரம்பத்தில் இருந்து கடைசிவரை இந்தியா எப்படி நடந்துகொண்டதோ அதற்கான எதிர்வினையாகவே சீனாவின் செயல்பாடுகள் இருந்தன. நீங்கள் யார் என்பது முக்கியமில்லை... எப்படி நடந்துகொள்கிறீர்கள் என்பதே முக்கியம் என்ற அடிப்படையிலேயே அது நடந்துகொண்டது. பாகிஸ்தானின் விஷயத்தில் இது நன்கு உறுதிப்படவும் செய்கிறது.

சீனாவைப் பொறுத்தவரை அதற்கு எதிரான போக்கையே 1950களில் பாகிஸ்தான் எடுத்து வந்துள்ளதாகக் கருதியது. ஐக்கிய நாடுகள் அமைப்பில் சீனா உறுப்பினராவதற்கு அமெரிக்கா கடுமையான எதிர்ப்பைத் தெரிவித்த போது பாகிஸ்தானும் தனது எதிர்ப்பைப் பதிவு செய்தது. 1951 முதல் பீகிங்குடன் ராஜாங்க ரீதியிலான உறவுகள் இருந்தாலும் சியாடோ, செண்டோ அமைப்புகளில் உறுப்பினராகவும் இருந்தது. இந்தியாவும் பாகிஸ்தானும் சேர்ந்து சீன எல்லை விவகாரத்தில் செயல்படவேண்டும் என்று அயூப்கான் சொன்னது சீனாவுக்கு அதிருப்தியைத் தந்திருந்தது. இந்தியா மற்றும் சீனாவைவிட அமெரிக்காவுடன் நெருக்கமாக இருப்பதையே அயூப் கான் விரும்புகிறார் என்று 'பீபிள்ஸ் டெய்லி' 1959-ல் தலையங்கம் எழுதியது. சீனர்கள் மீதான வெறுப்பைக் கைவிட்டுவிட்டு சீன பாக் நட்புறவு ஏற்பட பாகிஸ்தான் முயற்சி செய்யவேண்டும் என்று எழுதியது. 1959 கடைசி வாக்கில் தனது சுய நலனை அடிப்படையாக வைத்து இந்தியாவுக்கு எதிராகச் செயல்படவேண்டும் என்ற நோக்கில் சீனாவுடன் எல்லை ஒப்பந்தத்துக்கு சம்மதித்ததே தவிர பாகிஸ்தான் சீனாவை நட்புநாடாக மனப்பூர்வமாக மதித்திருக்கவில்லை.

இந்தியாவை விட பாகிஸ்தான் ஏகாதிபத்தியத்தின் பிடியில் சிக்கியிருந்தது. இந்தியாவில் முதலாளி வர்க்கம் மேலும் மேலும் அமெரிக்கப் பிடியில் சிக்க ஆரம்பித்திருந்தது. பாகிஸ்தானிலோ மார்க்சிய லெனினிய சித்தாந்தம் சொல்லும் அடுத்த கட்டமான ராணுவ ஆட்சியே வந்துவிட்டிருந்தது.

கேரளாவில் நம்பூதிரிபாட் தலைமையில் உருவான இந்தியாவின் முதல் கம்யூனிஸ்ட் ஆட்சியை காங்கிரஸ் பதவி நீக்கம் செய்தது. இந்தியா - சீனா உறவுகள் இதன் மூலம் மேலும் மோசமடைந்தாலும், கம்யூனிஸ்ட் கட்சி இந்தியாவில் தடை செய்யப்படவில்லை. ஆனால் பாகிஸ்தானில் நீண்ட காலமாகவே கம்யூனிஸ்ட் கட்சி தடை செய்யப் பட்டிருந்தது. மேலும் ஃபார்மோசாவில் உள்ள சீன முஸ்லிம்களை மெக்காவுக்கு அழைத்துச் செல்லவும் பீகிங் ஒப்புதல் வழங்கவில்லை. இந்தச் சூழலில் நியாயமாகப் பார்த்தால் பாகிஸ்தான் - சீன உறவுகள் முறிந்திருக்கவேண்டும். ஆனால் ஏனோ இரு நாடுகளும் இந்திய எதிர்ப்பில் உறுதியாக இருந்து கொண்டு பரஸ்பரம் நேசக் கரம் நீட்டின. சீனா - பாகிஸ்தான் எல்லைப் பிரச்னையில் பீகிங் சுமுகமான தீர்வை வழங்கியது. பாகிஸ்தான் இண்டர்நேஷனல் ஏர்லைன்ஸ் சீனாவில் தரை இறங்க அனுமதி, பொருளாதார உதவிகள், 1965 பாக் இந்தியப் போரைத் தொடர்ந்து நிதி மற்றும் ராணுவ உதவிகள் என சீன பாகிஸ்தான் நட்புறவு அதன் பிறகு சீராகவே இருந்து வருகிறது.

நேருவையும் அவரது அரசையும் குறித்து 'திபெத் கலகத்தின் அடிப்படையில் நேருவியம்' (Nehru's Philosophy in the Light of the Revolt in Tibet) என்ற தலைப்பில் 1959-ல் 'பீபிள்ஸ் டெய்லியில்' விமர்சனம் வெளியான பிறகே இரு நாடுகளுக்கும் இடையேயான உறவுகள் சீராக இல்லை என்று வெளி உலகுக்குத் தெரிய வந்தது. 1962 அக்டோபரில் எல்லையில் சண்டை மூண்ட பிறகு 'சீனா இந்தியா எல்லைப் பிரச்னை அடிப்படையில் நேருவியம் குறித்து இன்னும் அதிகமாக' (More On Nehru's Philosophy in the Light of the Sino - Indian Boundary Question) என்ற தலைப்பில் மற்றொரு கட்டுரை வெளியானது. இவை நேருவை மிகவும் வருத்தமடையச் செய்தன. 'சீன இந்திய நட்புறவு இன்னும் மேம்பட வேண்டும் என்றும், தீர்வை ஒட்டிய பேச்சுவார்த்தைகளுக்கு சீனா என்றுமே தயாராகக் கதவுகளைத் திறந்து வைத்துள்ளது' என்ற வேண்டுகோளும் கட்டுரையில் இடம் பெற்றது.

சீனாவுக்கும் இந்தியாவுக்கும் அடிப்படையில் எந்த மோதலும் இல்லை என்றும், இரு நாடுகளுக்கும் இடையேயான எல்லைப் பிரச்னை தற்காலிக முக்கியத்துவமே உள்ள மிகச் சிறிய விஷயம் என்றும் பீகிங் கருதுவதாகக் கட்டுரை தெரிவித்தது. மேலும் 1962க்கு முன்பு சீனாவுடன் இந்தியா தீர்வை ஒட்டிய பேச்சுவார்த்தைகளைத் தொடங்கி இருந்தாலோ, முன்னேறிச் செல்லும் கொள்கையைக் கைவிட்டிருந்தாலோ, இந்தியாவுடனான உறவு சீர்கெட்டிருக்காது என்றும் கட்டுரை தெளிவுபடுத்தி இருந்தது.

நேரு மற்றும் இந்தியா மீதான சீனாவின் அம்புகள் உண்மையில் அதை நோக்கி எய்யப்பட்டவை அல்ல; வேறொரு எதிரியை நோக்கி எய்யப்பட்டவை. இடையில் இந்தியா மாட்டிக்கொண்டுவிட்டது என்பதுதான் உண்மை. சீன இந்திய எல்லைப் பிரச்னையானது சீன ரஷ்யப் பிரச்னையின் ஓர் அங்கமாக ஆகிவிட்டிருந்தது. பின்னாளில் சீனா இதுபற்றிச் சொல்லும்போது ரஷ்யாவுடனான உறவு சீர்கெட ஒரு முக்கியமான காரணம் இந்திய சீன எல்லைப் பிரச்னையில் ரஷ்யா இந்தியாவுக்கு சாதகமாக நடந்துகொண்டதுதான் என்று சொன்னது. ஆரம்பத்தில் நடுநிலை என்ற பெயரில் இந்தியாவுக்கு சாதகமாக நடந்துகொண்ட ரஷ்யா பின்னாளில் வெளிப்படையாக அமெரிக்காவுடன் சேர்ந்துகொண்டு இந்தியாவை ஆதரித்தது.

சோவியத் யூனியனின் புதிய கொள்கையானது புதிதாக சுதந்தரம் பெற்ற நாடுகளை அவற்றின் கருத்தியல் எதுவாக இருந்தாலும் தன் பக்கம் கொண்டுவரவேண்டும் என்பதாக இருந்தது. 1960களில் சீனாவும் இந்தக் கொள்கையையே பின்பற்றியது.

இந்திய அரசுடனும், மக்களுடனும் நட்பு பாராட்ட வேண்டும் என்பதில் ரஷ்ய அரசு தீவிரம் காட்டுவதை உறுதிப்படுத்தும் வகையில் பல்வேறு பொருளாதார உதவிகளை வழங்குவதற்காக 1955-ல் குருஷேவ் இந்தியாவுக்கு வந்தார். இந்தியாவுக்குப் பொருளாதார மற்றும் இராணுவ உதவிகளை வழங்கி நட்பை வளர்த்துக் கொள்ள முயல்வதாக மாஸ்கோ மீது பீகிங் குற்றம் சாட்டியது. ஆனால் புதிதாகச் சுதந்திரம் பெற்ற நாடுகளுடன் நட்புறவை வளர்க்க வேண்டும் என்ற சோவியத் யூனியனின் கொள்கை அடிப்படையில் தான் இந்தியா உள்படப் பல்வேறு நாடுகளுக்கு சுற்றுப்பயணம் திட்டமிடப்பட்டதாக மாஸ்கோ தெரிவித்தது. இந்தியாவுக்கு மட்டுமல்ல அமெரிக்க அதிபர் ஐஸனோவரைச் சந்திப்பதற்காக வாஷிங்டன் செல்லப் போவதாகவும் குருஷேவ் அறிவித்தார். பன்னட்டுப் பிரச்னைகளைச் சுமுகமாகத் தீர்ப்பதன் மூலம் நாடுகளுக்கு இடையிலான போரைத் தவிர்க்க முடியும். போர் தவிர்க்கப்பட்டால் சோஷியலிசம் தழைக்க வழிபிறக்கும் என்று அவர் வலியுறுத்தினார்.

ரஷ்யா சக கம்யூனிஸ்ட் நாடான தன்னை ஆதரிக்காமல், இந்தியாவுடன் நெருக்கம் காட்டி வருவதை சீனா விரும்பவில்லை.

1959 ஆகஸ்ட் இறுதியில் லாங்ஜு பகுதிக்குள் சீனா திடீரென மேற்கொண்ட அத்துமீறல்கள் இந்தியாவின் கோபத்தைக் கிளறியதுடன், மேற்கத்திய உலகிலும் தேவையற்றதாகவே கருதப்பட்டது. சீனாவுடன் நட்புறவை விரும்பிய நேருவுக்கு இது பெருத்த

ஏமாற்றத்தையே அளித்தது. கம்யூனிஸ்ட் நாடுகள் ஓரணியில் நிற்க வேண்டும் என்ற நிலைக்கு மாறாக வாஷிங்டனுடன் நட்புறவை வளர்க்க மாஸ்கோ முனைவதை பீகிங் விரும்பவில்லை. குருஷேவின் வாஷிங்டன் பயணத்தை மேற்கத்திய நாடுகள் வரவேற்றதையும் பீகிங் ரசிக்கவில்லை. சீனா - இந்தியா விவகாரத்தில் சீனாதான் அத்துமீறுகிறது என்ற பொதுவான கருத்து நிலவுவதும் அதற்குத் தெரியாமலில்லை.

சீனாவிற்கான சோவியத் தூதரை அழைத்து லாங்ஜூவில் நடைபெற்ற விஷயங்களை பீகிங் விளக்கியது. நிகழ்வு சீன எல்லைக்குள் நடைபெற்றது என்றும், இந்திய ராணுவம்தான் முதலில் துப்பாக்கி சூடு நடத்தியது என்றும் அதன் தரப்பு நியாயத்தைச் சொல்லியது. ஆனால் சீனாவின் விளக்கத்தை ரஷ்யா ஏற்றுக் கொள்ளவில்லை. மூன்று நாள்கள் கழித்து ரஷ்ய அரசு லாங்ஜூவில் நடைபெற்ற நிகழ்வுகளை ஆவணப்படுத்தி 'நடுநிலை வகித்து' ஒரு நகலைச் சீன வெளிவிவகார அமைச்சகத்திடம் கொடுத்தது. அதைப் படித்துப் பார்த்த சீன அரசு எந்தச் சூழலிலும் அந்த அறிக்கையை மாஸ்கோ வெளியிடக் கூடாது என்று வலியுறுத்தியது. மேலும் லாங்ஜூ மோதலுக்கு இந்தியத் துருப்புகளே காரணம் என்று பொருள்படும் வகையில், செப்டம்பர் 8 ஆம் தேதி சூ என் லாய் இந்தியப் பிரதமர் நேருவுக்கு எழுதிய கடிதத்தையும், அறிக்கையை வெளியிடக் கூடாது என்று செப்டம்பர் 9ஆம் தேதியிட்ட நினைவூட்டல் கடிதத்தையும் சீனா கொடுத்தது. ஆனால் சீனாவின் வேண்டுகோளுக்குச் செவி சாய்க்காமல் ரஷ்யா அன்று இரவே அறிக்கையை வெளியிட பீகிங் அதிர்ச்சி அடைந்தது.

ரஷ்யா வெளியிட்ட அறிக்கையில் அடிப்படையில் தவறேதும் இல்லை என்றாலும் சோவியத் யூனியனின் முன்னணித் தலைவர்கள் ஆசியாவின் மிகப் பெரிய சக்திகளான ரஷ்யாவுக்கும், சீனாவுக்கும் இடையே நிலவும் நல்லுறவைக் குலைக்க மேற்கத்திய நாடுகள் பின்னிய சதி வலையில் ரஷ்யா வீழ்ந்து விட்டதோ என அச்சம் இருப்பினும், காலப்போக்கில் தங்களுக்கு இடையேயான தவறான புரிதலை அவர்களாகவே சரி செய்து கொள்வார்கள் என்றனர்.

ரஷ்யாவின் அறிக்கை குறித்த கேள்விக்கு மக்களவையில் நேரு பதிலளிக்கையில் 'சோவியத் யூனியனின் அறிக்கை எந்த விதமான விருப்பு வெறுப்பும் இன்றி நடுநிலையாக உள்ளது' என்று பூரித்தார். பீபிள்ஸ் டெய்லி தனது தலையங்கத்தில் 'நடுநிலை என்ற பெயரில் சரியையும், தவறையும் வேறுபடுத்தத் தெரியாமல் வெளியிடப் பட்டிருக்கும் அந்த அறிக்கை உண்மையில் மறைமுகமாக இந்தியாவை ஆதரித்தும், சீனாவைக் கண்டித்தும் இருப்பது வருத்தமளிக்கிறது.

இரு கம்யூனிஸ்ட் நாடுகளுக்கு இடையே நிலவும் கருத்து மோதலை இந்த அறிக்கை பகிரங்கமாக விளம்பரப்படுத்தி உள்ளது. உண்மை யான நிலை என்ன என்பதைப் பீகிங் பலமுறை தெளிவாக விளக்கியும், ரஷ்யா உதாசீனப்படுத்தி அமெரிக்க ஏகாதிபத்தி யத்துக்குச் சீனாவின் மீதான கண்டன அறிக்கையைப் பரிசாக அளித்துள்ளது. ஒரு சோஷியலிஸ்ட் நாட்டின் மீது ஆயுதத் தாக்குதலை நடத்திய முதலாளித்துவ நாட்டைக் கண்டிக்காமல், பாதிக்கப்பட்ட ஒரு சோஷியலிஸ்ட் நாட்டை மற்றொரு சோஷியலிஸ்ட் நாடே கண்டித்துள்ளது உலக வரலாற்றில் இதுவே முதன் முறையாகும்' என்று ரஷ்யாவைக் குற்றம்சாட்டி கட்டுரை தீட்டியது.

அமெரிக்க அதிபருடனான சந்திப்பை முடித்துவிட்டு அக்டோபரில் பீகிங் வந்த குருஷேவிடம் சீனத் தலைவர்கள் லாங்ஜுவில் நடைபெற்ற நிகழ்வுகளை விளக்கினர். சம்பவம் நடைபெற்ற இடம் எல்லைக்கு வடக்கே என்றும், துப்பாக்கிச் சூட்டை நடத்தியது இந்தியர்கள்தான் என்றும் கூறினர். ஆனால் குருஷேவ் உண்மை நிலவரத்தைத் தெரிந்து கொள்வதிலோ, துப்பாக்கி சூடு நடத்தியவர்கள் குறித்து அறிந்து கொள்வதிலோ அதிக ஆர்வம் செலுத்தவில்லை. 'சண்டை அவசியமானதா, தேவையற்றதா என்பது முக்கியமல்ல. அணுகுண்டு அச்சுறுத்தல் உள்ள நிலையில் எந்தக் காரணத்தை முன்னிட்டும் போர் நடைபெறக் கூடாது. ஆகவே மக்கள் மீது துப்பாக்கி சூடு நடத்தி அவர்களை யார் கொன்றாலும் தவறுதான்' என்று பட்டும் படாமலும் பேசினார். மாஸ்கோ திரும்பிய குருஷேவ் 'கம்யூனிஸ்ட்களாகிய நாம் பலமுடன் இருக்கிறோம் என்பதற்காக முதலாளித்துவ நாடுகளைத் தாக்கக் கூடாது. எனவே இந்திய சீனப் பிரச்னையில் ரஷ்யா நடுநிலை வகிக்கும்' என்றார்.

1960 ஜுன் மாதம் புகாரெஸ்டில் நடைபெற்ற ருமேனியக் கம்யூனிஸ்ட் கூட்டத்தில் ரஷ்ய - சீன பிளவு வெளிப்படையாகவே வெடித்தது. இந்திய - சீனப் பிரச்னையில் கம்யூனிஸ்ட் நாடு என்ற அடிப்படையில் சீனாவை ஆதரிக்க ரஷ்யா முன்வராததை பீகிங் கண்டித்தது. இதற்கு பதிலளித்த குருஷேவ் 'சீனாவை ரஷ்யா கைவிடவில்லை. சீனாதான் சோஷலிஸத்தைக் கைவிட்டுவிட்டிருக்கிறது. நேரு ஒரு கேபிடலிஸ்ட்தான். எனினும் இந்தியாவை சோஷியலிஸ்ட் பாதைக்கு அழைத்து வரும் சோவியத் யூனியனின் முயற்சிகளுக்கு உதவ வேண்டிய சீனா எதிர்த்து நிற்பது மிகவும் தவறு. நேருவுடன் சீனாவுக்கு எந்தவிதக் கொள்கை மோதலும் கிடையாது. அது நாடுகளுக்கு இடையிலான பகைமையே. இதனால் சோஷலிஸத்துக்கு கேரளாவில் கம்யூனிஸ ஆட்சி நீக்கப்பட்டது நீங்கலாகப் பெரும் இழப்பை ஏற்படுத்தியிருக்கிறது (இந்த இடத்தில் குருஷேவ் தவறு

இழைத்துவிட்டிருக்கிறார். எல்லைப் பிரச்னை ஏற்படுவதற்கு முன்பாகவே கேரள அரசு கலைக்கப்பட்டுவிட்டது). சீனாவின் செயல் பாடுகளினால் நேருவுக்கு இந்தியாவில் செல்வாக்கு அதிகரித்து விட்டிருக்கிறது. ஏகாதிபத்தியம் அதைத்தான் விரும்புகிறது. இந்தியாவுடன் சீனாவுக்கு உள்ள எல்லைப் பிரச்னையைப் போன்று எங்களுக்கும் எல்லைப் பிரச்னைகள் இருக்கின்றன. சீனாவைப்போல் நடந்துகொள்வதென்றால் இரானுடன் நாங்கள் பல தாக்குதல்களை நடத்தவேண்டிவந்திருக்கும். அது போரில் சென்றுதான் முடிந்திருக்கும். ஆனால் சோஷலிஸத்துக்கு அது எதிரானது என்பதால் நாங்கள் அதைப் பொறுப்புடன் அணுகி வருகிறோம்' என்றார்.

பேச்சுவார்த்தை மூலம் பிரச்னைக்குத் தீர்வு கிடைக்கும். மோதல் களினால் அல்ல என்று ரஷ்யா சீனாவிடம் சொன்னது. ஆனால், இதில் வேடிக்கை என்னவென்றால் சீனா ஆரம்பத்தில் இருந்தே பேச்சு வார்த்தைக்குத் தயார் என்றே சொல்லிவந்திருக்கிறது. சீனாவிடம் அந்த ஆலோசனையை ரஷ்யா சொன்னதன் மூலம் சீனாவின் வார்த்தைகளை ரஷ்யா நம்பவில்லை என்பதே உறுதியானது. இந்தியா தான் முதலில் தாக்கியது என்று சொன்னதையும் பேச்சுவார்த்தைக்கு சீனா தயார்தான் என்று சொன்னதையும் ரஷ்யா நம்பவே இல்லை. நேரு பேச்சுவார்த்தைக்குத் தான் தயார் என்று சொல்வதை அப்படியே நம்பியது. இந்தியா போன்று பலவீனமான ஒரு நாடு சீனா போன்ற நாட்டைச் சண்டைக்கு சவால் விடும் என்பதை அவர்களால் நம்பவும் முடியவில்லை.

ஒருவேளை நேருவின் மீது ரஷ்யாவுக்கு இருக்கும் செல்வாக்கைப் பயன்படுத்தி சீனாவுடனான எல்லைப் பிரச்னையில் சமரசத் தீர்வை எட்டும்படியோ முன்னேறிச் செல்லும் கொள்கைகை நிறுத்தி வைக்கும்படியோ கேட்டுக்கொண்டிருந்தால் நேருவும் அதற்கு உடன்பட்டிருக்கக்கூடும். ரஷ்யா சீன இந்திய எல்லைப் பிரச்னையில் நடுநிலை வகித்ததால் இந்தியா தான் செய்வது சரிதான் என்று துணிந்து நின்றுவிட்டது. அப்படியாக இந்தியாவின் நண்பர்களே இந்தியாவை அழிவின் பாதையில் அழைத்துச் சென்றுவிட்டனர்.

ரஷ்யா இந்தியாவுக்கு ஆதரவாக நடந்துகொண்டதற்கு இன்னொரு காரணமும் இருக்கிறது. அதுதான் ரஷ்ய சீன எல்லைப் பிரச்னை. குருசேவ் இரானுடனான எல்லைப் பிரச்னை பற்றி மட்டுமே குறிப்பிட்டார். ஆனால், சீனாவுடனான எல்லைப் பிரச்னை அதைவிடப் பெரியது என்பது அவருக்குத் தெரியும். மூன்றாண்டுகளுக்கு முன்னதாக சூ என் லாய் அதை ரஷ்யாவிடம் எழுப்பியும் இருந்தார்.

இந்திய சீனப் பிரச்னையில் மேற்கத்திய நாடுகள் இந்தியாவின் கருத்தை ஏற்றுக்கொண்டன. மேலும் உலகின் பெரும்பான்மை கம்யூனிஸ்ட் நாடுகள் ரஷ்ய ஆதரவாளர்கள் என்பதால், ரஷ்யா ஆதரிக்கும் இந்தியாவின் கூற்றை ஒப்புக்கொண்டன. பீகிங்குக்கு விஜயம் செய்த போலந்து குழுவும் 'எல்லை விவகாரத்தில் சீனா தேவையில்லாமல் இந்தியாவுடன் பிரச்னையை வளர்த்து வருகிறது' என்று கூற சீனாவின் நிலை தர்மசங்கடமானது.

குருஷேவ் குறிப்பிட்ட ரஷ்ய - சீன எல்லைப் பிரச்னை பற்றிப் பார்ப்போம். இந்தியாவுடன் ஒப்பிடுகையில் சீனா வலுவாக இருந்தாலும், ரஷ்யாவுடன் ஒப்பிடுகையில் அதன் பலம் குறைவு தான். ரஷ்யப் பேரரசின் சாம்ராஜ்ஜிய விரிவாக்கத்தின் விளைவாகவும் சீனாவின் பலவீனத்தினாலும்தான் சீன ரஷ்ய எல்லை வடிவமைக்கப் பட்டிருந்தது. அமூர் ஆற்றுக்கு வடக்கே மற்றும் அதன் கிளை நதியான உசூரிக்குக் கிழக்கே சீனாவுக்குச் சொந்தமான பகுதிகளைப் பத்தொன்பதாம் நூற்றாண்டின் இடைப்பட்ட காலத்தில் ஜார் மன்னரின் ஆட்சிக் காலத்தில் ரஷ்யா கைப்பற்றிக்கொண்டது. இதன் காரணமாக ஜப்பான் கடலுடன் (Sea of Japan) சீனாவுக்கு இருந்த நில வழித் தொடர்பு முற்றிலுமாக அறுந்துபோனது. சீன துர்கிஸ்தான் (சிங்கியாங்) எல்லையிலிருந்தும் சீனாவை விரட்டியடித்ததுடன், ஐகுன் ஒப்பந்தம் *(1858)* மற்றும் பீகிங் ஒப்பந்தம் *(1860)* ஆகியவை மூலம் ரஷ்யா தான் ஆக்கிரமித்த சீனப் பகுதிகளைச் சட்டரீதியாக நேர் செய்துகொண்டது. ரஷ்யாவை எதிர்க்கும் வலுவின்றிச் சீனாவும் இரு ஒப்பந்தங்களிலும் கையெழுத்திட்டது.

1911-ல் சீனக் குடியரசு உருவான பிறகு, சீனாவை நிர்பந்தப்படுத்தி கையெழுத்து வாங்கியதுடன், வலுக்கட்டாயமாகக் கைப்பற்றிக் கொண்ட பகுதிகள் அனைத்தையும், ரஷ்யா திரும்ப ஒப்படைக்க வேண்டுமென்று சீனாவில் பலத்த கோரிக்கைகள் எழுந்தன. சீனாவின் கோரிக்கையைப் பரிசீலிக்க ஒப்புக்கொண்ட ரஷ்ய சோஷியலிஸ்ட் ஃபெடெரேடெட் சோவியத் குடியரசு *1917*-ல் ரஷ்ய வெளிவிவகார ஆணையர் எல் எம் கராகான் தலைமையில் குழுவை அமைத்து அறிக்கை சமர்ப்பிக்க உத்தரவிட்டது. அதன் அடிப்படையில் ஜார் அரசுக்கும் சீனாவுக்கும் இடையே ஒருதலைப்பட்சமாகக் கையெழுத்தான அனைத்து ஒப்பந்தங்களையும் ரத்து செய்து உத்தரவிட்டது. *1920*-ல் வெளியான காரகான் அறிக்கையும் இதை உறுதிப்படுத்தியது.

ஆனால் ஒரு சில ரஷ்யத் தலைவர்கள் ஆக்கிரமித்துள்ள கிழக்குப் பகுதியைச் சீனாவிடம் திரும்ப ஒப்படைக்கும் முந்தைய அரசின் முடிவை அங்கீகரிக்கவில்லை. கராகான் அறிக்கையைப்

பேச்சுவார்த்தைக்கான அடிப்படை ஆவணமாக வைத்துக் கொள்வது தான் புத்திசாலித்தனம் என்று வாதிட்டனர். இது பற்றி லெனின் கூறுகையில் 'விளாடிவாஸ்டாக் தொலைதூரத்தில் உள்ளது. ஆனாலும் இந்த நகரம் எங்களுடையதுதான்' என்றார். ஒருதலைப் பட்சமானது என்றாலும் சீன ரஷ்ய எல்லை இப்போது எப்படி இருக்கிறதோ அதன்படியே இருக்கவேண்டும் என்ற முடிவுக்கு சோவியத் அரசானது விரைவில் வந்துவிட்டது.

1949-ல் ஆட்சிக்கு வந்த சீன மக்கள் குடியரசு சீன - இந்திய எல்லைப் பிரச்னையில் எடுத்த அதே முடிவை சீன - ரஷ்ய எல்லைப் பிரச்னையிலும் எடுத்தது. ஒருதலைப்பட்சமாகச் செய்யப்பட்ட ஒப்பந்தம் என்றாலும் நடந்து முடிந்ததை மாற்ற இனி முடியாது. இப்போதைய நிலைமையை அப்படியே ஏற்றுக்கொள்வோம் என்ற முடிவை எடுத்தது. நூற்றாண்டுகளுக்கு முன்பு ரஷ்யாவிடம் பறிபோன பகுதிகளில் திரும்பக் கிடைக்கும் என்பது கனவில் நடைபெறாத நிகழ்வு என்ற முடிவுக்கே சீனா வந்தது. அதிலும் ரஷ்யா விளாடிவாஸ்டாக் மற்றும் கபோராவாஸ்க் போன்ற நகரங்களை உருவாக்கிய பிறகு அதன் பகுதிகளைத் திரும்ப ஒப்படைக்கும் என்று சீனா நம்பவில்லை.

'சீனா - ரஷ்யா பழைய ஒப்பந்தங்கள் நியாயமற்றவை என்றாலும் சீன அரசு அவற்றை மதித்து ஏற்றுக்கொள்கிறது. இரு நாட்டு எல்லைப் பிரச்னைகளை அந்த ஒப்பந்தங்களின் அடிப்படையில் தீர்வுகாணத் தயாராக இருக்கிறது' என்று சீனா சொன்னது. ஆனால், 1960-ல் மாஸ்கோவிடம் எல்லைப்பிரச்னையில் தீர்வை ஒட்டிய பேச்சு வார்த்தைகளைத் தொடங்கலாம் என்று முதலில் கூறியது சீனாதான். 'வரைபடங்களில் ஆங்காங்கே சிறு மாற்றங்கள் செய்யப்பட வேண்டும். அவ்வளவே. பிரச்னையைச் சுலபமாகத் தீர்க்கலாம்' என்று சூ என் லாயும் கருதியதே இதற்குக் காரணம். ஆனால், உண்மையில் அந்த நம்பிக்கை மிகையானதுதான். எல்லையானது ஆயிரக்கணக்கான மைல் தொலைவுக்கு நீண்டதாக இருந்தது. ஆரம்ப ஒப்பந்தங்கள் மிகவும் மேலோட்டமானவையாக எந்தவித ஆய்வும் மேற்கொள்ளப்படாமலேயே உருவாக்கப்பட்டிருந்தன. எனினும் சுமுகமான தீர்வு காணப்படவேண்டும் என்ற எண்ணம் இருந்தால் எதுவும் சாத்தியமே.

1964-ல் எல்லை குறித்த பேச்சுவார்த்தைகள் தொடங்கிய வேகத்திலேயே தோல்வி அடைந்தன. எல்லை விவகாரத்தில் இந்தியா எந்த முடிவை எடுத்ததோ அதே நிலையைத்தான் சோவியத் எடுத்தது. எல்லைப் பகுதி முழுவதும் அதிகாரபூர்வ ஒப்பந்தங்கள், வரைபடங்களால் துல்லியமாகவும், தெளிவாகவும் வரையறுக்கப்

பட்டுள்ளன. இருப்பினும் ஒரு சில இடங்களில் எல்லைக்கோடு குறித்த சிறிய மாறுபாடுகளுக்குத் தயார் என்றனர் (இந்தியத் தரப்பு சொல்லும் வார்த்தைகளுக்கும் இவற்றுக்கும் இடையில் இருக்கும் ஒற்றுமை ஆச்சரியப்படவைக்கிறது).

ஒப்பந்தத்தில் குறிக்கப்பட்டிருக்கும் அனைத்துப் பகுதிகளையும் அல்லது ஒப்பந்தத்தை மீறியும் ரஷ்யா உரிமை கோரும் பகுதிகளையும் சீனா விட்டுக்கொடுத்துவிடவேண்டும் என்று ரஷ்யா கோருவதாக சீனா சொன்னது. நாங்கள் பேசத் தயாராக இருக்கும் விஷயங்கள் நீங்கலாக எந்தப் பேச்சுவார்த்தைக்கும் நாங்கள் தயார் இல்லை என்பதுதான் ரஷ்யாவின் நிலைப்பாடு. இந்தியர்களைப் போலவே ரஷ்யாவும் சொல்வதை சீனா ஏற்கவில்லை.

எல்லை விவகாரத்தில் சீனா இரு மாறுபட்ட நிலைகளை எடுத்தது. சீனா - இந்தியா எல்லைப் பிரச்னையில் இந்தியாவுக்கு எந்தவிதமான உத்தரவாதத்தையும் வழங்கச் சீனா முன் வரவில்லை. ஆனால் சீன - ரஷ்ய விவகாரத்தில் பரஸ்பரம் பலனளிக்காத ஒப்பந்தமாக இருந்தாலும்கூட அதை ஏற்றுக் கொண்டு மதிப்பதாக மாஸ்கோவிடம் உறுதி அளித்தது சீனா. இதற்கு முக்கியக் காரணம் சீனா - ரஷ்யா எல்லை தொடர்பான ஒப்பந்தங்கள் முறையானவை என்பதுடன் சட்ட ரீதியானதும்கூட. ஆனால் சீனா - இந்தியா எல்லைப் பிரச்னையில் நேரடியாக இதுபோன்ற ஒப்பந்தங்கள் ஏதுமில்லை. திபெத்துடனான மெக்மோகன் கோடு ஒப்பந்தத்தில் சீனா கையெழுத்திடவில்லை என்பதால் தொடக்கம் முதலே பீகிங் அதை ஏற்றுக் கொள்ளவில்லை. சீனா - இந்திய மேற்குப் பகுதிகளைப் பொறுத்தவரை எல்லைகள் பிரிக்கப்படவே இல்லை.

நேருவுக்கு 1959 செப்டம்பர் 8 ஆம் தேதி சூ என் லாய் எழுதிய கடிதத்தின் நகல் அடுத்த நாளே மாஸ்கோவிடம் கொடுக்கப்பட்டது. 'மெக்மோகன் கோடு என்பது பிரிட்டிஷ் ஏகாதிபத்திய ராஜ்ஜிய விரிவாக்கத்தின் அங்கமாகும். சீனாவின் திபெத் பிராந்தியத்துக்கு எதிரான பிரிட்டிஷ் நடவடிக்கை ஆகும். இதை சீனாவின் எந்த அரசும் எப்போதும் ஏற்றுக் கொள்ளவும் இல்லை அங்கீகரிக்கவும் இல்லை என்பதால் சட்ட விரோதமானது. சட்டத்துக்குப் புறம்பான ஒரு கோட்டை ஒப்புக் கொள்ள வேண்டும் என்று கட்டாயப்படுத்தினால் சீனா சம்மதிக்காது. எங்களுக்குச் சொந்தமான பகுதியையும், உரிமையையும் விட்டுக் கொடுப்பதைப் பெருத்த அவமானமாகக் கருதுகிறோம்' என்பதுதான் கடிதத்தின் சாராம்சம்.

தொடக்கம் முதலே சீனாவின் மீது ரஷ்யாவுக்கு நம்பிக்கை முற்றிலுமாக இல்லை. இக்கடிதத்தில் 'கட்டாயப்படுத்தினால் சீனா

சம்மதிக்காது' என்று தெளிவாகக் கூறியுள்ள நிலையில் பேச்சு வார்த்தையின் போது சீனா ஒப்புக்கொள்ளாது என்று ரஷ்யா எண்ணியதில் வியப்பேதுமில்லை. மெக்மொகன் கோட்டின் சட்டப்பூர்வ அங்கீகாரத்தை ஏற்றுக் கொள்ளாத சீனா, தெற்குப் பகுதி மீதான உரிமையைக் கோரியது. இந்தியாவுக்கு எதிரான சீனாவின் கோரிக்கையை ரஷ்யா ஆதரித்தால், ஜார் காலத்தில் இழந்த பகுதிகளை, அதாவது முதலில் தவாங் பிறகு விளாடிவாஸ்டாக் எனத் தொடர்ந்து ஒவ்வொன்றின் மீதும் சீனா உரிமை கொண்டாட ஆரம்பிக்கும். எனவே, சீனாவுக்கு எதிரான இந்தியாவின் நிலைப் பாட்டை ஆதரிப்பதுதான் மாஸ்கோவுக்கு நல்லது என்று ரஷ்யா முடிவெடுத்தது.

1960-களில் சீன - ரஷ்ய எல்லைப் பிரச்னை முற்றத் தொடங்கியபோது இந்தியா மற்றும் ரஷ்யாவின் அணுகுமுறைகள் சற்றேறக் குறைய ஒரே மாதிரியாகவே ஆகத் தொடங்கின. இந்தியாவைப் போலவே ரஷ்யாவும் எல்லையின் மறு பரிசீலனைக்கு ஒப்புக்கொள்ள மறுத்தது. நேருவைப் போலவே குருஷேவும் எல்லை தொடர்பான எந்தப் பேச்சுவார்த்தையும் கிடையாது என்று திட்டவட்டமாக மறுத்தார். 'ரஷ்ய ஜார் அரசு அதிகார பலம் மூலம் எல்லைகளை விரிவுபடுத்திக் கொண்டது போலவே சீன மன்னர்களும் தமது பலத்துக்கு ஏற்ப எல்லைகளை விரிவுபடுத்திக் கொண்டிருக்கிறார்கள். தற்போதைய எல்லைகள் வரலாற்றால் நிர்ணயிக்கப்பட்டவை என்பதால் எல்லை தொடர்பான ஒப்பந்தங்களும் மதிக்கப்பட்டே ஆகவேண்டும்' என்று ரஷ்யாவின் அதிகாரபூர்வ பத்திரிகையான 'பிராவ்தா' 1964-ல் தலையங்கம் எழுதியது. பழைய ஒப்பந்தங்களை மதிப்பதாக சீனா சொன்னது. ஆனால், இந்தியாவைப் போலவே ரஷ்யாவும் சீனாவின் அந்த வார்த்தைகளைச் செவிமடுக்கவே இல்லை. நேருவைப் போலவே வேறு உள் நாட்டுக் காரணங்களினாலேயே குருசேவும் ரஷ்ய சீன எல்லைப் பிரச்னையைப் பெரிதுபடுத்துவதாக சீனா கருதியது.

சீன - இந்திய எல்லைப் பிரச்னையில் நேரு எடுத்த அதே முடிவையே சீன - ரஷ்ய எல்லைப் பிரச்னையிலும் குருஷேவும் கடைப்பிடிப்பதாக பீகிங் கருதியது. 50களில் சீன - இந்திய உறவில் ஏற்பட்ட நெருடல் 60களில் சீன - ரஷ்ய உறவிலும் தெரிந்தது. ஆனால், சீன ரஷ்ய விவகாரத்தில் ரஷ்யாவே சக்தி வாய்ந்த நாடு. எனவே அது தன் பலத்தைக் காட்ட விரும்பியது.

சீனாவின் அண்டை நாடுகளைப் பொறுத்தவரை ரஷ்யா மற்றும் இந்தியா ஆகிய இரு பெரிய நாடுகள் மட்டுமே அதனுடன் எல்லை குறித்த பேச்சுவார்த்தைகளுக்கு உடன்படவில்லை. அப்படியானால், சிறிய நாடுகளைக் கட்டாயப்படுத்தி சீனா ஒப்பந்தங்களில்

கையெழுத்து வாங்கிவிட்டதா என்று ஒரு கேள்வி வரக்கூடும். ஆனால், சிறிய நாடுகளுடன் சீனா நடந்துகொண்ட விதம் அந்தக் கேள்வியை அர்த்தமற்றதாக்கிவிடுகிறது. ரஷ்யாவும் இந்தியாவும் சீனாவைப் பற்றி என்ன நினைத்தார்கள் என்பது சீனாவுக்குத் தெரிந்திருந்தது. பேச்சுவார்த்தை மேடையில் சம மரியாதை தனக்குத் தரப்படவேண்டும் என்று சீனா எதிர்பார்த்தது. அதுதான் பிரச்னைக்கு காரணம் என்பதே உண்மையாக இருக்கக்கூடும்.

60களில் சீனாவுக்கும் ரஷ்யாவுக்கும் மோதல் முற்றியது. இந்தியாவுக்கான மாஸ்கோவின் ஆதரவு அதற்கான முக்கிய காரணமாக சீனாவால் முன்வைக்கப்பட்டது. திபெத்தில் ஏற்பட்ட புரட்சி நேருவின் 'வலது' பக்கச் சாய்வைச் சுட்டிக்காட்டும் அம்சம் என்று பீகிங் சொன்னது. சுதந்திர இந்தியாவின் இரண்டாவது நாடாளுமன்றப் பொதுத் தேர்தல்கள் வரவிருக்கும் நிலையில் அதிருப்தியில் உள்ள தொழிலாளர்கள், விவசாயிகள், அரசு ஊழியர்கள், மக்கள் ஆகியோரின் கவனத்தைத் திருப்ப சீனாவுடனான எல்லைப் பிரச்னையை நேரு கையில் எடுத்திருக்கிறார். இந்தச் சூழலில் உண்மையான கம்யூனிஸ்ட்களுக்கான பாதையைத் தேர்ந்தெடுக்க பீகிங் முடிவெடுத்தது. அதாவது, இந்திய அரசை எதிர்ப்பது மற்றும் பாதிக்கப்பட்ட இந்தியத் தொழிலாளர்கள் மற்றும் விவசாயிகளுக்கு நேசக் கரம் நீட்டுவது. ஆனால் குருஷேவோ வர்க்கப் பார்வையை ஒதுக்கித் தள்ளித் தனது முழு ஆதரவை இந்திய ஆதிக்க சக்திகளுக்கு அளித்ததுடன் சீனாவைக் கடுமையாக எதிர்த்தது. சூழலை குருஷேவ் சரியாகப் புரிந்து கொள்ளவில்லை என்று பீகிங் குற்றம் சுமத்தியது.

சீனாவின் குற்றச்சாட்டுகள் பற்றி மாஸ்கோ கவலைப்படாமல் தொடர்ந்து தனது ஆதரவை இந்தியாவுக்குத் தர உறுதியளித்தது. 1963-ல் சுமார் ரூ 5 பில்லியன் நிதி உதவியை இந்தியாவின் பொருளாதார வளர்ச்சிக்காக வழங்கியது. இது சிறிய தொகை என்றாலும் இதைவிட முக்கியமாக இந்தியாவுக்கான இராணுவ உதவியை வழங்க ரஷ்யா திட்டமிட்டதுதான் பீகிங்கை அதிர்ச்சி அடைய வைத்தது. இதனைத் தொடர்ந்து இந்திய இராணுவ அமைச்சகக் குழு மாஸ்கோவுக்குப் பயணம் செய்து ஆண்டோநோவ்-12 கனரகப் போர் விமானங்கள் மற்றும் 'ஹவுண்ட்' ஹெலிகாப்டர்களைப் (இவை இரண்டும் டர்பைன் எஞ்சின் பொருத்தப்பட்டுள்ளதால் 17,000 அடி உயரத்தில் பறக்கும் திறன் கொண்டவை) பெற்றுக்கொண்டது. இவை லடாக்கில் முன்னேறிச் செல்லும் கொள்கையை நிறைவு செய்யப் பிரத்யேகமாக வாங்கப் பட்டவை என்பது குறிப்பிடத்தக்கதாகும். ரஷ்ய விமானிகள் லடாக்

பகுதிகளில் இவற்றை இயக்க இந்திய ராணுவத்தினருக்குப் பயிற்சி அளித்தனர். ஆனால், நாடாளுமன்றத்தில் இது பெரிய சர்ச்சையைக் கிளப்பியது. இந்திய ராணுவ ரகசியங்களை, குறிப்பாகத் தளவாடங்களின் கையிருப்புகளையும், குவிக்கப்பட்டிருக்கும் இடங்களையும் ரஷ்ய விமானிகள் உடனுக்குடன் சீனாவுக்குத் தெரிவிப்பார்கள் என்பதே உறுப்பினர்களின் அச்சம்.

ரஷ்யாவின் எம்ஜஜி ஜெட் ரகப் போர் விமானங்களை வாங்கவும் சோவியத் யூனியனுடன் ஒப்பந்தம் செய்து கொண்டது இந்தியா. இந்த ஒப்பந்தம் நிறைவடைந்தால் ஆசியப் பிராந்தியத்தில் அமைதிக்குக் கேடு விளையும் என்று அமெரிக்காவும் இங்கிலாந்தும் கடும் எதிர்ப்பு தெரிவித்தன. இதனால் பேச்சுவார்த்தைகளில் இழுபறி நிலவியது. எத்தனை தடங்கல்கள் வந்தாலும் இந்தியாவுக்கு எம்ஜஜி ஜெட் போர் விமானங்களை ரஷ்யா கண்டிப்பாக வழங்கும் என்று 1962-ல் உறுதியளித்ததைத் தொடர்ந்து புது டெல்லி நிம்மதி அடைந்தது.

இந்தியாவுக்குத் தனது ஆதரவை வழங்குவதுடன் எல்லைகளை வலுப்படுத்தத் தனக்கு எதிராக ராணுவ உதவிகளையும் வழங்கியதன் மூலம் சோவியத் யூனியன் தனது வரம்புகளை மீறிவிட்டதாகவே பீகிங் கருதியது. சோஷியலிஸ்ட் சீனா மீது தாக்குதல் நடத்த அமெரிக்காவும் சோவியத் யூனியானும் கூட்டாக இணைந்து இந்தியாவுக்குத் தளவாடங்களை விற்பனை செய்வதாகவும் பீப்பிள்ஸ் டெய்லி செய்தி வெளியிட்டது. 1962-ல் வெளியான மற்றொரு செய்தியில் 'ரஷ்ய ஆதரவுடன் சீனா எல்லைக்குள் இந்தியா கொஞ்சம் கொஞ்சமாக ஊடுருவி வருகிறது. ராணுவ பலம் மூலம் அடி பணிய வைக்கலாம் என்று நினைத்தால் அது தவறான, அபாயகரமான முடிவாகும். சீனாவின் பொறுமையையும் கட்டுப்பாட்டையும் இந்தியா பலவீனமாகவும் கோழைத்தனமாவும் எண்ணினால் பின்னர் வருத்தப்பட வேண்டியிருக்கும்' என்றும் எச்சரித்தது.

இந்தியா பேச்சுவார்த்தைக்கு ஒப்புக்கொள்ளாத நிலையில் சீனாவுக்கு இரண்டே வாய்ப்புகள்தான் இருந்தன. முதலாவது இந்தியா கோரும் இடங்களில் இருந்து எந்த நிபந்தனையும் இல்லாமல் துருப்புகளை வாபஸ் பெற்றுக் கொள்வது அல்லது இந்தியாவின் சவாலை ஏற்றுக் கொண்டு போருக்குத் தயாராவது.

ரஷ்யா மற்றும் ஏகாதிபத்திய சக்திகளின் பின் துணையுடன் இந்தியா மெள்ள மெள்ள சீனாவின் பகுதிகளை ஆக்கிரமிக்கத் தொடங்கியதை சீனா புரிந்துகொண்டது. அதுவரையிலும் போர் தொடர்பான எண்ணம் எதுவும் சீனாவிடம் இருந்திருக்கவில்லை. 'ஆசியாவின்

இரு பெரிய நட்பு நாடுகளின் மக்கள் தொகை ஆயிரம் மில்லியனுக்கும் அதிகம். தற்காலிக, சிறிய பிரச்னைகளுக்காக இருவரும் போரிடுவது என்ற எண்ணமே முட்டாள்தனமானது' என்று 1959-ல் புதுடெல்லிக்குக் கடிதம் எழுதியது பீகிங். ஆனால் சோவியத் யூனியனுடனான மோதலின் போது, போரைச் சில தருணங்களில் தவிர்க்க இயலாமலும் போகலாம்; அணு ஆயுதப் போர் மூண்டுவிடும் என்று பயந்துகொண்டே ஏகாதிபத்தியத்துக்கு அல்லது ஏகாதிபத்தியங்களின் கைப்பவைகளுக்கு அடிபணியத் தேவையில்லை' என்ற நிலைப்பாட்டையே முன்வைத்தது.

1929-ல் சீனக் கிழக்கு ரயில்வே தொடர்பாக ரஷ்யாவுடன் பேச்சு வார்த்தை நடத்த சீன அரசு மறுத்ததுடன் ரஷ்ய எல்லையில் தாக்குதலும் நடத்தியது. சோவியத் யூனியன், 'தற்காப்பு நடவடிக்கையின்' ஒரு பகுதியாக, மஞ்சூரியாவை ஆக்கிரமித்து சீனப் படைகளைத் தாக்கிவிட்டுத் தனது எல்லைக்குத் திரும்பியது. ரஷ்யா அப்போது மேற்கொண்ட அந்த அதிரடி பாணி முற்றிலும் சரியே. ரஷ்ய நலன்களைப் பாதுகாத்ததோடு அந்தச் செயல்பாடுகளுக்கு சீன மக்களிடமும் புரட்சிகர சிந்தனை கொண்ட உலக மக்களிடமும் வரவேற்பு இருக்கவே செய்தது' என்று சீனா சொன்னது. இந்தியாவின் முன்னேறிச் செல்லும் கொள்கைக்குப் பதிலடி கொடுக்க, இப்போது நாமும் அதையே கடைப்பிடிக்கலாமா என்று சீனா எண்ணத் தொடங்கியதையே இது காட்டுகிறது.

1962 செப்டம்பரில் இந்திய - சீன எல்லையின் மேற்குப் பிராந்தியத்தில் இந்தியத் துருப்புகள் முன்னெடுத்துச் சென்ற போது பீகிங் எச்சரித்தது 'சீன ராணுவத்தை அச்சுறுத்தும் வகையில் இந்தியத் துருப்புகள் தொடர்ந்து நடவடிக்கைகளை மேற்கொண்டால், எல்லைகளைக் காத்துக்கொள்ள சீனா கடமை உணர்ச்சியுடன் எல்லா முயற்சிகளையும் மேற்கொள்ளும். இதன் பின் விளைவுகள் அனைத்துக்கும் இந்தியாவே பொறுப்பு' என்றது.

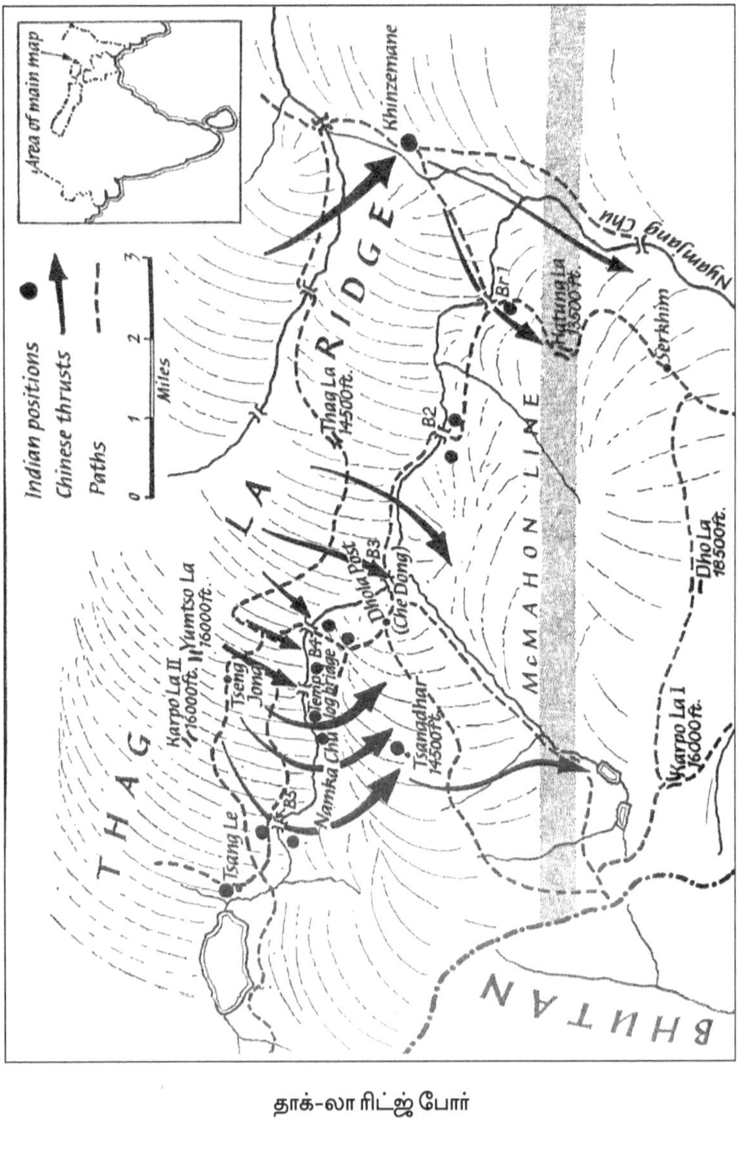
Indian positions
Chinese thrusts
Paths
Miles
Area of main map
THAG LA RIDGE
Thag La 14500ft.
Khinzemane
Nyamjiang Chu
Hatung La 13500ft.
Serkhim
Br1
B2
B3
B4
B5
Dhola Post
(Che Dong)
Tsangdhar 14500ft.
Namka Chu
Tsang Le
Karpo La II 16000ft.
Yumtso La 16000ft.
Tseng Jong
Temporary log bridge
McMAHON LINE
Dho La 18500ft.
Karpo La I 16000ft.
BHUTAN

தாக்-லா ரிட்ஜ் போர்

பாகம் 4

எல்லைப் போர்

பொருளாதாரத்திலும், ராணுவத்திலும், தன்னை விடப் பலம் நிறைந்த நாடான சீனாவின் மீது ராணுவ ரீதியான தாக்குதலை இந்தியா நடத்தும் என்பதை நினைத்துக் கூடப் பார்க்க முடியவில்லை.

- சோவியத் யூனியன், கம்யூனிஸ்ட் கட்சியின் மத்தியக் குழு, 1960 பிப்ரவரி

தமது ராணுவ பலம் என்ன என்பது தெரியாத, போருக்கு என்னவிதமான ராணுவ வசதிகள், திறமைகள் தேவை என்பது தெரியாத ஆட்சியாளர்களால் மீண்டும் மீண்டும் போரானது ராணுவத்தினர் மீது திணிக்கப்படுகிறது.

- ஆல்ஃப்ரெட் வாக், தி ஹிஸ்டரி ஆஃப் மிலிட்டரிஸம்.

தாக்–லா ரிட்ஜ் விவகாரம்

1962-ல் இந்தியப் பொது மக்களின் கவனம் முழுவதும் எல்லையின் மேற்குப் பிராந்தியத்திலேயே இருந்தது. உண்மை நிலைக்கு மாறாக, சீனாதான் எல்லைகளை விரிவுபடுத்தும் முனைவுகளில் ஈடுபட்டு வருவதாக இந்தியா பொது மக்களிடையே பிரசாரம் செய்து மக்களின் அபிமானத்தைப் பெற முயன்றது. ஆனால், அரசின் இந்தப் பிரசாரம் எதிர்மறையான விளைவுகளையே ஏற்படுத்தியது. சீனாவின் அத்துமீறல்களை ஏன் இந்தியா இன்னும் பொறுத்துக்கொண்டு அமைதியாக இருக்கிறது? மன உறுதியுடனும், ராணுவ பலத்துடனும் சீனாவை எதிர்த்துப் போரிடவேண்டாமா என்ற கேள்விகள் மக்களிடையே பரவத் தொடங்கின. மேற்குப் பிராந்தியத்தில் இந்தியா மேற்கொண்ட முன்னேறிச் செல்லும் கொள்கைகளைத் தற்காலிகமாக நிறுத்தினாலும் அது தேசத் துரோகச் செயலாகவும் சரணடைவதற்கு இணையாகவும் கருதப்படும். மேலும் சீனாவைச் சமாளிக்க மேற்குப் பிராந்தியத்தில் கணிசமான எண்ணிக்கையில் இந்திய ராணுவம் குவிக்கப்பட்டுள்ளது என்ற மாயத் தோற்றத்தை உருவாக்கி உள்ள நிலையில், சீனத் தாக்குதல்களுக்குப் பதிலடி கொடுப்பதைத் தவிர வேறு எந்த வழியும் நேருவுக்குப் புலப்படவில்லை.

எனவே மேற்குப் பிராந்தியத்தில் (இந்தியா உரிமை கோரும்) சீன ஆக்கிரமிப்புப் பகுதிகளில் இருந்து அதை விரட்டி அடிக்க இந்தியா முன்னேறிச் செல்லும் கொள்கையைத் தீவிரமாக அமல்படுத்தத் தயார்படுத்திக் கொண்டது. ஆனால் கிழக்குப் பிராந்தியத்தில், மெக்மோகன் கோட்டை நடைமுறை எல்லையாகக் கருதும் சீனா, எந்தவிதமான ஆக்கிரமிப்பும் செய்யவில்லை. எனவே அங்கு

இந்தியா ஒரு அடி முன்னே எடுத்து வைத்தாலும் போர்தான் என்ற நிலை இருந்தது.

1959 ஆகஸ்டில் நடைபெற்ற லாங்ஜு நிகழ்வைத் தொடர்ந்து அடுத்த மூன்று ஆண்டுகளுக்குக் கிழக்குப் பிராந்தியம் அமைதியாகவே இருந்தது. இதற்குப் பிறகு நேருவும், சூ என் லாயும் எடுத்த கூட்டு முடிவின்படி கிழக்கு எல்லையின் ராணுவ ரோந்துப் பணிகளைத் தற்காலிகமாக நிறுத்த முடிவானது. இதைத் தொடர்ந்து இந்திய ராணுவம் மெக்மொகன் கோட்டுக்குள் இரு மைல் சுற்றளவுக்கு ரோந்துப் பணிகளை நடத்த வேண்டாம் என்று உத்தரவிடப்பட்டது. ஆனால் முன்னேறிச் செல்லும் கொள்கை இந்த உத்தரவை ரத்து செய்து மெக்மொகன் கோட்டை மீண்டும் பிரச்னைக்குரிய எல்லையாக மாற்றியது.

கிழக்கு கமாண்ட் தனது துருப்புகளை எல்லைக்கோட்டுக்கு அருகே, எதுவரை நெருக்கமாகச் செல்ல முடியுமோ அதுவரை செல்லுமாறு ராணுவத் தலைமை அலுவலகம் 1961 டிசம்பரில் உத்தரவிட்டது. மேலும் ஆங்காங்கே ராணுவ முகாம்களை நிறுவி எல்லைப் பகுதி முழுவதையும் தங்கள் கட்டுப்பாட்டுக்குள் கொண்டு வரவும், ராணுவ முகாம்களை இணைக்க ரோந்துப் பணிகளுக்கும் ஆணையிட்டது. மேற்குப் பகுதியில் உள்ள வீரர்கள் எந்தவகையான சிரமங்களுக்கு ஆளாக வேண்டியிருந்ததோ அதற்கு இணையான சிரமங்களைக் கிழக்குப் பகுதியினரும் அனுபவித்தனர்.

மெக்மொகன் கோட்டை நடந்துசென்று சேரவே பல வாரங்கள் பிடித்தன. அங்கு முகாம்களை நிறுவுவதை விடவும் கடினமான பணி தேவையான துருப்புக்களையும், தளவாடங்களையும், உணவுப் பொருட்களையும் அனுப்பி வைப்பதுதான். மேற்குப் பிராந்தியத்தைப் போலவே கிழக்கிலும் தேவையான உணவு மற்றும் தளவாடங்கள் ஹெலிகாப்டர் மூலம் கீழே போடப்பட்டன. மேற்கிலாவது பொருட்களைப் போட ஆங்காங்கே சமதள இடங்கள் இருந்தன. ஆனால் கிழக்கிலோ செங்குத்தான பாறைகள் நிறைந்திருந்ததாலும், தட்பவெப்ப நிலை சாதகமாக இல்லாத காரணத்தினாலும், உணவுப் பொருட்களையும், தளவாடங்களையும் தரை இறக்குவது மிகவும் சிரமமாக இருந்தது.

மேற்குப் பிராந்தியத்தில் நிலவும் கடினமான சூழலை மூத்த அதிகாரிகள் தலைமை அலுவலகத்துக்கு விளக்கியதைப் போன்றே, கிழக்குப் பிராந்தியம் தொடர்பாகவும் தெளிவுபடுத்தினார்கள். ஆனாலும் எந்தப் பயனும் இல்லை. இருப்பினும் பிரச்னை குறித்து முழுமையாகத் தெரிந்துகொள்ள 1962 பிப்ரவரியில் புலனாய்வுப் பிரிவு

துணைத் தலைவர் மாலிக்குடன், ஜெனரல் கௌல் அஸ்ஸாமுக்குச் சென்று புதிய முகாம்கள் அமைப்பது குறித்து நேரடி ஆய்வு நடத்தினார். 1962 முதல் அரையாண்டு இறுதியில் மெக்மோகன் கோடு வழியே அஸ்ஸாம் ரைஃபிள்ஸின் 24 புதிய ராணுவ முகாம்கள் நிறுவப்பட்டன.

1962 வரை லாங்ஜூவை மீண்டும் கைப்பற்ற (சீனா இந்த இடத்தை விட்டு 1960லேயே வெளியேறியது) இந்தியா எந்த முனைவையும் மேற்கொள்ளவில்லை. ஆனால், மெக்மொகன் கோட்டின் மேற்கில் இந்தியா ராணுவ முகாமை நிறுவ முற்பட்ட போதுதான் எல்லைப் போருக்கான அறிகுறி தென்பட்டது.

சற்று பின்னோக்கிப் பார்ப்போம். 1914 மார்ச் 24 அன்று பிரிட்டிஷ் அரசும், திபெத்தும் டெல்லியில் கையெழுத்திட்ட ஒப்பந்தத்தின்படி மெக்மொகன் கோடு 270 44' 30'' அட்ச ரேகையில் பூட்டான் எல்லையில் முடிவடைகிறது. இதையே மெக்மெஹனும் பதிவு செய்திருந்தார். ஆனால் 1950-ல் இந்தியா சுதந்திரம் பெற்ற பிறகு வட கிழக்கு எல்லையை ஆய்வு செய்தபோது அது மெக்மொகன் வரைந்த கோட்டில் இருந்து மூன்று அல்லது நான்கு மைல்கள் தாண்டி தாக்-லாவில் முடிவடைவதைக் கண்டறிந்தது. இதன் காரணமாக 1959 முதல் மெக்மொகன் கோட்டின் எல்லையாக தாக்-லாவைக் கருத முடிவெடுத்ததுடன், மெக்மொகன் கோட்டுக்கு வடக்கே கிஞ்செமேனேவில் முகாமை நிறுவி, இருபத்தி ஐந்து சதுர மைல் சுற்றளவுக்கு உட்பட்ட பகுதியின் மீதும் இந்தியா தனது உரிமையை நிலைநாட்டியது.

இந்தியாவின் இந்தச் செயலுக்குச் சீனா உடனடியாக பதிலடி கொடுத்தது. இரு நூறுக்கும் அதிமான சீன வீரர்கள், முன்னேறிய அஸ்ஸாம் ரைஃபிள்ஸைப் பின்னுக்குத் தள்ளினர். ஆனால் சீனர்கள் கிஞ்செமேனேவை விட்டு விலகியவுடன் இந்தியப் படை மீண்டும் அதே இடத்துக்குத் திரும்பியது. இரு முறை இந்தியப் படைகள் இதே போன்று கண்ணாமுச்சி விளையாடவே சீனா கிஞ்செமேனே பகுதியை முழுமையாக ஆக்கிரமித்துக் கொண்டு இந்தியப் படைகளை விரட்டி அடித்தது. சீனாவின் நடவடிக்கைகளுக்கு இந்தியா கடுமையான ஆட்சேபத்தைத் தெரிவித்ததுடன், கிஞ்செமேனே இந்தியாவுக்குச் சொந்தமான பகுதி என்றும் பாரம்பரியமாக மேய்ச்சலுக்குப் பயன்படுத்தப்பட்டு வந்துள்ளதாகவும் ஆகஸ்ட் 11 ஆம் தேதி பீகிங்குக்குக் கடிதம் அனுப்பியது. சீனாவோ கிஞ்செமேனே அதன் எல்லைக்கு உட்பட்ட பகுதி என்பதால் இந்தியா அங்கிருந்து வெளியேறுவதுடன், அத்துமீறல்களையும் உடனடியாக நிறுத்த வேண்டும் பதில் எழுதியது.

1960-ல் இந்திய அரசு இந்தியா - சீனா - பூட்டான் ஆகியவற்றின் முச்சந்தி 270 48'' வடக்கு என்பதுடன் தாக்-லாவை எல்லையாகவும் பதிவு செய்து உரிமை கோரியது. வட கிழக்கு மூலைக்கான எல்லையை முடிவு செய்து நிர்ணயித்த இந்திய அரசு இதிலுள்ள சிக்கல் குறித்து ராணுவத்துக்கு தகவல் அனுப்பவில்லை அல்லது தகவலைப் பெற்றுக்கொண்ட ராணுவம் அதைப் பகிர்ந்து கொள்ளவில்லை. கிஞ்செமேனே முகாம் நிறுவப்பட்டதைத் தொடர்ந்து அஸ்ஸாம் ரைஃபிள்ஸை அஸ்ஸாம் ஆளுநரின் கட்டுப்பாட்டின் கீழ் கொண்டு வந்ததுடன், மேற்கே மெக்மொகன் கோட்டில் ரோந்துப் பணிகள் நடத்துவதை நிறுத்தவும் உத்தரவிட்டது.

1962-ல் புது டெல்லி ராணுவத் தலைமை அலுவலகத்தில் சீஃப் ஆஃப் ஆர்மி ஸ்டாஃப் ஜெனரல் பி என் தாப்பர் மற்றும் சீஃப் ஆஃப் ஜெனரல் ஸ்டாஃப் லெஃப்டினெண்ட் ஜெனரல் கௌல் ஆகியோர் பொறுப்பு வகித்தனர். மேஜர் ஜெனரல் ஜெ எஸ் தில்லோன், பிரேகிடியர் பலித் ஆகியோர் அடுத்தடுத்த நிலைகளில் இருந்தனர். மெக்மொகன் கோடு வழியே உத்தரப் பிரதேசத்தில் நீண்ட நெடிய எல்லை தொடங்கி பர்மா மற்றும் கிழக்குப் பாகிஸ்தான் வரை ஜிஓசி-இன்-கமாண்டாக லெஃப்டெனண்ட் ஜெனரல் எல் பி சென் பொறுப்பில் இருந்தார். இவர்களைத் தொடர்ந்து ஷில்லாங்கில் (லக்னோவில் இருந்து 600 மைல்) தலைமை அலுவலகத்துடன் XXXIII கார்ப்ஸ், கிழக்கு கமாண்ட் பகுதி முழுவதற்குமான பொறுப்பு லெஃப்டெனண்ட் ஜெனரல் உம்ராவ் சிங்குக்கும் தேஜ்பூரில் (ஷில்லாங்கில் இருந்து 200 மைல்) தலைமை அலுவலகத்துடன் 4 டிவிஷன் பொறுப்பு மேஜர் ஜெனரல் நிரஞ்சன் பிரசாத்துக்கும் வழங்கப்பட்டிருந்தன.

1962 முதல் ஆறு மாதத்துக்குள், ராணுவத் தலைமை அலுவலகம் முன்னேறிச் செல்லும் கொள்கையின் அடிப்படையில், மெக்மொகன் கோட்டில் நிறுவப்படவேண்டும் என்று உத்தரவிட்ட 24 புதிய ராணுவ முகாம்களில், ஒன்றைக்கூட கிஞ்செமேனே பகுதியில் அமைக்க வில்லை. சீனா பிரச்னை செய்யாத வரை, அந்த இடத்தை அப்படியே, இப்போது இருக்கும் நிலையிலேயே, விட்டு விட வேண்டும் என்று இந்திய அரசு முடிவெடுத்திருக்கலாம். அது உண்மையாக இருப்பின், கிஞ்செமேனே / முச்சந்திப்பு தொடர்பாக அரசு எடுத்த இந்த முடிவை XXXIII கார்ப்ஸ் பிரிவிடம் ராணுவம் பகிர்ந்து கொண்டிருக்க வேண்டும். ஆனால் ஏனோ அது பற்றிய தகவலையும் அனுப்பவில்லை. அதே சமயம் 1962 மே மாதம் கிஞ்செமேனே பகுதியில் ரோந்துப் பணிகள் மீதான தடையை திரும்பப் பெற்றுக் கொள்ளப்பட்ட நிலையில், இந்திய - சீனா - பூட்டான் எல்லைகளின்

முச்சந்தியில் புதிய ராணுவ முகாமை அமைக்கக் கார்ப்ஸ் தனது அதிகாரத்தைப் பயன்படுத்தித் தானே உத்தரவிட்டது.

மேற்கு முச்சந்தியை அடைந்த அஸ்ஸாம் ரைஃபிள்ஸும் மெக்மொகன் கோட்டை எல்லையாகக் கருதாமல், அதைத் தாண்டி வடக்கே மூன்று அல்லது நான்கு மைல்கள் தள்ளி இருக்கும் தாக்-லாவை எல்லையாகக் கருதியது. இதனைத் தொடர்ந்து ஜூன் 4 ஆம் தேதி, முச்சந்தியின் உயரமும் அணுக்கமும் சாத்தியமற்றது என்பதால் அதைத் தவிர்த்துப் பள்ளத்தாக்கின் அடிவாரத்தில் முகாமை அமைத்தனர். இது அப்பகுதியில் உள்ள நம்கா சூ என்ற ஆற்றின் தெற்குக் கரையோரம் உள்ள 'சே டாங்' ஆகும். ஆனால் ரோந்துப் பணிகளுக்குத் தலைமை வகித்த கேப்டன் அந்தஸ்த்தில் உள்ள கமாண்டர் அந்த இடம் பற்றிய புரிதல் இல்லாமல் அதை 'தோலா' என்று வேறு பெயரில் பதிவு செய்ய தீராத சிக்கலின் முதல் குழப்பம் ஆரம்பமானது. தோலா புதிய முகாம் அமைக்கப்பட்ட விவரம் சீனாவுக்குத் தெரியாததால், எந்தப் பதில் நடவடிக்கையிலும் பீகிங் இறங்கவில்லை.

புதிய ராணுவ முகாமை தனக்குக் கீழுள்ள ஜூனியர் கமிஷண்ட் அதிகாரியிடம் ஒப்படைத்துவிட்டு ஜெனரல் ஆஃபிஸர் கமாண்டிங் ஜெனரல் பிரசாத்திடம் நிகழ்வுகளைக் கூறுவதற்காக தேஜ்பூர் விரைந்தார் கேப்டன் அந்தஸ்தில் இருந்த ரோந்து கமாண்டர். அங்கு முகாம் அமைத்தால் சீனாவைச் சீண்டுவதற்கு ஒப்பாகும் என்று ஏற்கெனவே பிரிகேடியர் தால்வி முன்பு எச்சரித்திருந்த நிலையில், தோலாவில் ராணுவ முகாமை அமைக்க வேண்டியதன் அவசியம் பற்றி ஜெனரல் பிரசாத் விளக்கம் கேட்டார். மேலும் தாக்-லா எல்லை யாகக் கருதப்படவிருக்கும் நிலையில் ராணுவ முகாமைத் தாக்-லா கணவாய்க்கே மாற்றும்படி கூற, அவரது அறிக்கையும், பரிந்துரையும் வெளி விவகார அமைச்சகத்துக்கு அனுப்பி வைக்கப்பட்டன.

மெக்மொகன் கோடு மேற்கு விரிவாக்கம் குறித்த அனைத்து விவரங்களும் 1959 முதற்கொண்டே வெளிவிவகார அமைச் சகத்துக்குத் தெரிந்த நிலையில், எந்தவித மாற்றமும் செய்ய மாட்டோம் என்று பீகிங்குக்கு உறுதிமொழியும் அளித்திருந்தது. இருப்பினும், இப்போதய தாக்-லா வரை எல்லையை விரிவு படுத்தவும், தோலாவில் மற்றொரு ராணுவ முகாம் அமைக்கவும் ராணுவத்துக்கு ஒப்புதல் வழங்கியது. தாக்-லாவுக்குக் கீழே 'இப்போதுள்ள நிலையில் எந்த மாற்றமும் கூடாது' என்ற உறுதி மொழியை இந்தியா அளித்துள்ள நிலையில், தோலா முகாமுக்கு அளித்த ஒப்புதலை விரைவாகவும், யாருக்கும் தெரியாமலும், திரும்பப் பெற்றுக் கொண்டிருக்கலாம். தோலா முகாம் ராணுவத்துக்கும்

சுமை என்பதால் எந்த ஆட்சேபணையும் தெரிவித்திருக்காது. அதற்குத் தெற்கே சில மைல்கள் தள்ளி வேறு பாதுகாப்பான இடத்தைத் தேர்வு செய்திருக்கும்.

தோலாவில் ராணுவ முகாமை அமைப்பதன் மூலம் இந்தியா சொந்தம் கொண்டாடும் பகுதி முழுவதும் தனது உரிமையை மீண்டும் உறுதிப்படுத்த முடியும் என்றும் நம்பியது. வட கிழக்கு எல்லையில் உள்ள இந்திய ராணுவம் வலுவாக இருப்பதாகவும், வாய்ப்புக் கிடைத்தால் நிச்சயம் சீனாவைத் தோற்கடிக்க முடியும் என்றும் தெரிவித்தது. மெக்மொகன் கோட்டில் கிடைக்கும் உள்ளூர் வெற்றி மூலம் இந்தியா தனது நோக்கத்தில் உறுதியாக இருப்பதைச் சீனாவுக்கு உணர்த்துவதுடன், முன்னேறிச் செல்லும் கொள்கையை மேற்கில் இன்னும் எளிதாக்க முடியும் என்றும் திட்டமிட்டது.

தோலாவில் ராணுவ முகாமை நிறுவுவது, சீனாவுடன் வம்பை விலை கொடுத்து வாங்குவதற்கு ஒப்பாகும் என்று டிவிஷன் 4 தலைமை அலுவலகம் தொடக்கம் முதலே எச்சரித்து வந்தது. ராணுவத்தின் கைவசம் இருந்த வரைபடங்களிலும் அந்தப் பகுதி சீன எல்லைக்குள் இருப்பதாகவே காட்டியது. அந்தப் பகுதியில் கண்டெடுக்கப்பட்ட ஒரு மரப் பலகையில் ‘இது எங்கள் ஆறு, எங்கள் மலை’ என்று சீன மொழியில் எழுத்துகள் பொறிக்கப்பட்டிருந்தன. எனவே முன்னெச்சரிக்கை நடவடிக்கையாகப் பாதுகாப்புக்காக, தோலா முகாமுக்குத் தெற்கே, தவாங்கில் இருந்து லம்பூவுக்கு இன்ஃபண்ட்ரி கம்பெனி அனுப்பி வைக்கப்பட்டது.

தோலாவில் இந்திய ராணுவம் முகாம் அமைக்கப்பட்டு மூன்று மாதங்கள் கடந்த நிலையிலும், சீனா எந்த ஆட்சேபணையும் தெரிவிக்கவில்லை. மேற்குப் பிராந்தியத்தில் முன்னேறிச் செல்லும் கொள்கை காரணமாக ஏற்பட்ட கடுமையான துப்பாக்கிச் சண்டையில் இரு பக்கமும் பலத்த உயிர் இழப்புகள் ஏற்பட்டன. கிழக்குப் பிராந்தியம் ஏனோ அமைதியுடன் காணப்பட்டது. ஆனால் திடீரென முன்பு மேற்குப் பிராந்தியத்தில் இந்திய முகாம்கள் மீது சீனா எடுத்த அதே நடவடிக்கைகளை செப்டம்பர் 8 ஆம் தேதி தோலா முகாம் மீதும் எடுக்க முடிவெடுத்தது. தாக்-லாவைக் கடந்து தோலா வரை சீனத் துருப்புகள் முன்னேறின. சில நாள்களுக்கு முன்புதான் சீனா ராணுவத்தினர் தன்னைச் சந்தித்ததாகவும், உடனடியாக இடத்தை விட்டு வெளியேறாவிட்டால் தூக்கி எறியப்படுவீர்கள் என்று எச்சரித்ததாகவும் தோலா முகாம் கமாண்டர் பின்னர் தெரிவித்தார். தன்னைப் பாதுகாத்துக் கொள்ளும் சுயநலத்துடன், எச்சரிக்கை விடுத்த சீன துருப்புகள் எண்ணிக்கையை 60 என்பதற்குப் பதிலாக 600 என்று

பத்து மடங்கு கூட்டித் தகவல் அனுப்பினார். அப்படிச் சொன்னால் தான் இந்திய அரசு அதிக எண்ணிக்கையில் வீரர்கள் அனுப்பி வைக்கும் என்பதையும் வெளிப்படையாகவே பகிர்ந்து கொண்டார். ஆனால் எதிர்பார்ப்புகளுக்கு மாறாக சீனா தோலா முகாம் மீது எந்த நடவடிக்கைகளையும் எடுக்கவில்லை. இந்தியா நிம்மதி அடைந்தாலும், சீனா தனது துருப்புக்களைத் தோலாவைச் சுற்றி நிறுத்திக் கண்காணித்தது.

மெக்மோகன் கோட்டுக்கு வடக்கே உள்ள கிஞ்செமேனே பகுதிக்குள் இந்தியா ராணுவம் 1959 முதற்கொண்டே நுழைந்து அங்கேயே தங்கி விட்டதாகவும், இப்போது சே டாங்குக்குள் மேலும் ஊடுருவி, சீன-இந்திய எல்லைப் பகுதி முழுவதையும் ஆக்கிரமிக்க முயல்வதாகவும், இந்தியாவின் எண்ணங்கள் தெளிவாகத் தெரிந்து விட்ட நிலையில், இதற்கான விளைவுகளுக்கும் இந்தியாதான் பொறுப்பேற்க வேண்டும் என்று செப்டம்பர் 16-ம் தேதி பீகிங் அமைச்சக நிலையில் தனது கடுமையான ஆட்சேபணையைப் பதிவு செய்தது.

மெக்மோகன் கோட்டை எல்லையாக ஒப்புக்கொள்வதில் ஆட்சேபணையில்லை. ஆனால் அதன் மீது இந்தியா மேற்கொள்ளும் திருத்தங்களையும், மாற்றங்களையும் ஏற்றுக்கொள்ளமாட்டோம் என்பதில் தொடக்கம் முதலே சீனா உறுதியாக இருந்தது. இங்கிலாந்துக்கும் திபெத்துக்கும் இடையே 1914 மார்ச் 23 ஒப்பந்தத்தில் சீனா கையெழுத்திடவில்லை என்பது ஒரு காரணமாக இருந்தாலும், எல்லை பற்றிய எந்த விவரமும் அதில் குறிப்பிடப்பட வில்லை என்பதும் முக்கியக் காரணமாகும். எனவே மெக்மோகன் கோடு இடத்தை மூல ஒப்பந்த வரைபடங்களில் உள்ள அட்ச ரேகை மற்றும் தீர்க்க ரேகை மூலமாக மட்டுமே தீர்மானிக்க முடியும். அப்படிப் பார்த்தால் தாக்-லா மற்றும் தோலா ஆகிய இரண்டுமே மெக்மோகன் கோட்டுக்கு மேற்கே சீன எல்லைக்குள்தான் இருக்கின்றன. எனவே இதற்கான தீர்வு, இரு நாடுகளும் கூட்டாக எல்லை பற்றிய ஆய்வுகளை மேற்கொள்ள வேண்டும் அல்லது மூல வரைபடத்தில் குறிக்கப்பட்டுள்ள எல்லைக் கோட்டை இருவரும் ஏற்றுக்கொள்ளவேண்டும். 'இருவரும் அவரவர்க்கு ஏற்ற வகையில் எல்லைகளை வகுத்துக் கொண்டால் சீன-இந்தியாவுக்கு இடையே எது உண்மையான எல்லையாக இருக்கும்?' என்று எழும் கேள்வியில் அர்த்தம் உள்ளது. ஆனால் அதற்கான பதில் இருவரிடமும் இல்லை.

மெக்மோகன் கோட்டுக்கு மேற்கே இந்தியா மேற்கொள்ளும் திருத்தங்கள் இந்திய எல்லையை விரிவுபடுத்தும். ஆனால் அதற்கும் தெற்கே ஏதேனும் மாற்றங்களுக்கு ஒப்புக்கொண்டால் இந்தியப்

பகுதிகளைச் சீனாவுக்குத் தாரை வார்த்துக் கொடுத்து விட்டதாகக் குற்றச்சாட்டுக்கள் எழும். சீனாவின் நிலை இதற்கு நேர் எதிர்மறை. பீகிங்கைப் பொறுத்தவரை மெக்மொகன் கோட்டுக்குத் தெற்கே எல்லையை விரிவுபடுத்தினால்தான் ஆதாயம். வடக்கே என்றால் சீனப் பகுதிகளை இந்தியாவுக்கு விட்டுக் கொடுத்ததுபோல் ஆகிவிடும். இந்தியாவின் பார்வையில் தாக்-லா நிர்ணயிக்கப்பட்ட, உறுதியான எல்லையாகவும், புது டெல்லியைப் போன்றே தோலா இந்தியாவுக்குச் சொந்தமான பகுதியாகும். அதேபோல் மேற்குப் பிராந்தியத்தில், இந்தியா உரிமை கோரும், ஆனால் சீனா ஆக்கிரமிப்பு செய்துள்ள, கால்வன் ஆறு முகாமுக்கும் இது பொருந்தும். மேற்குப் பிராந்தியத்தில் இந்தியா ஊடுருவினால், அதற்குப் பதிலடியாக சீனா மெக்மொகன் கோட்டைத் தாண்டும் என்று பீகிங் விடுத்த எச்சரிக்கையை புதுடெல்லி கவனத்தில் கொள்ளவில்லை. மேலும் சீனா ஆக்கிரமித்துள்ள மேற்குப் பகுதிகளில் இந்தியத் துருப்புகள் ஊடுருவினால் சீனா பதிலடி கொடுக்காது; சீன முகாம்களை இந்தியா அழித்தால் சீனா பதிலடி கொடுக்காது; இந்தியா தாக்கினால் சீனா பதிலுக்குத் தாக்காது என்பதே புதுடெல்லியின் விசித்திரமான எண்ணமாக இருந்தது.

புதுடெல்லியின் அரசியல், அலுவல் மற்றும் ராணுவ எண்ணங்கள் வேறு வகையில் இருந்தாலும், தாக்-லாவைச் சீனத் துருப்புகள் கடந்த செய்தி இந்திய ஊடகங்களில் மெக்மொகன் கோடு மீதான ஊடுருவலாகவே பரபரப்பாக வெளியானது. சீன ஊடுருவலைத் தடுக்க இந்திய அரசு எந்த நடவடிக்கையும் எடுக்காமல் வேடிக்கை பார்ப்பதாக எதிர்க்கட்சிகள் குற்றம் சாட்டின. இதற்கு பதிலளித்த அரசுச் செய்தித் தொடர்பாளர் 'மேற்குப் பிராந்தியத்தில் எல்லையைக் காக்க இந்தியா கடுமையாகப் போராட்டி வருகிறது. ஆனால் மெக்மொகன் கோட்டுப் பகுதி நமக்குச் சாதகமானது. எனவே நமது எல்லையைக் காக்க இந்திய ராணுவம் உறுதியுடன் தயாராகவே உள்ளது' என்றார்.

ஆனால் மேற்குப் பிராந்தியத்துக்குச் சொன்னது எந்த அளவுக்கு உண்மையோ அதே நிலைதான் மெக்மொகன் கோட்டிலும் நிலவியது. மெக்மொகன் கோடு பகுதியில் இந்திய ராணுவம் வலுவாக உள்ளது என்பது முற்றிலும் உண்மைக்கு மாறான விஷயம். திபெத் பீடபூமி மீது சாலைகளை அமைப்பது மற்றும் போக்குவரத்து மிகவும் எளிது என்பதால் சீனர்கள் சாங்போ பள்ளத்தாக்கு வரை சாலைகள் வசதிகளை ஏற்படுத்தி இருந்தனர். ஒரு சில சாலைகள் மெக்மொகன் கோட்டுக்கு சில மைல்கள் வரை சென்றன. இச்சாலைகள் எல்லா வகையான தட்பவெப்ப நிலைக்கும் ஏற்றவை

என்பதுடன், அதிக எண்ணிக்கையில் கனரக ராணுவ வாகனங்கள் பயணிக்கத் தக்க வகையில் உறுதியானவையும்கூட. வெய்யில், பனி, மழை என எந்தச் சூழலையும் சமாளிக்கும் திறமை பெற்றவர்கள் சீனர்கள் என்பதால் பிராணவாயு குறைவாக உள்ள மலை உச்சிகளில் கூடக் காவல் பணிகளில் ஈடுபடுத்தப்பட்டிருந்தனர். கம்பா புரட்சியாளர்களைச் சமாளிப்பதற்காகத் திபெத்தில் நீண்ட காலமாகவே காவல் பணியில் நிறுத்தப்பட்டிருந்ததால், சம்பந்தப் பட்ட பகுதிகளில் அவர்களுக்கு இருந்த அனுபவம் இந்தியர்களை விடப் பன்மடங்கு அதிகம்.

ஆனால், இந்தியப் பகுதிகளில் நிலைமை முற்றிலும் வித்யாசமானது. பிரம்மபுத்ரா பள்ளத்தாக்கு தொடங்கி மெக்மொகன் கோடு வரையிலான மலைத்தொடர் சீராக இல்லாமல், மேடு பள்ளங்களுடன், உடைந்தும், அடர்ந்த காடுகளாகவும் உள்ளன. பருவ காலத்தில் மழை கொட்டித் தீர்க்கும். குளிர் காலத்தில் பனி உறைந்து கிடக்கும். வழுக்குப் பாறைகள் நிறைந்திருக்கும். பள்ளத்தாக்கு வடக்கு - தெற்காக செங்குத்தாக இருப்பதால் வாகனப் போக்குவரத்து மிக மிகக் கடினம். லோகித் மற்றும் தவாங் ஆறுகள் கிட்டத்தட்ட 300 அடி ஆழம் வரை வருடம் முழுவதும் பள்ளத்தாக்குகளில் சீறிப் பாயும். பள்ளத்தாக்குகளைக் கடக்க ஆங்காங்கே மரம், கயிறு மற்றும் மூங்கில்களாலான தொங்கு பாலங்கள் கட்டப்பட்டிருந்தாலும், அவை எப்போது முறியும், அறுந்து விழும் என்று கணிக்க முடியாத வகையில் ஊசலாடிக் கொண்டிருந்தன. நிலச் சரிவுகளும், பனிப்புயல்களும் சர்வ சாதாரணம். எப்படிப் பார்த்தாலும் வட கிழக்கு எல்லைப் பகுதி இந்தியர்களுக்குச் சாதகமானது அல்ல என்பதே நிஜம். சீனாவுக்குச் சவால் விடுவதற்காக இந்தியா தேர்ந்தெடுத்துள்ள இந்தப் பகுதியை விடவும் வேறெந்த இடமும் கடுமையாகவும் அபாயகரமாகவும் இருக்குமா என்பது சந்தேகமே.

ஏழு டன் எடை கொண்ட கனரக வாகனங்களைத் தாங்கும் அளவுக்கு உறுதியான சாலைகளுடன் மூன்றே மணி நேரத்தில் சென்றடையும் வகையில் சீனச் சாலைகள் உறுதியாக இருந்தன. ஆனால் இதுவே செங்குத்தான வழுக்குப் பாறைகள், ஆழமான பள்ளத்தாக்குகள் மற்றும் அபாயகரமான கொண்டை ஊசி வளைவுகள் கொண்ட இந்தியச் சாலைகள் வழியே செல்வதென்றால் குறைந்தபட்சம் ஆறு நாள்கள் ஆகும். உணவுப் பொருட்கள், தளவாடங்கள் ஆகியவற்றுடன் 13000 அடி உயரத்தில், பிராணவாயு குறைவாக உள்ள, தவாங்கை அடைவதற்குள் பல ராணுவ வீரர்களுக்கு மூச்சுத் திணறல் (pulmonary oedema) ஏற்பட்டது. இந்நிலை ஏற்பட்டால்

உடனடியாகப் பிராணவாயு சீராக உள்ள இடங்களுக்கு அழைத்தச் செல்ல வேண்டியது அவசியம். இல்லாவிட்டால் மூச்சுத் திணறி இறப்பதைத் தவிர வேறு வழியில்லை.

நிலைமை இவ்வாறு இருக்க, நேருவும், வெளிவிவகார அமைச்சக அதிகாரிகளும் சீன ராணுவத்துக்குத் தக்க பதிலடி அளிக்கும் வகையில், இந்திய ராணுவம் வலுவாகவும், தயாராகவும் இருப்பதாக எப்படி நம்பினார்கள் என்பதுதான் ஆச்சரியம்! சில மாதங்களுக்கு முன்புதான் கௌல் மற்றும் ராணுவத் தளபதி தாப்பரும் சாலை வழியாக தவாங்குக்குச் சென்று வந்தனர். மோசமான சாலைகள், பனிப் பொழிவு காரணத்தால் பயணத்தின் போது கடுமையான இன்னல்களை நேரடியாகவே அனுபவித்த காரணத்தால், மெக்மொகன் கோடு தொடர்பான மோதல் வெடித்தால் இந்தியாவுக்குச் சாதகமாக இருக்காது என்பதையும் தெள்ளத் தெளிவாகவே அறிந்திருப்பார்கள். உண்மை இவ்வாறு இருக்க நேரு 1962 அக்டோபரில் பத்திரிகையாளர்களுடனான சந்திப்பின் போது 'வட கிழக்குப் பிராந்தியம் இந்தியாவுக்குத்தான் சாதகம்' என்று முன்பு சொன்னதையே மீண்டும் உறுதிப்படுத்தினார்.

நேருவிடம் உண்மை நிலையை யாரேனும் விளக்கினார்களா அல்லது நேரு தெரிந்தும், மக்களிடம் நிஜத்தை வெளியிடாமல் மறைத்தாரா என்பது இன்றைக்கும் கேள்விக்குறிதான். நேருவுக்கு உண்மை நிலை தெரியவில்லை என்றால் மூத்த ராணுவ அதிகாரிகள்தான் அதை அவரிடமிருந்து மறைத்திருக்கவேண்டும். அதேபோல் கிருஷ்ண மேனனும் உண்மை நிலவரத்தை நேருவிடம் சொல்லாமல் மறைத்திருக்கலாம் அல்லது அவருக்கே கூட நிஜத்தைச் சொல்லாமல் ராணுவ அதிகாரிகள் மறைத்திருக்கலாம்! எது எவ்வாறு இருப்பினும் தாக்-லா பகுதியிலிருந்து சீன ராணுவத்தைத் தூக்கி ஏறிய வேண்டும் என்ற தீர்க்கமான முடிவு இந்திய மக்களிடையே வேகமாகப் பரவியது.

இதனைத் தொடர்ந்து புது டெல்லியில் செப்டம்பர் 9ஆம் தேதி கிருஷ்ண மேனன் தலைமையில் ஜெனரல் தாப்பர், கிழக்குக் கமாண்ட் ஜெனரல் சென், கேபினெட் செயலர் எஸ் எஸ் கேரா, இணைச் செயலர் எஸ் சி சரீன் மற்றும் மாலிக் ஆகியோர் கலந்து கொண்ட பாதுகாப்பு அமைச்சகத்தின் கூட்டத்தில் எந்த வகையிலாவது சீனாவை உடனடியாக விரட்டி அடித்தே ஆக வேண்டும் என்று முடிவெடுக்கப் பட்டது. கிருஷ்ண மேனனுக்குத் தொடக்கம் முதற்கொண்டே முன்னேறிச் செல்லும் கொள்கையில் உடன்பாடு இல்லை என்றாலும் ஜெனரல் கௌல் அவரை ஒப்புக் கொள்ள வைத்ததாகத் தெரிகிறது.

(இந்த விவரத்தைக் கௌல் தன்னிடம் நேரடியாகச் சொன்னதாக நூலாசிரியர் பதிவு செய்துள்ளார்).

முதல் நாளே நேரு லண்டனில் நடைபெற்ற காமன்வெல்த் நாடுகள் மாநாட்டில் கலந்துகொள்ளப் புறப்பட்டுச் சென்றுவிட்டார். நேரு வெளிநாடுகளுக்குச் செல்லும்போது யாரிடமும் பொறுப்புகளை ஒப்படைத்துவிட்டுச் செல்வதை வழக்கமாகக் கொள்ளவில்லை. இதற்குக் காரணம் உண்டு. 'நேருவுக்குப் பிறகு யார்?' என்ற கேள்வி நிலவும் சூழலில் யாரிடமாவது பொறுப்பைக் கொடுத்துவிட்டுச் சென்றால் அவர்தான் நேருவுக்குப் பிறகு அடுத்து பதவிக்கு வரப் போகிறவர் என்று மக்கள் முடிவுக்கு வந்துவிடுவார்கள் என்பதற்காகவே குறிப்பாக யாரிடமும் பொறுப்பை ஒப்படைப்பதில்லை.

இருப்பினும் நேருவின் வெளிநாட்டுப் பயணங்களின் போது மூத்த அமைச்சர் என்ற முறையில் நிதி அமைச்சர் மொரார்ஜி தேசாய் கேபினெட் அமைச்சரவைக்குத் தலைமை தாங்குவார். ஆனால் இம்முறை அவரும் நேருவுடன் லண்டன் பயணம் செய்ததால், அடுத்த நிலையில் இருந்தவர் உள்துறை அமைச்சர் லால் பகதூர் சாஸ்திரிதான். ஆனால், செப்டம்பர் 9-ம் தேதி நடைபெற்ற பாதுகாப்பு அமைச்சகத்தின் கூட்டத்தைக் கூட்ட மூத்த அமைச்சரான சாஸ்திரியின் ஒப்புதலை ராணுவ அமைச்சர் கிருஷ்ண மேனன் பெறவும் இல்லை. அவரை அழைக்கவும் இல்லை. சீன விவகாரத்தில் அவர் தன்னிச்சை யாக முடிவெடுத்தார் என்றே கூறப்படுகிறது.

முக்கிய முடிவெடுக்கும்போது கேபினெட் அமைச்சரவையைக் கலந்தாலோசிக்காமல் தன்னிச்சையாக முடிவெடுப்பது நேருவின் பாணி. நேருவுக்கு மிக மிக நெருக்கமானவர் என்ற காரணத்தினாலோ என்னவோ, அவரைப் போலவே கிருஷ்ண மேனனும் ராணுவ அமைச்சகம் தொடர்பான விஷயங்களை யாருடன் கலந்தாலோசிக்காமல் தானாகவே முடிவெடுத்தார். நேருக்கு வேண்டப்பட்டவர் என்பதால் அவரைக் கேள்வி கேட்கும் துணிவும் காங்கிரஸ் கட்சியில் யாருக்கும் இல்லை. இதைக் கிருஷ்ண மேனன் தனக்குச் சாதகமாக்கிக் கொண்டிருக்கலாம்.

கிருஷ்ண மேனன் கூட்டத்தில் கலந்து கொண்ட மூத்த அதிகாரிகள், தோலா முகாம் பற்றிய விவரங்களைக் குறிப்பிட்டு அது சீன எல்லைக்குள் இருப்பதை இந்திய வரைபடங்களே காட்டுவதாகச் சொல்லிக் கேள்வி எழுப்பினர். ஆனால், வரைபடங்கள் பற்றிக் கவலைப்படாமல் தாக்-லாவை எல்லையாகக் கருதுமாறு உத்தரவிடப் பட்டது. ஜெனரல் தாப்பரும் மறுப்பேதும் சொல்லாமல் அந்த உத்தரவை தாக்-லாவில் முகாமிட்டுள்ள XXXIII கார்ப்ஸ் இந்திய

ராணுவத்தினருக்கு அனுப்பிவைத்து சீனத் துருப்புகளை உடனடியாகச் சுற்றி வளைத்து அப்புறப்படுத்துமாறு ஆணையிட்டார். 9 பஞ்சாப் பெட்டாலியன் மற்றும் 7 பிரிகேட் தோலா முகாமுக்கு உடனடியாகச் செல்லுமாறும் உத்தரவானது. இந்த ரகசிய அதிரடித் தாக்குதலுக்கு 'லெக்ஹார்ன்' என்றும் பெயரிடப்பட்டது.

தோலாவில் சீனா ராணுவத்தின் பலத்தை அறிந்துகொள்ள எந்த முனைவும் எடுக்காமல் அதிரடி நடவடிக்கைகளில் ஈடுபட இந்திய ராணுவத்துக்கு உத்தரவானது. இதன் காரணமாகக் கிழக்கு கமாண்ட் ஜிஓசி-இன்-கமாண்ட் ஜெனரல் சென்னுக்கும், XXXIII கார்பஸ் ஜெனரல் உம்ராவ் சிங்குக்கும் இடையே கருத்து மோதல் ஏற்பட்டது. ஜெனரல் உம்ராவ் சிங் தனது மூத்த அதிகாரிகளுக்குச் செப்டம்பர்12-ல் எழுதிய கடிதத்தில் உடனடி நடவடிக்கை எடுக்க உறுதியளித்தாலும், ராணுவத் துருப்புகளின் திறன் அடிப்படையில் தான் அவை அமையும் என்றார். 'தவாங் பகுதியில் துருப்புகளின் எண்ணிக்கையை சீனா வெகு எளிதில் அதிகரிக்கும் வாய்ப்பையும் திறனையும் பெற்றிருப்பதால், தாக்-லாவில் இந்திய ராணுவம் மேற்கொள்ளும் எந்த முயற்சியையும் சுலபமாக முறியடிக்க முடியும் என்றும் எச்சரித்திருந்தார்.

எனவே, சாலை வழியாகத் தேவையான தளவாடங்களை அனுப்பி வைப்பதைவிடவும், ஆகாயம் வழியே அனுப்புவதே பாதுகாப் பானது. மேலும் தரை மட்டத்திலிருந்து 16,000 அடி உயரத்தில் வீரர்கள் பணியாற்ற வேண்டியிருப்பதால், குளிரைச் சமாளிக்கக் கனமான கம்பளிகளும், போர்வைகளும், கெட்டியான பொருட்களாலான முகாம்களும் அமைக்கவேண்டும். தோலா முகாமை வரைபடங்களில் கண்டுள்ளபடி தெற்கே மூன்று மைல்களுக்கு பின்வாங்கவேண்டும். அரசியல் காரணங்களுக்காக இது இயலாத நிலையில், சீன ஊடுருவலைத் தடுக்க தோலா முகாமுக்குத் தெற்கே மற்றும் வரைபடத்தில் கண்டுள்ளபடி மெக்மொகன் கோட்டுக்குத் தெற்கே இரு பெட்டாலியன்களை நிறுத்தவேண்டும்' என்றும் உம்ராவ் சிங் எழுதியிருந்தார்.

கடிதம் கிடைத்தவுடன் ஜெனரல் சென் தேஜ்புருக்குப் பயணித்து உம்ராவ் சிங், ஜெனரல் பிரசாத் (ஜிஓசி 4 டிவிஷன்) ஆகியோரிடம் தாக்-லாவை விட்டு சீன ராணுவத்தை எப்படியேனும் அப்புறப்படுத்த வேண்டும் என்றும், மெக்மொகன் கோட்டைத் தாண்டுவதை இந்த அரசு ஒருபோதும் அனுமதிக்காது என்ற கருத்தை மீண்டும் வலியுறுத்தினார். தாக்-லா பகுதி இந்திய எல்லைக்கு உட்பட்டது என்பதை நினைவில் நிறுத்திக்கொண்டு அங்குள்ள சீன ராணுவத்தின்

மீது எப்போது வேண்டுமானாலும் விருப்பம்போல் துப்பாக்கிச் சூடு நடத்தலாம் என்ற உத்தரவையும் பிறப்பித்தார். குறைந்த எண்ணிக்கையிலான வீரர்களையும், ஆயுதங்களையும் வைத்துக் கொண்டு சின ராணுவத்தை எதிர்ப்பது இயலாத செயல் என்ற தனது முந்தைய கருத்தையே உம்ராவ் சிங் மீண்டும் வலியுறுத்தினார்.

லம்பூவில் இருந்த 9 பஞ்சாப் பிரிவு, அதன் முழு எண்ணிக்கையான 800-ல் சரி பாதி 400 ரைஃபிள்களுடன் செப்டம்பர் 14 ஆம் தேதி விடியற்காலை தோலா முகாமை நோக்கிப் புறப்பட்டது. 1/9 கூர்க்கா ரைஃபிள்ஸ் வட கிழக்குப் பகுதியில் கடுங்குளிரில் மூன்று ஆண்டுகள் பல்வேறு சிரமங்களை அனுபவித்த நிலையில் வேறு இடத்துக்குக் கிளம்பத் தயாராக இருந்த நிலையில் தாக்-லா பகுதிக்குச் செல்லுமாறு உத்தரவானது. 7 பிரிகேட் அதன் முழுப் பலத்தில் பாதியான ஒரேயொரு பெட்டாலியனுடன் 48 மணி நேரத்தில் தாக்-லா புறப்பட ஆணை பறந்தது. ஜெனரல் தாப்பருக்கும், ஜெனரல் சென்னுக்கும் மேற்கண்ட விவரங்கள் தெரிவிக்கப்படாமல் இருப்பின், அவர்கள் அல்லது ஜெனரல் ஸ்டாஃப் அல்லது இருவருமே அவரவர்க்கான கடமைகளைச் சரிவரச் செய்யவில்லை என்று பொருளாகும்.

லம்பூ தொடங்கி தோலா முகாம் வரையிலான பயணத்தை செப்டம்பர் 14 அன்று 9 பஞ்சாப் பிரிவு தொடங்கியபோது தாக்-லாவுக்குக் கீழே உள்ள பகுதியில் சீன ராணுவ வீரர்களின் எண்ணிக்கை 600க்கும் அதிகம் என்று கணிக்கப்பட்டதற்கு மாறாக, மிகக் குறைந்த அளவில் அதாவது 50 அல்லது 60 மட்டுமே என்ற தகவல் கிடைத்தது. அறுநூறு என்ற எண்ணிக்கை காரணமாக சீன ராணுவத்தை அகற்றும் முடிவில் ஓர் அர்த்தம் இருப்பதை ஒப்புக் கொள்ளலாம். ஆனால், ஐம்பது என்னும் சிறிய எண்ணிக்கையிலான வீரர்களை அப்புறப்படுத்த வேண்டிய அவசியமே இல்லை. ஆனால் புது டெல்லியில் உள்ள ராணுவத் தலைமை அலுவலகம் செப்டம்பர் 19 அன்று அனுப்பிய உத்தரவில் தாக்-லாவைக் கைப்பற்றுவதுடன், 16000 அடி உயரத்தில் உள்ள இரு கணவாய்களிலும் தங்களை நிலை நிறுத்திக் கொள்ளுமாறும் கூறியது. ஆனால் இக்கடிதம் செப்டம்பர் 19 வரை பஞ்சாப் பிரிவைச் சென்றடையவே இல்லை.

தோலா முகாமிலிருந்து பார்க்கையில் சீன ராணுவ பலம் தங்களை விட அதிகம் இருப்பதையும், குறைந்தபட்சம் 1:3 என்ற விகிதத்தில் இந்தியப் படைகளை மும்மடங்கு அதிகரித்தும், ஆயுதங்கள், துப்பாக்கிகள் உள்ளிட்ட தளவாடங்களை அதிக எண்ணிக்கையில் குவித்தால் மட்டுமே சீனப் படைகளை வெற்றிகொள்ள முடியும் என்பதையும் உணர்ந்து கொண்டனர்.

செப்டம்பர் 15 விடியற்காலை பஞ்சாப் வீரர்கள் நம்கா சூவை அடைந்தனர். லம்பூவில் இருந்து நம்கா சூவைச் சென்றடைய இரு பாதைகள் உள்ளன. முதலாவது 13,500 அடி உயரத்தில் உள்ள ஹதங் லா கணவாய் வழியாகப் பயங்கரமான பள்ளத்தாக்குகளும், செங்குத்தான வழுக்குப் பாறைகளும் கொண்ட பாதையாகும். எடை அதிகமுள்ள துப்பாக்கிகளையும் தளவாடங்களையும் உணவுப் பொருட்களையும் சுமந்து கொண்டு பயிற்சி பெற்ற படை வீரர்கள் இருபத்திநான்கு மணி நேரத்தில் சென்றடைந்தனர். பயிற்சி இல்லாதவர்களுக்குக் குறைந்தபட்சம் மூன்று நாள்களாவது ஆகும். வடகிழக்குப் பள்ளத்தாக்குகளில் இரவு நேரம் அதிகம் பகல் பொழுது குறைவு என்பதால் இப்பகுதிகளில் 4 மணிக்கே இருட்டத் தொடங்கிவிடும். ஹதங் லா கணவாய் வழியாகச் செல்வதில் உள்ள மிகப் பெரிய அபாயம் இந்திய வீரர்களின் பயணம் முழுவதையும் சீன ராணுவம் மேடான இடத்திலிருந்து முழுமையாகக் கண்காணிக்க முடியும் என்பதுதான்.

பின்பக்கம் வழியாக தோலா முகாமை அடைய 16,000 அடி உயரத்தில் கர்போ லா கணவாய் வழியாக மற்றொரு பாதை உண்டு. ஆனால், அது நடந்து செல்ல முடிந்த பாதை அல்ல. மலை ஏறிச் செல்ல வேண்டிய பாதை. இரண்டு வழிகளுமே உயிருக்கு ஆபத்தானவை. பல வீரர்கள் பனிச் சரிவு காரணமாகவும், ஆழமான பள்ளத்தாக்குகளில் வழுக்கி விழுந்தும் இறந்திருக்கின்றனர். பஞ்சாப் வீரர்களிடம் குளிர் தாங்கும் உடைகள் இருந்தன. பனிப் பொழிவையோ பூஜ்யத்துக்கும் கீழ் கடுமையான குளிரைச் சமாளிக்கவோ அவற்றாலும் முடியாது. என்றாலும் பிற பிரிவு வீரர்களிடம் அதுகூட இருந்திருக்கவில்லை. மெல்லிய ஸ்வெட்டர்களையும் பருத்தி ஆடைகளையும் மட்டுமே அணிந்து கொண்டு நாட்டைக் காக்கும் கடமையில் ஈடுபட்டுக் கொண்டிருந்தனர். ஒரு வீரருக்கு ஒரு கம்பளி என்ற அளவில்தான் இருந்தன.

போதிய தளவாடங்களுடன் சீன ராணுவம் பலமாக இருப்பதைத் தெரிந்துகொண்டதும் அதிர்ச்சி அடைந்தனர். சீன ராணுவத்தை எதிர்த்துப் போரிடும் அளவுக்கு நம்மிடம் படைகள் இல்லை என்னும் விவரத்தை டிவிஷனல் தலைமை அலுவலகத்துக்கு உடனடியாக பிரிகேடியர் தால்வி தெரிவித்தார். இதை ஏற்றுக் கொண்ட ஜிஓசி கமாண்டிங் XXXIII கார்ப்ஸிடம் கூற அவர் அந்தத் தகவலை அப்படியே கிழக்குக் கமாண்டுக்கு அனுப்பி வைத்து உத்தரவை ரத்து செய்யப் பரிந்துரைத்தார். இருப்பினும் உத்தரவு வரும் வரை பயணம் தொடர்ந்தது.

நம்கா சூவுக்குச் சில மைல் தொலைவில் உள்ள ஆற்றங்கரையை அடைந்த இந்தியா வீரர்களை இந்தி மொழியில் சீன ராணுவம் அப்பகுதி சீனாவுக்குச் சொந்தம் என்றும் உடனடியாக வெளியேற வேண்டும் என்று எச்சரித்தது. இரு நாடுகளுக்கு இடையே நல்லுறவு நீடிப்பதாகவும், சின்னஞ்சிறு எல்லைப் பிரச்னை காரணமாக நீண்ட கால நட்பைக் கெடுத்துக்கொள்ளவேண்டாம் என்றும் கூறினர். உயிரிழப்புகளைத் தடுக்கப் பேச்சுவார்த்தைக்கு வருமாறு அழைப்பு விடுத்தனர். இதனைத் தொடர்ந்து இந்திய அதிகாரி ஒருவர் சீன அதிகாரியைச் சந்திக்க அனுமதிக்குமாறு இந்திய அரசுக்குத் தகவல் அனுப்பினர். ஆனால் பிரதமர் நேரு பேச்சுவார்த்தைக்குச் செல்ல வேண்டாம் என்று உத்தரவிட்டதாகத் தெரிகிறது.

இதனைத் தொடர்ந்து தவாங்கில் உள்ள ராணுவத் தலைமை அலுவலகத்தில் இருந்து ஜெனரல் பிரசாத் செப்டம்பர் 13அன்று பிரிகேடியர் தால்வியைத் தொலைபேசியில் அழைத்து முன்னெடுத்துச் செல்லும் பணியை இன்னும் விரைவுபடுத்தி ‘உடனடியாக’ நம்கா சூவுக்குச் செல்லுமாறு ஆணையிட்டார். ஆனால் தால்வி அதைப் பொருட்படுத்தவில்லை. தால்விக்கு ‘ராக்கெட்’ கொடுத்து ஆணை பிறப்பிக்குமாறு ஜெனரல் பிரசாத்துக்கு மேலும் அழுத்தம் கொடுத்தார் ஜெனரல் சென். ‘போர் முனைக்குச் செல்வது பிரிகேட் கமாண்டர்களின் வேலையில்லை. வீரர்களுக்கு உத்தரவிடுவதும், அவர்களை வழிநடத்துவதும் மட்டுமே எங்கள் பணி. களத்துக்குச் சென்று உண்மை நிலையை ஆய்வு செய்த பிறகு முடிவெடுக்க வேண்டியது நாங்கள்தான்’ என்று பதிலளித்தார் தால்வி. ஓராண்டுக்கும் மேலாக 7 பிரிகேட் கமாண்டராகப் பொறுப்பில் உள்ள இவர் இந்தியன் மிலிட்டரி அகாடமியில் படித்துப் பட்டம் பெற்றவர். பர்மா மற்றும் இரண்டாம் உலகப் போர்களில் பங்கேற்ற பெருமையும் உண்டு. மேற்குப் பிராந்தியத்தில் முன்னேறிச் செல்லும் கொள்கையில் உள்ள போக்குவரத்துச் சிக்கல்கள் பற்றி முழுமையான அனுபவம் உள்ளவர்.

நம்காசூவில் இந்திய ராணுவம் படைகளைக் குவித்தது போலவே, சீனாவும் ஆற்றின் மறு கரையில் தளவாடங்களைக் குவித்து வந்தது. செப்டம்பர் 20க்குள் சீனா இரண்டு ரெஜிமெண்ட்கள் (இந்திய பிரிகேட்டுக்கு இணை) மற்றும் டிவிஷனல் ஆர்ட்டிலெரிகளை கொண்டுவந்து நிறுத்தியிருந்தது. புதுடெல்லியில் உள்ள ராணுவத் தலைமை அலுவலகத்துக்குக் கிடைத்த இத்தகவல்கள் களத்தில் இருந்தவர்களைச் சென்றடைய இரு வாரங்கள் பிடித்ததால், உடனடியாகத் திட்டமிடவோ, செயலில் இறங்கவோ போதிய அவகாசம் கிடைக்கவில்லை.

சீன ராணுவ வீரர்களின் எண்ணிக்கை மற்றும் பலம் குறித்த உளவுச் செய்திகள் சரியாகவோ, உரிய நேரத்திலோ அரசைச் சென்றடைய வில்லை. இந்திய உளவுத் துறையின் செயலின்மையையே இதற்குக் காரணமாகக் கூற வேண்டும். 1947-ல் இந்தியா விடுதலை பெற்றதைத் தொடர்ந்து ராணுவப் புலனாய்வுத் (MI - Military Intelligence) துறையின் முக்கியத்துவம் குறையத் தொடங்கியது. அங்கு பணியாற்றிய முக்கிய அதிகாரிகள் புதிதாக உருவாக்கப்பட்ட புலனாய்வு அமைப்பிற்கு (IB - Intelligence Bureau) மாற்றப்பட்டனர். ஐபியின் செல்வாக்கும் முக்கியத்துவமும் அதிகரிக்க எம்ஐ சவலைப் பிள்ளையானது. புதிதாக உருவாக்கப்பட்ட ஐபியின் இயக்குனர் மாலிக் பிரதமர் நேருவுடன் நேரடியாகப் பேசும் அளவுக்குச் செல்வாக்கு பெற்றவராக விளங்கினார்.

உள்நாட்டு விவகாரங்களில் மட்டுமின்றி வெளிவிவகாரத் துறை தொடர்பானவற்றிலும் மாலிக் ஆலோசனை சொல்லும் அளவுக்கு உயர்ந்தார். இந்திய முகாம்களைப் பலப்படுத்திவிட்டால் சீனாவால் ஏதும் செய்ய முடியாது என்ற அவரது கருத்து முன்னேறிச் செல்லும் கொள்கைக்கு இன்னும் வலு சேர்த்தது. தாக்-லா பகுதிக்குக் கீழே சீன ராணுவத்தின் மீது தாக்குதல் நடத்தினால் சீனாவால் பதிலடி கொடுக்க முடியாது என்ற அவரது யோசனை காரணமாக 'ஆபரேஷன் லெக்ஹார்னைத்' தீவிரப்படுத்த புது டெல்லி உத்தரவிட்டது. மெக்மொகன் கோட்டுக்குப் பின்புறம் சீன ராணுவம் தனது வீரர்கள் மற்றும் தளவாடங்களின் எண்ணிக்கையைத் தொடர்ந்து அதிகரித்து வருவதாக அவருக்குக் கீழே பணியாற்றும் ஐபி அதிகாரிகளே ரகசியத் தகவல் அளித்துள்ளனர். இந்நிலையில் மாலிக் யாரையும் நம்பாமல் தன்னிச்சையாக அளித்த யோசனையை நேரு ஏற்றுக் கொண்டதுதான் ஆச்சரியம். மேலும் இந்தியாவின் ஊடுருவல் தொடர்ந்தால் சீனா கொடுக்கும் பதிலடி மறக்க முடியாத ஒன்றாக இருக்கும் என்று பீகிங் தொடர்ந்து விடுத்த எச்சரிக்கைகளையும் கண்டு கொள்ள வேண்டாம் என்று மாலிக் கூறியதாகத் தெரிகிறது.

ஆனால் தாக்-லா பகுதியிலிருந்து சீனாவை வெளியேற்ற வேண்டும் என்ற நேருவின் எண்ணம் நிறைவடைவதற்கு முன்பாக மெக்மொகன் கோட்டைச் சீன ராணுவம் தாண்டிவிட்டதாக செப்டம்பர் 10 ஆம் தேதி தேஜ்பூரில் உள்ள செய்தி ஏஜென்சி தகவல் பரப்பியது. இதைக் கண்டு அதிர்ந்து போன இந்திய அரசு உடனடியாக அந்தச் செய்தியைத் திரும்பப் பெற்றுக் கொள்ளுமாறும் ஏஜென்சியிடம் கூறியது. ஆனால் அதற்குள் அச்செய்தி இந்திய ஊடகங்களில் பரவப் புது டெல்லி பத்திரிகையாளர்கள் பரபரப்பானார்கள்.

தேஜ்பூர் செய்தி ஏஜென்சி தனது தகவலை மீண்டும் உறுதிப்படுத்த வட கிழக்கு எல்லையில் உள்ளவர்களும் அதை ஆமோதித்தனர். வேறு வழியின்றி வெளிவிவகார அமைச்சகச் செய்தித் தொடர்பாளர் 'செப்டம்பர் 13 ஆம் தேதி பூடான், இந்தியா, சீனா எல்லைகள் சந்திக்கும் பகுதியில் சீன ராணுவ வீரர்கள் நுழைந்திருப்பது உண்மை தான். அவர்கள் வேண்டுமென்றே மெக்மொகன் கோட்டைத் தாண்டியதாக் கூற முடியாது. ஆனாலும் அவர்கள் இருப்பது இந்திய எல்லைக்குள்தான்' என்று பட்டும் படாமலும் அறிக்கை விடுத்தார்.

மெக்மொகன் எல்லையை சீன ராணுவம் தாண்டி உள்ளதாக இந்திய அரசு விடுத்துள்ள அறிக்கை ஏதோ வெளிநாட்டு அதிபர் இந்தியாவுக்கு வரவிருப்பதைப்போல் பொத்தாம் பொதுவாக, சர்வ சாதரணமாக இருப்பதை எதிர்கட்சிகள் கண்டித்தன. 'இந்தியா இந்நேரம் சீனாவுக்கு எச்சரிக்கை விடுத்திருக்கவேண்டும் அல்லது பதிலடி கொடுத்திருக்க வேண்டும் அல்லது குறைந்தபட்சம் அவர்களை அங்கிருந்து விரட்டி அடிக்கத் தீவிர நடவடிக்கைகளை யாவது எடுத்திருக்கவேண்டும். இவற்றை விடுத்து ஏற்கனவே கசிந்த தகவலை மூன்று நாள்கள் கழித்து வேறு வழியின்றி அரசு ஊர்ஜிதப் படுத்துவது வன்மையாகக் கண்டிக்கத்தக்கது. இந்திய எல்லையைக் காக்கத் தவறிய நேரு உடனடியாகப் பிரதமர் பதவியை விட்டு விலக வேண்டும்' என்று சுதந்திரா கட்சியும் ஜனசங்கமும் அறிக்கை விடுத்தன.

சீனாவைச் சமாளிக்க நம்கா சூ பகுதியில் செப்டம்பர் 21க்குள் முழு பிரிகேட் துருப்புகள் வந்து சேரும் என்றும் கிழக்கு கமாண்டர் ஜெனரல் சென் கூறினாலும், அக்டோபர் வரை அவர் சொன்னதில் பாதியளவு துருப்புகள் கூட வந்து சேரவில்லை. இதற்கிடையே XXXIII கார்ப்ஸ் ஜெனரல் உம்ராவ் சிங் 'ராணுவத் தலைமையகம் மற்றும் கிழக்கு கமாண்ட் ஆகியோரின் உத்தரவை நிறைவேற்றுவது கடினம் என்றும், ஆபரேஷன் லெக்ஹார்ணைத் தொடர்ந்து மேற்கொள்வது இயலாத செயல்' என்றும் செய்தி அனுப்பினார்.

ஆனால், ஜெனரல் தாப்பர் தாக்-லாவுக்குக் கீழுள்ள பகுதியிலிருந்து சீனாவை அப்புறப்படுத்துவது இயலாத செயல் என்று உம்ராவ் சிங் கூறியதை ஏற்றுக்கொள்ளவில்லை. செப்டம்பர் 22 ஆம் தேதி கூடிய ராணுவ அமைச்சகக் கூட்டத்தில் உரையாற்றிய ஜெனரல் தாப்பர் 'மேற்குப் பிராந்தியத்தில் உள்ள முகாம்களை சீனா தாக்காது. மேலும் தாக்-லா பகுதிக்குக் கீழே ஊடுருவியுள்ள சீன ராணுவத்தைத் தாக்கினால், போதிய பலமில்லாத காரணத்தால் பதிலடி கொடுக்க முடியாமல் அங்கிருந்து வெளியேறிவிடுவார்கள். அதிகபட்சம் மேற்குப் பிராந்தியத்தில் இருக்கும் கால்வான் உள்ளிட்ட சில பகுதிகள்

இழக்கலாம். மெக்மொகன் எல்லைக்கோட்டில் இருந்து சீனாவை விரட்டி அடிப்பதால் சிறு இழப்புகள் ஏற்பட்டாலும் பரவாயில்லை' என்றார். மேலும் ஐக்கிய நாடுகள் அமைப்பில் இந்தியாவின் ஆதரவு சீனாவுக்கு அவசியம் என்பதால் எந்தக் காரணத்தை முன்னிட்டும் சீனா பதிலடி கொடுக்காது, தாக்குதலும் நடத்தாது என்று ஐபி இயக்குனர் மாலிக் அளித்த ரகசிய அறிக்கையையும் புது டெல்லி ஏற்றுக் கொண்டது.

கிழக்குப் பிராந்தியத்தில் ஊடுருவிய சீனாவை இந்தியா வெளியேற்றும் முனைவுகளில் தீவிரம் செலுத்தினால் மேற்குப் பிராந்தியத்தில் சீனா பதிலடி கொடுக்கும் என்ற ஜெனரல் தாப்பரின் எச்சரிக்கையை இந்திய ராணுவ அமைச்சகம் ஏற்றுக் கொள்ளவில்லை. மேலும் தாக்-லா பகுதியிலிருந்து சீனாவை அப்புறப்படுத்தும் நடவடிக்கைகளைத் தீவிரப்படுத்துவதை ராணுவத் தலைமையகம் மீண்டும் உறுதிப்படுத்தியது. மேற்கண்ட உத்தரவை எழுத்துபூர்வமாக வெளியிட வேண்டுமென்று ஜெனரல் தாப்பர் கேட்டுக் கொண்டார். ஆனால் இவ்வாறு எழுத்துபூர்வமாக ஆணை வேண்டும் என்று கோருவதுகூட ஒரு வகை எதிர்ப்புதான்.

இரு நாள்களுக்கு முன்புதான் பாதுகாப்பு அமைச்சர் கிருஷ்ண மேனன் ஐக்கிய நாடுகள் ஜெனரல் அசெம்ப்ளி கூட்டத்தில் கலந்து கொள்ள நியூயார்க் புறப்பட்டுச் சென்றார். ஆபரேஷன் லெக்ஹார்ன் முக்கியத்துவம் பெற்ற நடவடிக்கை என்பதால் எழுத்துபூர்வமான அரசு உத்தரவை தாப்பர் கேட்டதில் தவறொன்றும் இல்லை. ஆனால் சீன ராணுவம் தாக்-லா எல்லை தாண்டியது தொடர்பாக நடைபெற்ற முதல் கூட்டம் தொடங்கி எந்த விவரங்களையும், பாதுகாப்பு காரணம் கருதி எழுத்தில் பதிவு செய்யவேண்டாம் என்று கிருஷ்ண மேனன் கூறியதாக அமைச்சக அதிகாரிகள் தெரிவித்தனர். குறிப்பாக சீனாவை அப்புறப்படுத்தும் உத்தரவு வாய் மொழியாகவே அனுப்பப்பட்டது. நாளை இதுவே பூதாகார பிரச்னையாக உருவெடுத்தால் சீனாவை அப்புறப்படுத்தும் நடவடிக்கைக்கு யார் உத்தரவிட்டது என்ற கேள்வி எழும். எழுத்துபூர்வமான உத்தரவு இல்லாத சூழலில், ராணுவ அதிகாரியே நடவடிக்கைக்கான முழுப் பொறுப்பையும் ஏற்க வேண்டும். உத்தரவுக்கான ஆதாரம் ஏதும் இல்லாததால், அரசும் அமைச்சரும் அதிகாரிகளும் தப்பித்துக் கொள்வார்கள்.

அமைச்சர்களின் இந்தப் பாணியை ராணுவத் தலைமை அலுவலகமும் பின்பற்றியது. கிழக்குக் கமாண்டுக்கான உத்தரவுகள் அனைத்தும், தாப்பரிடமிருந்து சென்னுக்கு, தொலைபேசி வழியாகவே சென்றன. புதுடெல்லியில் நடைபெற்ற கூட்டங்களின்

போதும் பல உத்தரவுகள் நேரடியாக வாய் மொழியாகவே அதிகாரிகளுக்கு அளிக்கப்பட்டன. ஒரு உத்தரவுகூட எழுத்துபூர்வமாக அளிக்கப்படவில்லை.

கிருஷ்ண மேனன் நியூயார்க் சென்றிருந்ததால், சீனா மீது தாக்குதல் நடத்த எழுத்துபூர்வமாக உத்தரவை அளிக்கும் அதிகாரம் தனக்கு இல்லை என்று துணைப் பாதுகாப்பு அமைச்சர் ஆர் ரகுராமய்யா தெரிவித்தார். நியூயார்க்கில் இருந்த கிருஷ்ண மேனனுடன் தொலைபேசியில் தொடர்புகொண்டு விவரங்களைத் தெரிவித்தார். நேரு, கிருஷ்ண மேனன் ஊரில் இல்லாத சூழலில், கேபினெட் பாதுகாப்புக் குழுவின் ஆலோசனைக் கூட்டமும் நடைபெறாத நிலையில், அடுத்த சில மணி நேரங்களில், சீனாவை அப்புறப் படுத்தும் கீழ்க்காணும் உத்தரவு, பாதுகாப்பு அமைச்சகத்தின் இளநிலை அதிகாரியான எஸ் சி சரின் கையெழுத்துடன், ஜெனரல் தாப்பரை வந்தடைந்தது:

> ‘பல்வேறு கூட்டங்களில் இது குறித்த விவாதங்கள் நடைபெற்றதைத் தொடர்ந்து சீனாவை அப்புறப்படுத்த ராணுவம் விரைவான நடவடிக்கைகளை மேற்கொள்ள வேண்டியது அவசியம். இதனைத் தொடர்ந்து வட கிழக்கு எல்லை கமெங் ஃப்ராண்டியர் டிவிஷனலிருந்து (இதன் ஒரு பகுதி தாக்-லா) சீனாவை அகற்றத் தீவிர நடவடிக்கைகளை மேற்கொள்ளுமாறு சீஃப் ஆஃப் ஆர்மி ஸ்டாஃப்புக்கு உத்தரவிடப்பட்டுள்ளது. இதன் காரணமாக மேற்குப் பிராந்தியத்தில் உள்ள இந்திய முகாம்கள் மீது சீனா பதில் தாக்குதல் நடத்தக்கூடும் என்பதால் அவற்றை எச்சரிப்பதுடன், பலப்படுத்தவும் வேண்டும்’

ஜெனரல் தாப்பருக்கு என்ன செய்வதென்றே தெரியவில்லை. அவரது நீண்ட அனுபவத்தில், சீனாவின் பதிலடியைத் தாக்குப்பிடிக்கும் திறன் இந்தியாவுக்கு இல்லை என்பதை அறிந்தே இருந்தார். இதை அரசுக்குத் தெரிவித்த பிறகும் அவரது எச்சரிக்கையைப் புறக்கணித்து விட்டு ஐக்கிய நாடுகள் அமைப்பின் கூட்டத்தில் கலந்து கொள்ள நியூயார்க் சென்றுள்ள பாதுகாப்பு அமைச்சர் மேனன் அங்கிருந்து கொண்டே இளநிலை அதிகாரி மூலம் மேற்கண்ட உத்தரவை அனுப்பியது அவரை அதிர்ச்சி அடைய வைத்தது.

ராணுவத் தளபதி கருத்துக் கூறுவதும் அதை மேல் நிலையில் இருப்பவர் மறுப்பதும் காலம் காலமாக நடைபெறும் வழக்கமான விஷயம்தான். இது பற்றி நெப்போலியன் முன்பு கூறியது இப்போது மட்டுமின்றி எப்போதும் பொருந்தும் ‘போரில் நடைபெறும் தவறுகளுக்காக ராணுவத் தளபதியை யாரும் மன்னிப்பதில்லை.

தனக்குள்ள அதிகாரத்தைப் பயன்படுத்தித் தன்னிச்சையாக முடிவெடுத்தாலும் சரி அல்லது போர்க்களத்தில் என்ன நடக்கிறது என்று தெரியாமல் எங்கோ இருந்து கொண்டு அமைச்சர் இடும் உத்தரவை நிறைவேற்றினாலும் சரி, தவறான திட்டத்தை ராணுவத் தளபதி செயல்படுத்தினால் அதற்கான முழுப் பொறுப்பையும் அவர் ஏற்றுக்கொண்டே ஆக வேண்டும். இதற்கு ஒரே தீர்வு ராணுவத் தளபதி உரிய காரணங்களைக் கூறித் திட்டத்தை மாற்ற முனைய வேண்டும். அது முடியாத பட்சத்தில் நாட்டையும் ராணுவத்தையும் பெரும் அழிவிலிருந்து காப்பாற்றத் தனது தளபதி பதவியை ராஜிநாமா செய்யவேண்டும்'.

இந்தியர்களைப் பொறுத்தவரையில் தாப்பருக்கு முன்னாலும் இப்படியான நெருக்கடிக்குத் தளபதிகள் ஆளாகவே செய்திருக்கிறார்கள். கிருஷ்ண மேனனுடன் ஏற்பட்ட மோதல் காரணமாக மூன்று ஆண்டுகளுக்கு முன்பு ஜெனரல் திம்மைய்யா அடைந்த இன்னல்களும் அவமானங்களும் ஏராளம். ஜெனரல் திம்மையா ராஜிநாமா செய்ததும், நேரு அது அரசியலாக்கப்படும் என்பதைத் தெரிந்துகொண்டு, தன்னைக் காப்பாற்றிக் கொள்ள, அவரது ராஜிநாமாவைத் திரும்பப் பெற்றுக் கொள்ள வேண்டுகோள் விடுத்ததும், பின்னர் தருணம் வரும்போது பதவி உயர்வின் போது அவரை மட்டம் தட்டி நேரு அவமானப்படுத்தியதும், தாப்பர் நினைவுக்கு வந்தன. மேனனுடன் மோதினால் என்ன ஆகும் என்பதை ஜெனரல் தாப்பர் அறியாதவர் அல்ல. மேலும் அவர் திம்மையாவும் அல்ல. எனவே தவறான நடவடிக்கை என்றும் தெரிந்தும், நடப்பது நடக்கட்டும் என்று, தாப்பர் மறு பேச்சு பேசாமல் தனக்குக் கிடைத்த உத்தரவை அமல்படுத்த கிழக்கு கமாண்டுக்கு அனுப்பிவைத்தார்.

ஆனால், ஜெனரல் தாப்பர் செய்யத் துணியாததை பிரிகேடியர் தால்வி பின்னர் செய்தார். 'ஜனநாயகக் கட்டமைப்பில் தவறான பணிகளைச் செய்வதன் மூலம் அரசியல்வாதிகளின் சுயநலத்துக்கும் பேராசைக்கும் துணைபோகாமல் இருக்கவும், பாதுகாத்துக் கொள்ளவும், ஒரே வழி பதவியை ராஜிநாமா செய்வதுதான்' என்றார். சொன்னதுபோல் பதவியைத் துறந்தார்.

செப்டம்பர் முழுவதும் தாக்-லாவுக்குக் கீழுள்ள பகுதியைப் போன்றே மேற்குப் பிராந்தியத்திலும் இறுக்கமான நிலைமை நிலவியது. சீனர்களை விரட்ட முனைந்தால் இன்னும் தீவிரமாகத் தாக்குதல் நடத்துவார்கள் என்றும் அப்படியொரு நிலை ஏற்பட்டால் அதை எதிர்கொள்ளும் வீரர்களோ, தளவாடங்களோ நம்மிடம் இல்லை என்ற ஜெனரல் தாப்பர் மற்றும் பிரிகேடியர் தால்வியின்

கருத்துக்களையே XXXIII கார்ப்ஸ் ஜெனரல் உம்ராவ் சிங் மீண்டும் வழிமொழிந்தார். சீனாவின் பலம் நம்மை விடப் பத்து மடங்கு அதிகம் என்று மீண்டும் எச்சரித்தார். இருப்பினும் உத்தரவு கிடைத்தவுடன் அதை அமல்படுத்தும் முனைவு தீவிரமானது. ஜெனரல் உம்ராவ் சிங் உத்தரவை ஜெனரல் பிரசாத்திடமும் அதை அவர் பிரிகேடியர் தால்விக்கும் அனுப்பிவைத்துத் தாக்குதலுக்குத் திட்டமிடச் சொன்னார்.

மொத்த ராணுவ வீரர்களுக்கும் முப்பது நாள்களுக்கான உணவுப் பொருட்களுடன், தேவையான துப்பாக்கிகள், மோர்டார்கள், எந்திரத் துப்பாக்கிகள் உள்ளிட்ட தளவாடங்களும் தாக்குதல் தொடங்கு வதற்கு முன்பாகவே நம்கா சூவில் வான்வழியே தரை இறக்கப்பட வேண்டும். அவை அனைத்தும் அக்டோபர் 10ஆம் தேதிக்குள் சேராவிட்டால் அடுத்த ஆறு மாதங்களுக்கு எந்தத் தாக்குதலையும் நடத்த முடியாது. அக்டோபர் மாதம் தொடங்கிப் பனி பொழியத் தொடங்கும் என்பதால் தாக்குதலையும் அதற்குள் திட்டமிட்டு முடிக்க வேண்டும் என்று உம்ராவ் சிங் கிழக்குக் கமாண்டர் சென்னுக்கு செப்டம்பர் 29 அன்று தகவல் அனுப்பினார்.

சீன வீரர்களை அகற்றும் உத்தரவை அரசு ரகசியமாக வைக்கவில்லை. செப்டம்பர் 23 அன்று வெளியான 'டைம்ஸ் ஆஃப் இந்தியா' பத்திரிகையில் கீழ்க்காணும் செய்தி வெளியானது:

> இந்திய எல்லைக்குள் ஊடுருவிய சீன வீரர்களைத் தூக்கி எறியப் பத்து நாள்களுக்கு முன்பு இந்திய அரசு அரசியல் ரீதியான முடிவை எடுத்தது. தாக்-லா பகுதியிலிருந்து சீன ராணுவம் தானாகவே பின் வாங்காவிட்டால் அவர்களை விரட்டி அடிக்கத் தேவையான அதிரடி நடவடிக்கைகளை எடுக்க இந்திய ராணுவத்துக்கு உத்தர விடப்பட்டுள்ளது. தாக்குதலுக்கான நேரத்தையும் திட்டத்தையும் தேர்வு செய்ய ராணுவத்துக்குச் சுதந்திரம் அளிக்கப்பட்டுள்ளது. ஊடுருவிய சீனர்கள் மீது தாக்குதல் நடத்தி அவர்களைக் கொல்ல வேண்டும் என்பது நோக்கமல்ல. நமது எல்லையில் இருந்து அவர்களைப் பின் வாங்க வேண்டும் என்பதே குறிக்கோள்.

செப்டம்பர் மாதத் தொடக்கத்தில் இந்திய சீன வீரர்களுக்கு இடையே மோதல் ஏற்படவில்லை. இன்னும் சொல்லப் போனால் பரஸ்பரம் நட்பை வெளிப்படுத்திக்கொண்டனர். இந்திய வீரர்களுக்கு சிகரெட் களையும், அவசரத்துக்கு உணவுப் பொருட்களை வழங்கினர். இரு நாடுகளுக்கு இடையே விரைவில் பேச்சுவார்த்தைகள் தொடங்கும் என்றும் அவசரப்பட்டுத் துப்பாக்கிச் சூடு நடத்தி பேச்சு வார்த்தைகளைக் கெடுத்துக் கொள்ளவேண்டாம் என்றும் சீன வீரர்கள் கூறியதாக பிரிகேடியர் தால்வி பதிவு செய்துள்ளார். ஆனால்

எவ்வளவோ எச்சரிக்கையுடன் இருந்தும் செப்டம்பர் 20 ஆம் தேதி முதல் துப்பாக்கிச் சூடு நடைபெற்றது. தொடக்கம் முதலே பிரிட்ஜ் II-ல் அமைக்கப்பட்ட சீன ராணுவம் முகாமை அப்புறப்படுத்த இந்திய ராணுவம் முயன்று கொண்டிருந்தது என்று சீனா குற்றம் சுமத்தியது. இது குறித்து பீகிங் வெளியிட்டுள்ள அறிக்கை பின்வருமாறு:

> ‘எங்கள் முகாமில் இரு எல்லைப் பாதுகாப்பு வீரர்கள் ஈடுபட்டிருந்தனர். திடீரென்று மூன்று பக்கங்களில் இருந்தும் சுமார் 60 இந்திய வீரர்கள் சுற்றி வளைக்க முயன்றனர். அவர்கள் முன்னேறுவதை நிறுத்துமாறு எங்கள் வீரர்கள் உரத்த குரலில் கத்தினர். ஆனாலும் இந்திய வீரர்கள் கேட்காமல் இங்கிலாந்து ரைஃபிள்கள் மற்றும் கனடா சப் மெஷின் துப்பாக்கிகளுடன் இருவரையும் நெருங்கினார்கள். செப்டம்பர் 20 ஆம் தேதி நடைபெற்ற துப்பாக்கிச் சூட்டில் இரு சீன வீரர்களும் இறந்தனர். ஐந்து இந்திய வீரர்கள் படுகாயம் அடைந்தனர்’.

யார் முதலில் சுட்டனர் என்று தெரியாத நிலையில் பரஸ்பரம் ஒருவரை ஒருவர் குற்றம்சாட்டிக் கொண்டனர். துப்பாக்கிச் சூட்டைப் பீகிங் கண்டித்தது. ‘இந்திய வீரர்கள் தாக்குதலை நிறுத்திவிட்டு உடனடியாக அங்கிருந்து வெளியேறவேண்டும். இந்தியா தொடர்ந்து தாக்கினால் எங்களைப் பாதுகாத்துக் கொள்ளப் பதிலடி கொடுக்க வேண்டியிருக்கும். போர் மேகங்கள் அங்கு சூழ்ந்துள்ளதால் எந்நேரமும் மோதல் வெடிக்கலாம்’ என்று அறிக்கை விடுத்தது. சீன அரசின் அதிகாரபூர்வ பத்திரிகையான பீப்பிள்ஸ் டெய்லியும் அதே குரலை எதிரொலித்தது ‘நிலைமை மோசமாக உள்ளது. பின்விளைவுகள் இன்னும் மோசமாக இருக்கும். முன்கூட்டியே சீனா விடுத்த எச்சரிக்கையை இந்தியா கண்டு கொள்ளவில்லை’ என்று தலையங்கம் தீட்டியது.

‘இந்திய எல்லைக்குள் ஊடுருவதை நிறுத்திக் கொள்ளவேண்டும் என்றும் தாக்-லா பகுதியில் இருந்து உடனடியாகத் துருப்புகளைத் திரும்ப அழைத்துக் கொள்ளவேண்டும்’ என்றும் பதிலுக்குப் புதுடெல்லியும் அதே பாணியில் பீகிங்கை எச்சரித்தது. மேலும் தாக்-லா பகுதிக்குக் கீழே நடைபெற்ற துப்பாக்கிச் சண்டைக்கு, அமைதியாக இருந்த இந்திய வீரர்களை சீன ராணுவம் தூண்டி விட்டதே காரணம் என்று இந்திய அதிகாரிகள் செய்தியாளர்களிடம் தெரிவித்தனர். ‘நமது வீரர்கள் நீண்ட காலமாக அமைதியாகவே இருந்துவிட்டதால் அவர்கள் போர்க் குணத்தை இழந்துவிட்டார்கள். சில மாற்றங்கள் மூலம் சரி செய்யப்பட்டுள்ளதால் விரைவில் அதிரடி நடவடிக்கைகள் தொடங்கும்’ என்று நூலாசிரியரிடம் தனிப்பட

முறையில் உள்துறை அமைச்சர் லால் பகதூர் சாஸ்திரி கூறியுள்ளார். ஆபரேஷன் லெக்ஹார்ன் தொடங்காததற்குப் பெரும்பாலானோர் களத்தில் இருந்த அதிகாரிகளை இன்னும் குறிப்பாக ஜெனரல் உம்ராவ் சிங் மீதே பழி சுமத்தினர்.

திட்டமிட்டபடி ஆபரேஷன் லெக்ஹார்னை வெற்றிகரமாகச் செய்து முடிக்கத் தேவையான வீரர்கள், தளவாடங்கள் ஆகியவற்றை உள்ளடக்கிய அறிக்கையுடன் உம்ராவ் சிங் லம்பூவில் இருந்து ஜெனரல் சென்னைச் சந்திக்க லக்னோவில் உள்ள கிழக்குக் கமாண்ட் தலைமை அலுவலகத்துக்குச் சென்றார். ஆனால் வழங்க முடியாத வற்றை உம்ராவ் சிங் தனது அறிக்கையில் கேட்டிருந்த காரணத்தால் அவரது கோரிக்கையை ஜெனரல் சென் நிராகரித்தார். தனது நியாயமான கோரிக்கைகளைப் புறக்கணித்ததாலும், செயல்படுத்த முடியாத ஆபரேஷன் லெக்ஹார்ன் திட்டத்தை நிறைவேற்ற ஆணையிட்டதாலும், ஜெனரல் சென் பிரச்னையைச் சரியாகக் கையாளத் தவறியதாலும், மிகுந்த மன வருத்தத்துடன் தனது எதிர்ப்பை எழுத்துபூர்வமாகப் பதிவு செய்வதாக உம்ராவ் சிங் கூறினார். மேலும் இலக்கை நிர்ணயிப்பது மட்டுமே உங்கள் பொறுப்பு என்றும் அதை அமல்படுத்தும் முறைகளைக் களத்தில் உள்ளவர்களிடம் விட்டு விடுங்கள் என்ற கோரிக்கையை மீண்டும் வலியுறுத்தினார்.

உம்ராவ் சிங் வளைந்து கொடுக்காமல் தனது எதிர்ப்பைத் தெரிவித்ததால், ஜெனரல் சென்னும், ஜெனரல் தாப்பரும் தாங்கள் விரித்த வலையில் தாங்களே சிக்கிக்கொண்டார்கள். தொடக்கம் முதற்கொண்டே இவர்கள் இருவரும் ராணுவ வீரர்களிடம் இந்தத் தாக்குதல் எளிதானது என்றும் விரைவில் முடித்துவிடலாம் என்றும் உறுதியளித்து வந்திருந்தனர். ஆனால் ஆபரேஷன் லெக்ஹார்னுக் கான ஆணை பிறப்பிக்கப்பட்டு மூன்று வாரங்கள் கடந்த பின்னரும் எந்த நடவடிக்கையும் மேற்கொள்ளப்படவில்லை. உம்ராவ் சிங் கொடுத்த சாத்தியப்படாத திட்டங்களின்படி தனிப்பட்ட முறையில் ஆபரேஷன் லெக்ஹார்னைத் தொடங்க அவருக்கு விருப்பமில்லை என்பதையும் தெளிவாகவே தெரிவித்துவிட்டதாகவே தோன்றுகிறது.

உம்ராவ் சிங்கின் கடிதம் ஜெனரல் சென் மற்றும் தாப்பரைக் குழப்பத்தில் ஆழ்த்தியது. ஆபரேஷன் லெக்ஹார்னைத் தொடங்க விருப்பமற்ற உம்ராவ் சிங்கை வைத்துக்கொண்டு எந்த நடவடிக்கையையும் எடுக்க முடியாது என்பதால் அவரைப் பதவியிலிருந்து தூக்கி எறிய முடிவானது. சீன ராணுவம் மீது தாக்குதல் தொடுக்க உம்ராவ் சிங் மறுக்கிறார் என்ற குறிப்புடன் அவர் எழுதிய கடிதம் ராணுவத் தலைமை அலுவலகத்துக்கு அனுப்பி

வைத்தனர். அக்டோபர் 2 ஆம் தேதி பாதுகாப்பு அமைச்சர் கிருஷ்ண மேனனுக்கு எழுதிய மற்றொரு கடிதத்தில் XXXIII கார்ப்ஸ் கமாண்ட் பதவியில் இருந்து உம்ராவ் சிங்கை நீக்க அனுமதியும் கேட்டனர். இருவரின் கோரிக்கையை ஏற்ற மேனன் உடனடியாக உம்ராவ் சிங்கை அந்தப் பொறுப்பில் இருந்து விடுவிக்க அனுமதி அளித்து உத்தரவிட்டார்.

நீக்கப்பட்ட உம்ராவ் சிங்குக்குப் பதிலாக XXXIII கார்ப்ஸ் கமாண்டராக மேஜர் ஜெனரல் மானெக்ஷாவை நியமிக்குமாறு ஜெனரல் சென் இன்னொரு வேண்டுகோளையும் மேனன் முன் வைத்ததுதான் இதில் ஆச்சரியமான விஷயம். காரணம் ஓராண்டுக்கு முன்புதான் மானெக்ஷா பாதுகாப்பு அமைச்சர் மேனன் பற்றித் தரக் குறைவாகப் பேசியதற்காக அவர் மீது கடுமையான குற்றச்சாட்டுகள் சுமத்தப்பட்டன. சென்னின் பரிந்துரையைப் பார்த்ததும் மேனன் கோபத்தின் உச்சிக்கே சென்று 'முடியாது' என்ற ஒற்றை வார்த்தையில் மறுத்துவிட்டார். மானெக்ஷாவின் மீதான குற்றச்சாட்டுகள் நிரூபிக்கப்படாததால் நிரபராதி என்று விடுவிக்கப்பட்டாலும் மேனனுக்கு அவர் மீதிருந்த கோபம் இன்னும் அடங்கவில்லை. அதனால் உரிய நேரத்தில் அவருக்குக் கிடைக்க வேண்டிய லெஃப்டினெண்ட் ஜெனரல் பதவி உயர்வும் அளிக்கப்படவில்லை. சீனாவுக்கு எதிரான நடவடிக்கை எடுக்கச் சரியான நபர் என்றாலும் கூட மேனனுக்குப் பிடிக்காத ஒரே காரணத்துக்காக அவர் நியமிக்கப்படவில்லை என்பதைச் சென்னும் உணர்ந்துகொண்டார்.

உம்ராவ் சிங் ராஜிநாமாவைத் தொடர்ந்து, தகுதியுள்ள மானெக்ஷாவின் பெயரும் நிராகரிக்கப்பட்ட நிலையில், XXXIII கார்ப்ஸ் கமாண்டராக யாரை நியமிப்பது என்ற குழப்பம் நிலவியது. தகுதியான நபர் கிடைக்காத பட்சத்தில் உம்ராவ் சிங்கை உடனடியாகப் பதவியில் இருந்து நீக்குவதற்குப் பதிலாக மற்றொரு கார்ப்ஸை உருவாக்கி வட கிழக்கு எல்லை தொடர்பான நடவடிக்கைகளை மேற்கொள்ளுமாறு உத்தரவிடலாம் என்று மேனன், தாப்பர் மற்றும் சென் தீர்மானித்தனர். காரணம் உம்ராவ் சிங்கை நீக்கினால் அதற்கான சரியான விளக்கத்தை மக்களுக்குச் சொல்லியாக வேண்டும். பத்திரிகையாளர்களும் சும்மா இல்லாமல் காரணம் கேட்டுக் குடைந்தெடுப்பார்கள்.

சீன ராணுவத்தை எதிர் கொள்ளும் அளவுக்கு இந்தியா வலுவான நிலையில் இல்லை என்ற உண்மையைச் சொன்ன காரணத்தாலேயே உயர் அதிகாரிகள் தன்னைப் பதவியில் இருந்து நீக்கினார்கள் என்று உம்ராவ் சிங் பத்திரிகைகளுக்குப் பேட்டி அளித்தால் நிலைமை இன்னும் மோசமாகும். முதலாவது சீனர்களை விரட்டி அடிக்கும்

அளவுக்கு இந்தியா பலமாக இருக்கிறது என்று இதுவரை அரசு சொன்னது அனைத்தும் பொய்யாகிவிடும். இரண்டாவது ராணுவ அதிகாரிகள் இடையே கட்டுப்பாடோ, ஒழுங்கோ, ஒருங்கிணைப்போ, கீழ்ப்படிதலோ இல்லை என்ற எண்ணமும் மக்கள் மனதில் ஆழமாகப் பதியும்.

கோழையாகப் பொய்யை ஏற்றுக்கொண்டு பதவி சுகத்தை அனுபவிப்பதைவிடத், தைரியமாக உண்மையைச் சொல்லிப் பதவியை இழந்தாலும் மானத்தோடு வாழலாம் என்று உம்ராவ் சிங் தன்னைப் பாதுகாத்துக்கொண்டு மற்றவர்களைச் சிக்க வைக்கலாம். இது மக்களிடையே மட்டுமின்றி அரசியல் ரீதியாகவும் பெரும் பிரச்னைக்கு வழிவகுக்கும். இவை அனைத்தையும் யோசித்துப் பார்த்த சென் மற்றும் தாப்பர் ஆகிய மூவரும் தற்போதைய சூழலில் உம்ராவ் சிங்கைப் பதவியில் இருந்து நீக்காமல் அதே பொறுப்பில் நீடிக்க அனுமதிக்கலாம்; ஆனால் ஆபரேஷன் லெக்ஹார்ன் பொறுப்பை மட்டும் அவருக்கு வழங்கக் கூடாது என்ற முடிவுக்கு வந்தனர். இதற்கான ஒப்புதலையும் மேனனிடம் பெற்றுக் கொண்டனர்.

XXXIII கார்ப்ஸை இரு பிரிவுகளாகப் பிரிப்பது என்று தீர்மானித்தனர். புதிதாக உருவாக்கப்பட்ட பிரிவு நாகர்களுக்கு எதிரான நடவடிக்கைகள் மற்றும் கிழக்குப் பாகிஸ்தான் எல்லைப் பாதுகாப்புப் பணிகளை மேற்கொள்ளும். இதன் கமாண்டராக தொடர்ந்து உம்ராவ் சிங் செயல்படுவார். ஏற்கனவே உள்ள XXXIII கார்ப்ஸ் பிரிவு, இப்போது IV கார்ப்ஸ் என்ற புதிய பெயரில், வட கிழக்கு எல்லை மற்றும் ஆபரேஷன் லெக்ஹார்ன் நடவடிக்கைகளை மேற்கொள்ளும் என்று முடிவானது. வழிநடத்தும் தலைவர் களுக்கான பணிகளைப் பிரித்தாகிவிட்டது. கீழ் நிலையில் உள்ள அதிகாரிகள் மற்றும் அலுவலர்களை எப்படிப் பிரிப்பது? யார் பிரிவில் யாரை அமர்த்துவது என்ற புதிய சிக்கல் ஏற்பட்டது. ஏற்கனவே அனுபவம் வாய்ந்த பழைய அதிகாரிகள் புதிதாக நியமிக்கப்படும் கமாண்டரை ஏற்றுக்கொள்வார்களா? அல்லது புதிய கமாண்டர் தனக்குக் கீழுள்ள அனுபவம் மிக்க அதிகாரிகளை அனுசரித்துப் போவாரா? இன்னொரு குழப்பம் ஆரம்பமானது.

ஆபரேஷன் லெக்ஹார்ன் நடவடிக்கையை, குறித்த நாளில் தொடங்கியே ஆக வேண்டும். அப்போதுதான் மக்களுக்குக் கொடுத்த உறுதிமொழியில் நம்பகத்தன்மை இருக்கும். எதிரியின் பலம் என்ன, நமது பலம் என்ன, உணவுப் பொருட்கள் / தளவாடங்கள் கையிருப்பு எவ்வளவு என்று ஒவ்வொன்றையும் ஆய்வு செய்து கொண்டிருக் காமல் உடனடியாகத் தாக்குதலைத் தொடங்க ஒருவரை விரைவில்

நியமித்தே ஆகவேண்டும். அந்த ஒருவர் எங்கிருந்து தேடிப் பிடிப்பது? அவர் திறமையானவர் என்பது முக்கியம். அதை விட முக்கியம் அவர் நம்மை அனுசரித்துச் செல்பவராக இருக்க வேண்டும். மேனன், தாப்பர், சென் மூவரும் தேடுதல் வேட்டையைத் தொடங்கினர்.

அவர்கள் நினைவுக்கு வந்தவர் ஜெனரல் கௌல். செப்டம்பர் 3 ஆம் தேதி முதல் அவர் விடுப்பில் காஷ்மீரில் இருந்து வருகிறார். அவருக்கு விடுப்பு வழங்க முதலில் மேனன் ஒப்புக் கொள்ளவில்லை. எல்லையில் பிரச்னை தீவிரமாக இருக்கும்போது சீஃப் ஆஃப் ஜெனரல் ஸ்டாஃப் விடுப்பில் செல்வது நல்லதல்ல என்று ஆட்சேபித்தார். ஆனால் செல்வாக்குள்ள கௌல் விடுவாரா? பிரதமர் நேரு, நிதி அமைச்சர் மொரார்ஜி, பாதுகாப்பு அமைச்சரான நீங்கள் (மேனன்) ஆகியோர் வெளிநாட்டில் அல்லவா இருக்கிறீர்கள்? எல்லைப் பிரச்னை உண்மையிலேயே தீவிரம் என்றால் நீங்கள் வெளிநாட்டுப் பயணத்தை ரத்துசெய்துவிட்டு இந்தியாவில் அல்லவா இருக்க வேண்டும் என்று பதிலுக்குக் கேட்டார். இந்தத் துணிச்சலுக்குக் காரணம், நேருவைப்போல் காஷ்மீரி என்பதுடன் அவருக்கு தூரத்து உறவு என்பதுமே.

தாக்-லாவுக்குக் கீழே உள்ள பகுதியில் இருந்து சீன வீரர்களை விரட்டி அடிக்க வேண்டும் என்ற ராணுவம் முடிவெடுத்தபோதுகூட சீஃப் ஆஃப் ஜெனரல் ஸ்டாஃப் கௌலின் விடுமுறையை ரத்து செய்து விட்டு துணைக்கு வருமாறு அழைக்க வேண்டுமென்று ஜெனரல் தாப்பர் ஏனோ அப்போது நினைக்கவே இல்லை. ஆனால் இப்போது முழுப் பொறுப்பையும் கௌல்தான் ஏற்க வேண்டும் என்று முடிவான பிறகு அவரது விடுப்பை ரத்து செய்துவிட்டு அழைப்பதைத் தவிர மூவருக்கும் வேறு வழி தெரியவில்லை.

அக்டோபர் 1 ஆம் தேதி நேரு நாடு திரும்பியவுடன் கௌல் சீஃப் ஆஃப் ஜெனரல் ஸ்டாஃபாகப் பணிக்குத் திரும்ப வேண்டுமென தாப்பர் அழைப்பு விடுத்தார். பிரதமர், பாதுகாப்பு அமைச்சர் ஆகியோருடனான தீவிர ஆலோசனைகளைத் தொடர்ந்து அக்டோபர் 3 ஆம் தேதி சீஃப் ஆஃப் ஜெனரல் ஸ்டார் கௌல் புதிதாக உருவாக்கப்பட்ட IV கார்ப்ஸுக்குத் தலைமை ஏற்க உத்தரவானது.

சீஃப் ஆஃப் ஜெனரல் ஸ்டாஃபாக இருப்பவரை ஒரு சிக்கலான சூழலில் கார்ப்ஸ் கமாண்டராக நியமிப்பது வழக்கமில்லை. அதிரடி ஆபரேஷன் நடைபெறவிருக்கும் நிலையில் கார்ப்ஸ் கமாண்டரின் பணி எவ்வளவு முக்கியமோ அதேபோல் ராணுவத் தலைமை அலுவலகத்தில் சீஃப் ஆஃப் ஜெனரல் ஸ்டாஃபின் பணியும் மிக முக்கியமாகும். போர்க்களத்தில் தலைமையேற்ற அனுபவம் சீஃப்

ஆஃப் ஜெனரல் ஸ்டாஃபுக்கு இருந்திருந்தால் இந்த நடவடிக்கைக்கு ஓர் அர்த்தம் இருக்கும். ஆனால் கௌல் விஷயத்தில் அப்படியில்லை. ஆனால் தனது வாழ்நாளில் ஒரு முறை கூட கௌல் போர் முனையில் தலைமை தாங்கியதில்லை. எனவே இதுவரை தனக்கு இல்லாத ஒரு தகுதியை இந்த வாய்ப்பின் மூலம் பெற்றுக்கொள்ள முனைந்தார். கார்ப்ஸுக்கு தலைமை ஏற்பதன் மூலம் தனது மகுடத்தில் மேலும் ஒரு வைரத்தைப் பதித்துக்கொள்ள விரும்பினார். எதிர்காலப் பதவி உயர்வுகளுக்கு வழிவகுக்கும் என்றும் நம்பினார். பொறுப்பை ஏற்றுக் கொள்வதற்கு முன்பு சென்னும், தாப்பரும் ஆபரேஷன் லெக்ஹார்ன் எளிதாக வெல்லக்கூடிய நடவடிக்கை என்றும், உம்ராவ் சிங்கின் மெத்தனம், அச்சம் காரணமாகவே இந்த ஆபரேஷன் தள்ளிப் போனதாகவும் கௌல் தெரிவித்தது அவரது வேகத்தை வெளிக்காட்டியது.

கார்ப்ஸ் IV தலைமை தாங்க கௌலைத் தேர்ந்தெடுத்ததன் காரணம் பற்றி நூலின் ஆசிரியர் கிருஷ்ண மேனனிடம் ஒரு சந்திப்பின்போது கேட்டதற்கு ‘சிக்கலான சூழலில் தன்னார்வத்துடன் பணியாற்ற முன் வந்தவர் அவர் ஒருவர்தான்’ என்று பதிலளித்தார். ஜெனரல் தாப்பரும் ஜெனரல் சென்னும் அதே கருத்த வழிமொழிந்தனர்.

உம்ராவ் சிங் போதிய ஒத்துழைப்பை வழங்காத நிலையில் நேருவுக்கும் கிருஷ்ண மேனனுக்கும் ஆபத்பாந்தவனாகத் திகழ்ந்தவர் கௌல் ஒருவரே. கௌல் தலைமையில் சீனர்களை அகற்றும் பணியை நாடாளுமன்றக் கூட்டத் தொடர் தொடங்குவதற்கு முன்பே முடிக்க வேண்டும் அல்லது தொடங்கியவுடன் விரைவில் முடிக்க வேண்டும் என்பதே அவர்கள் எதிர்பார்ப்பு. சீன ஊடுருவலை அப்புறப் படுத்துவது நேர்மையான மற்றும் நேரடியான தாக்குதல் என்பதால் சீனா பதில் தாக்குதல் நடத்தாது என்றும் அதன் காரணமாக ஆபரேஷன் லெக்ஹார்ன் விரைவில் முடிவுக்கும் வந்துவிடும் என்றும் நேருவும், மேனனும், தாப்பரும், சென்னும் நம்பினர். நேரு அப்போதுதான் இங்கிலாந்து, எகிப்து மற்றும் கானா நாடுகளின் சுற்றுப்பயணத்தை முடித்துக்கொண்டு திரும்பியிருந்தார்.

கார்ப்ஸ் IV தலைமைப் பொறுப்புக்கு நியமிக்கப்பட்டவுடன் கௌல் பிரதமர் நேருவைச் சந்தித்து அவருடைய எண்ணங்களைக் கீழ்க்கண்டவாறு பதிவு செய்தார்:

> வெளிவிவகார அமைச்சக அதிகாரிகள் சொல்வதுபோல் சீனாவின் ஆக்கிரமிப்புகளையும் ஊடுருவல்களையும், நாம் நீண்ட காலமாகவே பொறுத்துக் கொண்டு வந்துள்ளோம். ஆனால் எந்த வகையான பின்விளைவுகள் ஏற்பட்டாலும் கவலைப்படாமல்,

உறுதியான நடவடிக்கை மூலம் பதிலடி கொடுக்க வேண்டிய தருணம் வந்துவிட்டதாகவே இப்போது எண்ணுகிறேன். சீனா வட கிழக்கு எல்லையில் தங்கள் உரிமையை நிலைநாட்டும் முனைவின் ஒரு பகுதியாகவே தோலா பகுதிக்குள் ஊடுருவி உள்ளதாகக் கருதுகிறேன். எனவே, சீனா தானாக வெளியேறுவதற்கு வாய்ப்பில்லாத சூழலில் அவர்களை அப்புறப்படுத்துவதைத் தவிர நமக்கு வேறு வழியில்லை. முழு மூச்சுடன் இந்த நடவடிக்கையில் இறங்கி நாம் வெற்றி பெற்றே ஆகவேண்டும். இல்லையெனில் மக்கள் நம் மீது வைத்துள்ள நம்பிக்கையை முற்றிலுமாக இழந்துவிடுவோம்.

இவர்களின் கருத்துக்களை ஏற்றுக்கொண்டால் அது அழிவுக்கான போருக்கே வழிவகுக்கும். ஆனால் மாற்ற எண்ணினாலோ மக்கள் நம்பிக்கையை இழக்க நேரிடும். நேரு மீண்டும் நிகழ்வுகளின் சூழ்நிலைக் கைதியானார்.

நேருவுடனான சந்திப்பைத் தொடர்ந்து அக்டோபர் 3 தொடங்கித் தனக்கு நம்பிக்கையான அதிகாரிகளைத் தேர்ந்தெடுக்கப் பணியில் கௌல் ஈடுபட்டார். மறு நாள் தேஜ்பூருக்கு விமானத்தில் பயணம் செய்கையில் ‘நேருவும் மேனனும் மிகுந்த நம்பிக்கையுடன் ஆபரேஷன் லெக்ஹார்னுக்காக என்னைத் தேர்ந்தெடுத்துள்ளனர். நாளைக் காலை இந்தியாவின் முன்னணிப் பத்திரிகைகள் அனைத்தும் எனது நியமனத்தைத் தலைப்புச் செய்தியாக வெளியிடும். எனவே இந்த ஆபரேஷனில் நான் வெற்றி பெற்றே ஆக வேண்டும். நான் தோற்றுவிட்டால் அரசு கவிழ்ந்தாலும் ஆச்சரியப்படுவதற்கு இல்லை’ என்று கூறியதாக அவரது சகாக்கள் தெரிவித்தனர்.

~

தாக்-லாவுக்குக் கீழே எந்நேரமும் மோதல் வெடிக்கலாம் என்ற நிலை ஒரு பக்கம் நீடிக்க, மறு பக்கம் பேச்சுவார்த்தை மூலம் பிரச்னையைச் சுமுகமாகத் தீர்க்கலாமா என்று சீனா கடைசி கட்ட முனைவுகளில் இறங்கியது. சீனா ஆக்கிரமித்துள்ள (தாக்-லா) பகுதிகளில் இருந்து பின்வாங்கினால் மட்டுமே பேச்சுவார்த்தைக்குத் தயார் என்று இந்தியாவும் மேற்குப் பிராந்தியத்தில் இருந்து இந்தியா வாபஸ் வாங்கினால் பேச்சுவார்த்தை நடத்தலாம் என்று சீனாவும், அவரவர் நிலையில் உறுதியாக இருந்தன. மெக்மோகன் கோடு குறித்து விவாதிக்கவே தாக்-லா பிரச்னையைச் சீனா கையில் எடுத்துக் கொண்டு பேச்சுவார்த்தைக்கு அழைக்கிறது. மெக்மோகன் கோடு முடிந்து போன விஷயம் என்பதால் அதன் மீது எந்தப் பேச்சு

வார்த்தையும் கிடையாது. அதுபோன்று தாக்-லா தொடர்பான பேச்சுவார்த்தையும் தேவையில்லை என்று சீனாவின் யோசனையை இந்தியா மீண்டும் நிராகரித்தது.

சீனாவுடனான பேச்சுவார்த்தைக்குத் தயாரில்லை என்று இந்தியாவின் மறுப்பு வெளிப்படையானது மற்றும் உறுதியானது. ஆனால் இது பற்றிய குறிப்புகளில் 'பீகிங் தீர்வை ஒட்டிய பேச்சுவார்த்தைகளுக்கு வர மறுப்பதுடன் எல்லைப் பகுதிகளில் குழப்பத்தை ஏற்படுத்துகிறது. இந்தியாவின் கிழக்குப் பிராந்தியத்துக்குள், நமக்குச் சொந்தமான தாக்-லா பகுதிக்குக் கீழே அச்சமூட்டும் வகையில் ஊடுருவி உள்ளது' என்று சீனாவைக் குற்றம் கூறும்வகையில் இந்தியா பதிவு செய்தது.

லண்டனில் இருந்து இந்தியாவுக்குத் திரும்பிய நேரு 'நான் பேச்சுவார்த்தைக்கு எப்போதுமே தயார்தான். ஆனால் சீனா அத்துமீறி ஆக்கிரமித்துள்ள இடங்களில் இருந்து தனது ராணுவத்தைத் திரும்ப அழைத்துக்கொள்ளவேண்டும். எங்கள் சுய மரியாதைக்கு எந்த வகையான இழுக்கோ பாதிப்போ ஏற்படக் கூடாது. இந்த உத்தர வாதங்களை, நிபந்தனைகளை சீனா ஏற்றுக்கொண்டால் எப்போது அழைத்தாலும் பேச்சுவார்த்தைக்கு நான் வருகிறேன்' என்றார்.

~

கௌல் சொன்னதுபோல் அடுத்த நாள் காலை வெளியான இந்தியாவின் முன்னணிப் பத்திரிகைகள் அனைத்தும் கீழ்க்காணும் தலைப்புச் செய்தியை வெளியிட்டன:

சீனர்களை வெளியேற்றச்
சிறப்பு அதிரடிப் படை அமைப்பு

தலைமைப் பொறுப்பை ஏற்றுக்கொள்ள
வட கிழக்கு எல்லைப் பகுதிக்கு (NEFA)
ஜெனரல் கௌல் புறப்பட்டுச் சென்றார்.

வெற்றிகரமாகச் செய்து முடிக்க இந்திய ராணுவம்
முழு மூச்சுடன் தீவிர நடவடிக்கை.

இரு முன்னணிப் பத்திரிகைகள் தாக்-லா பகுதிக்குக் கீழே ஊடுருவி உள்ள சீன ராணுவத்தை விரட்டி அடிக்க ஜெனரல் கௌலை இந்திய அரசு பிரத்யேகமாக நியமித்துள்ளது என்று செய்தி வெளியிட்டன. குறிப்பாக, டைம்ஸ் ஆஃப் இந்தியா பத்திரிகை ஜெனரல் கௌலை 'வீரம் மிக்க அசாதாரணப் படைத் தளபதி' என்று வர்ணித்தது.

உம்ராவ் சிங் ஒத்துழைக்க மறுப்பு, XXXIII கார்ப்ஸ் இரண்டாகப் பிரிக்கப்பட்டு கார்ப்ஸ் IV புதிதாக உருவாக்கப்பட்டு அதன் தலைவராக கௌல் நியமனம் உள்ளிட்ட அனைத்துமே வெளியே கசியக் கூடாத மிக மிக முக்கியமான ராணுவ ரகசியங்கள். ஆனால் இந்த விவரங்கள் அனைத்தையும் ஜெனரல் கௌல் தானாக அல்லது அவரது ஆணைக்கு ஏற்ப அதிகாரிகள் பத்திரிகைகளுக்கு பேட்டி அளித்தது அதிர்ச்சியான ஆனால் உண்மையான விஷயம். இதை வெளியிட்ட கௌல் மீது எந்த நடவடிக்கையும் எடுக்கும் நிலையில் அரசு இல்லை என்பதால் பாதுகாப்பு அமைச்சகம் அவர் சொன்னதை உறுதிப்படுத்த வேண்டிய சூழலுக்குத் தள்ளப்பட்டது. 'புதிய கார்ப்ஸ் உருவாக்கம் வழக்கமான நிர்வாகச் சீரமைப்பு என்பதால் சிறப்பு அதிரடிப்படை அமைக்க வேண்டிய அவசியம் ஏற்படவில்லை. மெக்மொகன் கோடு நமது கட்டுப்பாட்டில் தான் உள்ளது. எனவே வட கிழக்கு எல்லை தாக்-லா பகுதிக்குக் கீழே ஊடுருவியிருக்கும் சீனர்களை விரட்டி அடிக்கவே புதிய கார்ப்ஸ் உருவாக்கப்பட்டுள்ளது' என்று விளக்கம் அளித்துச் சமாளித்தது.

ஜெனரல் கௌலும் அவரது அதிகாரிகளும் அக்டோபர் 4 ஆம் தேதி மதியம் தேஜ்பூர் வந்தடைந்தனர். ஜெனரல் சென் விமான நிலையத்துக்கு வந்து வரவேற்றார். சென் இவரை விட முத்த அதிகாரி என்றாலும் தற்போதைய சூழலில் ஒரு முக்கிய அதிரடி நடவடிக்கைக்காக பிரதமர் நேருவால் நியமிக்கப்பட்டவர் என்பதால் வழக்கமான புரோடோகால் மரியாதை மரபு தலைகீழாக மாறிப் போனது. கௌல் இப்போது சென்னுக்கு விளக்கம் அளிக்கவோ, தொடர்பு கொள்ளவோ தேவையில்லை. அவருடைய பதவி நியமனம் நேரடியாகப் பிரதமருடன் பேசும் அளவுக்குச் செல்வாக்கை உயர்த்தி விட்டது.

கார்ப்ஸ் IV தலைமைப் பதவியை ஏற்றுக்கொள்வதாக ராணுவத் தலைமை அலுவலகத்துக்குக் கௌல் உடனடியாகச் செய்தி அனுப்பினார். கார்ப்ஸ் IV என்பது பெயரில்தான் நிலவும் என்றும் அதற்கென உள்ள வீரர்கள் மிகக் குறைவு என்பதையும் கௌல் அறிந்தே இருந்தார். கார்ப்ஸ் XXXIII-ல் உள்ள அனுபவம் மிக்க சில அதிகாரிகளைத் தந்து உதவ உம்ராவ் சிங் முன் வந்த போது கௌல் ஏற்றுக் கொள்ள மறுத்தார். அவருடைய உதவி இல்லாமல் தனது திறமை மூலம், தனது 7 பிரிகேட் மூலமே வெற்றி வாகை சூட வேண்டும் என்பதே அவரது விருப்பம். மேலும் ஆபரேஷன் லெக்ஹார்ன் வெற்றி பெற்றவுடன் கார்ப்ஸ் IV கலைக்கப்படும் அல்லது புதிய கமாண்டர் நியமிக்கப்படலாம். ஆக எந்த வகையிலும் அது நிரந்தரப் பதவியல்ல. வெற்றியோடு கௌல் புதுடெல்லி

திரும்பும் வரை அவர் ஏற்கனவே வகித்த சீஃப் ஆஃப் ஜெனரல் ஸ்டாஃப் பதவி காலியாகவே வைக்கப்படும். அதுதான் தனக்கான பதவி என்பதில் கௌல் உறுதியாக இருந்தார்.

கௌல், சென், உம்ராவ் சிங் ஆகிய மூவரில் சென்னுக்கும் உம்ராவ் சிங்குக்கும் தொடக்கம் முதலே ஏழாம் பொருத்தம். தற்போது தன்னைப் பொறுப்பிலிருந்து விடுவித்த காரணத்தால் சென்னுடன் மீது உம்ராவ் சிங்குக்குக் கோபம் இன்னும் அதிகமானது. ஆனால் கௌலுடன் ராணுவத்தில் சேர்ந்த நாள் முதற்கொண்டே உம்ராவ் சிங்குக்கு நல்ல நட்பு. எனவே அந்த நெருக்கத்தைப் பயன்படுத்தித் தாக்-லா தொடர்பாக சீனா மீதான நடவடிக்கை சாத்தியமற்றது என்றும் தோல்வி நிச்சயம் என்றும் சொல்லிப் பார்த்தார். ஆனால் உம்ராவ் சிங்கின் ஆலோசனையையும், அறிவுரையையும் கேட்கும் நிலையில் கௌல் இல்லை. எப்படியாவது ஆபரேஷன் லெக்ஹார்னில் வெற்றி பெற்று நேருவின் நம்பிக்கை உறுதிப்படுத்திக் கொள்ளவேண்டும் என்பது மட்டுமே அவரது இலக்காக இருந்தது.

62ஆவது பிரிகேட் படை மத்திய இந்தியாவில் இருந்து வட கிழக்கு எல்லைப் படையுடன் இணைந்துகொண்டது. ஆனால் அவர்களை ஒரே இடத்தில் குவிக்காமல் மூன்று பெட்டாலியன்களாகப் உளவுத் துறை இயக்குனர் மாலிக் பிரித்து அனுப்பினார். முதல் இரண்டு பெட்டாலியன்களை அவரது அனுமானத்தின்படி எங்கெல்லாம் சீன ராணுவம் ஊடுருவும் என்று கணித்தாரோ அங்கெல்லாம் படைகளைத் திருப்பிவிட்டார். மூன்றாவதை (4 கார்வால் ரைஃபிள்ஸ்) மட்டும் தவாங் பகுதிக்கு அனுப்பினார்.

ஜெனரல் சென்னின் நேரடி ஆணை மூலம் இரு பெட்டாலியன்கள் (1/9 கோர்க்கா ரைஃபிள்ஸ் மற்றும் 2 ராஜ்புத்) தாக்-லா பகுதிக்கு விரைந்தன. பின்னர் 7 பிரிகேட்டில் இணைக்கப்பட்டு லம்பூவுக்குப் பயணிக்க உத்தரவானது. இவர்கள் உயர்ந்த மலைச் சிகரங்களில் ஏறுவதற்கு அல்லது அங்கு போரிடப் போதுமான பயிற்சி பெறாத வீரர்கள் ஆவர். சமதளப் பகுதிகளில் பணியாற்றிய இவர்கள் செங்குத்தான மலைப்பாதைகளிலும், வழுக்குப் பாறைகளிலும் ஏறச் சிரமப்பட்டனர். கடுமையான குளிரைத் தாங்கும் கம்பளிகளும் உடைகளும் ஷூக்களும் வழங்கப்படவில்லை. பனியிலும், கொட்டும் மழையிலும், சாதாரண பருத்தி ஆடைகளையும், காலணிகளையும் அணிந்து கடமையைச் செய்து கொண்டிருந்தனர்.

ஒரு வழியாக செப்டம்பர் 24 அன்று 2 ராஜ்புத் மற்றும் செப்டம்பர் 26 அன்று 1/9 கோர்க்கா பிரிவுகள் லம்பாவை அடைந்தன. நீண்ட நடை பயணம் காரணமாக அனைவரும் களைப்பாக இருந்தனர். கார்ப்ஸ் IV

தலைமைப் பொறுப்பை கௌல் ஏற்றுக்கொண்டபோது சம்மந்தப் பட்ட இடங்களில் இந்திய ராணுவத்தின் பலம் கீழ்க்கண்டவாறு இருந்தது:

நம்கா சூ - 9 பஞ்சாப், 2 ராஜ்புத்தின் 1 கம்பெனி, மத்திய ரக எந்திரத் துப்பாக்கிகள் (2 துப்பாக்கிகள் கொண்ட ஒரு ப்ளேடூன் (Platoon).

லம்பூ தலைமை அலுவலகம் - 7 பிரிகேட், 2 ராஜ்புத்தின் 2 கம்பெனிகள், 1 / 9 கோர்க்கா ரைஃபிள்ஸ், கனரக மோர்டார் கொண்ட ட்ரூப்கள், மீதமுள்ள எந்திரத் துப்பாக்கிக் கம்பெனிகள், சில பொறியாளர்கள், இன்ஃபண்ட்ரி பெட்டாலியன், 4 க்ரெனடியர்கள்.

தவாங் - 2 இன்ஃபண்ட்ரி பெட்டாலியன்கள் (1 சீக்கிய, 4 கார்வால் ரைஃபிள்ஸ்) அண்டர் 4 ஆர்ட்ட்லரி பிரிகேட், மவுண்டன் கன் மற்றும் கனரக மோர்ட்டார்கள்.

ஏனைய வட கிழக்குப் பகுதிகள் - அண்டர் 5 இண்ஃபண்ட்ரி பிரிகேட், 5 பெட்டாலியன். ஆனல் இவை ஒரே இடத்தில் குவிக்கப்படாமல் பரவலாக நிறுத்தப்பட்டன.

நம்கா சூ பகுதியில் நான்கு இன்ஃப்ண்ட்ரி கம்பெனிகள் ஆற்றங்கரை ஓரமாக ஏழு மைல் சுற்றளவுக்குப் பரவலாக நிறுத்தப்பட்டிருந்தன. தாக்-லாவுக்கு மேற்கே உள்ள தாங்கிள் (Tangle) பகுதியைக் கைப்பற்றுமாறு அக்டோபர் தொடக்கத்தில் சென் உத்தரவிட்டிருந்தார். ஆனால் தால்வியும், உம்ராவ் சிங்கும் அப்போதே சென்னின் ஆணைக்கு எதிர்ப்புத் தெரிவித்தனர். சீன ராணுவத்தை அகற்றும் அதிரடி நடவடிக்கை எடுக்கும் போது இந்த இடத்தைக் கைப்பற்றுவதே புத்திசாலித்தனம். இப்போதே கைப்பற்றினால் நமது நோக்கம் என்ன, அணுகுமுறை என்ன என்பதை சீனர்கள் எளிதாகப் புரிந்து கொண்டு பதிலடிக்குத் தயாராவார்கள். எனவே சற்று நிதானம் தேவை என்று தால்வியும், உம்ராவ் சிங்கும் எச்சரித்தனர். ஆனால், அவர்களது கருத்தைக் கேட்காமல் சென் தாங்கிள் பகுதியை முற்றுகையிட அக்டோபர் 4 அன்று பஞ்சாப் பிரிவு கம்பெனிக்கு உத்தரவிட்டார்.

உம்ராவ் சிங் 30 நாள்களுக்குத் தேவையான தளவாடங்களைக் கிடங்குகளில் வைத்துக்கொள்ள உத்தரவிட்டதை, 15 நாள்களுக்குத் தேவையான தளவாடங்களை மட்டுமே வைத்துக் கொண்டால் போதும் என்றும் மாற்றிச் சென் உத்தரவிட்டார். உம்ராவ் சிங் இதை ஆட்சேபித்தும் எந்தப் பயனும் இல்லை. அதற்குள் கார்ப்ஸ் IV என்ற புதிய பிரிவு உருவாக்கப்பட்ட கௌல் தலைமைப் பொறுப்பில்

நியமிக்கப்பட, உம்ராவ் சிங் கார்ப்ஸ் XXXIII பிரிவு நாகர்கள் மற்றும் பாகிஸ்தான் எல்லையைப் பாதுகாக்கும் பணிக்கு மாற்றப்பட்டது.

அடுத்த நாள் லம்பூவில் திடீரென ஹெலிகாப்டரில் வந்து இறங்கினார் கௌல். தால்வி இல்லாததால் பொறுப்பில் இருந்த பிரிகேட் மேஜரிடம் சற்றுக் கடுமையாகவே பேசினார் கௌல். 'பணியாற்ற விருப்பமின்றித் தயக்கமுடன் இருப்பதாக இந்தப் பிரிகேட் மீது புகார் வந்துள்ளது. அவ்வாறு இருப்பின் உத்தரவுகளுக்குக் கீழ்ப்படியாமலும் உடனுக்குடன் நிறைவேற்றாமலும் தாமதிப்பவர்களை உடனடியாகப் பணி நீக்கம் செய்யுமாறும் புது டெல்லி உத்தரவிட்டுள்ளது. எனவே லம்பூவில் உள்ள வீரர்கள் அனைவரும் இப்போதே தாக்-லாவுக்கு விரைந்து செல்லவேண்டும் என்றும் ஆணையிட்டார்.

பயணத்தின் போது தேவையான உணவுப் பொருட்கள் கைவசம் இல்லை என்றும் அவை சாங்தார் என்னும் பனிப்பொழிவுள்ள இடத்தில் இறக்கப்பட்டுள்ளதால் 30% மட்டுமே மீட்டெடுக்க முடியும் என்றார். ஆகவே உணவில்லாமல் பயணிப்பது கடினமான விஷயம் என்றும் கௌலிடம் பொறுப்பில் இருந்த மேஜர் கூறினார். அதற்கு கௌல் 'தாக்-லாவுக்கு உடனடியாகக் கிளம்பவேண்டும் என்பது என் உத்தரவு. முடிந்தவரை உணவுப் பொருட்களை மீட்டெடுங்கள் அல்லது பட்டினியாக இருங்கள். எனக்குக் கவலை இல்லை' என்று ஈவு இரக்கமின்றிப் பதிலளித்தார். அவர் காட்டிய கருணை என்பது அவர் அந்த உத்தரவிட்டபோது மாலையாகிவிட்டதால் 'அடுத்தநாள் சூரியனின் முதல் கிரகணம் பூமியைத் தொடும்போது நீங்கள் புறப்பட்டிருக்கவேண்டும்' என்பதுதான்.

கௌல் அப்படி 'செய் அல்லது செத்து மடி' என்று சொன்ன பிறகு தளபதியால் என்ன செய்ய முடியும். இருவருக்கும் இடையே உரையாடல் நடைபெற்ற இடம் தரை மட்டத்திலிருந்து பனிபடர்ந்து, பிராண வாயு குறைந்த 16,000 அடி உயரத்தில். சாதாரண பருத்தி உடை, ஒரே ஒரு போர்வை, குறைந்த அளவே கையிருப்பிலுள்ள உணவுப் பொருட்கள் மற்றும் ஆயுதங்களுடன் ஆழமான பள்ளத்தாக்குகள், செங்குத்தான மற்றும் வழுக்குப் பாறைகளில் வீரர்கள் நடந்து சென்றனர். இந்த அபாயமான பயணத்தில் சிலர் பாறைகள் வழுக்கிப் படுகாயம் அடைந்தாகவும், சிலர் ஆழமான பள்ளத்தாக்குகளில் விழுந்து இறந்ததாகவும் சிலர் குளிர் தாங்காமல் பனியில் உறைந்து போனதாகவும் இந்நூலாசிரியரிடம் தால்வி பின்னர் தெரிவித்தார்.

அடுத்து ஜெனரல் பிரசாத்தைச் சந்திக்க கௌல் செர்க்கிம்முக்கு ஹெலிகாப்டரில் பறந்தார். அவரை வரவேற்பதற்காகவே பிரத்யேக

மாக அங்கு ஹெலிபேட் அவசர அவசரமாக உருவாக்கப்பட்டது. உம்ராவ் சிங் விடுத்த எச்சரிக்கை, லம்பூ பொறுப்பில் இருந்த பிரிகேட் மேஜர் சந்திக்கும் பிரச்னைகள், குளிரைச் சமாளிக்க வீரர்களுக்குத் தேவையான கம்பளி ஆடைகள், உணவுப் பொருள்கள், பிரசாத் வழங்கிய ஆலோசனைகள் / தகவல்கள், தாக்-லா பகுதிக்குக் கீழே சீன ராணுவம் குவித்துள்ள படைகள், தளவாடங்கள், கனரக மோர்ட்டார்கள், எந்திரத் துப்பாக்கிகள், தானியங்கி ரைஃபிள்கள் உள்ளிட்ட அனைத்து விவரங்களுடன், சீன ராணுவத்தின் பதிலடியைச் சமாளிக்க விமானப் படை உதவியும் தேவை என்ற கோரிக்கையையும் பிரசாத்திடம் தெரிவித்தார் கௌல். மேலும் அக்டோபர் 10 ஆம் தேதி ஆபரேஷன் லெக்ஹார்னைத் தொடங்கப் போகும் தகவலையும் உள்ளடக்கி, அக்டோபர் 6 ஆம் தேதி ராணுவத் தலைமை அலுவலகத்துக்குக் கௌல் நீண்ட கடிதத்தை அனுப்பினார்.

கௌல் கூறிய ஆபரேஷன் லெக்ஹார்னைத் தொடங்க இன்னும் நான்கு நாள்களே மீதம் இருந்தன. நம்கா சூ பகுதியில் ஹெலிகாப்டர்கள் தரை இறங்கச் சமதளமான பகுதிகள் இல்லை. அவை சீன எல்லைக்குள் இருந்தன. மேலும் தோலா முகாமுக்குச் ஹஸ்தும் லா வழியாகச் செல்லும் பாதை செங்குத்தாகவும், வழுக்குப் பாறைகளாகவும் இருந்தன. தனது உடல் வலுவையும் மீறி கௌல் அந்தப் படையைத் தலைமை தாங்கிச் செல்லவேண்டும் என்பதில் மிகுந்த தீவிரத்துடன் இருந்தார். எனவே ஒரு வாட்டசாட்டமான திபெத்திய சுமை தூக்கி அவரை பாதி தூரத்துக்கு முதுகில் சுமந்து சென்றார். தமது கார்ப்ஸ் IV கமாண்டர் இப்படியாகப் பயணிப்பதைத் தட்டுத்தடுமாறி செங்குத்தான பாறைகளில் ஏறி கொண்டிருந்த வீரர்கள் பார்த்துக்கொண்டே சென்றனர்.

ஒரு வழியாக கௌல் அக்டோபர் 7 ஆம் தேதி மதியம் தோலா முகாமை அடைந்தார். அன்று முழுவதும் அந்த இடத்தை ஆய்வு செய்வதிலேயே கழித்தார். இந்தியப் பகுதியில் ஆழமான பள்ளத்தாக்குகள் நிறைந்த நம்கா சூ, ஹதங் லா, சாங்தார் ஆகியவற்றையும், சீனப் பகுதியில் உள்ள தாக்-லா முகாமுக்கு நேர் எதிரே உள்ள சொஞ் ஜாங்கையும் நோட்டம் விடுத்தார். இந்த சொஞ் ஜாங்கைக் கைப்பற்றத்தான் முதலில் தால்வி திட்டமிட்டிருந்தார்.

அன்று இரவே ராணுவத் தலைமை அலுவலகத்துக்குச் செய்தி அனுப்பினார். 'நிலைமையை முழுமையாக ஆய்வு செய்துள்ளதால் ஆபரேஷன் லெக்ஹார்னுக்குத் தயாராகி வருகிறேன். ஏற்கனவே அனுப்பிய கடிதத்தில் இங்கு நிலவும் பிரச்னைகளை விவரித்திருந்தேன். இவ்வளவு பிரச்னையிலும் அரசு உத்தரவின்படி

ஆபரேஷன் லெக்ஹார்னை வெற்றிகரமாக முடிப்பதில் உறுதியாக இருக்கிறேன். இருப்பினும் சீனா குவித்துள்ள படைகளைப் பார்க்கும் போது கடுமையான பதிலடி கொடுப்பார்கள் என்று நம்புகிறேன். அதைச் சமாளிக்க நம்மிடம் போதிய துருப்புகள் இல்லை. எனவே, உடனடியாக மேலும் பல வீரர்களுடன், விமானத் தாக்குதலுக்கும் தயாரானால் மட்டுமே முழுமையான வெற்றியைப் பெற முடியும்' என்று அதில் குறிப்பிட்டிருந்தார்.

சீன ராணுவம் செய்திகளை உடனுக்குடன் அனுப்பச் செங்குத்தான மலைப்பகுதிகளில் கூடத் தொலைபேசிக் கம்பிகளையும், தந்தி வசதிகளையும் அமைந்திருந்தது. ஆனால், இந்திய பகுதிகளில் இது குறைவாகவே காணப்பட்டன. கௌல் தனது உதவியாளருக்கு தகவலைச் சொல்ல அதை அவர் லம்பூவுக்கு எடுத்துச் செல்வார். பின்னர் அங்கிருந்து கம்பி இல்லாத் தந்தி மூலம் அனுப்பப் பிறகு அது தேஜ்பூர் வழியாகப் புது டெல்லியைச் சென்றடையும். ஆனால் இவர் எழுதும் கடிதம் ராணுவத்துக்கான ரகசியக் குறியீடுகளுடன் இல்லாமல் ஏதோ நெருங்கிய குடும்ப உறுப்பினருக்கு போர் முனையில் இருந்து தகவல் அனுப்புவதுபோல் நீளமாக இருக்கும். எனவே நீண்ட நெடிய கடிதத்தை தந்தி மூலம் அனுப்ப பல மணி நேரம் பிடித்தது. இவ்வாறு பல தடைகளைத் தாண்டி நம்கா சூவில் இருந்து இவர் அனுப்பிய அதி முக்கிய கடிதங்கள் புது டெல்லியை மூன்று நாள்கள் கழித்தே சென்றடைந்தன.

சீன ராணுவம் பதிலடி கொடுக்காது என்று கூறியதை நம்பித் தானாகவே பொறுப்பேற்றதும், சீன ராணுவ பலத்தைக் குறைத்து மதிப்பிட்டதும் கௌலுக்கு மிகப் பெரிய அழுத்தத்தைக் கொடுத்தன. சீன ராணுவம் எதையும் மறைக்காமல் தனது கண் முன்பே தளவாடங் களைக் குவிப்பதையும், அதிகரிக்கும் சீன வீரர்களின் எண்ணிக்கையை யும் நம்பாமல் இருக்கவும் முடியவில்லை. இருப்பினும் இவை அனைத்தையும் தெரிந்துகொண்ட பின்னரும் கௌல் திட்டமிட்டபடி அக்டோபர் 10 ஆம் தேதியில் ஆபரேஷன் லெக்ஹார்ன் நடவடிக்கையைத் தொடங்குவதில் உறுதியாகவும் என்ன நடந்தாலும் பரவாயில்லை என்ற முடிவிலும் இருந்தார். எதிரிகள் அவரை விட எண்ணிக்கையில் அதிகம். விரைவில் காயம் பட்டவர்களுக்கு பதிலாக புதிய வீரர்களை அவர்களால் எளிதில் கொண்டு சேர்த்துவிட முடியும். எதிரிகளிடம் ஆயுதங்கள் அதிகம் இருந்தன. வாகான வலிமை மிகுந்த இடங்களில் இருந்தனர். இந்தியப் படைக்கோ எந்தவித வசதிகளும் இல்லை. அது டேவிட் கோலியாத்தை எதிர்த்ததுபோல், அதுவும் எறி ஆயுதம் இல்லாத நிலையில் எதிர்த்ததுபோல் இருந்தது.

கௌலைப் பொறுத்தவரையில் அவர் அனைத்து படைகள், விமானங்கள் அனைத்தையும் போர் முனைக்குக் கொண்டு சேர்க்க வேண்டும் என்று ஒரு வேண்டுகோளை ஏற்கெனவே அனுப்பி யிருந்தார். தான் வெற்றி பெற தேவையான பின் துணையை ராணுவ தலைமையகம் தரவேண்டும் என்று செய்தி அனுப்பியிருந்தார். அவருக்கு அந்தப் போர்முனைக்கு அத்தனை வேகத்தில் அவர் கேட்பவற்றைக் கொண்டுவந்து சேர்க்க முடியாது என்பது தெரியும். இருந்தும் அவை வந்து சேராவிட்டால் பழி தன் மீது வராது. ராணுவத் தலைமையகம் மீதே குற்றம் சொல்லப்படும் என்று நினைத்துச் செயல்பட்டதுபோல் இருந்தது அவருடைய நடவடிக்கைகள்.

அக்டோபர் 7 ஆம் தேதி நம்கா சூவிலிருந்த கௌலுக்கு ராணுவத் தலைமை அலுவலகத்திலிருந்து லாசாவில் உள்ள இந்திய கௌன்சல் ஜெனரல் அனுப்பியதாகத் தகவல் வந்தது. தாக்-லாவுக்குப் பின்பக்கம் சீனாவின் பக்கமுள்ள மெக்மொகன் கோட்டில் ஏராளமான கனரக மோர்ட்டார்கள், தளவாடங்கள் மற்றும் ராணுவ வீரர்களை குவித்து வருவதாகவும், தவாங் மீது தாக்குதல் நடத்தத் திட்டமிட்டுள்ளதாக வும் அதில் தெரிவிக்கப்பட்டிருந்தது. ஆனால் இதன் மீது எடுக்க வேண்டிய நடவடிக்கைகள் பற்றியோ, முக்கியத்துவம் குறித்தோ, இந்திய அரசு, ஜெனரல் ஸ்டாஃப் மற்றும் இண்டெலிஜென்ஸ் பீரோ ஆகியவற்றின் கருத்துக்களோ, ஆலோசனைகளோ எதுவும் இடம் பெறவில்லை.

‘எங்களுக்குக் கிடைத்த தகவலை அனுப்பிவிட்டோம். வெற்றி பெற்றால் அதை அனைவரும் சேர்ந்து கொண்டாடுவோம், தோற்றுப் போனால் அதன் முழுப் பொறுப்பும் கௌலையே சேரும்’ என்று தில்லி அதிகாரவர்க்கமும் கௌலைப் போலவே பொறுப்பில் இருந்து தன்னைப் பாதுகாத்துக்கொண்டது. லாசா அனுப்பிய தகவலின்படி சீன ராணுவம் கனரக மோர்டார்களைப் பயன்படுத்தினால் அது பற்றி இனி கௌல் புதுடெல்லிக்குப் புகார் அளிக்க முடியாது. காரணம் இது குறித்த எச்சரிக்கையை ஆதாரபூர்வமாக கடிதம் வாயிலாக ஏற்கனவே அனுப்பி விட்டோம் என்று ராணுவத் தலைமை அலுவலகம் பழியை கௌல் மீது போடலாம்.

அக்டோபர் 8 ஆம் தேதி ஆபரேஷன் லெக்ஹார்ன் தாக்குதலுக்கான முன்னேற்பாடுகளை கௌல் தொடங்கினார். சாங்தாரில் உள்ள ராஜ்புத் மற்றும் கூர்க்காக்களை மற்ற துருப்புகளுடன் இணைந்து செயல்பட உத்தரவிட்டார். சாங்தார் பாதுகாப்பான இடம் என்பதுடன் ஹெலிகாப்டர்/விமானம் மூலம் பொருட்களைத் தரை இறக்கும் வசதியும் உண்டு. எனவே பல்வேறு தடைகள் காரணமாக ஏனைய

பிரிவினருக்குப் பொருட்களை வழங்க முடியாமல் போனாலும், 7 பிரிகேடுக்காவது தேவையான பொருட்களை வழங்கலாம் என்பது கௌலின் திட்டம்.

நம்கா சூவை பகுதியை ஆய்வு செய்ததில் அது ‘இந்தியர்களைச் சிக்க வைக்கும் பயங்கரமான வலை’ என்று தெரிந்திருந்தும் வேறு வழியின்றித் துருப்புகளை மாய வலைக்குள் கொண்டு வந்தார். அக்டோபர் 9 ஆம் தேதி இரு பெட்டாலியன்களும் ஆற்றங்கரையை அடைந்து பிரிட்ஜ் III மற்றும் IV-ல் தங்களை நிலை நிறுத்திக் கொண்டன. பல்வேறு சிக்கல்கள் மற்றும் பிரச்னைகள் இருந்தாலும், உறுதியளித்தபடி அக்டோபர் 10 ஆம் தேதி ‘ஆபரேஷன் லெக்ஹார்ன்’ கண்டிப்பாகத் தொடங்கும் என்று கௌல் அக்டோபர் 9 ஆம் தேதி பிரசாத் மற்றும் தால்விக்கு செய்தி அனுப்பினார். ராஜ்புத் பிரிவை தாக்-லாவுக்கு மேற்கே உள்ள 16,000 அடி உயர யும்ட்சோ கணவாய்க்கு உடனே செல்லவும் உத்தரவிட்டார்.

கௌலின் உத்தரவைக் கேட்ட தால்வியும் பிரசாத்தும் அதிர்ச்சி அடைந்தனர். இதற்கு இரு காரணங்கள் உள்ளன. முதலாவது யும்ட்சோ கணவாய்க்கு செல்லும் பாதை முழுவதும் சீனர்களின் கட்டுப்பாட்டில் உள்ளது. சீன ராணுவம் நினைத்தால் இந்திய வீரர்களை வழியிலேயே கொன்று குவிக்க முடியும். இரண்டாவது அப்படியே சீன ராணுவத்தின் பிடியிலிருந்து தப்பித்து 16,000 அடி உயரத்தில் உள்ள யும்ட்சோ கணவாயை அடைந்தால் போதிய உணவு இல்லாமல் மைனஸ் டிகிரிக்கும் கீழேயுள்ள கடுமையான பனியில் உறைந்தே இறந்துபோவார்கள். பெட்டாலியனில் ஒருவர்கூட உயிருடன் பிழைக்கமாட்டார். அந்த இடத்துக்கு உணவுப் பொருட்களோ, உடைகளோ சாலை வழியாக மட்டுமின்றி வான் வழியாகக் கூட வழங்குவதற்கு எந்தச் சாத்தியக் கூறும் இல்லை என்பதைத் தெரிவித்தனர்.

ஆனால் கௌல் தனது முடிவில் உறுதியாக இருந்ததால், தால்வியும், பிரசாத்தும் அவருக்கு ஒரேயொரு யோசனையை மட்டும் கூறினர். அதாவது முழு பெட்டாலியனையும் அனுப்புவதற்குப் பதிலாக நிலைமையை ஆய்வு செய்ய அனுபவம் மிக்க சிலரை உள்ளடக்கிய பேட்ரோல் குழுவை மட்டும் அனுப்பி வைக்கலாம் என்றனர். அவர்களது ஆலோசனையின்படி 50 பஞ்சாபியர்களைக் கொண்ட பேட்ரோல் ஆற்றைக் கடந்து அக்டோபர் 9 ஆம் தேதி மாலை சாங் ஜோங்கை அடைந்தது. சீன ராணுவம் ஏனோ இந்தியப் படையைத் தாக்கவோ பாதையில் குறுக்கீடோ செய்யாமல் சாங் ஜோங்கை அவர்கள் அடையும் வரை அமைதியாகவே இருந்தது.

'அரசு தங்கள் மீது வைத்த நம்பிக்கை வீண்போகவில்லை' என்று கௌலுக்கு தாப்பரிடமிருந்து வாழ்த்துச் செய்தி கிடைத்தது. சீனா தாக்குதலில் ஈடுபடும் என்று சொன்னவர்கள் எல்லாம் முட்டாள்கள் போல் அன்று தம்மை உணர்ந்தனர் என்று பின்னாளில் பிரசாத் குறிப்பிட்டார். கௌலும் 'துணிச்சலான வேகமான நடவடிக்கைகள்' எதிரியை மலைக்கச் செய்திருக்கிறது. நமது படைக்கு இருக்கும் பாதகமான அம்சங்கள் அனைத்தையுமே இப்போது ஈடுகட்டியாகி விட்டது. எதிரிகளை நமது பகுதியில் இருந்து அப்புறப்படுத்தும் பணியில் இது நல்ல தொடக்கம் என்று கௌலும் செய்தி அனுப்பினார். அக்டோபர் 10 ஆம் தேதி திட்டமிட்டபடி நமது செயல்பாடுகள் தொடங்கும் என்றும் மீண்டும் உறுதி அளித்தார்.

அன்று அவர் அனுப்பிய அறிக்கையில், அந்த மலை முகடை நாம் கிட்டத்தட்டக் கைப்பற்றிவிட்டோம் என்றே தெரிவித்திருந்தார். 'நானும் என் தளபதிகளும் போர் வியூகம் பற்றிப் பேசிக்கொண்டிருந்த போது சீனர் பக்கத்தில் இருந்து இரண்டு தோட்டாக்கள் சீறிப்பாய்ந்து வந்தன. ஆனால், யார் மீதும் பாயவில்லை. வெறுமனே நம்மைத் தூண்டிவிடவும் குழப்பத்தில் ஆழ்த்தவும் மட்டுமே அவை சுடப்பட்டன என்றே நினைக்கிறேன் என்று குறிப்பிட்டிருந்தார். அவருடைய கதை மேலும் தொடர்ந்தது: ஒரு சீக்கிய வீரர் துப்பாக்கி தோட்டாக்கள் பாய்ந்து வந்த திசையை நோக்கி தோளில் துப்பாக்கியைச் சுமந்தபடி நெஞ்சை நிமிர்த்திக்கொண்டு தைரிய மிருந்தால் தன்னைச் சுடும்படி சீனர்களை நோக்கிச் சவால்விட்டார். அனைத்து வீரர்களையும் அழைத்து என்று உரையாடினேன். அவர்கள் அனைவருமே தைரியமாக தன்னம்பிக்கையுடன் இருந்தனர். என்ன நடந்தாலும் நான் அவர்கள் கூடவே இருப்பேன் என்று உறுதியளித்தேன்'.

மறுநாள் காலையில் ராஜபுதன வீரர்கள் யும்ட்ஸோ லா நோக்கி அணிவகுத்துப் புறப்பட்டனர். கௌல் தான் சொன்னதுபோல் அக்டோபர் 10 ஆம் தேதி தனது நடவடிக்கையைத் தொடங்கிவிட்டார். நடந்தவற்றை கௌலே விளக்குகிறார்: 'உலகின் இந்தப் பகுதியில் சூரிய வெளிச்சம் அதிகாலையிலேயே தோன்றும். அக்டோபர் 10 ஆம் தேதி காலை 0430 மணி சுமாருக்கு சூரியன் தனது செங்கதிர்களைப் பரப்பத் தயாராகிக் கொண்டிருந்தான். ராணுவ வீரர் ஒருவர் எனக்குத் தேநீர் தயாரித்துக் கொண்டிருந்தார். பிரிட்ஜ் IV பதுங்கு குழிக்கு மேலே உள்ள மரக் கிளையில் கண்ணாடியைத் தொங்கவிட்டு நான் முகச் சவரம் செய்யத் தொடங்கினேன். திடீரென ஆற்றின் குறுக்கே பலத்த வெடிச் சத்தம் காதுகளைப் பிளக்கும் வகையில் கேட்டது. 1:20 என்ற

வகையில் அங்கு முகாமிட்டிருந்த மிகப் பெரிய சீன பெட்டாலியன் இந்தியப் பேட்ரோல் மீது துப்பாக்கியால் சுட்டுக் கொண்டே முன்னேறியதைக் கண்டு அதிர்ச்சி அடைந்தேன்' என்று பதிவு செய்துள்ளார்.

சீனர்கள் தமது மறைவிடங்களில் இருந்து வெளியேறி கரையோரமாக இருந்த இந்தியப் படைகளைப் புறக்கணித்தபடியே செங் ஜங் பகுதிக்கு விரைந்து அங்கிருந்து தாக்குதல் நடத்த முயன்றனர். அங்கிருந்த இந்திய தரப்பு சீனர்களால் சரமாரியாகத் தாக்கப்பட்டது.

வால்ட்டர் மிட்டி போல் அழகான பகற் கனவுகளுடன் மிதந்து கொண்டிருந்த கௌல் உலுப்பி எழுப்பப்பட்டார். தொடர்ந்து வெடித்த தோட்டாக்கள் யதார்த்தத்தை அவருக்கு உணர்த்தின. 'இங்கு நிலவும் உண்மையான நிலவரத்தை முன்பு எனக்குச் சொன்னபோது அதைக் கவனத்தில் கொள்ளவில்லை. இப்போதுதான் முழுமையாகப் புரிகிறது. நிலைமையை மறு பரிசீலனை செய்து நமது திட்டங்களை உடனடியாக மாற்றியமைக்கவேண்டும். நான் தில்லி செல்கிறேன் என்று சொல்லி தால்வியிடம் பொறுப்பை ஒப்படைத்தார். பிரதமர் நேருவிடம் நேரில் சென்று இங்குள்ள பிரச்னையை நான் விளக்கியே ஆகவேண்டும் என்று தால்வி இடமும் பிரசாத்திடமும் சொன்னார்.

சீனாவை அப்புறப்படுத்துவது என்பது கனவில் கூட நடைபெற முடியாது செயல் என்பதைத் தெரிந்து கொண்ட கௌல், சீனர்களை அகற்றும் நடவடிக்கையை தற்காலிகமாக நிறுத்திக்கொண்டார். ஆயுதங்களும் பிற உதவிகளும் கிடைக்க முடிந்த இடங்களில் மட்டுமே நம் முகாம் இருக்கவேண்டும். எனவே நாம் பின்வாங்கிவிட வேண்டும் என்று சொன்னார். ஆனால், இந்த நடவடிக்கைகளை எடுக்கும் அதிகாரத்தைக் கீழ் அதிகாரிகளிடம் ஒப்படைக்கவில்லை. புது டெல்லியில் இருந்து அடுத்த உத்தரவு வரும் வரை, நம்கா சூ மற்றும் சாங்கிள் பகுதிகளை எதிரிகளிடமிருந்து பாதுகாக்குமாறு தால்வியிடம் பொறுப்பை ஒப்படைத்துவிட்டு டெல்லி புறப்பட்டார்.

எனினும் சொஞ் ஜாங்கில் இருந்த பஞ்சாபி படை சீனர்களின் தாக்குதலைத் திறமையாகச் சமாளித்தது. அந்த முகாமுக்கு பின் பக்கத்தில் இருந்து பாதுகாப்பு தந்த இந்தியப் படையை சீனர்கள் கவனித்திருக்கவில்லை. இதனால் அந்த வீரர்களின் சரமாரியான தாக்குதலுக்கு சீனர்கள் ஆளாகிப் பலர் இறந்தனர். போதிய ஆயுதங்களும் உடைகளும் இல்லாத நிலையிலும் இந்தியர்கள் திறமை மிகுந்த போர் வீரர்கள் என்பதை சீனா அன்று புரிந்துகொண்டிருக்கும். பஞ்சாபி கமாண்டர் சீனத் தாக்குதலில் இருந்து தப்பிக்கக் கூடுதல்

வீரர்களைத் தமக்குக் கவசமாக இருந்து தாக்க அனுப்பும்படி தால்வியிடம் அனுமதி கேட்டார். தால்வி மறுத்துவிட்டார். அவருக்கு வேறு வழி இருந்திருக்கவும் இல்லை.

ஆற்றின் கரையில் இருந்த மிஷின் கன் படையின் அதிகாரி சீனர்கள் மீது தாக்குதல் நடத்த அனுமதி கேட்டுக் காத்திருந்தார். ஆற்றின் கரைப்பக்கம் நகர பஞ்சாபி படைவீரர்கள் தமக்குக் கவசமாக இருந்து தாக்குதல் நடத்தவேண்டும் என்று கேட்டிருக்கிறார். ஆனால், இந்தச் சிறிய தாக்குதலில் இருந்து அவர்களைக் காப்பற்ற பிரதான படையைத் திருப்பிவிட்டால் சீனர்கள் ஒட்டுமொத்தப் படையையும் அழித்துவிடுவார்கள். செங் ஜாங்கில் இருந்த சிறிய படையைக் காப்பாற்ற ஒட்டு மொத்தப் படையையும் தால்வி பலிகொடுக்க முடியாது. அதனால் அவர் பஞ்சாபி படையைத் திரும்பிவருமாறு உத்தரவிட்டார்.

இந்திய வீரர்கள் ஆற்றின் மீதுள்ள பாலத்தின் வழியாகத் திரும்புகையில் சீனர்கள் சுடுவதை நிறுத்தி ஆற்றின் இந்தப் பக்கம் வந்து சேர அனுமதித்தனர். இந்தத் தாக்குதலில் 7 இந்திய வீரர்கள் மரணமடைந்தனர். 7 பேர் காணாமல் போனார்கள், 11 பேர் படுகாயம் அடைந்தனர். சீனர்கள் தங்கள் தரப்பில் 33 பேர்கள் மரணமடைந்தனர் மற்றும் காயமடைந்தனர் என்றார்கள். இறந்து போன இந்திய வீரர்கள் அனைவரையும் சீனர்கள் முழு ராணுவ மரியாதையுடன் ஆற்றின் இந்தப் பக்கத்தில் இருந்து பார்த்துக்கொண்டிருந்த இந்திய வீரர்களின் கண் முன்னே அடக்கம் செய்தனர்.

பிரச்னையை நேருவிடம் நேரில் விளக்கத் தனக்கு உடனடியாக அனுமதி வழங்க வேண்டும் என்று மீண்டும் ராணுவத் தலைமை அலுவலகம் மூலம் பிரதமர் அலுவலகத்துக்குச் செய்தி அனுப்பினார். அதுவும் நேரு அக்டோபர் 12ஆம் தேதி சிலோனுக்குப் பயணம் மேற்கொள்ள இருப்பதால் அதற்கு முன்பாக அவரைச் சந்தித்தே ஆக வேண்டுமென்றும், அதற்கான நேரத்தை ஒதுக்கித் தருமாறும் வேண்டினார்.

சொஞ் ஜாங்கில் நடைபெற்றது சிறிய சண்டையாக இருக்கலாம். ஆனால் இந்தியர்களின் முன்னேறிச் செல்லும் கொள்கையைச் சீனர்கள் முழு பலத்துடனும், உறுதியுடனும் வெற்றிகரமாகத் தடுத்து நிறுத்தி விட்டனர். சொஞ் ஜங்கின் மீதான தாக்குதல் இந்திய அரசின் நிலை குலைய வைத்தது. சீனர்கள் தாங்களாகவே தாக்க மாட்டார்கள். ஆக்கிரமித்துள்ள பகுதிகளில் இருந்து தங்கள் துருப்புகளைத் திரும்பப் பெற்றுக்கொள்வார்கள் என்ற அரசின் நம்பிக்கை பொய்த்துப் போனது.

ஹதங்லாவுக்குக் கீழே உள்ள ராணுவ முகாமில் கௌல் தூக்கம் வராமல் படுக்கையில் புரண்டு கொண்டிருந்தார். பனி படர்ந்த, சுவாசக் காற்று இல்லாத உயரங்களில் பழக்கம் இல்லாதவர்கள் பயணிக்கும் போது ஏற்படும் நுரையீரல் கோளாறு அவருக்கும் ஏற்பட்டது. மன உளைச்சலுடன் உடல் உபாதையும் அதிகரித்தது. பிரதமரைச் சந்திக்க நேரம் ஒதுக்கப்பட்ட தகவல் வந்து சேரவே, உடனடியாக தேஜ்பூருக்கும், பின்னர் அங்கிருந்து புது டெல்லிக்கும் ஹெலிகாப்டரில் பறந்தார்.

அக்டோபர் 11ஆம் தேதி பிரதமர் அலுவலகத்தைக் கௌல் அடைந்த போது இரவு மணி 8 பிரதமர் நேரு மற்றும் கௌல் சந்திப்பின் போது பாதுகாப்பு அமைச்சர் கிருஷ்ண மேனன், ஜெனரல் சென், ஜெனரல் தாப்பர், விமானப் படை தளபதி, கேபினெட் வெளிவிவகார மற்றும் பாதுகாப்புத் துறைச் செயலாளர்கள் ஆகியோரும் உடன் இருந்தனர். இந்திய - சீன எல்லைப் பிரச்னையின் தொடக்கம் முதல் கௌல் டெல்லிக்குப் புறப்பட்டு வரும் வரை நடைபெற்ற அனைத்தும் விவரமாக விவாதிக்கப்பட்டன. கிருஷ்ண மேனனைத் தவிர வேறு எந்த கேபினெட் அமைச்சருடனும் இதுபற்றி நேரு விவாதிக்கவும் இல்லை, கூட்டத்துக்கு அழைக்கவும் இல்லை.

சொஞ் ஜாங்கில் நடைபெற்ற சண்டை குறித்தவற்றைத் தகவல் களாகவும், புள்ளி விவரங்களாகவும், கௌல் விளக்கினார். இதனைத் தொடர்ந்து நீண்ட விவாதங்கள் நடைபெற்றாலும், எழுத்துபூர்வமான பதிவுகள் ஆதாரபூர்வமாகக் கிடைக்கவில்லை. பங்கேற்பாளர்கள் எண்ணிக்கை எத்தனையோ, அத்தனை ஊர்ஜிதமாகாத செய்திகள் கிடைத்தன. பல்வேறு தகவல்கள் கிடைத்ததால், அவற்றுள் பொதுவானவற்றை மட்டுமே நாம் கவனத்தில் கொள்ள வேண்டும்.

நம்கா சூவில் நடைபெற்ற நிகழ்வுகளை விளக்கிய பிறகு கௌலுடைய பரிந்துரையைக் கேட்டனர். 7 பிரிகேட்டைத் திரும்ப அழைத்துக் கொள்ளலாம் என்று கௌல் கூறுவார் என்ற எதிர்பார்ப்புக்கு மாறாக, அமெரிக்காவின் ராணுவ உதவியைக் கேட்டுப் பெறலாம் என்ற யோசனையை முன் வைத்தார். இதைக் கேட்டநேருவின் முகம் கடுகடுத்தது. எடுத்த எடுப்பிலேயே அவரது கோரிக்கையை நிராகரித்தார். 'அப்படியெனில் நம்கா சூவில் இருந்து 7 பிரிகேட்டைத் திரும்பப் பெற்றுக்கொண்டு, ஆபரேஷன் லெக்ஹார்ன் நடவடிக்கையைக் கொஞ்ச காலத்துக்குத் தள்ளி வைக்கலாம். இப்போதைக்கு நம்கா சூ மற்றும் சாங்கிள் பகுதிகளின் எல்லையை அப்படியே தக்க வைத்துக் கொள்வோம். அதைத் தாண்டி நம்மால் போக முடியும் பட்சத்தில் உங்களுக்குத் தெரிவிக்கிறேன்'

என்று கௌல் சொன்னதாக கேபினெட் செயலர் எஸ் எஸ் கேரா நூலாசிரியரிடம் தெரிவித்தார்.

உள்ளே நடந்த விவாதம் குறித்த விவரங்களைக் கூட்டத்தில் கலந்து கொண்டவர்களிடமிருந்து திரட்டியதில் சீனர்களை அப்புறப்படுத்தும் நடவடிக்கையை இப்போதைக்கு ஒத்தி வைக்கலாம் என்ற ஒரேயொரு பொதுவான விஷயம் மட்டுமே உறுதியாகக் கிடைத்தது. ஆனால் இது குறித்த எந்தவொரு உத்தரவும் பிறப்பிக்கப்படவில்லை. பின்னர் 7 பிரிகேட்டை நம்கா சூவிலேயே நிறுத்திவைக்கலாமா திரும்ப அழைத்துக் கொள்ளலாமா என்ற கேள்வியும் எழுந்தது. தாப்பரும் சென்னும் 7 பிரிகேட் அங்கேயே இருக்கட்டும் என்று சொல்ல, கௌல் மூன்று ஆலோசனைகளைத் தெரிவித்தார். முதலாவது ராணுவ பலத்தை அதிகரித்துச் சீனாவின் மீது தாக்குதல் நடத்துதல். இரண்டாவது தாக்குதல் திட்டத்தை ரத்து செய்து விடுவது ஆனால் 7 பிரிகேட்டைத் ஆற்றங்கரையை ஒட்டித் தொடர்ந்து அங்கேயே நிறுத்திக் கொள்ளுதல். மூன்றாவது அந்த இடத்தை மொத்தமாகக் காலி செய்து விட்டுப் பாதுகாப்பான இடத்துக்குச் செல்வது. இவற்றுள் இரண்டாவது யோசனையைப் பரிசீலிக்கலாம் என்ற கருத்தையும் கௌலே தெரிவித்தார்.

ஒவ்வொருவரின் கருத்தையும் பொறுமையாகக் கேட்ட நேரு 'களத்தில் இருப்பவர்களே இதற்கான முடிவை எடுக்க வேண்டும். எனவே அவர்களின் கருத்துகளையும் எண்ணங்களையும் அரசுக்கு விரைவில் அனுப்பிவைக்க ஏற்பாடு செய்யுங்கள்' என்று சொல்லிக் கூட்டத்தை முடித்து வைத்தார். '7 பிரிகேட்டை திரும்ப அழைக்க வேண்டாம். அது அங்கேயே இருக்கட்டும்' என்ற முன்பு கூறிய அதே கருத்தைத் தாப்பரும் சென்னும் மீண்டும் கிருஷ்ண மேனனிடம் வலியுறுத்தினர். போரில் ஏற்பட்ட பின்னடைவு காரணமாகப் பின்னர் ஒரு முறை நேரு நாடாளுமன்றத்தில் உரையாற்றுகையில் 'அரசு எந்த முடிவையும் தன்னிச்சையாக எடுத்து யார் மீதும் திணிக்கவில்லை. பாதுகாப்பு அமைச்சர், சீஃப் ஆஃப் ஆர்மி, சீஃப் ஆஃப் ஸ்டாஃப், களத்தில் உள்ள உயர் ராணுவ அதிகாரிகள் உள்ளிட்ட அனைவருடன் கலந்தாலோசித்த பிறகே நடவடிக்கைகளில் இறங்கினோம். ராணுவ வீரர்கள் அங்கேதான் இருக்கவேண்டும் என்று யாரையும் வற்புறுத்த வில்லை. கடினமான சூழல் என்று தெரிந்தேதான் நாட்டைக் காக்கும் கடமை உணர்வுடன், அவர்களாகவே அங்கு தங்கியிருக்கச் சுயமாக முடிவெடுத்தனர்' என்று கூறினார்.

அடுத்த நாள் காலை நேரு திட்டமிட்டபடி மூன்று நாள் பயணமாக சிலோனுக்குப் புறப்பட்டார். ஊடகங்களுடன் எப்போதுமே

நெருக்கமாக இருந்த காரணத்தால் விமான நிலையத்தில் காத்திருந்த தருணத்தில் தன்னைச் சந்திக்க வந்த செய்தியாளர்களுடன் சில வார்த்தைகள் பேசப் போக, அது ஏற்பாடு செய்யப்படாத பத்திரிகையாளர் சந்திப்பாக மாறிவிட்டது. 'மெக்மோகன் கோட்டைச் சீனா தாண்டிவிட்டது என்ற செய்தியை அரசு தெரிவித்து ஒரு மாதம் காலமும், எல்லை தாண்டிய சீன ராணுவத்தை விரட்டி அடிக்க ராணுவத்துக்கு உத்தரவிடப்பட்டுள்ளது என்று தகவலை வெளியிட்டு இன்றோடு பதினைந்து நாள்களும் ஆகிவிட்டன. இதனைத் தொடர்ந்து நேற்று சொஞ் ஜான் பகுதியில் இந்தியா மீது சீனா தாக்குதல் நடத்தியதாகவும் சில பத்திரிகைகள் செய்தி வெளியிட்டுள்ள நிலையில் உண்மை நிலவரத்தை பிரதமர் விளக்க வேண்டும் என்று அவர்கள் கேட்டனர். அரசு தாக்குதல் நடத்த ஆணையிட்டதா பாதுகாப்புப் பணியில் மட்டுமே ஈடுபட உத்தரவிட்டதா என்ற சந்தேகத்தையும் அவர்கள் கேட்கத் தவறவில்லை.

'ஆக்கிரமிப்பு செய்துள்ள இடத்திலிருந்து சீனர்களை அகற்ற உத்தர விட்டோம்' என்று நேரு பதிலளிக்கச் செய்தியாளர் ஒருவர் 'எப்போது?' என்று வினவ 'தேதி எதையும் குறிப்பிடவில்லை. பனிப் பொழிவு தாக்-லாவில் தொடங்கிவிட்டதாலும், சீனர்கள் நம்மை விட உயரமான இடத்தில் அதிக பலத்துடன் இருப்பதாலும், முழுக்க முழுக்க ராணுவம் சூழலைப் பொறுத்து எடுக்க வேண்டிய முடிவாகும்' என்றார். இன்னொரு செய்தியாளர் 'சீனாவுடன் பேச்சுவார்த்தை தொடங்கமாட்டோம் என்னும் உத்தரவாதத்தை அரசு மீண்டும் தரவேண்டும்' என்று கேட்கச் 'சீனா ஊடுருவிய இடங்களில் இருந்து பின் வாங்கும் வரை அல்லது இந்தப் பிரச்னை எங்களுக்குச் (இந்தியா) சாதகமாக முடியும் வரை சீனாவுடன் எந்தப் பேச்சு வார்த்தைக்கும் வாய்ப்பே இல்லை' என்று நேரு வெட்டு ஒன்று துண்டு இரண்டாகத் தெரிவித்துவிட்டு விமானம் ஏறினார்.

ஆக்கிரமிப்புப் பகுதிகளில் இருந்து சீனா விரட்டி அடிக்கப்படும் என்று நேரு விமான நிலையத்தில் அளித்த பேட்டி, போரில் தோற்ற பிறகு, அவருக்கு மிகப் பெரிய தர்மசங்கடத்தை ஏற்படுத்தியது. சீனாவை அப்புறப்படுத்தவேண்டும் என்று முதலில் அளித்த உத்தரவு உண்மைதான் என்றாலும், பின்னர் நடைபெற்ற கூட்டத்தில் 'சீனாவை எதிர்த்துப் போரிட முடியாத காரணத்தால் அவர்களை அப்புறப் படுத்தும் நடவடிக்கைகளைத் தற்காலிகமாக நிறுத்தி வைக்க உத்தர விடப்பட்டது' என்று சொன்னது பற்றி நேரு வாயே திறக்கவில்லை. இதன் காரணமாகப் பதவி ஏற்பின் போது எடுத்துக் கொண்ட ரகசியக் காப்புப் பிரமாணத்தை நேரு மீறிவிட்டார் என்றும், நாட்டுக்குத் தெரிய

வேண்டிய உண்மை நிலைமையைத் தெரிவிக்காமல் மறைத்து விட்டார் என்றும் எதிர்க்கட்சிகள் குற்றம் சாட்டின.

ஆனால் இந்திய எல்லைக்குள் ஊடுருவிய சீனாவை அப்புறப்படுத்தும் நடவடிக்கையை நிறுத்திவிட்டதாக நேரு கூறியது உண்மை எனில், இந்திய ராணுவத்தின் வலுவாக உள்ளது என்று இதுவரை அவர் கூறிய அனைத்துமே பொய்யாகி விடும். மேலும் இது ராணுவத்தின் கௌரவம் சார்ந்த விஷயம் என்பதால், 'நடவடிக்கை ரத்து' என்ற முடிவை வெளியே கசிய விடாமல் ரகசியமாகவே வைத்திருப்போம் என்று கௌல் கூறியதை நேரு ஏற்றுக்கொண்டார். இதற்குக் காரணம் இதுநாள் வரை சீனாவின் பலத்தைக் குறைவாக மதிப்பீட்டுப் பேசி வந்த நிலையில், திடீரெனச் சீனாவின் வலுவான ராணுவ பலம் மற்றும் தாக்-லா பகுதிக்குக் கீழே நிலவும் கடுமையான பனிப் பொழிவு ஆகிய உண்மை நிலவரங்களை மக்களிடையே கூறினால் அவர்கள் ஏற்றுக்கொள்ளமாட்டார்கள். மேலும் இதன் மூலம் தன் மீது அவர்கள் வைத்திருந்த அசாத்தியமான நம்பிக்கையையும் இழக்க நேரிடும் என்பதே நேருவின் அச்சம்.

அடுத்த சில மணி நேரங்களில் விமானம் சிலோன் தலைநகர் கொழும்புவில் தரை இறங்கியது. காத்துக் கொண்டிருந்த செய்தியாளர்களிடம் நேரும் மீண்டும் உரையாடினார். நேரு பேட்டி அளித்ததாகக் கீழ்க்கண்டவாறு 'ஸ்டேட்ஸ்மென்' பத்திரிகை அடுத்த நாள் தலைப்புச் செய்தி வெளியிட்டது. 'இந்த நாட்டு மக்கள் எந்த விவரம் தெரிய வேண்டும் என்று ஆர்வமுடன் காத்திருந்தார்களோ அதை நேரு தெளிவுபடுத்தி விட்டார். வட கிழக்கு (NEFA) எல்லைப் பகுதியில் ஆக்கிரமித்துள்ள சீனர்களைத் துரத்தியடித்துவிட்டு இந்தியப் பகுதிகளை விடுவிக்க இந்திய ராணுவத்துக்கு உத்தரவிடப் பட்டுள்ளது. அதுவரை எந்தப் பேச்சுவார்த்தைக்கும் இந்தியா தயாராக இல்லை' என்றது. தென் இந்தியாவின் முன்னணிப் பத்திரிகையான 'தி இந்து' தலைப்புச் செய்தி வெளியிட்டு நேருவின் துணிச்சலைப் பாராட்டியது. 'இந்த வரவேற்கத்தக்க, வரலாற்றுச் சிறப்புமிக்க இந்த அறிக்கையைத்தான் நேருவிடமிருந்து நாடு எதிர்பார்த்துக் காத்திருந்தது' என்று புகழ்ந்தது.

இந்திய ராணுவத்தின் மீது இந்திய மக்கள் வைத்திருந்த நம்பிக்கை அசாத்தியமானது. சீன ராணுவத்தைவிட இந்தியப் படைகள் வலுவாக உள்ளது என்றும், நேருவின் உத்தரவுப்படி தாக்-லாவுக்குக் கீழே ஊடுருவியிருந்த சீனர்களை இந்திய ராணுவம் எளிதில் அப்புறப்படுத்திவிடும் என்று நம்பினார்கள். இது பற்றி நூலாசிரியர் 'தி டைம்ஸ்' பத்திரிகைக்கு அனுப்பிய கடிதத்தில் 'கோவாவில்

இருந்து வலிமையற்ற சிறிய நாடான போர்ச்சுகீசியர்களை விரட்டி அடித்த நாள் முதல், மத்திய அரசுக்கு இந்திய ராணுவத்தின் மீது அசாத்திய நம்பிக்கை வந்துவிட்டது. இதன் காரணமாகவே சீனா போன்ற பலமுள்ள நாட்டின் மீது, அதன் ராணுவ வீரர்களின் எண்ணிக்கை, நவீன தொழில்நுட்பம், தளவாடங்கள் ஆகியவை குறித்த முழுமையான ஆய்வை மேற்கொள்ளாமல், அரசியல் காரணங்களுக்காக மட்டுமே, அவசர அவசரமாகத் தன்னைத் தயார்படுத்திக் கொள்ளாமல் நடவடிக்கைகளில் இறங்கி உள்ளது' என்று எழுதினார்.

இதை மறுத்து புதுடெல்லி டைம்ஸ் செய்தி ஆசிரியர் தனது கடிதத்தில் 'தாக்-லாவுக்குக் கீழே ஊடுருவியுள்ள சீன ராணுவத்தில் உள்ளவர்கள் அதிகம் பயிற்சி இல்லாத மூன்றாம் தர கேரிஸன் படை வீரர்கள். அவர்களால் எந்தப் பிரச்னையும் ஏற்படுவதற்கு வாய்ப்பே இல்லை. ஆகவே தாக்குதலைத் தொடங்கினால் மிக விரைவில் அவர்களை அப்புறப்படுத்திவிடலாம்' என்று பதிலளித்திருந்தார். இந்தத் தகவல் மாலிக்கின் உளவுத் துறையே தந்திருக்கும். ஆனால் முதல் தாக்குதல் தொடர்பான ஜெனரல் தால்வி கணிப்பு முற்றிலும் மாறுபட்டு இருந்தது 'சீனர்களை முதன் முதலில் நான் எதிர்கொண்டபோது சாதாரண எல்லைப் பாதுகாப்பு வீரர்களாகத் தோன்றவில்லை. ஆரோக்கியமான, பயிற்சி பெற்ற, அதி நவீன ஆயுதங்களில் பயிற்சி பெற்ற போர்ப்படைத் தளபதியாகவே ஒவ்வொரு வீரரும் என் கண்களுக்குத் தென்பட்டனர்' என்கிறார்.

விமான நிலையத்தில் நேரு அளித்த பேட்டி இந்திய ஊடகங்களில் மட்டுமின்றி வெளிநாட்டுப் பத்திரிகைகளிலும் செய்தியாக வெளிவந்தது. அமெரிக்காவிலிருந்து வெளியாகும் 'தி நியூயார்க் ஹெரால்ட் டிரிப்யூன்' பத்திரிகையில் 'சீனா மீது போர் - நேரு அறிவிப்பு' என்று தலைப்புச் செய்தி வெளியிட்டது. 'கார்டியன்' பத்திரிகையும் இதே பொருளில் கட்டுரை தீட்டியது. சீனாவின் அதிகாரபூர்வ பத்திரிகையான 'பீப்பிள்ஸ் டெய்லி' அதன் தலையங்கத்தில் 'பிரதமர் என்னும் அதிகார பலம் மிக்க பதவியைப் பயன்படுத்தி சீனாவின் திபெத் பகுதியைத் தாக்க இந்தியா ராணுவத்துக்கு நேரு உத்தரவிட்டுள்ளார். சீன எல்லையின் கிழக்குப் பிராந்தியத்தில் உள்ள பகுதிகளின் மீது அதிக எண்ணிக்கையில் இந்தியத் துருப்புகள் ஊடுருவுவதற்கான சாத்தியக்கூறுகள் இதன் காரணமாக அதிகரித்துள்ளதால் மக்கள் விடுதலை ராணுவ வீரர்கள் சீன - இந்திய எல்லையை 100 மடங்கு விழிப்புடன் பாதுகாக்க வேண்டும்' என்று எழுதியது. மேலும் கட்டுரையின் கடைசிப் பத்தியில் 'உங்கள்

வீரர்களைத் திரும்ப அழைத்துக் கொள்ளுங்கள். சீன ராணுவ பலத்தைக் குறைவாக மதிப்பிட்டு வீணாக இந்திய உயிர்களை இழக்காதீர்கள்' என்று நேருவுக்குத் தனிப்பட்ட முறையில் ஆலோசனையும் கூறியது.

~

வசதியான, உயரமான இடங்களில், தேவையான தளவாடங்கள், உணவுப் பொருட்கள், கடுங்குளிரையும் தாங்கும் கெட்டியான கம்பளிகள், காலுறைகள் என முழுமையான வசதிகளுடன் பதுங்கு குழிகளில் இருந்து சீன வீரர்கள், தாக்-லாவில் போதிய வசதிகள் இன்றி, குளிரில் நடுங்கிக் கொண்டிருக்கும் இந்திய வீரர்களைப் பரிதாபமாகப் பார்த்தனர். இந்தச் சூழலில் இந்தியாவைப் பார்த்துச் சீனா அச்சப்படுகிறது என்று சொன்னால் அதை நம்புவதற்கு எந்த முகாந்திரமும் இல்லை. இந்தியா எந்நேரமும் தாக்குதலைத் தொடங்கக் கூடும் என்றும் அதைச் சமாளிக்க சீன ராணுவம் தயாராக இருக்க வேண்டும் என்றும் சீன உளவுத் துறை பீகிங்குக்கு ரகசியக் குறிப்பு அனுப்பியிருந்தது.

இதன் அடிப்படையில் சீன அரசு பீகிங்கிலுள்ள ரஷ்ய தூதரை அழைத்து 'அக்டோபர் 10 ஆம் தேதி இந்தியா தாக்குதலை ஆரம்பிக்க உள்ளதாகக்' கூறியதாகவும், அதற்கு ரஷ்ய அதிபர் குருஷேவ் மாஸ்கோவில் உள்ள சீன தூதரிடம் 'சீனாவை இந்தியா தாக்கப் போகும் தகவல் எங்களுக்கும் கிடைத்தது. அப்படியொரு நிகழ்வு நடைபெற்றால் சீனா பதிலடி கொடுக்க நினைப்பது இயற்கையானதே' என்று சொன்னதாகவும் சீன ஏஜென்சி நிறுவனம் தெரிவித்தது. இருப்பினும் சீனாவைத் தாக்க இந்திய ராணுவத்துக்கு ரஷ்யா ஹெலிகாப்டர்கள் வழங்கியதை சீன மக்கள் ரசிக்கவில்லை என்ற விவரத்தையும் அந்த ஏஜென்சி மறக்காமல் குறிப்பிட்டது.

மெக்மொகன் கோட்டுக்கு வடக்கே உரிமை கோரும் இடங்களை ஆக்கிரமிக்க எடுத்த அதே நடவடிக்கைகளை, மேற்குப் பிராந்தியத்தில் தோலா முகாமை நிறுவியதன் மூலமும் இந்தியா முயன்றுள்ளது. அத்துமீறி நிறுவப்பட்ட தோலா முகாமை எதிர்க்கும் சீனாவின் மீது இந்தியா தாக்குதலைத் தொடுக்கத் திட்டமிட்டுள்ளது. இதன் தொடர்ச்சியாக அக்டோபர் 10 ஆம் தேதி சொஞ் ஜாங் பகுதியில் இந்தியா மேற்கொண்ட முனைவுகளை சீன ராணுவம் பதிலடி மூலம் தடுத்து நிறுத்தி உள்ளது. இரு தரப்பிலும் கடுமையான உயிர்ச் சேதங்கள் ஏற்பட்ட பிறகும் இந்தியா எந்தப் பாடமும் கற்றுக் கொள்ளவில்லை. நம்கா சூ பகுதியில் இந்திய ராணுவம் தொடர்ந்து நிறுத்தப்படும் என்றும், படைகளைத் திரும்ப அழைத்துக் கொள்ளும்

பேச்சுக்கே இடமில்லை என்ற பிரதமர் நேருவின் பேச்சு சீனா மீதான தாக்குதலையே உறுதிப்படுத்துகிறது,

மேற்கு பிராந்தியத்தில் இந்தியா - சீனா மோதல் ஏற்பட்டால் இந்திய முகாம்கள் மற்றும் ரோந்துப் படை முற்றிலுமாக அழிக்கப்படும் அல்லது வீரர்கள் கைது செய்யப்படுவார்கள். அதேபோல் தாக்-லா பகுதியிலும் இந்திய ராணுவம் தாக்குதல் நடத்தினால் சீன தக்க பதிலடி கொடுக்கும். ஆக எப்படிப் பார்த்தாலும் சீனாவுக்கு வெற்றிக்கான வாய்ப்புகள் அதிகம். எனவேதான் தீர்வுக்கான நோக்கமுடன் சுமுகமான பேச்சுவார்த்தைகளுக்கு இந்தியா முன் வர வேண்டும் என்று சீனா எதிர்பார்க்கிறது.

எல்லைப் பகுதியில் ஏதேனும் மோதல் ஏற்பட்டால் அதற்கு இந்தியாவின் நடவடிக்கையே காரணம் என்று உலக நாடுகள் நம்ப வேண்டும் என்பது சீனாவின் எதிர்பார்ப்பு. பிரச்னை தொடங்குவதற்கு முன்பு இந்த எதிர்பார்ப்பு பலிக்கும் என்றும் நம்பியது. ஆனால் இந்தியாவுக்கு ஆதரவாக மேற்கத்திய, ஆசிய, ஆப்பிரிக்க நாடுகளும், ரஷ்யாவும் இருப்பதால், சீனாவுக்குச் சமீப காலமாக இந்த நம்பிக்கை கொஞ்சம் கொஞ் சமாகக் குறையத் தொடங்கி உள்ளது. மேலும் உலக நாடுகளின் ஆதரவு தனக்கு இருப்பதைச் சாதகமாகப் பயன்படுத்திக் கொண்டு இந்தியா தொடர்ந்து தன் மீது குற்றம் கூறிக் கொண்டே இருப்பதுடன், தாக்குதல் நடத்தவும் தயாராகி வருகிறது என்று சொல்வது, உலக அரங்கில் தனது மதிப்பையும், செல்வாக்கையும் குறைக்கவே வழிவகுக்கும் என்றும் சீனா கருதுகிறது. பொய்யான குற்றச்சாட்டைச் சுமப்பதைவிடத் தாக்குதல் நடத்தினால் உலக நாடுகள் மத்தியில் எந்த வகையான விளைவுகள் ஏற்படும் என்பதையும் சீனா ஆய்வு செய்தது.

ராணுவரீதியாகக்கூட எல்லைப் பாதுகாப்புப் பணியில் இந்தியாவுக்கு எதிராக நீண்ட காலம் நிலைகொண்டிருப்பது சீனாவுக்குப் பாதகமான அம்சமே. தாக்குவார்களா மாட்டார்களா, அப்படியே தாக்குதல் நடத்தினாலும் எப்போது தாக்குவார்கள், எப்படித் தாக்குவார்கள் என்று தெரியாத நிலையில், படைகளுக்கு வேலை கொடுக்காமல் சும்மா வைத்திருந்தால் செலவுகள்தான் அதிகரிக்கும். எனவே பாதுகாப்புப் பணியில் தேவையில்லாமல் நேரத்தையும் பணத்தையும் வீணடிப்பதை விட, எல்லை முழுவதிலும் நாமே தாக்குதலைத் தொடங்கினால் என்ன என்ற கோணத்திலும் சீனா யோசிக்கத் தொடங்கியது.

1962 அக்டோபரில் இந்நிலை இப்படியே எத்தனை நாள்களுக்குத் தொடரவேண்டும் என்ற கேள்வி சீனாவில் எழுந்தது. இதற்கான

மாற்றுகள் என்ன? இந்தியாவின் கோரிக்கைகளை ஏற்றுக் கொள்வது நினைத்துக் கூடப் பார்க்க முடியாத விஷயம். ஏதோவொரு அழுத்தம் காரணமாக ஒப்புக்கொண்டால், மிகப் பெரிய சீனப் புரட்சியை நடத்தி வெற்றி பெற்றதற்கு அர்த்தம் இல்லாமல் போய்விடும். அப்படியானால் ஒரே வழி இந்தியாவின் தாக்குதலை எதிர்கொண்டு, தக்க பதிலடி கொடுப்பதுதான். அப்படிக் கொடுக்கும் அடி வாழ்நாள் முழுவதும் மறக்க முடியாதபடி இருப்பதுடன், எல்லைப் பிரச்னைக்கு முடிவாகவும் அமையவேண்டும் என்று விபரீதமாகச் சிந்திக்க ஆரம்பித்தது.

'இந்தியாவை வீழ்த்தி ஆசியாவில் முன்னணி வகிக்கவேண்டும்' அல்லது 'போட்டி நாடான இந்தியாவின் வளர்ச்சியைத் தடுத்து நிறுத்தி ராணுவ ரீதியாக பலம் வாய்ந்த நாடாகத் திகழ வேண்டும்' என்னும் இரு கருத்துகளும் விவாதத்தில் இடம் பெற்றன. ஆனால் கம்யூனிஸ்ட் நாடான சீனாவுக்குத் தொடக்கம் முதலே தன்னைத் தாண்டி இந்தியா வளர்ந்துவிடும் என்ற நம்பிக்கை அறவே இல்லை.

1962-ல் சீனா அறிமுகப்படுத்திய 'மிகப் பெரும் பாய்ச்சல்' (Great Leap Forward) எனப்படும் கொள்கை தோல்வி அடைந்ததைத் தொடர்ந்து அதன் பொருளாதாரம் மிகப் பெரிய சிக்கலில் தத்தளித்த போதும் பீகிங் கம்யூனிஸ்ட் தலைவர்கள் இந்தியா தங்களைத் தாண்டி முன்னேறிச் செல்லும் என்று எண்ணவேயில்லை. ஆனால் நேருவோ இந்திய - சீனப் போர் உலகையே உலுக்கிவிடும் என்றும், ஒருவரை ஒருவர் வீழ்த்த முடியாத அளவுக்குச் சம பலத்துடன் இருப்பதாகவும் கற்பனையில் மிதக்கத் தொடங்கிவிட்டார். ஒரு கட்டத்தில் சீனாவை விடவும் இந்தியா வலிமையாக உள்ளது என்றும் முழுமையாக நம்பினார். இந்த மோதலின் முடிவு சீனாவுக்கு எந்த சேதாரத்தையும் ஏற்படுத்தாது. மாறாக நன்மையில்தான் முடியும். ஆனால், இந்தியாவின் கனவு தகர்க்கப்படும். நேரு நினத்தது எவ்வளவு பெரிய தவறு என்பதை உலக நாடுகள் உணரும் நாள் வெகு தொலைவில் இல்லை.

சீனா மற்றொரு கோணத்திலும் யோசித்தது. சீனாவைச் சமாளிக்க அமெரிக்காவுடன் கூட்டு சேர இந்தியா முடிவெடுத்துள்ளது. ஆனால் ரஷ்யாவோ எதிரியின் எதிரி நண்பன் என்ற கணக்கில் இந்தியாவுக்கு நேசக் கரம் நீட்டி உள்ளது. ஆனால் இந்தியாவோ தனக்கு ஆதரவாக உள்ள ரஷ்யாவைவிட அமெரிக்காவின் உதவியையே பெரிதும் மதிக்கிறது. ரஷ்யாவும் அமெரிக்காவும் எதிரெதிர் திசையில் இருக்கும் போது, இருவருடனும் சமநிலையில் பழகுவது பாலுக்கும் காவல், பூனைக்கும் தோழன் என்பதுபோல் சாத்தியமில்லாத செயலாகும்.

இந்தியாவைத் தாக்கினால் அமெரிக்கா அதை ஆதரிக்க முன்வரும். அமெரிக்காவுடன் உறவாடும் இந்தியாவின் முகத்திரை கிழியும். சீனாவை எதிர்த்து இந்தியாவை ஆதரித்தது தவறு என்பதை அப்போது தான் ரஷ்யா உணரும். அமெரிக்காவுடன் நெருக்கமாக இருக்கும் இந்தியாவை ஆதரிக்கக்கூடாது என்று மாஸ்கோவை நிர்பந்திக்க வேண்டும். இந்தியாவுக்கான ஆதரவை ரஷ்யா விலக்கிக் கொண்டால், நேரு அரசுக்கு மிகப் பெரிய நெருக்கடியைத் தரும். இந்தியாவில் உள்ள உழைக்கும் வர்க்கம் மற்றும் தொழிலாளர் அமைப்புகளிடையே கொந்தளிப்பு ஏற்படும். இவ்விரண்டு நிகழ்வுகளுமே மாஸ்கோவுக்கு எதிராக பீகிங் எடுத்த நடவடிக்கை சரி என்பதைப் பின்னர் உறுதிப்படுத்தும்.

சிறு சிறு மோதல்களைத் தவிர்க்கவேண்டும் இல்லாவிடில் அவை வல்லரசுகளின் அணு ஆயுதப் போராக மாறிவிடும் என்பதை ரஷ்யா அடிக்கடி வலியுறுத்தி வருகிறது. இருப்பினும் சீனா - இந்தியா மோதலே மேற்கூறிய பரிசோதனைக்கான சிறந்த தளமாகும். ரஷ்யாவுடன் உறவாடிக்கொண்டே, அமெரிக்காவுடனும் கை கோர்க்க நினைக்கும் இந்தியாவை எப்படியேனும் மாஸ்கோவிட மிருந்து பிரித்தே ஆகவேண்டும். அதற்கான ஒரே வழி போர்தான். மா-சே-துங் சொன்னதுபோல் 'போரிடும் போது முழு கவனத்தையும், ஆற்றலையும் செலுத்தினால் மட்டுமே இலக்கை எட்ட முடியும்' என்பதை மனதில் நிறுத்திக்கொண்டு போரிட வேண்டும் என்று சீனா யோசித்தது.

இந்தியா மீது எடுக்கும் ராணுவ நடவடிக்கை கடுமையாக, பிரம்மாண்டமாக இருக்கவேண்டும். முன்னேறிச் செல்லும் கொள்கை அடிப்படையில் மேற்குப் பகுதியில் இந்தியா நிறுவியுள்ள நாற்பது முகாம்களை மட்டுமே அழிப்பதால் சீனாவுக்கு எந்தப் பயனும் இல்லை. எதையும் சாதிக்கவும் முடியாது. பேச்சுவார்த்தைக்கு வர மறுக்கும் இந்திய அரசின் முடிவிலும் எந்த மாற்றத்தை ஏற்படுத்தவும் முடியாது. சீனாவுக்கான உண்மையான அச்சுறுத்தல் மேற்கில்தான் உள்ளது. ஆனால் அரசியல்ரீதியாக, ராணுவ வலிமையைக் காட்டவும், அதிரடி நடவடிக்கை எடுக்கவும், கிழக்குப் பகுதியில் மெக்மொகன் கோட்டுக்குக் கீழேதான் வாய்ப்புக் கிடைத்துள்ளது. தாக்-லாவுக்குக் கீழே இந்தியா மேற்கொண்ட நடவடிக்கைகள் சீனாவின் இப்போதைய தேவைகளை நிறைவு செய்துவதுபோல் அமைந்துள்ளன. இது உண்மை எனில் தோலா முகாமில் செப்டம்பர் 8 ஆம் தேதி சீனா ராணுவம் மேற்கொண்ட நடவடிக்கைகள் இந்தியத் தரப்பைச் சிக்க வைக்க விரிக்கப்பட்ட வலையா என்ற கேள்வியும் எழுகிறது.

சீனாவைப் பொறுத்தவரை மேற்குப் பிராந்தியத்தில் உரிமை கொண்டாடும் பகுதிகளில் நிறுவப்பட்டுள்ள இந்திய முகாம்களின் மீது என்ன நடவடிக்கை எடுத்தார்களோ, அதே நடவடிக்கையைத் தான் தோலா முகாம் மீதும் எடுத்தனர். இரண்டுக்கும் எந்த வேறுபாடும் இல்லை. தோலா முகாமை அதிகபட்சம் அறுபது (புதுடெல்லி சொல்வதுபோல் ஐந்நூறு அல்லது அறுநூறு இல்லை) வீரர்களுடன் தாக்கியதுடன், அங்கு நிறுத்தப்பட்டுள்ள ராணுவ வீரர்களை இந்தியா உடனடியாகத் திரும்ப அழைத்துக் கொள்ளா விட்டால் கடுமையான விளைவுகளைச் சந்திக்க வேண்டியிருக்கும் என்றும் எச்சரித்துள்ளனர். ஆனால் அங்கு இந்திய முகாம் நிறுவப் பட்டு பத்து வாரங்கள் கழித்தே சீனா நடவடிக்கை எடுத்ததற்குக் காரணம் அவர்களுக்கு விவரம் தெரியவில்லையா திட்டமிடுவதற் காகக் காத்திருந்ததா என்ற கேள்விகளுக்குப் பதில் இல்லை. தோலாவில் நடைபெற்ற சிறிய நிகழ்வை இந்தியா ஊதிப் பெரிதாக்கவே, சீனாவும் கிடைத்த வாய்ப்பை நன்கு பயன்படுத்திக் கொண்டது. இதன் காரணமாக மெக்மோகன் கோட்டைக் கடக்க சீனா முனைய, அமைதியாக இருந்த கிழக்குப் பகுதியும் பதற்றமானது.

அக்டோபர் 11 ஆம் தேதி நேருவின் வீட்டில் நடைபெற்ற கூட்டத்தில் எந்த முடிவும் எடுக்கப்படாததால், அடுத்து என்ன செய்வது என்ற தெளிவற்ற நிலை நிலவியது. ஆபரேஷன் லெக்ஹார்ன் நடவடிக்கையை மீண்டும் தொடங்குவதா நம்கா சூவில் இருந்து 7 பிரிகேட்டைத் திரும்ப அழைத்துக் கொள்வதா? அக்டோபர் 13 ஆம் தேதி தேஜ்பூருக்குத் திரும்பிய கௌல் தனது அதிகாரிகளிடம் பேசுகையில் 'மத்திய அரசிடம் நம்கா சூவில் நிலவும் உண்மை நிலவரங்களை எடுத்துச் சொல்லியும் அவர்களை ஒப்புக் கொள்ள வைக்க என்னால் முடியவில்லை, எனவே சீனர்களை அப்புறப் படுத்தும் உத்தரவு அப்படியேதான் உள்ளது. அதை அமல்படுத்தியே ஆகவேண்டும் வேறு வழியில்லை' என்று தோல்வியை ஒப்புக் கொண்டார். ஆனால் ஜெனரல் தாப்பரோ, ஆபரேஷன் லெக்ஹார்ன் ஒத்திவைக்கப்படுகிறது என்ற தகவல் கிடைத்ததைத் தொடர்ந்து, அடுத்த சில மாதங்களில் அதிரடி நடவடிக்கையை மேற்கொள்ளத் தேவையான வீரர்களின் எண்ணிக்கை, கூடுதல் தளவாடங்கள் ஆகிய விவரங்களை உடனே தனக்கு அனுப்பி வைக்குமாறு கிழக்கு கமாண்டுக்கு உத்தரவிட்டதாகத் தெரிகிறது.

அடுத்த ஒன்பது நாள்களுக்கும் குழப்பமே நீடித்தது. நடவடிக்கை பற்றிய முடிவெடுப்பதற்குப் பதிலாக ஆபரேஷன் லெக்ஹார்ன் படுதோல்வி அடைந்தால் யார் மீது பழியைப் போட்டுப் பலிகடா ஆக்கலாம் என்ற கோணத்தில் விவாதங்கள் நடைபெற்றன. சீனர்களை

எப்படியேனும் அங்கிருந்து அப்புறப்படுத்தியே ஆகவேண்டும் என்பதில் கிருஷ்ண மேனன் குறியாக இருந்ததால் நம்கா சூவில் இருந்து ராணுவத்தைத் திரும்பப் பெறும் பேச்சுக்கே இடமில்லை என்பதைத் தெளிவுபடுத்தினார். அக்டோபர் 14 ஆம் தேதி மேனன் விடுத்த அறிக்கை நேருவின் அறிக்கையை விடவும் இன்னும் தெளிவாக இருந்தது. 'வட கிழக்கு எல்லைப் பகுதியிலிருந்து சீனர்களை அப்புறப்படுத்தவேண்டும் என்பதுதான் இந்திய அரசின் கொள்கை. ஒரு நாளோ, நூறு நாளோ, ஆயிரம் நாளோ, கடைசி மனிதன், கடைசி துப்பாக்கி கைவசம் இருக்கும்வரை லடாக்கில் போர் புரிந்தே தீருவோம்' என்றார். ஒருவேளை படைகளைப் பின்வாங்கச் சொன்னாரென்றால் இதுவரை இந்திய ராணுவத்தை உயர்த்திப் பேசியதெல்லாம் பொய் என்று ஆகிவிடும். அதோடு நாடாளுமன்றம் கூடும்போது எதிர்க் கட்சிகளும் மக்களும் மேனனை வறுத்தெடுத்துவிடுவார்கள்.

மிகுந்த பரபரப்புடன் சீனாவை அப்புறப்படுத்துவேன் என்று சூளுரைத்து 'ஆபரேஷன் லெக்ஹார்ன்' தாக்குதலின் தலைமைப் பொறுப்பை ஏற்றுக்கொண்ட கௌல், இப்போது பின்வாங்கும் படலத்துக்குத் தயாராகி விட்டார் என்று பத்திரிகைகளில் செய்தி வெளியானால், அவருடைய தலையும் உருட்டப்படும்.

'பின்னால்' இருப்பவர்கள் 'முன்னேறுங்கள்' என்று கூற, 'முன்னால்' இருப்பவர்களோ 'பின்வாங்குங்கள்' என்று கூறும் நிலைதான் அரங்கேறியது. கூடுதல் பெட்டாலியன் (4 கிரேனேடியர்) வீரர் களுக்கு, ஓரளவு உணவும், தளவாடங்களும் கிடைத்ததால் பராமரிப்பு பிரச்னை அதிகம் இல்லை. இருந்தாலும் குளிர் காலத்தில் 7 பிரிகேட்டை நம்கா சூவில் பராமரிப்பது கடினமான செயல் என்று பிரிகேடியர் தால்வியும் ஜெனரல் பிரசாத்தும் உணராமல் இல்லை. களத்தில் இப்போது மொத்தம் 2500 வீரர்கள் மற்றும் 500 ஊழியர்கள் மட்டுமே இருந்தனர். அக்டோபர் 17 அன்று முதல் பனிப்பொழிவு ஆரம்பமாக, இயற்கையின் சீற்றத்துக்கு ஈடுகொடுக்க முடியாமலும், ரத்தத்தை உறைய வைக்கும் குளிரைச் சமாளிக்க முடியாமலும், வீரர்கள் திணறினார்கள். சிலர் நோய்வாய்ப்பட, இன்னும் சிலர் மரணத்தைத் தழுவினார்கள்.

துருப்புகள் அங்கேயே நிலை நிறுத்தப்பட வேண்டும் என்னும் கௌலின் உத்தரவு 7 பிரிகேடுக்கு அக்டோபர் 12 அன்று கிடைத்தது. அதே நாளில் 'தாக்-லாவில் இருந்து சீனர்களை விரட்டி அடித்தே ஆக வேண்டும்' என்று வானொலியில் முழங்கிய நேருவின் உரையையும் கேட்டனர். நவம்பர் 1 ஆம் தேதிக்குள் ஆப்ரேஷன் லெக்ஹார்ன் தாக்குதலை நிறைவு செய்தே ஆகவேண்டும் என்று பாதுகாப்பு

அமைச்சர் மேனன் தன்னிடம் உறுதிபடக் கூறியதை அக்டோபர் 17 ஆம் தேதி தால்வி 7 பிரிகேடுடன் பகிர்ந்து கொண்டார்.

குளிர் காலத்தில் நம்கா சூவில் ராணுவத்தைப் பராமரிக்க முடியுமா என்பதில் பல பிரிவுகளுக்குள் கருத்தொற்றுமை இல்லை. 7 பிரிகேடின் பெரும் பகுதி திரும்ப அழைத்துக் கொள்ளப்பட வேண்டும் என்ற கருத்தை IV கார்ப்ஸ் முன் வைத்தது. பிரிகேடியர் கே கே சிங் ஆற்றங்கரை ஓரம் பிரிகேட்டை நிலை நிறுத்துவது சாத்தியமற்ற செயல் என்பதால் நம்கா சூவில் உள்ள பெட்டாலியன் களின் எண்ணிக்கையை ஒன்றாகக் குறைத்து மற்ற பெட்டாலியன் களை லம்பூவுக்கும், தோலா முகாம்களுக்கும் மாற்றி அனுப்பி வைக்க வேண்டும் என்றார். இதே கருத்தைத்தான் ஆறு வாரங்களுக்கு முன்பு ஜெனரல் உம்ராவ் சிங் பரிந்துரைத்தார் என்பது குறிப்பிடத்தக்கதாகும்.

தோலா முகாமிலிருந்து இரண்டு அல்லது மூன்று மைல்கள் தள்ளி இருந்தது சாங்கிள் பகுதி. நம்கா சூவிலிருந்து படைகளைத் திரும்ப அழைத்துக் கொள்ளலாமா வேண்டாமா என்ற வாத விவாதங்களுடன் சாங்கிள் பற்றிய கேள்வியும் தொக்கி இருந்தது. வரைபடங்கள் சாங்கிள் பகுதியை பூட்டானின் எல்லைக்கு உட்பட்ட பகுதியாகவே காட்டியது. ஆனால் வரைபடத்தில் குறிக்கப்பட்ட மெக்மொகன் கோட்டை எப்படி இந்தியா ஏற்றுக் கொள்ளவில்லையோ அதே போன்று சாங்கிளையும் ஒப்புக்கொள்ளவில்லை (பூட்டானின் பிரதிநிதி ஒருவர் இந்தியத் துருப்புகள் எல்லை தாண்டியது குறித்து IV கார்ப்ஸ் தலைமை அலுவலகத்திடம் முறையிட்டார்).

சாங்கிள் இந்தியாவுக்கு முக்கியமானது என்பதுடன் வசதியானதும் கூட. இதன் காரணமாகவே சொஞ் ஜாங்குக்குப் பயணிக்கும் துருப்புகள் சாங்கிள் வழியாகச் செல்லவேண்டும் என்று தால்வி திட்டமிட்டார். உம்ராவ் சிங் இந்தத் திட்டத்துக்கு ஆதரவளித்ததுடன், ஆபரேஷன் லெக்ஹார்ன் நடவடிக்கை தொடங்குவதற்கு முன்பு சாங்கிள் வழியாகத் துருப்புகளை அனுப்பக் கூடாது என்றும் அவ்வாறு அனுப்பினால் சீனா உஷாராகிப் பதிலடிக்குத் தயாராகி விடும் என்று எச்சரித்தார். ஆனால் உம்ராவ் சிங்கின் யோசனையை ஜெனரல் சிங் கேட்காமல் அக்டோபர் தொடக்கத்திலேயே இந்தியத் துருப்புகளை அங்கே நிலை நிறுத்த ஆணையிட்டார். உம்ராவ் சிங் கணித்ததுபோல் சீன ராணுவம் உஷாராகித் தனது வீரர்களை உடனடியாக அங்கு செல்ல உத்தரவிட்டது.

நம்கா சூ நிலைமையை பிரதமரிடம் விளக்க கௌல் டெல்லி புறப்பட்டுச் சென்றார். சீன ராணுவம் அழுத்தம் தரும் வரை சாங்கிள் பகுதியை விட்டு அகலக் கூடாது என்றும், விதிவிலக்காக ஜெனரல்

பிரசாத் மட்டும் விரும்பினால் விலக்கிக் கொள்ளலாம் என்றும் உத்தர விட்டிருந்தார். தால்வி, பிரிகேடியர் கே கே சிங், பிரசாத் ஆகியோர் சாங்கிள் பகுதியை விட்டு நீங்குவதுதான் புத்திசாலித்தனம் என்றும், பராமரிப்புச் செலவுகளைக் குறைக்க அதுவொன்றே சிறந்த வழி என்றனர். ஆனால் கௌல் இவர்களது யோசனையை நிராகரித்து, எவ்வளவு செலவானாலும் பரவாயில்லை என்றும், சாங்கிள் பகுதியை விட்டு இப்போதைக்குப் பின்வாங்கக்கூடாது என்பதில் உறுதியாக இருந்தார்.

ஆனால் சாங்கிள் பகுதியிலிருந்து உடனடியாக விலக வேண்டிய காரணங்களைத் தால்வி பட்டியலிட்டார்: 'பிரிட்ஜ் IV-ல் இருந்து நேரடிப் பாதை இல்லாததால் பல்வேறு தடைகளைக் கடந்து சாங்தார் வழியாகச் சுற்றுப் பாதையில் பயணிக்க வேண்டி உள்ளது. அக்டோபர் மத்தியில் பாதையில் பனியும் வழுக்குப் பாறைகளும் நிறைந்திருக்கும் என்பதால், பயண நேரம் வழக்கத்தை விட ஐந்து நாள்களாக அதிகரிக்கும். இதனால் சரக்குகளை எடுத்துச் செல்லும் வாகனங்கள், பொருட்களுக்கான கட்டணங்களும், சுமக்கும் நபர்களுக்காகச் செலவழிக்கும் கூலியும், பொருட்களின் விலையை விடவும் அதிகமாகிறது. 15,500 அடி உயரத்தில் கடுமையான குளிரில் வேலை பார்க்கும் ஊழியர்களுக்குப் போதிய உடைகளையும் கம்பளிகளையும் ஷூக்களையும் கொடுத்தால் மட்டுமே பனியில் உறைந்து போகாமல் அவர்களைப் பாதுகாக்க முடியும். இதற்கான ஒரே தீர்வு சாங்கிளை விட்டு விலகுவது அல்லது நம்கா சூவில் உள்ள ராணுவ வீரர்கள் அணியும் உடைகள் மற்றும் கம்பளிகளில் ஒரு பகுதியை இவர்களுக்குப் பகிர்ந்தளிப்பது ஆகிய இரண்டில் ஏதேனும் ஒரு தீர்வை எடுத்தே ஆக வேண்டும்' என்று தால்வி பரிந்துரைத்தார். ஆனால் கௌல் எதற்கும் அசைந்து கொடுக்கவில்லை. எடுத்த முடிவில் உறுதியாக இருந்தார்.

அக்டோபர் 17 ஆம் தேதி நடைபெற்ற கூட்டத்தில் கலந்து கொண்ட மேனன், சென், கௌல் ஆகிய மூவரும் சாங்கிள் பகுதி அரசியல் மற்றும் ராணுவ ரீதியாக முக்கியத்துவம் பெற்றுள்ளதால், துருப்புக்களை அங்கிருந்து எந்தக் காரணத்தை முன்னிட்டும் திரும்ப அழைத்துக் கொள்ளக்கூடாது என்பதில் உறுதியாக இருந்தனர். எனவே தால்வியின் கருத்தைப் பற்றிக் கவலைப்படாமல், கூடுதல் வீரர்களை அந்தப் பகுதிக்கு அனுப்பி வைக்கவும் உத்தரவிட்டனர். இதன் மூலம் 7 பிரிகேடின் பலம் கொஞ்சம் கொஞ்சமாகக் குறையத் தொடங்கியது.

கடுமையான பனிப் பொழிவு காரணமாக கௌலுக்கு இருந்த நுரையீரல் பிரச்னை குறையவில்லை. மூச்சுவிடத் திணறினார். IV

கார்ப்ஸில் இருந்த மருத்துவர் மூச்சுக் குழாய் தொற்று, அழுத்தம் காரணமாக அவருக்கு நுரையீரலில் ஒவ்வாமை இருப்பதைப் பரிசோதனையில் கண்டறிந்தார். திடீரென அன்று இரவு அவரது நிலைமை மோசமடையவே ராணுவத் தலைமை அலுவலகத்துக்குத் தகவல் அனுப்பப்பட்டது. புது டெல்லியில் இருந்து வந்த மூத்த மருத்துவ நிபுணர் அக்டோபர் 18 காலை கௌலைப் பரிசோதித்து அவரது உடல் நிலை மோசமாக இருப்பதை உறுதிப்படுத்தினார். இக்கட்டான சூழலில் போர் முனையில் இருக்கும் தளபதியின் உடல் நிலை மோசமானால் என்ன ஆகும் என்று சொல்லித் தெரிய வேண்டியதில்லை. எனவே ஜெனரல் தாப்பருக்கும் ஜெனரல் சென்னுக்கும் தொலைபேசியில் தகவலைச் சொல்லித் தீவிர சிகிச்சைக்காக கௌல் புது டெல்லிக்குக் கொண்டு வரப்பட்டார். ஜெனரல் சென்னிடம் தான் நேரடியாகப் பேசி விடைபெற்றுக் கொண்டதாக கௌல் குறிப்பிடுகிறார். ஆனால், சென்னோ அவர் தில்லிக்குச் சென்ற பிறகுதான் அவருக்கு உடல் நலம் சரியாக இல்லை என்ற விஷயமே எனக்குத் தெரியும் என்று குறிப்பிட்டிருக்கிறார்.

புது டெல்லி வந்து சேர்ந்தவுடன் கௌல் மருத்துவமனைக்குச் செல்லாமல் தன் வீட்டுக்குத்தான் சென்றார். அவருடைய உடல் நிலை மோசமாகியிருக்கவில்லை என்பது IV கார்ப்ஸ் கமாண்ட் பொறுப்பை அவர் தொடர்ந்து வகித்ததில் இருந்து புலனாகிறது. படுக்கையில் ஓய்வெடுத்துக்கொண்டே நம்கா சூவில் உள்ள படைகளுக்கு ஆணைகளை அனுப்பிக் கொண்டிருந்தார். குறிப்பாகச் சாங்கிளை வலுப்படுத்த மேலும் இரு கம்பெனிகளை அங்கு அனுப்ப உத்தரவிட்டார்.

இதற்கு இடையே சீனாவின் மீது தாக்குதலைத் தொடங்கும் உத்தரவை (வாய் மொழியாக) ஜெனரல் பிரசாத் கூற தால்வி கோபத்துடன் ஆட்சேபித்தார். அவரது ஆட்சேபணை புது டெல்லி 5 யார்க் சாலையில் உள்ள வீட்டில் ஓய்வெடுத்துக் கொண்டிருந்த கௌலைச் சென்றடைந்தது. சாங்கிள் பகுதியில் படைகளின் பலத்தை அதிகப்படுத்துவதுடன், தாக்குதலைத் தொடங்கியே தீர வேண்டும் என்றும் ஆணைகளைச் செயல்படுத்த மறுக்கும் அதிகாரிகளை உடனடியாகப் பதவி நீக்கம் செய்து ராணுவ நீதிமன்றத்தில் விசாரிக்க வேண்டும் என்றும் கௌல் உத்தரவிட்டார். கௌல் சொன்னதை பிரசாத் வார்த்தை மாறாமல் தால்விக்கு அனுப்பி வைத்ததுடன், தால்வியும் அவரது பெட்டாலியன் கமாண்டிங் வீரர்களும் உத்தரவுக்குக் கீழ்ப்படியாமல், வாதம் புரிந்தாலோ ஆட்சேபணைகளைத் தெரிவித்தாலோ ராணுவ நீதிமன்றத்தில் நிறுத்தப்பட்டு தண்டிக்கப் படுவார்கள் என்று கடுமையான எச்சரிக்கையையும் விடுத்தார்.

இதற்கிடையே அக்டோபர் 18 தேதியில் தாக்-லா பகுதியில் சீனா தனது துருப்புக்களையும் தளவாடங்களையும் அதிகரிக்கத் தொடங்கியது. நூற்றுக்கணக்கில் மட்டக் குதிரைகள் தளவாடங்களைச் சுமந்து மலைப் பகுதிகளில் ஏறிக் கொண்டிருந்தன. இரண்டாயிரத்துக்கும் அதிகமான வீரர்கள் சொஞ் ஜாங் பகுதியில் குவிக்கப்பட்டதாகச் செய்திகள் கசிந்தன. சீனர்கள் தங்கள் நடவடிக்கைகளை ரகசியமாக வைத்துக் கொள்ளாமல் வெளிப்படையாகவே மேற்கொண்டதை இந்திய ராணுவம் பார்த்துக் கொண்டே இருந்தது.

ஜிமிதாங்கில் உள்ள 4 டிவிஷன் டாக்டிகல் தலைமை அலுவலகத்தில் இருந்த பிரசாத்துக்கு சீனாவின் நடவடிக்கைகளை தால்வி அறிக்கை யாக அனுப்பி வைத்தார். இப்போதைய சூழலில் சீனா தாக்கினால் அங்குள்ள இந்திய பிரிகேடினால் சமாளிக்க முடியாது. எனவே அங்கு முகாமிட்டுள்ள இந்தியத் துருப்புகளை உடனடியாகத் திரும்பப் பெற்றுக்கொள்ள அனுமதி தாருங்கள் என மீண்டும் ஒரு முறை அவசரச் செய்தி அனுப்பினார். ஆனால் பிரசாத்தும் கௌலும் அசைந்து கொடுக்கவில்லை. தங்கள் முடிவில் உறுதியாக இருந்தனர். எந்தச் சூழலிலும் சாங்கிளில் இருந்து படைகளை வாபஸ் பெறும் பேச்சுக்கே இடமில்லை என்று தால்வியின் கோரிக்கையை நிராகரித்தனர். கௌலின் உத்தரவைத் தன்னால் மீற முடியாது என்பதால், தால்வியின் கோரிக்கையை ஏற்கும் நிலையில் இல்லை என்பதை பிரசாத் தெளிவு படுத்தினார்.

தால்வி ஒரு முடிவுக்கு வந்தார். உண்மை நிலையைப் பல முறை எடுத்துச்சொல்லியும் கேளாச் செவியுடன் இருப்பவர்களை எண்ணி வேதனைப்பட்டார். பிரிகேட் மேஜர் உள்ளிட்ட முக்கிய அதிகாரிகள் முன்னிலையில் பிரசாத்திடம் பேசினார். 'என் கண் முன்னாலேயே எனது தாய் நாட்டு வீரர்கள் செத்து மடிவதை என்னால் பார்த்துக் கொண்டிருக்க முடியாது. அப்படி ஒரு நிலை ஏற்படுவதற்கு முன்பு நான் பதவியை ராஜிநாமா செய்துவிடுவேன்' என்று கண்டிப்புடன் கூறினார். தால்வி சொன்னதை பிரசாத் தேஜ்பூரில் உள்ள IV கார்ப்ஸ் தலைமை அலுவலகத்துடன் பகிர்ந்து கொண்டார்.

ஆனால், அங்கு பொறுப்பில் இருந்த பிரிகேடியர் கே கே சிங் கௌலின் உத்தரவை மாற்றி அனுப்பத் தன்னால் இயலாது என்று திட்டவட்ட மாக மறுத்தார். இருப்பினும் கௌலிடம் இது பற்றிப் பேசுவதாகக் கூறினார். ஆனால் பொழுது விடியும்வரை 7 பிரிகேடுக்குப் ராணுவத் தலைமை அலுவலகத்தில் இருந்து எந்த மாற்று உத்தரவும் வரவில்லை. வேறு வழியின்றி கூர்க்காக்களின் மீதிக் கம்பெனிகள் சாங்கிளை நோக்கி நகரத் தொடங்கின.

அக்டோபர் 19-20 தேதிகளில் சீன ராணுவம் தாக்குதலுக்குத் தயாரானது. பனிப்பொழிவில் இருந்து பாதுகாத்துக் கொள்ள சீனர்கள் நெருப்பை மூட்டிக் குளிர் காய்ந்து கொண்டிருந்தனர். பொழுது விடிவதற்குள் சீன ராணுவம் ஆற்றைக் கடந்து அதிரடித் தாக்குதல் நடத்தத் திட்டமிட்டு உள்ளே ஊடுருவியது. அக்டோபர் 20 அதிகாலை 0500 மணிக்கு சீன வீரர்கள் தாக்குதலுக்குச் சமிக்ஞை செய்யும் வகையில் வானத்தில் இரு 'எச்சரிக்கை வெடிகளை' (very light) வெடித்தனர். இந்த சமிக்ஞை கிடைத்தவுடன் கன ரக மோர்டார்கள் மற்றும் தளவாடங்களுடன் சீன ராணுவம் தாக்-லாவில் கண் இமைக்கும் நேரத்தில் தாக்குதலைத் தொடங்கியது. 'அடுத்த சில நிமிடங்களுக்கு வானமே தீப்பற்றி எரியும் வகையில் அந்தப் பிராந்தியமே ஜுவாலையில் மின்னியது. தலைக்கு மேலே பலத்த இடி ஓசை போன்று வெடிச் சத்தம் காதைப் பிளந்தது' என்கிறார் தால்வி.

கூர்க்காக்களும் ராஜ்புத்களுமே கடுமையாகப் போராடியும், சீனர்களின் தாக்குதலைச் சமாளிக்க முடியவில்லை. சீன ராணுவம் வெகு சுலபமாக அவர்களது பகுதிகளுக்குள் ஊடுருவி இந்திய வீரர்களைச் சிறைப்பிடித்தது. காலை 05.00 மணிக்குத் தொடங்கிய சண்டை சரியாக 09.00 மணிக்கு முடிவடைந்தது. இந்திய ராணுவம் பரிதாபமாக வீழ்ந்தது. சாங்ளேவைத் தொடர்ந்து சாங்தாரின் மீது தாக்குதலைத் தொடங்கிய சீன ராணுவம் அங்கு பாதுகாப்புப் பணியில் இருந்த பலமற்ற சாதாரண கூர்க்கா கம்பெனியைச் சுலபமாக வீழ்த்தியது. இந்திய முகாம்களுக்கும் ராணுவத் தலைமை அலுவலகத்துக்கும் இருந்த தொலை தகவல் தொடர்புகள் துண்டிக்கப்பட்டன.

மேலும் இழப்புகளைத் தடுக்க இப்போதைக்குப் படைகளைத் திரும்பப் பெற்றுக்கொள்ளலாமா என்று பிரசாத்திடம் அனுமதி கேட்டார் தால்வி. நிலைமையின் தீவிரத்தைப் புரிந்துகொண்டு அவர் அனுமதி அளித்ததுடன், பிரிகேட் தலைமை அலுவலகத்தில் இருந்து கூடுதல் படைகளை சாங்தாருக்கு அனுப்பவும், கூர்க்கா படையைச் சீரமைக்கவும் உத்தரவிட்டார்.

நடுவில் உள்ள சாங்தார் மற்றும் ஹதங் லா பகுதிகளைக் கைப்பற்ற வேண்டும். அவற்றை வீழ்த்திவிட்டால் இந்திய ராணுவத்துக்குத் தேவையான தளவாடங்களும் உணவுப் பொருட்களும் வருவதை நிறுத்திவிடலாம். மேலும் இந்திய வீரர்கள் தப்பித்துச் செல்வதையும் தடுக்கலாம் என்பதே சீனர்களின் திட்டம். கணிசமான எண்ணிக்கையில் வீரர்களும் ஆயுதங்களும் இருந்ததால் அவர்கள் திட்டம் கச்சிதமாக நிறைவேறிக் கொண்டிருந்தது. சீன ராணுவத்தைச்

சமாளிக்கமுடியாது என்பதைத் தெரிந்துகொண்ட ஜெனரல் பிரசாத் ஹதங் லா பகுதி வழியாகத் திரும்ப வீரர்களுக்கு உத்தரவிட்டார். ஆனால், சீனா ராணுவம் முந்திக்கொண்டு ஹதங்க லாவைச் சென்றடைந்தது. சீனர்கள் அங்கிருப்பது தெரியாமல் வந்திறங்கிய இந்திய வீரர்கள், வலையில் சிக்கிய மீன்களைப்போல் தாங்களாகவே மாட்டிக்கொண்டனர். தப்பித்த சிலர் பூட்டான் வழியாக இந்தியாவுக்குத் திரும்பினர்.

இந்திய ராணுவம் படுதோல்வி அடைந்ததைத் தொடர்ந்து களத்தில் இருந்த பிரிகேடியர் தால்வி, 4 டிவிஷனுடன் இணைந்துகொண்டு தன்னைப் பாதுகாத்துக்கொள்ள நம்பிக்கையான சில வீரர்களுடன் கிளம்ப ஆயத்தமானார். ஆனால், அவர் தப்பிச் செல்வதற்கு முன்பாக அக்டோபர் 22 ஆம் தேதி சீன ராணுவத்தால் கைது செய்யப்பட்டார். ஜெனரல் பிரசாத் தலைமை அலுவலகம் மீதும் தாக்குதல் நடைபெற்றது. ஆனால் அவர் அதிலிருந்து தப்பித்துத் அன்று இரவே தவாங்கை அடைய 7 பிரிகேட் சிதறியது.

~

சீனர் ராணுவம் அதே நேரம் மேற்குப் பிராந்தியம் சிப் சாப் ஆறு பள்ளத்தாக்கில் உள்ள கால்வன் மற்றும் பேங்காங்கில் உள்ள இந்திய ராணுவ முகாம்களின் மீதும் தாக்குதல் நடத்தியது. இந்தியா வீரர்கள் கடுமையாகப் போரிட்டும் பயனின்றிக் கைதானார்கள் அல்லது கொல்லப்பட்டனர். இதனைத் தொடர்ந்து மேற்குப் பிராந்தியத்தில் அதிக நடமாட்டம் இல்லாத அல்லது உள்ளடங்கிய பகுதிகளில் முகாமிட்டிருந்த இந்திய வீரர்களை ராணுவம் திரும்பப் பெற்றுக் கொண்டது. ஆபரேஷன் லெக்ஹார்னைப் போலவே, முன்னேறிச் செல்லும் கொள்கையும் உண்மையான இந்தியத் தளபதிகள் ஆரம்பம் முதலே எச்சரித்ததுபோல் படுதோல்வியைத் தழுவியது.

இரு கணவாய்களுக்கு இடையே

இந்தியாவின் மீதான தாக்குதல் தொடர்பாக சீனா இறுதி முடிவெடுத்த அதே அக்டோபர் 18 ஆம் தேதி பிரதமர் வீட்டின் முன்பு போராட்டம் நடைபெற்றது. கடுமையான பாதுகாப்புத் தடைகளையும் மீறி பிரதமரிடம் மனு கொடுக்கப் போராட்டக்காரர்கள் முயன்றனர். இந்தத் தள்ளுமுள்ளுவில் காவல் துறையினர், பெண்கள் உள்பட இருபது நபர்கள் காயமடைந்தனர். எல்லைப் பிரச்னை பரபரப்பாக இருந்ததால், அது குறித்து பிரதமர் அறிக்கை வெளியிட வேண்டிப் போராட்டம் நடத்துகிறார்கள் என்றே முதலில் எண்ணினார்கள். ஆனால் 'ஏழைகளுக்கு எதிரான மக்கள் விரோத அரசைக்' கண்டித்து ஏதோவொரு அமைப்பு போராட்டம் நடத்தியதாகப் பின்னர் செய்தி வெளியானது. இதன் மூலம் எல்லையில் நடைபெற்ற போரில் இந்தியா அடைந்த தோல்வி இன்னும் முழுமையாக மக்களைச் சென்றடையவில்லை என்பது புலப்படும்.

1962 அக்டோபரில் எல்லை விவகாரம் தீவிரமாக இருந்தபோதே இந்தியப் பத்திரிகைகள் இதற்கு அதிக முக்கியத்துவம் தரவில்லை. திடீரென ஒரு நாள் எல்லை விவகாரம் முதல் பக்கத் தலைப்புச் செய்தியாக வெளிவரும். சில மாதங்கள் கழித்து நடுப்பக்கத்தில் இடம்பெறும். பிறகு அப்படியொரு சம்பவம் நடைபெற்றது குறித்த அறிகுறியே இல்லாமல் எந்தப் பத்திரிகையிலும் எந்தப் பக்கத்திலும் ஒரு தகவலும் இருக்காது. ஆங்கில மொழிக்கு எதிரான போராட்டம், கேரளாவில் கம்யூனிஸ்ட் ஆட்சி கலைக்கப்பட்ட விவரம், பாகிஸ்தான் எல்லையில் துப்பாக்கி சூடு, பஞ்சாப் சீக்கியர் அரசியலில் புதிய திருப்பம் என இந்திய - சீன எல்லைப் பிரச்னை தவிர்த்து எல்லாப்

பிரச்னைகளும் பத்திரிகைகளில் இடம் பெறும். பிராந்தியப் பத்திரிகைகள் மட்டுமின்றி, ஆங்கிலப் பத்திரிகைகள் கூட எல்லைப் பிரச்னையின் தீவிரத்தை உணரவில்லை.

இந்திய - சீன எல்லை மக்கள் மத்தியில் ஒரு பிரச்னையாகவே விவாதிக்கப்படவில்லை. பெரும்பான்மை இந்திய மக்களைத் தாக்-லாவில் இந்தியா வெற்றிக் கொடி நாட்டப் போகிறது என்ற எதிர்பார்ப்பிலேயே அரசு வைத்திருந்ததால், இந்தியா தாக்-லாவில் அடைந்த பின்னடைவு பற்றி அரசு வாய் திறக்கவே இல்லை. மாறாக இந்தியா வெற்றி பெற்றது போன்ற ஒரு மாயத் தோற்றத்தை உருவாக்கவே இந்தியா முனைந்தது. அக்டோபர் 19ஆம் தேதி பத்திரிகைக்கு அளித்த பேட்டியில் கிருஷ்ண மேனன் 'இந்திய எல்லையில் இருந்து சீனாவை விரட்டி அடிக்கும் வரை ஓய மாட்டோம். இந்திய வீரர்களை விடச் சீனர்களின் எண்ணிக்கை அதிகம் என்பது உண்மைதான். இருந்தாலும் அவர்கள் முன்னேறுவதைத் தடுத்து நிறுத்தியுள்ளோம்' என்றார்.

'ஸ்டேட்ஸ்மென்' பத்திரிகை இந்திய ராணுவம் சீன எல்லைக்குள் இரண்டு மைல் முன்னேறியுள்ளது' என்று செய்தி வெளியிட்டது. ஆனால் இந்தச் செய்தி வெளியான சில மணி நேரங்களிலேயே நம்கா சூவில் இந்தியா அடைந்த படுதோல்வி புது டெல்லியை எட்டியது. ராணுவ ரகசியம் பத்திரிகைகளில் வெளியானது கண்டு அதிர்ச்சி அடைந்தார் கிருஷ்ண மேனன். செய்தி வந்த அடுத்த நிமிடம் பத்திரிகையாளர்கள் மேனனை மொய்த்துக்கொண்டு 'சீனாவை எப்படித் தடுத்து நிறுத்தப் போகிறீர்கள்' என்று கேள்விக் கணைகளால் துளைத்து எடுத்தனர். 'சீனா போகும் வேகத்தைப் பார்த்தால், அவர்கள் எங்கு செல்கிறார்கள் என்பதற்கு ஓர் எல்லையே இல்லாத நிலைதான் ஏற்பட்டுள்ளது' என்றார் மேனன்.

வடக்கு எல்லையில் இந்தியா வலுவாக இருக்கிறது என்று அதுவரை சொன்னது பொய்யாகிப் படுதோல்வியைத் தழுவவே உண்மை வெளிச்சத்துக்கு வந்தது. எனவே, வேறு வழியின்றித் தோல்விக்கான காரணத்தைத் தேடிக் கண்டுபிடிக்க அரசு முயன்றது. அன்று மாலை நடைபெற்ற கூட்டத்தில் உரையாற்றிய மேனன் 'போருக்காக இந்தியா தன்னை முழுமையாகத் தயார்ப்படுத்திக் கொள்ளவில்லை. போக்குவரத்து வசதியற்ற உயரமான இடங்களில் இருந்து நமது வீரர்கள் போர் புரிந்துகொண்டிருக்கிறார்கள். அவர்களுக்கான தேவைகள் அனைத்தையும் வான் வழியேதான் வழங்கவேண்டும். இது எளிதான விஷயமில்லை. ஆனால் சீனர்களுக்கு மிகச் சுலபமாகத் தேவையான அனைத்தும் திபெத்தில் இருந்து தரை வழியே கிடைக்கிறது. இந்தியர்கள் போரிடுவதில் உள்ள பிரச்னைகளை

நீங்கள் புரிந்துகொள்ளவேண்டும் என்பதற்காக இதைச் சொல்கிறேன்' என்றார்.

அக்டோபர் 23 ஆம் தேதி முப்பது காங்கிரஸ் நாடாளுமன்ற உறுப்பினர்கள் புது டெல்லியில் கூடினர்: 'நாடாளுமன்றத்தையும் நாட்டையும் அரசு தவறாக வழிநடத்தவில்லை. ஆனால் நாடாளு மன்றத்தையும், நாட்டையும், நேருவையும் கூடத் தவறாக வழி நடத்திச் செல்வது கிருஷ்ண மேனன்தான். 'லடாக் பகுதியில் சீனர்கள் முன்னேறுவதைத் தடுக்கும் சாதகமான அம்சங்கள் நம்மிடம் எதுவும் இல்லை ஆனால் வட கிழக்குப் பகுதியில் நம்பிக்கையான சூழல் நிலவுகிறது' என்று நாடாளுமன்றத்தில் பல முறை பொய்யான உறுதிமொழி கொடுக்கப்பட்டது. இதற்குக் காரணம் மேனன்தான்' என்று நாடாளுமன்ற உறுப்பினர்கள் மேனன் மீது பழிசுமத்தினார்கள்.

நாடாளுமன்ற உறுப்பினர்கள் மேற்கண்ட புகாரை நேருவிடம் தெரிவித்த போது அவர் நம்பவில்லை என்பதுடன் பிரச்னையைப் 'போஸ்ட்மார்ட்டம்' செய்ய இது உகந்த நேரமல்ல என்றும் மறுத்து விட்டார். ஆனால், நாடாளுமன்ற உறுப்பினர்களுடன் ஆச்சார்ய கிருபளாணியும் முக்கிய எதிர்கட்சித் தலைவர்களும் இணைந்து 'பாதுகாப்புத் துறையை நேருவே எடுத்துக் கொள்ள வேண்டும்' என்று வேண்டுகோள் விடுத்தனர். மேலும் மேனனைப் பதவி நீக்கம் செய்யவேண்டும் என்பதில் எதிர்க்கட்சிகளை விட சில காங்கிரஸ் தலைவர்களே தீவிரமாக இருந்தனர். மாநில முதல்வர்களும் (அனைவரும் காங்கிரஸ்) மேனனைப் பதவியிலிருந்து நீக்கவேண்டும் என்பதில் உறுதியாக இருந்தனர். இதில் ஆச்சரியமான விஷயம் என்னவென்றால் மேனனைப் பதவியில் இருந்து அகற்றுவதில் குடியரசுத் தலைவர் ராதாகிருஷ்ணனே முன்னின்று மாநில முதல்வர் களை ஒருங்கிணைத்தார் என்பதுதான். மேனனின் எதிர்பாளர்களுக்கு இவரது முயற்சிகள் கூடுதல் வலு சேர்த்தன. மேனனை நீக்க நேரு முடிவெடுக்க இதுவே முக்கியக் காரணம்.

'பாதுகாப்பு அமைச்சர்' பதவியில் இருந்து கிருஷ்ண மேனனை விடுவிப்பதாகவும், இனி அத்துறையைப் பிரதமரே கவனிப்பார் என்றும் அக்டோபர் 31 ஆம் தேதி பிரதமர் அலுவலகத்தில் இருந்து செய்தி வெளியானது. ஆனால் அனுபவமும், திறமையும் மிக்க ஒருவர் கேபினெட்டில் இருப்பதுதான் நாட்டின் வளர்ச்சிக்கு நல்லது என்பதால் 'பாதுகாப்புக்குத் தேவையான பொருட்களின் உற்பத்தி' (Defence Production) என்னும் புதிய துறை உருவாக்கப்பட்டு அதன் அமைச்சராக மேனன் நியமிக்கப்படுகிறார் என்ற தகவலும் வெளியானது.

நேருவின் இந்த செயல் எதிர்க்கட்சிகளின் கிண்டலுக்கும் கேலிக்கும் உள்ளானது. ''மேனன் வகித்த இலாகாவின் பெயர்தான் 'பாதுகாப்பு' என்பதிலிருந்து 'பாதுகாப்புக்குத் தேவையான பொருட்களின் உற்பத்தி' என்று மாற்றப்பட்டுள்ளதே தவிர மற்றபடி எதுவும் மாறவில்லை. மேனன் பதவி நீக்கம் செய்யப்படாததால், வழக்கம் போல் கேபினெட் கூட்டங்களில் கலந்து கொள்ள எந்தத் தடையும் இல்லை. அவரது செல்வாக்கும் அதிகாரமும் பாதுகாப்புத் துறையில் மட்டுமின்றி மத்திய ஆட்சி நிர்வாகத்திலும் தொடரும்'' என்றன.

நவம்பர் 7 ஆம் தேதி நடைபெற்ற காங்கிரஸ் நாடாளுமன்ற உறுப்பினர்களின் கூட்டத்திலும் மேனனின் மீது குற்றச்சாட்டுகள் பறந்தன. மேனனைக் காப்பாற்ற நேரு தனது கடைசி அஸ்திரத்தைப் பயன்படுத்தினார். 'மேனன் மீதான குற்றச்சாட்டு என்பது அரசின் மீதான குற்றச்சாட்டு ஆகும். தனிப்பட்ட முறையில் அவர் எந்த முடிவையும் எடுக்கவில்லை. எனது தலைமையில் நடைபெற்ற கேபினெட் கூட்டங்களில் ஒரு மனதாக எடுக்கப்பட முடிவுகளையே அவர் அமல்படுத்தினார். ஆகவே மேனன் பதவி விலக வேண்டும் என்பதுதான் உங்கள் விருப்பமாக இருந்தால், பிரச்னைகளுக்குக் காரணமான நானே பிரதமர் பதவியை ராஜிநாமா செய்யத் தயாராக இருக்கிறேன்' என்று உருகினார்.

நானே ராஜிநாமா செய்கிறேன் என்று சொன்னால் காங்கிரஸ் உறுப்பினர்கள் ஏற்கமாட்டார்கள். மேனனைக் காப்பாற்றிவிடலாம் என்று நேரு போட்ட கணக்குத் தவறியது. சில மூத்த காங்கிரஸ் உறுப்பினர்கள் 'மேனனின் கொள்கைகளைக் கண்ணை மூடிக் கொண்டு நீங்கள் தொடர்ந்து பின்பற்றும் பட்சத்தில், உங்கள் தலைமையை இழக்க வேண்டிய நிலை வந்தாலும் பரவாயில்லை. அதற்கும் தயாராகவே இருக்கிறோம்' என்று சொன்னதாகப் பின்னர் தெரிய வந்தது. நேருவின் முடிவே காங்கிரஸ் கட்சியின் முடிவு. நேருவே காங்கிரஸ் - காங்கிரஸே நேரு. அதை எதிர்க்க யாருமே துணிவதில்லை என்ற நிலை மாறி, காங்கிரஸ் உறுப்பினர்களின் கூட்டத்தில் நேருவின் முடிவு எதிர்க்கப்பட்டது இதுவே முதல் முறை. பிரதமர் பதவியிலிருந்து ராஜிநாமா செய்வேன் என்ற அவரது மிரட்டலை யாரும் பெரிதாகப் பொருட்படுத்தவே இல்லை. மூத்த உறுப்பினர்களின் நிர்பந்தங்களுக்குக் கட்டுப்பட வேண்டிய நிலைக்கு நேரு பரிதாபமாகத் தள்ளப்பட்டார்.

அடுத்த நாள் காலை மேனன் கேபினெட் அமைச்சரவையில் இருந்து ராஜிநாமா செய்து விட்டதாக பிரதமர் அலுவலகம் அறிவிப்பு வெளியிட்டது. ராஜிநாமா என்ற அஸ்திரத்தைப் பயன்படுத்தியும் பயனற்றுப் போகவே, தனது பிரதமர் பதவியைக் காப்பாற்றிக்

கொள்ள மேனனைக் காவு கொடுக்க வேண்டியதைத் தவிர நேருவுக்கு வேறு வழி தெரியவில்லை.

பாதுகாப்புத் துறை மிக முக்கியமான துறைகளுள் ஒன்று என்பதுடன், பிரதமருடனான நெருக்கத்தை இன்னும் அதிகப்படுத்த வாய்ப்புள்ள துறை என்பதால், அதைக் கைப்பற்ற காங்கிரஸ் மூத்த உறுப்பினர்கள் இடையே பலத்த போட்டி நிலவியது. ஒரிசா முதல்வர் பிஜு பட்நாயக், மாநில அரசியலில் இருந்து தேசிய அரசியலுக்கு வர விரும்பியதால், பாதுகாப்பு அமைச்சர் பதவியைப் பெறுவதற்காகப் புது டெல்லியில் முகாமிட்டார். ஆனால் நேரு அவருக்கு வேறு ஒரு முக்கிய பணியைக் கொடுக்கத் திட்டமிட்டிருந்தார். திபெத் இனத்தைச் சேர்ந்த கம்பா அகதிகளுக்கு கொரில்லாப் பயிற்சி அளித்து சீனர்களுக்கு எதிராகக் களமிறக்கும் ரகசியப் பணியை பிஜு பட்நாயக்கிடம் வழங்குவதே நேருவின் எண்ணம். இதற்கெனப் பிரத்யேகமாக டேராடூனில் கொரில்லாப் பயிற்சி நிலையமும் நிறுவப்பட்டது. ஆனால் நேருவின் திட்டப்படி அங்கு திபெத்திய கம்பாவினருக்குக் கொரில்லாப் பயிற்சி அளிக்கப்பட்டதா, பயிற்சி பெற்றவர்கள் சீனர்களுக்கு எதிராகப் போர் புரிந்தார்களா என்ற விவரங்கள் எதுவும் கிடைக்கவில்லை.

மத்திய பாதுகாப்பு அமைச்சர் பதவிக்கு நேரு மராட்டிய முதல்வர் ஒய்.பி.சவானைத் தேர்ந்தெடுத்தார். ஆனால் அவருக்கு தேசிய அரசியலில் அவ்வளவாக நாட்டமில்லை. முதல்வர் பதவியையே அதிகம் விரும்பினார். இருப்பினும் நேரு கேட்டுக் கொண்டதற்கு இணங்க வேறு வழியில்லாமல் புது டெல்லிக்கு வந்தார். இவர் வருவதற்கும் ஒரு வழியாக எல்லைப் போர் முடிவுக்கு வரவும் சரியாக இருந்தது.

எல்லைப் போரில் கிடைத்த தோல்வியும் அதனைத் தொடர்ந்து அவருக்கு நெருக்கமான மேனனின் ராஜிநாமாவும் அதுவரை நேருவுக்கு இருந்த அதிகார பலத்துக்கும், செல்வாக்குக்கும், மிகப் பெரிய சறுக்கலாக அமைந்தது. நேருவை எதிர்த்துச் சுண்டு விரலைக் கூட அசைக்க அச்சப்பட்டவர்கள், காங்கிரஸ் நாடாளுமன்ற உறுப்பினர்களின் கூட்டத்தில், அவருக்கு எதிராகக் குரல் எழுப்பியதுடன், மேனனைப் பதவி விலகவும் வைத்தனர். மேனன் எதிர்ப்பு கோஷ்டிக்கு உறுதுணையாக மாநில முதல்வர்கள் அனைவரும் அணி திரண்டது காங்கிரஸ் கட்சியில் நேருவுக்கு இருந்த அழுத்தமான பிடிமானமும் கட்டுப்பாடும் தளர்ந்து வருவதை மேலும் உறுதிப்படுத்தியது. மத்திய அரசின் செயல்பாடுகள் குறித்துக் கருத்துக் கூறவும், முடிவெடுக்கவும், மாநில முதலமைச்சர்கள் முதல்

முறையாக முக்கியப் பங்கு வகித்தனர். ஒரு கட்டத்தில் நேரு வேறு வழியின்றி மேனனைக் கழற்றிவிடநேர்ந்தது.

எல்லைப் பிரச்னை தோல்வியால் துவண்டிருந்த இந்தியாவுக்குப் பன்னாட்டுப் பத்திரிகைகளின் தலையங்கங்கள் ஆறுதலைக் கொடுத்தன. இந்தியாவின் மீதான சீனத் தாக்குதலை ஆசிய ஜனநாயகத்தின் மீதான தாக்குதல் என்று ஒரு பத்திரிகை எழுதியது. டெய்லி டெலிகிராஃப் 'ஆசியாவின் தலைமை இடத்தைப் பிடிக்க கம்யூனிஸ்ட் மற்றும் கம்யூனிஸ்ட் அல்லாத நாடுகளுக்கு இடையே நடக்கும் போராட்டம்' என்று வர்ணித்தது. 'இந்தியாவின் இப்போதைய தோல்வி குறித்து களிப்படையும் எண்ணம் கூடத் தவிர்க்கப்படவேண்டும்' என்று எகானமிஸ்ட் வருந்தியது. 'இன்றைய நவீன உலகின் உண்மை நிலையைக்கூடத் தெரிந்து கொள்ள முடியாமல், நாங்களே உருவாக்கிய ஒரு செயற்கை உலகில் வாழ்ந்து கொண்டிருக்கிறோம்' என்று மன்னிப்புக் கோரும் வகையில் டைம்ஸ் பத்திரிகை தலையங்கம் தீட்டியது.

மொத்தத்தில் மேற்கத்திய உலகம் குறிப்பாக அமெரிக்காவும் இங்கிலாந்தும் இந்தியாவிடம் பரிவும் ஆதரவும் காட்டின. இந்தச் சூழலில் உங்கள் மீது எங்களுக்குள்ள பரிவு முழு மனதுடன் ஆத்மார்த்தமானது. சீனர்களின் தாக்குதலைச் சமாளிக்க நீங்கள் காட்டிய மன உறுதியும், சுய கட்டுப்பாடும், பொறுமையும் அசாத்திய மானது. மாபெரும் மதத் தலைவர்கள் சொன்ன விஷயங்களை நீங்கள் அப்படியே நடைமுறைப்படுத்தியிருக்கிறீர்கள். அந்த மதத்தலைவர் களின் விசுவாசிகளில்கூட சொற்ப நபர்களே உங்கள் அளவுக்கு அந்தக் கொள்கைகளைப் பின்பற்றமுடிந்திருக்கிறது. உங்களுக்குத் தேவை யான முழு ஒத்துழைப்பையும் ஆதரவையும் வழங்க எப்போதும் தயாராக இருக்கிறோம்' என்று நேருவுக்கு எழுதிய கடிதத்தில் அமெரிக்க அதிபர் கென்னடி குறிப்பிட்டிருந்தார். இந்தியாவின் ஆன்மிகக் கொள்கைகளைப் பாராட்டிய கையோடு ஆயுத உதவிகள் செய்யத் தனக்கு இருக்கும் விருப்பத்தையும் தெரிவித்தார்.

இந்தியாவுக்கான அமெரிக்க தூதர் பேராசிரியர் கல்பிரியாத் 'மெக்மொகன் கோட்டை சர்வதேச எல்லையாக அமெரிக்க அரசு அங்கீகரித்துள்ளது' என்று கூறியது இந்தியா எடுத்த நிலைப்பாட்டைச் சரியென்று உறுதிப்படுத்தியது. அதுவரை மெக்மொகன் கோடு பற்றி அமெரிக்கா எந்தக் கருத்தும் தெரிவிக்காத நிலையில் இவரது அறிக்கை நேருவுக்கு ஓரளவு ஆறுதலைத் தந்தது. அதேபோல் பிரிட்டனும் சீனாவின் தாக்குதலைக் கண்டித்ததுடன், இந்தியாவுக்காக அனுதாபப் படுவதாகவும் தேவையான எந்த ராணுவ உதவியையும் எப்போது வேண்டுமானாலும் செய்யத் தயார் என்றும் அறிக்கை வெளியிட்டது.

எதியோப்பியா, சைப்ரஸ் தவிர்த்து வேறெந்த முஸ்லிம், மத்திய கிழக்கு மற்றும் ஆப்பிரிக்க நாடும் இந்தியாவுக்குத் தனது அனுதாபத்தையோ ஆதரவையோ தெரிவிக்கவில்லை. இந்திய - சீன எல்லையில் நிகழ்ந்த தாக்குதல்பற்றி ஒரு வரி கூட அந்நாடுகளின் பத்திரிகைகளில் செய்தி வெளியிடவில்லை. கானா அதிபர் என்க்ருமா பிரிட்டன் பிரதமர் மெக்மிலனுக்கு எழுதிய கடிதத்தில் 'இரு நாடுகளுக்கும் இடையே பிரச்னை மேலும் தீவிரமடையாமல் அமைதி நிலவ, மேற்கொண்டு எந்த நடவடிக்கையும் எடுக்காமல் இருந்தாலே போதுமானது' என்று இந்தியாவுக்கான அவரது ராணுவ உதவிப் பேச்சைக் கண்டித்தார். நேரு அப்போதுதான் கானாவுக்கு விஜயம் செய்ததுடன் இந்தியாவுக்கு வருகை தருமாறு என்க்ருமாவுக்கு அழைப்பும் விடுத்திருந்தது குறிப்பிடத்தக்கது.

தான் மிகவும் விரும்பிய அணி சேரா நாடுகள் எதுவுமே தனக்கு ஆதரவாக இல்லை என்று தெரிந்தவுடன் நேரு மிகவும் ஆதங்கப் பட்டார். 'நாங்கள் ஏதோ போருக்குக் காத்திருப்பது போலவும், அமைதியாகவும், பொறுமையாகவும், நல்லவர்களாகவும் இருங்கள் என்று மற்றவர்கள் எங்களுக்கு ஆலோசனை வழங்குவது ஏற்புடையதாக இல்லை. பிரச்னைகளில் தங்களை முழுமையாக ஈடுபடுத்திக் கொள்ளாமல் ஒதுங்கி இருப்பதிலும், ஆலோசனை கூறுவதிலும், எந்த அர்த்தமும் இல்லை. அணி சேரா நாடுகள் குழப்பத்தில் இருக்கின்றன' என்றார் நேரு கவலையுடன்.

'இந்தியவை சீனா தாக்கினால் பதிலுக்கு அமெரிக்காவின் ஆதரவை இந்தியா கோரும் அல்லது அமெரிக்கா தனது நேசக் கரத்தை நீட்டும். இது சோவியத்துக்கு நிச்சயம் எரிச்சலை மூட்டி அதுவரை இந்தியாவுக்கு வழங்கிய ஆதரவை மறுபரிசீலனை செய்யத் தொடங்கும். இந்த வாய்ப்பைப் பயன்படுத்திக்கொண்டு நாம் இருவருமே கம்யூனிஸ்ட் நாடுகள் என்ற போர்வையில் மாஸ்கோவை நெருங்கலாம்' என்று சீனா திட்டமிட்டுச் செயலாற்றியது எதிர்பார்த்த பலனைக் கொடுத்தது. ஆம். அதுவரை இந்தியவிடம் நட்பு பாராட்டிய ரஷ்யா தனது இன்னொரு முகத்தைக் காட்டமாகவே காட்டியது. புதுடெல்லியை விட்டு விலகி, பீகிங்குடன் நெருக்கம் பாராட்டத் தொடங்கியது மாஸ்கோ.

சீனத் தாக்குதல் தொடர்பாக சோவியத் அதிபர் குருசேவ் பிரதமர் நேருவுக்கு அக்டோபர் 20 ஆம் தேதியிட்டு அனுப்பிய கடிதம் சீன ஆதரவை வெளிப்படையாக்கியது. 'சீனாவுடனான எல்லைப் பிரச்னையைத் தீர்க்க இந்தியா ஆயுதம் ஏந்த முனைவது 'அபாயகர மான பாதையாகும்' (தாக்-லாவுக்கு கீழே ஊடுருவிய சீனர்களை அப்புறப்படுத்த இந்தியா ஆபரேஷன் லெக்ஹார்னுக்குத் தயாராகி

வருவதை இந்தியாவில் உள்ள ரஷ்ய தூதரிடம் கிருஷ்ண மேனன் ஏற்கனவே தெரிவித்திருந்தார்). இதை மனதில் வைத்துக் கொண்டுதான் குருசேஷவ் தனது கடிதத்தில் இந்தியா மேற்கொள்ளும் நடவடிக்கை அபாயமானது என்றும் சீனாவின் வரைவுத் திட்டங்களை ஏற்றுக்கொண்டு பேச்சுவார்த்தைகளுக்கு இந்தியா முன் வர வேண்டும்'' என்றும் குறிப்பிட்டிருந்தார். குருசேஷவின் கடிதத்தைத் தொடர்ந்து பீகிங் அதன் வரைவுத் திட்டங்களின் அடிப்படையில் இந்தியா பேச்சுவார்த்தைகளுக்கு வரவேண்டும் என்று அக்டோபர் 24 ஆம் தேதி மீண்டும் புதுடெல்லிக்குக் கடிதம் அனுப்பியது. ஒரு நகலை மாஸ்கோவுக்கும் அனுப்பி வைத்தது.

புதுடெல்லிக்குப் பீகிங் அனுப்பிய கடிதத்தைப் பெற்றுக் கொண்டதன் அடையாளமாக ரஷ்ய கம்யூனிஸ்ட்டின் அதிகாரப்பூர்வ பத்திரிகையான 'பிராவ்தா' கீழ்க்கண்டவாறு தலையங்கம் தீட்டியது:

> சீன இந்திய எல்லைப் பிரச்னை பிரிட்டிஷ் காலனி ஆதிக்க காலம் தொடங்கி மிகப் பழைமையானது. பிரிட்டிஷ் அரசு இந்தியாவை ஆண்டு கொண்டிருந்த காரணத்தால் அதன் வசதிக்கு ஏற்றவாறு ஆசிய வரைபடத்தை பலமுறை மாற்றி மாற்றி வரைந்துள்ளது. 'மெக்மொகன் கோடு' எந்தக் காலத்திலும் சீன அரசால் ஏற்றுக் கொள்ளப்படவே இல்லை என்பதுதான் நிஜம். தொடர்பே இல்லாதவர்களுடன் பிரிட்டிஷ் இந்தியா ஒப்பந்தம் செய்து கொண்டு சீன மற்றும் இந்திய மக்கள் மீது திணித்துள்ளது. மெக்மொகன் கோடு தொடர்பாக எல்லைகளில் ஆயுத மோதல் ஏற்பட அதிகார மையத்தில் உள்ளவர்கள் தூண்டிவிடுகிறார்கள். சகோதர நாடான சீனாவுடனும், நட்பு நாடான இந்தியாவுடனும், எங்களுக்கு இருக்கும் நல்லுறவைக் குறைவாக மதிப்பிட்டுத் தங்களுக்கு சாதகமாக மாற்றிக் கொள்ள இரவும் பகலும் கனவு காண்கிறார்கள்.

குருசேஷவின் கடிதம், பிராவ்தாவின் கட்டுரை ஆகியவை சீனாவுக்கு ஆதரவாகவும் இந்தியாவுக்கு எதிராகவும் இருப்பதைக் கண்ட புதுடெல்லி அதிர்ச்சி அடைந்தது. 'இந்து' பத்திரிகை இது பற்றி எழுதியதாவது:

> ரஷ்யா நடுநிலை வகிக்கும் என்று எதிர்பார்க்கப்பட்ட நிலையில் பிராவ்தாவில் சீனாவுக்கு ஆதரவாக எழுதப்பட்ட தலையங்கம் சீனாவின் முடிவுக்கு ஒப்புதல் அளிக்கும் வகையில் உள்ளது. நேருவுக்கு குருசேஷவ் எழுதிய கடிதமும் கிட்டத்தட்ட பிராவ்தாவின் கட்டுரையை ஆமோதிப்பது போலவும், வழிமொழிவது போலவும் உள்ளது.

சோவியத்தின் சீன ஆதரவு இந்திய கம்யூனிஸ்ட்களின் ஒரு பகுதியினரையும் குழப்பியது. ஏற்றுக் கொள்ள முடியாதது, ஏமாற்றம் அளிப்பது என்பதுடன் மனிதாபிமானமற்றதும் கூட என்று சோவியத்தின் முடிவை விமர்சித்தார்கள்.

ரஷ்யர்கள் அடித்த அதிரடி பல்டி அடுத்தடுத்துப் பல்வேறு விளைவுகளுக்குக் காரணமானது. இந்தியாவுக்கு வழங்குவதாக முன்பு ஒப்புக்கொண்ட எம்ஐஜி ரக போர் விமானங்களை இனி அனுப்ப இயலாது என்று மாஸ்கோவில் உள்ள இந்திய தூதரகத்துக்கு செய்தி அனுப்பினர்.

அமெரிக்காவைத் தாக்குவதற்கு வசதியாக க்யூபாவில் அணு ஆயுதங்களை ரஷ்யா குவித்து வருவதாக வாஷிங்டனுக்கு அக்டோபர் 14 அன்று சிஐஏ உளவுத் துறை தகவல் அனுப்பியது. அடுத்தகட்ட நடவடிக்கை குறித்து திட்டமிடுவதற்காக ஒரு வாரம் காத்திருந்த அமெரிக்க அதிபர் கென்னடி அக்டோபர் 22 அன்று க்யூபாவில் அணு ஆயுதங்களைக் குவிக்க க்யூபா அனுமதித்த காரணத்தால் அதனைக் கண்காணிக்கவும், பல்வேறு தடைகளை அமல்படுத்தப் போவதாகவும் அறிவித்தார். இது பற்றிய விவரங்களை இந்திய அரசுடன் பகிர்ந்துகொண்ட அமெரிக்க தூதர், 'இந்த இக்கட்டான தருணத்தில் இந்தியாவைவிட கம்யூனிஸ்ட் நாடான சீனாவின் ஆதரவு முக்கியம் என்று ரஷ்யா எண்ணியதால்தான் நேருவுக்கு எழுதிய குருஷேவ் கடிதத்திலும், பிராவ்தாவின் கட்டுரையிலும், சீன ஆதரவு வெளிப்படையாகத் தெரிந்தது. மேலும் அமெரிக்காவுக்கு எதிராக சீனா, க்யூபா ஆகிய நாடுகளை ஒன்று திரட்டவும் குருஷேவ் முடிவெடுத்திருக்கலாம்' என்றார்.

அக்டோபர் இறுதியில் ரஷ்யாவின் நிலை குறித்து அமெரிக்கத் தொலைக்காட்சிக்கு நேரு அளித்த பேட்டியில் 'க்யூபா விவகாரம் காரணமாகவே ரஷ்யா திடீரெனச் சீனாவுக்கு ஆதரவாக மாற வேண்டிய கட்டாயத்துக்கு உள்ளானதாக அறிகிறேன். ஆனால் அக்டோபர் 28 ஆம் தேதி க்யூபாவில் குவித்த அணு ஆயுதங்களைத் திரும்பப் பெற்றுக் கொள்வதாக குருஷேவ் தெரிவித்துள்ளார். இதனைத் தொடர்ந்து மாஸ்கோ தனது சீன ஆதரவை விலக்கிக் கொண்டு இந்தியாவை ஆதரிக்கும் முந்தைய முடிவுக்குத் திரும்புமென எதிர்பார்க்கிறேன்' என்றார்.

~

முன்னேறிச் செல்லத் திட்டமிட்ட துருப்புகளைத் திரும்ப அழைக்கும் போது எங்கே அவற்றை நிலை நிறுத்த வேண்டும் என்று நேரம், பகுதி,

போக்குவரத்து வசதி உள்ளிட்ட பல்வேறு சாதகமான அம்சங்களைக் கருத்தில் கொண்டு முடிவெடுக்க வேண்டும். இல்லாவிட்டால் இரண்டாவது தோல்வியையும் தழுவ வேண்டியிருக்கும் என்ற எச்சரிக்கை உணர்வுடன் ராணுவத் தலைமை அலுவலகம் செயல்பட்டது.

ஜெனரல் தாப்பரும் ஜெனரல் சென்னும் எந்தச் சூழலிலும் தவாங் கை நழுவிப் போகக்கூடாது என்பதில் உறுதியாக நின்றனர். அக்டோபர் 22 அன்று தவாங்குக்கு ஹெலிகாப்டரில் வந்து இறங்கிய சென் தவாங்கைக் காப்பாற்றியே தீரவேண்டும் என்று அங்கிருந்த இரு இன்ஃப்ண்டரி பெட்டாலியன்களுக்கும் (1 சீக்கிய மற்றும் 4 கார்வால் ரைஃபிள்ஸ்) உத்தரவிட்டார். விரைவில் மேலும் இரு பிரிகேட்கள் உதவிக்கு வரும் என்றும் உறுதி அளித்தார். அடுத்த நாள் காலை ஜெனரல் பிரசாத்தைச் சந்தித்த சென் தனது உத்தரவை மீண்டும் வலியுறுத்தினார். ஆனால் தேஜ்பூரில் உள்ள IV கார்ப்ஸ் போதிய தளவாடங்கள் இல்லாத நிலையில், தவாங்கைத் தக்க வைத்துக் கொள்ளப் போரிடுவது தற்கொலைக்குச் சமம் என்று சொன்னார்கள்.

சீன ராணுவம் மூன்று முனைத் தாக்குதலுக்குத் திட்டமிட்டது. 7 ஆவது பிரிகேட்டைத் தாக்கிய மூன்று ரெஜிமெண்ட் அளவுள்ள படை, தென் கிழக்காகத் திரும்பித் தவாங்குக்கு பத்து மைல் கல் முன்புள்ள லம்லாவை அடைந்தது. அக்டோபர் 23 ஆம் தேதி கின்ஜெமேனே மற்றும் பம் லா வழியாக மேலும் சில துருப்புகள் இணைந்து கொள்ள, வடக்கிலும் தெற்கிலும் தவாங் சுற்றி வளைக்கப்பட்டது. தவாங்கில் இயற்கைப் பாதுகாப்பு அரண்கள் ஏதுமில்லாததால், எந்தப் படை அங்கு முகாமிட்டிருந்தாலும் நம்கா சூவைப் போல் மிக எளிதாக தோற்கடிக்கப்பட்டிருக்கும்.

ராணுவ நடவடிக்கைகளுக்கான இயக்குனர் (Director of Military Operations) பிரிகேடியர் பாலித் படுதோல்வியைத் தவிர்க்க இந்திய ராணுவம் தவாங் பகுதியை விட்டு உடனே வெளியேற வேண்டுமென்று ஜெனரல் தாப்பரிடம் தெரிவித்தார். இதைத் தாப்பர் பிரதமர் நேருவிடம் தெரிவிக்க அவரோ 'எங்கு எப்படிப் போரிட வேண்டும் என்பதைக் களத்தில் உள்ள ராணுவ வீரர்களே தீர்மானிக்கட்டும்' என்றார். தேஜ்பூரில் IV கார்ப்ஸ் பிரிகேடியர் ஆஃப் ஜெனரல் ஸ்டாஃப் பிரிகேடியர் கே கே சிங்கும் இதே கோரிக்கையை ஜெனரல் சென்னிடம் வைத்தார்.

தவாங்கில் உள்ள துருப்புகள் உடனடியாக அங்கிருந்து அறுபது மைல்கள் தள்ளியிருக்கும் பொம்டி லாவுக்கு செல்ல வேண்டுமென IV கார்ப்ஸ் ஆணையிட்டது. மலைப் பகுதிகளாக இல்லாமல், சம

தளப் பகுதியாக இருப்பதால் தேவையான உணவு மற்றும் தளவாடங்களைத் தரை இறக்கிக் கொள்ள வசதியாக இருக்கும் என்பதால் இந்த முடிவு எடுக்கப்பட்டது. ஆனால் ராணுவத் தலைமை அலுவலகத்தில் இருந்த பிரிகேடியர் பாலித் தவாங்கிலிருந்து பதினைந்து மைல் தொலைவில் உள்ள சே லா கணவாய்ப் பகுதி, பொம்டியை விடப் பாதுகாப்பான பகுதி என்பதால், அங்கு இந்திய ராணுவத்தை நிறுத்திக்கொள்ளப் பரிந்துரைத்தார்.

ஜெனரல் தாப்பர், கிருஷ்ண மேனன் ஆகியோருக்கு பிரிகேடியர் பாலித் சொன்ன யோசனை பிடித்துப்போகவே ஏற்கெனவே போட்ட ஆணையை மாற்றிப் பொம்டி லாவுக்குப் பதிலாகச் சே லாவுக்குத் துருப்புக்களை அனுப்புமாறு மீண்டும் உத்தரவிட்டனர். ஆனால் IV கார்ப்ஸுக்குக் கௌலுக்குப் பதிலாகப் புதிதாகப் பொறுப்பேற்றிருந்த பிரிகேடியர் கே கே சிங்குக்கு சே லாவுக்கு செல்வதில் உடன்பாடு இல்லை. தளவாடங்களையும் உணவுப் பொருட்களையும் சே லாவில் தரை இறக்குவது சிரமம் என்றும் பொம்டி லாதான் ஏற்புடையதாக இருக்கும் என்று சென்னிடம் மீண்டும் வாதிட்டுப் பார்த்தார். ஆனால் சே லாவுக்குத்தான் செல்லவேண்டும் என்று கேபினெட் முடிவெடுத்துள்ளதாகவும், அரசு உத்தரவை அமல்படுத்துவதைத் தவிர வேறு வழியில்லை எனச் சென் கூற கே கே சிங் அமைதியானார்.

சே லா வுக்குச் செல்லவேண்டும் என்ற எடுத்த முடிவு மோசமான விளைவுகளை ஏற்படுத்தியது. 14,600 அடி உயரத்திலுள்ள சே லா கணவாயைச் சுற்றி மேலும் பல ஆயிரம் அடிகள் உயரம் கொண்ட சிகரங்கள் பரந்து விரிந்து கிடந்தன. தவாங் பள்ளத்தாக்கில் இருந்து 5000 அடி உயரமுள்ள செங்குத்தான வழுக்கும் மலைச் சிகரங்களின் மீது ஏறுவது எளிதாக இல்லை. இந்தியர்கள் எளிதாகச் சிக்கிக் கொள்ளப் பின்னப்பட்ட வலையாகவே இருந்தது. இந்தக் கணவாய் சம தளப் பகுதியிலிருந்து பல மைல்கள் தள்ளிப் பாறைகளாக இருந்ததால், உணவு மற்றும் தளவாடங்களை வான் வழியே இறக்குவதும் சாத்தியமே இல்லை. சாலை வழியாக மட்டுமே பயணிக்க முடியும். அதிகபட்சம் ஒரு டன் சரக்கு எடை வாகனங்களையே பயன்படுத்தினாலும், சே லாவைச் சென்றடைய பல நாள்கள் ஆகும். ராணுவ வீரர்கள் 14,500 - 16,000 அடி உயரத்தில் இருந்து கடுமையான உறை பனியில் போர் புரிய வேண்டும். போம்டி லாவை விட தவாங்குக்கு மிக அருகிலேயே சே லா உள்ளதால் அதிகமான வீரர்களை ஈடுபடுத்தாமல், குறைந்த எண்ணிக்கையுடன் தாக்குதல் நடத்துவது சீனாவுக்கு இன்னும் எளிது. ஆனால் இந்தியாவுக்கோ பொம்டி லா தொடங்கி சே லா வரையிலான நாற்பத்தி ஐந்து மைல் தூரத்தையும் சாலை வசதிகள் சரியாக இல்லாத நிலையிலும் பாதுகாக்க வேண்டியது கட்டாயம்.

ஒரு வழியாக அக்டோபர் 23 ஆம் தேதி தவாங்கில் இருந்து இந்தியத் துருப்புகள் கிளம்ப ஆயத்தமானார்கள். ஆளின்றிக் காலியானதால் சீன ராணுவம் அக்டோபர் 25-ல் எந்த எதிர்ப்பும் இல்லாமல் தவாங்கைக் கைப்பற்றிக் கொண்டது. அதே நேரம் மேற்குப் பிராந்தியத்திலும் இந்திய முகாம்களை சீனா தாக்கத் தொடங்கியது. பேங்காங் ஏரிக்கு வடக்கே நடைபெற்ற கடுமையான சண்டையில் பல இந்திய கூர்க்கா வீரர்கள் கொல்லப்பட்டனர். அக்டோபர் 27 அன்று டெம்சோக் முகாமையும் தாக்கி அழித்தார்கள். மேற்குக் கமாண்டர் ஜெனரல் தௌலத் சிங் சீனர்களின் தாக்குதலைச் சமாளிக்க காஷ்மீரிலிருந்து படைகளை வரவழைத்து லடாக்கில் பலத்தைப் பெருக்கிக் கொண்டார். லேவில் டிவிஷனல் தலைமை அலுவலகம் அமைக்கப் பட்டு தலா நான்கு இன்ஃபண்ட்ரி பெட்டாலியன்களைக் கொண்ட இரண்டு பிரிகேடுகள் இணைக்கப்பட்டன.

கிழக்குப் பிராந்தியம் எந்தப் பரபரப்பும் இல்லாமல் அமைதியாக இருந்தது. 4 டிவிஷன் கமாண்டராக இருந்த ஜெனரல் பிரசாத்தை நீக்கிவிட்டு மேஜர் ஜெனரல் ஏ எஸ் பதானியாவைப் நியமிக்க சென் உத்தரவிட்டார். 62 பிரிகேட் கமாண்டிங் அதிகாரி நீக்கப்பட்டுப் பிரிகேடியர் ஹோஷியார் சிங் பொறுப்புக்கு வந்தார். கிழக்கிலும், மேற்கிலும் உள்ள கமாண்டர்களுள் பெரும்பாலானோர் மாற்றப்பட்ட நிலையில் எந்தவொரு பிரிகேட்டின் கீழும் முன்பிருந்த பெட்டாலியன்கள் இல்லை. IV கார்ப்ஸுக்கு அக்டோபர் 24 ஆம் தேதி புதிதாகப் பொறுப்பேற்றுக் கொண்ட ஜெனரல் ஹர்பக்ஷ் சிங் தனது பிராந்தியம் மற்றும் பணி தொடர்பான அடுத்தகட்ட ஆய்வுகளை மேற்கொள்ளத் தயாரானார்.

~

உண்மையைப் பொய்யின் திரை கொண்டு மூடும் பணியை சீனா மேற்கொண்டது. அக்டோபர் 20 ஆம் தேதி சீனப் பாதுகாப்பு அமைச்சகம் கீழ்க்காணும் அறிக்கையை வெளியிட்டது ‘ இன்று காலை சரியாக 07.00 மணிக்கு இந்தியத் துருப்புகள் நம்கா சூ மற்றும் மேற்குப் பிராந்தியம் சிப்சாப் மற்றும் கால்வான் பள்ளத்தாக்குகளில் இருந்து மிகப் பெரிய தாக்குதலை நடத்தியது. சீன எல்லைப் பாதுகாப்பு வீரர்கள் வேறு வழியின்றித் தங்களைக் காப்பாற்றிக் கொள்ள பதிலுக்குத் தாக்கிச் சீன எல்லைக்குள் ஊடுருவிய இந்திய வீரர்களை அப்புறப்படுத்தினார்கள்’.

உண்மையில் அக்டோபர் 20 ஆம் தேதி நம்கா சூவில் சீனாவின் மீது எந்தப் பயங்கரமான தாக்குதலும் நடைபெறவில்லை. அதேபோல் மேற்குப் பிராந்தியத்திலும் சீனா மீது இந்தியா தாக்குதல் நடத்தியது

என்பதும் வடிகட்டின பொய். திரும்பத் திரும்ப ஒரே பொய்யைச் சொன்னால் அது உண்மையாகும் என்று சீனா எண்ணியிருக்கலாம். தாக்-லாவுக்குக் கீழே ஊடுருவியுள்ள சீனாவின் மீது தாக்குதல் தொடுக்க இந்தியா திட்டமிட்டுள்ளது என்ற விவரம் அனைவருக்கும் தெரிந்ததே. அக்டோபர் 12 ஆம் தேதி விமான நிலையத்தில் அளித்த பேட்டியில் நேருவும் இதை உறுதிப்படுத்தினார். நேருவின் பேச்சைச் சீனா தனக்குச் சாதகமாகப் பயன்படுத்திக்கொண்டு இந்தியா முதலில் தாக்கியதால்தான் நாங்கள் பதிலடி கொடுத்தோம் என்று அறிக்கை வெளியிட்டது.

சூ என் லாய் நவம்பர் 4 ஆம் தேதி நேருவுக்கு எழுதிய கடிதத்தில் இந்தியா தாக்குதல் நடத்தியது என்று அறிக்கையில் வெளியிட்ட கருத்தை உறுதிப்படுத்தவில்லை. மாறாக 'நம்கா சூவில் இந்தியா ஏராளமான துருப்புகளைக் குவித்துத் தாக்குதலுக்குத் தயாராகிறது' என்று மட்டும் குறிப்பிட்டிருந்தார். ஆனால் ஆஃப்ரிக்க ஆசியா நாடுகளுக்கு அனுப்பிய கடிதங்களில் கீழ்க்கண்டவாறு குறிப்பிட்டிருந்தார் 'இந்தியா எல்லைக்கோடு முழுவதும் பலத்த தாக்குதலை நடத்தியது. மேலும் கடந்த மூன்று மாதங்களில் எந்த விதமான முன் நிபந்தனைகளும் இல்லாமல் பேச்சுவார்த்தைக்கு வர வேண்டும் என்று சீனா விடுத்த அழைப்பை இந்தியா நிராகரித்ததுடன் 'இந்திய எல்லையை விடுவிக்கும்படியும்' ராணுவத்துக்கு நேரு உத்தரவிட்டிருந்தார். பிரச்னைக்கான தீர்வு பேச்சுவார்த்தை மட்டுமே என்பதால் கீழ்க்காணும் மூன்று அம்சங்களை முன் வைத்து அமைதியான முறையில் அதைத் தொடங்க வேண்டும்' என்றும் எழுதியிருந்தார்:

1. இரு நாடுகளும் பிரச்னை அமைதியாக, சுமுகமாக தீர்க்கப்பட வேண்டும் என்பதில் உறுதியாக இருப்பதுடன், உண்மையான எல்லைக் கட்டுப்பாட்டுக் கோட்டை (1959 நவம்பரில் நிலவியபடி) இருவரும் மதிக்கவேண்டும். அந்த எல்லையில் இருந்து 20 கிமீ தூரத்துக்குப் படைகளைத் திரும்ப உள்வாங்கிக் கொள்ள வேண்டும்.

2. இந்தியா இதற்கு ஒப்புக் கொண்டால், சீனாவும் மெக்மொகன் கோட்டுக்கு வடக்கே படைகளைத் திரும்ப அழைத்துக் கொள்ளும்

3. இரு நாட்டுப் பிரதமர்களும் நட்பு அடிப்படையில் தீர்வு காண பீகிங் அல்லது புதுடெல்லியில் மீண்டும் சந்திக்க வேண்டும்.

மேற்கூறிய மூன்று அம்சங்களை உள்ளடக்கி நேருவுக்குக் கடிதம் அனுப்பினார் சூ என் லாய். பிரச்னைக்கான காரணம் குறித்து இருவரும் வாதிட்டுக் கொண்டிருப்பதற்கு பதிலாக ஆக்கபூர்வமான முடிவை எடுக்கவேண்டும் என்றும் அதில் குறிப்பிட்டிருந்தார்.

‘சுமுகமான பேச்சுவார்த்தைகளுக்கு நாங்கள் முன்வைத்த அம்சங்கள் பரஸ்பரம் இருவருக்கும் நல்ல பலனையும் மதிப்பையும் அளிக்கும். அதிகாரத் தோரணையோ ஆணவமோ இருக்காது’ என்று சீனா தெரிவித்தது. ஆனால் புதுடெல்லியோ ‘மேற்குப் பிராந்தியத்தில் இந்தியப் பகுதிகளுள் சீனா ஊடுருவியதுடன், செய்த குற்றத்துக்கும், அநியாயத்துக்கும், ஜனநாயகப் போர்வையில் அங்கீகாரம் கோருகிறது’ என்று பதிலளித்தது.

சீனா முன் வைத்த முக்கிய அம்சங்களை ஏற்றுக்கொள்ள முடியாது என்று இந்தியா அக்டோபர் 24 ஆம் தேதி வெளியிட்ட மறுப்பு அறிக்கை குழப்பமாகவும் அமைந்தது. ‘சமாதான, அமைதியான முறைகளையே இந்தியா எப்போதும் விரும்புவதுடன், பிரச்னை களைப் பேச்சுவார்த்தை மூலம் தீர்க்கவும் இந்தியா தயாராக உள்ளது. ஆனால் இந்திய எல்லைக்குள் சீனா ஊடுருவுவதை என்றைக்கும் ஏற்றுக் கொள்ள முடியாது. இதைப் பயன்படுத்திப் பலன் பெறும் ஆதாயத்துடன், அவர்களது விருப்பங்களுக்கு ஏற்ப எங்கள் மீது தீர்வுகளைத் திணிப்பதையும் ஒப்புக்கொள்ள மாட்டோம். உண்மையான எல்லைக் கட்டுப்பாட்டுக் கோட்டிலிருந்து 20 கிமீ பின் வாங்குவோம் என்று சீனா கூறுவதில் எந்த அர்த்தமும் இல்லை. ‘எல்லைக் கட்டுப்பாட்டுக் கோடு’ என்றால் என்ன? செப்டம்பரில் இருவருக்கும் பிரச்னை தோன்றியபோது அவர்கள் உருவாக்கிய கோடு தானா இது? இந்திய எல்லைக்குள் சுமார் 60 அல்லது 70 கிமீ ஊடுருவிய பிறகு உங்களுக்காக 20 கிமீ பின்வாங்கிக்கொள்கிறேன் என்று சொல்வது நியாயம் அல்ல என்பதுடன் ஏமாற்று வேலையும் கூட. சீனாவுக்கு உண்மையிலேயே அமைதிப் பேச்சுவார்த்தையிலும், அமைதியிலும் நம்பிக்கை இருந்தால், 1962 செப்டம்பர் 8 ஆம் தேதிக்கு முன்பிருந்த இடங்களுக்கு சீனா தனது படைகளை வாபஸ் பெற வேண்டும். அதன் பிறகே இந்தியா பேச்சுவார்த்தைகளுக்கு ஒப்புக் கொள்ளும். இந்தியாவுடன் பேச்சுவார்த்தை நடத்த சூ என் லாயை டெல்லிக்கு அன்புடன் வரவேற்கிறோம்’.

அடுத்தடுத்து இருவரும் எழுதிக் கொண்ட கடிதங்களில் ஒருவரைக் குற்றம்சாட்டிக் கொண்டனர். சூ என் லாய் நவம்பர் 4 ஆம் தேதி கடிதத்தில் ‘உண்மையான எல்லைக் கட்டுப்பாட்டுக் கோடு’ என்று நாங்கள் குறிப்பிடுவது 1959 நவம்பரில் நிலவிய கோடு தானே தவிர, இரு நாட்டு ராணுவத்துக்கு இடையே நிலவும் இப்போதைய கோடு அல்ல. இதுவொன்றே நாங்கள் யார் மீதும் இன்னும் குறிப்பாக இந்தியா மீது எங்கள் விருப்பத்தைத் திணிக்கவில்லை என்பதற்கான சரியான சான்றாகும்’ என்றார்.

இதற்கு நேரு அளித்த பதில் முன்பு எப்போதும் இல்லாத வகையில் காட்டமாகவே இருந்தது 'சீனாவின் ஊடுருவல் ரத்தத்தை உறைய வைக்கும் கொடூரமான செயலாகும். சீனா முன் வைத்த அம்சங்களை ஏற்றுக்கொண்டால் ஓர் ஆணவம் மிக்க, சர்வாதிகாரம் கொண்ட, அடுத்தவர் இடங்களை ஆக்கிரமிக்கும் அண்டை நாட்டின் தயவில் வாழ வேண்டிய நிர்பந்தத்துக்கு உள்ளாக நேரிடும். செப்டம்பர் 8 ஆம் தேதிக்கு முன்பிருந்த இடங்களுக்கு இந்தியா தனது ராணுவத்தைத் திரும்ப அழைத்துக் கொள்வதில் எந்த ஆட்சேபணையும் இல்லை. ஆனால் அதே சமயம் சீனா அதன் நேர்மையை நிரூபிக்க 1959 நவம்பரில் இருந்த இடங்களுக்குத் தனது படைகளை வாபஸ் பெறச் சம்மதிக்க வேண்டும்' என்றார்.

~

தாக்-லாவுக்குக் கீழேயிருந்த மிகச் சிறிய படையையும், மேற்குப் பிராந்தியத்தில் பாதிக்கும் மேற்பட்ட இந்திய முகாம்களையும் அழித்ததன் மூலம் சீனா எதையும் சாதிக்கவில்லை. போர் இன்னும் தொடங்காத நிலையில், சீனாவுடனான சிறிய மோதலில்தான் தோற்றோம் என்று இந்தியா தனக்குத் தானே ஆறுதல் சொல்லிக் கொண்டது.

போரைக் கருத்தில் கொண்டு பீகிங் தனது துருப்புக்களை நீண்ட காலம் நிலை நிறுத்திக் கொள்ள முடிவெடுத்தால் கடுங்குளிரில் தாக்குப் பிடிக்க முடியாமல் சீன வீரர்கள் தப்பிச் செல்லும் சூழல் உருவாகும். மெக்மோகன் கோட்டில் இருந்து வாபஸ் பெற்றாலோ போரிடுவதற்குப் பதிலாகச் சீனா மாற்று வழியைத் தேர்ந்தெடுத்துள்ளது என்ற விமர்சனம் எழும். ராஜாங்க ரீதியாகத் தீர்க்க வேண்டிய எல்லைப் பிரச்னையை ராணுவ ரீதியாகத் தீர்த்துக் கொள்ள முனைந்தால் அது குழப்பத்திலும் தோல்வியிலும் முடியலாம்.

சீனாவின் ராணுவ, அரசியல் செயல்பாடுகள் திட்டமிட்டபடி நடைபெற்றன. ஆனால் நம்கா சூவில் ஏற்பட்ட தோல்வி, சீனாவுடனான நீண்ட நெடிய அறிவிக்கப்படாத போரின் தொடக்கத்தில் இந்தியா உள்ளது என்ற நம்பிக்கை ஆகியவை அந்நிய ராணுவ உதவியைக் கோரக்கூடாது என்ற நேருவின் உறுதியான கொள்கையில் சிறிய மாற்றத்தை ஏற்படுத்தியது. சில வாரங்களுக்கு முன்புதான் 'அந்நிய ராணுவ உதவியை ஏற்றுக்கொண்டால் யாரையோ நம்பி இருப்பதற்குச் சமானம். எனவே தோல்வி ஏற்படும் சூழல் ஏற்பட்டாலும் ராணுவ உதவி கேட்கமாட்டேன்' என்று கூறியிருந்தார். ஆனால் அக்டோபர் 29ஆம் தேதி நேருவைச் சந்தித்த அமெரிக்க தூதர் ராணுவ உதவி வழங்குவது குறித்துக் கேட்ட போது நேரு தயக்கமின்றி உடனடியாக ஒப்புக்கொண்டார்.

பிரிட்டன், ஃபிரான்ஸ் நாடுகளிடமும் கோரிக்கை வைக்கப்பட்டது. பிரிட்டன் முதல் கட்ட உதவியை இலவசமாகவே செய்து தர முன்வந்தது. அமெரிக்கா பண, பேர விஷயங்களைப் பின்னர் பேசிக்கொள்ளலாம் என்று சொன்னது. ஃபிரான்ஸ் இந்த உதவிக்கான கட்டணத்தை விட்டுக்கொடுக்க விரும்பவில்லை. இதனால் தில்லி வட்டாரத்தில் சிறு கெட்ட பெயர் சம்பாதித்துக்கொண்டது. இஸ்ரேலிடம் கேட்டால் முஸ்லிம் நாடுகளின் விரோதத்தைச் சம்பாதிக்க நேரிடும் என்று நேரு முதலில் எண்ணினார். இருப்பினும் கடைசி நேரத்தில் இஸ்ரேலுக்கும் வேண்டுகோள் வைத்தார். ஆனால், அரபு நாடுகளின் அதிருப்தியைக் குறைக்கும் நோக்கில், இஸ்ரேல் தனது ஆயுதங்களை அனுப்பும் கப்பலில் அந்நாட்டுக் கொடி இல்லாமல் அனுப்பிவைக்கும்படி இந்தியா கேட்டுக்கொண்டது. இஸ்ரேலோ, 'ஆயுதம் வேண்டுமென்றால் எங்கள் நாட்டுக் கொடியுடன் தான் கப்பல் வரும்' என்று கறாராகச் சொன்னது. கடைசியில் அந்நாட்டுக் கொடியுடன் ஆயுதங்கள் பம்பாய் துறைமுகத்தை வந்தடைந்தன.

அமெரிக்க ஆயுதங்கள் வந்து சேரத் தொடங்கிய நிலையில் இந்திய எம்.பி.கள் யாரும் அணி சேரா கொள்கையினால் நாட்டின் பாதுகாப்பை நேரு பாதிப்புக்குள்ளாக்கிவிட்டார் என்று விமர்சிக்க முடியாத நிலை உருவானது. ஜனநாயகத்தைப் பாதுகாக்கும் நோக்கிலேயே இந்தியா அந்த உலகப் போரில் ஈடுபட்டிருப்பதாகச் சில இந்தியர்கள் சொன்னார்கள். ஒரு சுயேச்சை எம்.பி., 'எங்களுக்குத் தேவையானவற்றைக் கொடுங்கள். வேலையை முடித்துக் காட்டுகிறோம்' என்று சர்ச்சில் சொன்னதுபோல் சூளுரைத்தார். இந்த ஆயுத உதவிகள் எல்லாம் எந்தவித நிபந்தனைகளோ வேறு எந்த உள்ளூறை நிர்பந்தங்களோ இல்லாமல் பெறப்பட்டவையே. எனவே, அணி சேராக் கொள்கையை இது எந்தவகையிலும் பாதிக்காது என்று நேரு சொன்னார். ஆனால், இந்திய அயலுறவுக் கொள்கையில் பாதிப்புகள் இருந்தன. பாகிஸ்தானுடன் நேரு காஷ்மீர் தொடர்பாக பேச்சுவார்த்தையை மீண்டும் தொடங்கவேண்டும்; இல்லை யென்றால் ஆயுத சப்ளை நிறுத்தப்படும் என்று மறைமுகமாக பிரிட்டனும் அமெரிக்காவும் நிர்பந்தித்தன.

'டைம்ஸ்' பத்திரிகை இது பற்றி எழுதியதாவது: 'இந்தியா சுதந்திர நாடாக உருவான நாள் தொடங்கிக் கடைப்பிடித்த கொள்கையை, இன்று நடைபெற்ற கேபினெட் அமைச்சரவைக் கூட்டத்தில் முற்றிலுமாக மாற்றிக்கொண்டு, அமெரிக்கா அளிக்க முன் வந்த ராணுவ உதவியை ஏற்றுக்கொள்ள புதுடெல்லி முடிவெடுத்துள்ளது. சீனாவுடனான போரில் இந்தியா வெற்றி பெற வேண்டுமெனில்

அமெரிக்காவின் தரமான மற்றும் அதிக எண்ணிக்கையிலான ஆயுதங்கள் மூலம் மட்டுமே சாத்தியம் என்று நேருவின் ஆலோசகர்களே அவரிடம் தெரிவித்துள்ளனர்.

ராணுவத் தேவைகளைப் பட்டியலிட்டு அமெரிக்க அரசிடம் ஏற்கனவே இந்தியா கொடுத்துள்ளது. புதுடெல்லியில் உள்ள அமெரிக்க தூதரக அதிகாரிகள், தாறுமாறாகவும் குழப்பமாகவும் உள்ள பட்டியலைப் பார்த்துத் தங்களது அதிருப்தியை வெளியிட்டுள்ளனர். இருப்பினும் அப்போதுதான் புதிதாகக் கணினிகளைப் பயன்படுத்தத் தொடங்கியிருந்த அமெரிக்க பெண்டகன் மேற்கு ஜெர்மனியில் இருந்து ஜெட் சரக்கு விமானங்கள் மூலம் அடுத்த ஐந்து நாள்களில் ஆயுதங்களை இந்தியாவுக்கு அனுப்பிவைத்தனர். தினசரி எட்டு விமானங்கள் மூலம், இருபது டன் எடையுள்ள ஆட்டோமேடிக் ரைஃபிள்கள், ஹெவி மோர்ட்டார்கள், துப்பாக்கிகள் ஆகியவை தரை இறங்கின. இக்கட்டான சூழலில் அமெரிக்க அதிபர் கென்னடி செய்த உதவிக்கு நேரு நன்றி தெரிவித்தார்’.

அமெரிக்காவிடமிருந்து நேரடியாக இந்தியா ஆயுத உதவியைப் பெற்றது கண்டு சீனா அதிர்ச்சி அடைந்தது. இது பற்றி சூ என் லாய் ஆஃப்ரிக்க - ஆசிய நாடுகளுக்கு எழுதிய கடிதத்தில் ‘இந்திய அரசு ராணுவ உதவிகளை வெளிப்படையாக அமெரிக்காவிடம் உடனடியாகத் தரும்படி கேட்டுப் பெற்றுள்ளது’ என்று குறிப்பிட்டுள்ளார். பீப்பிள்ஸ் டெய்லி பத்திரிகை ‘நீண்ட காலமாக அமெரிக்காவிடம் இருந்து இந்தியா பொருளாதார உதவியைப் பெற்று வருவது தெரிந்த விஷயம்தான். இப்போது ராணுவ உதவியையும் பெறவிருப்பது வரலாற்றுச் சிறப்பு மிக்கதாகும்’ என்று தலையங்கம் தீட்டியது.

நேரு எடுத்த முடிவு அதுவரை அவர் கடைப்பிடித்த அணி சேராக் கொள்கைக்கு முற்றிலும் வேறாக உள்ளது. அமெரிக்க ஏகாதிபத்யத்தை நேரு நம்பத் தொடங்கினால், அமெரிக்காவின் தேவைகளை நிறைவு செய்யவும், சீனாவைத் தொடர்ந்து எதிர்த்தும் வந்தாகவேண்டியிருக்கும். சீனாவைத் தொடர்ந்து எதிர்க்கும் பட்சத்தில் அமெரிக்க ஏகாதிபத்தியத்தை நம்பியாக வேண்டியிருக்கும். இந்த மாய வலையில் நேரு சிக்கிக் கொண்டார் என்றே கூற வேண்டும்.

இந்திய - சீன எல்லைப் பிரச்னை பற்றி சீன வெளிவிவகாரத் துறை அதிகாரி சொன்னதாக மேற்கத்திய செய்தியாளர் எழுதிய கட்டுரையில் ‘இந்தியா எங்களைத் தொடர்ந்து தாக்கிக்கொண்டே இருந்தால், அவர்களுக்கு வேண்டிய அனைத்தையும் வழங்க அமெரிக்கா உறுதி அளித்துள்ளது. இரு நாடுகளுக்கு இடையேயான மோதலைப்

பயன்படுத்திக் கொண்டு அமெரிக்கா மில்லியன் கணக்கான டாலர்களைச் சம்பாதிக்கிறது. இது இத்துடன் நிற்காது. இன்னும் தொடர்ந்து கொண்டே இருக்கும்' என்று பதிவு செய்திருந்தார்.

அணி சேராக் கொள்கையில் இந்தியாவுடன் இணைந்திருந்த நாடுகள் மற்றும் ஆசிய / ஆப்பிரிக்க நாடுகள், சீன விவகாரத்தில் தனக்கு ஆதரவாக இல்லை என்று நேரு வருத்தபட, சூ என் லாயோ நவம்பர் முதல் வாரத்தில் அந்நாட்டுத் தலைவர்களுக்குக் கடிதம் எழுதி நன்றி தெரிவித்ததுடன், இரு நாடுகளுக்கு இடையே தீர்வை ஒட்டிய சுமுகமான பேச்சுவார்த்தை நடைபெற உதவுமாறும் கேட்டுக் கொண்டார்.

'உரிமை தொடர்பாக சீனாவுக்கு ஏதேனும் பிரச்னை இருந்தால், அமைதியான தீர்வுகளை ஒட்டிய பேச்சுவார்த்தைகளை நடத்த முன் வந்திருக்கலாம். எங்கள் பொறுமை, அமைதி, நல்லெண்ணம், சகிப்புத் தன்மைக்கு எதிராக சீனா தாக்குதல் நடத்தி உள்ளது' என்று நாடாளுமன்றத்தில் நேரு விளக்கம் அளித்தார். எதிர்க்கட்சித் தலைவர் அசோக் மேத்தா இது பற்றிய தீர்மானம் கொண்டு வர வேண்டும் என்று கோரிக்கை விடுத்தார். 'இந்தியாவின் புனித மண்ணுக்குள் ஊடுருவிய சீனர்களை விரட்டிய அடிக்க இந்திய மக்கள் உறுதியுடன் போராட வேண்டும். இந்தியாவின் நல்லெண்ணத்தையும், நட்பையும் மதிக்காமல் சீனா தாக்குதல் நடத்தி நம்பிக்கை துரோகம் இழைத்துள்ளதை வருத்தத்துடன் பதிவு செய்கிறோம். ஆகவே இந்திய எல்லைக்குள் ஊடுருவிய சீனர்களை அப்புறப்படுத்தும் நோக்கத்துடன் தாக்கியதில் தவறேதும் இல்லை' என்ற தீர்மானம் ஒரு மனதாக நிறைவேறியது.

நாடு முழுவதும் கட்சி பேதமின்றி (கம்யூனிஸ்ட் உள்பட) சீனாவை எதிர்த்துக் கண்டன ஆர்ப்பாட்டங்களும், கூட்டங்களும் நடைபெற்றன. மாணவர்கள் மா சே துங் மற்றும் சூ என் லாய் உருவ பொம்மைகளை எரித்தனர். அரசுக்கு ஆதரவாக இருப்போம் என்று ரத்தத்தில் கையயெழுத்திட்டு அனுப்பினர். புது டெல்லி மற்றும் கல்கத்தாவில் இருந்த சீன நிறுவனங்கள் தாக்குதலுக்கு உள்ளாயின. ஜப்பானிய அதிகாரிகள் தவறுதலாகத் தம்மை யாரும் தாக்கிவிடக்கூடாதென்று தமது கார்களில் உதிக்கும் சூரியன் ஸ்டிக்கரையும் இந்தி வாசகங்களையும் ஒட்டிக்கொண்டனர். இந்தியக் குடிமகன்களாகி யிருந்தும் சீன வம்சாவளியினராக இருந்தால் முகாம்களுக்கு அனுப்பப்பட்டு பின்னர் சீனாவுக்கு அனுப்பிவைக்கப்பட்டனர். ராணுவத்தில் சேர விரும்பும் கல்லூரி மாணவருக்கு வசதியாக ராணுவ அமைப்புகள் நாடு முழுவதும் திறக்கப்பட்டன. பள்ளிச் சிறுமிகள் அணி வகுப்புகள் நடத்தினர். நாடாளுமன்ற உறுப்பினர்கள்

துப்பாக்கியால் சுடுவதுபோல் புகைப்படம் எடுத்து வெளியிட்டனர். பஞ்சாபில் நாடாளுமன்ற உறுப்பினர்கள் ராணுவ உடையில் கலந்து கொண்டனர். தலைநகரின் பொது இடங்களில் பதுங்குகுழிகள், பள்ளங்கள் தோண்டப்பட்டன. அரசு அலுவலங்கள் முன் மணல் மூட்டைகள் அடுக்கப்பட்டன.

நாட்டில் மெள்ள மெள்ள வலதுசாரிச் சாய்வு அதிகரிக்கத் தொடங்கியதுபோல் தோன்றியது. முக்கியமாக, இந்திய கம்யூனிஸ்ட் கட்சியின் உள்ளார்ந்த பலவீனங்கள் வெளியே தெரியத் தொடங்கின. அப்போது கட்சியின் முழுக் கட்டுப்பாடையும் தன் வசம் வைத்திருந்த வலதுசாரி-கம்யூனிஸ்ட்கள் சீனாவைக் கண்டித்து நேருவை முழு மனதுடன் ஆதரித்தது. எல்லைப் போருக்கு நிபந்தனை அற்ற ஆதரவைத் தந்தது. பிரச்னை உச்சத்தில் இருந்த போது கைது செய்யப் பட்ட கம்யூனிஸ்ட்களில் வலதுசாரிச் சாய்வு கொண்டவர்கள் மெள்ள விடுவிக்கப்பட்டனர். கம்யூனிஸ்ட் கட்சிக்குள் சிறிய விரிசலாகக் காணப்பட்ட கருத்து வேறுபாடு நாளடைவில் முற்றி இறுதியில் இந்தியக் கம்யூனிஸ்ட் (CPI) என்றும் மார்க்சிஸ்ட் கம்யூனிஸ்ட் (CPM) என்றும் இரண்டாக உடைந்தது. இந்திய கம்யூனிஸ்ட் ரஷ்ய ஆதரவுக் கட்சி என்பதும், மார்க்சிஸ்ட் கம்யூனிஸ்ட் சீன ஆதரவுக் கட்சி என்பதும் குறிப்பிடத்தக்கது. இந்தப் பிளவினால் நாடாளுமன்றத்தில் இடதுசாரிகளுக்கு இருந்த சொற்ப பலம் மேலும் குறைந்தது. எனினும் மேற்கு வங்காளத்திலும் கேரளாவிலும் தனது செல்வாக்கை நிலைநாட்டிக்கொண்டதன் மூலம் சீன எல்லைப் போரில் சீனாவைக் கண்டிக்காததால் இடதுசாரி கம்யூனிஸ்ட்கள் எந்த செல்வாக்கையும் இழக்கவில்லை என்பதே தெரிய வருகிறது.

சீனாவுக்கு எதிரான போருக்குத் தேவையான ஆயுதங்களையும், தளவாடங்களையும் வாங்குவதற்காக மத்திய நிதி அமைச்சர் மொரார்ஜி தேசாய் தேசிய அளவிலான 'ராணுவ நிதியத்தைத்' (Ornaments for Armaments) தொடங்கினார். ரொக்கமாகவோ, தங்கமாகவோ, நகைகளாகவோ அவரவர் விருப்பம் போல் இந்த நிதியத்துக்கு மக்கள் வாரி வழங்க வேண்டும் என்ற வேண்டுகோளும் விடுக்கப்பட்டது. ராணுவத் தேவைகளுக்காக நிதி அமைச்சகம் பத்திரங்களையும் வெளியிட்டது (ஆரம்பத்தில் போருக்கான நிதி தாராளமாக வந்து குவிந்ததாகவும் பின்னர் கிராமப்புறங்களில் அதிகாரிகள் வறியவர்களையும் கெடுபிடிகளுக்கு உள்ளாக்கி வசூலித்ததாகவும் புகார்கள் எழுந்தன). ஆயுதங்களையும், தளவாடங்களையும் தயாரிக்கும் தொழிற்சாலைகள் உற்பத்தியைப் பெருக்கக் கூடுதல் நேரம் பணியாற்றவும் உத்தரவிடப்பட்டது.

இந்தியாவுக்கு ஏற்பட்ட முதற்கட்டத் தோல்விகள் ராணுவ ரீதியாகப் பின்னடைவை ஏற்படுத்தினாலும், அரசியல் ரீதியாக உதவவே செய்தன. பல்வேறு உள்நாட்டுப் பிரச்னைகளைச் சீனப் போர் மறக்கடித்தது. ஒரு பத்திரிகை வெளியிட்ட கேலிச் சித்திரம்: உணர்வுபூர்வமான ஒருங்கிணைப்பு, தொழில்துறை அமைதி, அரசு மீது மக்கள் நம்பிக்கை எனப் பல அம்சங்கள் ஒரு கிராஃபில் குறிக்கப்பட்டிருக்கின்றன. அவையெல்லாம் போர்க்காலத்தில் கிடுகிடுவென உயர்ந்து நிற்கின்றன. நேரு தன் அமைச்சர்கள், நாடாளுமன்ற உறுப்பினர்களுக்கு அவற்றைச் சுட்டிக்காட்டி 'இவையெதுவும் இதற்கு முன் இப்படிச் சிறந்து விளங்கியதில்லை' என்று சொல்கிறார். இந்தியர்கள் ஒன்றிணைந்தது குறித்துத் தனது மகிழ்ச்சியை நேரு மக்களவையில் வெளிப்படுத்தினார். ரத்தம் சிந்திய ஜவான்கள் புதிய தேசத்தின் விதைகளாகப் புகழப்பட்டனர்.

தாக்-லாவுக்குக் கீழே ராணுவம் போரிட முயன்றது குறித்து நவம்பரில் நடைபெற்ற நாடாளுமன்றைக் கூட்டத் தொடர் நேரு உரையாற்றுகையில் 'கடைசி நிமிடம் வரை சீன ராணுவம் அதிக எண்ணிக்கையில் எங்களைத் தாக்கும் என்று நினைக்கவே இல்லை' என்றார். எல்லைப் போர் முடிந்து ஐந்து ஆண்டுகள் கழித்து மேனனும் இதே கருத்தை வழிமொழிந்தார். 'சீன ராணுவத்தை இந்திய எல்லைக்குள் இன்னும் ஆழமாக ஊடுருவ அனுமதித்த பிறகு தாக்குதலைத் தொடங்கி இருந்தால் முடிவு வேறு மாதிரியாக மாறியிருக்கலாம். ஆனால் இந்த முடிவுக்கு மக்களை ஏற்றுக் கொள்ள வைப்பது மிகக் கடினம். அல்லது நம்மை விட சீன ராணுவம் பல மடங்கு பலம் வாய்ந்தது என்று தெரிந்து உடனேயே படைகளைத் திரும்பப் பெற்றுக் கொண்டிருக்கவேண்டும். ஆனால் இன்னொன்றையும் நீங்கள் புரிந்துகொள்ள வேண்டும். அங்கேயே முகாமிடுங்கள் என்று நாங்கள் கூறவே இல்லை. நமது கடமை உணர்வுள்ள வீரர்கள் திரும்ப வர மறுத்துக் களத்தில் போரிடவே விரும்பினார்கள்' என்றார். நேருவின் இந்தப் பேச்சு ஒன்றைத் தெளிவுபடுத்துகிறது. வீரர்களைத் திரும்ப அழைத்துக் கொள்ள வேண்டும் என்று களத்தில் இருந்த கமாண்டர்கள் விடுத்த கோரிக்கை நேருவிடம் தெரிவிக்கப்படவே இல்லை. மாறாக கௌல், சென் மற்றும் தாப்பர் ஆகியோர், வீரர்கள் திரும்பிச் செல்ல விரும்பவில்லை என்று உண்மையைத் திரித்து சொன்ன பொய்யான தகவலை மட்டுமே நேரு நம்பினர் என்பதும், அவரது பேச்சு இம்மூவரின் தகவல்களின் அடிப்படையிலேயே அமைந்ததும் புலனானது.

தாக்-லா பகுதியில் ராணுவத்துக்குத் தேவையான தளவாடங்களும் வீரர்களும் போதிய அளவில் அனுப்பி வைக்கப்படவில்லை என்ற

குற்றச்சாட்டு பரவலாகவே, உள்ளூர் தயாரிப்புகளை மட்டுமே நம்பியிருக்க வேண்டிய காரணத்தால் ஏற்படும் முக்கிய பிரச்னை இதுவென்று நாடாளுமன்றத்தில் விளக்கினார். 1954 முதற்கொண்டே பாகிஸ்தான் தனது ராணுவ பலத்தைப் பெருக்கிக் கொள்ள அமெரிக்காவிடமிருந்து ஆயுதங்களைப் பெற்று வருவதால், இந்தியாவும் எல்லைகளைக் காப்பாற்ற, குறிப்பாக சீனாவைச் சமாளிக்க வெளிநாட்டு ராணுவ உதவிகளைப் பெறுவதில் தவறேதும் இல்லை என்று அப்போது உறுப்பினர்கள் ஆலோசனை தெரிவித்தனர். மகாத்மா காந்தியின் அஹிம்சைக் கொள்கைக்கு ஓய்வு கொடுத்து விட்டு, பிரிட்டிஷ் அரசை எதிர்க்க ஜப்பானிடம் ஆயுத உதவி கோரிய நேதாஜி சுபாஷ் சந்திர போஸ் போல் மாற வேண்டும் என்றும் சில கருத்துத் தெரிவித்தனர்.

மக்களவையில் விவாதம் ஆறு நாள்கள் நீடித்தது. ஆளும் காங்கிரஸ் மற்றும் எதிர்க்கட்சிகளைச் சேர்ந்த 165 உறுப்பினர்கள் விவாதத்தில் பங்கேற்றுப் பேசினார்கள். முன்பிருந்த நிலை மாறி இந்தியாவுக்கு ஆதரவு தெரிவிக்கப் பல நாடுகள் முன் வந்தது நேருவுக்கு மகிழ்ச்சியைத் தந்தது. நவம்பர் 7 வரை எத்தியோபியா, ஈக்வடார், கௌடமாலா, ஜோர்டான், லக்ஸம்பர்க், மெக்ஸிகோ, டோமினிகன் ரிபப்ளிக், அமெரிக்கா, இங்கிலாந்து, பொலிவியா, நிகராகுவா, ஃபிரான்ஸ், சிலோன், சைப்ரஸ், நியூசிலாந்து, ஆஸ்திரேலியா, டிரினிடாட், மேற்கு ஜெர்மனி, ஹாலந்து, சுவிட்சர்லாந்து, வெனுசுவேலா, கோஸ்டாரீகா, ஈரான், நார்வே, சிலி, ஹைத்தி, ஜப்பான், க்ரீஸ், லிபியா, காங்கோ, உகாண்டா, பனாமா, கனடா, ஃபிலிபைன்ஸ், ஐஸ்லாந்து, நைஜீரியா, அர்ஜெண்டினா, இத்தாலி, மலாயா உள்ளிட்ட 39 நாடுகள் இந்தியாவை ஆதரித்தன (அப்போது ஒரு கார்ட்டூனில் உலக உருண்டையை உருட்டிக் கொண்டிருக்கும் அதிகாரிகளில் ஒருவர், கடைசியாக நமக்கு ஆதரவு கொடுத்திருக்கும் நாட்டை நாம் இதுவரை கேள்விப்பட்டதே இல்லையே என்று வியந்து சொல்கிறார்)

நவம்பர் 12-ல் நடைபெற்ற பொதுக் கூட்டத்தில் கலந்து கொண்டு பேசிய லால் பகதூர் சாஸ்திரி சீனத் தாக்குதலைச் சமாளிக்கும் அளவுக்கு இந்தியா வலுவாக இருப்பதாகவும், இந்திய மண்ணில் இருந்து சீனர்களை விரட்டி அடிக்க ராணுவ பலத்தை அதிகரித்து வருவதாகவும் தெரிவித்தார். ஆனா உண்மை நிலை என்னவெனில் மேற்குப் பிராந்தியத்தில் இந்திய முகாம்களைச் சீனா அழித்துக் கொண்டிருந்தது. சீனா பீரங்கிகளைப் பயன்படுத்தியதாகவும் தகவல்கள் கசிந்தன. ஆனால் மேற்கில் கிடைத்த தோல்வி பற்றிப் புது டெல்லி கவலைப்படவில்லை. வடகிழக்கு எல்லையில், குறிப்பாக

வாலாங் முனையில், சீனப் படைகளைத் தோற்கடித்து, இந்தியா மகத்தான வெற்றி பெறப் போவதாக மக்களை நம்ப வைத்துக் கொண்டிருந்தது.

தோற்றுப் போன இந்தியாவில் மேற்கண்ட பரபரப்புகளுக்குப் பஞ்சமில்லை. நியாயமாகப் பார்த்தால் வெற்றி பெற்ற சீனாதான் விழாக் கோலம் பூண்டிருக்க வேண்டும். கொண்டாட்டங்களால் நிறைந்திருக்க வேண்டும். ஆனால் ஏனோ சீனாவில் அமைதி நிலவியது. மோதலில் சீனா ஜெயித்த விஷயம் அந்நாட்டு மக்கள் அனைவரையும் சென்றடைந்ததா என்றால் அது கூடக் கேள்விக் குறிதான். சீனா - இந்திய போர் பற்றிய எந்த விவரமும், எந்தப் பத்திரிகையிலும் வெளிவரவில்லை. செய்திகளை வெளியிடும் நியூ சீனா நியூஸ் ஏஜென்சி அரசுக் கட்டுப்பாட்டில் இருப்பதால் போர் விவகாரங்கள் மக்களைச் சென்றடையாமல் மூடி மறைத்தது.

நம்கா சூவில் தோல்வியுடன் இந்தியாவுக்குக் கிடைத்த மோசமான பின்னடைவுகள் முடிவுக்கு வந்துவிட்டது என்றும், வட கிழக்கில் சீனா மீண்டும் தாக்குதல்களில் ஈடுபடாது என்றும், இந்தியா முழுமையாக நம்பியது. இதை ராணுவத் தலைமை அலுவலகம் தனக்குக் கீழுள்ள தளபதிகளுடனும் பகிர்ந்து கொண்டது. இதற்கிடையே கடுமையான குளிர் மற்றும் நுரையீரல் பாதிப்பு காரணமாகப் பாதிக்கப் பட்டு மருத்துவமனையில் அனுமதிக்கப்பட்டிருந்த ஜெனரல் கௌல் முழுமையாக குணம் அடைந்ததைத் தொடர்ந்து, IV கார்ப்ஸ் கமாண்டராகத் தற்காலிகமாக நியமிக்கப்பட்ட ஜெனரல் ஹர்பக்ஷ் சிங் திரும்ப அழைத்துக் கொள்ளப்பட்டார். ஜெனரல் கௌல் மீண்டும் IV கார்ப்ஸ் கமாண்டர் பொறுப்பை ஏற்றுக்கொண்டார் என்று அகில இந்திய வானொலியில் செய்தி ஒலிபரப்பானது.

அக்டோபர் 24 அன்றுதான் லெஃப்டினெண்ட் ஹர்பக்ஷ் சிங் IV கார்ப்ஸ் கமாண்டாகப் பொறுப்பேற்றுக் கொண்டார். நான்கு நாள்களுக்குள் அவரை XXXIII கார்ப்ஸுக்கு மாற்றிவிட்டு மீண்டும் கௌலை IV கார்ப்ஸ் கமாண்டராக நியமித்த செய்தியைக் கேட்ட சென்னும் தாப்பரும் அதிர்ச்சி அடைந்தனர். அவர் பிரதமர் நேருவின் தனிப்பட்ட விருப்பத்தில் பேரில் மீண்டும் பொறுப்பேற்க உள்ளார் என்பதைத் தெரிந்துகொண்ட பிறகு அமைதியானார்கள். 4 டிவிஷன் தலைமை அலுவலக அதிகாரிகள் கௌலின் வருகை உறுதியானதைத் தொடர்ந்து 'ஐயோ!, மீண்டும் அவரா? ஆண்டவன்தான் எங்களைக் காப்பற்றவேண்டும்' என்று பெருமூச்சு விட்டனர்.

'கௌலுக்குப் போர் முனையில் சண்டையிட்ட அனுபவம் கிடையாது என்று சிலர் சொல்வது உண்மையல்ல. பர்மாவில் போரிட்ட

அனுபவம் உண்டு. மேலும் வாஷிங்டனில் நமது ராணுவப் பிரதிநிதியாக இருந்தபோது காஷ்மிரில் பிரச்னை முற்றியது. அப்போது என்னை (கௌல்) அங்கு அனுப்புங்கள் என்று எந்த நிர்பந்தமும் இல்லாமல் தானாகக் கேட்டுக் கொண்டவர்தான் கௌல்' என்று நேரு அவருக்குப் பாராட்டுப் பத்திரம் வாசித்தார்.

ஆனால் நேருவின் கூற்றை ஜெனரல் திம்மையா ஒப்புக் கொள்ளவில்லை. 'ராணுவத்தில் உள்ள சாதாரண சிப்பாய்க்குக் கூட கௌலைப் பற்றி முழுமையாகத் தெரியும். IV கார்ப்ஸுக்கும் கட்டாயம் அறிந்திருப்பார்கள். ராணுவப் பணியில் நீங்கள் எங்கு இருந்தீர்கள், என்ன செய்து கொண்டிருந்தீர்கள் என்பது வெளிப்படையாகவே தெரியும். யாரிடமும் மறைக்க முடியாது. அந்த வகையில் கௌல் எந்தப் போரில் பங்கேற்கவில்லை என்பது உள்ளங்கை நெல்லிக்கனி. எந்த உயர் அதிகாரியும் கௌலை மதிப்பதில்லை என்பது அதை விட உண்மை' என்றார்.

ஜெனரல் கௌல் மீண்டும் பதவி ஏற்பதற்கு முன்பு அக்டோபர் 26 ஆம் தேதி அவரது வீட்டில் நூலாசிரியர் சந்தித்தார். அவரது உடல் நிலை நன்கு தேறி இருந்தது. நம்கா சூவில் அடைந்த தோல்வியில் அவரைச் சிறிதும் பாதிக்கவில்லை. இந்தியத் துருப்புகளின் குறைபாடுகளையும் பலவீனங்களையும் விளக்கினார். 'சொஞ் ஜாங்கின் மோதல் சீனாவின் எண்ணங்களையும், முனைவுகளையும் தெரிந்து கொள்ள உதவியது. ஆனால் சே லாவில் சீனாவை முன்னேற விடாமல் தடுப்பதுடன் அவர்களை வீழ்த்திக் காட்டுவேன்' என்றார் நம்பிக்கையுடன்.

அக்டோபர் 29 அன்று IV கார்ப்ஸ் கமாண்டராக மீண்டும் கௌல் பொறுப்பேற்றுக்கொண்டது ஒருவகையில் அவரது எதிர்கால வளர்ச்சிக்கு அவசியமாகிப் போனது. அவர் சந்தித்த போர்க்களம் நம்கா சூ ஒன்றே ஒன்றுதான். அதிலும் தோல்வி அடைந்த நிலையில், உடல்நலக் குறைவுடன், ஜெனரல் ஸ்டாஃப் பணிக்குத் திரும்பியிருந்தால், எந்தப் பதவி உயர்வும் இல்லாமல் அவரது எதிர்காலம் முடங்கியிருக்கும். அரசியல் செல்வாக்கோ நேருவின் நெருக்கமோ எந்த வகையிலும் அவருக்கு உதவியிருக்காது. அவர் திரும்பப் பழைய பொறுப்புக்கு வரக் கூடாது என்று பலரும் முயன்ற நிலையில் நேருவின் தனிப்பட்ட பரிந்துரை காரணமாகவே மீண்டும் நியமிக்கப்பட்டார்.

1959 அக்டோபரில் கிழக்குக் கமாண்டர் ஜெனரல் தோராட் வட கிழக்கில் மூன்று அடுக்குப் பாதுகாப்பைப் பரிந்துரைத்திருந்தார். திபெத் எல்லை வழியாக வட கிழக்கு எல்லைக்குள் ஊடுருபவர்களை கண்காணிக்க மெக்மொகன் கோட்டுக்கு அருகே முகாம்கள்

நிறுவப்படும். இதற்கான தேவை நான்கு பிரிகேட்கள். ஆனால் சீனா எந்தத் தாக்குதலையும் நடத்தாது என்ற நம்பிக்கையில் இவரது பாதுகாப்பு யோசனையை அரசு ஏற்றுக் கொள்ளவில்லை. இதற்கிடையே புலனாய்வு அமைப்பு சீனா ஊடுருவும் பாதையாக லோஹித் பள்ளத்தாக்கைக் குறிப்பிடவே, வாலாங் மற்றும் கிபிட்ஹூவில் உள்ள முகாம்களில் இரு இன்ஃபண்ட்ரி பெட்டாலியன்களையும் அஸ்ஸாம் ரைஃபிள்களையும் குவிக்க உத்தரவானது.

தளவாடங்களைக் குவிப்பதில் இந்திய ராணுவம் ஒழுங்கு முறையோ, அமைப்போ இல்லாமல், அடிக்கடி மாற்றிக் கொண்டே இருந்ததால், பிரச்னைகளை இன்னும் அதிகமாயின. வாலாங்கில் முதலில் 4 டிவிஷனின் கீழ் 5 இன்ஃபண்ட்ரி பிரிகேட்களை அனுப்புவதாக முதலில் முடிவு செய்யப்பட்டிருந்தது. ஆனால் வாலாங்கில் உள்ள மிகச் சிறிய ஹெலிபேட்டில் அதிகபட்சம் ஆறு வீரர்களை மட்டுமே ஹெலிகாப்டர் மூலம் தரை இறக்கலாம். மேலும் தவாங்கில் ஏற்பட்ட தோல்வியைத் தொடர்ந்து வட கிழக்கு எல்லை முழுமையையும் கட்டுப்படுத்த புதிய டிவிஷனல் தலைமை அலுவலகத்தை உருவாக்கத் திட்டமிட்டனர். புதிய 2 டிவிஷனுக்கு மேஜர் ஜெனரல் எம் எஸ் பதானியா (4 டிவிஷன் தளபதி ஏ.எஸ் பதானியாவின் உறவினர்) பொறுப்பேற்றுக்கொண்டார். இருவரும் அவரவர் வசதிக்கேற்ப, தங்களுக்கு வேண்டிய, பிரிகேட் கமாண்டர்களைக் கேட்டு வாங்கி நியமித்துக் கொண்டனர். ஒரு பிரிவுக்கு தனக்கு வேண்டப்பட்ட கமாண்டரை நியமிக்காத காரணத்தால், ஏ.எஸ். பதானியா பொம்டி லாவில் ஒரு பிரிகேட்டுக்கு எந்த உத்தரவும் பிறப்பிக்காமல் ஒரு வார காலம் வீணாக நிறுத்தி வைத்திருந்தார். கமாண்ட் மாற்றங்களில் ஏற்பட்ட இக்குழப்பம் இந்திய ராணுவ அமைப்பை நேரடியாகவே கடுமையாகப் பாதித்தது.

புதிதாக நிறுவப்பட்ட 2 டிவிஷன் தேவையான வீரர்கள் மற்றும் தளவாடங்களுடன் தயார் நிலையில் இருப்பதாகவும், வாலாங்குக்கு இன்னும் ஒரேயொரு பெட்டாலியனை அனுப்பி வைத்தால் அந்தப் பிராந்தியத்தில் ஓடும் மெக்மொகன் கோட்டில் இருந்து மிக எளிதாக சீன ராணுவத்தை விரட்டிவிடலாம் என்று கௌலுக்குத் தகவல் கூறினார் மேஜர் ஜெனரல் எம்.எஸ்.பதானியா. ஆனால் IV கார்ப்ஸ் வேறு வகையில் கணித்தது. மெக்மொகன் கோட்டுக்கு மேலே உள்ள ரிமாவில் சீன ராணுவம் வலுவாக இருப்பதாக எம்.எஸ். பதானியாவுக்கு நவம்பர் 11 ஆம் தேதி செய்தி அனுப்பி எச்சரித்தார். ஆனால், இந்தச் செய்தியைக் களத்தில் உள்ள பிரிகேட்டுக்கு அனுப்பாததால் விவரம் தெரியாமல் நவம்பர் 13 தொடங்கி 14-ல் ஒரே

நாளில் தாக்குதலை முடிக்கத் தங்களைத் தயார்படுத்திக் கொண்டிருந்தனர்.

எம்.எஸ்.பதானியா கோரிய கூடுதல் பெட்டாலியன் தாக்குதலுக்குத் திட்டமிட்டிருந்த நவம்பர் 13 அன்றுதான் வந்து சேர்ந்தது. இருப்பினும் 11 பிரிகேட் கூடுதல் படைகளுக்காகக் காத்திருக்காமல் தாக்குதலுக்குத் தயாரானது. கௌலும் எம்.எஸ்.பதானியாவும் தாக்குதலை வழிநடத்தவும், கண்காணிக்கவும் வாலாங்கை வந்தடைந்தனர். ஆனால் நவம்பர் 13 தொடங்கி 14-ல் ஒரே நாளில் முடிக்க வேண்டிய அவசியம் என்ன? அந்த நாளைத் தேர்ந்தெடுக்க என்ன விசேஷம்? ஏனைய பிராந்தியங்களில் நிலைநிறுத்தப்பட்டுள்ள ராணுவத்துடன் ஒருங்கிணைந்து தாக்குதல்களை நடத்தாமல் இங்கு மட்டும் நடத்தவேண்டிய காரணம் என்ன? யோசித்துப் பார்த்தால் நவம்பர் 14க்கு ஒரே ஒரு விசேஷம்தான் இருந்தது. ஆம். அன்று பிரதமர் நேருவின் எழுபத்தி மூன்றாவது பிறந்தநாள். 'சீனாவை வீழ்த்தி அந்த வெற்றிச் செய்தியை நேருவின் பிறந்த நாள் பரிசாக வழங்க வேண்டும்' என்பதே கௌலின் ஒரே திட்டம்.

நவம்பர் 14 அன்று இந்திய ராணுவத்தின் 6ஆவது குமானிய பெட்டாலியனைச் சேர்ந்த இரு கம்பெனிகள் கனரக மோர்ட்டார்கள், துப்பாக்கிகள் உள்ளிட்ட தளவாடங்களுடன் சீனா தங்கியிருந்த பகுதியைத் தாக்கக் கிளம்பின. ஒரு கம்பெனி படை மட்டுமே சீனாவின் வசம் அங்கிருந்தது என்று இந்தியா தவறாகக் கணக்குப் போட்டது. குமானியர்கள் மேற்கு இமயமலைத் தொடரில் வசிக்கும் திடகாத்திரமான மலைவாழ் மக்கள் ஆவர். சீனர்கள் மீதான தாக்குதலுக்கு குமானிய பெட்டாலியனை சமீபத்தில்தான் இரு முறை இந்திய ராணுவம் பயன்படுத்தியது.

அன்று இரவு யாருமே எதிர்பார்க்காத வகையில் திடீரென பயங்கர ஆயுதங்களுடன் ஆக்ரோஷமாகத் தாக்குதல் நடத்திய சீன ராணுவம் முக்கால் வாசி குமானிய பெட்டாலியனைக் கொன்று குவித்தது. இறந்தது இந்திய வீரர்கள் என்ற உண்மை நிலவரத்தைக் கூட முழுமையாகத் தெரிந்து கொள்ளாமல் நவம்பர் 16 அன்று வெளியான இந்தியப் பத்திரிகைகளின் தலைப்புச் செய்தி என்ன தெரியுமா: 'இந்திய ஜவான்களின் அதிரடித் தாக்குதல்'.

குமானிய பெட்டாலியனை வீழ்த்திய சீன ராணுவம் தொடர்ந்து இந்திய ராணுவத்தின் ஏனைய முக்கிய முகாம்களுக்குள் ஊடுருவத் தொடங்கியது. கைவசம் இருந்த ஆயுதங்கள், தளவாடங்கள் அனைத்தையும் குமானிய பெட்டாலியனுக்குத் தந்து உதவியதால், சீனாவின் புதிய தாக்குதலைச் சமாளிக்க முடியாமல் இந்திய ராணுவம்

திணறியது. இருப்பினும் கடுமையாகப் போராடினார்கள். போர் நிறுத்தம் அறிவிக்கப்பட்டவுடன், இந்திய வீரர்கள் பலர் கொல்லப் பட்டிருப்பதைக் கண்டு கௌல் அதிர்ச்சி அடைந்தார். கௌலும், எம்.எஸ்.பதானியாவும் தேஜாூவுக்குத் திரும்பினர். வாலாங்கில் அடைந்த படுதோல்வி பற்றி ராணுவத் தலைமை அலுவலகத்துக்கு கௌல் கீழ்க்கண்டவாறு செய்தி அனுப்பினார் :-

‘எதிரியின் ராணுவ பலம் பிரம்மாண்டமாக இருக்கிறது. அவர்களது ஒட்டு மொத்த சக்தி நம்மை விடப் பல மடங்கு அதிகம். அவர்களை வீழ்த்த வேண்டுமானால் நமக்கு உதவியாக வெளிநாட்டு ஆயுதங் களைப் பெற வேண்டியது அவசியம். உயர் பொறுப்பில் இருப்பவர்கள் இது பற்றிப் பேசி உடனடியாக முடிவெடுக்க வேண்டும். வெளிநாட்டுத் தளவாடங்கள் நமக்குக் கிடைத்தால் மட்டுமே சீன ராணுவத்தை வெல்ல முடியும். இதை நான் அச்சத்தில் சொல்ல வில்லை. உண்மை நிலையின் யதார்த்தத்தைக் கூறுகிறேன்’ என்றார்.

சண்டையைத் தொடங்குவதற்கு முன்பே வெளிநாட்டு ராணுவ உதவியைப் பெற வேண்டும் என்பதில் கௌல் உறுதியாக இருந்தார். புறப்படுவதற்கு முன்பு கேபினெட் செயலரைச் சந்தித்துப் பரிந்துரைகள் அடங்கிய கடிதத்தைக் கொடுத்தார். ‘சீனாவின் மீது படையெடுக்க அமெரிக்க உதவியுடன், ஷியாங் கே ஷேக் மற்றும் தெற்கு கொரியாவின் ஆதரவைப் பெற வேண்டும். இமயமலைப் பகுதிகளில் சீனர்களைத் தாக்க வெளிநாட்டு ராணுவ உதவியைக் கோருவதில் தவறேதும் இல்லை. அடுத்த பன்னிரண்டு மாதங்களுக்குள் குறைந்த பட்சம் 10 புதிய டிவிஷன்கள் உருவாக்கிக் கடுமையான பயிற்சி அளிப்பது அவசியம். டெல்லி அல்லது ஆக்ராவைத் தலைமை இடமாகக்கொண்டு புதிய கமாண்டை ஜிஓசி-இன்-சி சுப்ரீம் கமாண்டர் தலைமையில் அமைக்க வேண்டும்’ ஆனால் இந்தப் புதிய ஜிஓசி-இன்-சி கமாண்டராக யாரை நியமிக்க வேண்டும் என்று கௌல் எந்தப் பெயரையும் சிபாரிசு செய்யவில்லை.

தேஜ்பூருக்கு ஹெலிகாப்டரில் வந்து இறங்கிய சீஃப் ஆஃப் ஜெனரல் ஸ்டாஃப் ஜெனரல் தாப்பர் மற்றும் கிழக்கு கமாண்ட் ஜெனரல் சென் ஆகியோரைக் கௌல் வரவேற்று நிலவரம் குறித்துத் தான் அனுப்பிய அறிக்கை பற்றி விளக்கினார்.

சே லா - பொம்டி லா பிராந்திய விவகாரம் அதன் இறுதிக்கட்டத்தை எட்டிய நிலையில், இனி மேற்குப் பிராந்தியத்தில் என்ன நடைபெறுகிறது என்று பார்ப்போம். காஷ்மீர் போர் நிறுத்தக் கோட்டிலிருந்து படைகளைத் திரும்பப் பெற்று அவற்றை லடாக்குக்கு அனுப்ப மேற்குப் பிராந்திய கமாண்ட் உத்தரவிட்டது.

லெ தொடங்கி ஷுஷுல் வரையிலான பாதை அக்டோபர் முதல் வாரத்தில் நிறைவு பெற நவம்பர் மத்தியில் ஷுஷுல் பிரிகேட் அந்தஸ்தைப் பெற்றது. மேற்குப் பிராந்தியத்தில் உள்ள மீதமுள்ள இந்திய முகாம்கள் சீனா உரிமை கோரும் பகுதிக்குள் இருக்கின்றன. ஏனைய முகாம்கள் முற்றிலுமாக அழிக்கப்பட்டன அல்லது வாபஸ் பெறப்பட்டன. கிழக்கு கமாண்ட் மற்றும் IV கார்ப்ஸ் போன்று அர்த்தமற்ற சண்டைகளுக்கு ஆணையிடாமல், மேற்குக் கமாண்ட் தனது வீரர்களின் உயிர்களுக்குக் கொஞ்சம் மதிப்பு கொடுத்தது.

லே பகுதியை சீனா கைப்பற்ற எண்ணினால் அதற்கான பாதை மலைகளுக்கு இடையேயான ஸ்பங்குர் இடைவெளிதான். இங்கு ஷுஷுல் அமைந்துள்ளதால் மேற்கு கமாண்ட் இந்தப் பகுதியில் தனது படைகளை நிலை நிறுத்திக் கொண்டது. ஷுஷுல் கிட்டத்தட்ட 14,000 அடி உயரம் என்பதால் சில முகாம்கள் 16,000 அடிகளைத் தாண்டியும் அமைக்கப்பட்டிருந்தன. ரத்தத்தை உறைய வைக்கும் கடுமையான பனிப்பொழிவு, பிராண வாயு மற்றும் எரிபொருள் இல்லாத சூழல் நிலவியது.

நவம்பர் 18 அதிகாலை மலைப்பகுதிகளில் உள்ள இந்திய முகாம்களின் மீது கனரக மோர்ட்டார், ராக்கெட் ஆகியவற்றைக் கொண்டு சீனா குண்டு மழை பொழிந்தது. ஐந்து மணி நேர இடைவிடாத தாக்குதலில், இங்கும் பாதுகாப்புப் பணியில் இருந்த மற்றொரு குமானிய பெட்டாலியனைச் (13 குமான்) சேர்ந்த பலர் உயிரிழந்தனர். மீதமுள்ளவர்கள் பள்ளத்தாக்கில் உள்ள பிரிகேட் தலைமை அலுவலகத்தைச் சுற்றியுள்ள இடங்களுக்குத் தப்பிச் சென்றனர். ஆனால், ஏனோ சீன ராணுவம் அவர்கள் கோரிய எல்லைக் கோட்டைத் தாண்டவில்லை. இன்னும் சொல்லப் போனால் ஷுஷுல் மீது கூட எந்தத் தாக்குதலையும் நடத்தவில்லை.

இதற்கிடையே வட கிழக்கு எல்லை, சே லா - பாம்டி லா பிராந்தியத்தில் நிறுத்தப்பட்டிருந்த 4 டிவிஷன் ராணுவம் தனது பலத்தை 10 பெட்டாலியன், கனரக மோர்டார், 12 எடை குறைந்த பீரங்கிகள் ஆகியவற்றுடன் அதிகரித்துக்கொண்டது. ஒரே இடத்தில் இந்தப் படை பலத்தை ஒருமுகப்படுத்தி இருந்தால் ஒருவேளை சீன ராணுவத்தைச் சமாளித்திருக்கலாம். ஆனால் சே லாவில் 62 பிரிகேட் கமாண்டர் பிரிகேடியர் ஹோஷியார் சிங்கின் தலைமையில் 5 பெட்டாலியன்கள், பொம்டி லாவில் 48 பிரிகேட் 3 பெட்டாலியன்கள், டிரங் ஜாங்கில் 65 பிரிகேட் 2 இன்ஃபண்ட்ரி பெட்டாலியன்கள் என 3 முக்கிய இடங்களில், ஒவ்வொன்றும் 60 மைல் இடைவெளியில், ஏறுவதற்குக் குறுகலான, கடினமான மலைப்பாதைகளில் தனித்தனியாகப் பிரித்து நிறுத்தப்பட்டிருந்தன.

உணவுப் பொருட்கள் உள்ளிட்ட அன்றாட பராமரிப்புக்குத் தேவையானவற்றை வழங்குவதில், சே லாவுக்குக் கொடுக்கப்பட்ட முக்கியத்துவம் ஏனோ மற்ற இடங்களுக்கு விரிவுபடுத்தப்படவில்லை. பொம்டி லாவுக்குக் கூடுதல் துருப்புகள் கொடுத்திருந்தால் தாக்குதல் நடத்த சீனர்கள் சிரமப்பட்டிருப்பார்கள். அதேபோல் டிரங் ஜாங்குக்கும் சில பாதுகாப்பு அம்சங்கள் இருந்தன. ஆனால் 4 டிவிஷன் இவற்றைப் பலப்படுத்த எந்த அக்கறையும் எடுத்துக்கொள்ளவில்லை. பதுங்கு குழிகள் இல்லாமல் சாதாரண கூடாரங்களில் வீரர்கள் தங்கவைக்கப்பட்டனர். சே லா வரை பிரதான சாலையில் நேர் வழியில் சீனர்கள் வந்திருந்தால் இந்தியா அவர்களைத் தோற்கடித்திருக்கும். ஆனால், பக்கவாட்டில் இருந்த 'பெய்லி ட்ரையல்' என்றொரு குறுக்குப்பாதை இந்தியாவின் திட்டத்தைக் கெடுத்தது.

மெக்மொகன் கோட்டை வரைய உதவுவதற்காக 1913-ல் திபெத்தை ஆய்வு செய்தவர் கேப்டன் எஃப்.எம்.பெய்லி என்பவர் ஆவார். சாங்போ ஆற்றின் பின்பக்கமாக வடக்கு - தெற்கு நோக்கி, துலுங் கணவாய் வழியாக, 15600 அடி உயரத்தில் உள்ள ட்ஸே லா, 14000 அடி உயரத்தில் உள்ள போஷிங் லா ஆகியவற்றைக் கடந்து, சே லா மற்றும் பொம்டி லாவுக்கு இடையே உள்ள பள்ளத்தாக்கை அடைந்தார். சீன ராணுவம் பெய்லியின் அடிச்சுவட்டில் அவர் நடந்து வந்த பாதை வழியே டிரங் ஜாங் மற்றும் பொம்டி லாவை அடையத் திட்டமிட்டது.

இந்தத் தகவல் ஜெனரல் ஏ.எஸ். பதானியாவுக்கு முன்கூட்டியே தெரிந்திருந்தும் அந்தப் பாதை வழியாகக் கணிசமான வீரர்களோடும் அதிக ஆயுத பலத்துடனும் சீன ராணுவம் வர வாய்ப்பே இல்லை என அவராகவே தவறான முடிவெடுத்தார். இவரது முடிவைத் தெரிந்தோ, தெரியாமலோ, புது டெல்லியில் உள்ள ராணுவத் தலைமை அலுவலகமும் புலனாய்வுத் துறை அமைப்பும் ஏற்றுக்கொண்டன. 1913-ல் அந்தப் பாதை கடினமானது என்று எழுதியதை வைத்து ஏ.எஸ்.பதானியா இந்த முடிவுக்கு வந்தார். ஆனால் ஐம்பது ஆண்டுகள் கழித்து 1962-ல் நிலைமை முற்றிலுமாக மாறியிருக்கும் என்றும், அந்தப் பாதையில் போக்குவரத்து வசதிகள் மேம்பட்டிருக்கும் என்பதையும் ஏ.எஸ். பதானியா யோசிக்காததுதான் இந்தியாவின் துரதிருஷ்டம்.

பெய்லி ட்ரையல் வழியாக பெட்டாலியன் அளவுள்ள சீனத் துருப்புகள் பொம்டி லாவுக்கு வருவதாக நவம்பர் 15 ஆம் தேதி இந்திய ராணுவத்துக்கு ரகசியத் தகவல் வந்தது. ஆனால் ஏ.எஸ் பதானியா அந்த வழியாக பெட்டாலியன் அளவில் படை வருவதற்கு வாய்ப்பே

இல்லை என்று நம்ப மறுத்ததுடன், பொம்டி லாவில் இருந்த 3 பெட்டாலியன்களை (12 கம்பெனிகள்) மூன்றில் ஒன்றாகக் குறைத்து, மீதம் இரண்டை மற்ற பகுதிகளுக்குப் பிரித்து அனுப்ப உத்தர விட்டார். நவம்பர் 17 ஆம் தேதி பெய்லி ட்ரையல் வழியாகக் கணிசமான தளவாடங்களுடன், பொம்டி லா மற்றும் டிரங் ஜாங் இடையே 1500 வீரர்களுடன் ஊடுருவிய சீன ராணுவம், குறைந்த அளவில் இருந்த இந்தியத் துருப்புகளை மிக எளிதாக வேட்டையாடிக் கொன்று குவித்தது.

டிரங் ஜாங்கிலும் கைவசம் இருக்கும் பொருட்கள் அதிகபட்சம் இரண்டு நாள்களுக்கு மட்டுமே தாக்குப்பிடிக்கும் என்பதால், தேஜ்பூரில் உள்ள IV கார்ப்ஸிடம், அங்கிருந்து 62 பிரிகேட்டைத் திரும்ப அழைத்துக் கொண்டு தெற்குப் பக்கமாகச் செல்லப் பதானியா அனுமதி வேண்டினார். ஆனால் அவரது கோரிக்கை நிராகரிக்கப் பட்டது. இதற்கு இடையே டெம்பாங் பகுதியில் சீனா படைகளைக் குவித்துச் சாலையை மூட, மலைப் பாதையில் போக்குவரத்து முற்றிலுமாக அடைபட்டது. எனவே சே லாவில் இருந்து படைகளைத் திரும்ப அழைத்துக் கொள்ள மீண்டும் அனுமதி கோரியும் எந்தப் பயனும் இல்லாமல் போனது.

தொடக்கம் முதலே சீன ராணுவ பலத்தைக் குறைத்து மதிப்பிட்டது, பெய்லி ட்ரையல் வழியாக சீன வீரர்கள் வரும் சாத்தியத்தை முற்றிலுமாக மறுத்தது, ஒரே இடத்தில் பெட்டாலியன்களை குவிக்காமல், குறைந்த எண்ணிக்கையில் மூன்று இடங்களில் பிரித்தது, உள்ளிட்ட பல்வேறு குளறுபடிகளால் பதானியாவின் திட்டம் தவிடுபொடியானது. பொம்டி லாவில் மூன்று பிரிகேட் பலமுள்ள ராணுவத்தை நிறுத்தி இருந்தால் சீனா ஏற்படுத்திய சாலைத் தடுப்பைச் சரி செய்ததுடன், கடுமையாகத் தாக்கி அவர்களைப் பின்வாங்க வைத்திருக்கலாம்.

IV கார்ப்ஸ் ஆரம்பத்தில் இருந்தே பொம்டி லாவை பலப்படுத்தவேண்டும் என்ற இதே கருத்தைத்தான் வலியுறுத்தி வந்தது. ஆனால் பதானியா தான் எடுத்த முடிவில் உறுதியாக இருந்து தோல்விக்கு வழிவகுத்தார். இருப்பினும் தனது தவறுகளால் ஏற்பட்ட படுதோல்வியை மூடி மறைக்கச், சீன ராணுவம் அதன் பலத்தைத் திடீரென மும்மடங்கு பெருக்கியதால்தான் வெற்றி பெற முடியவில்லை என்று தலைமை அலுவலகத்துக்குச் செய்தி அனுப்பினார். 62 பிரிகேட் கனண்டர், பிரிகேடியர் ஹோஷியார் சிங் மட்டும் கர்வாலி பிரிவினரை முக்கியப் பாதுகாப்பு முகாம்களுக்குத் திரும்ப உத்தரவிட்டார்.

சே லாவில் இருந்து துருப்புகளைத் திரும்ப அழைத்துக்கொள்ள பதானியா மீண்டும் IV கார்ப்ஸிடம் கோரினார். கௌல் தேஜ்பூருக்கு இன்னும் வந்து சேராததால், அங்கிருந்த தாப்பரிடமும் சென்னிடமும் படைகளைத் திரும்ப அழைத்துக் கொள்ள அனுமதி வேண்டினார். இருவரும் கௌலை விட மூத்த அதிகாரிகள் என்றாலும் சீனா ஊடுருவியுள்ள இடங்களில் இருந்து அவர்களை அப்புறப்படுத்த வேண்டும் என்பதில் கௌலை விடவும் இன்னும் உறுதியாக இருந்தார்கள். எனவே, கௌலின் ஒப்புதல் இல்லாமல் இருவர் மட்டுமே தனித்து முடிவெடுக்க விரும்பாத காரணத்தால் பதானியாவின் கோரிக்கையை மீண்டும் நிராகரித்து கௌல் வரும் வரை எப்படியாவது தாக்குப் பிடிக்கச் சொல்லி அறிவுறுத்தினார்கள்.

களத்தில் இருந்த 62 பிரிகேட் கமாண்டர் பிரிகேடியர் ஹோஷியார் சிங்குடன் நிலைமையை ஆய்வு செய்தார் பதானியா. ஆனாலும் இருவருக்கும் இடையே நடந்த உரையாடல்களின் உண்மை விவரம் தெரியவில்லை. மாறுபட்ட கருத்துகள் நிலவியதாகத் தெரிகிறது. சே லாவில் இருந்து படைகளைத் திரும்பப் பெற்றுக் கொள்ளலாம் என்று பதானியா சொன்னதாகவும், அதற்கு ஹோஷியார் சிங் தனது கர்வாலி பிரிவு முக்கியப் பாதுகாப்பு முகாம்களுக்கு இன்னும் வந்து சேராததால், அவரது கருத்துக்கு ஒப்புக் கொள்ளவில்லை என்றும் கூறப்படுகிறது (அடுத்த சில நாள்களில் பிரிகேடியர் ஹோஷியார் சிங் சண்டையில் கொல்லப்பட்டார்).

நவம்பர் 17 இரவு ஏழரை மணி அளவில் தேஜ்பூருக்குத் திரும்பியவுடன் பதானியாவுடன் பேசினார் கௌல். இதற்கிடையே சீன ராணுவம் மீண்டும் சே லாவுக்குள் ஊடுருவி இருப்பதாகவும், சே லா மற்றும் டிரங் ஜாங்குக்கு இடைப்பட்ட சாலையைத் துண்டிக்கப் போவதாகவும் 4 டிவிஷன் தலைமை அலுவலகத்துக்கு ரகசிய செய்தி வந்ததாகத் தகவல் பரவியது. சாலை துண்டிக்கப்படுவதற்கு முன்பாக 62 பிரிகேட் அங்கிருந்து கிளம்பாவிட்டால் பிறகு எப்போதுமே திரும்ப முடியாது. மொத்த பிரிகேடும் சமாதி ஆக வேண்டியதுதான் என்று பதானியா மீண்டும் அவசர வேண்டுகோள் விடுத்தார். அன்று இரவு கௌல், தாப்பர், சென் மற்றும் பிரிகேடியர் பாலித் ஆகியோர் நீண்ட நேரம் ரகசியமாக ஆலோசித்தனர். IV கார்ப்ஸின் மற்ற அதிகாரிகள் அனைவரும் அறையை விட்டு வெளியேறவும் உத்தரவிடப்பட்டது. நள்ளிரவு வரை நீடித்த ஆலோசனைக்குப் பிறகு சே லா, டிரங் ஜாங் மற்றும் பொம்டி லா பகுதிகளில் இருந்து படைகளைத் திரும்ப அழைத்துக் கொள்ளும் உத்தரவை IV கார்ப்ஸ் பிரிகேடியர் ஆஃப் ஜெனரல் ஸ்டாஃப் பிரிகேடியர் கே.கே.சிங்குக்கு அளிக்க அவர் அதைப் பதானியாவுக்கு அனுப்பி வைக்க கௌல் ஆணையிட்டார்.

ஆனால் அடுத்த சில நிமிடங்களில் கௌல் மீண்டும் என்ன நினைத்தாரோ தெரியவில்லை. படைகளைத் திரும்ப அழைத்துக் கொள்ளும் உத்தரவை ரத்து செய்து, என்ன ஆனாலும் சரி இந்திய ராணுவம் அங்கேயே நிலை நிறுத்தப்பட வேண்டும் என்று மறு ஆணையிட்டார்.

கௌல், தாப்பர், சென் மூவரும் படைகளைத் திரும்ப அழைத்துக் கொள்ளவே முடிவெடுத்தனர். ஆனால் அதற்குத் தடைபோட்டது பிரிகேடியர் பாலித் என்பது பின்னர் தெரியவந்தது. போர்க்களத்தில் பன்னிரண்டாயிரம் வீரர்களை வைத்துக்கொண்டு சண்டை போடாமல் திரும்பிவந்தால் உலக அரங்கில் இந்திய ராணுவத்தின் மதிப்பும், மரியாதையும் குறையும். பயந்து ஓடிவந்துவிட்டார்கள் என்று கேவலமாகப் பேசுவார்கள். எனவே 'வெற்றி அல்லது வீர மரணம்' என்பதுதான் நமது லட்சியமாக இருக்கவேண்டுமே தவிர, சீனாவைச் சமாளிக்க முடியாமல் இந்தியா படைகளைத் திரும்ப அழைத்துக் கொண்டது என்ற கெட்ட பெயரைச் சம்பாதிக்கக்கூடாது என்று பாலித் தொடர்ந்து வலியுறுத்தியதாகத் தெரிகிறது. பாலித் சொன்ன கருத்தில் உள்ள அரசியலை மூவரும் ஏற்றுக்கொண்டனர். இதனைத் தொடர்ந்தே படைகளை வாபஸ் பெற்றுக்கொள்ளலாம் என்று முதலில் அளித்த உத்தரவைக் கௌல் கடைசி நேரத்தில் திரும்பப் பெற்றுக்கொண்டு கீழ்க்காணும் மறு உத்தரவை அனுப்பினார்:

1. உங்களால் முடிந்தவரை, கடைசி வினாடிவரை, தற்போதுள்ள நிலைகளைத் தக்க வைத்துக்கொள்ளத் தீவிர முனைவுகளை மேற்கொள்ளுங்கள். இனிமேலும் முடியாது என்ற நிலை வரும் போது, நீங்கள் தாக்குப்பிடிக்க முடியும் என்று நம்பும் வேறு இடத்துக்குத் துருப்புக்களை மாற்றிக்கொள்ள உங்களுக்கு அதிகாரம் வழங்குகிறேன்.

2. பொம்டி லா - டிரங் ஜாங் இடையே 400 இடங்களில் எதிரிகள் சாலையை வெட்டித் தடைகளை ஏற்படுத்தி உள்ளனர். இன்று இரவே எதிரிகளைத் தாக்கிச் சாலைகளைச் சீரமைக்குமாறு 48 பிரிகேட் கமாண்டருக்கு உத்தரவிட்டுள்ளேன். சே லா, டிரங் ஜாங் மற்றும் பொம்டி லா பகுதிகளில் இருந்து வெளியேற முடியாமல் எதிரிகள் சாலையை வெட்டித் தடுத்துள்ளனர் என்பதை நானும் அறிவேன். எனவே அங்கிருந்து வெளியேறக் கடுமையாகப் போரிட்டு வெற்றி பெறுவதுதான் உங்களுக்கு இருக்கும் ஒரே வாய்ப்பு.

3. 67 இன்ஃப்ண்ட்ரி பிரிகேடின் பெட்டாலியன் பொம்டி லாவை நவம்பர் 18 காலை வந்தடையும். உங்களிடமுள்ள பீரங்கிகளையும்

தளவாடங்களையும் அதிக பட்சம் பயன்படுத்திச் சாலைத் தொடர்புகளைச் சரிசெய்துகொள்ளுங்கள்.

இந்த உத்தரவை மேலோட்டமாகப் பார்த்தால் ஒரு அர்த்தமும் ஆழ்ந்து படித்தால் முற்றிலும் வேறொரு அர்த்தமும் தோன்றும். ஆம். ராணுவப் பொறுப்பை மற்றவர்கள் மீது சுமத்தித் தப்பிக்கும் உச்சகட்ட புத்திசாலித்தனம் புலப்படும். 'சண்டை போடு அல்லது படைகளைத் திரும்பப் பெற்றுக் கொள்' என்று எந்த இடத்திலும் தெளிவாக கௌல் உத்தரவிடவில்லை. 'முடிந்தவரை போரிடு, முடியாத நிலையில் சூழலைப் பொறுத்து வேறு இடத்துக்கு மாறும் அதிகாரம் உங்களுக்கு வழங்கப்படுகிறது' ஆகிய சொற்கள் பிறகு என்ன நடந்தாலும் 'முடிவெடுத்தது பதானியாதான். முழுப் பொறுப்பையும் அவரிடம் கொடுத்துவிட்டேன். நான் இல்லை' என்று சொல்லி கௌல் தப்பித்துக் கொள்ளலாம். எனவேதான் முதலில் அனுப்பிய தெளிவான உத்தரவைக் கௌல் ரத்து செய்துவிட்டுக் குழப்பமான புதிய உத்தரவை பதானியாவுக்கு அனுப்பி வைத்தார்.

பொம்டிலாவில் உள்ள 48 பிரிகேட் கமாண்டர் பிரிகேடியர் குர்பக்ஸ் சிங்குக்கு அனுப்பிய உத்தரவில் கௌல் பீரங்கிகளைப் பயன்படுத்தி சீன ராணுவத்தை உடனடியாகத் தாக்க உத்தரவிட்டிருந்தார். ஆனால் அவரோ கைவசம் இருப்பது ஆறு ரைஃபிள் கம்பெனிகள் மட்டுமே என்றும் சீனர்களைத் தாக்க இது போதாது என்றும் சொன்னார். பனி பொழியும் மலைப் பாதைகளில் பீரங்கிகளைப் பயன்படுத்த முடியாது என்றும் தெரிவித்தார். வழக்கமாகத் தனது முடிவில் உறுதியாக இருக்கும் கௌல் இம்முறை குர்பக்ஸ் சிங் கருத்தை ஏற்றுக்கொண்டு இரு பெட்டாலியன்களை பொம்டி லாவுக்கு அனுப்ப ஆணையிட்டார்.

கௌலின் மறு உத்தரவு 4 டிவிஷனுக்கு அடுத்த நாள் அதிகாலை வரை வந்து சேரவே இல்லை. எனவே பதானியா, கௌல் தொலைபேசியில் முதலில் சொன்னதை மட்டும் அதாவது '62 பிரிகேடைத் திரும்பப் பெற ஆயத்தமாகலாம்' என்பதை அமல்படுத்த ஆயத்தமானார். படைகளை வாபஸ் வாங்க ஹோஷியார் சிங் வழக்கம்போல் எதிர்த்தாலும் இறுதியில் உயர் அதிகாரிகளின் உத்தரவுக்குக் கீழ்ப் படிந்தார்.

நவம்பர் 18 ஆம் தேதி கிழக்கு மற்றும் மேற்குப் பிராந்தியங்களில் ஒரே நேரத்தில் மீதமுள்ள முகாம்கள் மீது தாக்குதல் நடத்த சீனா திட்டமிட்டது. சே லாங் பகுதி முகாம்களில் ஏராளமான கனரக மோட்டார்கள், அமெரிக்க ரைஃபிள்கள் உள்ளிட்ட தளவாடங்களை விட்டுவிட்டு இந்தியா ராணுவம் காலி செய்து கொண்டிருந்தது.

பின்வாங்கிக் கொண்டிருந்த இந்திய வீரர்கள் மீது சீன வீரர்கள் துப்பாக்கி சூடு நடத்தினார்கள். டிரங் ஜாங்கில் உள்ள 65 பிரிகேட்டை பொம்டி லா நோக்கிச் செல்ல அவசர அவசரமாக உத்தரவிட்ட பதானியா புதாங்கில் நிறுத்தி வைக்கப்பட்டிருந்த துருப்புகளைக் கண்காணிக்கச் சென்றார். ஆனால் அவர் புதாங்கைச் சென்றடை வதற்கும், பொம்டி லா சீன ராணுவத்திடம் வீழ்வதற்கும் சரியாக இருந்தது. புதாங்கில் நடைபெற்ற சண்டையில் ஹோஷியார் சிங் சுட்டுக் கொல்லப்பட்டார். டிரங் ஜாங்கை விட்டுப் பதானியா புறப்பட்டுச் சென்றவுடன் அங்கிருந்த இரு பெட்டாலியன், பீரங்கி ஸ்க்வாட்ரன், டிவிஷன் மற்றும் பிரிகேட்டைச் சேர்ந்த நூற்றுக்கணக்கான வீரர்களுக்குத் தலைமை ஏற்க யாருமே இல்லாததால், சீனாவின் அதிரடித் தாக்குதலைச் சமாளிக்க முடியாமல் பலர் உயிர் இழந்தனர். நவம்பர் 27 அன்று புத்தாங்கில் ஹோஷியர் சிங் சுடப்பட்டு இறந்து கிடந்தார்.

நவம்பர் 18 காலை 11 மணி அளவில் டிரங் ஜாங்கை விடுவிக்க 48 பிரிகேட் ஒரு பிரிவு அங்கே செல்ல வேண்டுமென கௌல் உத்தரவிட பிரிகேடியர் குர்பக்ஸ் சிங் மீண்டும் எதிர்த்தார். உறுதி அளித்தபடி கூடுதல் படைகள் வராத நிலையில் இருக்கும் இருக்கும் வீரர்களை அனுப்பிவிட்டால் பொம்டி லா எளிதில் சீனர்களிடம் விழும் என்று எச்சரித்தார். ஆனால் கௌலோ பொம்டி லாவுக்கு என்ன ஆனாலும் பரவாயில்லை, அடுத்த அரை மணி நேரத்தில் டிரங் ஜாங்குக்குப் படைகள் வந்து சேர வேண்டும் என்று கோபத்துடன் ஆணையிட குர்பக்ஸ் சிங் பணிந்தார். நவம்பர் 20 அதிகாலை 3 மணி அளவில் 48 பிரிகேட் முழுவதுமாகச் சிதறிக் கிடந்தது. சீனா உரிமை கோரிய மேற்குப் பிராந்தியப் பகுதியில் அமைப்புரீதியான இந்திய படைகளை எங்குமே காண முடியவில்லை. ராணுவரீதியாகச் சீனாவின் வெற்றி உறுதியானது. இந்தியா படுதோல்வி அடைந்தது. தேஜ்பூரை சீனர்கள் கைப்பற்றிக் கொண்டதாகவும், புது டெல்லி சாலைகளில் சீன ராணுவம் ரோந்துப் பணிகளில் ஈடுபட்டுள்ளதாகவும், கௌல் கைது செய்யப்பட்டுள்ளதாகவும் வதந்திகள் பரவின. குடியரசுத் தலைவர் ராதாகிருஷ்ணன் இவை அனைத்தும் பொய் என்று அறிவித்த பிறகே மக்கள் அமைதியானார்கள்.

தாக்-லாவில் இந்திய ராணுவம் அடைந்த படுதோல்வியின் காயம் இன்னும் ஆறுவதற்குள், வாலாங்கிலும் படுதோல்வி என்ற செய்தி புது டெல்லிக்கு இன்னும் அதிக அதிர்ச்சியைத் தந்தது. நாடாளு மன்றத்தில் இறுக்கமான முகத்துடன், துக்கம் தொண்டையை அடைக்க, வாலாங், சே லா ஆகியவை சீன ராணுவத்திடம் வீழ்ந்ததை மிகுந்த வருத்தத்துடன் பிரதமர் நேரு உறுப்பினர்களிடம் தெரிவித்தார்.

நேருவின் அறிக்கையை வெளியிட்டபோது அவையில் குண்டூசி விழும் அளவுக்கு மயான அமைதி நிலவியது. ஆனால் அவர் பேசி அமர்ந்த பிறகு எதிர்க்கட்சிகளின் கேள்விகளும் கூச்சலும் குழப்பமும் அவையை அதிர வைத்தன. நேரு பதிலளிக்க முடியாமல் மௌனமானார்.

இந்திய ராணுவத்தின் படுதோல்வியை நாட்டு மக்களுக்கு வானொலியில் அறிவித்தார் நேரு. அவரது பழைய உற்சாகம், குதூகலம், சந்தோஷம் அனைத்தும் மறைந்து போயிருந்தன. விடுதலைப் போராட்ட காலங்களிலும், சுதந்திர இந்தியாவின் பிரதமராகப் பதினைந்து ஆண்டுகளிலும், போருக்கு முன்பு வரையிலும் கூட அவரது முகத்தில் தவழ்ந்த புன்சிரிப்பும், எதிரிகளையும் ஈர்க்கும் வசீகரப் பேச்சும் காணாமல் போயின.

தோல்வியால் துவண்ட நேரு அவசரமாக முடிவெடுத்தார். ஒரு சில மூத்த ராணுவ அதிகாரிகளுடன் மட்டுமே கலந்தாலோசித்து, அன்று இரவு அமெரிக்காவுக்குக் கடிதம் அனுப்பினார். அதில் குண்டு வீசும் மற்றும் ஃபைட்டர் விமானங்களை அனுப்பிவைத்து இந்தியாவுக்கு ஆதரவாகச் சீனாவைத் தாக்குமாறு வேண்டுகோள் விடுத்தார். அமெரிக்க ஏர்கிராஃப்ட் விமானங்கள் இந்தியப் பகுதிகளை ஆக்கிரமித்துள்ள சீனத் துருப்புகள் மீது தாக்குதல் நடத்தவேண்டும் என்று கோரினார். ஒருவேளை சீன விமானப் படை இந்திய நகரங்களுக்குள் ஊடுருவினால் அமெரிக்க விமானப் படை பாதுகாப்பு அளிக்கவேண்டும் என்றும் இதற்கு 15 ஸ்வாட்ரன்கள் தேவைப்படும் என்றும் கடிதத்தில் குறிப்பிட்டிருந்தார். ஆனால் நேரு இது பற்றி கேபினெட் அமைச்சர்களிடம் விவாதிக்கவில்லை என்றும், கடிதத்தின் ஒரு நகல் பிரதமர் அலுவலகத்தில் மட்டுமே இருந்தது என்றும், வெளி விவகார அமைச்சகத்துக்குக் கூட அனுப்பி வைக்கப்படவில்லை என்றும் தெரிகிறது.

அவரது கோரிக்கையை வாஷிங்டன் ஏற்றுக் கொண்டு அமெரிக்க விமானங்கள் (சி 130கள், டர்போ ஜெட்கள் அடங்கிய ஸ்வாட்ரன்கள்) பசிஃபிக் பெருங்கடலைத் தாண்டி இந்தியாவுக்கு வந்து கொண்டிருந்தன. ஆனால், நேரு வேண்டுகோள் விடுத்த அடுத்த இருபத்தி நான்கு மணி நேரத்துக்குள் போர் நிறுத்த அறிவிப்புடன் பிரச்னை முடிவுக்கு வந்ததால், போர் விமானங்கள் வங்காள விரிகுடாவில் நுழைவதற்கு முன்பாகவே அமெரிக்காவுக்குத் திரும்பச் சென்றுவிட்டன என்றும் கூறப்பட்டது.

மேற்கண்ட விவரங்கள் அடுத்த இரு ஆண்டுகள் இன்னும் குறிப்பாகச் சொல்வதென்றால் நேரு மறையும் வரை யாருக்கும் தெரியவில்லை.

அமெரிக்க அதிபர் கென்னடி 1965 மார்ச்சில் தன்னிடம் கூறியதாக காங்கிரஸ் மக்களவை உறுப்பினர் சுதீர் கோஷ் தனது உரையில் குறிப்பிட்டபோது நாடாளுமன்றம் அதிர்ந்தது. ஆதாரமற்ற தவறான தகவலைப் பரப்புகிறார் என்று கோஷ் மீது நேருவின் விசுவாசிகள் குற்றம்சுமத்தினார்கள். நேருவின் மறைவையொட்டி பிரதமராகப் பதவியேற்ற லால் பகதூர் சாஸ்திரி அவரது பேச்சுக்கான ஆதாரங்களைக் கோரினார். ஆனால், கோஷ் தான் கூறியதைத் திரும்பப் பெற்றுக்கொள்ள மறுத்ததுடன், சந்தேகம் இருந்தால் அமெரிக்க அரசிடம் கேட்டு உறுதிப்படுத்திக் கொள்ளுங்கள் என்று கூறினார்.

அமெரிக்க தூதரகத்திடம் இந்திய அரசு விளக்கம் கேட்க, அதிர்ச்சி அளிக்கும்விதமாக, நேரு கடிதம் மூலம் விமானப் படை உதவி கோரியது உண்மைதான் என்றும், தேவைப்பட்டால் அவர் எழுதிய அசல் கடிதத்தைத் காட்டவும் தயார் என்றும் வாஷிங்டன் உறுதிப்படுத்தியது. நேருவின் நிழலாக இருந்த மேனனுக்கும் இது ஆச்சரியம் அளித்தது. நேரு இது போன்ற கடிதத்தை நிச்சயம் எழுதி இருக்கமாட்டார் என்று திட்டவட்டமாக மறுத்தார். காரணம் நேரு இது குறித்து அவருடனும் விவாதிக்கவில்லை. இருப்பினும் அணி சேரா நாடுகளின் தந்தை என்று போற்றப்படும் நேருவின் நற்பெயருக்குக் களங்கம் ஏற்படுத்தும் வகையில், சீனாவைத் தோற்கடிக்க அமெரிக்காவிடம் விமானப் படையை அனுப்பி வைக்குமாறு கோரிய அவரது கடிதத்தை நாகரிகம் கருதி கடைசி வரை யாருமே வெளியிட வில்லை. ஆகவே இது ஆதாரமற்ற பொய்யா மறைக்கப்பட்ட உண்மையா என்பது இன்றும் புதிர்தான்.

சீன மற்றும் ரஷ்யா இரண்டுமே கம்யூனிஸ்ட் நாடுகள் என்பதால் சீனாவுக்கு எதிரான போரை ரஷ்யாவுக்கு எதிரானது அல்லது ஒட்டு மொத்த கம்யூனிசக் கொள்கைகளுக்கு எதிரான போர் என்று இந்திய மக்களோ, உலக நாடுகளோ தவறாக எண்ணக்கூடாது என்பதில் நேரு கவனமாக இருந்தார். குறிப்பாகச் சண்டை சீனாவுடன் மட்டுமே ரஷ்யாவுடன் அல்ல என்பதை மாஸ்கோ உணரவேண்டும் என்பதில் குறியாகச் செயல்பட்டார். இதனை உறுதிப்படுத்த நவம்பர் 20 ஆம் தேதி கம்யூனிஸ்ட் தலைவர்களைக் கைது செய்யுமாறு அந்தந்த மாநில அரசுகளுக்கு உள்துறை அமைச்சகம் உத்தரவிட்டது.

சீன ஆதரவு கம்யூனிஸ்ட்களை மட்டுமே கைது செய்ய வேண்டும் என்று அரசு விரும்பியது. ஆனால் அப்போது கம்யூனிஸ்ட் உடையாமல் ஒரே கட்சியாக இருந்ததால், ரஷ்ய மற்றும் சீன ஆதரவுத் தலைவர்கள் யார் யார் என்று அடையாளம் தெரியாமல் உள்துறை குழம்பியது. கம்யூனிஸ்ட் கட்சித் தலைவர்கள் பெயரைப் பொதுவாகக்

குறிப்பிட்டு அனுப்பிய பட்டியலில் ரஷ்ய ஆதரவாளர்களும் இடம் பெற்றிருந்தனர். சீன ஆதரவு இந்தியக் கம்யூனிஸ்ட்களுடன், ரஷ்ய ஆதாரவாளர்களையும் கைது செய்ததை மாஸ்கோ மட்டுமின்றி ஏனைய கம்யூனிஸ்ட் நாடுகளும் தவறாக எண்ணக்கூடும் என்பதை கடைசி நேரத்தில் புது டெல்லி உணர்ந்து கொண்டது. இந்தத் தவறை உள்துறை அமைச்சர் சாஸ்திரியின் கவனத்துக்கு நேரு கொண்டு வந்தார். இதனைத் தொடர்ந்து ரஷ்ய ஆதரவு இந்திய கம்யூனிஸ்ட் தலைவர்கள் ஒருவர் பின் ஒருவராக விடுவிக்கப்பட, சீனக் கம்யூனிஸ்ட்கள் மட்டுமே சிறையில் அடைக்கப்பட்டனர்.

சீன விவகாரத்தில் நேரு எடுத்த தவறான முடிவு எதிர்க்கட்சிகளை மட்டுமின்றி காங்கிரஸ் கட்சிக்கு உள்ளேயே அதிருப்தி அதிர்வலை களை ஏற்படுத்தியது. ஆளும் காங்கிரஸ் மற்றும் எதிர்கட்சி நாடாளுமன்ற உறுப்பினர்களில் சிலர் குடியரசுத் தலைவர் ராதாகிருஷ்ணனைச் சந்தித்து நாடாளுமன்றத்தைக் கலைத்துவிட்டுக் குடியரசுத் தலைவருக்கு ஆலோசனை கூறும் குழுவை அமைக்க வேண்டும் என்றும், பிரதமர் என்ற பதவிக்குப் பதிலாக நேரு ஆலோசனைக் குழுவின் தலைவராகச் செயல்பட வேண்டும் என்றும், இறுதி முடிவுகளைக் குடியரசுத் தலைவர் மட்டுமே எடுக்க வழி வகை செய்யவேண்டும் என்றும் வேண்டுகோள் விடுத்தனர். ஆனால் அரசியல் அமைப்புச் சட்டத்தில் இதுபோன்ற மாற்றங்களைச் செய்ய வழியில்லை என்று கூறி அவர்களது கோரிக்கையை ஏற்கக் குடியரசுத் தலைவர் மறுத்துவிட்டார்.

ஆனால், இதுபோன்ற ஒரு மாற்று ஏற்பாட்டைக் குடியரசுத் தலைவர் ராதாகிருஷ்ணன் முற்றிலுமாக எதிர்க்கவும் இல்லை, ஆதரிக்கவும் இல்லை என்ற விவரம் பின்னர் நேருவின் காதுகளுக்கு எட்டியது. அதுவரை நண்பராக, ஆலோசகராக இருந்த ராதாகிருஷ்ணன் மீது சந்தேக ரேகைகள் படர்ந்தன. தனது சகாவான மேனன் மீது நடவடிக்கை எடுக்க மாநில முதல்வர்களைக் குடியரசுத் தலைவர் ராதாகிருஷ்ணன் முன்பு தூண்டிவிட்டதும் அவரது நினைவுக்கு வந்தது. ஒரு வேளை நமக்கு எதிராகக் காய்களை நகர்த்துகிறாரோ என்று கூட நேரு எண்ணினார். இதன் விளைவாக இருவருக்கும் இடையே நிலவிய உறுதியான நட்பில் விரிசல் ஏற்பட்டது.

சீனாவுடனான போரில் அடைந்த படுதோல்விக்குப் பொறுப்பேற்று நவம்பர் 19 அன்று தேஜ்பூரிலிருந்து புதுடெல்லி திரும்பிய ஜெனரல் தாப்பர் பிரதமர் நேருவைச் சந்தித்து விளக்கம் அளித்த பிறகு தனது சீஃப் ஆஃப் ஆர்மி ஸ்டாஃப் பதவியை ராஜிநாமா செய்தார். நேருவுக்கு முதலில் இருந்தே ஜெனரல் தாப்பருக்குப் பிறகு சீஃப்

ஆஃப் ஆர்மி ஸ்டாஃபாக கௌலை நியமிக்கவேண்டும் என்ற எண்ணம் இருந்தது. பழம் நழுவிப் பாலில் விழுந்த கதையாக இப்போது தாப்பரே பதவி விலக முன்வந்துள்ள நிலையில் கௌலை அந்தப் பதவிக்கு நியமித்துத் தனது விருப்பத்தை நிறைவேற்றிக் கொள்ள முடிவெடுத்தார் நேரு. இது பற்றிக் குடியரசுத் தலைவர் ராதாகிருஷ்ணனுடனும் விவாதித்தார்.

ஆனால் நேருவின் விருப்பத்துக்கு ராதாகிருஷ்ணன் முட்டுக்கட்டை போட்டார். தோல்விக்குக் காரணமான கௌலுக்குப் பதவி உயர்வு கொடுப்பது தவறான முன் உதாரணமாகும் என்பதால் கௌலின் நியமனத்தை ஏற்றுக்கொள்ள முடியாது என்று மறுத்தார். அவருக்குப் பதிலாக இப்போது தெற்கு கமாண்ட் ஜிஓசி -இன்- சி லெஃப்டினண்ட் ஜெனரல் ஜே.என்.சௌத்ரியை சீஃப் ஆஃப் ஆர்மி ஸ்டாஃபாக நியமிக்கலாம் என்றும் யோசனை தெரிவித்தார். நேரு மறுக்காமல் அவரது யோசனையை ஏற்றுக்கொண்டு, அடுத்த நாள் கூடிய மக்களவைக் கூட்டத்தில் தாப்பருக்கு நீண்ட விடுப்பு அளிக்கப் பட்டுள்ளதாகவும் அவருக்குப் பதிலாக சீஃப் ஆஃப் ஆர்மி ஸ்டாஃபாக ஜெனரல் சௌத்ரி நியமிக்கப்பட்டுள்ளதாகவும் தெரிவித்தார். உறுப்பினர்கள் இந்த மாற்றத்துக்கு மகிழ்ச்சி தெரிவித்தனர்.

தலைமை மாறும் போது அதிகாரிகளை மாற்றுவது வழக்கமாக எல்லாத் துறைகளிலும் நடப்பதுதான். இதற்கு ராணுவம் மட்டும் விதிவிலக்கா என்ன? சீஃப் ஆஃப் ஆர்மி ஸ்டாஃபாகப் பதவி ஏற்றுக் கொண்டவுடன் சௌத்ரி போட்ட முதல் உத்தரவு IV கார்ப்ஸ் கமாண்டராக இருந்த கௌலை மாற்றுவதுதான். அவருக்குப் பதிலாக ஜெனரல் மானெக்ஷா IV கமாண்டராக நியமிக்கப்பட்டார். அரசுக்கு விசுவாசம் இல்லாதவர், ஆங்கிலேய மரபுகளை இன்னும் கடைப்பிடிப்பவர் என்று முன்பு கௌல் யார் மீது குற்றம் சுமத்தி வளர்ச்சியைத் தடுத்தாரோ, அதே மானெக்ஷாவே இப்போது பொறுப்பேற்றுக் கொண்டார். இவருக்கு உயர் பொறுப்பு வழங்க முன்பு கிருஷ்ண மேனனும் மறுத்தது நினைவிருக்கலாம்.

தேஜ்பூரை ஆய்வு செய்ய உள்துறை அமைச்சர் சாஸ்திரி நவம்பர் 21 விடியற்காலை புது டெல்லி விமான நிலையத்தை அடைந்தார். காலைப் பத்திரிகைகளில் சீனாவின் போர் நிறுத்த அறிவிப்பும், வட கிழக்கு எல்லையில் இருந்து வாபஸ் வாங்க உள்ளதாகவும் தகவல் வெளியாகி இருந்தது. சாஸ்திரி உடனே பிரதமர் இல்லத்துக்கு விரைந்து நேருவிடம் விஷயத்தைச் சொன்னார். நேருவுக்கு அந்தச் செய்திகள் அப்போதுதான் கிடைத்தன என்பதுபோலவே அவர் நடந்துகொண்டார். இத்தனைக்கும் அந்தச் செய்திகள் பத்திரிகை

களுக்குக் கிடைத்து காலைச் செய்தியிலேயே அவை வெளியாகி யிருந்தன. இதன் மூலம் சீனா இந்தியா மீது ஆக்கிரமிப்பு நடத்த விரும்பியிருக்கவில்லை. இந்தியா செய்த தவறுக்கு தண்டனை கொடுக்கும் முகமாகவே அந்தத் தாக்குதலை சீனா செய்திருக்கிறது என்பது இந்தியாவுக்குப் புரிந்தது.

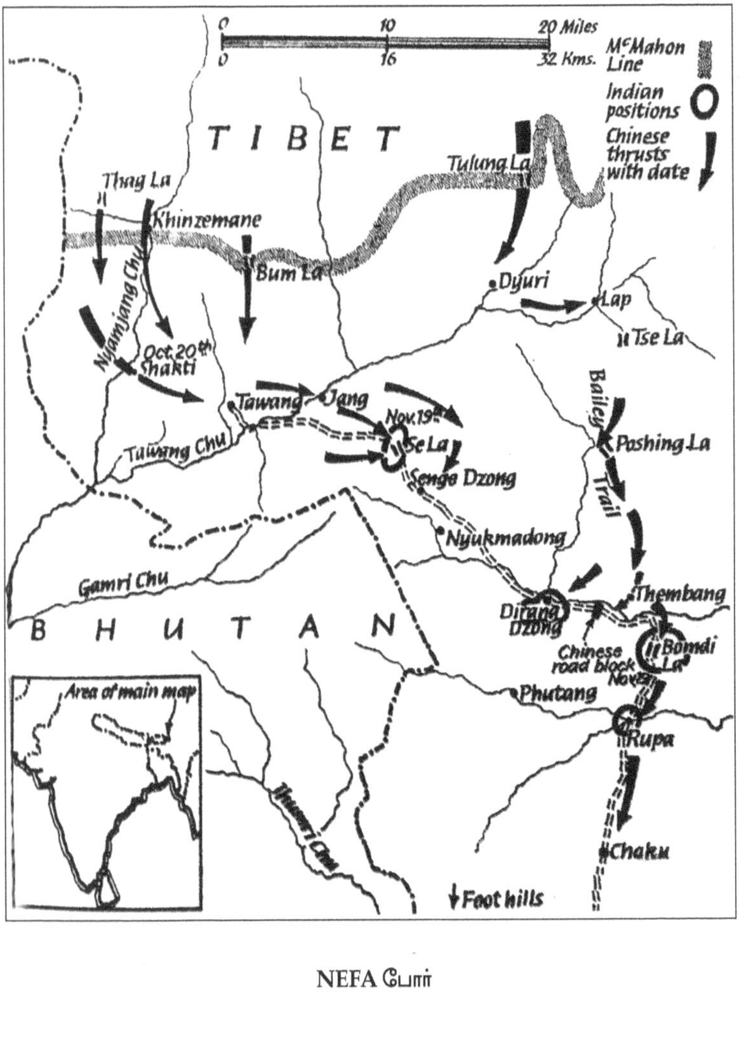

0 10 20 Miles
0 16 32 Kms.
McMahon Line
Indian positions
Chinese thrusts with date
TIBET
Thag La
Khinzemane
Bum La
Tulung La
Dyuri
Lap
Tse La
Nyamjang Chu
Oct.20th
Shakti
Tawang
Jang
Nov.19th
Se La
Senge Dzong
Tawang Chu
Bailey
Poshing La
Trail
Nyukmadong
Gamri Chu
Dirang Dzong
Thembang
Bomdi La
Chinese road block
Phutang
Rupa
Chaku
BHUTAN
Area of main map
Foot hills

NEFA போர்

பாகம் 5

போர் நிறுத்தம்

~

நாங்கள் சீனாவின் பகுதிக்குள் நுழைந்திருக்கவே இல்லை. சீனர்களின் பார்வையில் நாங்கள் நுழைந்த பகுதி 'பிரச்னைக்குரிய பகுதி'யாக இருந்தபோதிலும் அது போரை நியாயப்படுத்திவிடுமா என்ன... எங்களைப் பொறுத்தவரையில் அது பிரச்னைக்குரிய பகுதி அல்ல. எங்கள் பகுதிதான்.

- கிருஷ்ண மேனன்

எதிரியை முழுமையாக அழிக்க வேண்டும் என்பதே இலக்காக இருக்க வேண்டும்... ஒரு குறிப்பிட்ட பகுதியையோ, நகரத்தையோ கைப்பற்றுவது நோக்கமல்ல... ஒவ்வொரு போரிலும் அதிரடியாக; எதிரியை முழுவதுமாக துவம்சம் செய்வதில் கவனமாக இருங்கள்... முன்னேற்பாடுகளுடன் தயாராகாமல் போருக்குச் செல்லாதீர்கள். வெற்றி பெற முடியாது என்று எண்ணினால் போரைத் தவிருங்கள்

- மா சே துங்

~

1962 நவம்பர் 21 அன்று இமயமலைப் பகுதிகளில் இரு பெரிய ஆசிய நாடுகளான இந்தியாவுக்கும் சீனாவுக்கும் இடையே நடைபெற்ற மோதல் சீனாவின் போர் நிறுத்த அறிவிப்பைத் தொடர்ந்து முடிவுக்கு வந்துள்ளது. இது குறித்துப் பிரபல அமெரிக்க ஏடான 'டைம்ஸ்' 'சீனாவின் இந்தத் திடீர் போர் நிறுத்த அறிவிப்பு ஆச்சரியத்தையும், மகிழ்ச்சியையும் அளிக்கிறது. அடுத்த இருபத்தி நான்கு மணி நேரத்தில் போர் நிறுத்தம் அமலுக்கு வரும் என்றும், அடுத்த ஒன்பது நாள்களில் படைகளைத் திரும்பப் பெற்றுக் கொள்ளும் நடைமுறை தொடங்கும் என்றும், பீகிங் நவம்பர் 20 நள்ளிரவு விடுத்த அறிக்கை இரு நாடுகளுக்கும் இடையே அமைதி நிலவ வழிவகுக்கும்' என்று எழுதியது. அறிக்கை வெளியாவதற்கு முதல் நாள் சீனப் பிரதமர் சூ என் லாய் இந்திய தூதரை அழைத்து சீனாவின் கீழ்க்காணும் முடிவுகளை அறிவித்தார்:-

- *1962 நவம்பர் 21 அன்று 0000 மணி தொடங்கி சீன - இந்திய எல்லைப்பகுதிகளில் போர் நிறுத்தம் அமலுக்கு வரும்.*

- *1962 டிசம்பர் 01 தொடங்கி 1959 நவம்பர் 7 அன்று சீனாவுக்கும் இந்தியாவுக்கும் இடையே நிலவிய உண்மையான எல்லைக் கட்டுப்பாட்டுக்கோட்டில் இருந்து 20 கிமீ தள்ளிப் பின்னால் சீன ராணுவம் தனது துருப்புக்களை நிலை நிறுத்திக் கொள்ளும்.*

சீனாவைப் பொறுத்தவரை கிழக்குப் பகுதியில் அது சண்டையிட்ட பகுதி அதற்குச் சொந்தமானதுதான். எனினும் முறையற்ற மெக்மொகன் எல்லைக்கோட்டில் இருந்து வடக்குப் பக்கம் தன் துருப்புகளை நகர்த்திக்கொள்ள அது முன்வந்தது. 1959 நவம்பர் 7 அன்று நிலவிய எல்லைக்கோட்டில் இருந்து 20 கிமீ தள்ளிப் பின்னால் சீன ராணுவம் தனது துருப்புகளை நிலை நிறுத்திக் கொள்வதுபோல், இந்திய ராணுவமும் நடவடிக்கைகளை மேற்கொள்ள வேண்டும். இதை இந்தியா செய்ய முற்படாத பட்சத்தில் மீண்டும் தாக்குதலைத் தொடங்க சீனாவுக்கு உரிமை உண்டு. மேற்குப் பிராந்தியத்தில் மீண்டும் முன்னேறிச் செல்லும் கொள்கையை இந்தியா அமல்படுத்த முனைந்தால் சீனா பதிலடி கொடுக்கத் தயங்காது. இரு நாடுகளும்

எல்லைக்கோட்டில் காவல் நிலையங்கள் அமைத்தல், போர்க் கைதிகள் விடுவிப்பு / பரிமாற்றங்கள் ஆகியவை குறித்து அரசு அதிகாரிகள் கலந்து ஆலோசித்து முடிவெடுக்கலாம். நிறைவாக இந்திய மற்றும் சீனப் பிரதமர்கள் மீண்டும் சந்தித்துத் தீர்வை ஒட்டிய பேச்சுவார்த்தைகளை நடத்த முன் வரவேண்டும். பீகிங் வருகை தர நேருவை இரு கரம் நீட்டி வரவேற்கக் காத்திருக்கிறோம். ஒரு வேளை நேருவுக்கு பீகிங் வர வசதிப்படவில்லை எனில், புது டெல்லிக்குச் செல்ல சூ-என்-லாய் தயாராக உள்ளார். இந்தியா ஆக்கப்பூர்வ நல்ல பதிலைத் தருமென எதிர்பார்க்கிறோம். இந்திய அரசு உரிய நேரத்தில் பதிலளிக்கத் தவறினாலும், சீனா தனது முனைவுகளைத் தொடர்ந்து மேற்கொள்ளும்.

இதே கருத்துகளை வலியுறுத்தி முதன் முதலாக 1959 நவம்பர் 7 ஆம் தேதி நேருவுக்குக் கடிதம் எழுதினார் சூ-என்-லாய். 'உண்மையான எல்லைக் கட்டுப்பாட்டுக் கோடு' என்று மேலே சூ-என்-லாய் சொல்வது அவர் மேற்கூறிய கடிதத்தில் குறிப்பிட்ட கோட்டைத்தான். ஒவ்வொரு முறையும் எல்லைப் பிரச்னைக்குத் தீர்வு காண சீனா பேச்சுவார்த்தைக்கு அழைப்பதும், இந்தியா அதை நிராகரிப்பதும் வாடிக்கையாகிப் போன விஷயம்தான். ஆனால் இப்போது நிலைமையே வேறு. அப்போது வேண்டுகோளாக இருந்த பேச்சு வார்த்தை, இப்போது வெற்றிக் களிப்பில் சீனாவின் நிபந்தனையாக மாறியுள்ளது.

சீனாவின் போர் நிறுத்த அறிவிப்புக்கு இந்திய ராணுவம் என பதில் அளிக்கும் என்பதில் சந்தேகம் எழவே இல்லை. புதிய சீஃப் ஆஃப் ஆர்மி ஸ்டாப் ஜெனரல் சௌத்ரி சீனாவின் போர் நிறுத்தத்தை ஏற்றுக்கொள்வதாகவும், சீனா தாக்குதல் நடத்தினால் மட்டுமே பதில் தாக்குதல் நடத்த வேண்டும் என்று உத்தரவிட்டார். ஆனால் அரசியல்வாதிகளைப் பொறுத்தவரை கதை வேறு மாதிரியானது. நாடாளுமன்ற வளாகத்தில், அமர்வுகள் தொடங்குவதற்கு முன்பாகப் பத்திரிகையாளர்கள் கூடும் பலகணியில், அடிக்கடி பயன்படுத்தப் பட்ட வாக்கியம் 'மதிப்பு, மரியாதை, மானம் இழந்த வெட்கக் கேடான தோல்வி' என்பதுதான். சீனாவின் போர் நிறுத்த அறிவிப்பு களத்தில் இருந்த இந்திய வீரர்கள் நிம்மதியைத் தந்தாலும், மக்களுக்கு வெந்த புண்ணில் வேல் பாய்ந்ததுபோல் இருந்தது. 'போர் நிறுத்தத்தைத் தொடர்ந்து சீனா முன் வைத்த கருத்துக்கள் அனைத்தையும் நிராகரிக்க வேண்டும்' என்பதே காங்கிரஸ் மற்றும் எதிர்க்கட்சிகளின் ஒட்டு மொத்த குரலாக ஒலித்தது.

புதிய பாதுகாப்பு அமைச்சராக நியமிக்கப்பட்ட சவானை உறுப்பினர் களுக்கு அறிமுகப்படுத்திப் பேசிய நேரு ''போர் நிறுத்தம் பற்றியோ,

கருத்துக்கள் குறித்தோ எந்த அதிகாரபூர்வ தகவலும் பீகிங்கிடம் இருந்து இதுவரை வரவில்லை. எனவே அது பற்றி எந்தப் பதிலையும் இப்போது கூற இயலாது. பேச்சுவார்த்தைகளைப் பொறுத்தவரை 1962 செப்டம்பர் 8 ஆம் தேதிக்கு முந்தைய நிலை எதுவோ அதுவே தொடரும்' என்றார்.

நேரு பேசி முடித்து அமர்ந்தவுடன் எதிர்கட்சி உறுப்பினர்கள் துள்ளி எழுந்தனர். 'இது சீனாவின் திட்டமிட்ட சதி. போர் நிறுத்தத்தை ஏற்றுக் கொள்ளக்கூடாது, பேச்சுவார்த்தைக்கும் உடன்படக்கூடாது' என்று ஆவேசமாகப் பேசினார் ஆங்கிலோ- இந்திய நியமன உறுப்பினர் ஃப்ராங் ஆண்டனி. 'காட்டுமிராண்டித் தாக்குதல் நடத்திய சீனர்கள் விரட்டி அடிக்கப்படவேண்டும். நமக்கு நாகரிகம், கண்ணியம், சுய-மரியாதை இருக்குமானால் பேச்சுவார்த்தைகளைப் புறக்கணிக்க வேண்டும். சீனர்களின் நடவடிக்கையை அயோக்கியத்தனத்தின் உச்சம்' என்றும் விமர்சித்தார் அசோக் மேத்தா.

நிறைவாக கம்யூனிஸ்ட்கள் தவிர்த்து மற்ற கட்சிகள் கூட்டாகக் கீழ்க்கண்ட அறிக்கை விடுத்தனர்:-'சீனாவின் தன்னிச்சையான போர் நிறுத்த அறிவிப்பு அவர்களுடைய போக்கிரித்தனத்தின் மற்றொரு அடையாளமாகும். நம்மிடையே குழப்பத்தையும், சஞ்சலத்தையும் ஏற்படுத்தி, இடைப்பட்ட காலத்தில் படை பலத்தைப் பெருக்கி, மற்றொரு தாக்குதலுக்குத் தயாராகும் சூழ்ச்சியாகும். இதன் மூலம் உலக அரங்கில் நமது நட்பு நாடுகளின் மனதில் சந்தேகத்தை ஏற்படுத்துவதுடன், அவர்களிடமிருந்து நாம் ராணுவ உதவிகளைப் பெறுவதையும் தடுப்பதற்கான தந்திரமாகும். எனவே, சீனாவின் போர் நிறுத்த அறிவிப்பைக்கண்டு பிரதமர் ஏமாறக் கூடாது. அரசின் கொள்கை முடிவான பேச்சுவார்த்தை கிடையாது என்பதற்கு முழு ஆதரவு அளிப்போம்'.

சீனாவின் போர் நிறுத்தத்தை இந்தியா ஏற்றுக்கொள்கிறதா இல்லையா என்ற தெளிவான அறிக்கையை இந்தியா வெளியிடவில்லை. இந்தியா சரணடைகிறது என்ற எண்ணத்தைத் தவிர்க்கப் படைகளை வாபஸ் வாங்கவும் உத்தரவிடவில்லை. மாறாக இந்தியா இப்போது தான் சண்டையைத் தொடங்கியுள்ளது என்ற தோற்றத்தை உருவாக்க முனைந்தது. போர் நிறுத்த அறிவிப்பை சீனா வெளியிட்ட நாளன்று பள்ளிக் குழந்தைகளைச் சந்தித்த நேரு 'சீனாவுடனான போர் இப்போதைக்கு முடியப் போவதில்லை. பல ஆண்டுகள் நீடிக்கும். வளர்ந்து பெரியவர்களாகி, தேவையான தகுதிகளுடன் நீங்களும் போரில் பங்கேற்கலாம்' என்றார்.

போர் நிறுத்த அறிவிப்பை சீனா வெளியிட்ட அதே நாள் இந்தியாவில் உள்ள சீன தூதரக அதிகாரியை அழைத்து விளக்கம் கேட்டது. ‘உண்மையான கட்டுப்பாட்டுக்கோடு என்றால் என்ன? உண்மையான எல்லைக் கட்டுப்பாட்டுக் கோட்டுக்குப் பின்னால் இருபது கிமீ தூரம் தள்ளிப் படைகளைத் திரும்ப அழைத்துக் கொள்வது என்பது மேற்குப் பிராந்தியத்துக்கு மட்டுமே பொருந்துமா? மெக்மொகன் கோட்டில் இருந்து இருபது கிமீ தள்ளிப் பின்னால் வாபஸ் பெற்றுக்கொண்டால் அது எங்கு அமையும்? மெக்மொகன் கோட்டுக்குத் தெற்கே சோதனைச் சாவடிகளை சீனா அமைக்குமா எனப் பல்வேறு கேள்விக் கணைகளைத் தொடுத்தது. ஆனால் இந்தியாவின் கேள்விகளுக்கு பீகிங் நேரடியாகப் பதில் சொல்லாமல், ஏதேதோ விளக்கம் அளிக்க, அவை புரியும்படி இல்லை என்றும், தெளிவான பதில் தேவை என்றும் புதுடெல்லி ஆட்சேபித்தது.

இந்தியா விரும்பும் செப்டம்பர் 8 ஆம் தேதிக்கு முந்தைய நிலை என்பது தாக்-லாவில் இருந்து சீனத் துருப்புகளைத் திரும்ப அழைத்துக் கொள்வது மற்றும் மேற்குப் பிராந்தியத்தில் முன்னேறிச் செல்லும் கொள்கை அடிப்படையில் இந்தியா நிறுவிய முகாம்கள் மீது தாக்குதல் நடத்தி சீனா ஆக்கிரமித்த பகுதிகளைக் காலி செய்தல். இதன் காரணமாக மேற்கில் சீனா கோரிய எல்லைக்குள்ளும், தாக்-லா பகுதியில் வரைபடத்தில் கண்டுள்ள மெக்மொகன் கோட்டுக்கு வடக்கே தனது இடங்களையும், இந்தியா நிலை நிறுத்திக்கொள்ள இயலும். சீனா தனது போர் நிறுத்த அறிக்கையில் குறிப்பிட்டபடி, 1959 உண்மைக் கட்டுப்பாட்டுக் கோட்டுக்குப் பின்னால் 20 கிமீ தள்ளித் திரும்பப் பெற்றுக்கொண்டால், அது 1962 செப்டம்பர் 8 ஆம் தேதி இருந்த நிலையைத் தாண்டி இன்னும் பின்னுக்குத் தள்ளப்படும். ஆனால் புது டெல்லிக்கு சீனா தனது ராணுவத்தை மட்டும் வாபஸ் பெற்றுக்கொண்டால் போதாது. சீனர்கள் அனைவரும் அங்கிருந்து முழுமையாக விலகினால் மட்டுமே, இந்தியா முன்னேறிச் செல்லும் கொள்கை அடிப்படையில் ஏற்கனவே முன்னேறிய பகுதிகளுக்குத் திரும்ப முடியும்.

போர் நிறுத்த அறிவிப்பை சீனா வெளியிட்ட ஒரு வாரம் கழித்து சூ என் லாய் மீண்டும் நேருவுக்கு எழுதிய கடிதத்தில் ‘இரு நாடுகளின் கண்ணியம், சுய மரியாதை ஆகியவற்றைக் கருத்தில் கொண்டே இந்தத் திட்டத்தைத் தயாரித்துள்ளோம். இதை அமல்படுத்தினால் இரு நாடுகளுக்கும் அவரவர் பகுதிகளில் இழப்போ லாபமோ ஏற்படாது. ஆனால் சீனா தனது படைகளைத் திரும்ப அழைத்துக் கொள்வதால் மட்டும் மோதல்களைத் தடுக்கமுடியும் என்று எதிர்பார்க்கக் கூடாது. இந்தியா ஒத்துழைக்க மறுத்தால் போர் நிறுத்த

அறிவிப்பே அர்த்தமில்லாமல் போய்விடும்' என்று குறிப்பிட்டிருந்தார். ஆனால் நேருவோ 'எங்களுக்குச் சொந்தமான பகுதிகள் என்று கூறிய அனைத்தும் ஆதாரபூர்வமாக நிரூபிக்கப்பட்டவை. அதன் அடிப்படையில் ஒரேயொரு நேரடியான திட்டம்தான் உண்டு. செப்டம்பர் 8 ஆம் தேதிக்கு முந்தைய நிலை எதுவோ அந்நிலையே தொடரவேண்டும். அதற்கு ஒப்புக் கொண்டால் மட்டுமே பேச்சுவார்த்தை' என்று பதிலளித்தார்.

டிசம்பர் 8 ஆம் தேதி மீண்டும் சற்று காட்டமாகவே சீனா கடிதம் அனுப்பியது. பேச்சுவார்த்தைகளைத் தாமதப்படுத்தும் நோக்கத்துடன், பீகிங் அளித்த சமரசத் திட்டங்களை புதுடெல்லி அலட்சியப் படுத்துகிறது. மூன்றே மூன்று கேள்விகளை மட்டுமே முன் வைக்கிறோம். 'ஆம்' அல்லது 'இல்லை' என ஒரே வார்த்தையில் பதில் தேவை. (1) இந்திய அரசு போர் நிறுத்தத்தை ஏற்றுக் கொள்கிறதா அல்ல இல்லையா? (2) 1959 நவம்பர் 7அன்று நிலவிய உண்மையான எல்லைக் கட்டுப்பாட்டுக் கோட்டில் இருந்து 20 கிமீ பின்னால் இரு நாட்டு ராணுவமும் படைகளைத் திரும்ப அழைத்துக் கொள்வதை இந்தியா ஏற்றுக் கொள்கிறதா இல்லையா? (3) இரு நாட்டு அரசு அதிகாரிகளும் பேச்சுவார்த்தை நடத்த சந்திக்கவேண்டும் என்பதை இந்தியா ஏற்றுக் கொள்கிறதா இல்லையா?

இந்தியாவின் தற்போதைய நிலை சீனாவின் கேள்விகளுக்கான விடை 'ஆம்' மற்றும் 'இல்லை' இரண்டுமேதான். உள்நாடு மற்றும் பன்னாடுகளுக்கு நேருவின் செய்தி, சீனாவுடனான போராட்டம் தொடரும், துரோகம் இழைத்த சீனாவின் திட்டங்கள் முற்றிலுமாகப் புறக்கணிக்கப்படும், மெக்மோகன் கோடு வரை இந்தியத் துருப்பு களை அனுப்பக்கூடாது என்ற சீனாவின் எச்சரிக்கை மீறப்படும் என்பதுதான். ஆனால் போர் நிறுத்தத்தைப் பாதுகாப்பதுடன், சீன ராணுவத்தைத் தூண்டிவிடும் வகையில் இந்திய வீரர்கள் எந்த நடவடிக்கையிலும் ஈடுபடக் கூடாது என்று உத்தரவிடப்பட்டுள்ளதே நிஜம். அதேபோல் மெக்மோகன் கோடு வரை துருப்புகளை அனுப்பும் எந்த எண்ணமும் இந்திய அரசுக்கு இல்லை. இந்த உறுதிமொழியை நேரு நேரடியாகக் கூறாமல், சிலோன் பிரதமர் சிரிமாவோ பண்டாரநாயகா மூலம் சூ என் லாயிடம் தெரிவிக்கச் சொல்லி இருக்கிறார்.

இதன் மூலம் இந்தியாவின் முன்னேறிச் செல்லும் கொள்கை புதைகுழிக்குப் போனது. மூவாயிரம் வீரர்கள் உயிரிழந்தனர். இந்தியாவின் அடிப்படை பலம் என்ன என்பது எல்லைப் போர் தோல்வியின் மூலம் உறுதியானது மட்டுமே மிச்சம். 'பேச்சுவார்த்தை இல்லை' என்ற இந்தியாவின் முடிவு தொடர்ந்து நீடித்தது. எனவே

இரு நாடுகளுக்கு இடையே மீண்டும் பேச்சுவார்த்தை தொடங்கப் பல ஆண்டுகள் ஆகலாம். போரில் இந்திய அடைந்த தோல்வியையும் அவமானத்தையும் அப்போது மக்கள் அப்போது மறந்திருக்க வேண்டும். நேருவும் அவரது சகாக்களின் காலமும் முடிந்திருக்க வேண்டும். அப்படியே பேச்சுவார்த்தைகளைத் தொடங்கப் பல வருடங்கள் கழித்து இந்தியா முன்வந்தாலும், ஆரம்பத்தில் பல முறை அழைத்தும் வராத இந்தியாவின் கோரிக்கையைச், சீனா அப்போது ஏற்குமா என்பது கேள்விக்குறிதான். சீனாவின் விருப்பத்தைப் பொறுத்தே இந்தியாவுடனான பேச்சுவார்த்தை எதிர்காலத்தில் அமையும். இந்தியாவால் வெற்றி பெற முடியாவிட்டாலும், அதன் சாத்விகமான அணுகுமுறையும், சீனாவின் மீதான அதிருப்தியுமே இந்தப் போர் மூலம் புதுடெல்லிக்குக் கிடைத்த அனுகூலமாகும்.

எல்லைப் பிரச்னையில் இந்தியாவின் மீதான சீனப் படையெடுப்பைத் தேவையற்ற ஆக்கிரமிப்பாகவே உலகம் பார்த்தது. பொறுப்பற்ற, தன்னிச்சையான, ஆணவம் கொண்ட வெளியுறவுக்கொள்கையை பீகிங் கடைப்பிடிக்கிறது என்ற பொதுவான கருத்து இதன் மூலம் உறுதியானது. சீனாவின் போர் நிறுத்த அறிக்கைக்கு மூன்றாம் நாட்டின் தலையீடு இருக்கலாம் என்று நம்பப்பட்டது. குறிப்பாக போரை நிறுத்தும்படி சீனாவை ரஷ்யா நிர்பந்தப்படுத்தி இருக்கலாம். அல்லது க்யூபாவைக் கைகழுவிய அமெரிக்கா இந்தியாவுக்கு உதவ முன்வந்திருக்கும் என்று கூறப்பட்டது. இந்தியாவின் விளக்கத்தைப் பெரும்பாலான உலக நாடுகள் ஏற்றுக்கொண்டு, சீனா ஆக்கிரமிப்பு செய்த இடங்களில் இருந்து வெளியேற வேண்டும் என்று கோரிக்கை விடுத்தன. 'சீனாவின் போர் நிறுத்தத்துக்குக் காரணம் இந்தியா மீதான அச்சமே' என்று மக்களவை உறுப்பினர் ஒருவர் முழங்கினார். பிரதமர் நேருவோ 'சீனா முகத்தைக் காட்டுவதற்கு பதிலாக வாலைக் (முதுகைக்) காட்ட இந்திய மக்கள் ஒட்டு மொத்த கோபத்துடன் பொங்கி எழுந்ததே காரணம்' என்றார்.

வட கிழக்கு எல்லையைப் பொறுத்தவரை போர் நிறுத்தம் அதிகாரபூர்வமாக நவம்பர் 21 நள்ளிரவு முதல் அமலுக்கு வந்தது. ஆனால், உண்மையில் அதற்கு 48 மணி நேரம் முன்னதாகவே வெடிச் சத்தம் அடங்கிவிட்டது. வாலாங்கில் இருந்து லோகித் பள்ளத்தாக்குக்குக் கீழே திரும்பிக் கொண்டிருந்த ஆயிரக்கணக்கான இந்தியத் துருப்புகளை சீனா தொடரவும் இல்லை, சுற்றி வளைக்கவும் இல்லை. ஆனால், வடகிழக்கு எல்லையில் ஆங்காங்கே ஏற்பட்ட சிறு சிறு மோதல்களில் இரு நாட்டு வீரர்களும் பலத்த காயம் அடைந்தனர். சீனாவின் போர் நிறுத்த அறிவிப்பே களத்தில் இருந்த பல வீரர்களுக்குத் தெரியவில்லை.

1965 இறுதியில் போரின்போது இந்தியாவுக்கு ஏற்பட்ட இழப்பு குறித்து இந்திய பாதுகாப்பு அமைச்சகம் அறிக்கை வெளியிட்டது: இறந்தவர்கள் 1383, காணாமல் போனவர்கள் 1696, கைதானவர்கள் 3,968. இவர்களுள் 26 வீரர்கள் பலத்த காயங்கள் காரணமாகச் சிறையிலேயே இறந்தனர். நோய்வாய்ப்பட்டவர்கள், காயமடைந்தவர்கள் போர் நிறுத்த அறிவிப்பு வெளியான ஒரு சில வாரங்களிலும், மீதமிருந்தோர் ஆறு மாதங்களிலும் விடுவிக்கப்பட்டனர். இந்திய ராணுவ வீரர்களில் இறந்தவர்களில் 90% வடகிழக்கு எல்லைப் பாதுகாப்பில் ஈடுபட்டவர்கள்.

உண்மையில் இந்திய தரப்பில் எத்தனை வீரர்கள் போரில் ஈடுபட்டனரோ சீனத் தரப்பிலும் அத்தனை பேரே கிட்டத்தட்ட ஈடுபடுத்தப்பட்டிருந்தனர். ஆனால், இந்தியத் தரப்பில் அந்த வீரர்கள் பல இடங்களில் பிரிந்து கிடந்தனர். எனவே, சீனா ஒருமுகப்பட்டுத் தாக்கியபோது இந்தியப் படைகளால் எதிர்கொள்ள முடிந்திருக்கவில்லை. இந்தியப் படை அதிகம் சிதறாமல் நின்று போரிட்ட தெம்பாங் பகுதியில் நடந்த சண்டையில் சீனர்கள் சுமார் 300-400 பேர் இறந்ததாக இந்தியத் தரப்பு சொன்னது. வாலோங் படைக்களம், ரெஸங் லா பகுதிக்கு இந்தியத் தரப்பு திரும்பியபோது அங்கு கணிசமான சீனர்கள் கொல்லப்பட்டிருப்பதைப் பார்த்தார்கள். உண்மையில் அந்தப் போரில் சீனர் ஒருவருமே உயிருடன் பிடிக்கப்பட்டிருக்கவில்லை.

சாக்கு பகுதிக்குக் கீழான மலை அடிவாரத்தில் சீனர்கள் வலுவான படையுடனே அணிவகுத்தனர். போர் நிறுத்தத்தைப் பயன்படுத்தி இந்தியா வட கிழக்குப் பகுதியில் தன் படையைச் சீரமைத்துக் கொண்டது.

ஜெனரல் தாப்பரின் விடுப்புக் காலம் முடிந்தவுடன், சௌத்திரியின் சீஃப் ஆஃப் ஆர்மி ஸ்டாஃபாக பதவி நியமனம் உறுதி செய்யப்பட்டது. முதல் வேலையாக கௌலை பஞ்சாப்பில் உள்ள பயிற்சி கமாண்டுக்கு மாற்றி சௌத்திரி உத்தரவிட்டார். கௌல் அந்தப் பதவி மாற்றத்தைக் கௌரவக் குறைவாகக் கருதிப் பதவியை ராஜிநாமா செய்தார். கௌலின் ராஜிநாமா நேருவை கவலை கொள்ள வைத்தது. ராஜிநாமாவைத் திரும்பப் பெற்றுக்கொள்ள வற்புறுத்தி அவருக்குக் கீழ்க்காணும் கடிதத்தை அனுப்பினார்:

அன்புள்ள பிஜி (கௌல்),

உங்கள் ராஜிநாமா கவலை தருகிறது. திரும்பப் பெற்றுக் கொள்ள வற்புறுத்தியும், நீங்கள் உறுதியாக இருப்பதால், என்னால் எதுவும் செய்ய முடியவில்லை. உங்கள் ராஜினாமாவுக்கான காரணிகள்

பலரைச் சங்கடத்தில் ஆழ்த்தி உள்ளது. ஆனால் நீங்கள் ஒருவர் மட்டுமே இதற்குக் காரணமில்லை என்று உறுதியாகச் சொல்ல முடியும். சூழலும் ஏராளமானோரும் இதற்குக் காரணம். உங்களைப் போன்ற ஆற்றலும், தகுதியும், தேசப்பற்றும் மிக்கவர் ஓய்வெடுத்துக் கொள்ளாமல், நாட்டுக்கு ஏதேனும் செய்ய வேண்டும் என்பதே என் ஆசை. எனவே இன்னும் சிறிது காலம் கழித்து ஏதேனும் பயனுள்ள ஒரு பணியில் உங்கள் ஈடுபடுத்திக் கொள்வீர்கள் என்று நம்புகிறேன்.

இப்படிக்குப் பிரியத்துடன்

ஜவாஹர்லால் நேரு

கௌலுக்கு ஏதேனும் சிறப்பான பதவியை வழங்க வேண்டுமென விரும்பிய நேரு, இமாசலப் பிரதேச லெஃப்டினெண்ட் ஜெனரலாக நியமிக்க உள்ளதாக அவரிடமே தெரிவித்தார். ஆனால் திடீரெனக் கடைசி நேரத்தில் தனது முடிவை மாற்றிக்கொண்டார். பிறகு டாக்டர் தேஜா என்ற நிதி நிறுவன உரிமையாளரிடம் நேருவின் பரிந்துரையின் பேரில் கௌல் வேலைக்குச் சேர்ந்தார். ஆனால் பல்வேறு நிதி மோசடிகள் காரணமாக தேஜா சிக்கிக்கொள்ளத் தப்பித்தோம் பிழைத்தோமென கௌல் நிறுவனத்திலிருந்து வெளியேறினார். ஜெனரல் தாப்பர் அதிர்ஷ்டசாலி. ஆஃப்கானிஸ்தான் தூதராக நியமிக்கப்பட்டார். 1964-ல் காலமான நேரு கடைசியாகக் கையெழுத்திட்ட உத்தரவுகளில் இவருடையதும் ஒன்றாகும்.

ஜிஓசி-இன்-சி கிழக்கு கமாண்டாக ஜெனரல் சென் தொடர்ந்தார். நம்கா சூ தோல்விக்குப் பிறகு 4 டிவிஷன் கமாண்டர் பொறுப்பில் இருந்து நீக்கப்பட்ட ஜெனரல் பிரசாத், குடியரசுத் தலைவரிடம் முறையீடு செய்ததைத் தொடர்ந்து மேற்குப் பிராந்திய கமாண்டராக நியமிக்கப்பட்டார். இருப்பினும் அவரது தனிப்பட்ட கோப்புகள் சில பாகிஸ்தான் அரசின் கையில் சிக்க, வேறு வழியின்றிப் பதவி விலக நேரிட்டது. சேலா - பொம்டி லா தோல்வியைத் தொடர்ந்து 4 டிவிஷன் கமாண்ட் பொறுப்பில் இருந்து ஜெனரல் ஏ.எஸ்.பதானியா பதவி விலகினார். போரில் கைதான பிரிகேடியர் தால்வி சீன அரசால் 1963 மே மாதம் விடுவிக்கப்பட்டார். அவருக்கு இரு பதவி உயர்வுகள் அளிக்கப்பட்டு 1965 பாகிஸ்தான் போரில் பிரிகேட்டுக்கு தலைமை தாங்கினார். ஆனால் 1966-ல் இவரது மூப்பு புறக்கணிக்கப்பட்டு இவரை விட இளநிலை அதிகாரிக்கு மேஜர் ஜெனரல் பொறுப்பு அளிக்கப்பட்டதால் பதவி விலகினார். நம்கா சூ விவகாரம் உள்பட இந்திய - சீன போர் நிகழ்வுகள் முழுவதையும் 'ஹிமாலயன் பிளண்டர்' (Himalayan Blunder) என்ற நூலில் தால்வி பதிவு செய்துள்ளார்.

IV கார்ப்ஸ் கமாண்டாக இருந்த ஜெனரல் மானெக்ஷா, கிழக்கு கமாண்ட் ஜிஓசி-இன்-சியாகவும், பின்னர் 1969-ல் சீஃப் ஆஃப் ஆர்மி ஸ்டாஃபாகவும் உயர்ந்தார். நெருங்கிய நண்பராக இருந்த நேருவின் மறைவைத் தொடர்ந்து கிருஷ்ண மேனன் 1967 பொதுத் தேர்தல்கள் வரை காங்கிரஸ் கட்சியில் அதிக பரபரப்பில்லாமல் அமைதியாக இருந்தார். பம்பாய் நாடாளுமன்றத் தொகுதியில் இருந்து வெற்றி பெற்ற கிருஷ்ண மேனன் 1967 தேர்தலில் அதே தொகுதியில் மீண்டும் நிற்க விண்ணப்பித்தபோது மராட்டிய காங்கிரஸ் கமிட்டி அவருக்கு வாய்ப்பளிக்க மறுத்துவிட்டது. வேறு வழியின்றிச் சுயேச்சையாகப் போட்டியிட்டுத் தோல்வியைத் தழுவினார். 1969-ல் மேற்கு வங்கத்தில் நடைபெற்ற இடைத்தேர்தலில், ஆட்சியில் இருந்த ஐக்கிய முன்னணி அரசின் ஆதரவுடன் போட்டியிட்டு வெற்றி பெற்று மீண்டும் மக்களவை உறுப்பினர் ஆனார்.

இந்தியா மட்டுமின்றி உலக நாடுகள் கூட சீனா மெக்மோகன் கோட்டுக்குப் பின்னால் தள்ளித் தனது துருப்புக்களைத் திரும்ப அழைத்துக்கொள்ளும் என்று அளித்த உறுதிமொழியை நிறைவேற்றும் என்றும் நம்பவில்லை. ஆனால் நவம்பர் 30 ஆம் தேதி பீகிங்கில் உள்ள சீனப் பாதுகாப்பு அமைச்சகம் தனது துருப்புகளைப் படிப்படியாகத் திரும்ப அழைத்துக்கொள்ளும் என்று அறிவித்தது. டிசம்பர் 5 ஆம் தேதி பொம்டி லாவில் கைதான சில இந்திய வீரர்களை ஒப்படைத்தது. கைதிகளைப் பரிமாறிக் கொள்வது வழக்கமான விஷயம்தான். தோற்ற நாட்டிடம் அது விட்டுச் சென்ற ஆயுதங்கள், தளவாடங்கள் ஆகியவற்றை வெற்றி பெற்ற நாடு திருப்பித் தந்ததாக இதுவரை தகவல் இல்லை. போர் முனையிலும், முகாம்களில் இந்தியா விட்டுச் சென்ற ஆயுதங்கள் (மோர்ட்டார், ஆர்ட்டிலெரி, டிரக், ஷெல், குண்டுகள், உடைகள்) அனைத்தையும் நல்ல நிலையில், சேகரித்து, சுத்தப்படுத்தி, பாலிஷ் செய்து இந்திய ராணுவத்திடம் ஒப்படைக்க சீனா முடிவெடுத்தது ஆச்சரியமே. முதல் தவணையாக வாஷிங்டன் வழங்கிய அமெரிக்கன் ஆட்டோமேடிக் ரைஃபிள்கள் மற்றும் ரஷ்ய ஹெலிகாப்டர் ஆகியவை இதில் இடம் பெற்றன.

இந்தியா விட்டுச் சென்ற ஆயுதங்களை எடுத்துச் செல்லுமாறு புதுடெல்லிக்குச் செய்தி அனுப்பியது பீகிங். இதனைத் தொடர்ந்து சீன அதிகாரிகள் ஒவ்வொன்றாகக் கொடுக்க அவற்றை இந்திய அதிகாரிகள் சரி பார்த்துக் கையெழுத்திட்டுப் பெற்றுக்கொண்டனர். இந்த அதிசயமான, எந்த ஜெயித்த நாடும் செய்யத் துணியாத செயலைச், சீனா செய்தது என்றாலும் அதை விளம்பரப்படுத்திக் கொள்ளவில்லை. 'தீர்வை ஒட்டிய பேச்சுவார்த்தைகளை இந்தியா

தொடங்கவேண்டும் என்ற நோக்கத்தில், அன்பின் வெளிப்பாடாக, அமைதியான முறையில், நாங்கள் மேற்கொண்டுள்ள செயல்' என்று சீனா தெரிவித்தது. ஆனால் இந்தியா பதிலேதும் சொல்லாமல் விட்டுச் சென்ற தளவாடங்கள் அனைத்தையும் சீனாவிடமிருந்து பெற்றுக் கொண்டது. சீனாவின் இந்த முயற்சி 'வெந்த புண்ணில் வேல் பாய்ச்சுவதற்குச் சமம்' என்றும் தொடர்ந்து அவமானப்படுத்துவதே அதன் நோக்கம் என்றே புதுடெல்லி கருதியது.

சீன தனது துருப்புகளைத் திரும்ப அழைத்துக்கொண்டாலும், இந்திய ராணுவம் உடனடியாக வடகிழக்கு எல்லைக்குத் திரும்பவில்லை. சில மாதங்கள் கழித்தே உள்ளே நுழைந்தன. மேற்கு மற்றும் மத்திய பிராந்தியங்களில் உண்மையான எல்லைக்கோட்டில் இருந்து இருபது கிமீ பின்னாள் தள்ளித் துருப்புக்களைத் திரும்ப அழைத்துக் கொள்ள வேண்டும் என்ற சீனாவின் நிபந்தனையை புதுடெல்லி கண்டு கொள்ளவில்லை. ஆனால் கிழக்குப் பிராந்தியத்தில் தாக்-லா மற்றும் வரைபடத்தில் குறிக்கப்பட்ட மெக்மொகன் கோட்டுக்கு இடைப் பட்ட பகுதியில் இருந்து இந்தியா தள்ளியே இருந்தது. மெக்மொகன் கோடு வரையிலான ரோந்துப் பணிகளின் பொறுப்பு அஸ்ஸாம் ரைஃபிள்ஸிடம் விடப்பட்டது.

பீகிங் போர் நிறுத்த அறிவிப்பைத் தொடர்ந்து சீனாவின் மீது ஆஃப்ரிக்க ஆசிய நாடுகளுக்குத் தொடக்கத்தில் இருந்த எதிர்ப்பு, சிறிது சிறிதாக ஆதரவாக மாறி வருவதைப் புது டெல்லி உன்னிப்பாகக் கவனித்தது. எல்லை தொடர்பான பிரச்னையைப் பேச்சுவார்த்தை மூலம் தீர்த்துக்கொள்ளலாம் என்ற சீனாவின் யோசனை பெருந்தன்மையானது என்று பாராட்டத் தொடங்கின. வெற்றி பெற்ற சீனா பேச்சுவார்த்தை அழைப்பதை இந்தியா ஏற்றுக் கொள்ள வேண்டும் என்ற அறிவுரையில் நிர்பந்தம் தொனிப்பது தெரிந்தது. இது பற்றி இந்திய வெளிவிவகாரத் துறை செய்தித் தொடர்பாளர் நவம்பர் மாத இறுதியில் அளித்த விளக்கத்தில் 'போர் நிறுத்த அறிவிப்பைத் தொடர்ந்து சீனா முன்வைத்திருக்கும் திட்டங்களில் உள்ள தந்திரங்கள் மற்றவர்களுக்குத் தெரிய வாய்ப்பில்லை. இதன் காரணமாகவே நாங்கள் ஏன் அவற்றை ஏற்றுக் கொள்ளவில்லை என்றும், பேச்சுவார்த்தைகளுக்கு உடன்பட மறுக்கிறோம் என்றும், உங்களுக்குப் புரியவில்லை. இந்தியாவுக்குத் தெளிவாகத் தெரிந்த சில விஷயங்கள், அணி சேரா நாடுகளுக்குப் புரியாதது கவலை அளிக்கிறது' என்றார்.

ஐக்கிய அரபுக் குடியரசின் தலைவர் நாசர் இந்தியாவுக்கு ஆதரவாக 'நூறு சதவிதம்' இருப்பார் என்று இந்தியா முழுமையாக நம்பியது. சீனாவின் போர் நிறுத்த அறிவிப்பையும், பேச்சுவார்த்தைகளின்

சாத்தியக்கூறுகளையும் விரிவாக விவாதிக்க ஆஃப்ரிக்க ஆசிய நாடுகளின் கூட்டத்தைக் கூட்டவும், முழுமையான ஒத்துழைப்பை வழங்கவும், ஐக்கிய அரபு குடியரசு தயாராக இருப்பதாக நாசர் தெரிவித்தார். சிலோன் பிரதமர் திருமதி பண்டாரநாயகா கூட்டத்தை கொழும்புவில் நடத்த ஒப்புக்கொண்டார். டிசம்பர் 10 ஆம் தேதி நடைபெற்ற கூட்டத்தில் சிலோன், ஐக்கிய அரபுக் குடியரசு, கம்போடியா, கானா, இந்தோனிஷியா, பர்மா ஆகிய ஆறு நாடுகளின் பங்கேற்பும் உறுதி செய்யப்பட்டது.

இந்திய வெளிவிவகாரத் துறை அதிகாரிகள் புது டெல்லியின் குறைந்தபட்ச எதிர்பார்ப்புகள் என்ன என்பதை ஆறு நாட்டுப் பிரதிநிதிகளிடமும் விளக்கினர். குறிப்பாக செப்டம்பர் 8 ஆம் தேதிக்கு முந்தைய நிலைக்குத் திரும்புவதை உறுதிப்படுத்தவேண்டும் என்பதைத் தெளிவுபடுத்தினர். அதாவது முன்னேறிச் செல்லும் கொள்கை அடிப்படையில் ஏற்கனவே மேற்குப் பிராந்தியத்திலும், கிழக்குப் பிராந்தியம் தோலாவிலும் இந்திய நிறுவிய முகாம்களை மீண்டும் அமைக்க சீனா அனுமதிக்கவேண்டும் என்ற தீர்மானத்தைக் கொழும்பில் கூடும் ஆஃப்ரிக்க ஆசிய நாடுகளின் தீர்மானமாக நிறைவேற்றவேண்டும் என்பதே இதன் சாராம்சம். தீர்மானத்தை நிறைவேற்றுவதுடன் அதை அமல்படுத்தவும் சீனாவை நிர்பந்திக்க வேண்டும் என்பதும் இந்தியாவின் நோக்கமாகும்.

இந்தியாவின் வேண்டுகோளுக்கு இணங்க கொழும்புவில் நடைபெற்ற கூட்டத்தில் செப்டம்பர் 8 ஆம் தேதிக்கு முந்தைய நிலைக்கு சீனா ஒப்புக்கொள்ள வேண்டும் என்ற தீர்மான விவரத்தை முன்மொழிந்தது. ஆனால், இதை நேரடியாகச் சொன்னால் சீனா ஏற்றுக்கொள்ளாது என்று கூட்டத்தில் கலந்துகொண்ட ஒரு சிலர் தெரிவித்த கருத்தை ஏற்றுக்கொண்டு சில திருத்தங்களுடன் கீழ்க்காணும் புதிய தீர்மானத்தை நிறைவேற்றியது:-

1. கிழக்குப் பிராந்தியத்தைப் பொறுத்தவரை உண்மையான எல்லைக் கட்டுப்பாட்டுக் கோட்டை (அதாவது மெக்மொகன் கோடு) போர் நிறுத்தக் கோடாக ஏற்றுக் கொள்ளுதல். இது இரு நாடுகளும் கோட்டுக்கு பின்னால் இருபது கிமீ தள்ளிப் படைகளை நிறுத்த வேண்டும் என்ற சீனாவின் நிபந்தனைக்கு முற்றிலும் முரணாகும்.

2. தாக்-லா உள்ளிட்ட ஒரு சில பகுதிகள் தொடர்பான பிரச்னையைப் பேச்சுவார்த்தைகள் மூலம் பிறகு விவாதித்துக் கொள்ளுதல்

3. மேற்குப் பிராந்தியத்தில் சீனா ஒப்புக்கொண்டபடி எல்லைக் கோட்டுக்குப் பின்னால் இருபது கிமீ தள்ளித் துருப்புக்களைத் திரும்பப் பெற்றுக் கொள்ளவேண்டும். ஆனால் இந்தியாவும்

இதேபோல் செய்யவேண்டும் என்று எதிர்பார்க்கக் கூடாது. இந்தியா இப்போதுள்ள இடங்களில் அப்படியே தொடரும். எல்லை தொடர்பான பேச்சுவார்த்தை சுமுகமாக முடிந்து இறுதித் தீர்வு கண்ட பிறகு, சீன ராணுவம் காலி செய்த பகுதிகளைப் பொது இடங்களாக அறிவித்து இரு நாடுகளின் அதிகாரிகளும் கூட்டாக நிர்வகிக்க வேண்டும் (இந்தக் கடைசி அம்சம் பண்டாரநாயகா கொடுத்த முதல் வரைவில் தெளிவாக இல்லை. எனவே இந்தியா அதைத் தெளிவாக எழுதிக் கொடுத்தது. முதல் வரைவில் சில திருத்தங்கள் என்ற பெயரில் அது பண்டாரநாயகாவால் வெளியிடப்பட்டது).

முன்னேறிச் செல்லும் கொள்கை மூலம் இந்தியா எந்தெந்தப் பகுதிகளில் ஊடுருவியதோ அந்தந்த இடங்களை அப்படியே தக்க வைத்துக் கொள்ளும். இதைச் சீனா ஏற்றுக்கொள்ள வேண்டும் என்ற புதுடெல்லியின் கருத்தையே கொழும்புவின் அறிக்கை பிரதிபலித்தது. கொழும்பு கூட்டத்தில் நிறைவேற்றிய தீர்மான நகலைப் பிரதமர் நேருவிடம் புதுடெல்லிக்கு வந்து நேரடியாகக் கொடுத்தார் சிலோன் பிரதமர் திருமதி பண்டாரநாயகா. கொள்கை அளவில் கொழும்பு தீர்மானத்தை ஏற்றுக்கொள்வதாக நேரு அறிவித்தார்.

சீன பிரதமர் சூ என் லாயும் கொள்கை அளவில் கொழும்புத் தீர்மானத்தை ஏற்றுக்கொள்வதாக திருமதி பண்டாரநாயகாவிடம் தெரிவித்தார். இரு நாடுகளும் ஒரு தீர்மானத்தைக் கொள்கை அளவிலேனும் ஏற்றுக்கொண்டது இதுவே முதல் முறை என்பது குறிப்பிடத்தக்கதாகும். கொள்கை அளவில் ஏற்றுக்கொள்கிறோம் என்று பீகிங் கூறினாலும், இரண்டு கருத்துக்களை முன் வைத்தது. இவை கருத்துக்கள் அல்லது நிபந்தனைகள். முதலாவது, மேற்குப் பிராந்தியத்தைப் போன்றே கிழக்குப் பிராந்தியத்திலும், இந்திய ராணுவம் தற்போது எங்கு நிலை நிறுத்தப்பட்டுள்ளதோ அங்கேயே தொடர வேண்டும். இரண்டாவது, முன்னேறிச் செல்லும் கொள்கை மூலம் இந்தியா மேற்கில் எந்தெந்த பகுதிகளில் ஊடுருவியதோ அந்தந்த இடங்களை அப்படியே தக்கவைத்துக் கொள்ளும் என்பதை சீனா ஒருபோதும் ஏற்றுக்கொள்ளாது. இதை நாங்கள் ஒப்புக் கொண்டால், இந்திய ராணுவம் 1959 - 1962 வரை எங்களுக்குச் சொந்தமான பகுதிகளில் அத்துமீறி ஊடுருவியதுடன், சுமார் நாற்பத்தி மூன்று இடங்களில் முகாம்களை நிறுவியதையும் நாங்கள் ஏற்றுக் கொண்டதற்குச் சமமாகும். ஆகவே இந்தியா விரைவில் பேச்சு வார்த்தைகளைத் தொடங்க முன்வரவேண்டும். ஏதேனும் கருத்து வேறுபாடுகள் இருப்பின் நமக்குள் பேசித் தீர்த்துக் கொள்ளலாம்.

வழக்கம்போல் இந்தியா சீனாவின் கோரிக்கையை மறுத்தது. ‘சீனா

ஆக்கிரமித்துள்ள இந்திய மண்ணில் இருந்து முற்றிலுமாக விலக வேண்டும். 8ஆம் தேதிக்கு முன்பிருந்த நிலைக்கு சீனா ஒப்புக் கொள்ளவேண்டும். அதுவரை எந்தப் பேச்சுவார்த்தையும் கிடையாது' என்று மக்களவையில் நேரு மறுபடியும் திட்டவட்டமாகத் தெரிவித்தார்.

இந்திய - சீன எல்லைப் பிரச்னை காரணமாக எந்த மூன்றாம் நபர் தலையீட்டுக்கும் நேரு தொடக்கம் முதலே உடன்படவில்லை. ஆனால், திடீரென நேரு தனது கொள்கையில் இருந்து மாறுபட்டு 'நாடாளுமன்றம் ஒப்புதல் தெரித்தால், தி ஹேக்கில் உள்ள சர்வதேச நீதிமன்றத்துக்கு வழக்கை எடுத்துச் செல்ல புது டெல்லி தயாராக உள்ளது' என்று வெளிநாட்டுப் பத்திரிகைக்குப் பேட்டி அளித்தார். ஆனால் இவரது பேட்டி நாடாளுமன்றத்தின் இரு அவைகளிலும் கடுமையான கண்டனத்துக்கு உள்ளானது. தாய் நாட்டின் மீதான உரிமையை வழக்காக்கி நீதிமன்றத் தீர்ப்புக்கு உட்படுத்த முனைந்த நேருவின் பேட்டியை உறுப்பினர்கள் கடுமையாக விமர்சித்தனர். வேறு வழியின்றி நேரு தனது கருத்தையும் பேட்டியையும் திரும்பப் பெற்றுக்கொண்டார். 'உறுப்பினர்கள் ஒப்புக்கொண்டால், நாடாளு மன்றத்தின் முழு ஒத்துழைப்பு கிடைத்தால், நேரமும், காலமும் கூடிவந்தால், உங்கள் அனைவரின் ஆதரவுடன், வழக்கைச் சர்வதேச நீதிமன்றத்துக்கு எடுத்துச் செல்லலாம் என்று யதார்த்தமாகத்தான் சொன்னேன்' என்று விளக்கம் அளித்தார்.

பேச்சுவார்த்தைக்கு ஆரம்பம் முதலே உடன்பட மறுத்த இந்தியா, எல்லைப் போரில் தோல்வியைத் தழுவியதைத் தொடர்ந்து அதன் கொள்கையில் இன்னும் உறுதியாக இருந்தது. 1963 ஏப்ரலில் சூ என் லாய் இந்திய பிரதமருக்கு எழுதிய கடிதத்தில் நேருவின் நேர்மையற்ற அணுகுமுறையையும், பேச்சுவார்த்தைக்கு உடன்படாத நோக்கத்தையும் கடுமையாகச் சாடினார். கொழும்பு நிறைவேற்றிய தீர்மானம் இந்தியாவின் தீர்மானம் என்றும், செப்டம்பர் 8 ஆம் தேதி நிலவிய நிலைகளுக்குத் திரும்பவேண்டும் என்னும் இந்தியாவின் விருப்பத்தையே அது உறுதிப்படுத்துகிறது. பேச்சுவார்த்தைக்கு வர மறுப்பதால் உலக நாடுகளின் கண்டனங்களில் இருந்து தப்பிக்க, இப்போது சர்வதேச நீதிமன்றத்துக்குச் செல்வோம் என்று மிரட்டுகிறது. இதன் மூலம் சீனாவை நிர்பந்தப்படுத்திப் பணிய வைக்கலாம் என்று இந்தியா பகல் கனவு காண்கிறது என்றும் கூறினார்.

ஓராண்டு கழித்து நாடாளுமன்றத்தில் நேரு உரையாற்றுகையில் 'மேற்குப் பிராந்தியத்தில் கோட்டுக்கு அவர்கள் பக்கத்தில் இருபது கிமீ தூரத்துக்குத் துருப்புகளை சீனா திரும்பப் பெற்றுக்கொண்டால், அதே

பிராந்தியத்தில் முகாம்களை மறுபடியும் நிறுவுவதை இந்தியா தவிர்ப்பதுடன் பேச்சுவார்த்தைக்கும் உடன்படும்' என்றார். கிட்டத்தட்ட இது போன்ற சமரசத்தையே சூ என் லாய் முன்பு தெரிவித்திருந்தார்.

அடுத்த சில நாள்களில் நேருவைச் சந்தித்து உரையாடிய பெர்ட்ராண்ட் ரஸலின் தூதுவர்கள் இதே கருத்தை சீன அரசிடம் தெரிவித்தபோது சூ என் லாய் ஆட்சேபிக்கவில்லை. ஆனால் இந்த முடிவை இந்தியாதான் நேரடியாகத் தெரிவிக்க வேண்டுமென்றும், புதுடெல்லி இந்தக் கருத்தை முன் வைத்தால் பீகிங் அதை ஆக்கப்பூர்வமாகப் பரிசீலிக்கத் தயாராக இருப்பதாகவும் திட்டவட்டமாக அறிவித்தார். ஆனால் பெர்ட்ராண்ட் ரஸல் தூதர்களுடன் மேற்கண்ட முடிவு குறித்து எதையும் விவாதிக்கவில்லை என்றும், அது அவர்களது சொந்தக் கருத்து என்று நேரு மறுப்பு அறிக்கை விடுத்தார். இந்தியாவின் அணுகுமுறையில் முழுமையான மாற்றம் ஏற்பட்டால் மட்டுமே எல்லை குறித்த பேச்சுவார்த்தைகளைத் துவக்கும் என்றும், அதுவரை முனைவுகளை மேற்கொள்வதில் எந்தப் பயனும் இல்லை என்ற முடிவுக்கும் பீகிங் வந்தது.

புதுடெல்லிக்கும் பீகிங்குக்கும் இடையே வெளிவிவகாரத் துறை நிலையிலான கடிதங்களை அடுத்த பல ஆண்டுகளுக்கு இந்தியா வெளியிட்டுக் கொண்டே இருந்தது. தாங்கள்தான் பாதிக்கப்பட்ட அப்பாவிகள் என்றும், சீனா அதிகார பலமும், ஆணவமும் மிக்க நாடு என்றும், உலக நாடுகளை நம்ப வைத்ததில் இந்தியாவின் வாதத் திறமை வெளிப்பட்டது. ஆனால், கள நிலைமை மாற்றி அமைக்கப் பட்டுவிட்டிருந்தது. உண்மையில் எல்லைப் பிரச்னையானது சீனாவின் மாபெரும் வெற்றியின் மூலம் தீர்த்துவைக்கப்பட்டிருந்தது.

~

போர் ஏற்படுத்திய பாதிப்பும் காயமும் காலப் போக்கில் குறையத் தொடங்கின. நேற்றைய உண்மை இன்றைக்கு பொய்யாகிப் போனது. நண்பர்கள் விரோதிகள் ஆகவும், விரோதிகள் நண்பர்களாகவும் மாறினார்கள். அமெரிக்க ராணுவ உதவியை இந்தியா கோரியதைத் தொடர்ந்து, இந்தியா முன்னெடுத்துச் சென்ற அணி சேரா நாடுகள் என்ற கொள்கையே அர்த்தமற்றுப் போனது. கம்யூனிஸ்ட் நாடுகள் என்ற குடையின் கீழ் ஒற்றுமையாக இருந்த ரஷ்யா - சீனா உறவில் விரிசல் ஏற்பட்டது. சீனாவுடனான மோதல் காரணமாக வாஷிங்டன் மற்றும் மாஸ்கோவுடன் இந்திய சரி சமமாக உறவுகளை வளர்க்கத் தொடங்கியது. அமெரிக்காவிடம் ராணுவ

உதவி கோரப் போவதாக நேரு முன் கூட்டியே ரஷ்யாவுக்குத் தெரியப் படுத்தியதாகவும், அதற்கு மாஸ்கோ எந்த ஆட்சேபணையையும் தெரிவித்ததுடன், தேவைப்பட்டால் பொருளாதார மற்றும் ராணுவ உதவி அளிக்கத் தானும் தயார் என்று உறுதியும் அளித்தது.

சீனாவுடனான எல்லைப் போருக்குப் பிறகு அமெரிக்காவிடம் அதிக நெருக்கம் காட்டத் தொடங்கியது இந்தியா. 1963 ஜனவரியில் இந்தியாவுக்கான வெளிவிவகாரச் செயலரான கேல்ப்ரைத், ஆசிய பிராந்தியத்தில் சீனாவின் வளர்ச்சியைக் கட்டுப்படுத்த, அமெரிக்க அரசுடன் பொருளாதார மற்றும் ராணுவ விவகாரங்களில் இணைந்து செயல்பட புதுடெல்லி விரும்புவதாக வாஷிங்டனுக்குத் தெரிவித்துள்ளார். நேருவின் வேண்டுகோளைத் தொடர்ந்து அமெரிக்க அதிபர் கென்னடி, பெண்டகன் ஆலோசர்களையும், ஹாரிமென் தலைமையில் உயர்நிலைக் குழுவையும் அதிரடிப் படையின் கமாண்டர் ஜெனரல் பால் ஆடம்ஸையும், இந்தியாவுக்கு அனுப்பி வைக்க உத்தரவிட்டார். ஆனால் இவர்கள் வாஷிங்டனை விட்டுக் கிளம்புவதற்கு முன்பாகவே சீனா போர் நிறுத்த அறிவிப்பை வெளியிட்டது. இருப்பினும் அவர்கள் பயணத்தை ரத்து செய்யாமல் இந்தியா வந்து நவம்பர் 22 ஆம் தேதி நேருவைச் சந்தித்தனர்.

அணி சேராக் கொள்கையின் தந்தையாகத் தன்னை நிலைநிறுத்திக் கொள்ள முயன்று, தற்போது சீனாவுடனான மோதல் காரணமாக அமெரிக்காவின் உதவியை நாட வேண்டியதாகிவிட்டதே என்று நேரு கவலைப்பட்டதை அவரது முகமே காட்டிக் கொடுத்தது என்று குழுவில் அங்கம் வகித்த ரோஜர் ஹில்ஸ்மென் தெரிவித்தார். அமெரிக்காவைத் தொடர்ந்து பிரிட்டன் பிரதமர் ஹெரால்ட் மேக்மிலனும் அடுத்த மூன்று ஆண்டுகள் இந்தியாவுக்கு ராணுவ உதவிகள் அளிக்க ஒப்புக்கொண்டார். 1963-ல் பிரிட்டன் - அமெரிக்காவின் நீண்ட தூரம் பறக்கும் ஏர்கிராஃப்ட் ஃபைட்டர் விமானங்களின் கூட்டு ராணுவ அணிவகுப்பு இந்தியாவில் நடைபெற்றது.

சீனாவைச் சமாளிக்க அமெரிக்க ராணுவ உதவிகளை நாடினாலும், அடிமனதில் அந்நிய நாட்டிடம் ஆயுதங்களைப் பெறுவது இந்தியாவின் சுதந்திரத்தை அடகு வைப்பதற்குச் சமம் என்ற கருத்தில் உறுதியாக இருந்தார். நேருவுடனான முதல் சந்திப்பிலேயே ஹாரிமென் இதை உணர்ந்துகொண்டார். இந்தியாவுக்கு ராணுவ உதவி அளிப்பதைப் பயன்படுத்தி காஷ்மீர் விவகாரத்தில் பாகிஸ்தானுடன் ஒரு உடன்பாட்டுக்கு வரவேண்டும் என்று நேருவிடம் தெரிவித்தார். அதாவது காஷ்மீர் பள்ளத்தாக்கின் கணிசமான பகுதியை பாகிஸ்தானுக்குத் தாரை வார்க்க வேண்டும். இந்தக்

கோரிக்கையை இந்தியா எந்நாளும் ஏற்றுக்கொள்ளாது என்பது தெரிந்த விஷயம். ஆனால் சீனாவைச் சமாளிக்க உதவினால் எந்த நிபந்தனைக்கும் இந்தியா ஒப்புக் கொள்ளும் என்று அமெரிக்காவும், பிரிட்டனும் தப்புக் கணக்குப்போட்டன. இந்தியாவைப் பொறுத்த வரை பாகிஸ்தானுடனான உடன்பாடு என்பது 'இப்போதுள்ள நிலை தொடரவேண்டும்' என்பதுதான். ஆனால் காஷ்மீரின் கணிசமான பகுதி அதனுடன் இணைக்க ஒப்புக்கொண்டால் மட்டுமே உடன்பாடு என்பது பாகிஸ்தானின் நிலைப்பாடு.

பாகிஸ்தானின் கடுமையான ஆட்சேபணையையும் மீறி இந்தியாவுக்குத் தேவையான ஆயுதங்களை அமெரிக்கா வழங்கியது. காஷ்மீரை வலுக்கட்டாயமாகப் பறித்துக் கொள்ள 1965-ல் இந்தியாவின் மீது போர் தொடுத்தது. மூன்று வார காலம் நடைபெற்ற போரில் பாகிஸ்தான் படுதோல்வி அடைந்தது. ஆனால் இந்தியாவின் வெற்றிக்கு அமெரிக்க ஆயுதங்களே காரணம் என்று பாகிஸ்தான் புலம்பியது. 1965க்குப் பிறகு அமெரிக்கா படிப்படியாக இந்தியாவுக் கான ராணுவ உதவிகளை நிறுத்திக்கொண்டது. இதனைத் தொடர்ந்து இந்தியாவுக்கான மிகப் பெரிய ராணுவத் தளவாடங்களின் ஏற்றுமதி யாளராக ரஷ்யா மாறியது. எதிரியின் எதிரி நண்பன் என்ற கணக்கில் சீனாவும் பாகிஸ்தானும் இந்தியாவுக்குப் பொதுவான எதிரிகளாயினர். சுமுகமான உறவுகளை வளர்த்துக் கொள்ளவும், தளவாடங்களைப் பெறவும், பீகிங்குடன் கைகோர்த்துக் கொண்டது இஸ்லாமாபாத்.

தோல்வியின் கனிகள் அவ்வளவு கசப்பாக ஒன்றும் இல்லை என்று இந்தியா உணர்ந்தது. முன்பு எப்போதும் இல்லாத வகையில் பல்வேறு தரப்பு மக்களும், பல்வேறு எண்ணங்கள் கொண்டவர்களும், தேச நலனுக்காக ஒன்றிணைந்தனர். 'இந்தியா தோற்றாலும், கடுமையான சூழலிலும், பல்வேறு பிரச்னைகளுக்கு இடையிலும், வட கிழக்குப் பிராந்தியம் சே லா பகுதியில் 14,000 அடி உயரத்தில் தவித்துக் கொண்டிருந்த வீரர்களையும், அதிகாரிகளையும், பத்திரமாகத் திரும்ப அழைத்துக் கொள்ளும் முடிவு புது டெல்லியின் சாமர்த்தியமே. உலக ராணுவ வரலாற்றில் இந்த புத்திசாலித்தனம் பொன் எழுத்துக்களால் பதிவு செய்யப்படும்' என்று ஒரு பத்திரிகையாளர் எழுதினார். தோல்விக்கான அதிகாரபூர்வ விளக்கத்தை ஏற்றுக்கொண்ட மக்கள், இந்திய அரசையும், ராணுவத்தையும் பொறுப்பாக்காமல், முழுப் பழியையும் சீனா மீதே சுமத்தினர். குருதியை உறைய வைக்கும் கடுமையான குளிர் மற்றும் போதிய போக்குவரத்து வசதிகள் இல்லாத காரணத்தால் இந்தியா தோல்வி அடைந்தது என்ற சமாதானம் கூறப்பட்டாலும், முன் கூட்டியே முறையான பயிற்சிகளை

எடுக்காமல், அவசரமாக இந்தியா போரிட வேண்டிய அவசியம் என்ன என்ற கேள்வியும் எழுந்தது.

வட கிழக்குப் பிராந்தியத்தில் இந்தியா அடைந்த தோல்வி பற்றி ஆய்வு செய்து அறிக்கை அளிக்குமாறு மேஜர் ஜெனரல் ஹெண்டர்சன் ஹூக்ஸ், பிரிகேடியர் பி.எஸ்.பகத் ஆகியோரை அரசு நியமித்தது. ஜெனரல் தாப்பர் விசாரணை குழுவிடம் விளக்கம் அளிக்க மறுத்து, அறிக்கை வெளியான பிறகு அதன் மீது தனது கருத்துகளை மட்டும் பதிவு செய்தார். கௌல் இரு நீண்ட விளக்கங்களை அளித்தார். பிரிகேடியர் பாலித் புதிய சீஃப் ஆஃப் ஆர்மி ஸ்டாஃப் சௌத்திரியிடம் விளக்கம் தந்தார். ஆனால் மேற்கூறிய விளக்கங்கள் எதுவும் மேஜர் ஜெனரல் ஹெண்டர்சன் ஹூக்ஸுக்கு அனுப்பி வைக்கப்பட வில்லை. எனவே ஹெண்டர்சன் ஹூக்ஸ் மற்றும் பி.எஸ்.பகத் ஆகியோருக்கு இந்திய - சீன எல்லைப் போரில் என்ன நடந்தது என்று முழுமையாகத் தெரியவில்லை. குறிப்பாகக் களத்தில் இருந்த படைகளுக்கும், ராணுவத் தலைமை அலுவலகத்துக்கும் இடையே நடைபெற்ற உரையாடல்கள், கருத்துப் பரிமாற்றங்கள் / மோதல்கள் எதுவுமே விளக்கப்படவில்லை. இருப்பினும் கிடைத்த தகவல்களின் அடிப்படையில் ஜெனரல்கள் கௌல், சென், தாப்பர் ஆகிய மூவருமே தோல்விக்குக் காரணம் என்ற முடிவுக்கு வந்தனர்.

நேருவுக்கும் அவரது அரசுக்கும் கெட்ட பெயரை உண்டாக்கும் வகையில் இந்த அறிக்கை அமைந்ததால் 'உச்சகட்ட ரகசிய அறிக்கையாகப்' பாதுகாத்து அதை கடைசிவரை வெளியிடவே இல்லை. 'எதிரிகளுக்கு நம்பிக்கையூட்டும் வகையில் நமது வீரர்களின் தியாகத்தைக் கொச்சைப்படுத்தி, உணர்வுகளைப் புண்படுத்தும் வகையில் எதுவும் செய்யக்கூடாது' என்று அறிக்கையை ரகசியமாகப் பாதுகாக்க வேண்டிய அவசியத்தை அரசு அதிகாரி தெரிவித்தார்.

போரில் அடைந்த தோல்வி மீதான விசாரணை அறிக்கை பற்றிய கேள்விகளுக்குப் பாதுகாப்பு அமைச்சர் சவாண் பதிலளித்தார்: 'போர்க் களத்தில் இருப்பவர்கள் சூழலைப் பொறுத்துத் திட்டமிட்டு முடிவு செய்ய வேண்டிய விஷயங்களில் ராணுவத் தலைமை அலுவலக மூத்த அதிகாரிகள் சிலரின் 'தலையீடு' மற்றும் 'பிரிகேட்' நிலையில் சில கமாண்டர்களிடம் 'குறைபாடும்' இருந்தது உறுதியாகி உள்ளது. நம்கா சூ தொடங்கி பொம்டி லா வரை எல்லையின் தொலை தூரங்களிலும், உயரங்கள் தெரியாத மலைச் சிகரங்களிலும் கடுமையான போர் நடைபெற்றது. இது எதிரிகளுக்குச் சாதகமாகவும், நமக்குப் பாதகமாகவும் அமைந்துவிட்டது. தொடக்கத்தில் யார் வெற்றி பெறுகிறார்கள் என்பது முக்கியமல்ல, போரின் முடிவில் யார் ஜெயிக்கிறார்கள் என்பதுதான் முக்கியம்' என்றார்.

ஹெண்டெர்சன் அறிக்கை இந்தியாவின் தவறுகளைச் சுட்டிக் காட்டியதுடன் அதற்குப் பொறுப்பானவர்களையும் அடையாளம் காட்டியது. ஆனால் இவற்றை அரசு நீர்த்துப்போக வைத்ததுடன் இதற்கு எதிர்ப்பே இல்லை என்ற வகையில் விவகாரத்தைப் பூசி முழுகியது. அறிக்கையில் தெரிவிக்கப்பட்ட நிறை குறைகள் கூட வெளிச்சத்துக்கு வரவில்லை. புதிய பாதுகாப்பு அமைச்சர், புதிய தளபதி என ராணுவ அமைப்பு புதிதாகச் சீரமைக்கப்பட்டது. காங்கிரஸ் அரசு இருக்கும் வரை ஹெண்டர்சன் அறிக்கை வெளியாகப் போவதில்லை. காங்கிரஸ் அல்லாத அரசு பதவிக்கு வந்தால் மட்டுமே அவரது அறிக்கை மக்கள் மன்றத்துக்கு வரும். போரில் இந்தியா தோல்வி அடைந்ததற்கான உண்மைக் காரணமும் தெரியவரும்.

போரில் ஏற்பட்ட தோல்விக்கு பிரதமர் நேருவோ அவரது அமைச்சரவை சகாக்களோ பொறுப்பேற்று ராஜினாமா செய்ய முன்வரவில்லை. அந்த சிந்தனைகூட அவர்களுக்குத் தோன்றவில்லை. இதுவே வேறொரு ஜனநாயக நாடாக இருந்திருந்தால் அமைச்சரவை கவிழ்ந்திருக்கும். போரில் தோல்வி அடைந்தால் வழக்கமாகப் பதவியில் இருக்கும் தலைவர் மீது அதிருப்தி ஏற்படுவது வாடிக்கை. ஆனால் போரில் இந்தியாவுக்கு ஏற்பட்ட தோல்வி மக்கள் மத்தியில் நேருவின் நற்பெயருக்கு எந்தக் களங்கத்தையும் ஏற்படுத்தவில்லை என்பது ஆச்சரியமான விஷயம். ஆனால், நாடாளுமன்றத்திலும், காங்கிரஸ் கட்சியிலும், படிபடியாகக் குறையத் தொடங்கிய நேருவின் அதிகாரத்தையும் கட்டுப்பாட்டையும் அடுத்த பதினெட்டு மாதங்களில், அவர் மறையும் வரை மீட்டெடுக்க முடியவில்லை.

காங்கிரஸ் நாடாளுமன்றக் கட்சி கிருஷ்ண மேனனைப் பதவியில் இருந்து விலக்கத் தீர்மானம் நிறைவேற்றியது. அதைத் தடுப்பதற்காகத் தானும் பதவி விலகுவதாக நேரு விடுத்த மிரட்டல் பலன் தரவில்லை. நவம்பரில் மத்திய அரசு பிரகடனப்படுத்திய அவசர நிலை மூலம் மாநிலங்கள் மீது மட்டுமின்றி மக்களின் மீதும் மேலோங்கிய அதிகாரத்தைப் பெற்றது. வலிமையான ஆளுமை மூலம் எல்லைப் போர் உருவாக்கிய நாட்டுப் பற்றைப் பயன்படுத்தி இந்தியவை மேலும் பல உயரங்களுக்கு எடுத்துச் செல்லலாம் என்ற நம்பிக்கை பொய்த்தது. போருக்கு முன்னதாக இந்தியாவில் ஒரு சர்வாதிகாரி இருந்தார். ஆனால், அவர் சர்வாதிகார ஆட்சி நடத்தவில்லை. போருக்கான அவசர நிலை பிரகடனப்படுத்தப்பட்டபோதோ சர்வாதிகார ஆட்சி இருந்தது, சர்வாதிகாரி யாருமில்லை என்று சொல்லலாம்.

சீனாவுடனான போரில் ஏற்பட்ட தோல்விக்குப் பிறகு இந்திய அரசு பாதுகாப்புத் துறையில் கூடுதல் கவனம் செலுத்த ஆரம்பித்தது. அடுத்த

இரு ஆண்டுகளில் ராணுவச் செலவு இரு மடங்கானது. (1960-61 ரூ 2809 மில்லியன், 1961-62 ரூ 3125 மில்லியன், 1962-63 ரூ 4739 மில்லியன், 1963-64 ரூ 8161 மில்லியன்). புதிதாக ஆறு புதிய இன்ஃபண்ட்ரி டிவிஷன்கள் அமைக்கப்பட்டன. நவீன போர்க் கருவிகளும் விமானங்களும் அமெரிக்கா மற்றும் இங்கிலாந்தில் இருந்து வாங்கப் பட்டன. 1962-63 மற்றும் 1963-64 ஆம் ஆண்டுகளில் ராணுவத்துக்காக ஒதுக்கப்பட்ட செலவு திடீரென இரு மடங்கு அதிகரித்ததால், ஏற்கனவே வேறு துறைகளுக்குத் திட்டமிடப்பட்ட1961-66 மூன்றாம் ஐந்து ஆண்டுத் திட்ட ஒதுக்கீடுகள் கடும் விளைவைச் சந்தித்தன. ஐம்பதுகளில் ஏறுமுகத்தில் இருந்த இந்தியப் பொருளாதார வளர்ச்சி அறுபதுகளில் இறங்குமுகத்தைச் சந்தித்ததற்கான முக்கிய காரணங்களில் ஒன்று திடீரென அதிகரித்த ராணுவ ஒதுக்கீடுதான்.

போரில் ஏற்பட்ட தோல்வி காரணமாக ராணுவ நிர்வாகத்தில் பல மாற்றங்களுக்கு வழிவகுத்தது. ராணுவ நிர்வாகத்தில் அரசியல் வாதிகளின் குறுக்கீட்டுக்கு முற்றுப்புள்ளி வைக்கப்பட்டது. தமது எல்லை என்ன என்பதைப் புரிந்துகொண்ட அரசியல்வாதிகள் உருவானார்கள். அதேநேரம் ராணுவப் புரட்சி எப்போது வேண்டு மானாலும் ஏற்படலாம் என்ற அச்சம் அரசியல்வாதிகள் இடையே அதிகரித்தது. பெர்ட்ராண்ட் ரஸலுக்கு எழுதிய கடிதத்தில் 'இந்தியாவில் ராணுவ மனப்பான்மை பரவலாகி வருவதுடன், ராணுவத்தின் அதிகாரமும் அதிகரித்து வருகிறது' என்ற அச்சத்தை நேரு பதிவு செய்திருந்தார். ராணுவப் புரட்சி மூலம் அதிகாரத்தைக் கைப்பற்றுவதைத் தடுக்க அரசு பல்வேறு முன்னெச்சரிக்கை நடவடிக்கைகளையும் மேற்கொண்டது.

திபெத்திய அகதிகள் அவர்களது சொந்த நாட்டின் விடுதலைக்குப் போரிடத் தேவையான கொரில்லாப் பயிற்சிகளை வழங்கும் பொறுப்பு பிஜூ பட்நாயக்கிடம் ஒப்படைக்கப்பட்டு இருந்தது. இத்துடன் ராணுவப் புரட்சி ஏற்பட்டால் அதைச் சமாளிக்கத் தேவை யான மாற்று நடவடிக்கைகளைத் திட்டமிடும் கூடுதல் பணியும் ஒப்படைக்கப்பட்டது. பட்நாயக்குடன் இணைந்து செயல்படப் புலனாய்வு அமைப்பின் இயக்குனர் மாலிக்குக்கு உத்தரவிடப்பட்டது. மூத்த ராணுவ அதிகாரிகளின் உரையாடல்கள், பேச்சுகள் பதிவு செய்யப்பட்டன. அப்போது இந்தியாவுக்கு வருகை புரிந்த சீஃப் ஆஃப் இம்பீரியல் ஜெனரல் ஸ்டாஃப் ஜெனரல் சர் ரிச்சர்ட் ஹல்லின் சந்திப்பு கூடக் கண்காணிப்புக்குத் தப்பவில்லை. திடீரென ராணுவப் புரட்சி ஏற்பட்டு நேருவின் உயிருக்கு ஆபத்து ஏற்படுவதைத் தடுக்கவும், அவரைப் பாதுகாப்பான இடத்துக்கு அழைத்துச் செல்லவும், பிரதமர் அலுவலகம் மற்றும் வீட்டைச் சுற்றி மத்திய

ரிசர்வ் காவல் படையின் சிறப்பு அதிரடி பெட்டாலியன்கள் தயார் நிலையில் நிறுத்தப்பட்டன.

இதற்கெல்லாம் எந்த அவசியமும் இருந்திருக்கவே இல்லை. ராணுவத்தினர் தமது பணியில் மும்மரமாக இருந்தனர். ஆனால், 1964 மே 27 அன்று நேரு இறந்தபோது அந்த பயம் தலைதூக்கியது. நேரு இறந்த அடுத்த சில மணி நேரத்தில் அவரது உடல் வைக்கப்பட்டிருந்த இடம் தொடங்கி மயான பூமி வரை பல்லாயிரக்கணக்கான ராணுவ வீரர்களை வழி எங்கும் நிறுத்த ஜெனரல் சௌத்திரி உத்தரவிட்டார். காவல் துறையினரின் பாதுகாப்புக்குப் பதிலாக ராணுவம் நிறுத்தப் பட்டதைப் பார்த்த புலனாய்வு அமைப்பின் இயக்குனர் மாலிக், ராணுவப் புரட்சிக்கான சாத்தியக்கூறு இருப்பதாக மத்திய அரசுக்கு ரகசியத் தகவல் அனுப்பி எச்சரித்தார். ஆனால், இறுதி ஊர்வலம் முடிந்த கையோடு சௌத்ரிக்கு ஹீட் ஸ்ட்ரோக் ஏற்பட்டுவிடவே அந்த பயம் அகன்றது.

நேருவின் இறுதிச் சடங்கு ஊர்வலத்தில் கூடுதல் ராணுவ வீரர்கள் அணிவகுக்க வேண்டிய அவசியம் குறித்து ஜெனரல் சௌத்திரியிடம் பாதுகாப்பு அமைச்சர் சவாண் விளக்கம் கேட்டார். மகாத்மா காந்தியின் இறுதி ஊர்வலத்தின் போது ஏற்பட்டதுபோல் அசம்பாவிதம் ஏதும் ஏற்பட்டுவிடக்கூடாதென்று முன்னெச்சரிக்கை யாக எடுக்கப்பட்ட பாதுகாப்பு நடவடிக்கைதான் என்ற சௌத்திரியின் விளக்கத்தை அரசு ஏற்றுக்கொண்டது. உண்மையில் ராணுவம் எந்தவிதமான புரட்சிக்கும் சதித் திட்டம் தீட்டவில்லை. புலனாய்வு அமைப்பின் இயக்குனர் மாலிக்குக்கும் ஜெனரல் சௌத்திரிக்கும் ஏற்கனவே முன்விரோதம் நிலவியதால், பொய்யான அறிக்கையை மாலிக் அரசுக்கு அனுப்பினார் என்று கூறப்பட்டது. சீனப் போரில் தோல்வி ஏற்பட மாலிக்கின் தவறான புலனாய்வே காரணம் என்று சௌத்திரி தன் மீது முன்பு குற்றம் சாட்டியதை நினைவில் வைத்துக் கொண்டே, மாலிக் இப்போது அவர் மீது பழி வாங்கும் நடவடிக் கையில் ஈடுபட்டிருக்கலாம் என்றும் செய்திகள் உலா வந்தன.

இந்திய - சீனப் போரில் ஏற்பட்ட மற்றொரு முக்கிய நிகழ்வு கம்யூனிஸ்ட் கட்சியின் பிளவு. ஏற்கனவே அதன் தலைவர்கள் இடையே நிலவிய மனஸ்தாபத்தை எல்லைப் போர் இன்னும் தீவிரப்படுத்தியது. கம்யூனிஸ்ட் கட்சியின் அதிகாரத்தை வைத்துக் கொண்டிருந்த வலதுசாரி (ரஷ்ய கம்யூனிஸ்ட்) உறுப்பினர்கள் தங்களது 'நிபந்தனையற்ற ஆதரவை' நேருவுக்கு வழங்கியதுடன் சீனாவுக்கு எதிரான அவரது அனைத்து முனைவுகளுக்கும் முழு ஒத்துழைப்பு அளிக்கவும் ஒப்புக்கொண்டனர். இதன் பிரதிபலனாகப் போரின் போது கைதான கம்யூனிஸ்ட்களில் அரசுக்கு ஆதரவான

வலது கம்யூனிஸ்ட்கள் மட்டும் விடுதலை ஆனார்கள். இடது கம்யூனிஸ்ட்கள் (சீன கம்யூனிஸ்ட்கள்) சீனாவுக்கு எதிரான இந்தியாவின் நடவடிக்கைகளைக் கடுமையாக எதிர்த்ததால் அரசு அவர்களைத் தனிமைச் சிறையில் அடைத்தது.

சிறிதாக இருந்த விரிசல் மாஸ்கோவுக்கும் பீகிங்குக்கும் ஏற்பட்ட வெளிப்படையான மோதலைத் தொடர்ந்து கம்யூனிஸ்ட் கட்சி இந்தியாவில் இரண்டாக உடைந்தது. இதனால் கம்யூனிஸ்ட்களுக்கு நாடாளுமன்றத்தில் இருந்த சொற்ப பலமும் குறைந்தது. எனினும் இடதுகளின் தலைமையில் செயல்பட்ட கம்யூனிஸ்ட் கட்சி கேரளம் மற்றும் மேற்கு வங்கத்தில் பின்னாளில் நடைபெற்ற சட்டமன்றத் தேர்தல்களில் மகத்தான வெற்றி பெற்று ஆட்சியைப் பிடித்தன. இந்திய - சீனப் போருக்கு சீனாவின் அத்துமீறலும் ஊடுருவலுமே காரணம் என்று இடது கம்யூனிஸ்ட்கள் ஒருநாளும் விமர்சிக்கவில்லை என்றாலும் அதனால் அவர்களுடைய செல்வாக்கு எந்தவகையிலும் பாதிக்கப்படவில்லை.

கம்யூனிஸ்ட் அல்லாத இடதுசாரிகள் அதாவது சோஷியலிஸ்ட்களின் செல்வாக்கு மேனனின் விலகலைத் தொடர்ந்து குறையத் தொடங்கியது. அரசுடன் சோஷியலிஸ்ட்களுக்கு இருந்த நெருக்கம் இப்போது வலது கம்யூனிஸ்ட்களுக்கு மாறியிருந்தது. காங்கிரஸின் கொள்கைகளுக்கு எதிராக இடது கம்யூனிஸ்ட்களும், அரசுக்கு ஆதரவாக வலது கம்யூனிஸ்ட்களும் செயல்படத் தொடங்கினர். சீன எதிர்ப்பையும் நாட்டு உணர்வையும் பயன்படுத்தி ஜனசங்கம் சில வட மாநிலங்களில் கணிசமான வாக்குகளைப் பெற்றாலும், தேசிய அளவில் காங்கிரஸுக்கு மாற்றாக அக்கட்சியால் வெற்றி பெற இயலவில்லை.

நேருவின் செல்வாக்கும் உடல் நிலையும் மங்கியதையே இந்திய - சீனப் போரின் மிக மோசமான பின்விளைவாகச் சொல்லலாம். 'போரின் தோல்வி நேருவை நிலைகுலைய வைத்துவிட்டது. உடலாலும், மனதாலும் அவர் தளர்ந்து போய்விட்டார். அவர் வாழ்க்கையில் உருவாக்கிய எல்லாமும் சிதைந்து போயின' என்றார் கிருஷ்ண மேனன். சீனாவின் மீது வைத்த அபரிமிதமான நம்பிக்கைக்குக் கைமாறாகப் பீகிங் தனக்குத் துரோகம் இழைத்ததாக நினைத்து நேரு வேதனையில் ஆழ்ந்தார். நேரு மீதான விமர்சனங்கள் வலுப் பெற்றன.

'நேருவுக்குப் பிறகு யார்?' என்ற கேள்வி எழுந்தது. புதிய தலைமை வந்தே ஆகும் என்பது உறுதியாகிவிட்ட நிலையில் அது மிகுந்த எதிர்பார்ப்புடன் வரவேற்கப்படும் ஒன்றாகவும் ஆகிவிட்டிருந்தது.

~

எல்லைப் போருக்குப் பிறகு, குறிப்பாக நேருவின் மறைவுக்குப் பிறகு, சீனா ஆக்கிரமித்துள்ள இடங்களில் இருந்து வாபஸ் பெற வேண்டும் என்ற கோரிக்கை கொஞ்சம் கொஞ்சமாக அடங்கிப் போனது. நேருவின் முன்னேறிச் செல்லும் கொள்கை காணாமல் போனது. லடாக்கில் இந்திய ராணுவம் தன்னைப் பலப்படுத்திக் கொண்டு முகாம்களை அமைத்துக்கொண்டாலும் அவை சீனா கோரிய எல்லைக் கோட்டுக்கு வெளியேதான் நிறுவப்பட்டன.

சீனாவின் படை பலம், நவீன ஆயுதங்கள், பனி படர்ந்த மலைப் பகுதிகளிலும், வழுக்குப் பாறைகளிலும் போரிடும் திறன் ஆகியவை காரணமாகப் போரில் வெற்றி பெறுவதற்கான அனைத்து அனுகூலங் களும், ஆதாயங்களும் சீனாவுக்கு அதிகமுள்ளதை இந்தியா தோல்விக்குப் பிறகே தெரிந்துகொண்டது. சீனாவை வேறு எங்காவது தோற்கடித்தால்தான் அக்சாய் சின் பகுதியில் இருந்து அவர்களை அப்புறப்படுத்த முடியும். சீனாவின் மைய அரசு வலுவிழந்தால் ஒழிய இந்தியாவால் சீனாவை ஒருபோதும் வெல்லவே முடியாது என்பது புரிந்தது.

போரில் தோற்றாலும், சீனாவிலுள்ள இந்திய தூதரகத்தை மூடவோ, பீகிங்குடனான வெளிவிவகாரத் தொடர்புகளைத் துண்டித்துக் கொள்ளவோ நேரு விரும்பவில்லை. ஆனால் உள்ளூர் நிர்பந்தம் காரணமாக பம்பாயில் உள்ள சீனத் தூதரகத்தை மட்டும் மூட அரசு முடிவெடுத்தது. இதற்குப் பதிலடி கொடுக்கும் வகையில் லாசவில் செயல்பட்ட இந்திய தூதரகத்தை மூட பீகிங் உத்தரவிட்டது (கர்ஸன் பிரபு உயிருடன் இருந்திருந்தால் இந்தச் செய்தி கேட்டு வருந்தியிருப்பார்).

1969-ல் பிரதமர் இந்திரா 'என்றேனும் ஒரு நாள் சீனாவுடனான உறவுகளை நாம் சரி செய்தே ஆகவேண்டும்' என்று பேசியதற்கு எதிர்கட்சிகளின் கடுமையான கண்டனத்துக்கு உள்ளானார். புதுடெல்லியுடன் உறவுகளைச் சீர் செய்ய பீகிங் எந்த முயற்சியையும் எடுக்கவில்லை. இந்தியா அக்சாய் சின் மீது உரிமை கோரி சீன வரைபடங்களை ஏற்றுக் கொள்ள மறுப்பதுபோல், இந்தியாவின் மெக்மோகன் கோட்டை சீனா உதாசீனப்படுத்தியது. மேலும் இந்தியாவுடனான கிழக்கு எல்லை பிரம்மபுத்ரா பள்ளத்தாக்கின் ஓரம் வழியே செல்வதுபோல் புதிய வரைபடங்களையும் தயாரித்தது.

தீர்வை ஒட்டிய எல்லை தொடர்பான பேச்சுவார்த்தைகளுக்கு இந்தியா முன் வர வேண்டும் என்ற சீனாவின் நீண்ட காலக் கோரிக்கை இன்னும் நிலுவையில் உள்ளது. ஆனால் அப்படி ஆரம்பத்தில் இருந்து

தொடங்கவேண்டும் எனில், இந்தியா தனது தவறை மறைமுகமாக ஒப்புக்கொண்டாகவேண்டும்; 1962-ல் வலிந்து மேற்கொள்ளப்பட்ட சீன ஆக்கிரமிப்பு காரணமாக, அப்பாவி இந்தியா கடுமையான பாதிப்புக்கு உள்ளானது என்ற ஆழமான நம்பிக்கையையும் இந்தியா தன் மனதில் இருந்து அகற்றியாகவேண்டும். அது அவ்வளவு எளிதில் ஒருபோதும் நடந்துவிடாது.

~

Bibliography

This bibliography is restricted to books quoted in the course of the work.

OFFICIAL PUBLICATIONS

Atlas of the Northern Frontier of India (Govt of India, New Delhi, 1960).
Chronology of Pakistan, 1947-57 (Govt of Pakistan, Karachi, 1958).
Notes, Memoranda and Letters Exchanged and Agreements Signed Between the Governments of India and China- White Paper (Ministry of External Affairs, Govt, of India, New Delhi, 1959-63). (Cited as W.P.)
Prime Minister on Sino-Indian Relations (Govt of India, New Delhi, 1961,1963)
The Question of Tibet (Foreign Languages Press, Beijing, 1959).
Report of the Officials of the Governments of India and the People's Republic of China on the Boundary Question (Govt of India, New Delhi, 1961). (Cited as Report)
The Sino-Indian Boundary Question. Enlarged edition (Foreign Languages Press, Beijing, 1962. (Cited as *S.I.B.Q.)*
Indian Supreme Court and Parliamentary Debates

GENERAL WORKS

Abel, Elie, *The Missiles of October* (MacGibbon & Kee, London, 1966).
Alder, G. J., *British India's Northern Frontier,* 1865-95 (Longmans, London, 1963).
Aiyer, S.P. and S. Srinivasan, eds., *Studies in Indian Democracy* (Allied Publishers, Bombay, 1965).
Bailey, F. M., *No Passport to Tibet* (Hart-Davis, London, 1957).
Bhargava, G.S., *The Battle of NEFA: The Undeclared War* (Allied Publishers, 1964).
Bhutto, Z.A., *The Myth of Independence* (OUP, London, 1968).
Brecher, Michael, *Nehru: A Political Biography* (OUP, London, 1959).
Brecher, Michael, *India and World Politics: Krishna Menon's View* of *the World* (OUP, London, 1968).
Chaudhuri, Nirad, *The Continent of Circe* (Chatto & Wimln London, 1965).
Crarikshaw, Edward, *The New Cold War: Moscow v. Pekin* (Penguin Books, 1963).
Crocker, Walter, *Nehru: A Contemporary's Estimate* (Allen & Unwin, London, 1966).
Cukwarah, A.O., *The Settlement of Boundary Disputes in International Affairs* (Manchester University Press, London, 1967).
Curzon, Lord, *Frontiers* (OUP, Oxford, 1908).
Dalvi, Brigadier J.S., *Himalayan Blunder: The Curtain-Raiser in the Sino-Indian War of 1962* (Thacker & Co., Bombay, 1969).
Doolin, Dennis J., *Territorial Claims in the Sino-Soviet Conflict - Documents and Analysis* (The Hoover Institution on War, Revolution and Peace, Stanford University, 1965).
Edwardes, Michael, *Asia in the European Age* (Thames & Hudson, London, 1961).
Fisher, Margaret, Leo Rose, Robert A. Huttenback, *Himalayan Battleground: Sino-Indian Rivalry in Ladakh* (Pall Mall Press, London, 1963).

Fraser-Tytler, W. K., *Afghanistan: A Study of Political Developments in Central and Southern Asia* (OUP, London, 1953).
Galbraith, John Kenneth, *Ambassador's Journal: A Personal Account of the Kennedy Years* (Hamish Hamilton, London, 1969).
Ghosh, Sudhir, *Gandhi's Emissary* (Rupa & Co., 1967).
Gittings, John, *Survey of the Sino-Soviet Dispute* (OUP, London, 1968).
Greene, Felix, *A Curtain of Ignorance* (Cape, London, 1965).
Gupta, Karunakar, *India in World Politics: A Period of Transition: Sue. Crisis 1956—Paris Summit 1960* (Scientific Book Agency, Calcutta, 1969).
Hangen, Welles, *'After Nehru, Who?* (Hart-Davis, London, 1963)
Hilsman, Roger, *To Move a Nation: The Politics of Foreign Policy in tin Administration of John F. Kennedy* (Doubleday, New York, 1967).
Hoffmann, Steven A., *India and the China Crisis,* (University of California Press, 1990)
Hutheesingh, Krishna, *Nehru's Letters to his Sister* (Faber & Faber, London, 1963).
Jain, Girilal, *Panchsheela and After: Sino-Indian Relations in the Context of the Tibetan Insurrection* (Asia Publishing House, Bombay, 1960).
Kaul, Lt.-Gen. B.M., *The Untold Story* (Allied Publishers, Bombay, 1967).
Kavics, Lorne J., *India's Quest for Security: Defence Policies 1957-1965* (University of California Press, Berkeley, 1967).
Khera, S.S., *India's Defence Problems* (Orient Longmans, Bombay, 1968).
Khushwant Singh, *A History of the Sikhs.* Volume 2 (OUP, London, 1966).
Lamb, Alastair, *Britain and Chinese Central Asia: The Road to Lhasa, 1767-1905* (Routledge & Kegan Paul, London, 1960). (Cited as Lamb 1960)
Lamb, Alastair, *The China-India Border: The Origins of the Disputed Boundaries* (Chatham House Essay: OUP, London, 1964)
Lamb, Alastair, *The McMahon Line: A Study in the Relations Between India, China and Tibet 1904-14* (Routledge & Kegan Paul, London, 1966).
Lamb, Alastair, *Tibet, China and India 1914-1950: A History of Imperial Diplomacy,* (Roxford Books, Hertingfordbury 1989.)
Lattimore, Owen, *Inner Asian Frontiers of China* (Beacon Press, Boston, 1951).
Mackintosh, M., *Juggernaut* (Seeker & Warburg, London, 1962).
Mankekar, D.R., *The Guilty Men of 1962* (Tulsi Shah Enterprises, Bombay, 1968).
Mende, Tibor, *China and Her Shadow* (Thames & Hudson, London, 1961).
Mosley, Leonard, *The Last Days of the British Raj* (Weidenfeld & Nicolson, London, 1961).
Malik, B.N., *My Years with Nehru: The Chinese Betrayal,* (Allied Publishers, New Delhi, 1971.)
Murty, T.S., *Frontiers: A Changing Concept,* (Palit & Palit, New Delhi, 1978).
Myrdal, Gunnar, *Asian Drama: An Enquiry into the Poverty of Nation,* (Pantheon, New York, 1968).
Nayar, Kuldip, *Between the Lines* (Allied Publishers, Bombay, 1969).
Nehru, B.K., *Nice Guys Finish Second,* (Viking, New Delhi, 1997.)
Noorani, A.G., *Our Credulity and Negligence* (Ramday Bhatkal, Bombay, 1963).
Palit, D.K., *War in High Himalaya: The Indian Army in Crisis,* (Hurst, London, 1991)
Panikkar, K.M., *The Founding of the Kashmir State* (Allen & Unwin, London, 1953).
Panikkar, K. M., *In Two Chinas: Memoirs of a Diplomat* (Alien & Unwin, 1955).
Patterson, George, *Tibet in Revolt* (Faber & Faber, London, 1961).

Payne, Robert, *The Life and Death of Mahatma Gandhi* (Bodley Head, 1969).
Philips, C.H. and M.D. Wainwright, eds., *The Partition of India Policies and Perspectives* (Allen & Unwin, London, 1970).
Prasad, Niranjan, *The Fall of Tawang,* (Palit & Palit, New Delhi 1981-I
Reid, Sir Robert, *History of the Frontier Areas Bordering on Assam* (Govt of Assam Press, Shillong, 1942).
Richardson, H.E., *Tibet and its History* (OUP, London, 1962).
Rowland, J., *A History of Sino-Indian Relations* (Van Nostrarid Inc., Princeton, 1967).
Russell, Bertrand, *Autobiography,* Vol. 3 (Allen & Unwin, London, 1969).
Schlesinger, Arthur M. Jr., *A Thousand Days: John F. Kennedy in the White House* (Andre Deutsch, London, 1965).
Schram, Stuart, *Mao Tse-tung* (Penguin Books, London, 1966).
Tieh Tsing-li, *Tibet—Today and Yesterday* (Bookman Associates, New York, 1960).
Vagts, Alfred, *A History of Militarism* (Allen 8c Unwin, London, 1938).
Van Eekelen, W.F., *Indian Foreign Policy and the Border Dispute with China* (Martinus Nijhoff, The Hague, 1964).
Von Furer-Haimendorf, C., *Himalayan Barbary* (Murray, London, 1955).
Wilson, Dick, *A Quarter of Mankind: An Anatomy of China Today* (Weidenfeld & Nicolson, London, 1966).
Woodman, Dorothy, *Himalayan Frontiers* (Barrie & Rockliff, London, 1969).
Zagoria, Donald S., *The Sino-Soviet Conflict, 1956-61* (Princeton University Press, Princeton, 1961).

UNPUBLISHED PAPERS

Addis, John, *'The India-China Border Dispute'*, a paper for the Center for International Affairs, Harvard, 1964.
Field, A.R., *'The Historical Basis for the Indian Boundary Claims'*, A paper for the Pacific Coast Regional Conference of the Association for Asian Studies, 1967.
Lamb, Alastair, *'The Aksai Chin'.*

PERIODICALS

India Quarterly, International Comparative Law Quarterly, Journal of the Royal Society of Arts, Journal of the United Service Institute of India, Royal Central Asian Journal.

NEWSPAPERS

Beijing Review, Daily Telegraph, Economic Weekly, Evening Star (Washington), Indian Express, Observer, People's Daily (Beijing), The Hindu, The Statesman, The Times, Times of India

www.ingramcontent.com/pod-product-compliance
Lightning Source LLC
LaVergne TN
LVHW040328051026
849518LV00001B/115
* 9 7 8 8 1 8 4 9 3 7 9 2 3 *